TRUYỆN NGẮN CHỌN LỌC 2025

TRUYỆN NGẮN CHỌN LỌC 2025
Thực hiện: *Luân Hoán, Song Thao,*
Nguyễn Vy Khanh, Hồ Đình Nghiêm, Lê Hân,
Trần Thị Nguyệt Mai, Uyên Nguyên Trần Triết
Bìa: *Uyên Nguyên Trần triết*
Dàn trang: *Lê Hân*
ISBN: 979-8-3304-1817-6
NHÂN ẢNH
2025

NHIỀU TÁC GIẢ

TRUYỆN NGẮN CHỌN LỌC 2025

NHÂN ẢNH
2025

THƯ ĐẦU SÁCH

Tuyển tập Truyện Ngắn Chọn Lọc - cuốn hai, 2025, thông báo nhận bài sớm, thực hiện muộn, bởi nhiều cuốn "tác giả tác phẩm" dày cộm, phải in liên tiếp; cùng lúc bên cạnh tạp chí thường kỳ còn thêm số đặc biệt, mong quý tác giả góp bài sớm không bực mình phiền trách. Xin hiểu chỉ như là cuộc chơi, và chúng ta đôi khi cũng cần thư thả một chút. Cũng nhờ sự chậm trễ này, cuốn sách giàu thêm một số cây bút, vốn sum suê danh tiếng lâu năm trong làng chữ Việt.

Chung với đường đi "Ngôn Ngữ", chúng tôi không trưng bảng "hòa hợp", nhưng chúng tôi luôn mời gọi, chúng ta, kẻ trong nước, người hải ngoại, cùng ngồi chung với nhau trong một tác phẩm, mà nội dung hoàn toàn tự do với chủ đề bởi từng người tự chọn, chỉ ràng buộc trong cùng thể loại "truyện ngắn". Chúng tôi nhắc lại sự ràng buộc này, nhằm mục đích trả lời một số ít bài không đi được, vì nghiêng về biên khảo, hoặc thống kê có tính cách gia phả... Xin thành tâm xin lỗi.

Cũng như tập thứ nhất, sự chọn lựa do chính mỗi tác giả. Phần chúng tôi, nếu đọc không phát hiện bài viết nặng những giọng chính trị đả kích, xuyên tạc, hoặc ca tụng và không góp nhặt của người khác (điều này quả tình khó khăn, chỉ tin vào sự trong sáng của mỗi người), và thêm nữa, là truyện đọc được, thì chúng tôi cho lên trang. Dĩ nhiên với số lượng bài lớn, truyện thật hay bên cạnh truyện ít xuất sắc hơn là sự thường tình.

Chúng tôi thật vui mừng và hoan nghênh tất cả quý tác giả, tin tưởng chúng tôi, cùng họp mặt trong tác phẩm thứ hai này. Giá trị của nó xin để người đọc và những người làm văn học chuyên nghiệp đánh giá sau.

Ở thư đầu sách này, chúng tôi cũng không nêu lên nhận xét nào cho toàn nội dung cuốn sách. Bạn đọc, bạn viết sẽ từ từ gặp những lý thú khi xem sách. Hy vọng như vậy.

Văn xuôi, truyện ngắn còn bán được, nhưng như cuốn trước, (vốn in từng cuốn một theo kỹ thuật ngày nay tại Hoa Kỳ), thì quả không in được bao nhiêu. Chuyện làm thương mại bằng cách bán sách chữ Việt của chúng ta trên đất Mỹ vẫn còn trong mơ ước. Thú thật chúng tôi chỉ dám mong có tên đầu sách, được ghi trong mục quảng cáo ở đất người, và có đầu sách tặng các thư viện lưu lại. Mọi hy vọng lớn hơn, chúng tôi mong ở thế hệ tiếp nối. Sự cố gắng của chúng tôi chỉ để tìm niềm vui ngay trong lúc thực hiện (rao gọi, tập hợp, đọc, lên bài, trình bày, gởi in, v.v...).

Cảm ơn tất cả các tác giả trong ngoài nước đã thông cảm và cho chúng tôi có cơ hội còn hít thở bên hơi hám chữ quốc ngữ.

Thân tình,

Luân Hoán

9 tháng 5 năm 2025

MỤC LỤC

CAO MỴ NHÂN

KHÓI CHAPA

Kể từ 1952 tới nay, 2022, là đúng 70 năm, tôi rời xa nơi sanh quán, Chapa, nay đổi là Sa Pa, điểm du lịch thơ mộng nhất nước Việt Nam bây giờ.

Tôi đã từng khóc ngất khi đứng trước "khu nhà" trên đỉnh dốc đổ xuống con đường độc đạo, xưa gọi là phố chính, dẫn thẳng tới trung tâm thành phố CHAPA, tên gọi từ thời Tây chiếm cứ dải đất hình chữ S, luôn cả Miên, Lào, tập trung 3 nước Việt Nam, Cao Miên và Ai Lao.

CHAPA bấy giờ, trước năm 1954, gọi là thành phố an dưỡng của những ông tây, bà đầm người Pháp, quý vị già cả, bịnh hoạn, hoặc đang còn đi làm, đến Chapa dưỡng bịnh, hoặc nghỉ ngơi thăm viếng, Tây nói chung là nghỉ phép, nghỉ hè, v.v...

Ba tôi tốt nghiệp trường Công Chánh, tôi hay thấy chữ trên bao thư, đồ dụng cụ viết là: "Travaux publics". Ông phải lên vùng cao nhất nước, giữ chức vụ Giám Đốc Sở Máy Đèn, kiêm Sở Máy Nước Chapa.

Kể từ đó, chị em tôi được sinh ra và lớn lên theo năm tháng lâm nguyên hồn nhiên và thích thú.

Chị lớn nhất của tôi khi rời bỏ cao nguyên, ở tuổi thiếu niên, về xuôi học trường Hàng Cót Hà Nội.

Chị kế và tôi chưa bước chân đến trường học, vì còn bé, ba tôi sợ té xuống ao, hồ hay đi lạc. Thế là hai chị em tôi ở nhà, chơi đồ hàng do cha mẹ mua về.

Ngôi nhà gia đình tôi ở đầu dốc, cách sở điện nước khoảng 100 m, do đó ba tôi ngày hai buổi đi làm, trưa về ăn cơm, theo quy chế Tây phương, còn có giấc ngủ trưa nữa.

Ngôi nhà gia đình tôi ở là nhà chức vụ của chính phủ, còn đi làm ở chức vụ đó, thì gia đình cư trú nơi khuôn viên Sở Điện Nước đó, thuyên chuyển đi chỗ làm việc khác, thì trả nhà để sở cấp cho nhân viên tới thay thế.

Vì thuộc lâm nguyên lạnh lẽo, nên ngôi nhà được xây dựng như sau: phía trước và hai bên hông bằng kiếng dày, phía sau là tường xi măng cốt thép, dựa thẳng vô vách đá núi.

Chung quanh nhà có trồng hoa lan đất màu da cam. Những cây lan đất này được cắt tỉa thường xuyên nên rất đẹp và sạch sẽ. Phía trên con dốc là cánh rừng thưa tự mọc toàn hoa đào cánh kép. Đi sâu vào rừng, chính là nơi sinh sống của người Mèo. Họ ở lán trại giữa rừng sâu. Nơi này không có thú dữ, chỉ thấy mấy con thỏ, con hoẵng... hiền lành, ngơ ngác.

Nhà nào nơi thành phố bé nhỏ Chapa ấy, cũng có thể nói ở sát rừng, vì những lối đi từ "xã Xuân Viên" tức Chapa thời tôi được sanh ra, đều đi vô rừng, hay một vài bản làng, chứ không đi đâu nữa.

Chapa sương khói bốn mùa, chỉ ít hay nhiều mỗi khi rừng núi trở mình, hắt hơi cho lạnh lẽo tuôn ra, nhóm lửa trong lò sưởi cho ấm nồng không khí... thường là những lóng củi khô lưu trữ đầy nhà, ống khói tỏa lên mỗi chiều về, đêm đến.

Có lần tôi thấy mẹ tôi vừa nhóm lửa, vừa... chảy nước mắt, tôi đưa bàn tay bé nhỏ lên vuốt má bà, đôi má đã ướt sũng hơi thu tự bao giờ.

Ba tôi thường nói: "Nếu không thích mùa thu ở núi rừng hoa đào, thì cứ về làng xóm miền xuôi bên sông Hồng mà ở..."

Nhưng ngày xưa... thực sự ngày xưa... ngoài thiên chức đàn bà làm vợ, nuôi con ra, nhất là lại sinh sống ở cao nguyên chất ngất đỉnh mù... thì tháng ngày trước mặt, chính là ngôi nhà kiếng buồn hiu, nhìn khắp trời màu hoa đào cánh kép khi xuân tới, hoặc những đám mây mờ mang theo khói mỏng lúc mặt trời lặng lẽ trôi ngang, lớp lá vàng li ti bay như mưa lá, gió thổi lá tạt ngang cửa trước nhà, tôi đã say mê đứng ngắm.

Phải nói Chapa thầm lặng mới đúng.

Ngôi Nhà Thờ Đá tọa lạc giữa thành phố huyền hoặc như trong Kinh Thánh, vị Cha Xứ người Pháp áo trắng, đeo dây kim nhũ giữ tượng Thánh Giá màu vàng rực rỡ, để "Chúa ở cùng anh chị em, Chúa ở cùng Cha" lộng lẫy vô cùng.

Bây giờ thì Chapa đô thị hóa hoàn toàn.

Bây giờ thì người ta biết Chapa ngay cả khi còn ăn chơi ngủ nghỉ ở Hà Nội.

Bởi vì Chapa là một phần Hà Nội gởi gắm lên đó. Các cô gái Dao đỏ, Dao đen, có mang màu sắc Mán Mường đi nữa, chất giọng miền xuôi đã huyễn hư cảnh vật, nhân số lâm nguyên tăng tới mờ mắt, người và người ăn diện kiểu thị thành, hay thị thành hóa núi rừng từ nửa thế kỷ nay.

Ô thì cũng phải cho sơn nữ mặc áo mới, chứ cứ để cả bộ ngực trần ra sao. Sơn nữ may áo dạ hội bằng vải thổ cẩm mộc mạc là điều quý hiếm, lạc quan rồi.

Lâu lâu Chapa cũng có những tiếng sấm khan, tóe lửa như muốn tìm sắc thái đặc trưng của núi rừng tây bắc với góc độ Lai Châu huyễn ảo, hoang mê.

Phía bắc Chapa là Vân Nam bên Trung Quốc, phía tây Chapa là nước Lào, xứ sở của voi, rắn và vàng.

Vàng quặng thủa đó, và cả sau này, du khách thâm niên của nước Ai Lao vẫn có xu hướng mua vàng quặng để dành cho con cháu.

Trở lại Chapa tôi xưa, nay đã chuyển ngữ thành Sa Pa, mà người Hoa ở Lao Kay cũng thời Tây đó, nay tên Laokay đổi là Lào Cai, để có vẻ khác lạ trên quê hương cần đấu tranh cho chủ nghĩa dân tộc lâu đời, cho dù theo ngữ pháp Trung Hoa cổ, Sa Pa là Bãi Cát, Lào Cai là Lão Nhai.

Thế thì Sa Pa mới của... tôi xưa là bãi cát mà chẳng có một gò cát nào. Trong cái nghĩa tầm thường, nơi chôn nhau, cắt rún tôi, chính là một bãi cát trừu tượng, đầy phong cách văn hoa, tình cảm, mang chất lãng mạn ma thiêng nước độc được người Pháp tìm ra, để biến nó, Chapa thành khu nghỉ mát trong lành nhất Đông Dương thủa đệ nhất bán thế kỷ 20 vừa qua.

Tôi vẫn trở về Sa Pa trong tiềm thức, Chapa kiêu ngạo mà người Pháp cận đại cho là đỉnh tháp Fansipan cao 3142 m. Nay, nước sở tại xác nhận Hoàng Liên Sơn tức Fan Si Pan cao 3143 m. Như vậy núi xưa đã cao thêm 1 m.

Các con tôi, tức là thế hệ thứ 3, về Việt Nam, đi tìm cho được ngôi nhà kiếng nơi đầu dốc, để thả lỏng chân tay tuột xuống đại lộ chính ở Sa Pa, phone cho tôi, hỏi địa chỉ "lão lai A Phủ", coi cụ còn hay đã mất trong quên lãng của mọi người đã rời xa Bãi Cát Sa Pa.

Lão lai A Phủ mà tôi tôn trọng lâu nay, ông chỉ còn là cái gạch nối giữa Chapa xưa và nay của tôi thôi.

Thôi đành dĩ vãng muôn đời không bao giờ chấm dứt với bất cứ ai muốn đi tìm quá khứ như tôi, mỗi mùa xuân, hình ảnh một Chapa đã thực sự lui sâu vào cận đại, rồi cổ đại mai sau, ôi khói sương không gian mịt mù thời khắc.

Ở một không gian mà bạn có thêm vào hay bớt đi một chút thời gian miên viễn đó, như tôi hôm nay, nhớ về một mùa xuân trong tâm tưởng có thật, vẫn như là hư cấu, tưởng tượng thôi.

Vâng, thật sao được nữa, khi chính tôi cũng không nhận dạng được cá nhân mình bây giờ và thủa trước, khác nhau hay giống nhau thế nào.

Bởi lẽ sắp trọn một trăm năm không còn dấu tích, Chapa hay Sa Pa thì có là gì mỗi vùng trời kỷ niệm cho mỗi sự kiện con người đã được sanh ra và lớn lên ở đó.

Rồi đi xa, đi thật xa, đi nửa vòng trái đất, đi trọn vòng địa cầu, vẫn hay sẽ không thấy mình nữa, vạn vật hay muôn trùng hạt bụi, đó là sương khói Sa Pa vĩnh cửu.

Mùa xuân này, chàng "a phủ" của tôi đã quá già, lão ngó láo liên tôi trong bộ y phục không phải ngày xưa, bậc lão lai nào cũng chỉ nhận ra mình còn là mình trong cái khói sương luân chuyển nhẹ nhàng trước mặt...

Song tôi đã đi xa, còn lão ông ở lại, ngắm nhìn những đổi thay bước tới.

Lão lai "a phủ" hỏi giọng bơ thờ, tuyệt vọng: "Thế khi nào cô sống lại như ngày xưa ở đây với tôi, không cùng một mái nhà, nhưng cùng một thành phố. Hay không cùng một thời gian, nhưng cùng một nơi chốn.

Tôi mỉm cười xa vắng: "Kể cả con cháu quý ông ngày nay cũng đã vượt được đại dương, đã đến được một phần đất văn minh, tân tiến... như Hoa Kỳ tôi đang cư trú..." thì có ai còn 100/100 bước tới "Chợ Tình Sa Pa" như một nhu cầu thiêng liêng thời sơ khai nữa, tất cả những nhân tố, sắc thái đó hôm nay chỉ như những phần đời xa lạ với chính mình...

Tôi nói xong, lão "a phủ" ngơ ngác, tất cả sau lưng và trước mặt chỉ còn những tiếng nổ của hàng trăm chiếc xe Honda từ khắp nơi đang chạy vào thành phố, tưởng như vật ngửa lòng dạ Sa Pa hiện đại lên, để đi tìm quá khứ, hay kiếm những điều kỳ lạ thời nay.

"A phủ" tặng tôi mấy cánh hoa nha phiến (hoa anh túc hay hoa thuốc phiện mọc dại ở dọc đường qua Lai Châu) màu sắc khác nhau tuyệt đẹp... bảo rằng nó là hoa, nhưng đừng ngửi, nó lúc nào cũng đắm say, khiến quên đường về.

Thủa còn bé, đôi khi người ta nói "hoa mê" làm mê hoặc lòng người, làm tan vỡ tình cảm chân phương của những khách mày râu từ đồng bằng lên núi, thiên hạ nói khách tới bị ma rừng "thư", biết cách chữa mới khỏi, có khi nặng quá bị chết ngay không chừng.

"Chapa huyền thoại", Sa Pa tưng bừng hoan lạc, mỗi lúc Sa Pa một giật lùi về đô hội phàm trần.

Lên đỉnh Fan Si Pan có 3 cấp độ, mỗi tầng có trạm nghỉ, để từ đó, muốn đăng cao, hay trở xuống hạ tầng quen thuộc...

Fan Si Pan, Hoàng Liên Sơn khuất chìm trong sương khói, nhưng hiển hiện rõ nét trên bản đồ du lịch thế giới, hãy khoác lại chiếc áo choàng cổ kính xa xưa, màu mây vàng óng ánh khi nắng mùa xuân chan hòa trên phố núi... để bát ngát tình người trong không khí vừa man dã, vừa tân tiến hôm nay...

Sa Pa sương khói tặng đời...
Sa Pa mơ hồ biền biệt... nhớ.

Cao Mỵ Nhân
Hawthorne, Chào mừng Mùa Xuân 2023...

CUNG TÍCH BIỀN

MÙA XUÂN CÔ MƠ BAY

1.

Mỗi mùa xuân sắp về, trong cái nắng tàn đông hanh hao đến ứa nước mắt, con người thường hay có những ước mơ đẹp về tương lai.

Mơ mộng là phù phiếm, có đó mất đó. Còn tệ hơn một làn khói thấy. Nhưng mơ mộng cũng là phúc trời cho. Là thần khí, duyên cơ nơi mỗi con người. Có khi sướng rơn người vì mơ ra cái chưa hề tới, không/khó thể xảy ra trong đời thực.

Trong khó khăn của ngày ngày, chỗ hiểm nghèo định mệnh, người ta hay mơ thoát. Một nơi, mặt đất luôn rung rinh, bởi động đất bão tố, sóng thần lở núi; hoặc bầu sinh linh xã hội mịt mù những tối tăm, vắng nụ cười; lúc con người bị tẩy xóa phần nào những riêng tư trước đám đông thường hằng - đã bao phận người đêm đêm luôn giật mình, nỗi hoang mang là rõ thật - ấy là lúc không phải tuyệt cùng thất vọng, nghĩ về cái chết, mà là lúc rất giàu giấc mơ.

Những triệu con người luôn mơ/ước/mộng về một mùa xuân đúng là Xuân sẽ tới. Bao thân phận nhỏ nhoi sẽ thoát khỏi âm u xanh xao, những bế tắc lưu niên đã trở nên ám ảnh siêu hình.

Hồn linh một nắm cỏ bồng, xao xác trong gió nắng, trong âm vang của đêm ngày là mông lung gãy đổ. Mơ thoát? Là một cách từ biệt cái tình trạng bao la xám màu của suy đồi, lạc nẻo.

Có những miền đất mà mỗi con người phải bằng lòng sống qua ngày trong thân phận "cũng đành". Nên, ngó biển xanh để tìm một lối ra. Ngó lên trời cao nghĩ lung mình đang ngồi trên chuyến bay hạnh phúc. Như Tản Đà rỗng túi xưa kia, đứng chỗ sân ga nhìn con tàu chuyển bánh, mơ tưởng rằng mình đang ngồi trong chuyến tàu ấy, bon bon chạy về nơi xanh thoáng chân trời. Chao ôi, bao mơ ước nơi mỗi con người đã từ lâu hiền lành, bừng cháy bất ngờ, rồi, đã thu nhỏ lại, cằn cỗi. Như giọt máu sót. Khô đen trên cái xác dĩ vãng. Như bầy ong bị tàn phá tổ, hàng hàng xác đen cháy cánh, nằm bò rải rác, rỉ rả chờ cái chết.

Rất nhiều mơ/thoát, nhưng ít ai dám mơ tưởng một sớm mai bỗng dưng một đôi cánh mọc ra từ hai bờ vai. Để chính mình bay đi. Đi đâu cũng được, miễn đạt đỉnh ước mơ. Đến đâu cũng được, miễn là miền hạnh phúc. Hãy cứ Mơ Thoát/ Bay Đi.

oOo

Cô Mơ Bay, cô ấy sắp bay.

Bằng đôi tay làm cánh.

Mơ Bay có sở năng chịu đựng sự đơn độc, từ khước những giao tiếp. Ngồi quán cà phê một mình. Từ lâu không hề dự một lễ tiệc, dù đó là đám giỗ ông nội, đám tang của bà dì. Nhưng sau đó cô thường ngồi một mình trên những ngôi mộ thân yêu này, với nỗi nhớ. Ngày Tết nhứt cô không ở nhà cùng cha mẹ đón Xuân. Sẽ thoát đi, thoát ra, biến vào một đâu đó, đến một đâu đó, cao nguyên chẳng hạn, bờ biển chẳng hạn.

Cô ít khi sử dụng cái gì có máy nổ. Từ nhà đi bộ ra phố thị, ung dung bên cái bị rết đan bằng thổ cẩm; chạng vạng tối Mơ Bay về nhà thường không bật đèn, cô ngồi trong bóng mờ một mình; lúc này cô bảo: "Nghe không gian rộng thêm ra, những u uẩn có dịp hòa tan trong mơ hồ."

Không phải Mơ Bay xa lánh mọi người trong cõi ta bà này vì cô xấu xí, tàn tật. Chẳng méo mồm thâm môi lé mắt đi cà thọt. Chẳng phải mập thùng phuy, chẳng khô đét kiểu gái chậm chồng. Mơ Bay rất đẹp, học giỏi, trưởng thành trong một gia đình nền nếp, giàu gia hạnh.

Mơ Bay còn trẻ. Mộng ước của cô lớn lao, ngoài giới hạn. Thông thường, những ý tưởng lớn lao của tuổi trẻ luôn lồng trong đó cái hoang mơ, hư tưởng.

Cô hiểu rằng, với đôi tay có ngày cô sẽ bay như chim. Hoặc mái tóc cô, sẽ là đôi cánh. Tư tưởng sẽ biến cô nhẹ tênh. Ý chí là nhiên liệu.

Mơ Bay sẽ bay ngọt ngào. "*Anh ạ, vì em có một đôi cánh vô hình. Siêu nhiên là lực đẩy em lên cao.*"

oOo

Mơ Bay giải thích nguồn gốc loài người một cách hài hước, đầy chất u-mặc. Nhất định rằng loài người không là hậu duệ của tinh tinh, khỉ, vượn. Muôn triệu năm trước loài người chính là loài chim.

Vì ham rong chơi trên mặt đất, ham suối trong, rừng xanh và thích tắm biển nên chim sa đà vào kiếp đi bộ. Đôi chân chim dần dà bự ra như chân người, và đôi cánh teo lại thành đôi tay. Cô mơ một Cuộc-Bay, chính là phục hồi một kiếp chim.

Mơ Bay chìa bàn tay ra, bảo rằng mười ngón tay thon dài, chìa hỉa kia của cô, chính là những sợi cánh của lông chim biến thể theo quy luật thích ứng.

oOo

Có thể cô Mơ Bay điên. Nhưng điên thì đã sao. Bấy nay điên cả trái đất. Điên từ ngón tay bóp cò tới đường đi điên của hòn bom trái đạn. Núi rừng điên, suối nguồn điên, thì đã sao. Điên thập loại chúng sinh. Nghệ sĩ hà, cũng điên lung. Trong mênh mông một cõi người sống đó, thở đó; sớm tối đi về cánh cửa mở khép, chẳng ai hiểu/thấy thiên đàng ra sao. Chỉ lúc ngoẻo củ tỏi trong hòm gỗ, ta mới nghe loang thoáng bên ngoài, chỗ nhang khói lời cầu chúc "Được đến thiên đàng" của bọn người thương tiếc.

Người ta đã có thể đưa Mơ Bay vào nhà thương điên, như xưa kia Mai-a đã từng vào. Có những nhà thương điên dành cho những con người cực tài năng, tuyệt minh mẫn.

Có những cánh cửa sắt thay vì nhốt những con vật, lại mở toang ra nhốt con người.

2.

Mơ Bay, một ngày, nhất định hiện thực hóa giấc mơ của mình.

Cô ngồi trong quán nước, sông trôi ngoài kia, bên kia bờ xa hãy còn hàng cây xanh, những mái nhà lấp lánh nắng. Những ghe đò, thuyền máy từ nhánh sông này ra cửa biển bồng bềnh vì cơn gió lớn lúc thủy triều đang lên.

Có một con nước lên trong hồn Mơ Bay.

Có một dòng thác trắng cô thấy khi nhìn dòng người bâng khuâng trên con đường cuối năm, tàn mùa.

Giọng nói cô ấm áp. Đôi mắt cô biết cười. Nhưng màu tóc đen u ẩn của cô chừng như lạnh lạnh. Trong tôi, cô như lưu tồn cơn ma đêm của hư hoang. Sao hôm nay Mơ Bay có cái cách của một bà Bóng. Sẽ tan hồn trong tiếng nhạc cà giựt một khí hậu nhang khói, chỗ lên đồng. Khí hậu của giao hợp âm dương. Nửa khơi dục của thân hình nữ uốn éo, chìa mông lắc ngực, một nửa kia âm u thần bí từ ngôn ngữ kinh tụng.

Thủy triều lên, một Bà Bóng trong tôi.

Mơ Bay nói. Mơ Bay tâm sự. Tiếng cô nói hình như không đi từ miệng cô tới lỗ tai người nghe trước mặt. Nó lang thang, vòng vo. Như ai nói ở xa kia trong trà trộn đủ thứ tạp âm đời, quanh đây.

Tâm sự của cô, như âm vang đi tới từ cái ghế đá, hốc cây, từ viên gạch lót đường. Như đất đai đau, đành cất tiếng. Đôi mắt Mơ Bay là khá hoang mị. Chừng như cả tinh lực kia đang chìm trong cái ý tưởng rất hư hoang mà cô diễn bày:

" Em là thiên thần sờ nắm được giấc mơ. Phải dựng mộng dậy. Gắn xương cốt cho mộng. Mỗi cơn mộng phải là một có Thực. Như cây

trên đồi. Như vật thể hiện ra quanh đây. Mộng phải thấm được nước. Bốc cháy khi gặp lửa. Ta nói thì mộng phải biết nghe. Ta thổ lộ niềm mong ước, mộng phải OK. Anh ạ, 'Nó,' cái vô hình hiện ra đó. Giấc mơ, 'Nó' đang bước tới. 'Nó' chào và bắt tay em."

Tôi nói:

"Bắt tay được với một Cái-Trống-Rỗng, thì phải đáng rùng mình."

Mơ cười:

" Chính giấc mơ nó sử dụng em. Cũng như anh, anh nhà văn ạ, anh bị huyền hư sử dụng. Rồi anh sẽ vẽ lại giấc mơ của em qua những giọt màu có thật."

Một ngày cận Tết, những mầm hoa đang ủ hương trong búp. Chờ vỡ òa trong nắng đầu xuân. Mơ Bay nói: "Khi những nụ mai tàn, em bay."

Sao là tàn một mùa nở rộ, em mới bay?

oOo

Có một người đàn ông bước chậm rãi lên thang lầu. Bước vào phòng ngủ. Đã quen cái cách của Mơ Bay, ông không bật đèn. Qua ánh sáng đèn đường rọi vào ông thấy một sự bày biện khá lạ lùng. Mền gối chăn mùng giày dép, áo quần đồ trang điểm của Mơ Bay được thu gom vào cái bao tải bự. Ngoài, có hàng chữ: "Đồ ve chai."

Có một lá thư dằn trên mặt bàn:

"Anh ạ, em Ra-Khỏi rồi. Hồn ra khỏi. Xác em là ve chai trong bao tải.

"Hồi đầu em trèo lên ngọn cây sọ khỉ, nhưng cành lá nhiều quá không cất cánh được. Em lên nóc một cao ốc, nhìn thành phố bên dưới như một bãi tha ma trắng, những nhà cao tầng là những ngôi mộ lớn, em lại thôi, cất cách nơi này chẳng thơ mộng chút nào.

"Em lên cao nguyên. Bên vực thẳm giữa hai hẻm núi, em bay. Anh yên chí, em không hề rơi xuống vực sâu. Chính đôi mắt ta nhìn hẻm núi thăm thẳm bên dưới. Sợ hãi kia, thay vì đầu hàng rơi xuống, sẽ giúp em mạnh mẽ bay lên cao.

"Anh sẽ thấy trong trời mùa Xuân này một con chim lạ. Em đấy. Khi một con chim biến ra một con người là số phận không may. Con

người biến được thành con chim mới là hạnh phúc, là ân sủng của Tự do.

Hôn anh.

Em của anh

Mơ Bay"

3.

Giấc mơ bị bể sọ não.

Một cái vô hình bị thương tích.

Một cái vô hình đang được chỉnh sửa.

Rất mong manh hồi sinh.

Có tiếng máy lạnh ro ro chỗ phòng hậu phẫu. Toàn thân Mơ phủ chăn trắng. Một cái đầu, qua hai vai, được băng bó kỹ lưỡng, chừa ra hai con mắt nhắm. Hai lỗ mũi được chụp một cái gì đấy gọi là cho thở ô-xy. Vùng miệng được chặn một cái gì đấy gọi là để thương-tật-nhân khi động kinh không tự cắn đứt lưỡi. Một cái bình nước gì trong vắt treo tòn teng gọi rằng truyền nước biển.

Hình như có gãy cần cổ.

Bà mẹ ngồi cạnh giường. Buồn bã than thở khi có một người, mà bà biết có liên hệ tới những điều không tưởng của con gái mình, tới thăm. Bà nói:

"Nhà văn ơi, mong ông tha cho con nhỏ nhà tôi. Nó mơ hoang, mà gặp ông, nhà sáng tác, thì gia đình này rặt màu bị gậy. Hãy cho chúng tôi xa cách với văn chương. Hãy trả Mơ Bay về với cái thực tế dù thô bạo, đắng cay và buồn phiền này."

Nhà văn ngồi im lặng. Ông bâng khuâng nhìn vào cái có tứ chi màu trắng, tuồng như là cái thi hài.

Thi hài miệng ngậm một cơn mơ không thành.

Một cơn Mơ trắng.

Trong khí hậu ông đang ngồi hít thở đủ kiểu cho bớt ngột ngạt, trong xã hội nhạt màu ông đang sống, mới hôm qua, cái thi hài trắng này tràn đầy hy vọng thoát ly. Mơ rằng được cất tiếng hát nơi xa kia, được viễn mộng bắt tay, OK ôm vào lòng. Mơ kia, là hiện thân của thiên thần, là cô đọng của khí thiêng, giờ đây đang hấp hối.

Hồn Mơ hòa trong hơi ê-te. Xác Mơ dưới lưỡi dao mổ phạch cái não cái tủy để soi ngắm dưới ánh đèn cấp cứu.

"Anh có thấy đường bay của con hạc vàng kia không? Anh ạ, em sẽ bay thanh thoát. Em nhẹ lướt như mây. Em sẽ tường thuật anh hay khi em nhìn về trái đất dưới kia nhỏ nhoi như một hòn bi xanh [xao]. Khi anh không còn bắt được đường truyền tín hiệu của em thì anh nên mừng là em đã thoát ra được ngoài vùng 'phủ sóng' của cái xã-hội-mang-nhãn-hiệu-người."

oOo

Cha cô Mơ ngồi xa hơn. Mái đầu bạc. Đôi mắt sâu, u uẩn. Có thể cô Mơ là cái thừa kế của một cuộc đời ẩn mật này.

Người cha nhìn nhà văn. Nhìn con người đang trôi hoang giữa hai bờ, bên này Mơ, bên kia là Mơ Bay, người cha nói:

" Anh là nhà văn. Anh có thể vẽ ra thần linh, điều động ma quỷ. Một tay viết tài tình, đa mộng tưởng của anh, như anh, mà ra. Lần này, mong anh chỉnh lại nhân vật của anh đi, trong đó có con gái tôi. Anh có thể dùng những giọt mực huyền ảo, vẽ lại được những giấc mơ của mình một cách khác kia mà. Đâu cần có Mơ Bay nhà chúng tôi anh mới thực hiện được cuộc đào thoát của anh ra khỏi cái vực thẳm siêu hình này. Tôi không phê phán rằng anh đúng sai, tốt xấu, chỉ mong cái phúc huệ của nhà tôi."

Nhà văn từ tốn:

"Đa tạ. Tôi sẽ sửa lại bản thảo. *Nhưng nhặt Mơ ra khỏi trang chữ thì tôi còn gì để viết*. Bóng tối chính là nền. Âm bản là phản chiếu kỳ ẩn. Đôi khi mồ-hôi-nước-mắt-luống-cày-tiếng-chim-núi-non-suối-nguồn, chúng từ trang viết biến ảo đi ra. Cõi đời, cuộc sống có thật đã biến hình thay dạng qua ngọn bút. *Tôi chỉ là phần hồn của Mơ. Đúng ra Mơ là ngọn đèn, tôi ánh sáng. Đèn tắt, chẳng còn tôi."*

Cha cô Mơ tâm sự:

"Nhà văn có thể nhặt ánh sáng từ vô cùng chỗ tối tăm kia mà. Văn chương nghệ thuật hóa biến thực hư cả rồi. *Con gái tôi bây giờ không là con của chúng tôi nữa. Anh ạ, nó là nhân vật của anh. Nó là ảo khi chúng tôi đã từng nuôi nó bằng sữa tươi, tình thương và hy vọng.*

"Xưa kia, trước khi Mơ ra đời, tôi trói thân trong thân phận một người tù trong sâu núi rừng. *Ngày trở về, cũng như anh, thay vì ra đi, chúng ta một lòng ở lại xứ sở này. Chúng ta hiểu ra thử thách, yêu quê hương nên không đi tìm Thiên Đường bất cứ nơi đâu.*

"Chúng ta chấp nhận một cuộc sống trong thân phận đã định, vì yêu cánh đồng, mái tranh, nội cỏ này. Yêu cả cái linh hồn đã không bỏ ta đi, chúng hãy còn sớm tối trong nhau.

"Vợ tôi mang thai Mơ trong những ngày hoang mang. Mơ ra đời, được ông bà ngoại nuôi dưỡng. Một đứa trẻ ngày ngày chạm mặt với những Nỗi-Già, tóc trắng của ngoại. Ngày ngày, với Mơ, xã hội càng lạ lẫm. *Cái bất hạnh của Mơ Bay là quá thông minh, giàu mộng tưởng, rất dị ứng với sự trì độn của xã hội vây quanh, và cả chính mình. Sự đáng kính của tuổi trẻ hôm nay là chống lại sự đồng lõa, đồng hóa"*

oOo

Bà mẹ khui một chai nước suối đặt trước mặt nhà văn. Ông ta đã từng bao phen chết hụt vì những tai nạn đỏ màu. Như con mèo bị tưới nước sôi, sợ cả nước lạnh. Bây giờ ông ớn cả màu trắng, ngay cả màu nước suối.

Màu trắng là nơi chứa chấp, ẩn mình của vạn màu sắc. Là nơi để sắc màu trá hình. Cũng là nơi chốn lưu đày, để sắc màu tự hủy.

Nhà văn tự nhủ.

"Giả dụ dùng một phương tiện chiết lọc tốc độ ánh sáng để chúng, những sắc màu ẩn mình trong màu trắng trở về sơ nguyên, thì giấc Mơ trắng của Mơ Bay sẽ là màu gì? Mơ Bay không thể trả lời. Nhưng thể thái ấy chắc sẽ hiện ra bảy màu cầu vồng.

"Trong những chiều mưa xưa, nắng quái đã lọc màn mưa, hóa ra cái mống cầu vồng nơi chân trời. Thuở nhỏ, tôi hay chạy về phía ấy, phía cái hào quang sắc màu trong màn mưa thưa. Thấy bảy sắc cầu vồng rất gần, thật gần, mà chạy mãi chẳng bao giờ bắt gặp. Càng chạy tìm, cái mống, nhịp cầu huyền ảo kia càng lùi xa mãi...

"Đó chính là cái khoảng cách cố định để ánh sáng đủ thời-không lọc màu đưa vào đôi mắt của chúng ta, khi chúng ta không đủ thần thông thu ngắn khoảng cách để bắt được cầu vồng. Với lịch sử, đó cũng là cái khoảng cách mang tính hố thẳm để xương máu người

biết rõ sự thử thách, sự tồn vong. Trong cái khoảng cách định mệnh đó bao nhiêu đứa trẻ trốn tìm, bao nhiêu tuổi trẻ hóa thân."

oOo

Nhà văn ngồi hơi cúi xuống. Ông hiểu đôi chân mình đang trên mặt đất. Nhưng não thùy đã lìa xa cái nơi cần cắm rễ sinh tồn.

Người cha nhìn Mơ, cái chừng-như-một-thi-hài-trắng, nói với nhà văn:

"Mộng tưởng của nhà văn đó. Bây giờ nó là cái hiện thực thương tích kia. Nghệ thuật vẽ ra những định mệnh, tạo ra bao ước vọng. Nhưng nghệ thuật cũng đánh lừa chúng ta.

" Giờ đây tôi đã rất phân vân. *Chúng tôi nên thương Mơ xương thịt gia đình tôi, hay nên yêu cô Mơ sáng tạo của nhà văn, một cô Mơ đẹp hơn cả những giấc mộng bình thường. Chúng tôi tự hỏi, rằng nên yêu quý Mơ tầm thường trong đời thực, hay nên trân trọng cô Mơ Bay giàu lý tưởng, yêu tự do, muốn ra khỏi Cõi tầm thường, như Mơ trong những trang viết của anh."*

Nhà văn nói:

"Thưa ông, là mong manh bọt nước cả."

Người cha thân mật hơn:

"Nhưng không có cái bao la sóng vỗ trong tâm linh anh làm sao có chút bọt bèo này. Nhà văn ạ, anh đã rất tài tình. Nhưng trong tài tình nó có cái hững hờ, cái ác."

oOo

Có mây mù giăng ngoài xa khung cửa kính bệnh viện. Người cha lại hỏi:

"Anh viết văn bằng gì?"

Nhà văn cẩn trọng và trầm tĩnh. Vì câu hỏi, trong suy nghĩ của nhà văn, nó không gợi ra hình tượng của viết và mực, của máy đánh chữ, hay cái laptop. *Không phải là viết, mà là tra vấn cái Viết Văn. Không là cái phương tiện hành động mà truy tìm cái uyên nguyên, cái ngẫu nhĩ tương phùng giữa Mộng và Thực.* Nghĩ vậy, nên câu trả lời của ông sẽ có khi treo móc vào khoảng trống. Nhà văn nói:

"Bằng thế giới ảo."

Người cha lại hỏi nhà văn:

"Vậy hôm nay là ngày mồng tám Tết, có bọn trẻ nhỏ áo mới đùa vui, có cơn mưa Xuân đổ ở xa xa kia ngoài khung cửa kia, có là ảo?"

Nhà văn có vẻ sầu mộng trả lời:

"Do nơi mỗi tâm thức. Con người ngoài nhục nhãn hãy còn tâm nhãn, tuệ nhãn. Có thể đó là cái có thực trong một Mặt Đất luôn Mùa Đông. Mặt Đất ấy không muốn chuyển mình."

Người cha cười nhẹ, giọng ấm áp:

"Chúng tôi là những con người tầm thường giữa tục lụy, có một lằn mức nhất định khó thể vượt qua. Đó là độ hiểu biết, khó thẩm thấu tâm hồn cao vượt của những nghệ sĩ. *Nhưng nhà văn ạ, băng bó, cứu chữa xong, tôi sẽ mang Mơ của tôi về bằng một chuyến xe có thật. Mơ có thể bay bằng Đôi Cánh Ảo của nhà văn, nhưng Mơ sẽ trở về trong sự âu yếm chúng tôi bằng một đôi chân có thật."*

Nhà văn buồn bã đứng dậy đi về phía khung cửa kính soi nắng. Quả là có thật xa kia một cơn mưa bụi giữa lòng mùa Xuân.

Ông nhắm mắt và thấy Mơ Bay đang bay lơ lửng trong không. Trời vừa nắng vừa mưa trong mưa bụi. Mây liêu trai, và gió cỏ lau. Nàng bay, thơ mộng lãng đãng như giấc mơ nghệ thuật trong thế giới Chagall. Mái tóc nàng tung về sau như một làn khói đẩy nàng lên cao. Tự dưng ông cảm thấy một nỗi nhớ mơ hồ. Một đám khói của tâm linh nhắc nhở.

"Anh ạ, em có một đôi cánh vô hình, một lực siêu nhiên sẽ đưa em Ra Ngoài..." Ông hiểu: "Mơ của tôi vẫn còn Bay."

Cung Tích Biền

Sàigòn - Đồng Ông Cộ - 2009

DAN HOÀNG

COI BÓI

Dường như cái gì tôi cũng đã làm, có nghĩa là "thượng vàng hạ cám" tôi đều xơi tất ngoài trừ chuyện đi coi bói.

Có rất nhiều nhà tướng số từ coi chỉ tay cho đến chỉ chân, đã gặp tôi và nói rất nhiều điều về tương lai của tôi bởi vì nói về quá khứ thì tôi đã biết rõ hơn họ. Có người đã nhìn tay tôi mà nói đến đúng được cả những nốt ruồi ẩn nơi hang hóc trên thân thể tôi. Có người cầm tay tôi còn dám cam đoan là đến ngày, tháng, năm đó... nếu tôi không giàu thì mang đầu anh ra chặt, v.v...

Nghe qua dù là đúng hay sai tôi cũng cười trừ vì tôi tin "nụ cười bằng mười thang thuốc bổ".

Song song với việc đi xem bói là xem hướng. Tôi thấy đa số người Á Châu, cụ thể là người Việt rất thích cái vụ này. Đi mua nhà xem hướng đã đành mà đến đi mướn nhà cũng xem nữa, thậm chí cả đi share phòng họ cũng còn xem. Tôi thì suy nghĩ đơn giản hơn vì mua hay mướn thì giá cả phải hạp với túi tiền, vị trí yên tĩnh và sạch sẽ là điều cốt yếu. Điều quan trọng nhất với tôi là khi bước vào nhà mà cảm thấy tâm hồn thoải mái nhẹ nhàng là được.

Lâu lắm rồi vì ngày đó tôi còn là một du khách đến Phước Lộc Thọ chơi. Còn đang lóng ngóng nhìn quanh vì thấy cảnh sắc chốn này vui quá, thì có một chị xồn xồn bước đến nắm tay tôi.
Giật mình vì chẳng biết là ai thì nghe chị giới thiệu:

- Chị là chị Hai chuyên xem bói ở chốn này. Thấy em đẹp trai và dễ thương nên muốn mời em mở hàng cho chị sáng nay.

Tôi hoảng hốt rút tay lại khi nghe hai tiếng "mở hàng" vì làm tôi liên tưởng đến cũng một vụ "mở hàng" thủa năm nào ở chợ An Đông mà tôi đã bị ăn chửi te tua. Tôi mỉm cười đáp lời chị thối thác:

- Em mới từ tiểu bang khác đến chị ạ. Em muốn đi vòng vòng một chút.

- Chị biết mà. Chị Hai tía lia. Hèn chi em trai da trắng nõn à. Tướng em có nhiều bồ lắm. Bất ngờ chị lại nắm tay tôi mời. Vô đây nè. Cái bàn nằm trong góc đó là chỗ coi bói của chị. Chị sẽ xem cho em. Năm nay em làm ăn sẽ phát tài. Mở bi-di-nét là thành công. Chị xem cho em giá mở hàng chỉ có $20 thôi. Chị kỳ kèo.

Tôi rút tay lại thọc vào túi quần vì tôi nghĩ chỉ có cách này thì chị Hai sẽ không nắm được tay tôi.

Tôi nhỏ nhẹ đáp lời chị:

- Em cám ơn chị. Em đã có gia đình rồi bồ bịch gì giờ này nữa hả chị. Lộn xộn vợ em xách dao chém chết.

Chị Hai lại nhìn tôi nài nỉ:

- Vậy chị sẽ coi sự nghiệp cho em như đi làm có bền không hay mở tiệm có phát đạt hay không? Cưng ơi! Chị Hai coi bói nổi tiếng ở Bolsa này. Mấy người làm bi-di-nét và các ca sĩ mê chị lắm. Coi một quẻ đi cưng. Không chừng mai mốt lại tìm tới chị Hai nghen?

Tôi phì cười:

- Em từ thủa nào đến giờ chưa hề đi xem bói. Em cám ơn chị. Em không xem đâu.

Chị Hai lộ vẻ thất vọng thấy rõ. Nguýt tôi một cái dài còn hơn cả chiều dài bãi biển của quận Cam. Chị nói vớt vát:

- Thấy tướng tá ngon lành nhờ mở hàng mà cũng làm eo.

Bữa nay ngày đầu năm mở trang Facebook tôi thấy toàn là những trang quảng cáo nhổ lông mày thay đổi thời vận. Trời ơi nghe họ quảng cáo rồi tỉa tỉa và vẽ vẽ mà tôi cũng thấy mê. Mê nhất là hàng "chân mày lá liễu đáng trăm quan tiền".

Tôi vớ vẩn hỏi mình là nếu thay kiểu chân mày mà thay đổi được thời vận thì cũng nên làm lắm chứ? Hỏi là đã đáp vì tôi không tin vào bói toán, thì có nhổ lông trên toàn cơ thể cũng chẳng thay đổi được gì?

Tôi vẫn nghĩ mỗi người có một vận mạng, nhưng sự thành công và hạnh phúc thì là do chính mình định đoạt. Nếu như "đã trót sinh ra đời dưới một ngôi sao xấu", nhưng học hành và làm việc chăm chỉ ắt sẽ mang đến cho mình một đời sống đầy đủ. Theo tôi muốn thành công thì phải phiêu lưu và mạo hiểm. Trong mỗi sự thành công nào cũng có sự nguy hiểm và trong mỗi sự hạnh phúc nào cũng cần phải có sự cố gắng cật lực.

Đã bao nhiêu lần chúng ta ngưỡng mộ nhìn sự thành công hay hạnh phúc của người khác, nhưng nếu chúng ta biết được cái giá mà họ đã đánh đổi thì chúng ta có dám đánh đổi không? Niềm hạnh phúc nào cũng có nước mắt và sự thành công nào cũng có gian nan? Hiểu được như thế chúng ta sẽ tiết kiệm được khá nhiều tiền cho việc đi coi bói.

Viết đến đây bỗng nhiên tôi xoè bàn tay trái của mình ra và chăm chú nhìn mấy đường chỉ tay chằng chịt. Nhìn một lúc tôi thấy chữ ai rành rành, như lúc học ở tiểu học, mấy đứa bạn hay bắt nhau xòe tay ra xem. Lướt nhìn qua tay phải tôi lại trông thấy chữ ai lật ngược.

Tôi bật cười sằng sặc rồi nói: Ông trời cũng cắc cớ nhỉ? Hỏi gì không hỏi đi hỏi thế thì ai mà biết?

Dan Hoàng

DIỄM CHÂU

Cây Chuối Lá Xanh

Không biết tôi yêu cây chuối từ bao giờ? Có thể là mới đây, khi ngồi trước tấm vải bố? Hay là những lúc ăn bánh chưng bánh tét, hoặc cầm xấp lá chuối đông lạnh ngoài chợ, mua để gói bánh ú hay bánh nậm... tôi thường ngắm nghía những màu xanh mát mắt có sọc vàng rất nhỏ nổi lên trên bẹ lá với tình cảm mênh mang.

Người ta viết văn hay ca ngợi cây tre, cây trúc... hay những cây rau răm ngò gai, món quốc hồn quốc túy, khó kiếm bên Mỹ... nhưng ít kể về cây chuối thân thương.

Thương chuối, nên ở phía sau nhà, dù chỉ là một khoảnh đất trống nhỏ, tôi cũng ráng trồng một bụi chuối sứ. Cây chuối được trồng từ tháng hai, hơi cằn cỗi. Nhưng qua cuối tháng ba, bắt đầu trổ mã, mượt mà và mềm mại, lá xanh mướt dịu dàng. Nhìn chuối như một người thân. Kỳ lạ vậy đó, cứ mỗi lần nhìn cây chuối, tôi lại nghĩ đó là một bà mẹ quê đang hiện diện trong vườn nhà mình.

Bên cạnh gốc chuối, tôi trồng thêm mớ rau răm, dấp cá, kinh giới tía tô... và nhớ đến câu ca dao buồn buồn từ thuở nào: "Mẹ già như chuối chín cây, gió lay mẹ rụng con thời mồ côi", mỗi khi nghe mấy lá chuối xào xạc đập vào nhau khi trời trở gió.

Ngày xưa, mẹ tôi ước ao trồng được những cây trái Việt Nam, nhất là bụi chuối... Nhưng giấc mơ chưa kịp bắt đầu thì đã tan thành mây khói, vì mẹ mất một cách bất ngờ, nằm trong một nghĩa trang Mỹ buồn vời vợi, xa cách người thân hàng ngàn cây số! Còn một người bạn của tôi sau này, anh may mắn biết rõ đường đi nước bước hơn, khi mẹ mất đã đưa Mẹ từ Mỹ về Việt Nam, chôn Cụ giữa một vườn chuối. Không những thế, anh còn sưu tầm đủ các loại chuối. Trồng nhiều thứ mà mẹ anh thích như chuối chà, chuối sứ, chuối cau chung quanh.

Anh tâm sự với tôi:

- Mẹ tôi qua Mỹ được mười năm, vì anh em trong nhà đều đã di tản. Ở Việt Nam chỉ còn ngôi nhà cũ vùng ngoại ô, mà người bà con láng giềng xa ở đấy trông chừng giùm. Tôi là con cả trong mấy anh em, lại độc thân nên bà cụ chọn ở với tôi. Người già ở Mỹ thì dễ cảm thấy cô đơn, buồn bã những lúc tôi đi làm. Cho nên những năm gần đây bà thường hay đau ốm. Nhiều khi tôi hỏi: "Mẹ muốn gì cứ nói, con sẽ làm cho mẹ vui"!

Tôi nhìn lên mấy lá chuối non của nhà mình, chúng thật dễ thương, mát mắt. Tôi nhớ lại lời anh bạn thật chí tình:

- Mẹ tôi đã trả lời là: "Mẹ ở lại đây vì các con cháu... Nhưng khi mẹ mất, thì con hứa với mẹ là phải đưa xác mẹ về nhà mình, chôn trong vườn gần bên bụi chuối phía sau". Ngừng một chút để suy nghĩ, mẹ tôi hỏi tiếp: "Ở bên đây có trồng được chuối không con?" Tôi nghĩ ngợi rồi trả lời: "Cũng được, nhưng mùa đông chúng sẽ chết hết, qua mùa xuân thì bắt đầu mọc lên lại". Mẹ tôi im lặng, rồi bà nhắc nhở thêm lần nữa: "Nhớ nghe con, nếu mẹ có làm sao thì nhớ đưa mẹ về Việt Nam". Nhìn khuôn mặt mẹ có vẻ chịu đựng đáng thương, nên một lần qua Cali công tác, tôi xin bạn được một cây chuối nhỏ, mẹ tôi mừng biết mấy khi thấy tôi lôi trong vali ra khoe. Rồi ngay tức khắc mẹ lăng xăng tìm dao để đào lỗ trồng chuối. Bà cụ trồng ngay sát bên cửa phòng, hy vọng cho nó có hơi ấm qua khe cửa trong mùa đông.

Cây chuối lớn nhanh như thổi, thân và lá rộn ràng vươn mình khoe sắc như một đứa bé thoắt một cái đã thành thiếu nữ. Nhờ cây chuối mà mẹ tôi tinh thần phấn chấn hẳn lên. Nhiều khi bà cụ ngồi thật lâu bên cây chuối ngắm nghía. Cụ không còn chán nản như trước nữa. Hạ qua thu đến cây chuối trổ bông, ở dưới đất cũng có vài gốc con nhú lên... Từ đó trong những bữa cơm tối, tôi nghe mẹ hớn hở kể chuyện cây chuối đơm mầm, kết nụ... Tôi đọc được trong mắt mẹ niềm hạnh phúc về cây chuối của bà.

Nhưng cây chuối chưa kịp ra trái, thì chỉ bất ngờ sau một đêm, trời tự dưng đông đá, cây chuối sáng hôm sau nhìn vẫn còn tươi, nhưng qua một ngày mặt trời chói chang rọi vào, thì các lá bị luộc chín và cây chuối mềm èo, gục xuống như một người hết sinh khí. Mẹ tôi buồn rầu và ngã bịnh theo nó, không lâu sau bà mất! Giữ lời hứa, tôi mang thi hài mẹ về quê nhà an táng. Còn bên đây, tôi làm một bàn thờ nhỏ, có trồng cây chuối con để kế bên thờ mẹ, khi nào cây chết thì tôi mua cây khác thế vào, thường nó sống được năm sáu tháng... bụi chuối ngoài sân vẫn còn đó trong mùa hè và chết khi mùa đông đến. Nhìn bàn thờ, bụi chuối là tôi nhớ mẹ tôi đến nghẹn lời!

Đó là những tâm sự của anh, người con hiếu thảo với cha mẹ. Còn với tôi, ngoài việc thích tranh vẽ những cây chuối, thì tôi thấy chuối còn là loại cây được nhiều tích sự trong đời.

Bên Việt Nam, phần lớn là nhà quê, người ta thường thấy sau hè, sát cạnh góc hàng rào, nhà nào cũng có mọc lên những bụi chuối. Cây chuối không được mang thân phận cao sang như một số các loài cây khác, cho dù nó có lợi ích không nhỏ cho gia chủ. Vì thế nên nó hay được trồng sau nhà. Ở vùng quê, nếu bạn để ý quan sát thì mới biết điều đó. Tại sao thì chính tôi cũng không biết. Trong sách nói rằng "tiền đàng bất khả thụ ba tiêu" (Trước nhà thì không được trồng chuối), hoặc là "chuối đàng sau, cau đàng trước".
Người ta sợ cây chuối mang nhiều điều xui xẻo chăng! Hay cây chuối chỉ là giống cái, không chồng mà có chửa.

Cây chuối trong nước cũng như là đàn bà, không được trọng dụng mấy, cho dù rất có ích cho nhân loại! Hình ảnh của các bác gái, mẹ, chị... mỗi lần họ đến thăm nhà bà con, thì chỗ tiếp khách chính không bao giờ được người ta mời ngồi vào đó. Ăn tiệc cũng thế, chỗ ngon lành, đặc biệt được dành cho quý ông, toàn đàn ông, còn đàn bà thì ngồi vớ vẩn quanh đó, hay vào trong bếp!

Mẹ tôi khi còn sống hay kể chuyện xưa, ngày đó Bà Ngoại đi chợ, mấy anh em mẹ ngồi ngoài sân đợi bà về. Rồi cùng nhau bày trò chơi, toàn là lấy vật dụng từ cây chuối mà ra... chẳng hạn bạn lấy một tàu lá chuối, róc hết lá vứt đi, còn cái bẹ cắt chiều dài bằng cây súng trường, sau đó cắt phía trên sống bẹ chuối, tỉa năm sáu miếng, lật nó đứng lên, rồi dùng tay phải vuốt một dọc cho nó nằm bẹp xuống, các bạn sẽ nghe tiếng súng nổ tạch tạch giòn giã kêu lên thật là vui tai chưa từng có, rồi chia phe bắn nhau với cây súng chuối.

Con nít nhà quê thường thích đá banh. Không có banh, mấy cậu mấy dì lấy lá chuối khô, rồi dùng dây chuối cuốn lá cột thành một trái banh. Có cậu sáng kiến hơn, dùng dây chuối khô nhúng trong nước trước, rồi tước nhỏ ra để cuộn thành một trái banh tròn, vừa chắc vừa hào hứng, đá không kém banh da.

Mấy em bé thì rất thích kèn lá chuối. Cứ ngắt một lá chuối, cuốn tròn lại thành kèn để thổi te te dỗ em. Có lẽ tiếng nhạc đầu đời mà đa số các bạn ở quê nghe, đó là tiếng tò tí te từ cây kèn lá chuối thân thương mà ra. Mẹ cũng hay lấy lá chuối làm nón che nắng đội trên đầu.

Còn nữa, khi Bà Ngoại ngồi ở bên cạnh chuồng heo xắt thân cây chuối, tiếng dao đưa loạt xoạt hòa với tiếng kêu ủn ỉn chờ ăn của bầy heo, thì mấy đứa con cũng xúm lại mà nghịch. Những khoanh chuối thân cây trắng nõn, thường được các chị em gái lấy ra xếp chơi bán hàng, có đứa lấy từ chính giữa thân chuối cắt lát những vòng tròn nhỏ, bỏ lên mắt vờ làm kính đeo mắt.

Cũng từ cây chuối, người ta tước dây, tết thành những chiếc võng nho nhỏ, cho em bé nằm đong đưa giữa hai thân cây, vừa mát vừa êm.

Bà Ngoại còn bắt mấy cậu dạy cho mẹ và dì học, bởi vì con gái hồi xưa đa số không được đi học, chỉ có con trai thôi. Thấy không có giấy để tập viết, các cậu liền cắt một tàu lá chuối, rồi chia làm nhiều phần nhỏ, dùng cái que viết lên lá, thật là dễ. Lá chuối lại có vạch kẻ sẵn, viết rất ngay hàng thẳng lối! Đến những lá chuối khô trong vườn cũng không vứt đi, vì bà ngoại dùng để đun bếp hay hun muỗi.

Cây chuối ngoài trái chuối chín thơm ngon, còn nấu chè chuối, làm bánh chuối, chuối khô, mứt chuối, trái sống thì nấu canh, luộc... Lá chuối che nhà, gói bánh, thân chuối cắt ăn rau sống hay bằm nhỏ cho heo ăn, củ chuối cứu biết bao nhiêu gia đình nghèo không có miếng ăn được sống.

Những khi "trời làm cơn lụt mỗi năm" có bão lụt, thì thân cây chuối sẽ là tấm bè cho người ta ôm vào để được nổi trôi sống còn trên mặt nước. Khi cơn lũ rút đi, làng xóm tan hoang, đói khổ... thì cây chuối sẽ cho bà con miếng ăn đỡ lòng, vì chỉ còn chuối là đứng vững và mọc lên nhanh nhất để cứu dân làng, trong lúc chờ đợi những thức ăn chính.

Cây chuối tốt lành như vậy mà người ta ít trọng dụng, tôn vinh nó! Thật là tội nghiệp.

Bức tranh đầu tay của tôi, tình cờ cũng có vài cây chuối lọt vào, không hiểu do hữu tình hay cố ý? Cây chuối và con trâu, hai vật này có lẽ hợp với tôi, ý tôi muốn nói người tuổi Sửu, hình như là vậy.

Tôi nhớ hôm ra chợ Việt, một hàng xôi trước chợ mới được khai trương, người ta bán xôi lá cẩm màu tím hoa cà, gói trong miếng lá chuối xanh ngọc thật là mát mắt. Thêm vào đó còn có xôi gấc màu cam, xôi vò màu vàng và xôi đậu phộng màu trắng.

Tất cả đều được gói trong lá chuối. Dù chưa biết xôi ngon như thế nào, dù không thích ăn xôi, nhưng nhìn những tấm lá chuối sạch sẽ gọn gàng bao bọc nắm xôi, cũng thấy một chút gì gọi là mộc mạc hương đồng. Và tôi không hiểu tại sao tôi lại mua bốn vắt xôi làm gì, cho ai? Trong khi phải sắp hàng để chờ mua. Có lẽ tại màu lá chuối?

- Bồ thấy không? Họ bán đắt nhờ gói xôi bằng lá chuối.
- Ừ, nếu mà bỏ bao nylon, chắc nhìn không hấp dẫn bằng!

Chắc chắn là như vậy, bà hàng bán xôi quá tâm lý trong kinh doanh, chắc chắn bà ta sẽ thành công.

Cây chuối nhà tôi khi mùa đông tới, để cho nó được sống còn, tôi hì hục làm bốn cái cọc chung quanh cây, cũng may là cây chỉ cao vừa vừa thôi, rồi bao quanh bằng những tấm vải bố, phía trên ban đêm thì che cho một cây dù lớn, ban ngày dẹp cây dù đi. Vậy mà có năm nó qua được ba tháng mùa đông. Khi hương mùa xuân đến là mình biết liền, cây cối vạn vật đổi khác, mọi thứ như vươn lên tràn đầy sức sống. Khi đó lại dẹp bỏ bao bố, bỏ dù che cho cây... Nhưng thật ra, nếu năm nào lạnh quá, thì nó cũng rục xuống, cho đến hết mùa đông mới mọc lên cây con khác!

Trong những ngày giỗ của gia đình, bàn thờ nhà tôi thường hay có nải chuối cau nho nhỏ. Bánh chưng cũng lá chuối bao bọc, bánh gai thì có lá chuối khô, còn thích nhất là một con heo sữa quay, được cho nằm trên một tàu lá chuối xanh mướt. Với con mắt hội họa, thì đây là bức tranh đẹp, đẹp nồng nàn quê hương. Màu nâu hồng của da heo giòn rụm, màu xanh lá chuối sao mà nó hòa hợp nhau như thế, chưa kể chiếc khay đỏ đậm làm tăng thêm phẩm chất món ăn.

Có năm gia đình tôi vô tình làm cỗ toàn là chuối. Đĩa gỏi bắp chuối rau răm trộn với chân gà rút xương nước mắm tỏi ớt đỏ au, bánh tráng nướng đã trở thành món hấp dẫn thực khách. Chưa hết, thân cây chuối non là loại "rau" vừa tinh khiết vừa hấp dẫn, trộn chung với rau muống chẻ, kinh giới, tía tô. Món chuối luộc với ốc bươu ăn với bún mới là hết xẩy, lạ miệng nhất cho ngày hôm ấy. Chị em tôi chia nhau mà làm thức ăn, tôi luôn luôn được chọn làm món gì tôi thích, bởi vì các em tôi biết rằng, tôi chỉ làm được thật ngon những gì tôi biết mà thôi!

Giỗ Mẹ, nhìn ảnh mẹ tôi bỗng thấy cảm động muốn khóc, bởi vì lâu quá rồi, mẹ tôi không còn trên cõi đời, lâu quá rồi tôi chưa một lần về thăm làng quê mẹ, nơi mẹ và các cậu, dì chạy đuổi theo sau trái banh lá chuối mặc dù tôi rất muốn.

Đơn Sa là tên ngôi làng thân thương của mẹ, của tôi, thuộc tỉnh Quảng Bình. Nơi đó có nhiều cây chuối, có động Phong Nha nổi tiếng thế giới, có những chiếc thuyền nhỏ lướt trên sông, đưa du khách vào thăm những hang động.

Những người thân quen miền Trung, mỗi khi về thăm quê hương, trở lại Mỹ đều mang những món quà đầy tình quê, những hạt bầu hạt bí, mứt sen mứt hồng, bánh nổ bánh đậu xanh... mà hình như, tôi thấy những thứ đó không bằng một gốc chuối sau nhà. Không dưng tôi nhớ lại một chuyện tình thật bùi ngùi, dư vị khó quên xảy ra trong thời gian gần đây. Đó là đôi vợ chồng người bạn, anh chị Tân.

Hai vợ chồng không có con, chị ở nhà lo việc bếp núc nhà cửa, vì anh đi làm lương cao. Hàng ngày mỗi khi đi làm về, anh vào ngay bếp tìm vợ, quả nhiên là chị đang chuẩn bị bữa cơm tối cho hai vợ chồng. Anh ngửi thấy mùi thơm của nồi cơm như mùi lá dứa, rất thơm. Trước khi ngồi vào bàn ăn, anh đều rửa tay. Anh là người cẩn thận trong mọi việc. Lúc đó chị đã bưng lên bàn vài đĩa thức ăn. Món sau cùng là một tô súp nhỏ, những món súp chị nấu thường là anh thích ăn nhất. Bao giờ cũng ăn một chén trước khi ăn cơm. Anh mở nắp đậy ra xem, bên trong là một thứ nước súp có màu hồng hồng nhạt, ít hạt sen và vài lá hành xanh trên mặt.

Anh vừa múc súp, vừa hỏi chị hôm nay ăn canh gì? Chị đáp đó là món canh củ chuối đạm bạc. Sở dĩ nước canh ngọt bởi chị hầm kỹ với giò heo, bỏ xác lấy nước, cho thêm vài hạt sen và ít hành ngò cho thơm. Anh vừa húp canh vừa ngẫm nghĩ. Quả là mùi vị đậm đà lại rất ngọt ngào. Bát canh nhìn như một bức tranh có sen và lá xanh nổi trên mặt nước hồng, đầy vẻ nghệ thuật. Chỉ mới húp một ngụm đã thấy giác quan bỗng dưng thư giãn, vẻ mặt đầy sảng khoái. Đúng là một món súp đặc sắc, ngon tuyệt! Nếu so sánh thì không thể có gì so sánh bằng, vì những món chị nấu khác hẳn món trong các bữa tiệc anh phải thù tiếp vì công việc. Tiệc nào cũng quá nhiều chất béo, bột ngọt, bơ sữa... hay nhiều nồng cay, làm cho đầu óc con người hầu như bị tê dại.

Anh ăn thêm một bát canh nữa rồi mới xúc cơm. Món gỏi bắp chuối với thịt gà xé phay rau răm ngon miệng, ăn hết bát cơm lúc nào cũng chẳng hay. Lại xới thêm bát nữa, sau cùng anh còn chan thêm một ít canh nữa mới xong bữa.

- Món súp ngon thật, em nấu tuyệt vời.

- Cũng không có gì đâu anh, chỉ cần chịu khó kiên trì một chút.

Anh chị đã kết hôn với nhau mười hai năm rồi mà không có con. Khi anh chị ra trường hai năm, họ làm lễ cưới. Lúc đó chị vừa xong đại học nhưng chưa kịp đi làm. Anh muốn chị ở nhà, bởi vì chị là một hoa khôi, ra đời có thể không hay cho cuộc sống lứa đôi. Yêu vợ nên anh không sợ đàn bà chung quanh làm lung lay trái tim. Anh tự hào là người đàn ông đẹp trai, bản lĩnh.

Nhưng không ai học được chữ ngờ! Trong sở anh xuất hiện cô gái mới đi du học từ Thụy Sĩ trở về. Cô ta như một cánh hoa đẹp và sang cả, nên để mà ngắm cho vui đời của cánh đàn ông. Nhưng khi thấy anh tỏ ra không chú ý gì tới mình, cô bé lại có vẻ thích người đàn ông hững hờ này, anh khác với những chàng trong sở đang vây quanh nịnh bợ, tán tỉnh cô. Dĩ nhiên anh cũng tự hào và thích thú vì cô bé thuộc gia đình giàu có thượng lưu. Cha là kỹ sư cao cấp, mẹ là luật sư có văn phòng lớn sang trọng trên phố. Cô bé tấn công anh tới tấp. Lúc đầu anh cho rằng cô bốc đồng nhất thời, và anh lại là người đàn ông có vợ, không thể tự phá hoại hạnh phúc gia đình mình. Chỉ có một điều duy nhất là vợ anh không thể sinh con cho anh!

Với số tuổi bốn mươi lăm, liệu không có anh, chị sẽ sống ra sao? Nếu anh bỏ mặc người vợ đầu ấp tay gối của mình hai mươi năm nay. Anh không muốn mình cũng giống như hạng đàn ông vô tâm, tầm thường. Nhưng đó chỉ là ý nghĩ phía anh, còn cô bé, cô ta nhất quyết làm theo ý mình, là phải lấy anh cho bằng được. Cuối cùng anh đầu hàng trước tuổi trẻ, nhan sắc của cô, bằng cách đưa tay đón nhận cô bé. Anh bắt đầu đi về thất thường, lúc có lúc không ăn cơm nhà nữa, sau đó đến giai đoạn đi qua đêm. Vài lần chị hỏi, anh trả lời bận việc sở. Thời gian sau lại nói anh muốn được yên tĩnh, không ai phá rầy. Sau nhiều đêm thao thức suy nghĩ. Cuối cùng chị gọi cho anh, nhắn:

- Thôi anh đừng lo gì nữa, cứ làm gì anh muốn, đi về hay ở đâu cũng được.

Nghe câu đó anh thở phào nhẹ nhõm. Anh sợ chị mè nheo! Anh bỏ tiền ra mua một căn nhà đề tên cô bé, với trang bị tối tân hiện đại, hợp với lối sống trẻ trung giàu có của cô bé.

Với tình yêu mới tất cả chung quanh đều mới, nên anh cảm thấy đời mình đổi mới, vui vẻ trẻ trung sinh động. Họ thường hay có mặt ở những hộp đêm cuối tuần. Họ thường bay đi du lịch xa khi thích. Thời gian từ từ trôi qua. Có lúc tự nhiên anh cảm thấy thiếu thiếu cái gì đó, mơ hồ! Anh bắt đầu nhận ra là những bữa cơm cô bé nấu, ăn không ngon miệng. Không sao, họ sẽ đi ăn tiệm. Ăn ngoài mãi cũng chán, cô bé bắt đầu "order" cơm mang đến tận nhà. Nhưng rồi cũng nhàm! Chẳng những thế, không muốn cô bé buồn anh phải che giấu, bởi anh sợ cô bé sẽ hỏi câu:

- Anh chán em rồi phải không? Lại nhớ cuộc sống hồi xưa chứ gì?

Để chứng tỏ cô bé tập tành nấu nướng, khi nghe anh mô tả về những tô canh ngọt ngào. Cô kéo anh vào bếp. Khác hẳn căn bếp ngày xưa, anh nhìn đâu cũng bừa bộn. Thức ăn khắp nơi, nồi niêu xoong chảo lủng củng... Trong bếp giống như một cái chợ chiều! Ngồi vào bàn ăn, anh phải làm ra vẻ hân hoan khi cầm chiếc muỗng múc canh đưa lên miệng. Sau bữa ăn, anh tuyên bố:

- Từ nay em không cần phải mất công như thế. Nếu nấu nướng giỏi, thì dù chỉ là canh củ chuối ăn vào cũng thấy mát lòng!

Nghe anh nói dứt câu khuôn mặt cô bé thay đổi, anh nhận ra mình vừa nói một câu hớ hênh, làm đau lòng cả đôi bên. Cô bé hít vào một hơi dài. Đây chính là mấu chốt vấn đề. Xưa nay cô bé rất tự cao, coi ai cũng không bằng mình, nhất là những người đàn bà chung quanh anh. Món canh củ chuối là thế nào? Cô nhất quyết phải "tìm hiểu", không phải để níu kéo cứu vãn tình yêu, mà là cho biết, vì tự ái.

Người đàn bà trước mặt cô không còn trẻ, nhưng bà ta điềm tĩnh và an nhiên. Vừa mở cửa, trông thấy cô, chị nói ngay:

- Anh ấy không có ở đây.

- Tôi đến không phải tìm anh ấy, mà chỉ muốn biết vài chuyện. Chẳng hạn chuyện món canh củ chuối!

Chị nhìn cô, rồi mời vào nhà:

- Tôi sắp ăn cơm, có món canh củ chuối, nếu cô thích, mời cô dùng thử cho biết.

Cô đồng ý ngay. Vừa ăn, chị vừa giải thích, hướng dẫn cô bé cách nấu món canh. Cô bé im lặng thưởng thức bát canh, với cô cũng không được ngon cho lắm, nhưng lơ đãng nghe những lời chị dẫn giải rất công phu, cẩn thận.

Thì ra lòng người đàn bà này mới sâu lắng làm sao! Đem hết tâm tình của mình phục vụ cho chồng. Còn anh chồng kia thì chẳng hiểu gì cả. Hàng ngày được chăm sóc những món nhiêu khê như thế, mà anh lại cho rằng là món đơn giản, dễ làm! Cô bé chợt hiểu rằng, giữa tình yêu từ người này với người kia, thì khác xa nhau là bao! Cuối cùng chị nhìn cô, cười khoan dung:

- Cô có thể bỏ giờ ra nấu như vậy không?

Cô ra dáng suy nghĩ, rồi chân thành:

- Em có thể làm được, nhưng xét thấy không cần.

Không lâu sau đó, một buổi tối, chị đang ở trong bếp, thì có tiếng chuông cửa reo vang. Mở cửa, bất ngờ khi thấy anh, chị ngạc nhiên hỏi:

- Có việc gì mà anh đến vào giờ này?

Anh thấy hơi lúng túng, nhưng cũng nói được câu mà anh dự định trong đầu từ lâu:

- Anh không đến, anh về nhà... Đây có còn là nhà của anh không?

Chị im lặng, anh hồi hộp, nhưng rồi anh thở phào khi nghe chị nói:

- Nếu anh "về", thì anh có chìa khóa mà, sao lại bấm chuông!

Mời anh ngồi vào bàn, chị bưng thức ăn lên. Trên khay có cơm, hai đĩa thức ăn và một tô canh. Anh vội đưa tay mở nắp tô canh, "canh củ chuối" thật là đúng lúc. Vẫn là màu hồng hồng với vài hạt sen tinh khiết. Anh bưng chén húp một ngụm, nhưng nét mặt anh biến đổi ngay:

- Ủa, canh gì thế vậy? Sao nấu không giống ngày xưa?

Chị cũng húp thử một ngụm, rồi trả lời:

- Canh củ chuối mà được như thế này là khá rồi.

Anh nhìn chị đầy nghi vấn. Chị vẫn thản nhiên ăn cơm. Nhưng anh không thể nuốt được, không ăn nữa. Ăn xong chị thu hết bát đĩa vào khay, sau đó mới nói:

- Anh bỏ nhà đi đã mấy năm, em phải nhờ người ta nấu cơm tháng, để khi đi làm về thì ghé lại lấy. Họ nấu theo yêu cầu của em.

- Em đi làm?

- Đúng, em ra trường ngành y tá thì đi làm y tá chứ.

Cảm thấy bực ngang xương, anh buột miệng:

- Em đi làm sao không bàn với anh một tiếng?

Hỏi xong anh đã thấy mình sai! Người hạch sách bây giờ không phải là anh, mà là chị mới đúng! Nhưng tính chị vốn chịu đựng đã quen, không nói gì, mà chỉ nhìn anh với ánh mắt đầy trách móc. Qua cái nhìn ấy, anh cảm thấy mình quả là người chồng ngu xuẩn!

Chuyện anh chị Tân xong rồi, họ sống lại bên nhau lần này có lẽ sẽ bền chặt... nhưng mà người đời thì không biết trước được, chỉ có ông Trời mới biết thôi!

Đêm nay có trăng, ánh trăng rọi xuống qua tàu lá chuối thật thơ mộng, những cành lá xạc xào gần gũi thân quen.

Diễm Châu (Cát Đơn Sa)

DONRY NGUYỄN

CHUYỆN TÌNH TRONG LY CÀ PHÊ

Có hai kẻ yêu nhau ...

Chàng là một hạt đường trắng muốt nằm trong chiếc lọ thủy tinh xinh xắn. Nàng là một chiếc muỗng inox sáng bóng, kiêu hãnh phô hết những đường cong gợi cảm trên thân thể thanh tú của mình.

Họ gặp nhau trên chiếc bàn, trong một buổi sáng khi người đàn ông bước vào quán gọi một cốc cà phê.

Ngay tia nhìn đầu tiên họ đã "phải lòng" nhau, giống như chàng Romeo và nàng Juliet đã bị "tiếng sét ái tình" đánh trúng thái dương khi họ gặp nhau lần đầu trong một buổi dạ vũ hóa trang! Hạt đường đắm đuối ngắm nhìn chiếc muỗng xinh đẹp, và khi nàng nheo mắt mỉm cười đáp trả, chàng lấy hết sức bình sinh cố ngẩng đầu qua khỏi chiếc lọ, âu yếm hỏi nàng:

– Ta gặp nhau ở đâu, em yêu?

Đôi môi quyến rũ của nàng hé mở, giọng nàng thoảng êm như

làn gió:

– Trong ly cà phê, anh yêu!

Lập tức người đàn ông đưa tay cầm chiếc muỗng, nhẹ nhàng xúc vào lọ đường.

Nàng vội vã cọ cái bụng mềm mại ôm chầm lấy chàng, đôi môi gắn chặt, họ ghì lấy nhau, hôn nhau đắm đuối trong tiếng nhạc dìu dặt cất lên với lời bài hát L'amour, c'est pour rien...

"Ngon như là trái táo chín
Thơm như vườn hoa kín
Mong manh như dây tơ chìm
Nhẹ êm như là mây tím.
Tình là rất cao mù khơi
Tình là thấp như biển vơi
Tình tỏa khắp, khắp cuộc đời
Đi bao la khắp nơi nơi"...

Thời gian như đọng lại...

Họ say sưa hôn nhau, ngất ngây hạnh phúc, không lời hứa hẹn, không ngôn ngữ đổi trao, không lãng phí một phút giây nào...

Cho đến khi người đàn ông trút cả hai vào bên trong ly cà phê nóng hổi, họ vẫn không rời nhau và tiếp tục điệu luân vũ cuối cùng, trước khi thân thể chàng tan loãng và biến mất đi, để dâng hiến vị ngọt ngào cho ly cà phê đắng mà người đàn ông thưởng thức buổi sáng hôm nay.

Khi người đàn ông đứng lên dụi tàn thuốc, trả tiền và rời đi, trên chiếc bàn con vẫn còn chiếc muỗng nằm chỏng chơ phơi mình trong nắng.

Trong lòng nó một vệt cà phê sẫm màu còn đậu lại, khô đi... trông như một giọt lệ nồng...

Donry Nguyễn

ĐAN THANH
NGƯỜI KHUÊ CÁC

Chào em, cô Đặng tiểu thơ
Người khuê các để chín chờ mười mong
Tường rào cao, ngõ ngói hồng
Mà sao như núi, tựa sông.... nghìn trùng (NCĐ)

Thanh nhận cuộc gọi của người phụ nữ xa lạ, giọng miền Nam, rưng rưng buồn, chị xưng là Thủy, thú thật tên Thủy nhiều quá nên Thanh không nhớ ra. Chị nói nhiều nhưng Thanh chỉ nhớ là hai tuần nữa chị về VN và muốn gặp Thanh. Thanh vẫn không nhớ ra là ai nhưng chắc là quen, vì chị biết nhiều về Thanh. Không sao, gặp rồi tùy cơ ứng biến

Đúng hai tuần sau, cùng giọng nói đó nhưng từ một số phone khác, chị hẹn 11:30 ngày mai sẽ đón. (Biết cả địa chỉ nữa à.)

- Nhưng tôi sẽ đi đâu ?
- Về nhà thờ tộc Hoàng Hữu.

Thanh im lặng.

- Không có chuyện gì đâu, đừng lo

- Tôi sẽ đi, về quê tôi mà.

- Tốt rồi, cảm ơn nghen, người khuê các.

Thanh lặng người và chợt nhớ ra, Thủy, vợ anh Khang, đơn vị của anh đóng ở Hậu Giang những tháng năm tại ngũ, Thủy đã theo chồng, hèn gì, giọng miền Nam khiến Thanh không nhớ.

Hồi đó cái tên Hoàng Hữu Nam Khang, hay nhất làng, ai cũng nhớ, Ba anh, bác Hoàng Hữu Nam, theo Tây học, là bạn của cha Thanh.

Thanh đùa :

- May mà bác trai thêm chữ ng, nếu không thì ôi thôi rồi.

"Giấc Nam Kha khéo bất bình
Bừng con mắt dậy thấy mình tay không"

Cách đây hơn tháng, Thanh được người bạn cho biết anh Khang bị tai biến, ngồi xe lăn năm, sáu năm rồi, Thanh thoáng buồn, thương cho kiếp người trầm luân, nhưng ngại gọi trực tiếp nên nhờ bạn gửi lời thăm và chúc anh bình phục.

Thanh bắt đầu lo, có anh cùng đi? Ruột gan lộn tùng phèo nhưng không dám kể với ai. Hơn "năm mươi năm rồi không gặp, từ khi Thanh lấy chồng."

"Thằng ngõ ngói học trên hai lớp", chỉ là chút tình đầu gió thoảng mây trôi. Con một, được miễn quân dịch, nhưng anh lại vào trường Thủ Đức, bạn bè có nhắn nhe: một phần lỗi tại Thanh. Thanh hờ hững nhận những lá thư từ KBC 4100 với dòng mở đầu quen thuộc "người khuê các thân yêu". Mới đó mà đã hơn năm mươi năm.

Hồi đó Thanh nghĩ là chưa có gì sâu nặng, đam mê sẽ mất đi khi có người thay thế. Khi Thanh đã tay bồng tay mang thì được tin anh cưới Thủy. Vậy là yên tâm rồi, mỗi người có một cuộc sống riêng.

Rồi chiến tranh, rồi ly biệt, từ đó bặt tin nhau.

Phụ nữ vẫn là phụ nữ, cả buổi sáng Thanh chọn lựa áo quần, giày vớ, cứ y như là hò hẹn với ai, mà kể ra cuộc gặp cũng... quan trọng, Thanh nghĩ vậy. Thanh chọn cái áo ren màu đen, đi qua đi lại trước gương, thấy mình là lạ, khác với mọi ngày, phút chót định đổi áo, thì xe đến đón, trước giờ hẹn 10 phút.

Người phụ nữ bước xuống xe, sang và đẹp, mặc bộ vest đen, sao trùng màu thế, tuy đã thay đổi nhiều, nhưng vì biết trước, nên Thanh nhận ra Thủy ngay.

- Chào chị.

- Thôi mình đi, ở quê đang chờ.

Thanh mở cửa xe, tim đập lỗi nhịp.

Ghế trống.

Thủy đi một mình.

Thủy không nói gì đến mục đích chuyến đi, Thanh cũng không hỏi thêm, họ chỉ trao đổi xã giao...

Đường 14B, không còn như ngày xưa, Xe qua cầu và quẹo về hướng đông, đường làng rộng và im bóng tre. Cây lộc vừng nghiêng nghiêng thả những cánh hồng trên mặt nước. Thanh chợt thấy lòng trống vắng, chênh vênh.

Bồ Bản, con sông mang tên làng nó đi qua, phía thượng nguồn sông có tên Hậu Phước, Phước Hưng, Túy Loan... "Dòng sông ai đã đặt tên..." nhàn nhã hiền lành trôi giữa đôi bờ cỏ cây non tơ mượt mà xanh.

Xe xịch đỗ lại, trong sân nhà thờ có đông người, họ ùa ra, và Thanh chợt nghe có tiếng khóc, rồi nhiều tiếng khóc... Ô hay!
Thanh khựng lại và mất thăng bằng, đang ngơ ngác chưa hiểu chuyện gì, thì Thủy kéo tay Thanh đi vào. Trong nhà thờ, hình như là mới xây, mùi vôi vẫn nồng nồng... mùi nhang đặc quánh theo những đám khói cuộn lại cố tìm lối thoát, Thanh thấy khó thở, muốn nói gì đó mà không sao nói được.

Thủy đặt chiếc thùng giấy lên bàn, nhẹ nhàng mở ra, tay run run theo từng cử động. Thanh níu tay vào mép bàn, người lạnh ngắt nhưng mồ hôi ướt áo, Thanh rùng mình như có một luồng điện chạy dọc cơ thể.

Một chiếc hũ sành chạm trổ hoa văn màu xanh lặng im trên màu khăn đỏ trải bàn. Tiếng khóc lại dội lên.

Thanh đứng chết lặng.

Thủy nói gì đó với mọi người, Thanh nghe mơ hồ, nhưng câu cuối thì Thanh nghe rất rõ dù Thủy đang khóc nghẹn.

- Em đã đưa anh về quê. Thủy kéo tay Thanh và cả hai cùng đặt tay lên chiếc hũ sành, hai bàn tay run run lạnh ngắt.

- Anh à, người khuê các đến tiễn anh nè, em đã thực hiện đúng di nguyện của anh rồi đó, mong anh hãy thanh thản ra đi.

Không còn gượng được nữa, Thanh đổ nhào xuống, Thanh có lỗi với cả hai người, Thanh muốn nói với Thủy một lời xin lỗi dù đã quá muộn nhưng Thanh không nói được, và chỉ còn nghe mơ hồ tiếng còi xe cấp cứu đang vất vả nhọc nhằn hụ lên từng hồi dài.

Một nén tâm nhang tiếc thương tiễn người đi xa.

Xin bái biệt.

Đan Thanh

ĐẶNG KIM CÔN
TẬP NHẬT KÝ THẤT LẠC

Giúp ban tổ chức làm cái chương trình thi đấu đêm võ đài đầu tiên xong, tôi định đưa mấy đứa học trò đi ăn uống gì một chút, thì có một người đàn ông đến gặp tôi:

– Anh là Kim?

Tôi nhìn anh ta dè dặt gật đầu.

– Mời anh đi với tôi một chút.

Nhìn cái đầu tóc hớt cao, áo bỏ trong quần, thắt dây nịt đàng hoàng - dù là chân mang dép - tôi nghĩ ở một nơi hẻo lánh xa xôi này chuyện gì cũng có thể xảy ra.

Tôi cố làm tỉnh, tự nhủ không sao đâu. Với cái thói quen chịu đựng không thắc mắc gì qua bao nhiêu năm tháng trong trại cải tạo cũng như những ngày bị quản chế ở địa phương, ai muốn gọi lúc nào, muốn bắt, muốn dẫn đi đâu mặc kệ, đã làm tôi quên mất mình đang là khách mời không thể thiếu cho cái tổ chức võ đài này.

Tôi lặng lẽ đi theo, không nói một lời, sau khi không quên ghé vào tai một đứa học trò nói nhỏ - mà nếu bị nghe cũng không có gì phải bắt bẻ - "Con lo ăn uống cho mấy đứa, thầy được mời đi với người này". Đứa học trò, có lẽ cảm thấy sao đó, nó nói - cũng vô thưởng vô phạt – "Cho con đi với", tôi thấp giọng "Con để ý thầy đi đâu được rồi".

Người này là ai? Vẻ mặt lạnh lùng không biểu tỏ một chút tình cảm nào, thân hay thù, không biết. Dĩ nhiên thù thì không thể biết rồi, còn thân thì sao tôi không thấy được nét quen thuộc nào. Tôi cũng đã quá quen với những lần bị dẫn đi lấy cung, lấy lời khai, thái độ của gã công an nào cũng giống nhau ấy mà! Tôi bước lên đi ngang với anh ta, không muốn lẽo đẽo theo sau như một kẻ dưới, lòng thì ngổn ngang hàng ngàn cái dấu hỏi, "xưa" tôi đã từng đóng quân ở đây, mười người thương biết đâu cũng có một người ghét, mà không may người ghét đó lại là kẻ thù thì coi như suốt đời là "hoạt động chống phá cách mạng" nay chỗ này mai chỗ khác" mà không bao giờ có ai còn gặp được ở nơi nào. Mới hai năm trước, cha của một đứa đệ tử tôi, ở một xã không xa thành phố bao nhiêu, công an xã đến bắt lên trụ sở xã rồi không bao giờ về nữa.

Người đi bên cạnh tôi vẫn im lặng. Sau một lúc dẫn tôi loanh quanh mấy con đường trong xóm, tôi được đưa đến một căn nhà nhỏ, việc đầu tiên tôi để ý là không thấy cờ đỏ sao vàng, ảnh Hồ Chí Minh, nhưng như vậy không có nghĩa đây không phải là một cơ quan. Tôi cũng đã từng được "mời" đến những nơi tương tự thế này.

Sau khi cánh cổng sơ sài được khép hờ lại, tôi được mời ngồi nơi chiếc ghế của một bộ bàn đặt trước hàng ba (thềm trước của hầu hết những căn nhà thôn quê người ta gọi là hàng ba), rồi như một cái bóng, anh ta lặng lẽ mở cửa vào nhà trong, bê ra một bộ bình trà, một bình thủy, pha trà. Tôi vẫn chưa yên tâm vì hầu như những lần làm việc của các cán bộ công an, bọn chúng cũng đều làm giống vậy. Có vẻ như đã xong phần mở đầu, anh ta bước đến cạnh tôi chìa tay ra:

– Em là Thành, rất mừng được gặp lại anh.

Nãy giờ nín thở theo dõi từng động tác của anh ta, thậm chí còn liếc chừng xem đáy bình lúc anh ta pha trà, trong móng tay, có thủ thuật gì như truyện kiếm hiệp, truyện trinh thám khi người ta lén đánh thuốc độc không. Tôi thở ra nhè nhẹ, đưa tay bắt. Công an thì nó không xưng em với mình. Bàn tay anh ta siết nhẹ, tôi đọc được cái vẻ thân thiện và xúc động trong giọng nói anh ta:

– Xin lỗi, chỗ đông đảo em không tiện nói rõ. Anh không nhớ em đâu, nhưng em thì không bao giờ quên anh.

Cố nén một tiếng thở phào, tôi vẫn dọ dẫm:

– Chúng ta đã có gặp nhau?

Một người đàn bà bưng mâm thức ăn từ sau nhà tới, chào tôi và sắp thức ăn lên bàn, Thành giới thiệu là chị ruột Thành. Ngoài đường, mấy đứa học trò của tôi cũng đang đi ngang qua, làm như nghêu ngao đi dạo nhưng tôi hiểu là chúng muốn quan sát sự an nguy của ông thầy, có lẽ chúng cũng đã được yên tâm khi thấy tôi đang ngồi trước mâm ăn. Khi người đàn bà vừa quay lưng đi, Thành tiếp:

– Anh có còn nhớ cái chết của một người đàn bà sinh khó ở Chi y tế Củng Sơn tháng 3 năm 75 không?

Tôi đã hiểu. Chẳng phải công an, chính quyền nào ở đây cả mà chỉ là chuyện tình cảm riêng tư. Chắc chắn Thành phải là gì đó rất mật thiết với người đàn bà đã chết năm xưa. Tôi gật đầu, Thành tiếp tục giải thích:

-Em là chồng của người đàn bà đó. Mười năm nay em vẫn mong một dịp nào được gặp lại anh. Sáu mươi cây số không xa, em cũng có một đôi lần xuống phố, nhưng nói thật anh thông cảm, làm gì thì cũng phải lẹ lẹ cho kịp chuyến xe lên, nhà còn đứa nhỏ.

– Bao nhiêu tuổi rồi?

– Dạ 12 anh. Là anh của đứa đi theo mẹ nó. Cháu đang học lớp 6, anh ạ. Mời anh dùng với em bữa cơm.

Tôi cầm đũa, bồi hồi nhớ lại chuyện năm xưa, trong khi Thành vẫn huyên thuyên như chưa bao giờ được nói.

Ngay từ khi ký hợp đồng tham gia võ đài Củng Sơn, tôi đã quay quắt với bao nhiêu là những hình ảnh của mười năm trước, đến khi nghe nhắc đến người đàn bà đã chết đó, những chuyện ngày xưa chợt như lũ mãnh liệt kéo về, ray rứt, rộn ràng. Thai phụ trẻ, trên dưới 20, chuyển dạ đã hơn một ngày chưa sinh được, giữa cái không khí ngột ngạt, oi bức của chiến tranh, với hàng ngàn người từ Tây nguyên, dân có, lính có, tràn xuống con đường độc đạo băng qua thị trấn nhỏ này. Tôi vừa dự cuộc họp khẩn cấp từ Chi khu ra cổng, nói chuyện với mấy người đang đứng cạnh chiếc xe Jeep của tôi, cũng là bãi đáp trực thăng đang có đông đảo đồng bào di tản và quân nhân lạc đơn vị đứng ngồi quanh bãi đáp, hy vọng quá giang được khi có trực thăng đáp xuống. Bất chợt mấy quả đạn cối pháo kích văng tứ tung quanh bãi đáp. Mọi người hốt hoảng, người nằm, người chạy nhốn nháo cùng với tiếng la khóc của con nít. Tôi kịp nhìn thấy người ta khiêng một chiếc băng ca từ bãi đáp hối hả chạy ra. Tôi nhảy vội lên chiếc xe Jeep nổ máy chạy trờ tới hối người ta đặt lẹ chiếc băng ca lên xe, tôi chở hết mấy người nữa chạy về chi y tế cách đó hơn 500m.

Trên băng ca là thai phụ xấu số mà Thành vừa nhắc, thai phụ đang chờ trực thăng chuyển về bệnh viện tỉnh vì y tế quận đã bó tay.

Về đến Chi y tế, trưởng chi là một trung úy quân y, bạn tôi, nói là với tình hình chiến sự ở các quận miền dưới đang rất nặng nề, xin được trực thăng không phải dễ mà bãi đáp không an ninh, trực thăng không thể đáp xuống nữa. Giao bệnh nhân lại cho trạm xong, tôi phóng vội về đơn vị, đang ầm ì phản pháo.

Khoảng 2 tiếng đồng hồ sau, tôi trở xuống Chi y tế thì thai phụ không còn cần bệnh viện nữa, thai nhi cũng vĩnh viễn nằm trong bụng mẹ để đến một nơi không phải chờ trực thăng, không phải chạy pháo kích. Chị đã thực sự thoát qua khỏi con đường 7 quẫn quại, đau đớn của kiếp người. Chiếc Jeep đã lăng xăng chạy tới chạy lui chở người nhà của người chết đi mua, chở quan tài - rất may người bán quan tài vẫn còn đang thu xếp chuẩn bị ra đi - sắm sửa các vật dụng quan trọng cần thiết tối thiểu cho đám tang sơ sài. Tôi còn nhớ hôm ấy mua xong mấy xấp vải trắng, không còn tìm được một thợ may tang phục nào, đành phải xé ra mấy vuông vải làm khăn tang. Xóm làng giống như trong cơn bão, đa số người ta đã di tản theo làn sóng người đổ từ Tây nguyên xuống, nhà nhà đóng cửa, đường sá chỉ còn ngơ ngác một ít người vẫn nấn ná chờ tìm người thân thất lạc hoặc những quân nhân, thường dân chậm chân vừa mới đến tới Củng Sơn. Việc khâm liệm cũng nhanh chóng, đơn sơ ngay trước cửa trạm xá và cũng từ đây linh cữu chị được đưa thẳng ra huyệt mộ với khoảng chừng chục người đưa tang trên chiếc Dodge tôi vừa gọi đơn vị lái xuống. Đám tang được coi là tươm tất, ấm áp so với hàng ngàn cái chết khác trong cuộc chiến loạn dọc đường 7 trong mấy ngày nay. Người ta trồng cạnh mộ một cây chuối, nói đó là hình ảnh người có mang bị chết, khi nào chuối trổ buồng thì ở cõi âm nào đó đứa bé sẽ được ra khỏi lòng mẹ.

Đó là ngày áp chót của một Củng Sơn hiền hòa, thanh bình, thân thiện - Củng Sơn của đường 7, con đường nhỏ bỗng trở nên con đường lớn trong số phận quê hương, như đường chỉ tay mà người ta gọi là mạng đạo trong vận mệnh một đời người, Củng Sơn của mãi mãi về sau mỗi khi nghĩ tới, không ngăn được những bọt nước sủi tăm trong lòng, một chuyện tình, nhỏ như con đường 7.

– Cả nhà em mang ơn anh. Giữa sự hỗn độn, nhốn nháo của những ngày Củng Sơn sắp mất, mạnh ai nấy bỏ đi mà anh còn bình tĩnh giúp gia đình em, nhất là nếu không có chiếc xe thì việc di chuyển nhà em ra huyệt cũng khó.

Một lần nữa tôi xác định Thành không có chút "địch" nào qua chữ nghĩa anh ta dùng. Phe ta thì mới dùng chữ "Củng Sơn mất", địch thì nói là "tiếp thu, lấy được, giải phóng". Tôi trả lời:

– Nếu không nhốn nháo vậy thì ai cần đến anh làm gì. Với lại hôm ấy đơn vị anh vẫn còn bình tĩnh mà.

– Dạ, nói chung hôm ấy Củng Sơn cũng chưa có giặc giã gì tới, có điều do đoàn người Tây nguyên ào ạt xuống đồn đãi xôn xao làm mọi người hoang mang hốt hoảng. Càng thấy quân đội lần lượt bỏ đi, người dân càng có cảm giác là đang bị bỏ rơi, đang lơ lửng trên sợi dây treo cổ, chờ ai đó đến đạp ngã cái ghế dưới chân. Thế là mạnh ai nấy tuôn chạy.

Thành với lấy chai rượu, rót ra ly mời tôi. Tôi từ chối viện lẽ còn nhiều việc phải làm. Thành ép:

– Uống chút xíu để nhớ ngày xưa. Ngày đó có lần em may mắn được có mặt trong một bữa nhậu của mấy anh. Ở đây nhiều người còn hát được bản nhạc anh Hóa phổ bài thơ Vô Vi của anh "Ở đây cũng có vài quen biết, em rất ngoan và trời rất trong..." hay là "Củng Sơn mai có người quen hỏi, ta ừ rừng núi cũng tình thân..."

Tôi cảm thấy thích thú, đã từ lâu người ta chỉ biết tôi là một võ sư dạy học trò múa may đấm đá, bỗng dưng có người biết nhiều về quá khứ của mình mà lại đánh đúng vào cái huyệt thơ văn một thời văn gừng văn nghệ, tôi đỡ ly từ tay Thành, ngụm một ngụm rượu đế.

– Ăn đi anh. Ăn cho em vui, lâu lắm em mới thực sự có một ngày vui như hôm nay.

Vừa uống rượu vừa ăn, vừa nghe Thành nhắc những chuyện xưa cũ. Tôi chỉ nghe, thỉnh thoảng hỏi thăm đời sống, sức khỏe Thành từ 75 đến nay. Thành uống nhiều, còn tôi thì chỉ phá mồi cầm cự.

Bữa trưa rồi cũng kết thúc, khi biết tôi sắp đi, Thành bảo:

– Anh chờ em chút. Em có quà cho anh.

Thành vào nhà trong bê ra một túi nylon cũ, đặt lên bàn:

– Anh xem đi, không dễ gì giữ được đến hôm nay sau những đợt truy quét văn hóa phẩm trước 75 mà người ta cho là đồi trụy. Tôi mở ra, giật mình nhìn mấy tựa sách quen thuộc. Ba cuốn truyện dịch từ ba cuốn truyện của văn học Nga, Anna Karenina của Leo Tolstoy, Gã Khờ của Dostoevsky, Doctor Zhivago của Boris Paternak và một cuốn tập bìa cứng, khá dày. Vừa cầm lấy một cuốn tôi vừa nói:

– Nhưng đây là văn học Nga mà.

– Họ đâu cần biết anh. Ở đây có một câu chuyện thật. Một ông trí thức vườn, muốn nâng bi lập công, những ngày đầu 75, vội vã treo hình Bác Hồ cùng với hình Friedrich Engels, Karl Marx, Lenin bị mấy ổng tới nhà bắt gỡ 2 hình Friedrich Engels và Karl Marx xuống nạt nộ xỉ vả hăm dọa đủ điều, bảo "thời buổi này mà còn để hình mấy thằng cao bồi du đãng, râu tóc bờm xờm, mà lại treo chung với Hồ chủ tịch vĩ đại nữa". Chủ nhà giải thích sao cũng không chịu, cứ nói là không ai biết tên mấy người đó bao giờ, cũng may chủ nhà có nhiều công lao nịnh bợ từ những ngày đầu tháng tư nên không bị bắt đi cải tạo. Đúng là dân trên núi chỉ được dạy bắn giết. Sau này hiểu ra, có lẽ quê quá nên họ kiếm chuyện với ông kia mệt nghỉ. Nhà quê mà anh. Phép vua thua lệ làng.

Tôi lật qua một vài trang, cuốn truyện nào cũng có chữ ký của tôi. Cuốn tập bìa cứng lại là một tập nhựt ký của tôi mới viết hơn mười trang về những ngày Củng Sơn hấp hối. Những trang kế tiếp là chi chít những dòng chữ mềm mại, ẻo lả hơn. Dĩ nhiên tôi biết là của ai. Ngay từ khi chưa bước xuống bến xe thị trấn, tôi đã xốn xang nghĩ đến người ấy, người của "chờ hoài nhau trong mơ nhưng có bao giờ thấy nhau lần nữa!"*

– Khi biết tụi em là chị em họ rất gần, chị Hương và em càng thân thiết nhau hơn, nhất là hai chị em cùng có anh là người thân. Em biết là anh đã hiểu những gì đã xảy ra với chị, nhưng đọc, anh sẽ hiểu nhiều hơn. Anh giữ hết đi, đó là của anh.

Tôi ôm chồng sách, cả người run lên và rơm rớm nước mắt cám ơn Thành.

– Không phải đây là lần đầu anh lên Củng Sơn. Hồi ngoại cô ấy còn sống, anh đã nhiều lần lên thăm, muốn thắp một nén nhang mà không thấy bàn thờ.

– Dạ, không ai dám thờ, ít ra nuôi một chút hy vọng, dù là ảo vọng, cũng thấy được an ủi hơn là phải chấp nhận một khẳng định đau đớn.

– Nhưng mà cả chuyến...

– Thì bởi, nếu còn được một người để biết chắc là thế nào thì nói làm gì.

oOo

Ngày 11 tháng 4 năm 1975

Anh, Em vừa thăm anh về. Bây giờ mới thật sự bình tĩnh để em nhớ anh, để em khóc, để em biết em yêu anh đến chừng nào. Em viết cho anh ngay trong tập nhựt ký của anh gửi em, em muốn như vậy, giống như chúng ta cùng đập chung một trái tim, trái tim của anh là trái tim của em.

Vâng, hôm ấy là ngày 23 tháng 3. Thị trấn như một quán nhỏ trên con đường dài đầy cát bỏng và khách là dòng người hết lượt này đến lượt khác chảy xuôi về hướng đông, với áo quần tơi tả, mặt mũi xác xơ. Họ là đoàn người chạy loạn từ Tây nguyên xuống, với quan có, lính có và phần lớn là dân thường. Họ chỉ dừng lại nghỉ ngơi ăn uống sau mấy ngày băng rừng lội suối, qua bao nhiêu lần đạn lạnh lùng, và cũng không ít người đã vĩnh viễn nằm lại đâu đó dọc đường. Nhiều người như vừa qua được "vòng loại" của tử thần, trong khi lấy sức chuẩn bị vào "vòng 2" - mà không biết còn bao nhiêu vòng mới vào tới "bán kết, chung kết" - họ kể lại những câu chuyện não lòng mắt thấy tai nghe, đứa bé ngậm hoài vú người mẹ đã chết tự bao giờ, mấy lượng vàng không đổi được một lon guigoz nước, một anh lính bắn hết vợ con rồi tự sát... Rồi, họ lại tiếp tục lên đường và toán khác tiếp tục đổ tới, nghỉ ngơi, ăn uống, càng lúc càng vội vã hơn. Đi và đến, họ đều có chung một khí sắc: vô vọng, kinh hoàng. Cái nhộn nhịp ngộp thở đó đã qua đến ngày thứ tư, và chiến tranh cũng có vẻ như đang sắp ập đến cái thị trấn mà có khi suốt mấy tháng liền người dân ở đây không nghe tiếng súng (em đã sống những ngày tháng yên lành ở đây). Từ trong quận ra, anh gặp em đang đứng cạnh chiếc xe anh đậu bên bãi đáp trực thăng, anh chào em và hỏi thăm vài người cạnh đó về một anh em nào đó của anh. Em bắt chuyện:

– Ông cũng có người thân ở Pleku?

– Em ruột tôi. Nó Pháo binh Biên phòng, thuộc Tiểu Đoàn 90 Biệt động quân. Người ta nói nó chết rồi, người bạn nó nói chính mắt anh ta thấy xác nó còn bị xe tăng T54 cày qua nữa.

– Tôi cũng có người anh thuộc Tiểu Đoàn 90 Biệt động quân, mấy ngày nay không ai biết tin tức gì của ảnh.

– Cô cũng từ trên đó chạy về?

– Dạ, tôi ở Pleiku, anh ấy đóng ở Lệ Ngọc, nhưng nhà tôi thì ở đây.

– Nhà...?

Em phì cười trước sự... cố tình làm bộ hiểu lầm của anh:

– Là cái nhà. Nhưng tôi không ở đây, mới về thăm ngoại mấy ngày thì dính.

Bất chợt, mấy quả đạn pháo kích như xé trời rơi xuống bãi đáp nổ trước mặt chúng ta (em có cảm giác đã nổ ngay trên đầu em), em chụp vội lấy anh ôm cứng và anh cũng vội kéo em nằm xuống bên hông chiếc xe Jeep. Đất đá bay rào rào bên tai. Em bám chặt anh và em thấy chút yên tâm trong vòng tay người lính, (súng đạn có biết em đang nằm trong tay lính đâu, và nếu có chết em cũng vẫn còn tưởng lính là mình đồng da sắt!). Dứt pháo kích, anh đỡ em đứng dậy hỏi khẽ:

– Cô có sao không?

– Dạ không. Em sợ quá.

Anh chụp lấy ống nói của chiếc máy trên xe gọi đi:

– Cho phản pháo mấy điểm tiên liệu. Tôi về ngay.

Em vẫn ôm cánh tay anh như là nếu có nổ nữa thì anh sẽ đỡ cho em. Có phải mấy quả đạn pháo kích kia đã cột số phận của mình lại với nhau?

Cũng lúc này bên kia bãi đáp mấy người đang hốt hoảng khiêng một chiếc băng ca chạy. Anh nổ máy xe và không biết anh sắp đi đâu, cũng không đợi mời, em thản nhiên như một bà chủ chễm chệ nhảy lên xe cho tài xế lái đi (lúc này mà anh có chở thẳng em lên đồi chắc em sẵn sàng ngỡ mình là phu nhân của anh. Em có vô duyên quá không? Đâu đến nỗi mấy quả đạn kia đã làm em phát cuồng!). Anh phóng xe đến đón chiếc băng ca, trên đó có một chị mang bầu đến ngày sinh mà đau bụng từ đêm qua đến giờ vẫn chưa sinh được, lúc nãy ở bãi đáp là người ta đang đợi trực thăng chuyển chị về bệnh viện tỉnh. Đưa chị xuống trạm xá xong anh trở lên đơn vị, em ở lại lúng túng giúp gia đình người đàn bà, cần phụ gì, em phụ. Khi anh trở xuống thì chị ấy đã vừa mới chết trước đó gần nửa giờ, em đã cùng với anh giúp người nhà lo tang ma cho chị. Mấy tiếng đồng hồ chạy tới chạy lui sắm sửa nhang đèn hòm rương này nọ chỉ đủ để biết tên nhau. Còn ngoài ra thì cái đám tang đã giữ hai ta một khoảng cách yên lặng.

Đêm này em về nhà ngoại. Từ khi Ba Mẹ bị chết trên một chuyến xe đò do một quả mìn của Việt cộng trên đường 7, em đã quen với sự cô đơn của một đứa bé mồ côi, người anh duy nhất sau khi mãn khóa ở Trường Hạ Sĩ Quan Đồng Đế đã chọn đi Biệt động quân, còn lại em ở với nội đi học, hè và Tết mới về quê thăm ngoại. Cho đến khi anh của em xin được một chân y tá ở bệnh viện Pleiku vừa học vừa làm. Đã có bao giờ em cảm thấy cô đơn lạ lùng như đêm nay. Nghe tiếng súng nổ xa xa quanh quận, nghe tiếng đạn pháo binh xé màn đêm em nghĩ tới anh. Ồ, sao anh đã không đưa em lên đồi để em được cùng anh thao thức với những tiếng đại bác rộn rã từng canh, để được theo anh ra ngồi bên giao thông hào cùng âu lo, bàn tính chuyện ngày mai? Nếu biết có những ngày đen tối sẽ tới, tại sao mình đã không có được những giây phút để sống cho một đời?

Khi chiều anh hỏi em "mai em tính sao", em nói lại chờ trực thăng, còn chi khu là còn hy vọng (em xạo anh thôi, em biết trực thăng sẽ không đáp xuống nữa, em muốn gặp lại anh). Anh nói cho anh gửi về nhà anh gì đó. Em nghĩ nếu Củng Sơn còn thêm một ngày, một ngày thôi, đêm mai em sẽ không để anh phải lo lắng một mình. Và hôm sau, 24 tháng 3, đúng là anh đã xuống bãi đáp trực thăng gặp em. Bãi đáp cũng như phố thị Củng Sơn hôm nay vắng vẻ, đoàn quân dân di tản từ Tây nguyên sau mấy ngày dồn lại nghỉ ngơi ở đây cũng đã đi hết. Anh nói:

– Nếu không gì trở ngại em cho anh gửi về nhà anh mấy cái này, nhẹ thôi, 45 đường Tản Đà Tuy Hòa.

Em mở xách tay, với mấy bộ quần áo và một đôi giày của em đã sẵn trong đó, anh cười, không hẹn mà của anh cũng là một bộ quần áo và một đôi giày dân sự (em hiểu là tại sao anh cười).

– Coi bộ hai đôi giày hạnh phúc quá phải không?

Thay vì đúng ra em đã đỏ mặt ngượng ngùng, còn có thể cự nự anh nữa, thì em lại lườm yêu anh, lên giọng dạy đời (em lớn lúc nào vậy anh nhỉ?):

– Giờ này mà còn yêu đời quá, sao không giữ bộ civil lại mà thay? Người ta lột bỏ quân phục lẫn vào thường dân không thấy sao?

– Tại họ không còn đơn vị.

– Còn anh thì sao?

– Anh em của anh đang trông cậy vào anh.

Anh đưa em qua ngồi cùng trên chiếc ghế bên phải tay lái mà hôm qua em đã ngồi, cả hai cùng im lặng bên nhau như để nghe hơi thở của người này tràn trong phổi của người kia, và lắng nghe cái ngột ngạt nặng nề đang bơm căng cái thị trấn nhỏ bé này.

– Anh cho em lên đồi đi.

– Chi?

– Tử thủ.

– Xạo quá, sao không ở lại tử thủ Pleiku ấy?

– Tại trên ấy không có anh. Nha anh! Cho em lên đồi với anh đi.

– Nói bậy.

– Không bậy.

Biết em nói thật, anh la:

– Nguy hiểm lắm em biết không?

– Không. Không biết. Chết là cùng. Chết thì chết với anh, chạy thì chạy với anh.

– Em biết là gia đình binh sĩ anh đã cho đi từ mấy ngày trước, chỉ còn những tay súng chiến đấu thôi.

Em nói lì:

– Em không phải gia đình binh sĩ. Em là gia đình sĩ quan. Em cũng biết chiến... Mặc kệ, em chỉ biết có anh thôi.

Anh ôm em, hôn lên mắt lên môi em. Chúng ta chìm trong những nụ hôn buồn. Không gian yên ắng, vũ trụ mất hút trên hai bờ môi. Trời có sập xuống ngay chiếc xe này chắc em cũng sẽ bình thản ra đi mang theo nụ hôn đầu đời vừa ngọt ngào vừa xót xa. Tội nghiệp anh, tội nghiệp em.

Một tài xế lái xe từ trên đơn vị xuống báo với anh là "trên Hòn Ngang chỉ còn mấy thầy trò Pháo binh thôi, đơn vị bảo vệ bên cạnh cũng đã không còn một bóng người (vậy mà anh nói trung úy đại đội trưởng của đại đội gì đó là bạn anh đã hứa có đi thì sẽ cùng đi). Trung đội đang có lệnh bắn yểm trợ tùm lum hết". Anh bảo anh tài xế về, rồi bảo em:

– Em thấy chưa? Không xong rồi đấy, mạnh ai nấy đi, có khi chi khu cũng sắp "nhổ neo", hay là anh đưa em về nhà ngoại, cất giùm anh mấy cuốn sách, khi nào thấy trên đồi bắn hai quả chiếu sáng, xe anh sẽ ghé đón em ở đây.

Nghe lời anh em đã đợi, Củng Sơn càng lúc càng trở nên vắng lặng, suốt mấy tiếng đồng hồ, tiếng đạn pháo binh trên Hòn Ngang ầm ì liên tục, mặc dù nhiều người bảo em chạy đi, bởi vì trong chi khu cũng đã di tản mất tiêu hết rồi (hay thật, em ở ngay trước cổng mà họ biến đường nào em không hay, thảo nào họ đã bắt anh bắn chặn, yểm trợ cho họ chạy, anh ơi, sao anh không biết họ đang hy sinh anh vậy?). Nhưng mà em còn nghe tiếng đại bác thì biết là anh vẫn còn ở đó. Mấy trái đạn pháo kích nổ trong chi khu. Quận phát hỏa không. Trời muốn sụp tối, chỉ còn một mình em giữa cái mênh mông chết chóc này, tiếng đại bác đã ngưng bặt, và em đã không thấy hai quả chiếu sáng anh đã hẹn. Chuyện gì đã xảy đến cho anh làm hai viên đạn sáng phải thất hứa với em? Em cắm đầu chạy, sợ thì ít mà lo cho anh thì nhiều.

Nửa đêm hôm ấy em tới cầu Sông Con, đường 7 chỉ cho phép em đi trên đoạn gần 10 cây số đó thôi, phía trước nữa đang có nhiều tiếng súng nổ, nghe nói Việt cộng chặn ở đó, em và một số người gặp gỡ trên đường cùng giạt vào rừng, em không hiểu ai đã đi giùm em trên đôi chân rã rời, gầy guộc này. Bóng đêm âm u, kinh khủng quá. Cố gắng bước thật nhẹ, nhưng âm thanh vẫn rõ mồn một trong cái im lặng rợn người cứ bám riết theo từng bước chân.

Hôm sau 25 tháng 3 thì em gặp được dòng người đi từ Chí Thán, theo Ban chỉ huy của Quận Hiếu, hỏi thăm tên anh, nhiều người dân Củng Sơn nói có gặp anh, và người ta nói anh cũng đã tìm em. Em mừng quá, phải chi em gặp được anh ngay lúc này, chúng ta sẽ yên tâm về nhau hơn, sẽ chia sẻ với nhau những gian nan, đói khát, hiểm nguy trước mặt (anh có biết tối qua đến giờ em chỉ có một bụng nước nơi một con suối em qua không? Nhưng mải mê nghĩ tới anh, em cũng quên bớt cái đói. Biết em đói anh có trách em hư không? Hư thật, lo yêu không lo chuẩn bị lương thực gì hết, mà thật ra em cũng khờ quá, nghĩ là sẽ leo lên trực thăng, 30 phút là về đến Tuy Hòa!). Có nhau, những lo âu, hốt hoảng, đau đớn sẽ chỉ là một giấc mơ, giấc mơ nào rồi cũng tỉnh giấc. Có nhau, chiến tranh, di tản cũng chỉ là một vở tuồng gay cấn, hồi hộp nghẹt thở, rồi cũng phải hạ màn. Kịch bản bắt anh và em đều chết, hoặc một trong hai ta phải chết trên đoạn đường hắc ám này, hay kịch bản viết hạnh phúc sẽ dắt tay chúng ta vượt qua lửa đạn, thì rồi cũng phải kết thúc.

Không biết anh đang ở đoạn nào trong dòng người sâu hun hút này, nghe nói cả mấy ngàn người gần như đi hàng một, đoàn người thoăn thoắt, lầm lũi chìm khuất trong rừng rậm, người sau chậm chân chừng 5m, đã không kịp thấy người trước rẽ hướng nào. Người ta nói anh đi chung với Ban chỉ huy của Quận Hiếu, nhưng Quận Hiếu đã vượt lên phía trước, hay bọc lại phía sau thì chả ai biết được. Em quay quắt, loay hoay như gà mắc đẻ với ngổn ngang nhiều tâm trạng khác nhau, giữa hiểm nguy ai cũng mong bình an, đi đường ai cũng muốn tới nơi, sao em lại đi ngược đi xuôi tìm anh thế này?

Mấy ngày sau đó, em thật sự tuyệt vọng, khát thì thỉnh thoảng cũng gặp được con suối, nhưng cái đói đã làm em rã rời, chỉ có một lần được vợ chồng anh lính đi chung cho em mấy nắm gạo sấy. Em tự an ủi, rồi cũng qua thôi, chết như những người em gặp dọc đường thì cũng qua - có lẽ họ đã chịu đói nhiều ngày quá, nếu em cũng chạy từ Kontum, Pleiku xuống mà không ghé Củng Sơn ăn được chút gì thì có lẽ em đã chết trước khi gặp anh - như một đứa bé sơ sinh chết trên tay mẹ vì người mẹ không có sữa, đến nỗi cũng không có được mấy giọt nước để nhỏ vào miệng bé, cả da mặt bé bị bỏng rộp lên vì nắng, người mẹ mắt ráo hoảnh, hết còn biết đau đớn nói với em, như chuyện của ai chứ không phải chuyện của mình, "ba nó cũng mới chết hôm qua ngoài đường 7" -"Sao vậy chị ?" - "Cướp của giết người chớ sao, Việt cộng mà, không phải đồng bọn thì là kẻ thù hết, xe dân mà chúng cũng chặn đánh. Chết nhiều lắm, cả trăm xe nằm chết dí ngoài đó, may tui còn sống đây" – "Rồi cũng qua chị ơi".

Vâng, rồi cũng qua. Chị ấy với đứa bé vẫn trên tay đã cùng em và hai người lính nữa được trực thăng bốc ở một bìa rừng (em không biết khoảng nào), xuống sân bay Đông Tác, mà có vẻ như đây là một trong những phi vụ cứu nạn cuối cùng hôm nay cho những nạn nhân thất tán trên đường 7. Việc đầu tiên, em đi xe thồ về thẳng địa chỉ anh cho, chiều 28 tháng 3, nhà anh không còn ai, hàng xóm nói là cả nhà đã tản cư đi Nha Trang từ ba hôm trước và người ta cũng nói là hôm qua anh về tới rồi cũng mới đi Nha Trang sáng nay. Tạ ơn Trời Phật, anh của em đã được bình an.

oOo

Hơn suốt mười ngày từ Nha Trang về Tuy Hòa đi đâu em cũng tìm anh, cho đến sáng nay mới gặp được anh ở trước cổng một trường tiểu học xã Hòa Trị. Em không thể ôm anh khóc cho thỏa những âu lo, mong nhớ bao ngày qua. Về Tuy Hòa em đã nghe người ta chết nhiều quá. Một không khí khủng bố bao trùm lên khắp mọi nẻo đường, từ thành thị đến thôn quê, không đâu là không nghe những từ ngữ "nợ máu, ta diệt, xử trị". Giữa lúc tranh tối tranh sáng này, những kẻ được coi là người chiến thắng lùng sục khắp hang cùng ngõ hẻm bắt bớ chém giết những ai mà họ cảm thấy là đã không thiện cảm với cách mạng, không bám trụ ở lại xóm làng đóng góp giúp đỡ cách mạng đều là theo địch, không thể sống giữa hai lằn đạn được mà phải tị nạn đến một nơi yên ổn hơn để sống là chống đối, những vùng ven thành phố thiếu an ninh, ban đêm người dân phải túa vào thành phố tìm nhà quen ngủ nhờ qua đêm là phản động. Không ít những tội nhân đã bị xử trị trong số những lương dân thầm lặng đó. Em cũng đã gặp không ít người thân của những nạn nhân đó đi tìm chồng, con, anh, em mà không dám để nước mắt lăn xuống má. Em lo quá, không biết họ sẽ đối xử với anh, với các anh thế nào. Em có nghe nhiều người nói đã có nhiều đợt, người ta chuyển tù tàn binh vào một mật khu sâu, xa nào đó, nếu có biến chuyển bất lợi, họ sẽ xử các anh. Cũng có nhiều đợt, giữa đường đi họ đã bắn chết không chừa một người. Em cố nuốt nước mắt an ủi anh:

-Nghe nói các anh sẽ học năm ngày về, anh cố gắng giữ gìn sức khỏe về với em.

Anh cười nửa miệng, buồn buồn:

– Không biết họ còn giữ anh ở đây bao nhiêu ngày, cũng không ai biết là học tập cải tạo ở đâu.

– Ồ, bộ quần áo anh gửi em, anh có nên mang theo nữa có mà thay đổi không?

– Em quên anh là tù binh sao? Mang mấy thứ đó thì để anh mang em theo không êm ấm hơn sao. Em giữ đi.

– Mệt anh quá, ai đùa với anh.

Thương anh quá, em biết anh đang tan nát lòng, mà vẫn cố làm tỉnh cho em vui. Bất chợt nước mắt em trào ra không kìm được, em cắn chặt môi, hai vai run lên bần bật, tay vịn lên song cánh cổng. (hồn em đi lạc mất rồi, mà anh cũng không thể ôm em thật chặt để em hoàn hồn lại).

– Nín đi được không? Nín anh nói cho nghe chuyện này

– Nói đi!

– Quên anh đi.

Em nín khóc, mở to mắt nhìn vào mắt anh:

– Nói lại.

– Anh yêu em…

– Dẹp

Người ta cho gặp năm phút, mà em đã ăn gian thêm năm phút rồi, vừa nói vừa lo hết giờ nhưng rồi giờ cũng hết thật. Họ dẫn anh vào, em lại khóc.

Trở lại Tuy hòa, đi về gần mười cây số đi bộ, tom góp ít tư trang em đã gửi đó trước đây, kho vội một lon guigoz mắm ruốc thịt mỡ và ít cá chà bông để sáng hôm sau kịp mang lên cho anh.

Ngày 11-4-1975

Sau ngày mình gặp ở Trường Hòa Trị Đông, em đã đem ít quà lên cho anh, nhưng hôm nay họ không cho bất cứ ai thăm gặp. Đông đảo những người đến thăm hoang mang lo lắng không biết chuyện gì sắp xảy ra, tất cả đều lẩn quẩn quanh hàng rào ngó chừng vào bên trong. Đến 9 giờ họ tập họp, trói dây chuyền tất cả các anh rồi mấy chục bộ đội du kích gì đó súng ống lăm lăm trên tay lùa các anh đi. Em đứng bên đường, thấy em anh đưa tay vẫy, em trào nước mắt ra. Em và nhiều người nữa lẽo đẽo theo các anh một chặng. Qua một đoạn đường còn nhà cửa xóm làng, đến một khoảng rừng còi, nơi có mấy chục nấm đất mới, khói hương nghi ngút, đám bộ đội áp tải chặn chúng em lại. Họ đưa các anh đi sâu vào núi. Nhìn những nấm mộ dọc đường các anh đi, em lo quá. người ta chuyền tai nhau, đó là mộ của đoàn tù đi trước mấy ngày, đã bị "xử lý" và được dân làng chôn. Trong đó có người là dân địa phương được thân nhân tìm tới thắp nhang, sẵn thắp cho tất cả mọi người chung số phận.

Một tuần sau em về Củng Sơn, trên chặng đường này xe đò đã nhiều lần dừng dọc đường, nhất là lúc ngang qua Trường Hòa Trị Đông, xe phải nhường cho một đoàn tù binh nữa, khoảng vài chục người, qua đường để nhập sơn đi cải tạo giống như các anh hôm nọ. Thật ra chiếc xe không cần phải chờ lâu, nhưng lấy cớ nhường cho công vụ, bác tài cho hết hành khách xuống xe để bà con làm một chút lễ tiễn đưa tình nghĩa với các anh. Cũng khoảng hơn mười thân nhân đến đứng bên đường tiễn đưa, giống như em tuần trước, và cả người đi lẫn người đến tiễn đều khóc hù hụ. Họ vừa khóc vừa dặn dò nhau dấu hiệu họ ghi trên người "Em nhớ anh mặc áo thun có ghi tên anh dưới nách bên trái nha...", "Con mặc bộ quần áo này với cái quần đùi màu xanh biển nha mẹ"... mọi người gọi nhau, gào khóc mà không ai ngăn được. Làm sao ngăn khi họ nghĩ là họ đang bị lùa ra pháp trường như 120 người chết tập thể trên Hòa Định. Chả là hôm qua, hàng ngàn người đổ xô lên lù Đôi Xã Hoà Định tìm xác thân nhân mình và họ đã khiêng, gánh những gói xương thịt chồng, con, anh em mình trong những tấm poncho về ngang qua đường này, đến hôm nay thỉnh thoảng cũng còn vài ba người đi nhặt xác về trên con đường thối um mùi thịt chết. Nghe nói là dân làng và những người làm ruộng quanh cái hốc rừng Lù Đôi ấy đều phải chịu đựng mùi hôi thối nồng nặc bốc lên suốt cả tuần lễ rồi. Ai cũng nghe chuyện mười ngày trước, trong một đêm, trước ngày anh bị đưa lên núi, cách mạng đã đọc tên 120 sĩ quan, cảnh sát, quân nhân bị tạm giữ ở trường Định Thọ xã Hòa Định, cách trường anh đã ở khoảng mười cây số về phía Củng Sơn, lùa mọi người vào một hốc núi, dồn ngồi hết vào một chỗ và họ cho nổ bom. Thân nhân lên nhặt xác, không còn xác nào nguyên vẹn, bầm dập, tan nát, những mảnh thịt xương văng tung tóe, nhiều người nhà chỉ nghe người thân mình có tên trong danh sách 120 người kia là lên tìm hốt bừa bất kỳ một mảnh thịt, xương, chân tay, gan ruột, mà không cần biết của ai. Làm sao còn phân biệt được của ai nữa trong tâm trạng hoảng loạn, tê điếng, vừa đau đớn, kinh hoàng, vừa tanh hôi gớm ghiếc, may lắm mới có được một vài xác còn nhận diện được nhưng cũng không phải là nguyên vẹn. Sau này tình cờ em có quen với một người có tham dự những ngày hốt xác ấy kể lại em nghe, có tin là đã có một người còn sống, lúc đó bất tỉnh, khi tỉnh dậy đã trốn vào núi rồi sau đó trốn vào miền Nam. Anh có tin có một nhà ở Hòa An cùng một chỗ này đã chịu 3 cái tang không?

Củng Sơn quá nhỏ nên nhiều người biết về anh. Cũng có nhiều người biết chúng ta đã tìm nhau suốt những ngày tháng 3 chạy loạn (nhờ anh mà em đã được nổi tiếng). Em bị công an mời lên mời xuống nhiều lần để hỏi về quan hệ của mình. Em viết tự khai, kiểm điểm tùm lum. Em cảm thấy vui vì vô hình trung người ta đã ràng buộc chúng ta với nhau. Càng thích thú hơn khi có lần một công an huyện nói với em, “Cô có biết hắn là một tên ác ôn không? Ở những giờ phút cuối cùng mà hắn còn ngoan cố gây thương vong cho cách mạng.”

Nhưng rồi họ cũng không quá rảnh để khó dễ em hoài. Có lẽ họ thấy em còn quá trẻ con, với lại họ cần lợi dụng cái vốn chữ nghĩa ít ỏi (ít ỏi nhưng chắc là không ít hơn nhiều người trong số họ) của em, bắt em đi làm đủ thứ chuyện, làm giúp nông hội thuế nông nghiệp, đến từng nhà lập bộ nhân hộ khẩu, viết khẩu hiệu... nói chung là những chuyện gì có liên quan đến chữ nghĩa hay cộng trừ nhân chia mà không ảnh hưởng đến an ninh là họ gọi em, em được họ trả công điểm tính vào cuối tháng để nhận gạo, khoai, bắp, bo bo cả thảy 18 ký đủ thoi thóp sống.

Saigon đã đầu hàng 30 tháng 4 nên tin tức về các trại cải tạo không còn bị bưng bít nữa. Em đã tìm lên trại Tổng Binh Trà Kê cách Củng Sơn trên dưới 20 cây số gì đó thăm anh nhưng họ không cho vào. Những nấm đất ngổn ngang trước cổng trại làm em (và những người nhà của tù binh đi thăm) quặn thắt. Nghe nói ở đây đã có hơn 40 người bị sốt ác tính chết trong chưa đầy một tháng.

Giữa tháng 5 được tin các anh chuyển trại về Sơn Định, gần đồng bằng hơn, nơi không cao như Tổng binh nhưng vẫn là núi, em lại tìm anh với hy vọng mang đến cho anh một vài thứ mà nghe nói là các anh đang rất cần (như chiếc áo len, em tháo len từ chiếc áo len tay dài của em và đan gom lại). Có thể tìm mua được len mới nhưng em xuống Tuy Hòa cũng khó khăn (lại cũng muốn anh mặc áo của em như em thỉnh thoảng mặc chiếc áo sơ-mi của anh nghênh ngang đi chợ hay đi làm), nhưng rồi cũng không gặp được. Em ngồi ủ rũ ở nhà thăm nuôi hơn nửa ngày may ra hỏi thăm đươc ai đó tin tức về anh nhưng những người được ra thăm nuôi bị kèm kỹ quá nên cuối cùng em cũng phải quay về mà không tiếp xúc được ai.

Đánh liều, em làm đơn ra công an xin phép thăm chồng (anh ơi, em nhớ anh quá, may còn cuốn nhật ký này để đêm đêm em nói chuyện với anh), công an bắt bẻ em, "Mới mà cô đã quên mấy lời tự khai, kiểm điểm của cô rồi", "Sao cô biết hắn ở đâu mà đi thăm?", "Chồng cô thì hôn thú đâu?" Tự nhiên em muốn trêu hắn, em cười cười:

– Gì dữ... Tui không biết thì mấy ông dạy tui chứ cứ quát tháo... tui sợ...

– Cô mà sợ.

– Tại tui nghĩ thiếu gì những cặp vợ chồng không có hôn thú, chỉ là tờ giấy thôi mà. Tụi tui lấy nhau rồi thì là vợ chồng chớ sao.

Hắn vỗ bàn:

– Lấy nhau? Chứng từ đâu?

– Lấy nhau có cần ai nằm dưới gầm giường không? Trời đất chứng không được sao?

Hắn to tiếng (chắc là để khỏi bật cười):

– Cô đi về. Cơ quan không rỗi giải quyết ba cái chuyện riêng tư của cô. Bảo cái thằng trời thằng đất bá vơ nào ấy ký cho cô đi.

Em đứng dậy ra về sau khi thòng lại một câu:

– Không riêng tư chớ tui có chuyện gì công đâu.

Em về nhà nằm khóc. Không biết người ta đồn sao mà ra chợ có nhiều người hỏi thăm em về anh. Anh được dân ở đây quý lắm đấy, biết không?

Cậu Thành, chồng của chị mà anh và em đưa ra mộ, ngày mình quen nhau đó, lại là em bà con gần của em, là giáo viên lưu dung, rất quý anh và em nên thường khuyến khích, giúp đỡ em, có khó khăn vui buồn gì em cũng thường tâm sự, vấn kế cậu ấy. Chính cậu ấy cho em mượn xe đạp và chỉ đường em đi Trà Kê, Sơn Định tìm anh. Một ngày đầu t.háng 7, Thành khuyên em nên xuống gia đình anh để nắm rõ hơn về tin tức của anh. Con số 45 Tản Đà đã bị hô biến thành Trạm Y Tế Phường I - chắc tại nó không đủ lớn để có thể trở thành đồn công an hay ủy ban phường - Hàng xóm nói cả gia đình anh đã về quê Bình Kiến, Tuy An gì đó (thật làm khó cho em, phần thì Tuy An hay Bình Kiến thì không ai biết chính xác, mà như Tuy An thì làm sao biết xã nào! Xe Lam thì mấy tiếng đồng hồ mới có một chuyến, rồi nếu có xe để đi thì chừng về làm sao? Phần thì em cũng không thể vắng nhà ban đêm được, phó thường dân mà!). Em đến nhà nhỏ bạn thân, nó có người chú ruột ở xóm nhà anh, nó dẫn em đến chú nó, hỏi thêm hơn về gia đình anh mà trước đó em hỏi nhiều người đã né tránh không dám nói rõ. Ông chú nói giữa tháng Tư, Ba anh bị cách mạng xử lý, trước Ba anh là Đông Y Sĩ, Võ Sư, chắc là họ nghĩ Ba anh đã dạy võ cho nhiều sĩ quan, binh sĩ trong quân đội và cảnh sát (hừm, hễ một cái "chắc là" là một mạng người!). Má anh vì tìm được xác Ba anh đã bị cách mạng bắt giữ để điều tra tại sao biết được nơi chôn.

Không ai nghĩ là Má anh đã được thả, vì nếu Bà đã về thì thế nào Bà lại chả ghé lại thăm chòm xóm vốn từng một thuở vô cùng thân thương. Em trai kề anh, người lính Lệ Ngọc ngày đó đã sống sót trở về với hai chân bị mìn sưng tấy, rất may không trúng xương nên không bị cưa, sau thời gian nằm một chỗ cũng phải đi cải tạo. Một em trai khác đang học lớp 11 cũng bị bắt trên đường hôm đi tìm xác Ba anh, vì chú ấy có họ cùng chữ lót giống ba và anh. Còn lại là mấy đứa em gái mà lớn nhất là 15 tuổi, được bà con láng giềng lén lút giúp đỡ một thời gian ngắn, đến khi nhà bị phường "quản lý", bốn chị em được bà con ngoài quê dẫn về. Nghe nói lúc trước làm ăn được, Má anh thường giúp đỡ cho nhiều người ngoài quê, Ba anh cũng vậy, nhờ có đệ tử trong cảnh sát Ba anh cũng đã giúp xin cho nhiều người liên can Việt cộng bị cảnh sát bắt được thả ra. Nhiều khi cũng biết rõ họ có hoạt động Việt cộng nhưng vì tình quê hương bổn bảo Ba đã xin cho họ, để rồi "cứu vật, vật trả ơn..."). Chú nói cũng không ai có tin tức gì về anh.

Trên đường đưa em ra bến xe về lại Củng Sơn, con bạn hỏi em:

– Mày có muốn vượt biên không? Mày ở đây cũng không giúp được gì cho ảnh đâu, chọn trở về Củng Sơn để sống đã là một quyết định sai lầm lớn nhất của mày rồi, thành phố bao giờ cũng dễ thở hơn. Nằm trên ấy mày sẽ bị hành quanh năm suốt tháng. Cứ về suy nghĩ đi, chưa vội. Tao sẽ gặp mày sau. Mày còn được bao nhiêu?

oOo

Ngày 15 tháng 8

May quá, có tin là một trại cải tạo dành cho tù tàn binh mới lập ra ở Ngân Điền, cách Củng Sơn 8 cây số về phía Tuy Hòa. Cả thị trấn hôm qua nhốn nháo tin tức về những đoàn xe dồn các anh về. Em đã tức tốc xuống Ngân Điền ngóng anh, may ra gặp lúc họ đổ các anh xuống em có thể được thấy anh (chắc anh gầy lắm, lúc còn ở Trại Trà Kê Tổng Binh, em đã nghe nói nhiều người phải chống gậy mà đi). Nhưng ở đây bộ đội đông quá, họ canh gác nghiêm nhặt, mà lại tới 4, 5 trại gì đó, trại này cách trại kia cả mấy cây số. Thời gian em không còn đủ để lội bộ tới lui mấy chục cây số, em lại thua họ lần nữa rồi.

Hôm nay em đã bị lên "làm việc" với công an. Lần này họ làm dữ với em hơn bao giờ. Trực tiếp hỏi em là một công an nói giọng Bắc khá trẻ, hai lăm là cùng, đập bàn, quát tháo hỏi những câu mà em không biết ở đâu ra: "Sao cô biết bọn chúng được chuyển về đây? Cô đã liên hệ với đường dây nào? Bọn phản động nào đã cung cấp thông tin cho cô? Cô đã nhận công tác gì của chúng? Chúng định thực hiện những kế hoạch phá hoại gì? Cô đã triển khai đến đâu? Cô cất giấu vũ khí ở đâu? Tốt nhứt cô nên thật thà khai báo mục đích, động cơ để được cách mạng khoan hồng, đồng bọn của cô đã khai hết rồi, cô không giấu được đâu."

Hắn nói như đọc thuộc lòng một bài văn mới học. Một thoáng nổi khùng bất chợt, em đã dõng dạc:

– Nói thẳng ra, đây không phải mới lần đầu, các ông quá biết là tôi đã tìm kiếm anh ấy thế nào mà. Nếu quý ông bị mất liên lạc với người nhà của quý ông, thì quý ông cũng phải "triển khai kế hoạch, thực hiện công tác" tìm kiếm chứ, phải không? Tôi không có gì phải khai báo thật thà hơn ngoài cái động cơ tình cảm và mục đích muốn thăm nuôi. Quý ông cũng biết cả thị trấn hôm qua, ai cũng biết Ngân Điền đang xảy ra chuyện gì, Ngân Điền là khu dân cư chứ đâu phải là rừng núi hoang vu, một chiếc xe dừng lại lâu lâu một chút ở đó người dân cũng xầm xì huống hồ cả trăm chiếc náo động như hôm qua.
Đuối lý và bất ngờ trước thái độ của em, hắn hậm hực bắt em viết bản thành khẩn đến chiều. Buổi trưa ở lại đồn, họ cũng hoàn toàn không nhớ gì tới cơm nước cho "phạm nhân", em lại căn-tin của đồn mua một gói mì tôm ngồi nhai khô như nhai bắp rang cho đỡ buồn (À phải rồi, lo cơm nước cho phạm nhân thì làm sao căn tin sống). Trời ơi, một buổi trưa! Và nếu phải là mười, một trăm, một ngàn buổi trưa thế này? Còn bị lao dịch, cùm kẹp, đói khát, bệnh tật. Thương anh quá. Em phải làm sao đây?

Họ không biết là những "bài bản" khủng bố tinh thần của họ là đã quá lố bịch và nhàm chán hay sao mà họ cứ bắt em viết đi viết lại mấy bản tự khai, thành khẩn suốt cả buổi chiều. Nhiều lúc xong một bản, họ không thèm đọc chỉ liếc sơ qua rồi xé toạc làm đôi một cách lạnh lùng, tàn bạo (hay thô bỉ?) "Chưa đạt yêu cầu". Lúc đầu em còn tức ứa nước mắt, nhưng nghĩ, nước mắt đâu mà phí với những con người không tim óc này, em đổi giận làm vui, viết thì viết, nghề của chàng mà (chàng đã dạy cho thiếp viết nhựt ký được thì sá gì ba cái lẻ tẻ này). Ờ! Mà anh có dạy em viết không nhỉ? Anh ơi, em muốn làm thơ, lúc ngồi trầm ngâm đan áo cho anh, em có làm mấy câu: "Tay em đan bằng muôn ngàn mơ ước, mỗi mũi đan là một mũi yêu thương", hay không anh? Mà sao hổng giống thơ anh gì hết, cậu Thành đọc là: "Ở đây cũng có vài quen biết, em rất ngoan và trời rất trong, may ta còn chút trà xanh khói, ngồi lại gần em nắng lụa hồng". Chết anh rồi, em nào vậy? Cũng còn may là em chưa nghe ai nói có em nào "rất ngoan" của anh ở đây, cũng chưa nghe có em nào "nhận trách nhiệm" là nàng thơ của anh. Thôi tạm tha cho anh. Em sẽ mặt dày tạm giữ cái vị trí này được không? Anh yêu, anh đang nghĩ gì trong đầu? Anh có biết anh chưa bao giờ mất em không?

Đến 5 giờ chiều họ cho em về sau khi tạm chấp nhận mấy bản tự khai cuối cùng (không phải là cuối cùng trong đời!) kèm theo một lời hứa hẹn não nùng:

– Nếu có gì chưa rõ ràng, chúng tôi sẽ còn liên hệ với cô, cô nên nhớ, tai mắt cách mạng ở khắp nơi.

Thua nữa rồi, anh yêu ơi! Điều quan trọng là em phải biết anh ở đâu trước đã.

oOo

Ngày 1 tháng 3 năm 1976

Vô phương rồi anh. Mọi người vừa mới ăn một cái Tết được gọi là Tết hòa bình đầu tiên. Chỉ có đám con nít và những gia đình cách mạng là hồ hởi phấn khởi, còn mọi người thì vẫn dè dặt, lấm la lấm lét đón xuân, như cho qua một thủ tục chẳng đặng đừng với tổ tiên, ông bà. Nhà chỉ còn hai bà cháu, anh Hai hồi năm ngoái đã theo được đơn vị về Saigon, sống luôn trong đó nơi nhà vợ của ảnh sau sáu tháng đi "học tập". Hơn bốn tháng qua em đã tích cực tham gia các công tác địa phương, hy vọng là em không còn bị theo dõi để ý nữa, không có tin tức anh thì em cũng phải sống, dù là sống một cách đau đớn. Mùa đông, mùa biển động đã qua, tin tức về những cuộc vượt biên sôi nổi hàng ngày, nghe nói là ở các vùng ven biển người ta ào ạt ra đi, lọt nhiều mà bị bắt, bị chết cũng nhiều, chính quyền tổ chức nhiều cuộc học tập để lên án, nhục mạ những người vượt biên, họ không tiếc lời đối với những người bỏ nước ra đi, "bọn phản quốc, lưu manh, bọn côn đồ du đãng lười lao động, bọn đĩ điếm, ham bơ thừa sữa cặn của đế quốc..."

Hôm mồng 1 Tết, sau khi lo cho Bà Ngoại cúng kính, em vội vã đi Ngân Điền, em đi tới đi lui trên bốn con đường vào bốn trại 51, 52, 53, 54 mong là sẽ hỏi thăm được ở một cán bộ, bộ đội nào đó về anh, may ra với cái tập quán "tử tế như ba ngày Tết", có người sẽ giúp em, nhưng tưởng vậy mà không phải vậy, đám bộ đội miền Bắc (sao em chỉ gặp toàn là Bắc kỳ thế này?) đã hống hách lắc đầu không chút suy nghĩ.

Em lại quay về vấn kế Thành, may quá, những tai mắt cách mạng đi chơi Tết cả nên những cái bóng ma thành khẩn, tự khai cũng lo kiếm chỗ liếm láp say sưa cho biết Tết Miền Nam. Thành bảo ngày Tết người ta thăm nuôi đông đảo, hay là chị tìm cách làm quen mấy người đi thăm đó, rồi nhờ họ giúp hỏi thăm tên anh, có khi cũng có người biết. Hay quá! Bằng chiếc xe đạp Thành cho mượn em lại quay trở xuống Ngân Điền ngày mồng 2 Tết, làm như Thành chỉ, rồi thấc thỏm chờ đợi từng người từ các nhà thăm nuôi ra đường 7, con đường mà em đã dẫm tới dẫm lui đến muốn điên lên (và cũng đến thương quá đỗi mà ghét cũng vô cùng!).

Hoàng thiên bất phụ hữu tình nhân, em đã có tin anh, một cái tin thật sự không mong, trước khi họ chuyển tất cả tù binh về đây, thì họ cũng chuyển anh và một số các anh khác đi đâu không ai rõ. Trời ơi, em muốn điên lên với cái tin này. Họ đã làm gì anh? Chuyện 120 người ở Hòa Định lại hùng hổ xộc vào tim óc em, mà sau này em còn biết thêm đó mới chỉ là một điểm máu, và còn vài ba chục điểm lác đác khắp các xã thôn. Em không dám nghĩ tới những bất hạnh có thể xảy đến với anh, với chúng mình. Trời ơi, thế là từ nay em sẽ không còn được cái cảm giác vừa đớn đau lo lắng, vừa say sưa hy vọng đi tìm anh, nghe ngóng đợi chờ từng tin tức về các anh, nôn nao hy vọng được một lần khóc thỏa thuê trước mặt anh, dù là trước bao nhiêu cặp mắt cú vọ của đám bộ đội cai tù ở nhà thăm nuôi.

Em không đủ lớn để biết phải làm sao tìm được anh. Mà ví dụ giờ này biết anh ở đâu đó, như người ta nói có thể anh bị chuyển ra một trại nào đó ngoài Bắc, thì em cũng đâu thể làm gì được.

oOo

Ngày 5 tháng 5 năm 1976

Anh yêu, có phải người ta đã giựt mất anh của em rồi không? Không được có anh bên em, còn chút hy vọng của chờ mong, hạnh phúc của kiếm tìm cũng đã mất. Người ta bắt đầu có những biểu tỏ thân thiện với em, lâu không thấy em "phạm tội", họ tin là em tốt lắm rồi, nhiều cán bộ chính quyền, công an lui tới "thăm" em, tán tỉnh, tặng quà, khen em ngoan, đẹp, hiểu biết, (nếu em được gần anh nhiều hơn không biết em có "giỏi" hơn không?). Em đã ngoan ngoãn bước vào một cái bẫy, "Cửa Hàng Dược Huyện Sơn Hòa", với một chân vừa bán thuốc vừa kế toán, cái công việc mà vào lúc này chưa có một trường nào của "cách mạng" đào tạo.

Em sắp quên anh rồi, anh yêu, đầu của em không thể nai vàng ngơ ngác, thụ động mãi trước móng vuốt những con thú dữ đang sắp vồ lấy em. Đầu của em phải lớn hơn ý đồ của họ. Hôm xuống Tuy Hòa nhận thuốc, em ghé con bạn, bàn bạc kỹ với gia đình nó, và em quyết định, ra sao thì ra, miễn em vẫn mãi mãi là của anh.

Con bạn dẫn em ra chợ gặp mấy người bà con của nó bán thuốc tây. Em nhẩm tính, lần nhận thuốc tháng tới, xe đò xuống, nhận thuốc xong, người ta cho hôm sau về, nhưng nếu trễ một ngày thì họ cũng chưa thắc mắc. Em sẽ giải quyết hết ngay buổi chiều nhận được, việc quan trọng là trốn tạm đâu đó vài ngày trong lúc chờ đợi ra khơi. Anh thương yêu, mai mốt về có thể anh sẽ đọc được những dòng này, anh sẽ buồn, nhưng em tin là anh hiểu em. Em để lại anh những dòng nước mắt này, vì nó được viết chung bởi tình yêu chúng ta. Ở đâu thì mãi mãi em vẫn là của anh, của những ngày tháng đau thương không bao giờ nhạt phai trong ký ức.

Có thể đây là những dòng cuối cho anh trong tập nhật ký này, em sẽ mang gửi lại Cậu Thành để sau này cậu chuyển lại anh. Đây cũng là một quyết định đứt ruột của em, mặc dù em đang chuẩn bị một tập nhật ký khác cho chúng mình. Đừng khóc, anh yêu, em biết anh không cầm được nước mắt. (Em đang khóc bằng mắt của anh, nước mắt của cả hai chúng ta đang làm em ngộp thở đây). Nếu chúng ta không sẽ gần nhau thì những viên đạn pháo kích đui mù kia đã không rơi xuống số phận chúng mình, phải không anh?

Đặng Kim Côn

Tuy Hòa Phú Yên – tháng 4-1986

*Hoài Cảm, nhạc Cung Tiến

ĐẶNG MAI LAN

CÕI VIẾT

Vài tháng thì có là bao? Vậy mà sáng nay nhìn thấy nó tôi tưởng như tôi đã rời xa nó, rời xa khung cửa này từ lâu lắm.

Chỉ là một đốm sáng lung linh trong bốn khung kiếng đục. Những miếng thủy tinh mờ được ghép lại bằng những thanh sắt, kín bưng, không một khe hở, nên nhìn nó như bị cầm tù. Phần đáy thấp và mở rộng trên cao như một búp hoa. Nó đứng giữa trời, cũng chẳng khác gì một chiếc lồng chim được treo lơ lửng bởi những vòng sắt cong cong, uốn éo như những hoa văn họa tiết. Trong những ngày có mưa sương mù mịt, nhìn nó đơn độc, hiu hiu một nỗi buồn. Nhưng với tôi, trong bất cứ thời tiết nào, cái đốm sáng có vẻ gì nhẫn nhục, an phận ngoài hiên đêm luôn mang đến cho tôi sự ấm áp, vỗ về. Tôi nhìn nó như một đứa trẻ ngắm chiếc lồng đèn đêm trung thu và tưởng tượng bao điều thú vị.

Chỉ là một ngọn đèn, như những ngọn đèn tôi nhìn thấy khắp cùng. Những ngọn đèn in dấu qua bao nền kinh đô xưa cũ. Nó đã bắt đầu cháy lên và chìm tắt tự khi nào? Không bao giờ tôi biết rõ thời khắc đến và đi của nó. Tôi nhìn thấy nó mỗi tinh sương và nó đã âm thầm biến mất sau khi dẫn dắt tôi vào những suy tưởng miên man, một nơi chốn xa vời nào đó.

Ánh sáng nhỏ nhoi nhưng bao trùm cả một ký ức mênh mông. Nó đã thắp sáng biết bao kỷ niệm trong tôi. Và cũng là nơi đã cất hộ tôi những con chữ. Những con chữ như tiếng nói có thể vang lên với tôi bất cứ lúc nào trong ngày, nhưng chỉ được viết thành lời vào buổi tinh sương, khi tôi nhìn thấy cái đốm sáng vàng vọt ấy. Nó nhắc tôi nhớ những ánh đèn leo lét nơi những quán hàng ở một khu chợ sớm, một sân ga vắng, hay một cổng trường cửa đóng mà tôi đã đi qua những ngày thơ ấu. Ánh sáng giăng giăng qua ngọn đèn khuya đêm xóm nhỏ, hay vàng ấm dịu dàng trong những quán cà phê một thời thanh xuân tươi đẹp.

Nhưng có khi chính tôi là người kể chuyện với nó.

Đọc và viết, những nhịp thở trong trái tim, những dấy động âm thầm trong não bộ. Tất cả những chìm khuất mơ hồ ấy lại hình thành một đời sống khác. Tôi đã sống với những khoảnh khắc sinh động của thời gian. Tôi bay theo thời gian khi chậm khi nhanh, bay theo những cảm xúc. Nhưng trong cỗ máy thời gian, những nhịp đời đáng yêu ấy chỉ ưu đãi chiều chuộng phần hồn. Trong phần xác nó có những giới hạn hẳn hoi. Khắc nghiệt và lạnh lùng. Nó thay đổi cơ thể của một con người, ngay cả những phần nhỏ nhoi, mong manh, nằm sâu trong từng tế bào da thịt. Những thứ nhỏ nhoi có thể sai khiến, làm trì trệ hết ý chí nghị lực hoặc cắt đứt mọi thứ. Thứ thời gian thật đáng ghét! Nhưng quả tình tôi cũng may mắn, hình như nó có vẻ nương tay với tôi. Nó chỉ muốn tôi phải nghỉ ngơi, phải tạm quên những sinh hoạt thường nhật. Quên, không chỉ là những con chữ, câu văn trên máy điện toán cho những sớm mai thức dậy. Mà tôi cũng phải quên đi cả những dòng chữ trong những trang sách hàng đêm.

Trước khi bác sĩ tìm thấy những thay đổi từ lớp võng mạc đã làm suy yếu nhãn quan và đề nghị phẫu thuật. Những tiến bộ của y học sẽ giúp tôi phục hồi khả năng của thị giác. Đây là một trường hợp rất bình thường, thường xuất hiện ở một số tuổi nào đó. Việc giải phẫu cũng dễ dàng nhanh chóng. Nhưng tôi ngờ cái màng nhỏ bé mỏng manh trong vùng mắt có một sức mạnh vô biên. Có phải từ nguyên nhân này, mà khoảng thời gian trước đó tôi cảm thấy mệt mỏi, buồn chán, chẳng còn tha thiết chuyện viết lách, đăng đàn. Tôi muốn ngừng nghỉ một thời gian. Tôi chán những gì tôi viết. Tôi đã cất đi những cuốn sách đã xuất bản vào tủ sách thay vì để ở bàn đêm trong phòng ngủ, thỉnh thoảng cầm lên ngắm bìa, ngắm chữ. Tệ hơn nữa, tôi không còn tha thiết gửi email thăm hỏi bạn phương xa dù những vui vầy cùng bạn vẫn thỉnh thoảng trở về trong trí nhớ. Tôi trốn tôi, tôi chán tôi. Tôi chán những gì đã viết. Hay, sau khi hoàn tất một truyện dài mà tôi đã vắt cạn thanh xuân, truyền sức sống vào nhân vật, tôi đã kiệt quệ, khánh tận chữ nghĩa. Tôi không còn gì để viết?

Tôi nhìn suốt dãy phố, bên kia đường cũng có những ngọn đèn lặng lẽ trong bóng tối dưới những tàn cây cao, rậm lá. Có những con mắt nào đó chờ bình minh từ những khung cửa nhìn ra? Tôi bỗng thấy buồn, bùi ngùi. Ánh sáng ấy thì muôn đời, dẫu nó có hư hao tàn lụi cũng được thay bằng một bóng đèn khác. Còn tôi sẽ tiếp tục nhìn ngắm nó được bao lâu?

Tôi chợt nhớ tới một con chim bồ câu thỉnh thoảng vẫn bay đến đậu trên cái cần sắt. Cái bóng đen nhỏ bé, bất động. Nhìn nó có vẻ như đang ngủ. Lũ bồ câu thường kéo đàn về đậu trên những nóc nhà hay những vòm cây rộng. Cái cần dùng để treo ngọn đèn thẳng đuột như chiếc cần câu, bề dài vừa đủ cho hai ba con chim đến đậu. Vậy mà tôi chỉ thấy một, nên tôi tin con bồ câu tôi nhìn thấy ngày này, ngày nọ là nó. Một con chim lẻ bạn cũng biết tìm một nơi của riêng mình.

Ngọn đèn vàng! Lúc này tôi chẳng để nó dẫn dắt tôi về một miền quá khứ nào đó. Tôi phải kể với nó về những nghĩ tưởng chiều qua, khi tôi lang thang nơi cánh rừng sau nhà. Bao lâu rồi tôi không đến cánh rừng này, dù chỉ cách nhà năm bảy phút theo từng bước nhanh bước chậm.

Với một câu chuyện kể, hay bài tùy bút đang viết, khi bế tắc trong việc tìm một câu chữ, một hình ảnh nào đó dàn trải tâm tư, tôi thường tắt máy và đi dạo trong khu rừng nhỏ này. Tôi luôn mặc chiếc áo khoác túi rộng, có thể để vào đó một chiếc máy thu thanh nhỏ xíu, cùng với dây nghe. Chiếc máy nhỏ như hai ngón tay được thâu vào những bài hát tôi thích. Đa số là nhạc xưa. Đi với nhạc, đi quanh co cho đủ năm ngàn bước chân hoặc hơn thế nữa như vị bác sĩ đã khuyên nhủ tôi. Đi vì sức khỏe, đi tìm ánh nắng mặt trời. Đi cho đầu óc thoải mái, không phải đi tìm chữ. Tôi nghĩ như thế, bởi cái công viên rộng như rừng đầy những bức tượng vua-chúa-danh nhân từ bao thế kỷ chẳng liên quan gì đến những chuyện tôi muốn kể. Nắng gió, cây cỏ nơi này cũng xa lạ. Nhưng sau những cuộc đi dạo trở về, hình như âm thanh của những ô chữ trên bàn phiếm của tôi xao động hẳn lên. Có lẽ nó âm thầm đến trong trí não tôi bằng những lời nhạc, bằng thứ âm thanh, ngôn ngữ, chúng biết gõ cửa những tâm tình. Phải chăng nơi chốn này cũng là nơi cất giấu chữ nghĩa của tôi.

Chiếc áo tôi khoác lần cuối đến đây là áo của mùa hè. Áo đã được giặt giũ sạch sẽ, được cất vào tủ từ những ngày tôi nằm dưỡng bệnh. Tôi đang khoác áo mùa thu. Tôi cũng không nhớ mình đã cất chỗ nào cái máy nhỏ xíu ấy. Mà tôi cũng đâu cần nó. Quanh tôi, nhạc gió đang réo rắt giữa thinh không.

Giữa mùa thu, vàng vẫn chỉ là những mảng màu dang dở. Vẫn còn những chiếc lá xanh nhưng rời rạc âu sầu rách bươm vì nắng gió. Lá bay theo gió, cỏ cây xao động. "Lá thốt lên lời cây"(1) và "Gió bay từ muôn phía."(2)

Như một người bẳn bặt lâu năm quay về chốn cũ. Tôi ngồi trên băng ghế và thấy mình cô đơn lạc loài hơn bao giờ hết. Thấy mình xa lạ giữa bao tiếng cười nói của lũ trẻ cùng cha mẹ dạo chơi. Ngồi một mình nghe từng âm gió rụng rơi, cho đến khi những ngón tay tê lạnh. Cho đến khi không còn ai, vì những cánh cửa sắt màu xanh lục cao ngất ngưởng ngoài kia sẽ khép lại trước khi chiều chuyển màu đêm. Tôi cũng phải mau chóng rời khỏi nơi đây.

Tôi về cùng gió, hai bàn tay lạnh. Những ngón tay mang theo cái lạnh lẽo sướt mướt khi trở về nhà của những chiều muộn, mưa xưa. Những ngón tay hơ trên ánh lửa bếp hồng, xuýt xoa reo vui cùng thứ cảm giác ấm áp thịt da. Nhà cũ, bếp xưa, những tiếng nổ tí tách của củi than hãy còn vang trong trí nhớ.

Có lẽ gió đã thổi suốt đêm. Gió mang lá gom lại từng đống nhỏ trên khoảng sân vắng trước nhà. Tưởng như có người phu quét đường nào đó, âm thầm thu góp lại giữa đêm khuya. Lá chồng chất kèn cựa bên nhau, yên ngủ dưới ánh sáng ấm vàng của những ngọn đèn...

Và tôi nhớ chữ, tôi thèm viết một điều gì đó. Tôi có những bản thảo còn dang dở. Nhưng tôi không nhớ mình đã viết gì?

Lá bay, *lá thốt lên lời cây*, hình ảnh nơi công viên chiều qua trở về cùng với tấm ảnh của một người mà tôi đã giữ lại trong máy điện toán. Một người đàn ông đứng ngẩng mặt nhìn trời. Trên cao là cây, là lá, là những tầng mây xám mênh mông. Ảnh trắng-đen, mây không màu. Những màu sắc chỉ được thẩm định qua tâm tưởng của người ngắm ảnh. Tất cả hẩm hiu buồn rầu như khuôn mặt, thần sắc được nắm bắt, giữ lại từ một nhiếp ảnh gia. Người chụp ảnh không chỉ yêu ánh sáng, cảnh trí, con người, mà còn đi tìm những ẩn khuất trong tâm hồn người mẫu. Tất cả được thể hiện qua ống kính.

Tôi bùi ngùi khi nhớ đến người ảnh ấy. Một nhà văn, nhà thơ, nhạc sĩ. Đã hai lần tôi viết về ông. Một lời chào vừa được cất lên, âm thanh còn vọng chưa tan, nhưng đã phải vang lên lời vĩnh biệt. Đã biết bao nhiêu lần tôi đọc đi đọc lại những gì ông đã viết ra. Đọc, và trong tôi luôn mong muốn viết một điều gì...

Vĩnh biệt! Phải rồi cũng còn một lời vĩnh biệt dở dang đã được tôi gõ gần ba trang giấy, là bài thứ hai tôi viết riêng cho một người. Một người tóc trắng như mây, cái bóng đìu hiu bên những cuốn sách. Những cuốn sách, những câu chữ dẫn tôi theo ông qua các nẻo đường quê hương thời chinh chiến. Ông dẫn tôi về cái quá khứ bi tráng, dù cái quá khứ chỉ của riêng ông, tôi nhỏ nhoi đứng bên ngoài, xa lơ xa lắc. Nếu có, chính là những hoài niệm. Là niềm đau chung từ những đứt đoạn chia lìa.

Hai người bạn vong niên đã lần lượt ra khỏi cuộc đời trong một khoảng thời gian rất ngắn, và trong tôi lòng tưởng tiếc chưa nguôi.

Nhưng tôi có nên tiếp tục với trang thứ ba, tiếp tục những điều dở dang, những thương tiếc muộn màng? Đã bao nhiêu câu chữ tôi nói về tình cảm của tôi dành cho ông. Có cần phải góp thêm một lần nữa giữa những tiếng than van? Không, tôi không muốn nói hoài nói mãi những điều đã cũ. Tôi đã nghĩ như thế, trong lúc ấy.

Văn chương là một tấm màn quá khứ mênh mông dày dặn, choàng kín tâm tư. Xoay bên này, trở bên kia, tôi vẫn không cách nào thoát ra được.

Viết gì thì viết, những con chữ dẫn tôi đi loanh quanh. Nhưng đi đâu rồi tôi cũng quay về nơi chốn ấy. "*Quê Nhà*".

Đặng Mai Lan
(tháng 11/2024)

1/ Tình khúc thứ nhất – Nguyễn Đình Toàn & Vũ Thành An
2/ Tà áo xanh – Đoàn Chuẩn & Từ Linh

ĐẶNG PHÚ PHONG

GÕ ĐÀN VÔ ÂM

tặng NS. Trần Quang Lộc

Tàn cuộc chiến. Hắn mang ba-lô, vác đàn, khập-khễnh về đây. Cái hóc núi hình tam-giác giống như mũi tên bắn vút vào rặng núi già xanh đen thách-thức. Hắn nói với dân sở-tại là đất này đắc-địa, mọi người sẽ giàu. Dân miền núi cười chất-phác, rằng không cần giàu, chỉ muốn no cái bụng, có ông hát hò càng thêm vui.

Vậy là hắn thành người thứ 30 của hốc núi này. Ban ngày, hết cuốc đất trồng lúa, trồng sắn thì xuống suối mò tép, mò tôm. Ban đêm hắn uống rượu, đánh đàn ca hát trong căn chòi lá. Mấy cô cậu thanh-niên bu tới, hắn xua ra ngoài viện cớ là chòi lá chật hẹp không đủ chỗ. Vậy là bọn thanh-niên đành ngồi bệt trên khoảnh sân nhỏ trước chòi, vểnh tai nghe hắn hát. Nghịch với cái thân hình gầy-gò xiêu-vẹo, giọng hắn tha-thiết, ấm, mạnh, vang vang khắp cái hóc núi âm u tịch-mịch.

Hắn hát liên-miên, liên-tu bất-tận. Khi hát về những mối tình chia-lìa, ngang-trái, dân làng cho rằng tiền-kiếp của hắn là gã Trương-Chi đau-khổ vì Mỵ-nương... Hắn cười bảo thiên-hạ sao quá tầm-thường, đến vô-lễ đối với chàng Trương. Tiếng hát của chàng ta lúc cao, động cả cung Hằng, lúc thấp, đáy biển Đông cũng chạm. Mỵ-nương kia dẫu có thiên-kiều bá-mỵ cũng chỉ đáng một cánh lan rừng. Trương không sống chết vì nàng mà chỉ nương theo cái biến-đổi của kiếp phù-sinh, tạm-bợ.

Hắn hát cũng như hắn uống. Cái bi-đông rượu kè-kè bên hông theo hắn từ sáng sớm đến tối khuya, thỉnh-thoảng dốc ngược bình, tu một hơi rõ dài, cho tới khi hắn say mèm nằm vật ra ngủ. Giữa vài câu hát là những ngụm rượu to. Hắn cứ đàn, cứ hát, cứ uống. Một mình. Như không hề có đám người làng đang như bị hắn thôi-miên, chân bước không đành. Chỉ chờ hắn gục xuống mới lò-mò trở về nhà trong đêm khuya-khoắt.

Ngón đàn của hắn quả thật là tuyệt-kỹ. Khi hắn nhớ đến những mối tình đã qua, tiếng đàn là cả một trời yêu-thương nhẹ-nhàng đáp xuống. Mơn-trớn, lả-lơi như sóng vỗ mạn thuyền. Cũng có khi tiếng đàn trở nên ai-oán khiến người nghe không khỏi lăn-lăn giọt lệ. Nghe kỹ ra, trong cái bi-thương thống-thiết còn có cả một sự bất-bình làm vỡ những lồng ngực chứa đầy nhiệt-huyết.

Một hôm dây đàn đứt trong lúc đàn hát chưa thỏa tình, rượu vẫn chưa bốc tới đỉnh đầu. Hắn vung tay vỗ lên thùng đàn tiếp-tục hát nghêu. Đột-nhiên những dây đàn còn lại rung theo tiếng gõ tạo thành mớ âm-thanh sống-động lạ-lùng, thấm sâu vào huyết-quản. Hắn say-sưa ngây-dại tiếp-tục gõ đàn theo cung-bậc thoắt hiện trong đầu. Những lời hát tuôn ra từ cõi-nguồn mơ-hồ lãng-đãng.

"Về ngồi trên đồi cao
Gõ đàn hát chơi
Gõ đàn hát chơi
Ta mang chiếc áo bào
Tay giắt kiếm vào lưng
Múa một vòng đời
Nhưng chẳng thèm giết ai

Ta mua cho ta một phận nghèo
Thương thay thương thay nợ áo-cơm
Gõ đàn gõ đàn trong đêm vắng
Một tiếng chim đêm hót trên cành
Ta vui ta vui cùng rượu độc
Gõ đàn gõ đàn trong hốc núi
Vỡ máu dâng đời những thanh tân
......
Về ngồi trên đồi cao
Gõ đàn hát chơi
Gõ đàn hát chơi
Ôi thương quá kiếp bèo trôi
Theo áo đời phai
Gác lên cành cây đàn
Ngắt vội một cánh hoa..." (*)

Tiếng hát đầy phấn-khích ấy bỗng đổi điệu; trầm-trọng, nghẹn-ngào:

A ha cuồng-dại hay minh-mẫn
Rộn mối bòng-bong giữa chợ đời
Yêu-ma thần-thánh
Về đây tất
Uống rượu cùng ta gõ hát chơi.
....

Bỗng nhiên có tiếng la thất-thanh: "Ôi chao ơi. Rắn. Rắn. Rắn ơi là rắn!"

Chung quanh cái chòi của hắn, lũ rắn ở đâu lổn-ngổn bò vào, nhiều cơ-man. Thôi thì đủ loại, đủ màu. Xanh-lục, đen-mun, khoanh-trắng-khoanh-đen, rung-chuông lục-lạc, có cả những con có mồng đỏ tợ mồng gà. Lũ dân làng ù-ù té chạy. Hắn vẫn an-nhiên đàn hát cho đến khi gục đầu tựa lên đàn thiếp ngủ.

Từ đó dân làng khiếp sợ hắn vô cùng, gọi hắn là đạo-sĩ có tà-thuật. Họ bàn nhau đi báo với chính-quyền. Ông trưởng-làng bàn ngang. Thời-buổi bây giờ chính-quyền chỉ biết tham-nhũng, hối-lộ. Ai đâu mà chịu khó lặn-lội về cái hốc núi xa-xôi này mà xử việc. Chỉ hoài-công. Không khéo y biết việc mình thưa gửi, dùng tà-thuật hại

– Ha ha... Tiếng hát ngươi có hay thì cũng chẳng hơn gã Trương-Chi nòi tình. Tiếng đàn của ngươi có tài-hoa cũng chẳng qua là thứ đàn ve-vãn gái của chàng Tư-Mã. Chí của ngươi cũng chỉ cao ngang Phạm-Thái. Tài của ngươi chỉ ví với đám sĩ-phu đất Bắc. Văn-chương ngươi dám sánh với Lý-Bạch chăng, mà rồi ông ta cũng bị rượu của vua Đường và *Vân tưởng y thường hoa tưởng dung* của Dương Quý-Phi hai đầu bít lối. Vậy thì ngươi lấy chi mà đòi vá lưới trời?

– Xin cho nghe cao-kiến.

– Hãy lấy vô-thường làm điều bình-thường.

Nói xong ông già quay người đi ra cửa, vỗ tay làm nhịp, hát rằng:

– Gõ đàn vô-âm
Hát lời vô-thanh
Cành hoa tinh-anh
Nụ cười nghìn năm
Đây lời vô-ngôn

Hắn ngồi kéo thuốc lào trên cái chõng tre trong bóng tối. Khói thuốc tỏa phù ra cái không-gian như sờ được, là-đà, lẩn-khuất vô mái tranh ám khói đen xin-xỉn. Trong chòi tất cả những vật-dụng đều xộc-xệch, bẩn-thỉu, ngoại trừ cái kệ đóng tựa vào vách lá. Nó được lau chùi sạch-sẽ hằng ngày. Đó là bàn thờ, chỗ thiêng-liêng nhất của hắn. Sau cái hôm gặp ông già, hắn thờ rượu. Một hũ sành da nâu bóng láng. Một bát sành cũng màu nâu úp bên cạnh. Chiếc ly bằng thủy-tinh lúc nào cũng cắm vài cành hoa rừng. Tất cả chỉ có vậy, nhưng ai nhìn vào đều có cái cảm-giác lâng-lâng, trang-trọng. Hắn bước xuống đất, chậm-rãi đi đến trước bàn thờ, nghiêm-trang bê bình rượu và chiếc bát xuống. Hắn không uống rượu hũ-chìm-hũ-nổi nữa. Chỉ uống mỗi ngày một lần. Vào buổi tối. Giờ này. Hắn từ-tốn rót rượu ra chiếc bát, hai tay nâng lên, chiêu từng ngụm nhỏ. Đêm nay hắn làm lễ khai đàn, sau khi nhờ người miền xuôi mua giùm bộ dây mới.

Hắn bắt đầu chìm vào quá-khứ, đàn, hát những bài từ thuở đầu-tiên, chập-chững đi vào âm-nhạc. Những bài hát thương-vay khóc-mướn, ca-tụng cái tôi u-minh, mê-muội hay trách-móc giận đời chảy tuột qua thanh-quản của hắn hết sức thống-thiết. Những ngón tay hắn nhẹ nhàng buông từng nốt nhạc giống như hắn bỏ từng hạt âm-thanh vào tai người. Có lúc tiếng đàn hắn hừng-hực như những ánh lửa nóng đỏ một vùng. Những ngón tay ấy đang khiêu-vũ trên phiếm đàn. Hắn lạ-lùng khám-phá ra là cứ hát xong một bài hát, hắn quên ngay tức khắc. Hắn thấy rõ từng bài hát của mình rớt sâu vào một cái hang đen tối. Mất hút. Trí óc của hắn bây giờ như một cục bột và ai đó đang ngắt từng viên nhỏ ném đi. Cục bột nhỏ dần nhỏ dần, rồi mất. Hắn buông đàn trong trạng-thái hỗn-mang, ôm đầu, nhìn thất-thần vào bóng tối.

Tia chớp nào đó cực nhanh, soi rõ hình-ảnh ông già mỉm cười thân-thiện. Hắn vụt hiểu. Vụt đứng lên, ôm đàn gõ hát:

Gõ đàn vô-âm
Hát lời vô-thanh
Cành hoa tinh-anh
Nụ cười nghìn năm
Đây lời vô-ngôn.

Tiếng hát hòa với tiếng đàn vang vọng cả hốc núi tối tăm. Đánh thức hết cả đám dân làng đang say-sưa ngủ. Hắn cứ tiếp-tục hát, nhưng tiếng hát càng lúc càng nhỏ dần. Tiếng đàn cũng thế. Rồi cả hai âm-thanh cùng lúc vụt tắt. Thinh-lặng. Riêng hắn vẫn thấy tiếng hát mình đang vang-dội, tiếng đàn mình vẫn như nước chảy hoa rơi. Bỗng nhiên hàng ngàn con chim từ đâu bay về, rộn-ràng múa lượn theo tiếng đàn tiếng hát vô-âm của hắn. Hắn ngửa mặt cười vang, đập vỡ cây đàn, đi về hướng một vì sao vừa rụng.

Đặng Phú Phong

(*) Gõ Đàn Hát Chơi. Trần Quang-Lộc phổ thơ A-Khuê.

ĐẶNG THƠ THƠ
MỞ TƯƠNG LAI

Trong suốt những giấc ngủ chập chờn từ nhiều năm nay tôi vẫn bị câu chuyện với Nguyễn Hương ám ảnh. Vì lời hẹn sẽ gặp lại nhau 30 năm nữa. Sớm hơn thì tốt, nhưng ba mươi năm sẽ là thời hạn chót. Lúc đó chúng tôi đang đứng ở năm 1975, cuộc sống chỉ toàn là tương lai (chúng tôi chưa có một hiện tại riêng, chưa đủ ký ức để làm thành quá khứ). Tương lai Hương khi ấy rất xán lạn – tôi nhìn thấy điềm lành ở vầng trán cao, mũi thẳng, ấn đường sáng láng. Còn tương lai của tôi thì nằm ẩn giấu trong đầu, nơi chứa những giấc mơ.

Ở thời điểm năm 75, linh tính của tôi rất nhạy. Qua những giấc mộng tôi có thể đoán được tương lai. Có lần tôi đã chiêm bao thấy hai đứa xa nhau. Hương hỏi xa nhau bao lâu thì tôi không trả lời, vì giấc mơ không nói rõ. Điều đó khiến Hương nghi ngờ. Hương không hiểu rằng giấc mơ không có những chi tiết cụ thể, vì bản chất của mơ là trừu tượng. Những cảnh trong mơ thường phi thực, không gian mơ bị bóp méo biến dạng, còn thời gian của mơ thì bùng nở và co giãn.

Khi biết Hương sẽ xuống Vũng Tàu và sẽ đi chiều hôm đó, tôi tự hứa sẽ điều khiển giấc mơ để đưa Hương đi thoát. Hương bảo: "Chuyện Hương đi thoát phải xảy ra trước, rồi chuyện Thơ Thơ nằm mộng mới tới sau. Giấc mơ chỉ là một quá khứ gần. Không thể mở ra tương lai." Hương không biết trò chơi giấc mơ là chuyển động hai chiều, như trái banh ném qua lại giữa hai người – tôi là người chơi sẽ tác động ngược về phía tương lai, để thay đổi nó.

Hương đưa tôi địa chỉ và điện thoại người anh ruột ở tiểu bang Virginia. Những dòng chữ P.O. Box 1124 Fairway, VA. 22043 và (703) 717-7447 viết trên tờ giấy xé từ cuốn sổ. Chúng tôi sẽ tìm lại nhau dựa vào những chữ số này. Tôi cầm mẩu giấy như thể nó là bằng chứng của tương lai. Một tương lai được mã hóa cụ thể và rành mạch.

Bom nổ ran từ phía cầu Băng Ky khi bố tôi đậu xe trước nhà bà ngoại. Nhà ở ngã năm Bình Hòa, cuối một con hẻm nhỏ. Lối vào trải sỏi. Ngoài hàng hiên treo lủng lẳng những giò phong lan bám trên khúc cây khô. Hôm ấy ngày 25/4. Ông Lê vẫn còn đó, đang pha chế một dung dịch riêng từ nhiều thứ thuốc để nuôi lan. Ông là bạn của bà.

Khi nhìn thấy bà ngoại, tôi hiểu ngay là bà sắp chết.

Bà ngồi dựa lưng vào ghế, lúc đó chỉ là một bộ xương với mái tóc búi cao, nhưng dáng điệu vẫn sang trọng quý phái. Sau lưng là bức tranh sơn mài của họa sĩ Nguyễn Gia Trí vẽ một người đàn bà mặc áo cánh trắng, vấn tóc trần, ngồi võng – dáng ngồi và nét mặt hao hao bà lúc trẻ. Bức tranh đó sau này cô tôi bán đi giá nửa chỉ, đủ để sống trong một tháng. Bức tranh sẽ qua tay nhiều người, cho đến khi một khách chơi tranh quốc tế trả giá 30 cây và mang lậu ra khỏi nước. Tôi sẽ nhận ra bức tranh trong một phòng triển lãm ở Mỹ sau này. Nhưng đó là chuyện nhiều năm sau, thời mở cửa và hậu mở cửa. Còn bây giờ là thời đóng cửa, thời tuyệt cùng. Đó cũng là thời mệnh chung. Của bà.

Bà ngồi, một cánh tay khoan thai vươn dài trên thành ghế, sự vươn dài hơi lạ kỳ như thể bị kéo giãn ra khỏi thân xác có thật. Cánh tay áo còn lại nằm vắt phất phơ ngang bụng. Nó đã trở thành một dải lụa mềm mại. Thỉnh thoảng bà nhăn mặt đau đớn, đồng thời tay vuốt ve dải lụa, ra chiều âu yếm: "Cánh tay ma này ác lắm. Cưa đi rồi mà vẫn dính bám vào mình. Biết thế thì chẳng cưa làm gì." Hình ảnh và lời nói đó có vẻ gì ma quái, luôn luôn làm tôi nổi da gà. Tôi nghĩ tới cánh tay ung thối đã bị chặt ra, đã ngâm trong dung dịch phóc môn để ở đầu giường nằm của bà.

Mẹ tôi nói:

"Me đi với chúng con nhé."

Bà lắc đầu:

"Không. Me không đi được. Các con cứ đi đi, đừng lo cho me. Me còn phải ở lại chờ tin tức của Giao. Và cậu Lê sẽ ở lại."

Cậu Giao. Mấy hôm nay không ai được tin tức gì của cậu. Có người nói cậu vẫn còn đang giao chiến ở Xuân Lộc hay Long Khánh. Có người nói cậu đã mất tích. Vì vậy bà phải ở lại. Bà ở lại cũng đúng. Đàng nào bà cũng sẽ chết trong nay mai. Còn ông Lê cũng ở lại, tuy ông có giấy tờ bay trong tay từ cả tuần nay, muốn đi lúc nào cũng được. Tôi không muốn nghĩ rằng ông cũng sẽ chết. Nhưng có lẽ vậy. Ông Lê là một nhân vật bí mật vì những hoạt động của ông, nhiều nhân vật cao cấp trong chính phủ hay lui tới gặp ông, ông từng ngồi tù nhiều lần dưới thời Pháp thuộc lẫn thời cộng hòa, và ông sẽ còn ngồi tù nhiều lần nữa dưới thời cộng sản. Nghe nói ông Lê tá túc trong nhà chúng tôi từ hồi Việt Minh bắt đầu thanh toán các đảng phái khác, lúc các nhân vật trong Tự Lực Văn Đoàn phải lánh nạn sang Quảng Châu, rồi ông ngoại tôi chết một cái chết đầy bí ẩn và nhiều người nữa bị thủ tiêu mất xác.

Giữa ông Lê và bà ngoại của tôi là một vòng ân nghĩa rối rắm và lâu đời. Có lẽ vòng ân nghĩa đó sắp khép lại nay mai – vài ngày, vài tuần nữa... khi bà tôi nằm xuống. Có lẽ ông sợ nếu bỏ đi thì chuyện nợ nần sẽ kéo dài trùng điệp, những thứ không thanh toán nổi trong một kiếp người sẽ phải trả gấp bội qua nhiều kiếp tới.

Ông Lê là một người đặc biệt. Ông có phong thái của một chính khách thời loạn, hoặc một cuồng sĩ gàn ngông. Một người để tóc bạc trắng tuy chưa hẳn đã già. Ông chơi lan, uống trà tàu, viết sách, làm báo, và làm những thứ không tên khác. Ông không sợ cộng sản. Mẹ tôi nói: "Nếu ở lại ông sẽ chết dưới tay cộng sản." Ông nói: "Tôi biết họ. Tôi biết cách đối phó với họ. Tôi biết họ muốn gì và cần gì. Các anh chị thì không. Các anh chị phải đi. Me muốn các anh chị đi, bằng mọi giá."

Nhà tôi ở cư xá Thanh Đa, trên một cù lao nhỏ nối với đất liền bằng cây cầu dài bắc ngang một khúc sông nước luôn luôn chảy xiết. Dân trong vùng gọi nó là cầu Kinh. Tôi thích cái tên này. Kinh vừa là kinh hãi vừa là kinh thánh. Vì nhiều người đã tự tử ở đây, nên gần đó có một nhà nguyện nhỏ. Nếu đi bộ hay đạp xe ngang sông sẽ nghe được tiếng kinh cầu vọng lại.

Buổi sáng tôi đứng ở bao lơn nhìn xuống dòng sông, nhìn xa hơn về phía Câu Lạc Bộ Thể Thao Dưới Nước. Dòng sông vắng. Không còn ai trượt nước hay chèo thuyền từ hướng Mai Thôn về phía Bình Triệu nữa. Việt cộng đang từ những ngả ấy kéo vào. Vật dụng cá nhân tôi đã xếp cả trong cái túi đeo vai bằng sợi – thời trang đang thịnh hành của Sài Gòn 75. Tôi không lo sợ. Lịch trình bay của chúng tôi là ngày mai, tập trung ở Hội Việt Mỹ. Cô Hồng Trang – bạn thân của mẹ tôi – sẽ chờ ở đấy. Tất cả sẽ lên xe bus vào Tân Sơn Nhất.

Tương lai rất gần. Hoặc nếu tương lai còn xa thì tôi như một người bị cận thị tinh thần. Vì tôi chỉ nhìn được đến thế. Tương lai chỉ mở ra đến thế. Tương lai hẳn phải là phía có Hương. Hương đã đi xa hơn một chút về phía tương lai. Nhưng tôi sẽ đuổi theo kịp. Ngày mai. Dòng sông Thanh Đa vào những ngày cuối mang màu cam rực sáng. Màu cam chói lạ lùng. Màu cam trong và lỏng như vắt từ những trái quít ra. Mặt trời những ngày ấy như sắp sửa vỡ tung trên đầu. Mặt trời cũng là một trái cam đang chảy nước xuống dòng sông. Màu sáng rỡ của làn nước phản chiếu ánh hỏa châu bắn lên từ phía những rừng cây ven bờ. Bao giờ thì những người lạ mặt sẽ chèo thuyền sang đây? Tôi rùng mình. Dòng sông bây giờ là ngăn cách cuối cùng.

Nằm mơ là đường ngắn nhất để đi tới tương lai.

Hôm qua tôi nằm mơ thấy Hương đi lang thang ngoài bãi Dâu. Như vậy là Hương chưa xuống tàu. Ở vùng biển chắc nguy hiểm hơn thành phố, người ta có thể thanh toán nhau để dành chỗ đi chỗ đứng (tôi nghĩ dại, nghĩ vu vơ như thế mà không ngờ đúng – sau này tôi mới biết chú Thuần tôi đã chết một cách tương tự vậy). Tôi lo sợ, và trách mình đã quên không nghĩ tới Hương.

Tôi sẽ cố đêm nay. Sẽ tìm cách điều khiển giấc mơ của mình, sẽ tập trung hình ảnh Hương thật lâu, cho đến khi ngủ thiếp. Bằng cách đó tôi sẽ mang Hương vào giấc ngủ. Tôi sẽ thả Hương xuống tàu, đẩy Hương trôi ra biển. Trôi thật xa. Càng xa tôi càng tốt.

Đây sẽ là buổi sáng cuối cùng ở với dòng sông. Ngày 27/4 tôi viết vào trang mới của cuốn tập. Tôi dự định mang cuốn tập đi theo, tiếp tục tập viết nhật ký như Anne Frank. Có nhiều lý do để viết lắm. Không phải là để giống Anne Frank tuy chúng tôi cùng tuổi, hay đúng hơn tôi đang bằng tuổi Anne trước khi cô chết.

Tôi đứng sát mé nước, thật sát, để gửi lời chào từ biệt. Tôi thì thầm trong đầu như thể dòng sông là một linh hồn có thể hiểu được ý nghĩ của tôi. Đây là chỗ mình đã ngồi và đọc Cuốn Theo Chiều Gió, đọc Mặt Trận Miền Tây Vẫn Yên Tĩnh hai năm về trước. Dưới gốc cây này, ven bờ sông này là chỗ gặp nhau giữa tình yêu, chiến tranh, thất trận và thất vọng. Nước vỗ vào bờ đất óc ách, giờ này nước cạn. Đến chiều lục bình sẽ trôi về đây. Những chùm hoa tím sẽ tràn lên bờ làm dòng sông hẹp lại. Sóng xoáy sẽ nổi lên từ đáy, phả vào nơi tôi đứng mùi hơi nước tanh tanh. Đã có vài gia đình nghe nói đi ghe từ đây ra cửa biển và thoát. Thoát? Không thấy họ quay về.

Hương đang lênh đênh trên biển. Tôi biết điều đó, chắc chắn. Đêm qua Hương không chịu ngủ, ra đứng ngoài boong tàu, kêu lạnh lắm, và run lập cập. Tôi nói: "Chắc Thơ phải ôm Hương cho Hương đỡ lạnh." Có thể Hương không thích đụng chạm thân xác. Nhưng sau khi nói vậy, tôi biết Hương sẽ không chống cự, sẽ để tôi ôm, vì đây là cái ôm hứa hẹn không rung cảm. Tôi sẽ tránh không để da thịt mình rung cảm. Người Hương mỏng, tôi ôm mãi, siết chặt mãi mà vẫn không chạm được tới phần xương thịt của Hương. Tôi cứ ôm siết ôm lỏng một thân thể chơi vơi như vậy, lăn qua lăn lại, giữa khoảng không, như thế suốt đêm.

Những người Mỹ trong Ban Quản Trị, những giáo sư Mỹ và nhân viên Mỹ đã biến mất khỏi Hội Việt Mỹ từ ba hôm nay. Đó là điềm chẳng lành. Cô Hồng Trang có vẻ lo lắng khi gặp chúng tôi. Tuy chúng tôi đã có tên trên danh sách, nhưng lấy gì bảo đảm? Cô Hồng Trang nói họ không thể bỏ rơi mình được. Khi nói "không thể" mắt cô long lanh quả quyết. Cô nói như thể cô đang ở vào vị trí người Mỹ. Nếu là người Mỹ cô sẽ không bỏ rơi ai hết thật. Cô Hồng Trang là người giữ lời hứa cho đến cuối cùng. Mẹ tôi nói người nào chung thủy trong tình yêu sẽ cương quyết trong cuộc sống. Cô Hồng Trang chỉ yêu được một người. Khi người ấy chết cô không thể yêu ai được nữa.

10 giờ sáng ngày 28/4 chúng tôi có mặt ở Hội Việt Mỹ. Cô Hồng Trang đưa chúng tôi vào phòng họp. Nhiều gia đình giáo sư khác đang chờ với hành lý chung quanh. Họ nói khoảng 11 giờ ông John Clark giám đốc sẽ có mặt và sẽ đưa chúng tôi vào phi trường.

Chúng tôi chờ hơn ba tiếng đồng hồ. Đến 1 giờ trưa vẫn chẳng có xe bus nào tới đón. Cô Hồng Trang gọi điện thoại về nhà ông Clark. Người ta nói ông đã ra phi trường từ tối qua theo lệnh di tản cấp tốc. Ông gửi lời chào và xin lỗi cô Hồng Trang, xin lỗi các giáo sư.

Trên đường về tôi nhìn qua cửa kính xe hơi, nhìn lên trời, tìm bóng dáng những chiếc máy bay, những phản lực cơ. Tôi đếm được 15 chiếc, bay không cao lắm, như thể chúng vừa mới cất cánh, như thể chúng đã cố công chờ đợi mà chúng tôi không tới.

Tôi vẫn không tin rằng chúng tôi đã bị bỏ rơi.

Mẹ tôi khóc. Cô Hồng Trang không khóc. Cô buồn, và giận. Lúc xuống xe cô nắm tay mẹ tôi xin lỗi: "Tại Trang cả. Tại Trang nên các bạn đã lỡ những dịp đi khác. Trang ân hận lắm."

Mẹ tôi nói:

"Còn nước còn tát. Mình ghé nhà Trần Bình Phú."

Chú Phú là đại tá Hải Quân đón chúng tôi ngoài cổng. Chú mặc quân phục để chuẩn bị ra hạm đội. Thấy mẹ tôi trong trạng thái hoảng loạn chú bình tĩnh nói: "Chưa đâu, làm gì có chuyện đầu hàng. Em vẫn ở lại chiến đấu. Anh chị đừng lo. Nhà em vừa lái xe đưa mẹ em ra bến Bạch Đằng. Chắc chưa xuống thuyền đâu. Anh chị cứ ra đấy sẽ gặp mẹ em và nhà em."

Chúng tôi ra bến Bạch Đằng. Hỗn loạn và tàn bạo. Vài vụ cướp giựt vừa xảy ra cách chỗ tôi đứng chừng ba mươi thước. Cảnh tượng này vừa kinh hoàng vừa quen thuộc, dù là lần đầu tôi chứng kiến.

Làm sao tìm ra gia đình chú Phú? Mẹ tôi hỏi: "Sao có đi không?" Bố tôi lắc đầu: "Nguy hiểm lắm." Mẹ tôi gay gắt: "Vậy thì đi đâu?" Bố tôi trả lời: "Xuống Phước Tỉnh. Kiên hẹn ngày mai xuống bãi gần chỗ Kiên đóng quân."

Chúng tôi lái xe về hướng xa lộ.

Đường xuống Phước Tỉnh bị cắt.

Tất cả các đường ra khỏi thành phố đã bị vây chặn. Chúng tôi quay lại Sài Gòn. Tuyệt vọng len lỏi vào trong yên lặng của buổi trưa nóng nực. Bây giờ tôi hiểu tại sao cảnh tượng này quen thuộc. Tôi đã gặp chúng trong Cuốn Theo Chiều Gió, trong Một Thời Để Chết. Điều tôi đang chứng kiến đã có từ lâu, chỉ là nỗi kinh hoàng chung của nhân loại. Nỗi kinh hoàng cứ lặp đi lặp lại, nhiều lần, như một điều đã cũ.

Cô Hồng Trang nói:

"Mình sẽ đi theo VOF. Tối mai trực thăng đến 'bốc' mình đi."

VOF! Đài Tiếng Nói Tự Do. Voice of Freedom.

Mẹ tôi ôm chầm lấy cô Hồng Trang, mừng rỡ.

Bà ngoại tôi bảo:

"Hôm trước me nằm mơ thấy Giao chết, còn các con đi thoát. Hôm sau me nằm mơ ngược lại. Không thể tin vào những giấc mơ. Chúng chỉ đánh lừa mình."

Tối hôm ấy tôi nằm mơ thấy Hương đưa cho mình một cuốn truyện. Hương đứng đầu thuyền, bảo: "Truyện này hay lắm, Thơ Thơ phải đọc." Không khí trong mơ lạnh. Hơi lạnh tỏa buốt đều như trong một căn phòng chạy máy lạnh hết cỡ. Hương nằm xuống sàn thuyền, bảo tôi, giọng nhẹ nhàng kỳ lạ: "Đêm nay sẽ dài lắm, dài hơn tất cả các đêm. Thơ nằm xuống đây đi." Tôi ngoan ngoãn nằm úp lên người Hương. Con thuyền tròng trành khiến thân thể chúng tôi cọ xát ngoài ý muốn. Tôi nhắm mắt lại, sung sướng chạy khắp người như điện. Lần đầu tiên tôi có cảm giác như vậy với Hương. Tôi biết được sự bất thường của những cảm giác này, ngay lúc đang ôm nhau, ôm thật sát vì Hương luôn miệng rên rỉ: "Lạnh quá, lạnh quá" như nhắc nhở hãy ôm thêm nữa, ôm cho chặt mãi...

Buổi tối hôm sau cô Hồng Trang dẫn chúng tôi vào đài Tiếng Nói Tự Do. Chúng tôi đi thang máy lên tầng trên cùng của tòa nhà. Trên đầu chúng tôi là sân thượng chỗ trực thăng sẽ đáp xuống vào lúc nửa đêm.

Nơi chúng tôi chờ được "bốc" là phòng làm việc trải thảm dày màu xám – nhiều bàn viết và tủ sách quanh tường. Phòng chạy máy lạnh rì rầm, như một cái hộp kín, cách biệt với thành phố Sài Gòn đang thất kinh hoảng loạn bên dưới. Khoảng mấy chục người đã có mặt. Qua đối thoại giữa bố mẹ tôi và cô Hồng Trang, tôi biết họ là những nhân viên trong đài và những văn nghệ sĩ của miền Nam. Có vẻ tất cả đều quen biết nhau, nhưng không ai muốn nói với ai cả. Mọi người giữ im lặng tối đa, như thể nếu họ nói thì sẽ không nghe thấy tiếng máy bay trực thăng đáp xuống, và máy bay sẽ bỏ đi mất.

9 giờ tối, tôi không ngủ được vì phòng quá lạnh. Tôi mở ngọn đèn nhỏ, tiện tay rút một cuốn sách từ kệ gỗ gần đó. Tôi nằm dài trên thảm và đọc cuốn truyện. Tôi đọc trong khi những người chung quanh bắt đầu thiếp ngủ. Cuốn truyện không quá dày có thể đọc hết một đêm. Ban đầu tôi muốn đọc chỉ vì tựa đề của nó.

Giấc Mơ Tuyệt Vọng.

Tên cuốn sách đập vào đầu tôi. Nó làm tôi sợ và thu hút cùng lúc. Trong khi đọc, tôi linh cảm một điều gì sắp tới. Điều đó đang tiến đến rất gần, rất nhanh, nhanh hơn cả chiếc trực thăng (nếu có) mà chúng tôi đang chờ đợi. Tôi đọc đến quá nửa đêm. 1 giờ sáng, rồi 2 giờ sáng... Phòng càng lúc càng lạnh. Người tôi tê cóng. Tôi bắt đầu muốn ngủ để tìm một lời giải đáp từ phía tương lai, nhưng không cách nào thoát khỏi cuốn sách được. Cuốn sách vẫn mở ra trước mặt tôi, bắt tôi phải hiểu, phải đi thấu, phải trải hết một đêm với nó. Nó muốn tra tấn tôi. Tất cả những bi thảm và căng thẳng – trong cuốn sách – làm tinh thần tôi xuống thấp đến mức đóng băng.

Hương nói đúng, đêm nay dài lắm, và sẽ dài hơn tất cả những đêm sau này.

Đêm rạng ngày 30 tháng 4.

6 giờ sáng cả phòng cùng nghe tin tức. Chúng tôi sục sạo tất cả các luồng sóng: đài phát thanh Sài Gòn, đài phát thanh Quân Đội,

đài phát thanh Mặt Trận Giải Phóng, đài BBC, đài VOA... Không còn đài tiếng nói Tự Do nữa. Chúng tôi là những kẻ cuối cùng còn sót lại trong này.

Bây giờ chúng tôi mới biết là phi trường Tân Sơn Nhất tối qua bị pháo kích dữ dội. "Tại vậy trực thăng mới không tới được." Một người nào đó nói lớn cho cả phòng nghe. Những người còn lại gật đầu, chấp nhận giải thích này. Nó có lý. Không ai muốn bị bỏ rơi mà không có lý do.

Nghe nói có nhiều người chết tối qua khi đại bác Việt cộng bắn vào khu ngã năm Bình Hòa. Chúng tôi nhìn nhau. Mẹ tôi quyết định quay về nhà bà ngoại. Tôi dọn dẹp lại chỗ ngủ qua đêm, nhìn xuống dấu tích của đêm dài nhất. Tôi muốn mang theo cuốn Giấc Mơ Tuyệt Vọng, như là bằng chứng.

Mẹ tôi nhìn cuốn sách một cách gớm ghiếc lẫn kinh hãi: "Thôi con! Vứt nó đi!"

Tôi nói: "Con chưa đọc xong", nhưng vẫn trả về kệ sách. Tôi tiếc. Ba mươi năm sau tôi vẫn không đọc hết nó. Ba mươi năm sau tôi vẫn không tìm ra tên tác giả, tên người dịch, tên nguyên tác là gì. Ba mươi năm sau nó vẫn tồn tại như một điều không thật.
Giá như tôi đánh lừa mẹ tôi để mang nó theo? – Có thể. Nhưng tôi không muốn chịu trách nhiệm về sự tuyệt vọng – hay về giấc mơ – của bất cứ ai nữa. Kể cả Hương. Khi cất cuốn sách, tôi chú ý đến hai cuốn khác bên cạnh nó: Đất Lành của Pearl Buck, Về Miền Đất Hứa của Leon Uris. Toàn những cuốn có tựa đề may mắn.

Trên đường về nhà bà ngoại, tôi nhìn thấy những xác người nằm chết trên mặt lộ. Tôi ngửi thấy mùi khét cháy của lửa chung quanh. Dấu tích của đại bác đêm qua vẫn còn bốc khói trên những mái nhà.

Ông Lê thấy chúng tôi quay về, thất vọng nhưng vẫn giễu: "Các anh chị dở quá." Mẹ tôi nói: "Tại chúng tôi không có nhiều tiền để chạy." Ông Lê nói: "Thế là dở chứ còn gì nữa. Gia đình này chẳng ai giỏi xoay xở cả."

Chúng tôi lại ngồi chung quanh bà. Mùi chết chóc vẫn tỏa ra từ bà, bây giờ là một thứ mùi chết chóc quen thuộc. Thật kỳ lạ, tất cả chúng tôi đều có mặt đầy đủ vào đúng lúc này – như đã thỏa thuận ngầm với nhau mà không ngờ. Tôi ngạc nhiên khi nhìn thấy cậu Giao. Cậu vẫn mặc quân phục, vẫn còn súng, súng vẫn còn đạn. Thân thể vẫn lành lặn. Nhưng mắt nhìn buồn bã và u tối. Sự hiện diện của cậu vào thời khắc này khẳng định sư đoàn 18 bộ binh đã tan rã, đã cùng đường, bây giờ mọi thứ đều vô ích kể cả đổ máu... Cậu không trả lời những câu hỏi, chỉ ngồi uống bia hết chai này qua chai khác, trông như đang toan tính điều gì.

Chúng tôi nghe tin tức lẫn với những tiếng nổ lớn từng tràng dội lại, mỗi lúc một gần. Những giây phút chung cuộc của một chế độ được đếm bằng tiếng súng và tiếng khóc. Điều đáng sợ không nằm trong tình huống. Nó nằm trong thái độ của con người. Tôi có thể nghe được những tiếng chân vô hình của những toán quân vô hình đang tiến vào thành phố.

Lời tuyên bố đầu hàng đã đến.

Ngay buổi trưa hôm đó – ngày 30 tháng 4, năm 1975 – bà tôi chia của cải cho con cháu. "Mỗi người một lọ," bà nói. Mỗi lọ thủy tinh cỡ bằng ống thuốc chích, đựng một chất lỏng trong suốt, nặng sóng sánh. Bà nói bây giờ quý hơn vàng. "Có vàng cũng không mua được." Bà gọi chất lỏng đó là xi-a-nuya. Viện bào chế dược phẩm Lanton trên đường Cao Thắng đã cam đoan là cực độc – máu sẽ đen đặc, ruột sẽ đứt, phổi sẽ nát, tim sẽ ngưng đập, chỉ trong vòng mười giây.

Ba mươi năm sau Nguyễn Hương gọi nó là cyanide.

Cyanide đã có công hiệu ngay lập tức.

Cyanide là thuốc an thần làm mọi người hoàn toàn bình lặng lại. Không ai ngờ sự bình lặng mênh mang lại đến từ chất độc. Không ai khóc. Không ai sợ hãi. Không ai bi thảm hay tuyệt vọng. Cũng không ai nghĩ rằng mình đang sống.

Một hình thức tồn tại rất lạ lùng.

Chúng tôi đã ăn một bữa tiệc lớn với nhau ngày hôm đó. Có thịt gà. Có canh măng. Có rượu mạnh. Ai đói thì ăn đệm thêm cơm nóng với thịt rim. Sau này nghĩ lại thì thấy đó là một ngày hạnh phúc. Hạnh phúc như ly rượu càng về cuối càng nồng. Hạnh phúc như một chén canh nấu càng cạn càng ngọt sắc. Hạnh phúc khi biết rằng ngày mai sẽ khác hôm nay. Ngày mai sẽ có một người nào đó ra đi, có thể là mãi mãi. Ngày mai sẽ không còn bà, cậu Giao, lẫn chú Thuần (cậu Giao vào bưng ngay ngày hôm sau. Đối với cậu cuộc chiến chưa thể kết thúc khi cậu còn chưa chết. Còn chú Thuần sẽ chết ở một vùng biển hoang vắng, đó là điều tôi sẽ nằm mơ sau này).

Ngày mai những lọ thuốc độc sẽ không còn nguyên vẹn.

Thế giới sau 30 tháng 4 không rõ ngày tháng nữa. Ngày 30 tháng 4 sẽ nối dài rất lâu, nối mãi về sau, qua nhiều thập kỷ. Nếu chúng tôi sống lâu trăm tuổi thì nó cũng kéo dài hàng thế kỷ.

Nó đi theo ký ức con người.

Nó mở ra một cuộc sống mới. Và tạo ra những con người mới. Bây giờ những con người thay đổi rất nhanh, thích ứng rất nhanh, cả cách ăn nói lẫn hành động. Đồng loạt tất cả đều ăn mặc lam lũ xấu xí, như thể đang cùng tham gia một vở tuồng. Họ tránh không nhìn chúng tôi. Họ không phải hàng xóm hay người quen biết nữa. Vẫn là nhà của tôi chăng? Chung quanh nhà đã được gắn nhiều con mắt lạ để hoài nghi theo dõi. Những con mắt dò chừng bố mẹ tôi viết kiểm thảo mỗi tối. Những con mắt tra xét xem tôi có trung thành với những điều tôi nói. Những con mắt đang truy nã cậu tôi. Những con mắt đang lùng quét ký ức chúng tôi.

Vì chúng tôi không chấp nhận cuộc sống trên mảnh đất này, vì đây không phải chỗ của chúng tôi, nên tương lai hầu như dừng lại. Hay tương lai đã bỏ ra đi – về phía có Hương. Hương trong mơ vẫn biết hết những gì đang xảy ra ở đây, xảy ra cho tôi. Nhưng tôi không biết gì về cuộc sống của Hương nữa dù vẫn thấy Hương về. Những giấc mơ ngày càng ngọt ngào hơn, gần gũi âu yếm hơn, khiến tôi lo sợ hơn. Tôi bắt đầu nghi ngờ những giấc mơ đẹp. Đó chỉ là ẩn dụ, là dấu chỉ mù mờ. Một cuốn sách giải mộng (thứ sách vớ vẩn mà tôi vẫn coi thường) đã nói: "Định luật của giấc mơ là đảo ngược. Mọi sự hoán vị lẫn nhau. Yêu là ghét, nhớ là quên, sống là chết, xa là gần, phước là họa. Nằm mơ thấy cháy nhà là phát lộc. Nằm mơ thấy giết người là được cứu. Nằm mơ thấy ôm ấp là chia lìa. Nằm mơ thấy ăn nằm là muôn đời cách biệt."

Tôi rùng mình khi đọc đến đó. Tôi không tin, nhưng tôi sẽ ráng để đừng ăn nằm với Hương trong giấc ngủ.

Bà tôi chết một tháng sau đó. Người ngoài tưởng vì ung thư. Thật ra bà tự tử. Tôi được chứng kiến giây phút đó. Một cách đi nhẹ và sang. Làm tôi cảm động ứa nước mắt. Đi ra khỏi cuộc đời như thế là đẹp nhất. Đi như buổi sáng lẫn vào trong buổi chiều. Rồi thoát cái bóng biến tan.

Cánh tay ung thối ngâm phóc-môn (vẫn để đầu giường) bây giờ được chôn theo với bà. Bà nằm trên giường gỗ quý – mang từ Bắc vào Nam bằng tàu thủy 20 năm trước, mặc áo liệm bằng gấm trắng. Bà có đủ cả hai tay, một tay dài, một tay ngắn.

Bà tôi chết được hai tuần thì cộng sản đến bắt ông Lê đi. Lần đầu tiên ấy sẽ kéo dài 8 năm. Ông sẽ ngồi tù 3 lần tổng cộng 16 năm trong 18 năm dưới chế độ cộng sản. Chuyện xảy ra chớp nhoáng và cách họ hành xử cũng rất kỳ bí. Họ khoảng mười mấy người, đeo AK, đến lúc giữa khuya. Họ ra lệnh cho tất cả chúng tôi quì. Không ai quì cả. Bố tôi hỏi: "Quì để làm gì?" Họ nói: "Quì xuống để nghe cáo trạng." Ông Lê cười nhăn răng nhìn chúng tôi, làm dấu hiệu không rõ là khuyến khích hay ngăn cản. Bố tôi nói: "Đứng chúng tôi vẫn nghe được." Họ bắt chúng tôi đứng hàng dọc, úp mặt vào tường. Họ đọc một bản cáo trạng và dí súng vào đầu ông Lê. Tôi cứ tưởng đọc xong họ sẽ nổ súng và óc ông Lê sẽ bắn ra tung tóe. Nhưng không. Họ chỉ bịt mắt ông lại, trói vào ghế, rồi lục lọi khắp nhà. Lúc tra hỏi họ hay đập báng súng vào đầu gối ông Lê như thể chỗ đó là miệng của ông. Tất cả những giấy tờ quan trọng, hồ sơ và bản thảo đều bị tịch thu. Tất cả những bút tích và tài liệu của gia đình cũng bị họ lấy đi.

Cô Hồng Trang đang tìm cách vượt biên. Cô đến gặp mẹ tôi, hai người nói chuyện rất lâu trong phòng. Lúc về cô vuốt tóc tôi, Thơ Thơ ơi cô đi đây! Bàn tay cô mềm, nước da trắng muốt. Cô có nốt ruồi nhỏ ngay sát môi. Cô khả ái lắm. Cái tên Hồng Trang thật hợp với cô. Cô ăn nói dịu dàng. Nhưng mắt cô vẫn long lanh cương quyết. Ngày tôi còn bé hay được đến nhà cô chơi với thỏ. Những con thỏ lông trắng mắt hồng, hiền lành như chủ. Sau này mỗi lần thấy thỏ tôi lại nhớ đến cô.

Mấy hôm sau tôi nằm mơ thấy cô mặc áo nâu đến ngồi ở đầu giường. Tay cô cứng và lạnh, mặt cô tím bầm. Trong màu sắc u ám của giấc mơ thiếu ánh sáng, tôi nhận ra ruồi nhỏ sát môi khi cô hé miệng cười. Tôi thức dậy. Toát mồ hôi. Người cứng đơ. Hồn vía tôi chạy rượt qua những cánh đồng âm u của tiềm thức chưa kịp nhập lại vào thân. Tôi vẫn còn cảm giác vừa cầm một bàn tay lạnh ngắt. Tôi gượng dậy đi tiểu, uống liền ba viên thuốc ngủ để nằm mơ tiếp. Cô Hồng Trang lại về, nhưng lần này có một vết nứt giữa hai giấc mơ. Hương cũng xuất hiện. Hương cố chen vào đứng giữa cô Hồng Trang và tôi. Tôi nói hãy để tôi đứng giữa, vì Hương và cô không quen biết nhau. Hương giằng tôi ra, tàn bạo, rồi hôn nghiến lên môi, cái hôn khiến người tôi rũ liệt. Cô Hồng Trang vẫn rất dịu dàng, bảo cô đứng đâu thì cũng vậy, nhưng cô đứng giữa thì hợp lý nhất vì một lý do không thể nói ra. Trong suốt giấc mơ dài của ba viên thuốc ngủ, cô Hồng Trang và Hương cứ đôi co mãi về vị trí của ba người. Còn tôi thì đã bị cái hôn làm cho tê dại mất hết khả năng kháng cự.

Mẹ tôi khóc. Mẹ tôi đã nhường phần thuốc của mẹ cho cô Hồng Trang. Chuyến đi đó bị "gài", mục đích để lấy vàng và tịch thu nhà. Công an đang khám xét những người đàn bà. Cô Hồng Trang chưa đến lượt bị khám. Cô dặn đừng ai khai tông tích để gia đình cô khỏi liên lụy. Cô đi vào nhà cầu. Lúc cô đi ra, miệng sùi bọt mép, giãy một cái rồi chết ngay lập tức. Trong nhà cầu toàn giấy đô la xanh xé vụn. Xác cô quấn trong chiếu mỏng, chôn nông ở bờ ruộng, gần bãi bắt người.

Lúc chết cô mặc áo bà ba nâu.

Bà tôi dặn: "Thuốc này cực mạnh. Thuốc càng mạnh mùi hạnh nhân càng đắng. Còn đau đớn không thì lúc ấy khắc biết. Không cần thiết thì không dùng."

Cô Hồng Trang nói: "Cái đau qua rất nhanh. Nhưng chết thì lâu. Đừng cho bố mẹ cô biết. Nói với các cụ là cô đi thoát rồi. Lấy hình cũ của cô ghép vào hình gia đình bên Úc rồi gửi về cho các cụ xem. Mỗi tháng nói em cô viết một lá thư gửi về thăm nhà. Chữ nó viết nghiêng, nhỏ hơn một chút là thành chữ cô."

Trong mười năm trời người nhà làm đúng theo lời trối (sau khi chết) của cô. Những tấm hình gửi về nhà bao giờ cũng có Hồng

Trang tươi cười đứng giữa nhiều người. Ai cũng già đi, chỉ có Hồng Trang là vẫn thế.

Sau vụ bắt bớ và những cái chết kể trên, mọi thứ trở lại bình thường – bình thường đến độ chẳng còn gì đáng kể. Những người chết đã làm xong việc của họ, là chết.

Còn chúng tôi – những người sống – thì đã được miễn nhiễm khỏi mọi đau khổ.

Chúng tôi chỉ bận tâm vài điều lặt vặt, như khi nào sẽ uống cyanide? Số thuốc còn lại sau khi chia cho cô Hồng Trang liệu có đủ không? Thuốc để lâu có sợ quá "đát" không? (điều này rất đáng ngại, đáng ngại hơn cái chết nên chúng tôi nhất quyết không để xảy ra). Một người bạn thân của ông Lê cũng uống thuốc độc, nhưng thuốc loãng quá nên chỉ lăn lộn đau đớn mà không chết được. Vì bà tôi đã dặn: "Không cần thiết thì không dùng," nên trong mọi tình cảnh tôi đều tự hỏi: Có cần thiết không? Đã đến lúc chưa? Đâu là giới hạn? Đáng lẽ tôi không nên đặt câu hỏi về giới hạn. Vì giới hạn của con người là một thứ hoàn toàn co giãn.

Những giấc mơ về Hương không rõ ràng nữa, dù qua đó tôi biết Hương vẫn còn sống và thỉnh thoảng còn nhớ đến tôi. Nếu Hương vẫn đang theo dõi những giấc mơ của tôi thì Hương sẽ biết tôi đang hoài nghi chúng. Hoài nghi sự xác thực của chúng. Những giấc mơ chỉ mang ý nghĩa nếu chúng có gốc rễ bám vào đời sống. Còn những giấc mơ này- như chúng tôi hôn nhau, rất nhiều đêm như vậy, và lần hôn nào cũng đê mê đắm đuối- thì gốc rễ ở đâu ra? Những lần hôn mê mệt ấy lại dẫn đến những chuyện khác giữa hai cơ thể khiến người tôi bóng bừng rạo rực mỗi lần nhớ lại. Luôn luôn là những câu nói bâng quơ không rõ nghĩa, một tình huống vẩn vơ, rồi bất chợt chúng tôi ngả vào người nhau như thể tình cờ. Có lần tôi thức giấc thấy bụng dưới mình âm ỉ, rồi vỡ tung, rồi cuộn thắt từng cơn ràn rụa. Chẳng lẽ da thịt tôi có thể khao khát đến thế, đến mức tự mình co bóp trong mơ? Tôi mới lớn. Tôi không biết gọi tên nó, chỉ biết nín lặng tận hưởng một cảm giác điếng ngất, vừa sung sướng vừa tội lỗi. Càng tội lỗi lại càng thêm sướng.

Hương không tỏ vẻ gì là biết cả. Một là Hương giả vờ. Hai là những giấc mơ của tôi hoàn toàn vô giá trị. Từ trước đến nay. Vì chúng tôi chưa bao giờ yêu nhau.

Và có lẽ không bao giờ nữa.

Khi công an Phường 27 đòi chúng tôi lên làm việc và đưa lệnh tịch thu nhà, lý do họ đưa ra rất dễ hiểu. Đúng như chúng tôi tiên đoán và chờ đợi. Họ có đầy đủ hồ sơ của chúng tôi. Họ còn viết thêm cho chúng tôi một hồ sơ mới. Một công trình hoàn tất tỉ mỉ, chi tiết, công phu, tuy hơi phóng đại. Chúng tôi chấp nhận ngay và chẳng buồn tranh cãi. Trên đường từ trụ sở Ủy Ban Nhân Dân về, tôi còn nhớ người ta đang xếp hàng mua thịt quanh một cửa hàng quốc doanh. Lúc đó là cuối tháng, và những con người thiếu ăn đang thèm thịt heo khủng khiếp. Họ xếp hàng vòng vèo từ mé hông chợ Thanh Đa, vòng qua lô E, chạy dọc xuống lô A, ra ngoài đường cái. Mỗi người một cuốn sổ thịt trong tay. Họ mệt mỏi và nhẫn nhục, chán chường và hy vọng, đứng giữa nắng trưa chói ngắt chờ mua khẩu phần nửa kí thịt mỡ một tháng. Tôi nhìn những đống xương cao ngất và thịt vụn. Tôi nhìn những con ruồi đen nhánh bay quẩn quanh những tảng ruột bầy nhầy. Tôi nhìn những con người giống tôi, và tôi buồn khôn tả. Đột nhiên tôi hiểu ra mình đã khác: tôi không thèm thịt nữa, đã từ lâu.

Chúng tôi còn hai ngày nữa trong căn nhà này. Nhà sẽ niêm phong, đồ đạc sẽ có công an thành phố tiếp quản. Chúng tôi được quyền mang theo người một ít quần áo. Y hệt như hồi bỏ nhà đi di tản, bỏ lại tất cả, chỉ mang theo một túi cá nhân. Nhưng lần này mọi sự chu đáo hơn, họ sẽ lo phương tiện di chuyển và sẽ đưa chúng tôi đến vùng kinh tế mới. Họ không bỏ rơi chúng tôi như người Mỹ.

Căn nhà nhìn xuống dòng sông và cầu Kinh sẽ làm nhân chứng cho sự hiện diện của chúng tôi. Buổi trưa hôm đó tôi cầm lọ thuốc trong tay, mở nắp ra và hít nhẹ một thứ mùi hạnh nhân đăng đắng. Dung dịch sóng sánh như nước nhưng tỷ trọng nặng gấp trăm lần nước. Như thể một biển sâu đã nén hết vào đây. Óc tôi choáng váng với ý nghĩ mình đã nhiễm độc từ lâu. Cyanide không cần đi đường máu. Cyanide ngấm thẳng vào đầu. Bây giờ chẳng ai làm gì được tôi cả làng. Vả lại trông tên đạo-sĩ này cũng không có vẻ gì muốn hãm-hại chúng ta. Mọi người nghe lọt tai, không nghĩ đến việc bẩm-báo nữa, chỉ lo việc tránh hắn từ đàng xa là xong. Còn hắn thì không đàn hát nữa. Chỉ uống. Say rồi ngủ.

Buổi chiều đục như nước đánh bùn. Những cơn gió lúc chậm, lúc nhanh, lúc xoáy cuộn, ôm lấy từng đám sương mù đậm-đặc thảy vào vách núi kêu ùng-ung, miên-man vang-dội. Không khí đẫm nước, khí đá núi ẩm-ướt tê-lạnh hắt vào gương mặt hốc-hác, xám-xịt của hắn khiến nó trở thành dị-dạng, vô-cảm. Một khuôn mặt của ma. Hắn ngửa cổ tu ừng-ực liên-tiếp mấy chén rượu đầy, đưa tay quẹt mồm rồi cất tiếng ngâm:

Trời đất mang mang khí thảm-sầu
Ai đấng anh-hùng lấp bể-dâu?

– Bể-dâu là việc vô-thường. Chỉ thuận với vô-thường mới mong giải-thoát. Sao ngươi lại toan lấp bể-dâu?

Giọng nói ấm, trong, không lớn nhưng lọt vào tai hắn từng lời rõ mồn-một. Hắn quay về hướng có tiếng nói. Một ông già ăn mặc theo lối đạo-sĩ của ngàn năm trước, tóc râu trắng xóa, đang khoan-thai bước đến trước mặt hắn. Hắn nhìn trân- trân vào khuôn mặt ông già. Khuôn mặt tuần-tự biến đổi ra nhiều khuôn mặt khác nhau. Lúc thì phương-phi quắc-thước, khi thì gầy-gò xương-xẩu. Lúc thì yêu-ma dữ-tợn, khi thì hiền-hòa dễ mến. Và khi ông ta dừng lại, mặt ông già bỗng trở thành mặt hắn. Hắn đang đối-diện chính hắn.

– Đừng thắc-mắc ta là ai. Ngươi chọn cho ta một khuôn mặt. Và ngươi đã chọn rồi đấy.

– Vậy sao khi tôi không nghĩ đến rắn, chỉ muốn nghe *Một tiếng chim đêm hót trên cành* thì lũ rắn dữ ở đâu bò về lớp-lớp?

– Đầu ngươi không nghĩ nhưng tâm ngươi chạm đến. Mọi việc đến với người là do tâm.

– Tâm tôi ư? Chỉ là những tiếng hát lãng-đãng tơ trời. Là tiếng đàn *vỡ máu dâng đời những thanh tân.*

Ông già cười như chuông ngân, gương mặt bỗng mờ-mịt như hồn ma bóng quế:

nữa. Cuộc sống tôi đã được bảo chứng bằng một lối thoát an toàn nhất.

Trong những giây phút ấy tôi nghĩ đến Hương, và ba mươi năm nữa. Lời hứa giữa chúng tôi. Tương lai đi theo đường thẳng – và có thể rút ngắn bằng mơ?

Tôi chịu thua.

Chẳng cách nào thu hẹp đường đến tương lai cả, vì tương lai không trừu tượng. Tương lai cụ thể, đo đếm được, như là không gian và khoảng cách. Khoảng cách của đất và biển địa cầu tôi phải đi bằng chính thân xác mình. Tôi đi chừng nào cho tới? Tôi sẽ đi thuyền, tôi sẽ đi bộ, tôi sẽ ngồi tù, tôi sẽ chuộc tiền để được thả ra và lại đi tiếp tục? Tôi sẽ phải tốn ba mươi năm nữa để đuổi kịp Hương chăng? Tôi sẽ không bao giờ làm được điều ấy! Ba mươi năm đủ để một đứa bé lớn lên, thành người, rồi chết đi mà không cần đến chiến tranh bom đạn. Ba mươi năm đủ để xóa sổ một cuộc đời. Ba mươi năm mất đi là mất mãi.

Hương ôm riết tôi trong tay, không chịu buông ra, làm tôi cảm động xiêu lòng. Chúng tôi vừa yêu nhau xong, mệt mỏi, tự nhiên, chẳng băn khoăn gì. Cơn tuyệt sướng đang tràn trề khắp người. Mỗi mạch máu tôi chảy một dòng sông đầy khoái cảm. Người tôi căng tràn nước óc ách. Những chuyển động nước chạy luồn dưới da và run rẩy liên miên. Tôi nhắm nghiền mắt, mê mệt, không buồn tỉnh dậy nữa. Chưa bao giờ tôi ngủ ngon như thế. Ngủ như chưa hề ngủ suốt một đời.

Hương ôm tôi, lay tôi thức lại. Hương lắc lắc, như tôi là một con búp bê bằng vải mềm oặt. Hương nói hãy cố mà sống, đừng tuyệt vọng. Một ngày nào đó tất cả sẽ đảo ngược như hiện tại đang đảo ngược. Ba mươi năm nữa thôi.

Cô Hồng Trang mặc bà ba nâu đi ra từ giấc mơ đã cũ – đứng một góc tối nhìn tôi. Có một tấm màn đen rũ xuống, rồi người cô mỏng tang dính lơ lửng vào màn. Cô đứng gần mà cái nhìn xa vời vợi. Trong hôn mê tôi nhớ lại giấc mộng của ba viên thuốc ngủ. Hôm ấy không phải tôi đã uống ba viên liền một lúc. Thật sự tôi uống làm ba lần cách quãng, mỗi lần gà gáy đổi canh.

Viên thuốc đầu tiên rơi vào canh một, lúc Hương ôm tôi, kéo lê thân tôi qua lục địa Mỹ Quốc. Từ Virginia chúng tôi vượt trên những dãy nhà chọc trời, băng qua tuyết trắng, băng qua ngũ hồ, băng qua sa mạc, đến biển thì dừng lại. Hương đứng ở khu Santa Ana chỉ cho tôi thấy vùng phi-cộng-sản, cho tôi thấy ngọn lửa đêm hắt lên bóng cờ vàng nơi tượng-đài Việt-Mỹ có những linh hồn đang đứng gác. Sẽ còn nhiều tượng đài khác chung phần cho nhiều cái chết khác. Không có gì vô nghĩa bằng. Hương nhún vai nói vậy. Ba mươi năm nữa cái chết cô Hồng Trang sẽ trở thành vô nghĩa.

Cô Hồng Trang nói: Tôi chết đã lâu lắm rồi, chết từ hai thế kỷ trước trở lên. Năm ấy người ta đã vứt tôi ở ngã tư đường vì tôi không xứng đáng nằm trong một nghĩa trang nào cả. Suốt dọc đường từ phương đông sang phương tây, dọc đường thỉnh kinh, dọc hành trình tìm đất hứa... tôi đã mang một linh hồn hư mất. Họ đổ đá lên xác tôi. Họ đóng cọc vào tim tôi. Họ không cho thiên đàng lẫn luân hồi. Mắt cô rực sáng, phẫn khích long lanh như một thiên thần. Họ đã đưa linh hồn tôi ra tòa án xử tội, đã khắc trên mộ chí tôi những lời răn dọa người đời. Nhưng bây giờ năm 1823 đã qua rồi. Nên tôi vô tội. (tôi hỏi năm 1823 có nghĩa gì, cô Hồng Trang nói năm đó người ta hủy bỏ luật ném xác ngoài đường và xử tội linh hồn, những ai học văn chương văn minh Anh đều biết).

Cô Hồng Trang bắt đầu khóc, tóc cô xõa xượi dính đầy nước mưa và đất. Nhưng cái chết tôi không vô nghĩa. Cô ngửng lên nói với Hương. Tương lai không có quyền thay đổi một cái chết trong quá khứ. Mọi giá trị sẽ thay đổi. Nhưng giá của cái chết thì không.

Đêm ấy tôi còn phải thức dậy thêm hai lần để uống thuốc và ngủ tiếp. Thường giấc mơ xảy ra vào canh ba sẽ linh ứng, xảy ra vào canh tư sẽ vô nghĩa. Tôi không rõ giấc mơ này rơi vào canh mấy. Nhưng tôi thấy:

Hương vuốt mắt tôi. Vuốt dọc xuống môi. Vuốt trôi xuống họng. Tay Hương thọc sâu vào bụng, khua lùa trong ruột bây giờ trương phình ra mênh mông. Mênh mông. Bàn tay Hương gầy, ngón dài – những ngón mơn man làm tôi cực kỳ khoái lạc trong cơn mê sảng. Hương nói tự tử là tự giết mình. Hương nói không thể nào tự giết mình được, như có người uống thuốc đó, chỉ lăn lộn đau đớn mà có chết nổi đâu. Tôi chỉ cho Hương những định nghĩa khác nhau. Tự tử không phải tự giết mình. Đó chỉ là định nghĩa đơn giản nhất và lừa dối nhất.

Lại một vết nứt giữa những giấc mơ. Cô Hồng Trang đến gần, ngồi xuống cạnh tôi. Chiếc áo bà ba nâu đã phủi sạch đất bùn. Ba người chúng tôi cùng ngồi, làm chung một bài thơ về tự tử:

Tự tử chỉ là bi kịch của một cú sốc.
Nó vừa căm hận vừa ô nhục.
Nhưng tự tử cũng nên thơ và đồng thời tan vỡ.
Không có gì bí ẩn bằng nó.
Không có gì tự do hơn nó.
Không tiếng kêu cứu nào vang dội u uất như nó.
Vì nó là lời cuối.
Nó là sự tởm lợm và lối thoát.
Nó là quyến rũ và trừng phạt.
Nó muốn trả thù và phản kháng.
Nó không biết tha thứ nên vô cùng ích kỷ.
Vì nó là vũ khí có khi là chính trị.
Có khi là đầu hàng có khi là khinh bỉ.
Nó vừa là anh hùng vừa là sự điên khùng...

Viết đến đây chúng tôi ôm nhau cười như điên loạn. Nguyễn Hương nói tự tử, cũng như nằm mơ là cử chỉ của hy vọng vào những điều chưa biết. Nó còn là dấu thánh đóng lên mình những linh hồn miễn nhiễm đời đời. Bài thơ tạm để dang dở, như mọi giấc mơ. Vì chẳng có định nghĩa nào đầy đủ. Vì tự tử là đủ thứ khác nhau, mỗi người nhìn một cách khác nhau, khó hiểu như đời sống.

Cô Hồng Trang nói chừng nào viết xong mình sẽ đặt ở tượng đài. Vì những người chết trận cũng đã tự tử mà vô tình không biết. Nhưng chẳng có gì gấp cả, chúng mình còn những ba mươi năm để đi đến đó. Mộ của chúng mình tùy thuộc ở tương lai.

tặng cô Ngô thị Hồng Chang
và cám ơn Nguyễn Hương

Đặng Thơ Thơ

ĐIỆP MỸ LINH

Tự Truyện Của Tím

Một buổi chiều im vắng bên dòng sông Cái Lớn. Theo hướng gió mơn man trên rừng dừa nước, Tím đẩy mái chèo một cách khoan thai, nhẹ nhàng. Chiếc xuồng nhỏ rẽ nước, lặng lờ trôi ngang đồn Nghĩa Quân. Tiếng đàn và tiếng hát nghe văng vẳng xa xa. Khi xuồng đến gần, Tím thấy một người lính đang ôm "cây đàn số 8" – do trẻ em trong làng đặt tên; vì không đứa nào biết cây đàn này tên là Guitar mà chỉ thấy thùng đàn giống như số 8 – ngồi trên hầm chống pháo kích. Người lính cứ say sưa hát:

"... Anh nhớ xót xa dưới tre là ngà
Gợn buồn nhìn anh, em nói: Thương anh!" (1)

Không thể nào Tím hiểu được ý nghĩa của lời ca. Nhưng giai điệu thiết tha, êm đềm của dòng nhạc cùng với âm thanh trầm trầm của "cây đàn số 8" và mấy tiếng "anh nhớ" và "thương anh" gieo vào lòng nàng thôn nữ – vừa qua tuổi dậy thì – nhiều ước mơ và mộng tưởng. Tím muốn "ủi" xuồng vào bờ để nghe "cho đã"; nhưng chợt nhớ, quanh đồn là khu vực quân sự, cấm lai vãng, Tím đành phải vừa chèo chầm chậm vừa lắng nghe. Bất ngờ người lính trên vọng gác chỉa súng xuống, nói lớn:

– Tránh xa! Đừng tới gần!

Tím giật mình, hơi hoảng sợ. Chợt nhớ, mỗi lần Việt cộng về làng thu thuế hoặc dọa nạt/dụ dỗ trẻ em và người làng đi theo quân "giải phóng", Mẹ thường đem gạo/đường/cá khô, v.v... "ủng hộ" thì Việt cộng để gia đình Tím yên. Tím bắt chước Mẹ, cố nói lớn cho người lính gác nghe:

– Dạ, tui muốn biếu các anh mấy trái khóm ăn lấy thảo.

– Không được đâu. Tránh xa đi!

– "Xời"! Khóm ngọt như đường phèn...

Tím chưa dứt câu, chợt thấy người lính ngồi đàn trên hầm chống pháo kích ngưng đàn, ngẩng mặt, hỏi người lính trên vọng gác:

– Cái gì vậy, Lộc?

– Dạ, không có gì đâu, thiếu úy. Cô ấy muốn biếu mấy trái khóm mà em không nhận.

Quay sang, thấy khuôn mặt ngây thơ của Tím, thiếu úy nói:

– Cảm ơn em. Nếu em bán thì chúng tôi mua, trả tiền sòng phẳng; còn cho thì chúng tôi không nhận.

– Mỗi ngày xuồng của tui chở khóm ra Tắc Cậu bán sỉ; tui đâu biết mỗi trái giá bao nhiêu mà bây giờ thiếu úy biểu tui bán lẻ?

– Nếu em không bán, chúng tôi không thể nhận khóm.

Tím chỉ tay về khóm cây ngoài vòng kẽm gai:

– Cho tui "tấp" xuồng vô chỗ bụi cây kia, tui đưa mấy trái khóm rồi thiếu úy cho tui "nhiu" thì cho.

– Vâng. Em tấp xuồng vô chỗ đó đi.

Thiếu úy dựa Guitar vào ụ đất rồi mở cổng đồn, đi về phía khóm cây. Tím ngẩng nhìn thiếu úy và thấy bảng tên Nguyễn Dân. Nhiều quân nhân tò mò đến gần Dân. Sau khi Tím lấy 5 trái khóm để lên bờ, Dân lục tất cả túi áo, túi quần lấy tiền ra rồi xòe tay lượng định xem số tiền đó có thể đủ trả cho 5 trái khóm hay không. Thái độ của Dân làm cho mấy anh lính cười rộ lên; rồi mọi người đều lục túi lấy tiền, trao cho Dân. Dân đến bên xuồng, căn dặn Tím:

– Đây là số tiền tượng trưng của chúng tôi để cảm ơn lòng tốt của em. Em cẩn thận. Lần sau, nếu chèo thuyền qua đây, em nhớ chèo xa xa một chút để tránh rủi ro.

Tím thiệt thà quá đỗi:

– Dạ, tui biết mà. Nhưng lâu quá "hỏng" được nghe "tân nhạc", chiều nay nghe thiếu úy hát bài gì hay "wá", tui muốn nghe "cho đã" nên "tấp đại" gần bờ chút mà!

Nhóm lính trẻ lại cười rộ lên. Dân vừa trao tiền cho Tím vừa cười:

– Cảm ơn em. Em cầm tiền đi!

– Tui "hỏng" dám lấy tiền đâu, thiếu úy!

– Lúc nãy em đồng ý rồi. Nhớ không?

Tím thở dài, miễn cưỡng nhận tiền.

Về đến làng, chưa kịp "tấp" xuồng vào bờ, Tím đã thấy thằng Búng đang ngồi "chàng hảng" trên đất, vót cây. Thấy Tím đang cột xuồng vào cây cọc, Búng vội để rựa và cây nhọn xuống, vừa chạy đến bên Tím vừa bảo:

– Mày để tao cột cho. Tay mày yếu xìu, cột không chặt, rủi trời mưa, nước "dưng" cao, xuồng sút dây, trôi mất đó, mày!

Tím chưa kịp đáp, Cha của Tím từ trong nhà bước ra, bảo:

– Búng! Tao nói với mày mấy lần rồi; đừng chơi với con Tím nữa!

Búng sừng sộ:

– Tui giúp nó chớ bộ tui... ăn thịt nó sao mà làm dữ dzậy?

– Tao cấm mày chơi với con Tím. Mày nghe chưa, Búng?

Búng quay đi với thái độ giận dữ. Tím im lặng theo Cha vô nhà, lòng thắc mắc, không hiểu tại sao Búng là bạn của Lắm – anh của Tím – mà Cha lại không thích Búng. Vừa vào nhà, Cha đóng cửa lại, hỏi:

– Tím! Có khi nào thằng Búng hỏi mày về thằng Lắm không?

– Dạ, hồi anh Lắm mới đi, nó hỏi một hai lần; rồi thôi.

– Mày trả lời sao?

– Thì con nói như Cha Mẹ dặn là ở đây khổ quá, anh Lắm trốn nhà đi bụi đời.

– Nó có hỏi gì nữa không?

Tím lắc đầu. Cha thở dài nhè nhẹ. Sự thật thì – dù có đồn Nghĩa Quân nơi ngã ba và Nghĩa Quân trong đồn thường đi phục kính ban đêm và đi tuần ban ngày – tình trạng an ninh trong làng cũng vẫn bất ổn. Vì, ban ngày Việt cộng trốn trong hầm, dưới mấy vườn khóm, các đơn vị Nghĩa Quân đi tuần, đi kích không biết được. Ban đêm Việt cộng chia ra từng nhóm nhỏ: Nhóm này ra tỉnh lộ đặt mìn để sáng xe đò chạy ngang, mìn nổ, chết người, giao thông bị gián đoạn; nhóm kia vào làng bắt dân đóng thuế hoặc buộc dân làng "ủng hộ" bất cứ thứ gì; nhóm khác chiêu dụ hoặc cưỡng bức trẻ em đi theo "giải phóng" để làm "anh hùng"; nhóm khác nữa lo đặt mìn trong lòng sông để tàu của Hải Quân Việt Nam Cộng Hòa (VNCH) bị nổ, chìm, v.v... Vì muốn Lắm có tương lai và cũng vì lo ngại Lắm sẽ bị Búng dụ dỗ theo Việt cộng, Cha Mẹ của Lắm lén cho Lắm qua Rạch Giá, ở nhờ nhà người Chú để đi học. Khi rảnh và cuối tuần Lắm đi chài lưới với Chú. Nhưng nếu ai hỏi về sự vắng mặt của Lắm, gia đình đều bảo là Lắm trốn đâu "mất biệt", có lẽ theo du đãng.

Dân làng vừa hết thắc mắc về Lắm thì bắt đầu chú ý đến lời nói và hành động hơi là lạ của Búng; vì thấy Búng thường chặt cây, vót nhọn như là làm bàn chông để bẫy "cái gì đó" và đôi khi Búng vắng nhà cả tuần; nhưng vì sợ Việt cộng và Búng trả thù, không ai dám nói ra. Đó là lý do Cha Mẹ của Tím rất lo lắng khi thấy Búng cứ "rà rà" muốn kết thân với Tím.

Sáng sớm hôm sau, đang sắp khóm vào xuồng, Tím thấy toán lính Cộng Hòa đi kích về, bước hàng một dọc theo "lộ đất" cạnh bờ sông, hướng về đồn Nghĩa Quân. Bất ngờ một giọng reo vui:

– Cô ơi! Có phải cô là người hôm qua "ủi" xuồng vô đồn, cho tụi tôi khóm hay không?

Dừng tay, nhìn toán lính, nhận ra Lộc, Tím cười:

– Dạ, em đó, anh Lộc! Thấy mấy anh, em nhớ anh Lắm của em "wá" hà!

– Anh Lắm cũng đi lính Cộng Hòa, phải không?

– Ảnh chưa tới 18 tuổi, là "con trai một" mà đi lính "cái nỗi gì", anh!

Một anh lính vừa chuyền khóm hộ cho Tím vừa nói:

– Mấy "cha" sao không phụ chất khóm lên xuồng giúp người ta mà đứng đó?

Thế là nhóm lính chuyền khóm lên xuồng cho Tím. Vừa khi đó, Dân cùng với nhóm lính khác đến, hỏi:

– Tụi mày làm gì đây?

– Công tác dân vận, thiếu úy!

Hai tiếng thiếu úy khiến Tím quay vội về phía nhóm lính mới đến. Nhận ra Dân, Tím chào:

– Dạ, chào thiếu úy.

– Gọi tôi bằng anh thôi. Em cỡ tuổi với nhỏ em của tôi mà. Em tên gì?

– Dạ, tui tên Tím. Em của thiếu... ý "wên", của anh, chắc còn đi học, phải không?

– Vâng. Còn Tím, sau giờ buôn bán có đi học hay không?

– Mèng ơi! Trường cứ bị "tụi ôn dịch" – tiếng lóng dân làng dùng để chỉ Việt cộng – về phá sập và hăm dọa thầy cô giáo hoài; không ai dám dạy. Mấy năm nay, con nít trong làng cũng như tui, đâu có trường, đâu có ai dạy mà học!

Lời nói thật thà, mộc mạc và khuôn mặt xinh xinh của Tím làm Dân nhớ cô em lâu ngày chàng chưa về thăm. Chút tình cảm này khiến Dân hỏi, không kịp suy nghĩ:

– Nếu có người dạy, em có muốn học hay không?

– Dạ, học chớ – mà ai thèm bỏ thì giờ dạy tui, Trời!

– Hồi đó em học lớp mấy?

– Dạ, lớp bốn.

– Tôi nghĩ nhiều anh em trong đồn có thể dạy kèm cho em.

– Dạ, dạy kèm là dạy cái gì?

Nhóm lính chưa kịp cười, chợt nhận ra ánh mắt nghiêm khắc của Dân, đành im. Dân đáp:

– Là dạy thêm, dạy ngoài giờ học sinh đến trường.

– Dạ, Mẹ tui nói ai cũng "lấy dạ đong lúa chớ ai lấy dạ đong chữ"; vì vậy tui chỉ ước sao được học tiếng Anh để làm sở Mỹ, lấy tiền giúp Cha Mẹ thôi.

Thấy toán lính dừng chân hơi lâu, trẻ em trong làng tò mò, kéo nhau đến, đứng quanh. Trong khi Dân hơi khó nghĩ vì Tím chỉ muốn đi làm sở Mỹ thì Lộc nói:

– Nếu cô Tím muốn học tiếng Anh thì chỉ có "ông thầy tui" mới dạy được chứ tụi tôi "bù trớt"!

Tím cảm thấy lòng rộn ràng vui, nhìn Dân, cười. Thấy nụ cười rạng rỡ của Tím, Dân không nỡ cắt đứt niềm hy vọng của cô gái quê xinh đẹp:

– Vâng, tôi có thể giúp em học tiếng Anh. Nhưng ngày nào em cũng đi bán khóm, làm thế nào em có thì giờ để học?

– Dạ, sáng tui phụ với Mẹ bán nước mía ngoài chợ. Trưa tui chở khóm ra Tắc Cậu bán sỉ; mà khóm gần hết mùa rồi anh ơi!

Hai tiếng "anh ơi" của Tím "ngọt lịm" làm cho nhóm lính nhìn Dân, cười. Dân nghiêm giọng:

– Nếu vậy thì tôi sẽ soạn bài bằng tiếng Việt, chỉ dẫn cho em cách phát âm. Soạn xong, khi mấy anh lính đi chợ tôi nhờ mấy ảnh ghé xe nước mía trao bài cho em. Thỉnh thoảng, nếu có dịp, tôi sẽ dò bài cho em nơi xe nước mía. Em nghĩ sao?

– Dạ, mỗi tháng anh tính "nhiu"?

– Cái cô này! Không ai bắt em trả tiền đâu!

Tím chưa kịp mừng thì nhiều tiếng "ồ" vang lên nho nhỏ trong nhóm trẻ em. Một em chạy vào nhà Tím, reo vui:

– Cậu Mợ ơi! Ra coi nè! Chị Tím được mấy "ông" lính Cộng Hòa dạy học "hỏng" lấy tiền nè!

oOo

Trong ánh đèn dầu mờ nhạt, thấy Tím bậm bàn tay lại rồi vừa đọc vừa đưa từng ngón tay lên, đếm: One, two, three, four, v.v… Cha cười, hỏi:

– Tím! Mày học cái gì mà giống tụi con nít thường giấu tay sau lưng, nói "woảnh, tù, tỳ ra cái gì, ra cái này" vậy?

Tím chưa biết đáp lời Cha như thế nào, Mẹ lên tiếng:

– Ông này! Để con nó học; "chọc quê" nó chi vậy?

Cha chưa kịp đáp thì nghe tiếng súng rền vang, hướng đồn Nghĩa Quân. Bước vội ra cửa, nhìn về hướng đồn, thấy đạn hai bên đan chéo nhau, sáng rực cả một vùng, Cha quay vội vào, thét lên:

– Xuống hầm, lẹ lên! Mẹ! "Tụi ôn dịch" lại pháo kích vô đồn nữa rồi! Xuống hầm không thôi đạn lạc!

Cha giở nắp hầm. Mẹ khom người chui xuống. Vừa dợm chui theo Mẹ, Tím thấy ngọn đèn dầu chưa kịp tắt, vội quay lui, muốn thổi cho đèn tắt để khỏi hao dầu. Bất ngờ, Búng cùng hai người đàn ông lạ xông vào, chụp tay Tím, lôi đi, trước đôi mắt thất thần của Cha!

Cha buông rơi nắp hầm, chạy theo kêu cứu. Nhưng nhà ai cũng đóng cửa "tối thui" trong khi Búng và hai "thằng ôn dịch" lôi Tím lên chiếc tắc ráng, "dông mất tiêu"! Bất chợt, Cha nghe tiếng máy tàu xa xa rồi đoàn giang đỉnh của Hải Quân VNCH đang hướng về phía đồn Nghĩa Quân. Cha "khóc ròng": *"Trời! Phải chi mấy ổng đến sớm hơn một chút thì cứu được con tui rồi!"*

Riêng Mẹ, nghe miệng hầm sập "cái ầm" mà không thấy Cha và Tím chun xuống. Chờ một lúc cũng vẫn không thấy Cha và Tím, Mẹ mở nắp hầm, leo lên. Thấy Cha trong tư thế như người mất hồn, Mẹ nhìn quanh, không thấy Tím đâu cả. Mẹ gào lên:

– Con Tím đâu?

Lúc này Cha mới "hoàn hồn", đáp:

– Thằng Búng dẫn hai thằng "ôn dịch" tới bắt nó đi rồi!

Mẹ quỵ xuống như trái mít ướt chín cây, bị sút cùi!

oOo

Tiếng trực thăng từ xa vọng lại. Chỉ một chốc sau, ba chiếc đáp xuống nơi bãi đáp dã chiến, bên ngoài hàng rào kẽm gai của đồn Nghĩa Quân. Thiếu tá Quận trưởng, thiếu tá chỉ huy trưởng đoàn giang đỉnh, Dân và vài sĩ quan đến bãi đáp đón ông Tướng Vùng cùng phái đoàn đến thị sát chiến trường.

Người bị thương – không phân biệt Nghĩa Quân, vợ con của Nghĩa Quân hay là "tụi ôn dịch" – đều được đưa sang hai chiếc trực thăng. Đầy người, hai chiếc trực thăng rời vùng lửa đạn trong khi Dân hướng dẫn vị Tướng Vùng thị sát quanh đồn.

Theo sự hướng dẫn của Dân, vị Tướng Vùng và phái đoàn đi trên sự đổ nát toàn diện do nhiều đợt tấn công bằng chiến thuật "tiền pháo, hậu xung" và "xa luân chiến" của Việt cộng để lại. Vị Tướng thở dài khi thấy người lính Nghĩa Quân tiếp tục âm thầm đào xới, tìm kiếm hình hài không toàn vẹn của bạn hữu, của vợ con và của... kẻ thù!

Xác người và mảnh rời của thân người được để gần bờ sông, chờ người nhà xác nhận hoặc chờ phương tiện đưa về nguyên quán. Xác của "tụi ôn dịch" được khiêng để ngoài vòng kẽm gai, phía sau đồn, sẽ được chôn nơi vùng đất mà các "đồng chí" của họ đã nằm đó từ những trận công đồn trước đây.

Trong cảnh tận cùng của thê lương, không ai – ngay cả vợ con của các anh Nghĩa Quân – còn giọt nước mắt nào để biểu lộ niềm đau khổ của mình! Ngoài tiếng xào xạc của khóm tre, không ai có thể nghe được bất cứ tiếng động nào nơi bờ sông nhuộm máu này!

Sau khi tiễn vị Tướng Vùng cùng phái đoàn trở lại bãi đáp dã chiến, thiếu tá Quận trưởng, chỉ huy trưởng đoàn giang đỉnh và Dân đứng chờ trong khi vị Tướng Vùng và phái đoàn bước lên trực thăng. Trực thăng quay cánh quạt, vừa nâng thân tàu lên, thiếu tá Quận trưởng, chỉ huy trưởng đoàn giang đỉnh và Dân đưa tay phải lên, chào.

Trở lại đồn, sau một lúc bàn thảo, Dân cùng mọi người đi thẳng đến đoàn chiến đỉnh để về Quận họp hành quân, hoạch định kế sách thích ứng và biện pháp hữu hiệu hơn để tránh bớt tổn thất.

Chiều, từ Quận trở về, vừa từ chiếc Fom nhảy lên bờ, Dân thấy một người Nghĩa Quân bước vội đến, nói:

– Trình thiếu úy, cô Tím bị Việt cộng bắt đi tối hôm qua!

– Thiệt không, mày?

– Cả làng đều biết! Bộ tui dám "giỡn mặt" với "ông thầy" sao?

Dân mím môi thật chặt. Sau khi người Nghĩa Quân quay đi, Dân nghẹn ngào nhìn ra dòng sông Cái Lớn, lòng xót xa tự hỏi, không biết giờ này Tím bị địch hành xử như thế nào? Tại sao một cô bé quê hiền lành, chất phác, thiệt thà như Tím mà cũng bị chúng nó "lôi" vào cuộc chiến một cách tàn bạo như thế?

Bất ngờ, từ radio trên một trong các chiến đỉnh, dòng nhạc quen thuộc văng vẳng trong ánh nắng chiều. Với cõi lòng tan tác như vết tích của chiến trận đêm qua còn vương vãi trong sân đồn, Dân chậm bước, lắng nghe. Đến đoạn cuối, Dân tưởng như ca sĩ đang tỏ bày nỗi niềm thiết tha của Dân âm thầm dành cho Tím:

"... Nhiều năm trời chẳng thương mình
Để anh thành kẻ bạc tình
Cầu xin cho mây về vui với gió
Dù có qua bao đắng cay
Muôn đời anh vẫn chờ em." (2)

Đọc đến đây, Danny không thể đọc tiếp, vì quá xúc động! Cả một dĩ vãng hào hùng, khốn khó lẫn đau thương trong cuộc chiến bừng sống trong hồn chàng. Nhìn tên tác giả bài tự truyện, thấy chữ Tiffany Trần, Dân cố vận dụng trí nhớ xem trong số sinh viên ban Anh văn – do Dân giảng dạy tại Community College – cô nào tên là Tiffany Trần; nhưng không thể nhớ được.

Từ khi Hoa Kỳ có lệnh "cách ly" vì Covid-19, theo lệnh của tiểu bang, trường học đóng cửa. Học sinh, sinh viên học online. Giáo sư cũng dạy online. Để tạo nguồn cảm hứng cho sinh viên trong thời "Tàu dịch", Dân đưa đề tài: "Hãy viết tự truyện về một phần đời của bạn". Vì đa số sinh viên lớp Anh văn đều là người Á Đông và người Mễ, Dân đặc biệt cho phép sinh viên có thể chọn tiếng Việt hoặc tiếng Anh để diễn đạt ý tưởng của họ.

Trong những bài tự truyện của sinh viên Việt Nam, Dân nhận thấy, đa số sinh viên không thể phân biệt được trạng thái "cụ thể" và "trừu tượng"; do đó, họ dùng những từ ngữ rất khó chấp nhận và đặt không đúng vị thế, như: Tan chảy, cận nghèo, cháy bỏng, lâm sàng, trọn gói, thể hiện, điều khiển, v.v... Chỉ có Tự Truyện Của Tím là viết theo văn phong trong sáng – đượm chút mộc mạc, bình dị, rất dễ thương – của thời VNCH. Và cũng chỉ có Tự Truyện Của Tím mới đem đến cho chàng sự xúc động vô bờ như chính chàng đang bước từng bước trên vùng đất xưa.

Sự xúc động vừa lắng dịu, Danny "rà rà" "con chuột" vào hồ sơ, danh sách sinh viên để tìm điện thoại, địa chỉ của Tiffany Trần. Sau khi bấm số, nghe tiếng "allo" từ đầu giây bên kia, Danny nói tiếng Việt:

– Cho tôi được tiếp chuyện với Tiffany.

– Xin lỗi, ai đây?

– Tôi là thầy giáo Danny Nguyễn.

Nhận ra vị giáo sư Anh văn của trường Community College mà – sau khi vợ chồng thầy ly dị – nhiều nữ sinh viên Việt Nam sang đây du học đều cố "bẹo hình bẹo dạng" để chinh phục, Tiffany hơi lúng túng:

– Dạ... dạ, thưa thầy, em là Tiffany.

Sau vài câu chào hỏi thông thường, Danny hỏi:

– Tiffany đang làm gì đó?

– Dạ, em đang theo dõi vụ chàng da đen George Floyd và các cuộc bạo loạn ở Mỹ.

– Tiffany nghĩ như thế nào về sự việc đó?

– Dạ, em nhớ người Anh có câu: *"Two wrongs don't make a right"*.

– Tiffany chịu khó đọc sách và theo dõi thời sự. Tốt! Bây giờ tôi muốn hỏi Tiffany vài câu về bài Tự Truyện Của Tím, Tiffany có thể giúp tôi hay không?

– Trời! Thầy biểu cả lớp viết thì em viết chứ "sức mấy" mà em dám giúp thầy.

– Tôi chỉ muốn biết, làm thế nào Tiffany có thể biết được những chi tiết xảy ra trong đồn Nghĩa Quân sau đêm cô Tím bị Việt cộng bắt?

– Dạ, sau này gặp lại anh Lộc ở trại tỵ nạn bên Thái Lan, ảnh kể cho em nghe.

– Thì ra Tiffany là cô Tím. Đúng không?

– Dạ. Dạ, em.

– Làm thế nào Tím biết bài hát "Chờ Người" mà Tím đưa vào bài tự truyện?

– Dạ, anh Lộc kể rằng sau đêm đồn bị tấn công, thiếu úy Dân thường hát bài gì mà... *"Chờ em chờ đến bao giờ..."*. Em "để bụng" mấy chữ đó. Khi biết dùng iPhone em vô Google tìm thì thấy lời ca nguyên bài.

– Làm thế nào Tím biết được tâm trạng của thiếu úy Dân mà Tím viết?

– Dạ, em cứ "suy bụng ta ra bụng người". Em nghĩ về ổng sao thì em cứ cho là ổng cũng nghĩ về em y vậy – như là niềm ước mơ vậy mà!

– Làm thế nào Tím thoát được bàn tay Việt cộng?

– Dạ, dễ "ẹc" hà, thầy! Sau thời gian ngắn, tạo được sự tin tưởng của "tụi ôn dịch", "tụi nó" cho em đi theo mấy chiếc tắc ráng để học cách làm giao liên. Một buổi chiều, chiếc tắc ráng chở em bất ngờ gặp đoàn tàu của Hải Quân VNCH từ sông Trèm Trẹm chạy ra. Em "nhảy đại" xuống sông, lặn thiệt sâu, thiệt lâu. Khi "hụt hơi" em trồi lên, bơi theo hai chiếc tàu nhỏ chạy sau cùng và được mấy ông Hải Quân vớt.

– Còn chiếc tắc ráng?

– Dạ, thấy tàu Hải Quân "tụi ôn dịch" "dông mất tiêu" chứ "sức mấy" mà dám "lạng wạng"!

– Ngã ba sông Cái Lớn và kinh Trèm Trẹm sâu lắm mà sao Tím dám nhảy xuống?

– Dạ, con nít miệt vườn như tụi em bơi như cá chứ "nhằm nhò" gì đâu!

– Làm thế nào Tím có thể trốn khỏi Việt Nam?

– Dạ, sau khi cứu được em, mấy ông Hải Quân đưa em qua Rạch Sỏi, nhắn anh Lắm vô Rạch Sỏi "nhận" em. Anh Lắm nhắn tin cho Cha Mẹ em biết chứ ảnh "hỏng" cho em trở lại làng xưa. Sau đó, ban ngày em phụ với Thiếm bán cá ở chợ Rạch Giá; ban đêm anh Lắm và em đi học Anh văn. Sau khi "tụi ôn dịch" cưỡng chiếm miền Nam, Chú Thiếm dùng "ghe nhà" đưa gia đình của Chú Thiếm, anh Lắm và em ra biển rồi qua Thái Lan.

– Tím đã tự cứu mình, tìm được cuộc sống mới mà còn đi học thêm. Giỏi lắm!

– Dạ, em đi học cho vui, vì em về hưu "non", ở nhà một mình "buồn muốn chết"!

– Nếu vậy thì về hưu "non" để làm gì?

– Dạ, cuộc đời của em đã "bầm dập/nát nước", không còn gì nữa! Sống được tới giờ là may rồi, bon chen cho lắm cũng "bù trất" thôi!

– Sao bi quan quá vậy? Hãy tìm vui bên con cháu. Đừng nghĩ bậy!

– "Mèng ơi!" Em có lấy chồng đâu mà có con, có cháu, thầy!

– Tại sao Tím không lập gia đình?

– Dạ, cuộc đời em "te tua" quá đỗi! Hết bị Việt cộng "dần" thì tới hải tặc "dần"! Em chỉ là "cái xác không hồn" chứ còn gì đâu! Em đã tự phá thai hai lần; tưởng chết rồi! Từ đó, em triền miên sống trong sự giày vò và ân hận! Lấy ông nào mà em cứ bị những hình ảnh hãi hùng của "tụi ôn dịch", tụi hải tặc và hai thai nhi vô tội dằn vặt thì chỉ tội nghiệp cho ông đó chứ ích lợi gì đâu, thầy!

Không thể đè nén tình cảm lâu hơn nữa, Danny nói:

– Tôi sẽ gặp Tím trong vòng một tiếng đồng hồ.

Với bản tính chất phác, thật thà, chưa bao giờ Tím nghi ngờ Danny Nguyễn chính là thiếu úy Nguyễn Dân; vì vậy, Tím rất bối rối:

– Dạ... dạ... chi vậy, thầy? Em có nói gì tầm bậy không? Thầy làm em lo "wá" hà!

Dân cười, lặp lại câu nói của chàng rồi tắt điện thoại.

Cho xe chạy với tốc độ vừa phải, Dân vừa nghe GPS – Global Positioning System – chỉ đường vừa mở radio. Giọng nam đang trình bày tình khúc Just the Way You Are của Billy Joel. Dân vừa gật đầu nhè nhẹ vừa hát theo nho nhỏ:

"... I wouldn't leave you in times of trouble
We never could have come this far
I took the good times; I'll take the bad times
I'll take you just the way you are..."

Dân mỉm cười, vuốt mái tóc "muối" nhiều hơn "tiêu", lòng lâng lâng trong niềm vui dịu dàng...

Điệp Mỹ Linh

1.- Nắng Chiều của Lê Trọng Nguyễn.
2.- Chờ Người của Lam Phương

ĐỖ NGHÊ

Người Thứ Hai

Tôi không có khả năng "hư cấu" nên không viết được truyện dài truyện ngắn tiểu thuyết như các bạn mình... Chỉ có một truyện ngắn đã đi trên tạp chí Mai xuất bản tại Saigon năm 1965. Đây cũng là truyện ngắn duy nhất.

Tôi yêu Mai. Điều đó chỉ mình tôi với một người thứ hai biết, dĩ nhiên không kể Mai. Tình yêu đó điên cuồng đến nỗi bây giờ mỗi lần nhớ tới là tôi còn sượng chín cả người, tôi phải nhắm mắt một lúc để khỏi nhìn thấy mặt mình phản chiếu qua lớp không khí chung quanh. Khốn nỗi mỗi lần nhắm mắt một lúc như thế, tôi lại nhắm khá lâu, vì lúc đó hình ảnh Mai hiện ra rõ ràng hơn bao giờ hết. Khi biết chắc là mình không có hy vọng gì, tôi đổ lỗi cho sự vụng về của tôi, cho những mặc cảm từ lâu đời xếp lớp trong tôi và cho tính tự ái ngụy trang thành tự trọng của tôi. Tôi tự dằn vặt mình ngày này qua ngày khác khiến vài bạn thân đã phải nhắc: Làm sao nên nỗi? Không khéo thuốc men có thể không qua khỏi mùa thu này. Người bạn dễ tin, nghe tôi kể chuyện liêu trai của một đêm nào đó, trong bóng mờ nàng hiện ra diễm ảo lạ thường…

Rồi những ngày đi bệnh viện, tôi tự nhủ phải quên Mai để đi đứng vững vàng, để mặt mày bớt hốc hác. Tôi chọn một thái độ cho là hợp lý nhất để trị bệnh tôi: ghét đàn bà. Không may cho tôi, bệnh viện tôi đến là một bịnh viện đàn bà – đàn bà bịnh và đàn bà không bịnh, đàn bà đẹp và đàn bà không đẹp… đi ra gặp đàn bà, đi lên gặp đàn bà, đi xuống gặp đàn bà… Tôi phải cố gắng hết sức để quên Mai. Tôi tự nhắc đi nhắc lại là làm sao cũng phải quên Mai.

Anh ngồi đợi "cas" đầu. Nỗi lo lắng chiếm trọn tâm hồn nên không còn chỗ cho Mai trú ngụ. Anh xin lỗi, dù Mai không yêu anh. Chiều nay, Mai đi học về, thế nào cũng có bọn lố lăng đón đường chọc ghẹo. Đó, anh bảo đừng làm con gái đẹp em có chịu nghe đâu!

– Có "cas 5 cm"* ông thầy nhận không này?

Tôi giật mình nhìn người nữ hộ sinh và gật đầu như cái máy.

– Ông cân đo cho bà ấy đi! – Cô bảo.

Người đàn bà còn trẻ, nhăn nhó vì đau. *Nhất định em sẽ nhăn đẹp hơn bà này, Mai ạ*. Bà sanh lần thứ mấy? Thứ hai à, tốt lắm. Bà đến tôi cân đo cho. Đôi mắt bà giống Mai ghê, nhưng kém tươi mát hơn Mai…

Sau khi làm đủ mọi "thủ tục" cần thiết cho một người đàn bà sắp sanh như thông nước tiểu, cạo lông mu xong tôi đưa bà ra nằm đợi ở phòng sanh. Lợi dụng lúc bà không đau tôi hỏi chi tiết để ghi vào hồ sơ cho đầy đủ. *Anh nhất định không thèm nhớ tới Mai nữa…*

Tôi hỏi thật nhỏ nhẹ, lời lẽ cân nhắc đắn đo sao cho người đàn bà nằm đây chờ sanh tin cậy nơi tôi mà không thẹn thùng khi phải trả lời những câu hỏi của tôi đôi khi như chạm đến bí mật riêng tư của bà. Tôi hỏi về gia đình bà, và những đứa con của bà. Tôi giảng giải cho bà nghe những giai đoạn trong việc sanh nở. Tôi nhớ mang máng có đọc trong tạp chí nào đó một phương pháp đẻ không đau nên thử áp dụng. Người đàn bà có học thức, bà hiểu những điều tôi nói dễ dàng.

Anh chợt thấy mình đang nói chuyện với Mai. Sao hôm nay Mai dễ thương thế. Hôm nọ anh thấy trong mắt em lẩn khuất vẻ tinh quái khó chịu, vẻ tinh quái của một con chồn sung sướng biết chắc chuồng gà quên đóng cửa đêm nay.

Những cơn đau thắt của người sản phụ làm tôi nhất định lần nữa không nghĩ tới Mai. Tôi loay hoay nghe tim đứa bé trong bụng mẹ – không biết là trai hay gái nhỉ, tim nó đập bình thường. Dụng cụ cần thiết cho việc cắt rún, áo quần em bé đủ cả, tôi chỉ còn chờ giờ bà sanh.

Trên bãi cát phẳng lì này, anh đã nằm nghe trời đất tự tình. Những đợt sóng lớn nhỏ đuổi nhau, đùa giỡn trên bãi, cuốn đến chân anh rồi ngại ngùng rút đi. Những con sò ca trên cát trắng. Em thấy còng gió đó không Mai? Nó chạy nhanh hơn gió. Đừng đuổi mất công. Để hôm nào anh đưa em đi xem cách người ta bắt còng nghe. Quê hương anh thật nghèo, thật đẹp. Rừng dương reo vi vu ru mình vào giấc ngủ. Ngoài xa đó, nhìn đi Mai, là một hòn đảo nhỏ, sò, hến, ốc, rong rêu, đá ngầm đủ thứ... Em có muốn đi xem không Mai?

– Uống nước được không ông? Tôi khát quá!

Tôi giật mình:

– Được, bà uống ít thôi nhé.

Rồi đi lấy nước cho bà uống. Bây giờ thì bà đã đau rột. Tôi bắt mạch, đo thời gian co tử cung, rồi nói chuyện cho bà nghe để bà quên đau. Lấm tấm trên trán, trên mũi bà đọng mấy giọt mồ hôi – giọt mồ hôi của những người mẹ hợp với nước mắt của họ làm thành biển mẹ bình bồng những đứa con – tôi nghĩ về mẹ tôi một cách biết ơn hơn bao giờ hết.

Tôi thăm lại cổ tử cung và cho bà biết bà sắp sanh được. Tôi ghi thêm vào hồ sơ "Tête en OIGA"**. *Không biết em OIGA hay OIDP hở Mai? Mới đó mà mười tám năm đã qua, giờ em ngồi nói chuyện với anh một cách nghiêm trang, một cách tinh quái, một cách kiêu hãnh, còn anh, anh vẫn tự hỏi em lúc sanh ra theo "position" nào, OIGA, OIDP...? Mười tám năm rồi, tóc em giờ xanh mướt – những sợi tóc lòa xòa lạc lõng trước trán và hai lọn tóc buông thõng cuốn tròn ôm kín khuôn mặt em đã nhiều lần làm anh muốn ngộp thở...*

– Tôi muốn rặn quá ông ơi!

Người đàn bà cắn môi, nhăn mặt, chuẩn bị rặn. Tôi khuyên hãy đợi một lát, chờ cho cổ tử cung nở hẳn, để tránh nguy hiểm về sau. Bà uốn cong người, nhịn rặn, hả miệng to để thở và những giọt mồ hôi gặp dịp tốt không quên túa ra, tụ lại, chảy xuống thành dòng...

Tôi đặt tay lên bụng bà, lo lắng, thầm khấn cho bà sanh dễ dàng, mau chóng...

Mười phút sau, cổ tử cung đã nở hoàn toàn, đầu em bé đã xoay sang OP, tôi cho bà rặn. Lúng túng một cách "lành nghề", tôi "đưa" em bé ra không gặp trở ngại gì, dù đây là lần đầu tiên tôi thực tập đỡ đẻ.

– Con gái nghe bà! 10g15.

Người mẹ cười, nụ cười không từng thấy ở đâu.

Trong mắt bà tôi thoáng đọc những lời cảm tạ, tôi vội trao lời cảm tạ này cho Thượng đế vì không muốn làm gian thương. Tôi không có công gì hết.

Tôi cắt rún em bé, hút "nhớt dãi"! Dù sao đứa bé cũng đã khóc ngay từ lúc ra khỏi lòng mẹ. Tôi mỉm cười hài lòng. Em bé gái nặng hơn ba ký thật xinh, tay chân bé tí teo, ngo ngoe hỏi chuyện. Tôi băng rún, lau rửa, nhỏ thuốc vào mắt, mặc áo cho bé xong, mang đến đặt bên mẹ nó. Người mẹ nghiêng mình nhìn con trìu mến... Tôi lo lấy nhau ra và làm những "thủ tục" cần thiết sau khi người đàn bà sanh. Hơn một giờ sau, tôi thở phào nhẹ nhõm, đẩy xe hai mẹ con ra cho người y công đưa về phòng.

Tôi lang thang xuống lầu. Nỗi cảm xúc lâng lâng không tên tuổi chiếm trọn chỗ của Mai. Tôi mong những cảm xúc mới này có thể giúp tôi quên được Mai. Đột nhiên, tôi có ý muốn viết thư cho Mai, kể lại những việc đã làm, đã nghĩ, nhưng tôi vốn yếu đuối, dù đam mê cũng không đủ can đảm.

Lòng vẫn còn bồi hồi, tôi xuống phòng nhận bịnh, nói chuyện bâng quơ với các bạn sinh viên ở đó.

... Lúc em bước vào phòng này ánh sáng và gió theo vào làm anh lóe mắt. Em nhăn nhó vì đau, người nữ hộ sanh hỏi:

– Có "cas 5 cm" ông thầy nhận không này?

Anh ngỡ ngàng bắt gặp đôi mắt của em, đôi mắt không bao giờ anh quên hôm đó. Anh cúi nhìn nơi khác. Làm sao anh có can đảm nhận "cas" là em hở Mai?

– Mơ gì đó, 12 giờ rồi, về chứ!

Một anh bạn vỗ vai tôi.

oOo

Hôm sau, tôi đến thăm người sản phụ ở phòng. Hai mẹ con khỏe mạnh. Hôm nay bà đẹp hơn hôm qua nhiều.

– Bà đặt tên cho em bé là gì?

– Dạ Mai. Quỳnh Mai!

– Ủa! Sao bà biết?

Người sản phụ mở to mắt ngạc nhiên nhìn tôi đang ngạc nhiên nhìn bà.

Đỗ Nghê

(Bv Từ Dũ, Saigon 1965)

(*) Độ nở tử cung khi chuyển dạ.

(**) OIGA, OIDP, OP: Chữ tắt chỉ vị trí, tư thế của đầu thai nhi so với khung xương chậu của người mẹ.

ĐỖ TRƯỜNG

TRUYỆN VIẾT TỪ TRẠI TỊ NẠN INGELHEIM

Bữa nhậu trong đám cưới con ông bạn ở Mannheim hơi bị buồn tẻ, có lẽ cũng tại bởi, giai Nam lấy gái Bắc. Sự thông gia một cách miễn cưỡng, bắt buộc ấy của ông lính Việt Nam Cộng Hòa, với ông bộ đội do sự vô tư, lựa chọn yêu đương (không ai có thể ngăn cản) của đôi con trẻ, cùng sinh trưởng ở mảnh trời Âu này. Tôi ngồi giữa cái lằn ngăn cách vô hình đó. Đang gật gù, nhấc lên, đặt xuống để lấy đà, tạo khí thế cho hai họ, chợt có bàn tay cứng ngắc ở sau gáy, cùng tiếng cười khùng khục: Thằng cu Đỗ Trường! Bao năm mày biệt tích, sao bây giờ lại dám ngật ngưỡng, hò hét ở đây?

Không quay lại, nhưng tôi biết ngay đó là Hùng tà lọt, dù trên hai chục năm không gặp lại gã. Hùng tà lọt người Bà Rịa, nguyên là người lính địa phương quân, cùng trung đội với Sơn Phối, bố của chú rể. Sau 30 tháng 4-1975, hai gã dắt tay nhau vào trại tù cải cạo, rồi vượt biên, cùng định cư ở Maiz. Nghe nói, ngày còn chiến tranh khói lửa, Hùng cũng là tiểu đội trưởng, thượng sĩ hay trung sĩ nhất gì đó, nhưng không hiểu sao cái Spitzname tà lọt vận vào gã từ khi nào. Trước đây, có một lần tôi hỏi về cái biệt danh này, gã cười khì khì không nói. Tôi quen với Hùng tà lọt, và Sơn Phối vào khoảng cuối năm 1989, đầu 1990, khi chuyển từ West Berlin về trại tị nạn Ingelheim. Buổi tối vừa chân ướt chân ráo tới trại, tôi đang loăng quăng ngoài hành lang ngó tìm nhà vệ sinh. Đột nhiên, cánh cửa phòng trước mặt bật ra. Tuy giật mình, song do phản xạ tôi co người, ôm mặt. Rất may, cánh cửa chỉ đập đúng khuỷu tay và hai đầu gối. Đau điếng cả người, tôi vịn vào tay nắm cửa đứng dậy. Nhìn vào phòng, thấy có một gã răng vổ, thấp đậm, mặt xanh như đít nhái đang lập bập xin xỏ gì đó với hai người đàn ông đứng quay lưng ra cửa. Có lẽ, thấy có người đến, hai gã đàn ông quay ra, nhìn tôi với nét mặt lạnh tanh, rồi bỏ đi.

Sáng hôm sau, vẫn hai gã đàn ông ấy chở gạo, mì tôm, thực phẩm châu Á vào cho những người mới đến như chúng tôi. Nhìn thái độ, mặt mũi tươi rói của hai gã khác hẳn với khuôn mặt thần chết tối qua, làm tôi thấy lạ. Và cứ cách tuần, lại thấy xe của hai gã đầy ăm ắp thực phẩm vào phân phát cho từng người. Tất nhiên, gã răng vổ cũng được nhận đầy đủ, như không có chuyện gì xảy ra. Mấy tuần sau, đang hì hục ngồi viết, thấy hai gã đi với Dương Tấn Thành, biên tập Nguyệt san Hướng Việt, từ Wiesbaden vào tìm tôi. Anh Thành đến cảm ơn tôi đã cộng tác, và tặng Nguyệt san số Tết. Bởi, trong đó có mấy truyện ngắn của tôi. Lúc chuyện trò, tôi mới biết tên của hai gã là Hùng (tà lọt) và Sơn (Phối). Phải nói, hai gã này rất khoái đọc sách báo, và hay chuyện. Kể từ đó, cuối tuần phân phát xong thực phẩm, hai gã thường kéo tôi về nhà, hoặc ra quán bia ngồi khật khừ cho đến khuya. Khi tôi về định cư ở Wallhalben cạnh Pirmasens, nơi gã vổ chuyển đến, Hùng tà lọt ghé tai dặn: Mày phải đề phòng, tránh xa thằng vổ (Phạm Văn Bén). Thằng này, cùng dòng họ, cùng làng ở Bà Rịa với tao, song lá mặt lá trái, lưu manh lắm đó!

Dù vâng dạ, song quả thực, tôi không nhập tâm cho lắm lời của Hùng tà lọt. Bởi, tôi và Bén vổ cùng cảnh lao động, rồi nhập tị nạn, tầng đáy của xã hội còn chó gì nữa mà phải đề phòng, cắn xé nhau.

Xong giấy tờ, và ổn định nơi ở được mấy hôm, ông hàng xóm sang thông báo, chẳng biết do chỉ định, hay tự phong Bén vổ từ nay là Hội trưởng người Việt vùng Pirmasens nhé! Do vậy, mọi sự vụ liên quan giữa người Việt với sở xã hội, ngoại kiều đều phải thông qua hắn. Tôi bảo, không quan tâm đến điều đó. Tuy nhiên, mấy lần vô tình gặp, Bén vổ có vẻ quan cách, khệnh khạng lắm. Nhưng sự lên lớp, rao giảng này nọ, cùng cái kiểu chửi vung xích chó của Bén vổ, dường như làm cho Phong liều (Trịnh Văn Phong) hơi bị ngứa họng, bảo: Đù má! Mày là cựu an ninh cộng sản, chửi cộng sản cũng hay phết nhỉ!...

Thấy tôi lặng người trong dòng hồi tưởng, Hùng tà lọt thả lỏng tay, và hỏi: Thằng quỷ, không nhận ra tao thật hả? Tôi cười, em quên bác thế chó nào được, hơi bị xúc động chút thôi. Hùng tà lọt cười ha hả, bắt tôi cạn với gã một vại, rồi bảo: Xong đây, tao và mày đến nhà thằng Phong liều ở Ludwigshafen uống tiếp, lâu rồi không gặp nó.

Phong liều người Phan Thiết. Cái quái gì hắn cũng giỏi, cũng nghiền, từ rượu chè, hút xách, kéo máy cờ bạc, cho đến đánh lộn. Chỉ có duy nhất tiếng Đức, không bao giờ hắn chịu học. Do vậy, thời Đông Đức, tay nghề, kỹ thuật hắn giỏi nhất nhì của nhà máy. Đến mấy gã thợ cả người Đức cũng phải nể. Máy móc, dây chuyền sản xuất dù ở những phân xưởng khác, đôi khi hư hỏng nặng, thợ ở đó chịu không sửa được, đều phải gọi đến hắn. Ấy vậy, lương tháng của hắn lúc nào cũng bét nhất. Cuối tuần, hắn thường đến chỗ tôi xin tiết canh, cổ hũ và lòng lợn. Nên có lần, tôi bảo, ông cố gắng tu tính, và học hành chút chút, lương lậu khá lên, còn gửi về giúp gia đình chứ! Hắn cười hềnh hệch, bảo, đếch cần... đếch cần. Rồi không ngờ, bức tường Berlin sụp đổ, người Việt ở phía Đông chạy loạn xà ngầu, tôi và Phong liều gặp lại nhau ở trại Ingelheim.

Dù đã điện báo trước, tôi và Hùng tà lọt vẫn phải chờ dưới đường khá lâu, Phong liều mới mở cửa. Vào nhà nặng mùi hương khói âm u, Hùng tà lọt hỏi, nhà có giỗ chạp gì sao. Phong liều lắc đầu, không. Thấy người lừ đừ, không còn gì dáng vóc của Phong liều khi xưa, tưởng hắn ốm, tôi hỏi tiếp, ốm đau sao đấy? Hắn lại lắc đầu, không. Trò chuyện, thăm hỏi một lúc như sực nhớ ra, hắn vò đầu, bứt tóc: Bỏ bia rượu từ lâu rồi, hai ông uống tạm nước suối nhé! Có lẽ, lại lên cơn nhạt miệng, Hùng tà lọt lừ mắt: Thôi, xuống quán ngồi. Phong liều bảo, có uống đâu mà xuống. Hùng tà lọt đứng dậy: Không uống, thì ăn, đi cho vui. Phong liều bảo, quả thật đã ăn chay trường từ mấy năm nay rồi.

Nghe vậy, tôi và Hùng tà lọt hơi bị sững người. Bất chợt, tôi nhìn lên điện thờ đỏ rực ở giữa nhà, và câu chuyện nhạt dần, từ ngữ lạc lõng cứ như ở hai đầu âm, dương...

Tuy vậy, ra khỏi nhà, vẫn còn nghe tiếng Phong liều dặn, uống xong nhớ quay về ngủ nhé. Nhưng tâm trạng tôi và Hùng tà lọt vẫn còn cảm thấy nặng nề lắm. Vào quán, ực đến ly bia thứ hai, Hùng tà lọt mới lẩm bẩm: Thằng này, chắc đốc chứng theo bóng cô, bóng cậu gì rồi.

Lúc này, tôi mới nhìn kỹ Hùng tà lọt. Dù gã có cố gắng che giấu sức khỏe, tâm trạng sau những vại bia, ly rượu, song nhìn vào khóe mắt, tôi nhận ra sức đã cạn, tâm sầu thăm thẳm của cái tuổi sáu tám, với hơn bốn mươi năm trường xa quê. Thấy tôi nhìn hơi bị kỹ, Hùng tà lọt đẩy vại bia mới gọi về phía tôi:

– Nhìn gì, uống đi thằng quỷ.

– Này, bốn mấy năm, nỗi đau, thù hận cũng đã thành chai sạn rồi. Bác nên một chuyến về thăm quê. Vài năm nữa sức lực còn chó đâu...

Không để tôi nói hết câu, Hùng tà lọt nổi cáu:

– Mày không bao giờ hiểu hết chúng tao đâu.

Bị cụt hứng, tôi yên lặng nhìn, ngoài kia ánh nắng chiều nhạt cuối tháng 4 lùi dần về phía sau bức tường xám rong rêu. Xa xa có tiếng chuông nhà thờ đang ngân lên... Đột nhiên, Hùng tà lọt xuống giọng hỏi:

– Còn nhớ thằng Bén vổ, trước ở trại Ingelheim, sau về Pirmasens cùng mày không?

– Nhớ! Nhưng sao?

Không trả lời tôi ngay, mắt Hùng tà lọt ngân ngấn như có nước, hướng về nơi, dường như xa xăm lắm. Thật lạ, cái nhìn và thái độ, cũng như tâm trạng, cảm xúc ấy của gã, tôi chưa từng gặp. Tôn trọng giây phút đó, nên tôi lặng lẽ cạn nốt ly trước mặt. Ngoài kia, những tia nắng cuối ngày chợt tắt, làm cho đàn chim dưới sân cũng vụt bay về tổ. Gió từ đâu đó khẽ luồn qua khe cửa. Hơi lạnh, tôi đứng dậy khép chặt cửa sổ. Vừa ngồi xuống, Hùng tà lọt bảo:

– Câu chuyện oái oăm này, nghe xong, mày sẽ hiểu thêm tại sao hơn 40 năm, chúng tao chưa một lần về thăm quê nhé. Nếu ở hoàn cảnh ấy, mày sẽ phải làm những gì?

Tôi gật đầu, rồi gọi thêm mấy vại bia... và câu chuyện của Hùng tà lọt được bắt đầu như vậy...

Quả thực, sau những ngày ở tù cải tạo, Hùng tà lọt càng thấm câu thù hận mà người lính địa phương quân phải gánh chịu:

"Ngàn hai bắt được thì tha.
*Chín trăm bắt được đem ra chặt đầu"**

Đang vật vờ, khi thì theo thuyền đánh cá ngoài khơi, lúc thì xúc than thuê, năm 1978 Hùng tà lọt gặp lại Sơn Phối ở Biên Hòa. Hai gã kéo nhau về Bà Rịa. Kế hoạch tổ chức vượt biên bắt đầu, và ngay ở cửa biển quê hương Hùng tà lọt. Hai lần đầu đều thất bại, bởi thuyền không vỡ, thì bị biên phòng truy đuổi. Rất may, do thông thổ địa hình, nên Hùng tà lọt, và Sơn Phối đều chạy thoát. Tiền bạc nợ nần chồng chất, hết đường vay mượn, hai gã tưởng chừng không còn một tia hy vọng nào nữa. Nhưng cuối năm 1979, do sự móc nối, giới thiệu của mấy người cùng chuyến đi trước, một thương nhân (chủ thuyền) đã tìm đến hai gã. Đúng là buồn ngủ gặp chiếu manh. Hai gã được đi cùng với điều kiện lo bến bãi, phụ lái, và trông coi máy móc. Thời gian này, người Tàu cũng ồ ạt ra đi, dẫn đến việc bảo kê bến bãi như một thứ luật bất thành văn của an ninh, biên phòng. Do vậy, làm luật xong, đường đi có vẻ mở ra hy vọng, Hùng tà lọt khấp khởi trong lòng.

Đêm cuối tháng, trời tối đen như mực. Rừng cây lặng im. Nước dưới sông cũng ngưng dòng chảy. Chỉ còn mái chèo khua vỗ nhẹ mạn thuyền xa dần, rồi chìm vào trong đêm. Sự tĩnh lặng ấy càng làm cho Hùng tà lọt và Sơn Phối đề phòng, thận trọng hơn, đưa từng nhóm người xuống thuyền nhỏ, xuôi ra điểm tập kết không xa nơi đây, để lên thuyền lớn. Chuyến đi không nhiều người, và phần đông là những người lính vừa ra thoát khỏi nhà tù nhỏ, do vậy tất cả đều gọn nhẹ... Hùng tà lọt, và Sơn Phối đưa bốn người cuối cùng ra đến bờ sông. Đang lên thuyền, từ bụi cây hai bóng đen vọt ra, dí mũi súng vào lưng Hùng tà lọt, và Sơn Phối, hai người đứng sau cùng:

– Đứng lại! Chống cự là bắn liền.

Nghe giọng nói khá quen, Hùng tà lọt quay lại, nhận ra Bén vổ và Hai Đẹt. Cả hai đều người làng, và Bén vổ là con ông chú họ của mình. Những ngày cuối tháng 4-1975, Bén vổ tuổi chưa đầy mười bảy đã đeo băng đỏ, nhảy ra ngã tư dẫn đường cho bộ đội, rồi làm trật tự, và trở thành người cách mạng 75. Lăng xăng một thời gian, hắn được đi học nghiệp vụ an ninh. Và từ đó, dù còn rất trẻ, song hắn đã trở thành một máy chém rất tàn bạo, không chỉ đối với những người trốn chạy, vượt biển.

Nghĩ Bén vổ và Hai Đẹt không nhận ra mình, nên Hùng tà lọt hỏi:

– Anh đây! Chúng mày không nhận ra sao? Bọn anh đã đóng tiền, làm luật rồi!

Giọng Bén vổ lạnh tanh:

– Không nhận ra ông, làm sao chúng tôi biết mà đến. Đây thuộc địa bàn an ninh do chúng tôi quản lý. Các ông làm luật cho ai, chúng tôi không cần biết.

Nghe giọng xách mé, và biết Bén vổ và Hai Đẹt ăn mảnh, kiểu này chẳng khác gì trấn lột, tuy lộn ruột, song Hùng tà lọt vẫn kìm nén:

– Bọn anh cùng đường rồi. Anh em, làng xóm với nhau, các em cảm thông cho bọn anh đi.

Bén vổ hơi xuống giọng:

– Chúng tôi có thể cảm thông cho ông, còn những người ở đây thì không được. Tất cả đứng thành hàng một, và tự động bỏ hết ra, nếu không chúng tôi buộc phải khám xét.

Toàn là những lính chiến đã dạn dày trận mạc, kinh qua tù tội, nên mọi người vẫn im lặng, bất tuân... chờ đợi. Biết là gặp phải cái tận cùng của sự khốn nạn, Hùng tà lọt vẫn năn nỉ, và mặc cả:

– Hay mỗi người tự nguyện đóng góp trong khả năng của mình có thể, để cho các em nhậu chơi. Bởi, tất cả anh em ở đây đều trong hoàn cảnh khó khăn, bi đát đến tận cùng rồi...

Hùng tà lọt nói chưa dứt câu, Bén vổ nói như quát:

– Không được. Tất cả đứng vào hàng.

Biết không thể dùng lời, và chắc chắn chỉ có hai con ngựa non này, nên Hùng tà lọt bấm vào tay Sơn Phối làm hiệu, và bảo:

– Có gì các anh em bỏ hết ra cho nhanh rồi đi, để họ khám xét lâu lắm.

Dường như, hiểu được ý Hùng tà lọt, nên mọi người rục rịch cởi đồ. Cùng đó, Bén vổ và Hai Đẹt vừa lơi tay súng, để rọi đèn pin, đã bị Hùng tà lọt cùng Sơn Phối quật ngã. Tất cả ùa đến tước súng, đè chặt hai gã, và tọng giẻ vào miệng. Cả hai bị trói chặt, ngúc ngắc, nằm như heo chuẩn bị mang đi chọc tiết vậy. Có lẽ, trong lúc giận dữ, và sợ bị lộ, có mấy người định kéo hai gã ra bờ sông:

– Cho hai thằng này đi mò tôm, rồi chuồn cho nhanh.

Hùng tà lọt ngăn lại:

– Làm thế quá nhẫn tâm, và chúng ta sẽ thành kẻ giết người. Dù có vượt thoát, thì chúng ta mãi mãi bị ám ảnh, và giày vò. Hãy mang chúng vào sâu trong rừng, cột vào cây. Ngày mai, có lẽ sẽ có người vào đó, và giải cứu chúng. Lúc đó, chúng ta cũng đi xa rồi. Mấy thằng này gà què ăn quẩn, chỉ tác quái được ở cái làng, xã này mà thôi...

Chẳng biết do đã làm luật, hay may mắn thuyền (vượt qua cửa an ninh biên phòng) ra đến hải phận quốc tế khá thuận lợi. Tuy nhiên, mấy ngày sau máy tàu bị hỏng. Ì ạch sửa chữa mãi dường như bất lực, trong lúc nước uống, lương thực đã cạn kiệt. Tưởng sẽ đi điếu, nhưng rất may thuyền của Hùng tà lọt trôi đúng vào khu vực (trong hành trình) tìm kiếm, cứu hộ của tàu Cap Anamur. Vậy là, tất cả đã được cứu, và từ đó, Hùng tà lọt cùng Sơn Phối định cư tại Đức...

– Vậy là bác may mắn lắm rồi còn gì nữa, nhiều tàu thuyền bị vỡ đắm, chết chóc, cướp bóc, hiếp dâm. Kẻ may mắn sống sót bị ám ảnh cả đời ấy chứ. Mà này, cái thằng Bén vổ an ninh, bác vừa kể, có liên quan gì đến thằng Bén vổ trước ở trại Ingelheim và Pirmasens với em không nhỉ?

Tôi cắt ngang lời kể của Hùng tà lọt bằng một câu hỏi, và những lời an ủi như vậy. Cầm ly bia đưa lên môi, nghe tôi hỏi, Hùng tà lọt vội đặt xuống:

– Nó chính là thằng Bén vổ ở trại Ingelheim đấy. Cái oái oăm, trớ trêu, như tao đã nói, cũng bởi từ thằng này.

Có lẽ, cố nén lại cảm xúc, nên một hơi, Hùng tà lọt ực cạn vại bia. Thấy vậy, tôi bảo, ở cái tuổi của bác mà ực bia được như vậy, thì còn khí thế và tráng kiện lắm. Có gì bác cứ nói hết ra cho nó nhẹ nhõm. Gã cười, rồi đi tiếp vào mạch truyện...

Sau gần một năm cư ngụ ở Đức, Hùng tà lọt mới nhận được thư nhà. Lá thư đầu mang tin buồn làm gã ám ảnh, và lo âu. Bởi, sau một ngày Hùng tà lọt đi, người ta cũng tìm thấy và giải cứu Bén vổ và Hai Đẹt. Tuy nhiên, do bị bệnh hen phế quản Hai Đẹt đã bị chết trước đó. Cái chết của Hai Đẹt rơi đúng vào thời điểm nhà nước phát động phong trào bảo vệ an ninh tổ quốc. Vậy là, nhân vật điển hình đã xuất hiện. Tấm gương sáng Bén vổ và Hai Đẹt xuất hiện đều đều trên báo chí, truyền thông. Nghe đâu, còn rục rịch làm hồ sơ phong anh hùng cho liệt sĩ Hai Đẹt. Và sự tung hô Hai Đẹt càng dâng cao bao nhiêu, thì gia đình Hùng tà lọt càng bị thê thảm bấy nhiêu. Dường như, ngày nào cha của Hai Đẹt cũng đến nhà Hùng tà lọt đập phá, hăm dọa, chửi bới. Chịu hết nổi, ông Ba cha của Hùng tà lọt phản kháng lại. Hai ông già tay bo trước sân nhà, người sứt đầu, kẻ mẻ trán. Tất nhiên, động đến gia đình liệt sĩ ở thời điểm điển hình đó chẳng khác gì mó vào dái ngựa. Trước tòa, ông Ba lãnh án 12 tháng tù giam. Ở tù được 6 tháng, đang khỏe mạnh bình thường, ông Ba lăn đùng ra chết. Bà Ba ngơ ngác khi nhận giấy chứng tử, ông Ba chết bởi cảm lạnh của nhà tù. Từ đó, con đường sống của các em Hùng tà lọt cũng bị hẹp lại, đành phải lìa xứ.

Năm sau, chẳng biết tại số hay quả báo đến sớm, đang ở đỉnh cao tài lộc, Bén vổ đốc chứng, dám phạm thượng, chạm nọc đúng vào con của một đấng ngồi trên. Thế là, đùng một phát, cả đống đơn từ, bằng chứng từ trong nước, ra đến hải ngoại tố cáo Bén vổ bảo kê, trấn lột, không chỉ những người trốn chạy vượt biển. Tiền nhiều, nhưng lần này có giời cũng chẳng cứu được. Những người biết rõ về Bén vổ đều cười ruồi, và nói vậy. Tuy nhiên, Bén vổ còn một chút may mắn. Do sợ ảnh hưởng đến phong trào bảo vệ an ninh tổ quốc, gã không phải ra tòa, mà chỉ ngậm ngùi về nhà ôm đít vợ.

Chờ sóng gió qua đi, Bén vổ chuồn về Saigon mua bằng trung cấp thể thao, nhập vào nghề gõ đầu trẻ. Cho đến năm 1987, vợ chồng Bén vổ âm thầm mua hắn hai suất sang Đức lao động, khi có ai đó tung tin hắn dùng bằng cấp giả. Nghĩ mãi không ra, kẻ độc mồm, độc miệng nào, bởi hắn nhiều kẻ thù lắm…

Trời về khuya, người đã quay quay, tôi ôm chặt Hùng tà lọt, như gã ôm chặt nỗi đau của mình từ suốt mấy chục năm qua. Sự cảm thông ấy, dường như có làm vơi đi nỗi đau trong lòng gã. Vài giây im lặng, rồi Hùng tà lọt loạng choạng đứng dậy, kéo tôi ra xe, miệng lẩm bẩm, về nhà tao ngủ. Tôi bảo, muốn cảnh sát xích cổ lại hay sao. Thế thì, tìm hotel. Giờ này, còn hotel gì nữa, lên nhà Phong liều ngủ. Hùng tà lọt cằn nhằn, thằng Phong liều nó đốt hương suốt đêm, ngủ thế chó nào được.

Cằn nhằn, song Hùng tà lọt vẫn theo tôi ngược lên nhà Phong liều. Có lẽ, nhìn thấy xe chúng tôi còn ở dưới sân, nên Phong liều vẫn chờ… Trong lúc pha trà, tôi hỏi:

– Bén vổ còn ở Pirmasens không?

Phong liều bảo:

– Không còn ở đó nữa, bởi mấy năm trước Bén vổ mua cái Villa to vật vưỡng ở Karlsruhe.

Tôi hơi bị ngạc nhiên:

– Nó làm gì mà có nhiều tiền vậy?

– Tiền từ Việt Nam sang.

– Nghĩa là thế nào? Tôi hỏi.

– Bén vổ có thằng em vợ làm ở Sở tài nguyên môi trường, hay cơ quan thẩm định giá cả gì đó. Do vậy, cách mươi, mười lăm năm trước, gọi vợ chồng nó về Saigon lập công ty. Chẳng hiểu bằng cách nào, nó vay được tiền ngân hàng, rồi tham gia cổ phần hóa nhà máy, công ty của nhà nước. Cứ tụi thằng em định giá, thì cánh thằng anh mua, rẻ như bèo. Chúng biến của công thành của riêng một cách hợp pháp.

Dừng lại một chút... rồi Phong liều bảo, chúng nó cổ phần hóa, kiếm tiền một cách: Hịt đập ăn ngay, cứ như trò chơi Ô ăn quan của trẻ con vậy, ông ạ.

Đỗ Trường

(Ingelheim tháng 4-2019)
Leipzig 24-4-2020

* lính chủ lực lương 1200 đồng / tháng, lính địa phương quân lương 900 đồng / tháng.

ĐOÀN VIỆT HÙNG

Ông Lão 80 Trên Lồng Cu

Phải khó khăn lắm ông già mới quyết định chuyển đến chỗ ở mới. Đó là căn phòng nhỏ trên tầng áp mái, rộng tầm hai chục mét vuông, không kể ban-công nhô ra 1,6 mét. Đây chắc chắn là nơi cuối cùng để làm "chỗ đếm thời gian".

Nguyên mảng tường dài là giá sách, đối diện là giường ngủ, đầu bên kia là chiếc bàn nhỏ lỉnh kỉnh giấy bút, sách báo, điện thoại... như gánh hàng xén thu nhỏ. Cuối cùng là phòng vệ sinh có gắn máy điều hòa phía trên cửa non mét rưỡi. Ngay trên đầu giường là nút chuông phòng khi nhức đầu, sổ mũi, chóng mặt... nhấn chuông báo xuống nhà dưới.

Một căn phòng được thiết kế như vậy cho ông già 80 quả là hoàn hảo. Khi thì ngồi trên ghế ngó ra ban-công gần đụng nhà bên kia đường, lúc nằm thẳng đuột dưới sàn, nhắm mắt như người hành thiền thở ra thở vào bụng phồng lên xẹp xuống vẽ những đường cong, gấp khúc, phẳng phiu về một trận chết rất đẹp, lộng lẫy cho mình.

Ông đã tính toán kỹ, rất kỹ. Thời buổi bây giờ, công nghệ thay con người giải quyết mọi sự, vì vậy ông không lo bị đói, ốm đau. Hằng ngày ông đặt đồ ăn từ một dịch vụ nấu nướng sẵn, mang tới tận nhà. Đau bệnh, cấp cứu kết nối với bác sĩ riêng, bệnh viện qua Zalo, cho nên không sợ bị chết bất thần đến mười ngày sau bốc mùi mới có người phát hiện.

Còn cái sự đã chết thì hết sức đơn giản: ông đã đặt tiền trọn gói cho dịch vụ mai táng hỏa thiêu. Khi nào chết thiệt, điện thoại tự động báo cho nhà đòn tới mang xác ông đi; tro cốt cho vào chiếc quách bằng gốm sứ Bát Tràng nhìn như chiếc hòm thu nhỏ (ông đã nhìn thấy, đẹp) rồi chở về quê, đặt xuống mả gió (đã chuẩn bị sẵn cách đây 7 năm) lấp đất. Vậy là xong. Mọi việc hết sức đơn giản, tiện lợi. Còn sự tang chế lễ lộc, con cháu tùy nghi muốn làm gì sau đó cũng được, ông đã là nắm tro, thân xác về với cát bụi rồi, biết gì nữa mà phản ứng nhỏ to?

Chuyện hậu sự như một bức tranh đẹp, giờ thì yên tâm với những ngày còn lại ở "nơi khác".

Đừng nghĩ rằng "nơi khác" là khu dưỡng lão mini hay resort cho lão nhà giàu, cũng không phải nơi biệt giam cho một tù nhân nguy hiểm hay văn hoa chút xíu là nơi an dưỡng tuổi già. Coi kỹ lại, nó bình thường như mọi nơi chốn. Có điều là chốn ông tự chọn, bình dân; nằm lọt trong khu dân cư lạ kỳ: chẳng phải phố cũng chẳng ra quê, không là xóm trọ, không chợ búa sầm uất, chẳng thấy lũy tre, sông suối, không có loa kẹo kéo ầm ầm sấm động, không có quán nhậu dzô dzô... ầm ĩ, chưa nghe trộm cắp, mắng chó chửi mèo... Đây là khu phố không tên rất lý tưởng cho tuổi già cần sự yên tĩnh, hiếm khi có chiếc xe lớn nào chạy ngang, đường sạch bong, hàng cây hai bên đường như đội lính tập bồng súng đứng "thiên thu" chào tất cả mọi người qua lại.

Hẳn nhiên khu này cũng phải có tên gì đó, song ông già không buồn để ý, chỉ vì trước đây cũng có cái tên khiến đám đông cuồng điên nhảy cẫng như bọn lên đồng, nhưng cũng có kẻ ôm mặt khóc rưng rức vì sầu hận.

Trước mặt nhà, phía bên kia đường, ở dưới thấp khoảng 3 thước so với mặt đường, là khoảng đất trống rộng vài chục mẫu tây, cỏ mọc xanh um, lùm bụi lúp xúp, quanh năm hoa xuyến chi nở trắng xóa; thỉnh thoảng những lùm trâm ổi nhô lên điểm xuyết bằng những bông hoa năm màu tròn như trứng gà so.

Đã nhiều lần ông mò xuống khu đất này hít thở chút không khí sạch vào buổi sáng sớm, hái một bó hoa xuyến chi về cắm vào chiếc lục bình trên bàn thờ, xắn tay vò dập nắm lá trâm ổi để ngửi mùi thơm đậm. Nay thì không. Nội việc lên xuống cầu thang ba bốn bận cũng đủ cho bài tập thể dục cả ngày.

Phần lớn thời gian ông dành cho việc đọc sách và thở. Ông nghĩ, đọc sách giúp cho bộ não khỏi bị tê liệt chuyện nhớ quên, kiểm tra cặp mắt. Còn thở vào ra không phải để thành lão thiền sư mà hơn hết là quên bớt những hân hoan, phiền não... ám theo thời gian xa gần. Nhưng coi bộ cũng chỉ được vài phần vì có những thứ không tài nào lẩn tránh. Mới rặc ròng đây thôi, vừa đặt mông lên chiếc gối bông, chân trái vừa co chạm vào chân phải thì có tiếng leng keng rột rẹt phát ra trên bàn. Mới đầu nho nhỏ như tiếng dế kêu, rồi càng lúc càng to. Tâm của ông bị bẻ khóa, liền nhắm mắt mím môi, tai khép lại xua tiếng động mà nào có xua đuổi được gì! Thua. Tiếng chuông mỗi lúc một to, gắt như tiếng kẻng gõ dồn dập cấp báo cháy nhà. Ông phải mở mắt, dỏng tai, với tay về phía phát ra tiếng kêu.

Ông già mở máy.

– Anh Tư, trời... Ở đâu mà tui gọi miết?

– Ai đó? À, ba Sum... sao ở ngoải có khỏe không. Mà có chuyện gì vậy chú? Nóng lạnh mưa gió, ruộng nương...

– Gì nữa. Anh Tư chưa hay gì sao. Con mẹ Kim Hằng lại lấy chồng nữa, anh Tư!

– Con mẻ lấy chồng thì mắc mớ gì tới chú và tôi, hè?

– 67 rồi anh.

-Thì 67.

– Nhưng mà, không phải như những lần trước, đận này con mẻ lấy thằng Việt kiều...

– Tốt chớ sao chú.

– Không phải vậy. Cái thằng sắp làm chồng mẻ mới nhinh nhỉnh 40, đáng tuổi con...

– Có sao đâu nào. Đó là coup de foudre, chú biết rồi? Mà thôi, chào chú nghen. Tôi có chút việc, gọi sau.

Ông già nói và tắt máy. Ông khép mắt thở một hơi dài.

Vậy đó, muốn buông ra mà đâu có được. Những chuyện không đâu vào đâu, thỉnh thoảng ập đến như cơn giông lốc, đố mà dựng tường chắn gió lớn? Khổ cái là nó không chịu tan ngay mà cứ lởn vởn, xà quần xà nẹo chí ít cũng mươi phút, có khi cả buổi. Rồi ông cố xua đi chuyện Kim Hằng lấy chồng lần nữa, nhưng thông tin từ miệng ba Sum y như keo dán chuột, cứ lùng nhùng không chịu bay ra khỏi đầu.

Ông ngồi xếp bằng xuống gối, tập trung lắng nghe hơi thở, nhưng nó cứ phập phù như bễ lò rèn. Biết có cố cũng chẳng được tích sự gì, bèn bỏ ra ban-công kéo ghế xếp ngồi ngó chong xuống hầm đất. Hoa xuyến chi trắng xóa. Lùm bụi xanh ngắt lúp xúp nhô lên giữa rừng hoa. Mấy con bò ở mút xa... Mắt ông khép lại một chút, he hé mở ra... thở...

Ông thấy mình ôm bó hoa xuyến chi áp vào ngực. Ông nhớ tới vợ trên cao, dòm thấy con mắc dính trong hóc kẹt phù sinh, chòm xóm nhấp nhổm, những người bạn già trẻ co chân lướt dần theo thời gian trôi tuột qua cánh đồng làng. Họ chập chờn trong giấc ngủ, lung linh trên vách tường ám ố, chao lượn dưới ánh sáng lờ mờ ngọn đèn ngủ. Hàng tre đung đưa, cây duối ngái ngủ, bầy chó sủa trăng. Mọi thứ chầm chậm lướt qua... chập chờn.

– Bác Tư ơi, bác Tư...

Tiếng gọi chạy lăn tăn theo tiếng chuông gọi cửa.

– Bác Tư ơi...

Ông mở choàng mắt, tỉnh cơn mê vụn, lò dò trở vô phòng, vịn cầu thang bước xuống. Chuông vẫn reo. Ông lần mò mở khóa, kéo chốt cửa. Ui da, tưởng ai.

– Thì con cứ mắc vô cánh cổng, thủng thẳng bác lấy.

– Đâu được bác. Đâu phải đồ khô.

– Khô nước gì thì cũng tới tay bác, ai vô đây?

– Con biết. Nhưng mà...

– Rồi, gì ở trỏng mà khẩn cấp vậy?

– Dạ, tô hủ tíu và ly cà phê sữa.

– Ủa, ở đâu mà hủ tíu với cà phê cữ này?

– Con đâu biết.

– Ngộ chưa. Không biết mà biết mang cà phê hủ tíu tới đây. Ý bác là ai gửi những thứ này cho con mang tới. Rồi, bác cũng chưa biết con là ai nữa. Ngộ thiệt nghen.

– Dạ, con bán cà phê ở đầu hẻm ngoài kia. Ngày nào cũng nhìn thấy bác đứng trên ban-công, tưới cây, nhìn trời. Dạ, có người kêu con bán ly cà phê, bỏ vào túi này nhờ con mang giùm tới, xin lỗi bác, cái ông già hay ra đứng ở ban-công đó.

– Mèng ơi, không thấy mặt mũi, chẳng rõ nguồn gốc tung tích mà con dám... lỡ - ông kịp ngừng lại - Mà đàn ông, đàn bà, già trẻ?

– Không nhớ nữa. Con lo pha cà phê. Người ta dặn vậy rồi để tiền lên bàn rồi đi mất. Mà hình như đàn bà. Thôi, bác Tư nhận giùm, con về bán hàng, chắc không có gì đâu.

Cô gái trao túi hàng tận tay. Ông nhận lấy nói cám ơn dặn với, lần sau nhớ cẩn thận nghe cháu.

Mang túi giấy đặt lên bàn ăn, ông ngồi cố rặn óc nhớ coi ai quen. Ông mới tới khu này chừng hai tháng, chỉ có chú khu phố trưởng, chú công an khu vực biết vì liên hệ giấy tờ tạm trú, còn lại tất cả bạn bè, người thân ông giấu biệt, trừ chiếc điện thoại như sợi dây nối.

Vậy mà sáng nay có người theo dõi ông, nhận ra ông khiến cho đầu óc rối nùi. Xem chừng chuyện nhập môn buông bỏ coi như tiêu ma.

Tô hủ tíu bỏ vào tủ lạnh, tay xách túi giấy có ly cà phê leo cầu thang, ra ban-công. Ly cà phê còn âm ấm ông già đặt lên chậu bonsai Nguyệt quế, thân vặn vẹo sần sùi, già hơn ông cả chục tuổi.

Ông già bưng ly cà phê nhấp ngụm nhỏ, bắt đầu banh quá khứ ứ hự của mình từ thời cởi truồng, trai trẻ, lang bạt cho tới khi tóc nhuốm muối tiêu, râu lông lún phún trắng. Ông cởi trần những mối tình si, tình lỡ, tình hờ, ngủ nhờ, ở đậu... Những hình bóng đậm nhạt chạy nhảy lộn xộn trong đầu, sau đó tắt ngấm tàn tro.

Không thể nhận ra ai bất ngờ bôi chút hương vị cà phê lên đầu lưỡi và hộp hủ tíu chưa đụng tới?

Ông già lắc đầu cho qua. Mà cho qua là phải. Nước non lửa củi gì nữa ở tuổi 80? Rồi quay ra dòm cây Nguyệt quế có bộ rễ phồng nhổm lên khỏi miệng chậu gốm sứ men da lươn, thân sần sùi vặn vẹo khô nẻ. Nó cũng già như ông, thỉnh thoảng nở vài chùm bông trắng ngọc, thơm dịu... rồi rụng, trơ trọi cành lá, chờ đợi thời gian lâu sau.

oOo

Đã vài ba lần vuốt mắt cho người thân, cả đến mươi lần nhìn những thân xác nằm bất động, tờ giấy trắng đắp lên mặt, chiếc dao cùn hay thanh sắt lòn dưới chiếu. Đó là dấu hiệu của những đã người chết.

Nhưng quả thật, không tài nào hình dung nổi cảnh mình khi chết sẽ ra sao?

Vậy là ông háo hức vẽ ra cái chết cho riêng mình. Công việc ấy khá tỉ mẩn như khi ngồi hàng tháng trời phác họa bản vẽ cho ngôi nhà thờ họ. Vẽ và bôi xóa. Những tờ giấy vò nát vất xuống sàn. Những cục tẩy mòn vẹt. Những cây bút chì chỉ còn một mẩu nhỏ...

Sự khó khăn này có giống với sự đi gần đến cái chết? Ông không biết, nhưng chắc chắn không có cảnh chết nào giống cảnh nào. Điều này hoàn toàn đúng.

Tai ông bỗng nghe vang tiếng chim ríu rít. Hình như đó là tiếng con chim sâu đang chuyền trên cành Nguyệt quế? Ông khẽ mở mắt và thấy mình bay bổng ra ngoài hành lang, nhập vào cành lá màu xanh sậm. Không phải một mà hai con, nhỏ bằng nửa ngón chân cái, đuôi luôn ngúc ngoắc chuyền sải từ nhánh này qua nhánh khác, miệng luôn chíp chíp. Vụt cái, cả hai bay lên cao kéo ông theo. Ông bay lướt trên các ngôi nhà cao tầng, bay lượn trên dòng sông mênh mông, dập dềnh những mảng lục bình cắm những cọng bông tím nhạt. Những dề lục bình trôi chậm. Ông bay chậm rãi nhìn dề lục bình và dòng nước. Dề lục bình trôi? Dòng nước trôi? Cả hai cùng trôi và cả hai cùng đứng. Một thoáng khựng lại. Dòng nước sáng lóa đến nỗi gần như xóa mất màu xanh của dề lục bình.

Ông nghe âm thanh của đôi chim sâu ẩn bên dưới dòng nước cõng dề lục bình, nhẹ và êm như đám mây trắng trôi trên đầu.

Ông ngó lên cao, rồi dòm xuống dưới. Cả hai đều nhè nhẹ lướt cùng một màu trong veo như khí trời...

Âm thanh vang lên bên tai. Lần này không phải tiếng hót líu lo mà chát chúa đến vô cùng, kéo giật; cũng không phải lắng nghe mà xồng xộc như đám âm binh ma quái vác dao rựa lao vào khua rổn rảng. Tình thế này, kẻ hấp hối cũng phải mở bật mắt, ngồi dựng dậy.

Nhổm về phía phát ra âm thanh cuống cuồng như một quán tính, vơ vội ống nghe áp chặt vào tai.

– Bác Ba ơi, bác Phó Sáu chết rồi!

– Hồi nào, sao chết con?

– Chiều qua. Dạ, thảm lắm bác!

– Thủng thẳng, từ từ nói cho bác nghe.

– Dạ, hai Tửng con út Phó Sáu đó bác, có thằng con nghiện du lịch châu Âu [(1)], nó nợ nần tùm lum bị bọn giang hồ tới nhà đòi nợ. Hai bên cãi vã xô xát, ông già đứng ra can, ai dè tụi nó chém đứt cổ Phó Sáu, mà không đứt hẳn, chỉ hai phần ba nên chi cái đầu rụng xuống tòng teng trước ngực, máu bắn thành vòi tít lên trần nhà, bắt ớn. Thảm lắm bác Ba.

– Thôi, đủ rồi đừng kể nữa – giọng ông như giận dỗi và gác máy.

Phó Sáu là bạn ông từ thuở cởi truồng chặn bò, tắm sông. Lớn lên lêu bêu lang bang trôi nổi trong dòng cuốn thời cuộc, cuối cùng cũng giữ được chức ấp phó cốt trốn lính. Thời đó kêu chính danh phó ấp bị nhiều người xấu miệng xỉa xói là ấp bà góa, hay như hội Phụ nữ Liên đới của bà Ngô Đình Nhu bị gọi hội Phụ nữ Liên đái, nên gọn lại phó cộng thứ trong gia đình nghe êm hơn. Chính thức có tên Phó Sáu khi ông ta 27 tuổi.

Phó Sáu trước sau chỉ mỗi một bà vợ, chưa nghe ai tố cáo ông ve bà góa, lộn nài bẻ ách và duy nhất chỉ có mỗi một anh Tửng độc đinh. Vậy mà... ông nhắm mắt lại như muốn xua hình ảnh chiếc đầu rụng tòng teng trước ngực, rồi nghĩ: kiểu chết thảm, lãng nhách và, chắc chắn không phải là sự lựa chọn của Phó Sáu.

Hãy tưởng tượng, bạn đang đứng bên cạnh đám người đang cãi nhau, giằng co, nắm đấm... Bỗng một vật gì đó xẹt qua đầu bạn, đầu vỡ toang hoác, máu chảy, bạn gục ngã và không kịp nhận ra nguyên nhân. Đúng là không nhận thấy điều gì. Máu trào. Tim ngưng đập. Chết lập tức. Như vậy, dĩ nhiên đây không phải là bản năng tìm đến sự hủy hoại thông thường như bản năng tìm sự sống với những ham muốn, khoái cảm, sinh tồn…

Chắc chắn Phó Sáu không muốn nhận một kiểu chết như vậy. Ông cũng từ chối cách chết kinh khủng này. Nhưng biết làm sao được?

Nhiều ngày sau, ông cố xóa tan hình ảnh hãi hùng đó bằng cách nằm thẳng tay chân trên chiếu hoa thở vào ra, định tâm.

Đoàn Việt Hùng (NgLu)
(Lái Thiêu, tháng 2/2021)

(1) Du lịch châu Âu: tiếng lóng chỉ cá độ banh bóng

ELENA PUCILLO TRUONG

VÀNG TRÊN BIỂN ĐÁ ĐEN

Viết cho những người bạn cầm phấn

Tiếng bản lề rít lên kẽo kẹt khi tôi đẩy cánh cửa bước vào lớp học. Ánh nhìn của tôi buồn bã chiếu xuống những dãy băng thấp đã từ lâu trống vắng. Tôi đang cố tìm lại vài vết mực loang hay những nhát cắt trên mặt gỗ và trong đầu cố hình dung đến những khuôn mặt học trò giờ đã xa xôi.

Một quầng sáng hình nón của ánh nắng mai đang chiếu lên kệ sách và trong đó tôi nhìn thấy những hạt bụi li ti bay lượn. Tôi quét sơ sàn nhà rồi ngồi làm bạn với một quyển sách và bắt đầu ngao ngán đợi chờ.

Đã từ lâu không còn có những giọng nói líu lo chờ đón tôi ở nơi đây, cũng không có cả sự yên lặng bất thường khi bọn trẻ chợt thấy tôi đang đến. Những đứa lớn thường chỉ liếc mắt nhìn còn những đứa bé hơn thì lấm lét hay nghiêm hẳn sắc mặt, thế nhưng khi đứng trên bục giảng, tôi vẫn nhìn thấy mặt các em trai còn đỏ gay vì chạy nhảy còn các bé gái thì đầu tóc rối bù dù các em đã cố gắng vuốt lại bằng tay sau khi làm ẩm bằng nước bọt.

Tôn trọng nhưng không bao giờ là sợ hãi. Tôi còn nhớ là mình đã lau khô bao nhiêu nước mắt để an ủi các em sau các lần tranh cãi, giận hờn, vấp ngã hay có khi chỉ vì một lý do phù phiếm nào đó! Thuở ấy tôi còn khá trẻ và vừa bị chuyển đến một buôn làng heo hút, chìm khuất giữa những dãy núi cao mà trước đó tôi chưa hề biết hay nghe nhắc đến tên.

Sau khi tốt nghiệp tôi rất mãn nguyện vì được bổ nhiệm về dạy trong một ngôi trường lớn và bề thế trong thành phố. Nơi đó tôi rất quý các đồng nghiệp và thương mến các em học sinh nên vui vẻ hòa mình vào cái thế giới đầy mùi sách mới, bụi phấn bám vào tay, nhưng sung sướng nhất chính là cái cảm giác đang thực hiện được niềm mong ước của mình.

Tôi đã tin rằng đời mình sẽ mãi thế và chẳng có gì thay đổi, thế nhưng chỉ cần vài lời của ông hiệu trưởng vào một buổi sáng là đủ để ném tôi rơi vào hố sâu tuyệt vọng:

"Thưa cô, tôi cho gọi cô lên văn phòng để thông báo về một nhu cầu khẩn thiết của Sở Giáo Dục và tôi tin là chỉ có cô mới đảm nhiệm nổi. Cô còn trẻ, chưa lập gia đình, không có nhiều ràng buộc vì cả cha và mẹ đều đã qua đời... nên Sở đã quyết định chuyển cô về tổ chức các lớp học và giảng dạy các học sinh trên một vùng cao ở miền Bắc."

Không hiểu tại sao mà dường như tất cả mọi thứ đều chống lại tôi, thí dụ nếu như còn trẻ hơn, có hai con hay cha mẹ già bệnh tật thì có lẽ tôi đã được ở lại làm việc trong cái góc thiên đường của mình. Nhưng hiện thực là thế nên vài ngày sau tôi phải đáp chuyến xe lửa lên Hà Giang.

Rời ga xe lửa tôi còn phải lấy xe đò, một thứ xe khách nhỏ gọn, phù hợp với địa hình ngoằn ngoèo để có thể vượt qua những dãy núi mỗi lúc mỗi cao và dọc đường đèo có nhiều vực sâu đầy đe dọa.

Cuối cùng, sau cuộc hành trình vất vả, xe dừng lại ở một bãi đậu có các lùm cây và tôi cầm chiếc va li bước xuống, ngỡ ngàng nhìn chiếc xe khách lắc lư, lừ đừ đi tiếp như tiến vào khoảng không vô tận mà nước mắt chảy dài xuống má.

Chỉ có một ý nghĩ lúc đó đã giúp tôi phản ứng và bình tâm lại là mọi việc đều có nguyên do, có thể là một sự sắp xếp nào đó của định mệnh và giả như điều đang xảy ra với tôi do ác ý của ai thì một ngày nào đó cũng sẽ có câu trả lời.

Kế tiếp đó là những ngày cực kỳ bận rộn. Tôi phải bắt đầu sửa lại cái căn nhà ọp ẹp, dường như bị bỏ hoang từ nhiều năm, để biến thành "trường học". Tôi đến từng nhà để mời các phụ huynh cho con mình đến "lớp" và tổ chức thành 3 nhóm dựa theo tuổi tác. Sau đó khi tôi chỉ cho những đứa bé xem những bức hình màu trong sách thì chúng bắt đầu làm quen và thường quyến luyến bên tôi như những chú gà con nấp vào đôi cánh mẹ. Với tôi, bước đầu như thế có thể cho là thành công.

Tuy ở rất xa nhưng tôi vẫn liên hệ thường xuyên với các đồng nghiệp cũ trong thành phố và thế là hàng tuần những thùng sách từ xa được gửi tới vùng cao. Điều bất ngờ là trong khi những bức tường đất bắt đầu trở thành một ngôi trường đơn giản và nghèo nàn thì trong tôi cũng bắt đầu có một sự thay đổi. Đối với tôi một quyển sách, một bức tranh hay một tấm bản đồ treo trên vách lúc này đều có một ý nghĩa lớn lao. Nó quý giá, cần phải tôn trọng và giữ gìn vì đó là những phương tiện ít ỏi có thể giúp các em bé xa tít ở nơi đây hiểu về cuộc đời và thế giới.

Dần dà rồi tôi cũng bắt đầu làm quen với dáng núi và những cơn gió lạnh rít qua khe cửa. Chỉ có điều là tôi nhớ biển, nhớ mùi gió hiu hiu mặn và bụi muối lờ lợ đọng lại trên thân thể vừa lau khô cùng với đôi bàn chân bị cát bám vào các ngón, ẩm ướt và nhột nhạt.

Tôi rất yêu biển vì suốt tuổi thơ tôi đều trải qua các kỳ nghỉ hè với ông bà nội ở một thành phố duyên hải miền Trung. Tôi thích chơi đùa với các bạn, tung tăng chạy nhảy trên cát mịn rồi lao mình vào giữa những cơn sóng nhỏ đầy bọt trắng. Rồi khi lớn lên, mỗi khi đi đến nơi nào có biển tôi đều giữ lấy một ít cát để làm kỷ niệm. Sau nhiều năm, chỉ nhìn qua những chai cát nhiều màu trong "bộ" sưu tập là tôi có thể biết nguồn gốc ở đâu. Cát trắng nhất lấy ở Phú Quốc, cát màu vàng lấy ở Quy Nhơn hay màu xám lấy ở Vũng Tàu.

Tôi phân loại rồi bỏ cát vào chai, đặt tất cả trong chiếc hộp nhỏ bằng kim loại nằm trong phòng ngủ, và mỗi khi nhớ biển tôi thường xem lại cái kho tàng kỷ niệm của mình.

Năm tháng trôi qua và các cậu học trò của tôi cũng lớn dần, rồi sau vài lục cá nguyệt thì tôi không còn nhìn thấy chúng nữa. Cái đói và sự nghèo nàn đã đẩy chúng đi xa để tìm phương tiện làm ăn và sinh sống. Ban đầu tôi chưa từng nghĩ tới điều này, cho đến một hôm, một cậu học trò ngoan và chăm chỉ của tôi vắng mặt ở lớp nhiều ngày. Tôi thấy lạ và lo lắng là em có thể bị bệnh gì đó nên đến nhà thăm. Đó là một căn nhà ọp ẹp nằm nép mình bên một khối đá to, cách xa trường chừng vài cây số. Chỉ lúc đó tôi mới hiểu nỗi khó nhọc của em và các bạn, hằng ngày phải cuốc bộ trên con đường núi đầy sỏi đá và vực sâu để có thể học vài trang sách ở trường. Rồi còn những ngày mưa, gió lạnh, khoảng cách ấy như xa thêm, đến được trường có thể được xem như một chiến công của các anh hùng.

Thế rồi sau bao khó nhọc tôi cũng đến được căn nhà và vui vẻ cầm lấy ly trà nóng mà mẹ Quang vừa pha:

- Thưa cô giáo, Quang không có ở nhà. Mấy ngày nay cháu phải lên núi giúp ba làm rẫy. Cần phải gieo hạt sớm vì nếu chậm thì mùa đông này cả nhà sẽ chẳng có gì để ăn.

Chỉ với câu nói ấy là tôi hiểu ngay hoàn cảnh và đời sống thường nhật của họ. Trên cao nguyên đá cuộc sống thật khó nhọc và đầy bi thảm.

- Bây giờ thì Quang ở đâu? Nhờ bà chỉ đường để tôi đến gặp em.

Bà mẹ liền chỉ tay vào hướng núi ở trên cao và cho biết là cách nhà khoảng một cây số.

Tôi vội vã đi, dù vẫn thận trọng tránh những mô đá và sợ bị trượt chân... và cuối cùng cũng vượt qua một ngọn đồi mà sau đó có thể nhìn thấy Quang.

Quang cảnh trước mắt tôi là một triền núi thoai thoải có vô số những tảng đá nhọn màu đen nằm cạnh nhau, đỉnh hướng thẳng lên trời. Triền núi lồi lõm, uốn lượn và những tảng đá hình thù quái dị như những con sóng hình tai mèo đang phản chiếu ánh sáng mặt trời. Giống như một mặt biển màu đen, xuất hiện thật bất ngờ: Một biển đá đang chuyển động bỗng bị cầm tù dưới bùa phép của một phù thủy cao tay ấn, đứng im, để nguyên những con sóng đang chồm lên trời, với bọt biển, tung tóe giữa những vực sâu... tất cả đều bị giữ im, bất động đến muôn đời.

Và trên cái mặt biển đá đen ấy xuất hiện tấm lưng trần đẫm mồ hôi của cha Quang. Lúc đó ông đang liên tục đứng lên, cúi xuống, để cuốc một đường rãnh giữa những tảng đá đen và cậu con trai đứng bên cạnh, vai mang gùi và tay cầm một túi hạt.

- Quang! Quang! Tôi gọi lớn để tạo sự chú ý trong lúc dừng lại hổn hển thở giữa những tảng đá.

Rồi chậm chậm tôi tiến đến gần và nhận ra sự kinh ngạc trong mắt họ.

- Ui... Trời ơi, cô giáo! Cô lên đây làm gì? Chân cô rướm máu... Cô có bị thương không?

Đến lúc này tôi mới nhận ra là đầu gối và bàn tay mình có nhiều vết cắt nhưng tôi không quan tâm vì lúc này chỉ muốn biết điều mà hai cha con họ đang làm: Một hạt giống không thể nẩy mầm nếu không có đất, và trên núi đá không phù hợp nên họ đang đào một cái rãnh và đem đất từ nơi khác lấp vào. Một điều đơn giản, mà từ thời nguyên thủy con người đã chiến đấu với thiên nhiên để sinh tồn.

Gieo hạt để nẩy mầm!

Công việc của tôi cũng vậy. Bây giờ tôi hiểu là mình cũng đang gieo hạt và tìm cách giúp các cậu học trò nhỏ nẩy mầm cho một cuộc sống mới, cho một ngày mai tươi sáng hơn. Dù bất cứ là ở nơi đâu tôi cũng có thể thực hiện công việc ấy, ngay cả trong môi trường khắc nghiệt và khó khăn như ở vùng núi này. Ngay lúc đó tôi hiểu rằng điều mà hai cha con Quang đang làm là vô cùng quan trọng. Và vì thế, tôi cũng nán lại để giúp họ gieo hạt giữa những khối đá đen.

Sáng hôm sau Quang đến trường thật sớm và tôi bảo em giải thích cho các em nhỏ hơn là phải làm thế nào để giúp các hạt bắp nẩy mầm giữa những tảng đá. Đó là một bài học được cả lớp chăm chú lắng nghe.

Những hồi ức ấy bây giờ đã xa xôi.

Tôi hồi tưởng lại trong lúc đặt mấy quyển sách lên kệ. Tôi phải chấp nhận sự vắng vẻ và cái khoảng trống buồn thảm ở xung quanh mình. Trong làng giờ chỉ còn ít người ở lại, phần lớn là những cụ già và từ lâu các dãy băng ghế đều trống rỗng.

Tôi uể oải cầm chiếc chìa khóa và chuẩn bị bước ra về.

Ngay lúc đó có một bóng người thoáng qua cửa và tôi nghe một giọng nói rất lễ phép:

- "Thưa cô giáo, cháu tên Kim. Cháu đến từ một làng ở xa đây vì người ta cho biết là ở trường này có một người có thể giúp cháu. Thưa cô... cháu không biết đọc và cháu muốn học để lớn lên giúp đỡ ba mẹ."

Trong lúc bé gái đang bước vào tôi nhìn thấy hai bàn tay em đang cầm một chiếc mũ đã sờn và bạc màu còn hai con mắt đang e dè và xúc động dưới một lọn tóc đang rơi xuống.

- "Vào đi cháu. Cô đang đợi cháu đây! Ngồi xuống, bên cạnh cô nè! Cô sẽ dạy cháu những con số và bí ẩn của ngôn ngữ. Cô sẽ dạy cháu về mùi của biển hay sự lấp lánh của những vì sao và sau đó cô sẽ giúp cháu làm nẩy những hạt mầm vàng trên một mặt biển đen".

Elena Pucillo Truong

(Nguyên tác tiếng Ý: "L'oro tra le pietre nere" - Bản dịch của Trương Văn Dân)

HOÀNG CHÍNH

NGÕ CỤT

1

"Em sẽ cho anh một đứa con." Tim tôi ngưng đập. Tiểu Quyên vừa nói với tôi như thế. Ấy là một buổi sáng tháng Hai. Trời lạnh. Nắng trong. Tuyết lưa thưa như bông gòn đầu cành những cây phong viền hai bên đường phố. Và trắng xóa khu rừng sau nhà. Mấy phút sau tôi mới hoàn hồn. *Em sẽ cho anh một đứa con.* Câu nói mất hút trong cái tĩnh lặng của căn phòng nhưng lại loang trong trí tưởng, như tiếng chuông ngân nga từ một ngôi chùa trên đỉnh núi.

"Nghe em nói không?" Tấm thân thể mềm như cái gối ôm dựa vào tôi. Ấm áp, mềm mại. Trần nhà võng xuống và không gian căn phòng dần thu hẹp lại. Như con thú bất ngờ lọt vào lưới thợ săn, tôi chết lặng. Rồi tôi hít đầy hai lá phổi hương của tóc và mùi lửa đốt củi khô liu riu trong lò sưởi, loay hoay tìm câu trả lời. Có nghe thấy không? Tôi hỏi tôi. Tôi có nghe thấy không? Một bông đùa, một hứa hẹn vu vơ của một đứa con gái. Dù là một đứa con gái rất thân, rất gần gũi. Hơn cả một người tình. Tôi nghe, nhưng tôi sợ tôi nghe lầm.

Và có nên tin không?
"Quyên nói gì, nói lại cho... anh nghe đi." Tôi hụt hơi nói với vệt nắng vắt bên khung cửa sổ, bò lan tới tấm nệm giường. Tôi phải nói với vạt nắng, bởi tôi có bao giờ nói với Tiểu Quyên bằng thứ ngôn ngữ ngọt ngào như thế đâu. Tôi chưa kịp quen với những lời tình tự. Với ai khác thì dễ dàng, nhưng với Tiểu Quyên thì câu với chữ cứ chần chừ ở đầu môi. Tôi ngại. Tôi ngượng. Tôi xoay người đổi thế nằm trên tấm nệm dày. Hơi ấm ủ lưng tôi như lúc dựa vào tấm vỉ lò sưởi. Cái mềm mại lan man trên da thịt.
"Em sẽ cho anh một đứa con." Tiểu Quyên nhìn tôi, thì thầm. Hẹn hò trong ngôn ngữ, thề thốt trong mắt nhìn.
Tôi nhìn qua khung kính cửa sổ. Những con chim sẻ loi choi trong khoảng sân hẹp. Mấy hôm nay khí hậu bỗng dưng ấm áp nên chúng rủ nhau ra tắm nắng.
Cái đầu tròn dựa trên vai tôi. Cái gánh nặng dịu dàng thì thào câu hỏi, "Nghe em nói không?"
"Nghe." Tôi thì thầm với những con chim đang tỉa lông ngoài sân nắng. Rồi tôi quay sang Tiểu Quyên, nhìn vào đôi mắt một mí lót, "Có thật không?"
Tiểu Quyên mỉm cười, đưa một ngón tay lên trước mặt, "Em sẽ cho anh một đứa con. Hứa đó." Và cô gái tuôn ra cái câu bất ngờ nhất, "Anh muốn con trai hay con gái?"
"Con trai." Tôi buột miệng, và ngay lập tức tôi bối rối. Có thật tôi thích một đứa con trai không? Lời hứa bất ngờ của Tiểu Quyên xoáy tôi vào cơn lốc. Tôi không biết thật giả ra sao. Tôi không hiểu đây vẫn là trò chơi hay đã là sự thật.
"Có đứa con trai giống anh chắc thích lắm." Tiểu Quyên xuýt xoa.
"Ai thích?" tôi hỏi.
"Em thích, bộ anh không thích sao?"
"Thích chứ," tôi nói vội. "Con của mình mà."
"Con của chúng mình. Phải nói rõ như vậy." Tiểu Quyên dằn từng tiếng.
Rồi cả hai cùng im lặng. Không có gì để nói biết bao lâu. Cứ lặng im như thế chẳng bao lâu chúng tôi sẽ hóa kiếp thành những vật thể vô

sinh đông cứng trong vuông nắng màu hổ phách. Bỗng dưng, Tiểu Quyên lay nhẹ vai tôi, đổi giọng rủ rê, "Đi dạo không anh?"
Tôi lười. Hôm nay tôi lười. Nên tôi ngần ngừ. Chúng tôi vẫn vào rừng những sớm mai. Đã năm, sáu năm trời như thế. Mùa hạ, bàn tay níu bàn tay. Mùa đông mỗi người tháo một bên găng tay để có một bàn tay trần, đan những ngón tay nhau. Như thể buông nhau ra, sẽ có một người đi lạc. Đôi bàn tay ấm áp tuyệt vời. Trên lối mòn trong khu rừng nhỏ, những con sóc màu nâu tròn mắt nhìn chúng tôi. Những con thỏ lông xám ngập ngừng bên bụi cỏ rồi lủi nhanh vào bụi rậm. Mùa hạ, nắng lọt qua kẽ lá, rụng đầy trên tóc. Mùa đông, bông tuyết vướng cả vào chóp mũi, đọng lại ở cánh môi. Tôi chỉ biết ngẩn ngơ nhìn. Bởi tôi đã hứa với lòng. Bởi tôi đã tự dặn dò sẽ mãi mãi là như thế. Bởi tôi vẫn nguyện sẽ không bao giờ làm hoen mực tôi lên trang Quyên giấy trắng. Những buổi sáng chúng tôi vẫn đi dạo với nhau như thế. Nắng hay mưa, đủ cả bốn mùa. Từ khi Tiểu Quyên còn là một con bé tóc thả sau lưng thích đi dạo trong khu rừng nhưng không dám đi một mình. Từ ngày mùa hạ nào đó, con bé Tiểu Quyên chạy xe đạp tới cuối đường, ở khúc quanh căn nhà tôi thuê, dựng xe bên cái bảng "Dead End" và men theo lối mòn, bắt gặp tôi rải thức ăn cho con mèo hoang mà tôi vẫn gặp mỗi sáng. Từ cái ngày chúng tôi thành đôi bạn đồng hành. Một người ở tận cuối thị trấn, sát bìa rừng, một người ở đâu đó có thể thật xa nhưng cũng thật gần. Cái nơi xa hay gần ấy tôi không bao giờ hỏi tới.
"Đi không?" Tiểu Quyên nhắc.
Tôi ậm ừ, "Lười..."
"Sao vậy?"
"Valentine."
Hôm nay là ngày lễ Tình Yêu. Chúng tôi đang là người tình. Mỗi năm chỉ có một ngày chúng tôi là tình nhân của nhau. Như Ngưu Lang Chức Nữ mỗi năm chỉ một lần hò hẹn. Chúng tôi quen nhau lâu nhưng chỉ là quen biết. Là bạn. Là *chú* với *cháu*. Chú cháu năm này qua năm khác. Trong trắng như những trang giấy một cuốn vở mới tinh. Rồi một dịp Valentine kia chúng tôi đề nghị sẽ cho nhau một món quà. Trong hai mươi bốn tiếng của ngày Valentine, chúng tôi là tình nhân. Trọn ngày lễ Tình Yêu chúng tôi nhìn nhau như nhân tình.

Và cư xử với nhau như hai kẻ đang yêu. Chỉ trọn ngày hôm ấy. Hết hai mươi bốn tiếng, hai chúng tôi lại là bạn bè, lại là ông chú khật khừ và con nhỏ cháu lý lắc.

Vì vậy tôi không muốn rời căn phòng ấm cúng này vào ngày lễ Tình Yêu. Chúng tôi đang có quà. Chỉ còn mười mấy tiếng đồng hồ nữa, khung ký ức sẽ mở ra, gói quà sẽ lại được cất vào ngăn sâu nhất để dành cho năm tới. Tôi là đứa bé ngậm từng viên kẹo ngọt giấu trong gói quà. Tôi không muốn rời xa nó.

"Em nói thật đó. Em sẽ cho anh một đứa con trai." Tiểu Quyên ghé sát tai tôi, thì thầm. Tiểu Quyên hôm nay dạn dĩ trăm lần hơn Tiểu Quyên ngày hôm qua, và liều lĩnh ngàn lần hơn Tiểu Quyên ngày mai. Chỉ có tôi là vẫn rụt rè.

Ngày của tháng Hai bỗng dài lê thê như bị chằng kéo giữa hai cột mốc thời gian. Hôn nhé. Câu nói thật vớ vẩn nhưng rất ngượng ở đầu môi. Hôn ở đâu? Câu hỏi rất nhảm mà nghe như có đầy hơi thở hụt. Ở đâu cũng được. Những môi hôn gian nan, vất vả. Đã là tình nhân mà còn hỏi những câu lẩn thẩn. Môi miệng ngượng ngùng bởi thường ngày đã quen *chú* ở đầu môi đã rành *cháu* nơi chót lưỡi. Ngày dài, thật dài. Mười bốn tháng Hai. Mỗi năm chỉ có một lần mười bốn tháng Hai. Quà tặng ấy chỉ dành cho những kẻ yêu nhau. Và không phải kẻ yêu nhau nào cũng nghĩ ra được.

2

Rồi chúng tôi lạc mất nhau. Có lẽ cũng cả năm trời. Dường như con nhỏ cháu không muốn thân với ông chú nữa. Tôi cũng chẳng hỏi han hay thắc mắc. Tin nhắn không trả lời. Vậy là hiểu rồi. Tiểu Quyên có vô số đàn ông theo đuổi. Các chú các bác các anh bu quanh Tiểu Quyên như lũ ruồi khát mật. Cũng có thể Tiểu Quyên trở lại trường để tiếp tục cuộc học vấn dở dang. Tôi đóng trang *Facebook* của mình. Đã đến lúc phải quên đi. Phải tìm cho mình một công việc có đồng lương cố định. Và một mình lầm lũi trên lối mòn chật hẹp đời mình.

Vậy mà thật bất ngờ, một buổi chiều mùa đông, rất gần ngày lễ Tình Yêu, cô gái gõ cửa nhà tôi. Tay bồng con, tay xách túi. Khăn áo lù xù như hai mẹ con gấu trắng vùng Bắc Cực.

Cánh cửa vừa hé, Tiểu Quyên đã lách ngay vào, như ngày xưa.

"*Baby* của cháu đó chú. Đẹp trai không nè."

Tôi đứng sựng, ngơ ngác bên khung cửa. Tiểu Quyên đẩy đứa bé vào tay tôi. Tôi lọng cọng đỡ lấy cái bọc tròn tròn, âm ấm. Cô cởi chiếc áo khoác mùa đông mắc vội lên lưng chiếc ghế phòng khách, rồi quay về phía tôi và thằng bé. "Chú vẫn phong độ như hồi đó há."

Sao lại *cháu* với *chú* rộn lên như thế, tôi toan thắc mắc nhưng chợt nhớ hôm ngay không là lễ Tình Yêu.

"Cái gì... cái gì thế này?" Tôi ấp úng.

"Thì Quyên đã hứa sẽ cho chú một đứa con. Cháu giữ lời hứa. Lại là con trai nữa, đúng như điều chú mơ ước."

Tiểu Quyên nhìn quanh. Ánh nhìn lấp lánh hai con mắt một mí lót. "Bao nhiêu năm mà chú vẫn ở nguyên chỗ cũ. Chú đúng là người chung thủy. Ơ kìa, đôi giầy cao gót của ai sao lại lạc vào đây?" Tôi còn đang bối rối thì Tiểu Quyên đã tiếp, "Cháu tìm cách báo tin cho chú mà không có địa chỉ cũng chẳng nhớ số điện thoại, *Facebook* của chú tìm hoài không ra. Nhưng nếu cứ đi đại thì Quyên sẽ tìm đúng ngay chóc căn nhà ngày xưa, bên mé rừng. Quyên không bao giờ quên cái bảng *Dead End* cạnh nhà chú. Cháu nhớ, bởi ngày xưa hai chúng mình đi dạo ngoài đó hoài. Và cháu cũng muốn đến thăm chú thật bất ngờ. Bất ngờ mới thú vị."

Có một điều bất ngờ không mấy thú vị mà tôi sẽ phải nói cho Tiểu Quyên biết, ấy là tôi đang sống chung với một người đàn bà. Trong cơn đại dịch công việc thất thường, tôi phải tìm người thuê, chia chung căn nhà hẹp. Đó là một người đàn bà vẫn còn trẻ, có công ăn việc làm vững chãi, có đôi mắt long lanh cái nhìn hút hồn cùng nụ cười nửa miệng đầy quyến rũ.

Tiểu Quyên nói không ngừng. Tôi kéo ghế cho cô ngồi. Cô kể về người thanh niên ấy. Một gã cao lớn, sáng sủa, có giọng nói thật trầm và hát rất hay. "Nó bắt Quyên phá, Quyên đâu có chịu. Quyên đã hứa với chú rồi. Nó chỉ chịu làm đám cưới với cháu khi cháu còn độc thân thôi. Nó giàu lắm. Cả chục căn nhà cho thuê, nhà nào cũng có hồ bơi. Nó là ai hả? Quyên nghĩ chú chẳng cần biết làm gì."

Cứ liến thoắng như thế, hệt như hồi còn trò chuyện thân thiết mỗi ngày.

Tiếng xe tắt máy bên ngoài. Cô bạn ở chung nhà với tôi đi làm về tới. Cánh cửa mở, những con mắt ngơ ngác nhìn nhau. Đỡ vội đứa bé từ tay tôi, Tiểu Quyên vén mép cái mũ len trên trán thằng bé, đon đả, "Chào bác đi con."

Tôi lúng túng, "Đây là con nhỏ em gái út." Tôi cố uốn lưỡi tìm câu nói dối nghe cho được, "Nó bỏ nhà ra đi từ năm 16 tuổi." Thực ra tôi không nói dối, bởi mười sáu là cái tuổi con bé Quyên này vừa tròn ngày mới quen tôi.

Tiểu Quyên chớp mắt, mỉm cười, "Tại anh là anh cả mà hư hỏng, làm em út hư theo."

Đầu óc tôi xoay vòng. Tôi làm Tiểu Quyên hư hay Tiểu Quyên làm tôi hư. Tôi vạch mép cái mũ len để nhìn mặt đứa bé. Nó có nét gì giống tôi không? Tôi cố nhẩm tính những ngày, những tháng. Đầu óc tôi rối bời. Lần Valentine trước cách đây đã hơn một năm và đứa bé chắc cũng được ba, bốn tháng.

Tôi vuốt má thằng bé, băn khoăn, "Cháu bé được mấy tháng rồi?"

"Ba tháng," Tiểu Quyên nhanh nhảu. Rồi nhân lúc cô bạn tôi vào nhà vệ sinh thay đồ, Tiểu Quyên ghé sát tai tôi, "Không phải của chú đâu, đừng lo."

Tôi thở phào.

Liếc về phía nhà vệ sinh, Tiểu Quyên thì thầm, "Chị ấy đẹp quá. Chú với chị ấy thật xứng đôi. Mà chị ấy là ai vậy? Hồi đó, có cô nào, bà nào chú cũng kể cho Quyên nghe mà có bao giờ chú kể gì về chị ấy đâu."

3

Buổi sáng. Tiếng khóc đứa bé đánh thức tôi dậy. Bình sữa pha sẵn và một mảnh giấy gấp làm tư nằm trong tủ lạnh. Tôi run run mở tờ giấy. Ngả nghiêng nét chữ mỏng mềm con gái, "Con anh đấy. Hãy thương nó và thay em nuôi dưỡng nó."

Tim tôi ngưng đập. Tôi vo vội mảnh giấy và nhét ngay vào túi quần. Đứa bé khóc. Tôi vỗ về cái chăn bông quấn chặt thằng bé như cái kén bọc con sâu. Tôi nhét cái núm vú cao su vào miệng nó. Nó ngậm được vài giây rồi lại nhẫn ra và khóc. Vậy là mẹ nó bỏ đi thật rồi. Bây giờ tôi cũng không biết phải làm gì với đứa bé này. Đem nó cho viện mồ côi thì không nỡ. Dù sao nó cũng là giọt máu của Tiểu Quyên, người con gái (dường như) tôi yêu thầm suốt năm, sáu năm trời. Chẳng phải tôi đã từng khao khát có đứa con với cô ấy để thương yêu và để vất vả với nó đấy sao. Và dù sao – theo lời Tiểu Quyên thì - nó cũng là con tôi, tính từ cái ngày Tiểu Quyên nghịch ngợm hứa cho tôi một đứa con đến hôm nay, thằng bé được ba tháng tuổi là đúng rồi.

"Anh muốn em gọi cảnh sát không?" Cô bạn hỏi.

Tôi ngập ngừng. Cô tiếp, "Coi chừng người ta nghi mình bắt cóc trẻ con."

"Để khoan đã," tôi chần chừ. Tôi cần suy nghĩ thật kỹ.

Tôi lục tủ lấy cuốn niêm giám điện thoại, tìm địa chỉ của một cơ quan nhận nuôi trẻ em vô thừa nhận. Tôi quên hỏi Tiểu Quyên tên đứa bé. Nên bây giờ tôi phải nghĩ cho nó một cái tên. Thằng bé không chịu ngậm cái núm vú bình sữa và tiếp tục khóc. Nó khóc hoài. Nó làm tôi nhức đầu.

"Em à," tôi nhìn cô bạn, ngập ngừng, "Em cho nó bú tạm được không?"

"Lấy sữa đâu mà cho bú," cô bạn nhếch mép. Một nửa nụ cười nở ra trên khóe môi. (Tôi đã mê nụ cười nửa miệng ấy ngay khi cô ấy vừa dọn vào). Cô nói như thở dài, "Em đã bao giờ có con đâu mà có sữa."

"Thì cứ cho nó ngậm để nó bớt khóc. Có hơi phụ nữ, nó tưởng hơi mẹ nó. Cũng đỡ phần nào."

Người đàn bà ngần ngừ một chút rồi bế thằng bé lên, ngồi xoay lưng lại phía tôi, vạch áo, phơi ra khoảng lưng trắng nõn, hằn vết dây áo ngực, và đẩy miệng thằng bé vào ngực mình.

Tôi lúng túng bước về phía cửa sổ, nhìn qua khung kính. Tuyết phủ trắng mặt đường và một góc tấm bảng có hai chữ *Dead End*. Tôi lẩm bẩm hai chữ ấy. Ngõ Cụt. Trên lối vào cái Ngõ Cụt ấy chỉ có những vạt nắng dìu nhau nhảy múa lung linh trên tuyết trắng.

Hoàng Chính

HOÀNG KIM OANH

Lời Xin Lỗi Muộn Màng

Máy bay chuẩn bị hạ cánh.

Đêm Hà Nội lấp loáng phía dưới đường băng.

Mọi người tỉnh ngủ, lục tục đứng, ngồi. Tiếng chuông điện thoại mở khóa. Tiếng nhắn gọi người thân chỗ đón... Cô lặng lẽ ngồi im. Chờ đến hành khách cuối cùng đứng dậy, cô kéo lại chiếc áo khoác, xốc lại cái ba lô. Lần này cũng như mọi lần, cô chọn chuyến bay đêm. Để từ Nội Bài về Thanh Xuân dọc sông Tô Lịch trong hơi đêm tháng 10 se se lạnh. Để lại một mình trầm trong những ký ức đã xa...

1981.

Lần đầu tiên cô ra Hà Nội là một đêm mùa hè cuối tháng năm. Sân bay Gia Lâm vàng vọt trong ánh điện đêm. Cô không còn nhớ phiên hiệu chuyến bay ấy. Cũng tiếng loa cơ trưởng thông báo: "Máy bay sắp sửa hạ cánh xuống sân bay Gia Lâm Hà Nội. Thời tiết bên ngoài là..." Cô đang lả người vì bị say, mặt mày tái mét vì nôn mấy lần, tai ù đặc khi máy bay cất cánh và hạ cánh. Chàng trai Hà Nội ngồi ghế giữa 21B bên cạnh vừa bắt chuyện làm quen khi cài seatbelt, không ngờ suốt chuyến bay đã thành người trợ giúp bất đắc dĩ, đang nhìn cô ái ngại...

- Cô thấy trong người thế nào? Có xuống được không? Có ai đón cô không?
- Cảm ơn. Tôi không sao. Tôi sẽ tự đến khách sạn.

Trả lời vậy nhưng cô thật sự đang lo. Đầu cô vẫn ong ong. Cái cảm giác say tàu say xe thật quái lạ, lại muốn nôn mà không nôn được... suốt sống lưng cô như có một luồng hơi lạnh buốt. Cô rùng mình. Những lời dặn dò của bạn bè, của má khi đưa cô ra sân bay cứ rõ mồn một: Lạ nước lạ cái, cẩn thận... Giọng miền Nam ra ngoải coi chừng bị kỳ thị, chặt chém... Ở Hà Nội bến tàu bến xe gì cũng trộm cắp dữ lắm... Coi chừng...

Thật ra, cô có họ hàng ruột thịt ngay Hà Nội. Cô có thể gọi em gái con nhà chú ruột ra đón. Nhưng... em là em qua lời kể của ba cô thôi chứ đã bao giờ gặp mặt. Còn ông chú thì mãi tận quê..., cái quê hương mà cô chỉ được biết qua tên làng, tên thị xã và số điện thoại em Huề được ba cô ghi rõ ép trong ngăn bóp. Khu tập thể Hoàng Cầu. Còn quê là thôn Lường, Hưng Nhân, Hưng Hà, Thái Bình... Cả một quê hương cổ tích trong ký ức ấu thơ đêm đêm ba cô thì thầm ru cô vào giấc ngủ đang xôn xao cùng cô trong chuyến đi này... Nhưng làm sao một đứa mở mắt chào đời ở đô thị Sài Gòn hai mùa mưa nắng 24 tuổi như cô có thể hình dung... Ôi những cái tên. Hà Nội, Thái Bình... và những thôn, những xã, những làng ấy...

Trước mắt cô, Hà Nội là Hà Nội...

Cứ như một đất nước nào khác mà cô lần đầu tiên đặt chân đến.

Cô liêu xiêu đứng dậy. Anh mang hành lý giùm và đỡ cô xuống máy bay. Ngoài cổng sân bay, mấy người phu xe đang đứng túm tụm ở gốc cây túa đến.

- Về đâu bác ơi? Về đâu chị ơi? Hai bác về đâu ạ? Xe em đây ạ...

Cô còn đang ngơ ngác. Tay bất giác nắm chặt hơn chiếc túi trên vai. Hai người, một nam một nữ chạy đến hướng cô và anh, vẫy vẫy, gọi:

- Anh Tuấn. Anh Tuấn. Đây này.

Tuấn? À tên anh ta là Tuấn. Ngồi cạnh cô trên máy bay, nghe cô nói giọng miền Nam, anh đã bắt chuyện, và kịp biết đây là lần đầu tiên cô ra thủ đô Hà Nội, cũng như kịp biết cô ra một tháng để chuẩn bị đi dự trại hè ở Liên Xô đầu tháng 7. Còn cô cũng vừa kịp biết anh đã tốt nghiệp ngành Kỹ sư cầu đường, vào Sài Gòn công tác cũng lần đầu. Nhưng cô không hỏi tên. Anh ta cũng vậy. Anh say sưa nói về những ấn tượng khi anh đặt chân đến Sài Gòn, phố phường tấp nập, những tòa cao ốc sáng rực đủ màu làm anh cứ tưởng mình đang ở một thành phố phương Tây nào đó ở nước ngoài... Và tỏ vẻ ngạc nhiên khi hỏi cô có mang gì qua Liên Xô... bán không? Cô ngớ ngẩn hỏi lại: Bán gì? Bán cho ai? Sao lại bán? Tôi đi... trại hè thanh niên quốc tế mà. "Thì quần bò, đồng hồ Seiko..." Tuấn thản nhiên: "Du học sinh và nhân viên sứ quán bên ấy tôi quen nhiều. Ai đi công tác, lao động cũng mang quần bò, à trong ấy gọi là quần Jean, đồng hồ, đi... ít hôm mang dây maiso, bàn ủi, đồ gia dụng... về". Rồi anh lắc đầu cười như thương hại: "Các bạn trong ấy lý tưởng thật. Ngoài này chuyện ấy là bình thường..."

Hình như cô có tranh luận đôi chút. Cái tính bướng bỉnh ương ngạnh của cô hình như có kế thừa từ ba cô. Cái gì không đúng (có thể là với quan niệm của mình) cô nói ngay. "Sao miền Bắc các anh... thực dụng thế?"

- Ai cũng thế. Rồi cô sẽ hiểu...

...

Một khoảng không im lặng miên man giữa hai người.

- Cô định về đâu? Tiếng Tuấn hỏi làm cô giật mình.
- Dạ, 15B Hồ Xuân Hương. Không sao. Anh gọi giúp tôi một chiếc xe được không?

Cô nói mà như nghe tiếng của ai xa lắm vọng về không phải tiếng của mình. Mắt hoa lên... Một địa chỉ xa lạ. 15B Hồ Xuân Hương.

Không một hình ảnh, vị trí nào lướt qua trong đầu cô. Trời ơi, 11 giờ tối rồi, đường phố mù mù thế này, nhỡ mấy tay xe kéo xe ôm kia có người không tốt... làm sao bây giờ?

- Trông mặt cô xanh quá. Cô thấy trong người ra sao? Hay thế này đi... Có em gái và em rể tôi ra đón, khuya rồi, cô đang mệt thế này đi một mình cũng bất tiện, xe pháo bây giờ cũng không biết đâu mà lường... Thôi, cô cứ về cùng chúng tôi, nhà bố mẹ tôi gần Nhà nghỉ TW Đoàn ở 15B Hồ Xuân Hương, mai cô khỏe chúng tôi sẽ đưa cô đến. Giờ này... Cô đứng yên đây nhé!

Rồi anh bước ra gặp người nhà, nói nói gì đó...

Cô ngần ngừ. Nên? Không nên? Người tốt mà. Nói chuyện có vẻ chân thành. Nhìn mặt, vuông vức thư sinh, nói năng chừng mực, cũng không có vẻ gì là kẻ lừa đảo... Lại có em gái, em rể ra đón, chào thưa lịch sự chắc gia đình cũng đàng hoàng...

Cô chưa kịp trả lời, mấy anh xe ôm xe kéo lại vây lấy cô. Một bác nắm hành lý cô chèo kéo đi với bác. Một anh khác thì nắm tay cô... liên tục hỏi "bác về đâu, cháu chở cho..." Sợ hãi, bối rối..., cô hướng tìm Tuấn.

Vừa lúc ấy, em gái Tuấn, chắc là anh bảo, chạy đến, xua tay xin lỗi các bác ấy, đỡ lấy hành lý của cô và bảo cô ngồi sau xe máy (xe đạp), cô ấy sẽ lai về. Không kịp suy nghĩ gì hết, cô leo lên yên sau và để cô em Tuấn đạp chở đi. Chẳng biết cô ấy là ai, đêm che khuất khuôn mặt, chỉ thoáng thấy nụ cười thân thiện của cô... Chẳng biết sẽ đi về đâu. Hà Nội ba sáu phố phường của Thạch Lam, Vũ Bằng... từ những trang sách chập chờn trong cơn sốt hầm hập ong ong mụ mị...

Cô không biết mình đã đến nhà Tuấn như thế nào. Đêm đó cô sốt vùi. Tỉnh ra cô mới biết mẹ và em gái Tuấn đã chăm cô cả đêm. Có ngờ đâu lần đầu tiên chạm mặt, Hà Nội đón cô bằng hai ngày nằm liệt giường ở một nơi xa lạ mà ấm áp trìu mến như thế này. Cô vừa qua một cơn đau dạ dày cả tháng không ăn uống chi được và đã xin hủy chuyến đi này. Một chuyến đi hiếm hoi mà ai cũng mơ ước: sang Liên Xô dự trại hè thanh niên quốc tế. Đoàn đã lên tàu hỏa ra Hà Nội từ tuần trước. Anh Ba Phước Bí thư Tỉnh đoàn Kiên Giang nhất quyết không cho và mang vé máy bay đến tận nhà cô ở Sài Gòn. Thế là má cô cấp tốc đưa cô đi điều trị. Và bay chuyến đầu tiên trong đời đến thủ đô - một nơi tưởng chỉ có trong mơ ước này.

Cũng thật tình cờ may mắn, bố mẹ Tuấn cũng là nhà giáo, ngành Y. Ông dạy ở Tĩnh Gia, Thanh Hóa. Gia đình cổ kính và rất nền nếp. Tuấn là con cả, mẹ và em gái có vẻ rất chiều chuộng tôn trọng Tuấn. Tự dưng tôi trở thành như người trong gia đình. Ai cũng thích hỏi tôi về miền Nam. Và bảo "nghe giọng miền Nam của chị dịu dàng trong trẻo hay hay thế nào ấy..." May quá, cô sinh ra và lớn lên nơi thành phố có con sông chảy qua hai mùa mưa nắng Sài Gòn, thổ nhưỡng Sài Gòn, nước sông Sài Gòn trù phú mượt mà nuôi từng âm tiết trong veo dịu dàng lớn ròng thành giọng Sài Gòn, không ngọng, không thé, không chua, không ào ào lấn lướt hỗn hào áp đảo mà khiêm cung đằm thắm lắng sâu. Mẹ Tuấn khi cô tạm biệt, tặc lưỡi, thở dài: "Vậy mà có thời ở ngoài này... người ta cứ nói con gái Sài Gòn se sua, đua đòi, đanh đá, hư hỏng..., híp-py... yêu cuồng sống vội, chỉ giỏi ăn hàng và tiêu phá..."

Còn cô, cô lại thích nghe giọng Hà Nội chính gốc, luồng hơi không bè ra, nhão đi mà gom gọn, đẩy tới vừa nhẹ vừa sâu, có cái gì rất trầm lắng thanh tao và lịch lãm quý phái... như mẹ Tuấn, cô giáo trước mặt cô đây... Không phải cái giọng nhịu nhịu vội vội vàng vàng rối rít uốn éo đuổi nhau, âm cuối nào cũng đẩy lên cao không sao nghe kịp của các cô phát thanh viên trẻ các chương trình trên đài VTV1 và các chương trình Game Show.

Hai hôm sau, Tuấn lấy xe đạp đèo cô về 15B Hồ Xuân Hương.

Từ Sài Gòn ra trường về dạy ở U Minh, cô là cô giáo trẻ tình nguyện tiêu biểu được chọn đại diện cùng 4 nhà giáo trẻ khác tham gia đoàn thanh niên tiên tiến cả nước đi dự trại hè quốc tế. Phía Nam có cô và một đại diện tỉnh Tây Ninh, biên giới Tây Nam. Còn lại là 3 thành viên phía Bắc: Một cô người Mường ở Thanh Hóa, một anh người Tày ở Cao Bằng và một anh nữa ở Thái Phiên, Hải Phòng. Một tháng 6 ở nhà nghỉ TW Đoàn cô học tiếng Nga giao tiếp, học văn hóa Nga, học khiêu vũ, học về văn hóa các nước tham dự trại hè quốc tế này. Bốn năm đại học, may mắn cô có theo mấy khóa học tiếng Nga ở Nhà văn hóa Thanh niên số 4 Phạm Ngọc Thạch đủ để biết văn phạm tiếng Nga có cả giống trung, đủ để chào hỏi sáng chiều, chúc ngủ ngon, và hát vài bài tiếng Nga cô yêu thích: *Chiều Mascova, Đôi bờ, Cây thùy dương*... và tất nhiên: *Kachusa*, một Russian Folk Song quen thuộc thời bấy giờ...

Những ngày tháng Năm, tháng Sáu "nước như ai nấu" ở Hà Nội rồi cũng qua. Nhà khách thanh niên của Trung ương đoàn những ngày ấy đặc biệt là không bao giờ cúp nước, không bao giờ cúp điện. Các đoàn của tổ chức thanh niên đi – về nước ngoài đều được bố trí ở đây. Hồ Halais (Hồ Thiền Quang) bao quanh bởi bốn con phố đầy cây xanh và bóng mát là Nguyễn Du, Trần Bình Trọng, Trần Nhân Tông và Quang Trung, với những hàng cây hoa sữa tán rộng xanh thẫm vào mùa hè, tỏa hương ngào ngạt vào mùa thu... sát bên cạnh có lẽ đã góp phần làm dịu đi nhiệt độ cho khu nhà nghỉ này...

Tuấn đến 15B Hồ Xuân Hương tiễn cô trước ngày đi. Mang theo mấy gói ô mai mơ gừng mẹ và em gái Tuấn gửi, dặn lên máy bay thấy khó chịu thì cứ ngậm liên tục, cứ nuốt nước miếng vào sẽ không bị say. Trong hành lý của cô có thêm một gói hàng hóa Tuấn nhờ mang sang Moskva cho người thân. Hình như quần bò (quần jean), đồng hồ...chi chi đó. Và có một địa chỉ, một số điện thoại... Nghe đâu anh ấy làm ở Lãnh sự quán...

- Cô cứ đến Mát-x-cơ-va, ở khách sạn nào thì nhờ gọi cho số này..., anh ấy sẽ đến nhận.
- Nhưng tôi chỉ ở 2 hôm và sẽ đi đến Biển Đen.
- Cô yên tâm, tôi đã dặn anh ấy cả rồi.

Một tháng trải nghiệm ở Tasken, Sochi, Sevastopol, Or-lo-nox, và Moskva với cô là một tháng tuyệt vời có lẽ chỉ có một trong đời. Cô quay về với bao nhiêu ký ức tuyệt đẹp về tình hữu nghị mà các bạn quốc tế dành cho Việt Nam, cho cô. Cô vẫn nhớ tiếng sóng biển bên bờ Biển Đen nơi cô và Tanhia thì thầm đọc thơ Puskin. Cô vẫn nhớ đôi mắt long lanh của Olia xinh đẹp khi hát bài dân ca sôi động Turkmenia quê hương của cô ấy. Cô vẫn không sao quên "phiên-dịch-đáng thương" như Volodia tự xưng - luôn khó khăn khi phát âm tên cô vì không phát âm được âm đệm của tiếng Việt, cuối cùng chỉ gọi bằng tên lót Kim, Kim. Volodia còn cố gắng học thêm tiếng Việt mà lần nào cũng luôn nói ngược trật tự chính phụ: *hàng đầu* thì nói là *đầu hàng, cá sấu* thì nói là *sấu cá. Đáng thương* thì cứ nhầm là *đánh thương*... Chỉ có tiếng *cái gì* là phát âm đúng nhất. Và cứ thế, gặp cô là anh cười cười "Cái gi... Cái gi" thay cho lời chào *Drát-vui-che... hay Đô-brưi-chen*... Và đêm chia tay trên đỉnh núi Orlonox Campus, cô đã cùng các bạn đủ sắc tộc quàng ôm vai nhau thành vòng tròn, hát tất cả những bài tiếng Nga, tiếng Việt... mà mọi người có thể hát, trong nước mắt... *Kachiusa, Trái đất này là của chúng mình, Đôi bờ, Triệu đóa hồng, Chiều Moskva, Cây thùy dương, Tuổi trẻ sôi nổi... Địa chỉ chúng tôi Cộng hòa Liên bang Xô Viết...*

Ai cũng khóc. Những giọt thanh xuân không biên giới đẹp lạ lùng. Trao vội những món quà lưu niệm học trò. Những bức tranh nguệch ngoạc, những chiếc huy hiệu của từng đất nước, những chiếc khăn quàng dân tộc... Olia vẽ hẳn một đại dương xanh ngắt bên này là Olia - bên kia là Oanhuska thân yêu và một con thuyền đưa hai chúng tôi gặp lại nhau! Vôlodia phiên-dịch-đáng-thương hứa sẽ làm cầu nối cho mọi người. Và nói với cô, nhất định "tôi sẽ đi Viết Nam", sẽ đến rừng U Minh nơi có con "sấu cá" của chị Kim, sẽ thăm bố mẹ chị Kim Kim..." (Vậy mà sau này anh đã làm được, 1984 Vôlodia đã tìm gặp bố mẹ cô ở thành phố, trong khi cô thì đang miệt mài vùng phèn chua nước mặn với trẻ nông thôn và những con "sấu cá"...)

Hết tháng 7, cô quay về Hà Nội, nhắn Tuấn đến giao "gói quà" người bạn ở Đại sứ quán Việt Nam tại Moskva nhờ chuyển về cho anh. Sau đó, em gái con nhà chú ở Thái Bình đến đón cô về quê. Bà nội cô ngoài 80 tuổi lần đầu gặp mặt, lập cập chống gậy bước xuống ôm cô và khóc mừng đứa cháu lạc loài đã tìm về quê cha đất tổ...

- Con thằng Bảo đây à? Sao giờ con mới về? Bà để phần cho con cả một cây nhãn, một cây cam và mấy quả mít ngoài vườn cả tháng nay...

Cô chỉ biết ôm thân gầy của bà và tự nhiên cứ thế mà khóc. Người mẹ ba cô vẫn hằng thương nhớ xót xa những ngày Bắc-Nam cách trở đây mà... Lưng còng. Mắt lòa. Một đời bà chắt hết bao nhiêu nước mắt khóc con miền Nam biền biệt sống chết vô âm. Cô thổi cho bà một bữa cơm trên cái bếp tro trấu lạ lẫm của bà. Kéo cùng bà và thím mấy quay đay trong căn phòng nhỏ ánh sáng mờ mờ. Ngủ với bà một đêm mưa gió bão bùng tháng Tám vùng vằng quật quăng mấy cây cam, cây bưởi, cây nhãn của bà. Bà cứ nằm mà làu bàu tiếc cả đêm. Sáng hôm sau, cô trở về Hà Nội. Tiễn cô, có cô Quỳ, và thím Thông đã chờ sẵn, mỗi người đội trên đầu nào bánh đa, nào bánh cáy quê hương, rồi mít, rồi bưởi... đi bộ theo cô và em Huề con nhà chú Huệ ra tận cổng làng.... Trẻ con trong làng đi theo sau, tò mò tiễn cái cô người miền Nam ra, nghe cô nói cô cười và cả khóc... cứ như một đám rước...

Mưa bão tháng Tám xô ngã cây cối chặn tuyến đường cô về Hà Nội. Mưa bão cũng ngập lòng cô chuyến đầu tiên trở về nhận quê hương... Ôi. Những tình thân lần đầu cô có được trong vòng tay, trong ánh mắt, trong nụ cười quyến luyến... không phải là chuyện cổ tích đêm đêm ba cô vẫn ru cô vào giấc ngủ thiếu thời...

Nửa năm sau, má cô một mình đi tàu hỏa về quê, đón bà nội vào miền Nam. Cô không ở Sài Gòn, nhưng ứa lệ tưởng tượng con đường Bắc Nam vạn dặm, má cô gầy gầy, dịu dàng cõng người mẹ chồng đã lòa, lên xuống các sân ga, dù chỉ lần đầu mẹ chồng-nàng dâu gặp mặt...

Cô chia tay Hà Nội sau hơn hai tháng quá nhiều sự kiện dồn dập trong đời. Tuấn đi công tác không có mặt khi cô đến chào tạm biệt cả nhà. Rồi cô trở lại Sài Gòn. Chuyến tàu Bắc Nam rộn ràng tiếng hát tiếng cười của các em thiếu nhi miền Nam đi dự đại hội ở thủ đô. Toa 6 người nhưng chỉ có một mình cô được ghép bổ sung vào đi cùng đoàn. Nửa đêm, khi tàu vào ga Đồng Hới, cô bật dậy hoảng hồn vì linh tính có ai đó trên tầng trên. Ừ. Hắn đang sột soạt thức giấc. Trời đất. Có người. Trộm? Cướp? Biến thái? Hắn nằm sẵn lúc nào không biết! Chắc khi chiều tối cô xuống toa ăn sinh hoạt với các em, bỏ phòng trống? Tàu dừng hẳn ở ga Đồng Hới. Hắn tuột xuống. Một gã... Giọng vẫn còn ngái ngủ... trọ trẹ khó nghe, nhưng có gì đó quen quen...

- Xin lỗi tôi không mua được vé, chầu chực mấy ngày đêm lăn lóc ở ga rồi. Đành phải nhảy tàu. Phạt cũng chịu. Toa này của đoàn thiếu nhi được bao trọn, không ai soát. Cô cho tôi quá giang...

Hắn vừa nói vừa kéo cái mũ sùm sụp xuống... Cô cũng cởi khăn choàng ra, cảnh giác... Rồi... tròn xoe mắt:

- Ơ. Luận, Gò Quạu...?
- Ủa. Người đẹp U Minh...
- Trời đất. Đi đâu mà chui vô toa tui nằm vầy nè...

Ôi trời. Thiệt là hi hữu. Luận là giáo viên Toán, đồng nghiệp của cô ở Kiên Giang, là giáo viên miền Bắc chi viện cho vùng sâu. Nghỉ hè, anh về quê Hà Tĩnh thăm bố mẹ, hết phép trở vào Nam chuẩn bị năm học mới. Đường bộ, đường sắt những năm bao cấp là cả một nỗi kinh hoàng. Vé chính thức phải mua theo giấy giới thiệu có đóng mộc của cơ quan. Vé chợ đen thì cắt cổ. Lương giáo viên tập sự vùng sâu được hưởng trọn 100% cũng chỉ có 60 đồng cả ăn, ở, đi lại.... tất tần tật. Con buôn móc nối với phụ trách toa, chất hàng kín các nhà vệ sinh. Trộm cắp trà trộn với những người bán hàng rong, thậm chí nhảy tàu từng ga giả làm hành khách... ai lơ ngơ... chỉ cần sơ hở là mất sạch.

Vậy là cô có bạn đồng hành bất đắc dĩ.

Bây giờ thi thoảng gặp lại nhau ở Sài Gòn, cô và Luận vẫn nhắc lại cái đêm chàng ta nhảy tàu hi hữu khó quên ấy. Chuyện khó tin mà có thật..., Luận nhỉ?

Rồi cô về Sài Gòn. Ba cô mừng vui tự hào vì cô đã về làng quê nghèo khó của ông để thăm bà nội, thăm quê. Đứa con gái đầu lòng của ông đã về thắp hương bàn thờ ông bà tổ tiên của nó. Ông khoe với họ hàng, bạn bè, xóm giềng khi có ai đến chơi. Một tuần sau, cô ra Bến xe miền Tây xếp hàng từ 4 giờ sáng mua vé xe về Rạch Giá. Rồi hôm sau nữa, cô đón chuyến đò 6 giờ sáng ở Rạch Sỏi lênh đênh 8 tiếng trên sông Cái Lớn để về ngôi trường đầu tiên cô làm cô giáo hai năm nay...

Rồi mỗi năm hai lần, hè và tết cô mới trở lại gia đình yêu thương của cô vài tuần, một tháng. Nhịp đời cứ vậy, hình như cô đã trở thành khách của Sài Gòn, bên lề mọi đổi thay của Sài Gòn... Rồi cô lấy chồng, sinh con. Mỗi chuyến đi về thêm những bận bịu lo toan... Hà Nội vẫn trong cô, nhưng lùi xa vời vợi...

Ngày tháng vẫn cứ trôi. Cô cuốn theo những giờ lên lớp, những trang giáo án, bận bịu với những khốn khó của học trò vùng sâu một nơi tận cùng tổ quốc. Hà Nội vẫn trong cô. Nhưng càng lúc càng lung linh xa vời.... Nghe đâu Tuấn có đến nhà ba má cô ở Sài Gòn tìm mấy lần nhưng không gặp. Volodia cũng vậy. Anh viết thư cho cô rằng anh từ nước Nga sang Việt Nam, đến Hà Nội và muốn tìm cô, cô gái có giọng hát như Ái Vân mà sau này anh có dịp làm phiên dịch. Nhưng cô đã đi Vĩnh Thuận rất xa, nơi có những con *sấu cá* rất dữ, và anh chúc cô luôn mạnh khỏe, luôn là người *đầu hàng*... trong công việc, và đừng bao giờ quên Volodia "phiên dịch *đánh thương*" của cô...

Hai mươi hai năm sau, 1993, cô lại được ra Hà Nội. Việc đầu tiên là đi tìm ngôi nhà ngõ 24 Trần Hưng Đạo hay Trần Nhân Tôn, Nhân Tông... Nhưng ngõ, rồi ngách... Không phải con ngõ cũ... Cô không nhớ chính xác là Trần Hưng Đạo hay Trần Nhân Tông. Phường nào, khu phố nào thì chịu. Rồi hội họp. Rồi đi Hòa Bình. Đi Sông Đà. Đi Hà Tây... Và về quê Hưng Nhân - Hưng Hà của cô. Tất cả chỉ tranh thủ. Tranh thủ.

Cô về lại miền Nam mà không tìm được Tuấn...

Từ 2010 trở đi, Hà Nội hình như gần hơn 30 năm trước. Năm nào cô cũng ra. Chỉ cần mở mạng, search vé, ok là đi. Có khi một năm ra mấy lần do công việc học tập, hội nghị, hội thảo. Mấy năm gần đây, cứ mùa thu cô và các em hay bạn bè lại... kiếm cớ ra Hà Nội, Kinh Bắc, Sơn Tây, Tây Bắc, Yên Bái, Hà Giang, Y Tý, Sa Pa, Lào Cai, Ninh Bình... Những đình chùa cổ kính, những cửa ô tàn tạ, những ruộng bậc thang, những đỉnh đèo cheo leo, những cung đường khúc khuỷu, những triền hoa dại đung đưa, những ngôi nhà đá heo hút chênh vênh, tiếng khèn, tiếng mõ... và những đôi mắt trẻ thơ H'Mông đau đáu theo cô nhiều tháng nhiều ngày sau đó. Các trang giáo án của cô chở đầy ắp hình ảnh và hồn người phương Bắc lắng sâu một cách diệu kỳ trong từng tiết giảng... Trong đó, có bóng dáng quê nhà đậm nhạt từ cổng làng, mái đình, giếng nước, gốc nhãn, bờ ao... mà cô biết ba cô chưa bao giờ thôi thương nhớ...

Nhưng, tận đáy lòng, có một nơi kỷ niệm cô vẫn chưa làm sao tìm được. Ngôi nhà số 24 Trần Hưng Đạo hay Trần Nhân Tông hay Trần Nhân Tôn... mà cô đã được cưu mang lần đầu tiên khi đến thủ đô Hà Nội. Cơn sốt và những lần được đưa đón khiến cô không chú ý địa chỉ chính xác. Cô vô tình quá. Cô vô ơn quá. Ngày ấy, Bắc Nam vời vợi. Ngày ấy, cô mải mê đi theo những bận rộn cuộc sống quá! Ngày ấy, cô đâu biết sau này có thể dễ dàng ra Hà Nội như bây giờ... Chỉ một cú điện thoại. Chỉ một cái nhấp chuột trên laptop...

Xin lỗi Tuấn. Xin lỗi bố mẹ và các em Tuấn, những người đã đón đứa con miền Nam xa lạ vào vòng tay yêu thương khi cô cơ nhỡ bơ vơ lần đầu chân ướt chân ráo đến thủ đô... Không biết bây giờ các cụ có còn và mạnh khỏe không? Không biết Tuấn và các em bây giờ ra sao? Mọi người có còn ở đó không hay đã vật đổi sao dời hơn phần tư thế kỷ. Cô muốn uống chén trà hạt mít trong cái ấm cổ con con nhà Tuấn. Cô nhớ những viên ô mai gừng mẹ Tuấn tự tay xào, gói ghém gửi cho cô chống say. Nước mắt chợt ứa trong đêm, lăn dài xuống cằm, xuống cổ...

Có một lời cảm ơn mà cô vẫn chưa nói được cho trọn đạo làm người...

Có một lời xin lỗi chực chờ day dứt 44 năm nay...

Cô đã đi tìm không phải một lần, nhưng không nghĩ là sẽ không bao giờ còn có thể tìm lại được, khi ngày tháng cứ thế mà trôi, và trí nhớ bội bạc không làm sao đưa cô về lại chốn cũ...

Hà Nội ơi, xin gửi một lời xin lỗi muộn màng...

Cô bỗng ước gì có một phép mầu...

2025

Tháng 5. Tháng 5. Những chuyến bay đêm.

Đêm miên man trải dài trên chặng đường từ sân bay quốc tế Nội Bài về Hà Nội. Cầu Nhật Tân ngày cuối tuần chớp tắt năm màu xanh đỏ tím vàng sáng rực.

Năm cửa ô Hà Nội đang chờ...

Lần nào từ sân bay về Hà Nội cũng vậy, trong cô lại thầm cầu nguyện một run rủi nhiệm mầu nào đó cho cô gặp lại Tuấn, hay tìm được manh mối nào về gia đình Tuấn, người kỹ sư cầu đường Hà Nội đã từng tranh luận với cô trên chuyến bay đầu tiên ra thủ đô về lý tưởng và lối sống thực dụng hai miền Nam - Bắc bốn mươi bốn năm xưa. Cô vẫn như thấy cô lả người bước xuống sân bay Gia Lâm. Cô vẫn thấy đôi mắt mẹ Tuấn và cái giọng Hà Nội dịu dàng thanh lịch quý phái của mẹ vỗ về cô ăn bát cháo và hỏi han về Sài Gòn, về miền Nam trong đó thế nào...

Lần này cũng vậy.

Ước chi có một phép mầu...

Hà Nội ơi! Hà Nội ơi!

Hoàng Kim Oanh

5. 2017. Đọc lại.

Thị Nghè, 8.5.2025

HOÀNG NGA
HÃY ĐƯA TÔI VỀ QUÊ NHÀ

Take me home, country road. To the place I belong...
(John Denver)

Chàng bị lọt thỏm vào giữa hai... ông già. Tình cờ. Rất tình cờ. Tính ra tình cảnh của chàng lúc đó là bị sống giữa một rừng gươm. Vì kể luôn ông hàng xóm ở phía bên kia đường, hoàn toàn đã không có một bông hoa, cho dẫu là hoa dại ven đường ở chung quanh cho vui mắt đi chăng nữa!

Nhưng điều kỳ lạ hơn, là trong thành phố không bao nhiêu đồng hương, dân da vàng từ các xứ khác cũng chẳng có mấy, vậy mà ông già bên trái căn chung cư của chàng lại cùng bọc, cùng bào. Mẹ Âu Cơ trăm trứng.

Khăn gói tới thành phố ấy theo công việc của hãng, lẽ ra chỗ chàng ở phải là khách sạn, nhưng một phần vì ngán không khí khách sạn, phần khác tình cờ thấy có apartment cho thuê ngắn hạn, chàng bèn "đổi khẩu vị", dọn tới... rừng gươm. Hành lý của chàng lúc ấy chỉ là một valise quần áo nhỏ, một ít sách vở, một máy điện toán và chiếc cặp đựng hồ sơ, nên chỉ cần hai, ba vòng là chàng đã "dọn nhà" xong.

Và tuy dẫu thời gian chàng xuất hiện trước sân nhà rất ngắn ngủi, mà có lẽ cái "hiệu ứng" trăm trứng tỏa ra mãnh liệt quá nên hàng xóm chàng đã nhận ra ngay người mới dọn tới có thể dính dáng tới mình. Một cách hết sức vội vàng, ông già chạy đến chỗ đậu xe của chàng, run giọng hỏi "China?", rồi khi thấy chàng lắc đầu và nghe hai chữ Việt Nam, ông liền xổ ra một tràng như đang líu lưỡi:

- Chời, chời, Dziệt Nam hả? Chời, chời, thiệt tình! Thiệt tình là Dziệt Nam xao chời!!!

Phải nói là ngay lúc ấy chàng đã không biết phản ứng như thế nào. Còn ông già thì bật cười lên rất to:

- Chời ơi. Ngộ thiệt à nha! Ở cái chỗ này mà cũng là Dziệt Nam. Chời ơi, Dziệt Nam cái gì dzầy nè!

Nghe đến đấy thì chàng bèn bật ra cười. Chàng định nói ở châu Phi còn... Việt Nam thì nói gì ở xứ này! Nhưng thấy điệu bộ quýnh quáng mừng rỡ của ông già chàng lại thôi.

Đúng ra vào thời điểm hai người biết nhau như thế, có lẽ chàng không nên gọi ông già là "ông già". Vì tính trên giấy tờ ở xứ này, tuổi của ông vẫn chưa được kể là "senior", chưa bị liệt vào hàng ngũ người sắp sửa hưu, nên không thể gán cái "danh xưng" ấy cho ông được. Tuy nhiên không hiểu sao trong trí chàng, thì người ấy vẫn là một "ông già".

Như thể cho... xứng đôi xứng cặp với người hàng xóm bên phải.

Người ta thường nói dân Á châu trông trẻ hơn dân da trắng dầu cùng tuổi, tuy nhiên trên "thực tế" thì không thể nói như vậy được. Vì ngó tới ngó lui cách gì đi nữa, hậu duệ Âu Cơ Hùng Vương vẫn rất "quắc cần câu" so với hậu duệ Washington. Hẳn nhiên khi so sánh như thế, chàng đã bỏ qua các yếu tố di truyền chủng tộc, nhưng rõ ràng cái dáng cằn cỗi như một cây bonsai nhiều tuổi của đồng hương chàng trông đã quá thảm thiết, cái làn da đen sạm càng thê lương hơn mới là cú sút thủng lưới dành cho ông. Theo lời ông kể thì cho đến lúc đó, dễ chừng đã mười năm không dầm mưa dãi nắng gì ở cái thành phố quanh năm lạnh như cái tủ nước đá này, nhưng thay vì da dẻ phải "khác" đi, đằng này ông già cứ nhất định trơ như đá, vững như đồng. Từ đầu đến chân, chỉ một màu xin xỉn tối.

Và "chân tướng", lý lịch trích ngang của ông già, chỉ cần một câu thôi là... lộ nguyên hình. Ông già kể ngày xưa mình đi biển. Nhưng không phải "lính dù đi biển". Mà là nghề chài lưới, ở một vùng duyên hải nhỏ.

- Bị làm nghề cá mới theo tàu đi dzầy nè.

Không biết nói gì nên chàng đã dạ. Ông già lại than qua đây rồi nhớ sóng nhớ biển. Chàng lại dạ.

Công việc bận rộn, sáng sáng vừa bảnh mắt là chàng đã phải ra khỏi nhà, đến tối mịt mới về tới. Vào cái thuở internet còn nhiều hạn chế, chuyện lên lịch trình, sắp xếp công việc kế tiếp với khách hàng, viết báo cáo cho công ty làm chàng tối tăm mặt mũi. Nhiều hôm đến tận khuya, chưa kịp ăn, chưa kịp uống xong ly nước, chàng đã ngủ gục ngay trên bàn. Rồi cuối tuần, nhất là vào những long weekend, được nghỉ sớm từ thứ sáu, hoặc không phải đi làm vào thứ hai là chàng lại hối hả chạy về phố cũ.

Nên vì thế mà chàng chẳng bao giờ có dịp nói chuyện lâu với đồng hương. Chỉ dăm ba câu ngắn ngủi là lại phải cáo từ. Tuy nhiên dẫu không rảnh, không có thì giờ để trà dư tửu hậu, chén chú chén anh, vậy mà qua những "bày tỏ" vội vàng, những câu chuyện gấp gáp, chàng cũng biết ra đồng hương mình không ưa ông già hàng xóm bên phải. Hậu duệ vua Hùng nói:

- Thằng cha đó kỳ thị dữ lắm.

Và như để bảo đảm cho lời nói của mình, ông già đã đưa tay lên y hệt tuyên thệ trước tòa:

- Tui nói thiệt á.

Thấy ông già có vẻ khẳng định chắc chắn quá, chàng đành nhỏ nhẹ hỏi:

- Trước đây có đụng chạm gì không bác?

Ông già vội vã lắc đầu:

- Đụng chạm gì đâu! Nhưng ở đời mà, chỉ cần một lần thôi là đủ biết con người ta ra sao rồi.

Chàng phì cười:

- Vậy là bác hay quá.

Ông già lại lắc:

- Hay ho gì chớ... Chỉ là tui làm đồ đem qua cho, mà thằng chả chê không lấy. Thử hỏi tui không đi guốc vô bụng thằng chả chứ sao nữa!

Chàng gãi đầu:

- Có khi nào là vì ổng chưa thử thức ăn châu Á của mình không bác?

Nghe đến đấy, ông già giãy nãy lên như đụng phải ổ kiến lửa:

- Thằng chả có đi lính ở Việt Nam mà chưa thử đồ ăn của mình là sao!!!

Chàng tròn mắt ngạc nhiên. Không hiểu nổi tại sao không trò chuyện, và chỉ một lần mang thức ăn sang biếu đã bị từ chối mà ông già lại biết hàng xóm có đi lính ở Việt Nam. Nhưng không kịp để cho chàng hỏi thêm, ông già nói:

- Để kể cho nghe, là hồi tui mới tới, thằng chả ra bờ rào đứng ngó qua, tui gật đầu chào, thằng chả gật lại, rồi thằng chả hỏi tui Chai na, Dziệt Nam, tui nói Dziệt Nam. Dzậy là thằng chả xổ ra một tràng liền. Mà bị cái là tui có nghe ra gì đâu, nên tui lắc đầu. Tui nói "mi nô nô", nghĩa là tui không hiểu. Cái thằng chả giơ tay lên như cầm cây em mờ mười sáu, rồi chả lia dô tui, miệng thì la "pằng pằng pằng", kêu vi xi, vi xi. Chời ơi, tự nhiên cái kêu tui là vi xi à. Tui hỏi chú em chớ không kỳ thị thì còn là gì! Tui dzầy mà thằng chả gán cho tui là vi xi!

Sau đó ông già lầm bầm một cách rõ lớn, "Sao chớ, vi xi gì chớ. Vi xi sao đi dzượt biên được chớ!".

Không biết trả lời cách nào, chàng bèn mỉm cười lần nữa, nói chắc có hiểu lầm gì đấy và hứa để có dịp sẽ nói chuyện với bên phải cho rõ. Ông già bĩu môi:

- Thôi đi, tui bảo đảm thằng chả nghe chú em là Dziệt Nam như tui là ghét liền cho coi. Ở đó mà nói chuyện!

Chàng hứa vậy, nhưng như hứa... bừa, vì ngay sau đó chàng quên bẵng đi. Phần khác do chàng chỉ có dịp "say hi" mỗi khi chạm mặt với hậu duệ Washington, chứ chưa thật sự có lời chào hỏi, giới thiệu cách tử tế. Hẳn nhiên là không phải tại chàng sợ hàng xóm "ghét Dziệt Nam", nhưng tất bật túi bụi, chàng hoàn toàn không có thì giờ để "xây dựng một quan hệ hữu nghị lâu dài và bền vững". Mãi cho đến hết mùa đông, hết những ngày tuyết giá lạnh lẽo, một hôm khi đang chân trong chân ngoài ở cổng, chàng bỗng khựng lại vì một giọng hát rất ấm với tiếng đàn Ukulele vang lên từ hiên nhà hàng xóm. Bài hát của John Denver đã lâu ngày không còn nghe ai hát khiến chàng vừa ngạc nhiên vừa bồi hồi. Có thể nói đó là bài hát từng làm chàng chảy nước mắt nhiều lần và ray rứt nhớ nhà vào những năm mới định cư tại xứ sở này. Những lời ca tha thiết *"Almost heaven, West Virginia. Blue Ridge Mountains, Shenandoah River. Life is old there, older than the trees. Younger than the mountains, growin' like a breeze. Country roads, take me home. To the place I belong..."*, đã khiến chàng thổn thức, khát khao thèm được một lần trở về. "Đời sống cũ kỹ nơi ấy, già hơn những hàng cây. Trẻ hơn núi, lớn lên tựa như hơi gió nhẹ. Ôi những con đường, hãy đưa tôi trở lại quê hương, nơi mà tôi thuộc về...".

Hôm ấy chàng đã đứng yên như thế cho đến lúc ông già chợt ngẩng lên, thấy chàng và mỉm cười chào. Chàng gật đầu chào lại. Khi nghe chàng nói đã lâu lắm rồi mới được nghe lại bài ấy, ông già tròn mắt lên ngạc nhiên:

- Trẻ như cậu mà cũng biết bài này sao?

Chàng đáp vâng và nói thêm:

- Tôi cũng được nghe từ một người hàng xóm cỡ độ tuổi của ông. Bài hát này có những câu gợi tôi nhớ đến quê hương mình.

Người đàn ông gật gù và cười hiền. Chuyện trò qua lại một hồi, cuối cùng chàng hỏi mình có thể mang ít bia sang uống và nghe ông hát được không. Ông già mừng rỡ đồng ý ngay. Hôm ấy hai người đã ngồi đến tận khuya. Trao đổi với nhau vô số chuyện về cuộc sống hiện tại của hai người. Nhắc lại bao điều về nơi chàng sinh ra và lớn lên.

Ông già có thời từng đi lính ở Việt Nam thật. Hai năm. Ông nói con số hai năm có thể nói không dài so với đời sống của một con người, nhưng đã không quá ngắn khi người ấy phải đi qua những tang tóc và thương đau ở lứa tuổi lẽ ra là được ngồi trong giảng đường, hay làm việc tại một công, tư sở nào đó. Ông già bảo hai năm không quá nhiều để những chuyển biến, thay đổi hay bể dâu xảy đến trong đời một chàng thanh niên tuổi chớm hai mươi, nhưng ngược lại cảnh đồng đội mình ngã xuống, cảnh người bản xứ từ cả hai bên chiến tuyến bỏ mình trên chiến trường, cảnh chém giết ác liệt tưởng chỉ được xem trên phim ảnh bỗng trở thành chuyện hằng ngày, chuyện phải chứng kiến tận mắt khiến người lính viễn chinh trẻ đau đớn lẫn hãi hùng.

Không hẳn như chàng, nhưng ông già kể bài hát Take Me Home, Country Roads với những lời ca buồn bã, nhịp điệu chậm, ra đời ngay vào những ngày ông sắp sửa mãn hạn quân dịch cũng đã làm ông khóc rất nhiều. *"Take me home to the place I belong..."*, hãy cho tôi về quê hương, nơi mà tôi thuộc về..., cũng là những lời nói lên tiếng lòng ông thuở ấy. Ông kể:

- Nó thành bài ca kỷ niệm của tôi. Sau này già hơn, khi tâm tư thư thái, và nhớ những ngày vui vẻ tại quê cậu, nhớ những cảnh đẹp của phố phường, của thôn quê nơi ấy, tôi thường hay hát lại bài này. Nhưng hôm nào lòng bão tố vì những câu chuyện trong quá khứ hiện về, thì tôi đã phải đi tìm một công việc gì đó, cuốn mình vào những chuyện gì đó để quên đi những cảm xúc ghê rợn đó.

oOo

Sự "lọt thỏm" của chàng là một tình cờ. Giữa hai người đàn ông cùng đi qua những cơn đau thương của nơi chàng sinh ra, lớn lên và lìa bỏ. Tuy nhiên vì không ở lại nơi đó lâu, chàng đã chẳng chia sẻ được gì nhiều. Chỉ trừ một điều là trước ngày từ giã, chàng mời được cả hai ông già sang nhà, uống với nhau vài chai bia, ăn vài món đồng hương chàng nấu. Rồi chàng làm nhịp cầu, dịch qua dịch lại cho hai ông già. Chuyện thời chiến tranh. Chuyện vượt biên của hàng xóm bên trái và của chàng. Cả chuyện ông bên phải từng muốn kể mình đã từng đánh nhau với Việt Cộng...

Và chàng gần như chẳng có dịp nào trở lại thành phố đầy tuyết trắng. Nhưng không hiểu sao thỉnh thoảng cái khung cảnh nơi chàng trú ngụ chỉ vài tháng ấy lại hiện ra với chàng. Kể cả những khi chàng du lịch qua vùng ôn đới. Khi lên núi cắm trại. Khi xuống biển câu cá. Thậm chí khi nhìn thấy vệt mây xám như những mảng màu được tô trên nền trời xanh lơ tương tự như lời bài hát Take Me Home... Đến nỗi có lúc chàng đã phải tự hỏi phải chăng vì nơi chàng hiện đang sinh sống vô cùng ấm áp, khí hậu vô cùng ôn hòa nên thành phố có thời tiết khắc nghiệt ấy bỗng dưng trở thành đậm nét trong trí chàng. Hay nơi ấy tựa như một bức tranh, một khuôn mặt người đặc biệt nào đó đã để lại những ấn tượng khó quên dẫu chỉ được nhìn thấy qua một lần.

Chàng không bao giờ nghĩ chính mình cũng đã để lại ấn tượng khó quên với người hàng xóm. Giữa phố xá đông đúc vừa mới được mở cửa sau cơn đại dịch, giữa một thành phố cách xa vùng tuyết trắng đến hàng giờ bay, trong một khu chợ nhiều đồng hương, một ông già đã nhận ra chàng. Khi ấy chàng vẫn phải mang khẩu trang theo yêu cầu của thành phố, nhưng ông già đã xác định ngay tức khắc chàng chính là người hàng xóm năm cũ. Ông run giọng y hệt ngày gặp chàng lần đầu tiên:

- Cậu ở gần nhà tui hồi cậu đi công tác cho hãng phải không?

Chàng tròn mắt. Sửng sốt. Bởi chàng không thể nào tưởng tượng nổi gặp lại "cố nhân" ở một nơi như vậy, sau một khoảng thời gian dài đến vậy. Ông già nói:

- Chỉ cần thấy ánh mắt của cậu là tui nhận ra liền.

Chàng vô cùng kinh ngạc, nhưng lại đùa:

- Bộ ánh mắt con dữ dằn lắm sao mà bác nhìn ra được ngay?

Ông già lắc đầu:

- Không đâu. Chỉ là lần đầu tiên gặp cậu hồi đó, tui thấy yên tâm y như mình là chòm xóm lâu năm... Mà chòm xóm lâu năm thì dễ gì quên được. Cậu đi rồi, tui buồn cả năm trời.

Chàng nhận ra ông già không còn gọi chàng là chú em mà là "cậu". Giọng nói của ông cũng trầm xuống, chậm rãi hẳn đi so với ngày ấy. Lúc hai người đã vào quán nước, ông già kể đang đi thăm bạn bè ở thành phố này, và ngày nào cũng ra chợ Việt Nam nhìn ngó đồng hương đi mua sắm. Nghe chuyện, chàng đoán ông già vẫn còn định cư nơi cũ nên hỏi ông có còn ở khu nhà chỉ có gươm không có hoa đó chăng. Ông già gật đầu:

- Chỗ đó yên ổn. Ở riết, quen, thì cũng đâu có muốn dọn đi đâu. Mà lúc cậu đi rồi, tui với ông Mike hay qua lại, ổng dạy tui nói tiếng Anh, còn tui thì lâu lâu nấu cho ổng ăn, có hai người cũng vui nên dọn đi làm gì.

Chàng "ồ":

- Vậy chắc giờ bác giỏi tiếng Anh lắm phải không?

Ông già cười:

- Tui quơ nhiều hơn nói. Ổng dạy riết chắc mệt nhưng quơ quơ vậy mà cái gì thằng chả cũng hiểu. Còn bắt tui nấu món nọ món kia cho chả nữa chớ. Sau này chả ăn đồ ăn mình nhiều hơn tui nữa à nha.

Rồi ông già vui giọng kể chuyện mình đi làm part-time một tuần vài bữa. Kể chuyện ông Mike rủ đi câu cá mà không biết ông già làm nghề biển, nên bày đặt chỉ vẽ nọ kia. Chen lẫn giữa những câu chuyện là những tiếng cười tươi như trẻ con. Chàng cũng cảm thấy ấm áp và vui theo. Chàng hỏi:

- Rồi bác có dẫn ổng xuống đây không?

Đang vui, bất ngờ ông già bỗng đổi sang giọng bùi ngùi, não nề:

- Chời ơi, ổng đi sao nổi, cậu?

Ông già chớp chớp mắt:

- Già rồi, bịnh tùm lum, cậu ơi. Bữa ổng nằm liệt, tưởng ổng Cô-vít, tui chạy qua chạy lại nấu nước xông, nấu cháo cho ổng cả tuần lễ, lo chết lên chết xuống, cuối cùng bên sở xã hội cho người tới chở ổng vô nhà thương... Thiệt tình, bữa đó tui buồn muốn đứt ruột luôn. Cứ sợ ổng đi là đi luôn...

Không để cho chàng chen vào, ông già nói nhanh:

- Bị không con cái, không người thân gì nên sợ người ta tự quyết định... Nội cái chuyện không cho mình đi thăm, không được thấy mặt ổng lần cuối là tui hoảng rồi.

Chàng ngồi lặng. Hình ảnh nơi chốn cũ hiện ra. Trước mắt chàng như đang giăng đầy những cụm tuyết trắng. Hàng hiên nhỏ với chiếc ghế gỗ. Dáng ông Mike ngồi chơi đàn và hát bài Take Me Home. Đôi mắt người đàn ông thật buồn. Và tiếng đàn Ukulele trong thanh... Chàng không dám nói cũng không dám hỏi thêm điều gì. Ông già im, xoay xoay ly cà phê trong tay một hồi, mãi sau mới nói:

- Cũng may rồi cuối cùng người ta cũng đưa ổng về. Không đi luôn... Tui mừng gần chết. Đợi cho ổng yên, tui nói với ổng là tui xuống đây chơi vài bữa, mà thiệt ra tui muốn mua mấy thứ về ăn Tết với ổng. Chỗ đó, cậu biết rồi không có nhiều đồ đạc như ở đây. Năm nào qua nhà tui ăn Tết, ổng cũng nhắc chuyện Mậu Thân, tui la hoài mà ổng cứ nhắc. Không biết ổng nhớ cái gì. Nhưng nhớ gì thì... thây kệ ổng, phần tui, tui đi mua mấy thứ thiệt là Tết xứ mình đem về, ăn với ổng, đền ơn hồi đó ổng đánh giặc giùm mình.

Chàng ngước nhìn ông già. Lòng bồi hồi. Tấm chân tình của ông già làm chàng xúc động. Chàng nhớ giọng ông Mike trầm trầm. *Dark and dusty, painted on the sky. Misty taste of moonshine, teardrop in my eye...*

Chưa Tết, mà chàng có cảm giác Tết đang rất gần. Nước mắt chàng rưng đầy.

Chàng gọi thầm, hàng xóm tôi ơi!

Hoàng Nga

HOÀNG NGỌC HÒA
TÁC GIẢ GIỮ BẢN QUYỀN

Tôi quyết định viết lại câu chuyện này không ngoài mục đích giúp cho những ai muốn làm công chuyện tương tự nhưng chưa trải qua, phải nhờ *Internet* để tìm kiếm dữ liệu vì nhiều người nhầm tưởng sách của mình in ra là *tự nhiên* đã có bản quyền. Sự thật không hẳn như vậy. Ai cũng biết rằng tác phẩm của mình là đứa con tinh thần quý giá, nếu mà có thêm phần vật chất (làm giàu nhờ bán sách) như những người nổi tiếng, sách được mang ra đóng phim như James Bond của Ian Fleming thì sách lại càng có giá trị hơn nữa. Ngày nay, thời đại tin học, cả cuốn sách không cần in ra, và với phiên bản *online*, chuyện đạo văn trở nên dễ dàng, tiếng lóng gọi là *"cut and paste"*, có người thấy cuốn sách của mình đã được thay đổi cả tên họ tác giả và đăng lên mạng mà chẳng biết ai làm. Lúc cho in cuốn hồi ký *"Những ngày cuối của tháng Tư"*, tôi có hỏi anh Lê Hân của nhà xuất bản Nhân Ảnh về việc này thì anh bảo cứ làm đi vì theo anh biết, thủ tục khá rườm rà.

Thường khi đọc sách hay các bản nhạc, chúng ta hay thấy hàng chữ này. Trước năm 1975, tại Việt Nam, những ai muốn ra sách hay các ấn phẩm khác như nhạc phải được duyệt qua Bộ Thông tin, Nha Kiểm duyệt, chuyện vi phạm bản quyền không phải không xảy ra. Các ấn phẩm khác như sách giáo khoa các giáo sư soạn ra cho học sinh, sinh viên học cũng vậy, có khi nghèo quá thì in bằng *"roneo"* hay chép tay. Lúc ở Đại học Luật khoa Saigon, nghèo quá cả nhóm tụi tôi hùn chung tiền mua một cuốn sách xong chuyền nhau viết tay để học vì không đủ tiền, lúc đó máy *photocopy* chưa phổ biến như bây giờ mà nếu in bản sao trên máy là đã vi phạm bản quyền rồi, chi phí lại còn cao hơn bản chính nên ít ai làm, sao chép lại bằng tay thì không sao, có khi còn đẹp hơn cả bản chính vì thời tụi tôi, lúc tiểu học là đã phải tập viết chữ cho đẹp, ngay hàng thẳng lối. Lúc qua đến Mỹ, đi học Đại học cũng còn nghèo, mua cuốn sách, gắng giữ cho còn mới, ba tháng cuối khóa học bán lại cho *bookstores* gọi là *used books (sách đã dùng rồi)* cho các sinh viên khóa sau sẽ học môn đó với giá rẻ hơn sách mới, tuy nhiên có nhiều ông thầy muốn sách mình bán nhiều, buộc sinh viên phải lấy xé ra mấy trang bài tập trong đó nộp cho bài làm *"homework"* là chịu, sách không bán lại được nữa vì đã mất đi một số trang quan trọng.

Lúc còn nhỏ ở tiểu học tôi được may mắn có chị *Akela* trưởng hướng đạo làm quản thủ thư viện Đại học Huế nên sách ở đây nhiều và chị cho mượn về đọc miễn phí, mỗi tuần đi họp đưa lại cho chị để thứ hai chị mang về trả cho thư viện vì tụi tôi còn nhỏ, anh tôi thì *"thuê"* sách về đọc (lúc đó các tiểu thuyết về kiếm hiệp của Kim Dung đang thịnh hành sau khi Cô Gái Đồ Long phiên bản tiếng Việt ra đời), các tiệm mua sách, đóng gáy lại cho chắc rồi cho thuê vì ít ai có khả năng dám bỏ tiền mua cả bộ truyện về đọc rồi cất đi để đọc lại lần thứ hai. Lúc vào Sài Gòn thì thấy nhà sách Khai Trí ở số 62 đường Lê Lợi, ông chủ cứ để cho nhiều người vào đọc thoải mái vì nhiều người học sinh, sinh viên nghèo không đủ khả năng để mua sách hay thích đọc sơ trước khi mua. Qua đến Mỹ, tuy chuyện thuê sách không còn phổ biến như ở Việt Nam vì sách báo cứ đến thư viện nào cũng có, đọc không tốn tiền, nhưng có một thời kỳ, tại Hoa Kỳ, các băng nhạc và video các phim tình cảm dựa theo tiểu thuyết của Quỳnh Dao, phim kiếm hiệp theo tiểu thuyết của Kim Dung được chuyển âm sang tiếng Việt, băng nhạc của Thúy Nga hay Asia được các tiệm *"sang lại"* rồi cho thuê *"lậu"*, dĩ nhiên là vi phạm bản quyền và có nhiều nơi đã phải ra tòa hay đóng cửa vì vụ này, thế rồi theo thời gian, băng nhạc hay *video* trở thành *"digital format"*, nhiều người lên *online* hay *youtube* coi thoải mái, một tiếng Anh mới xuất hiện: *"streaming"*, các dịch vụ mới như Netflix, Hulu... xuất hiện và tiệm cho thuê băng lớn *Blockbuster* nổi tiếng phải khai phá sản luôn dù đã có đến 84 ngàn nhân viên và 9 ngàn tiệm khắp nước Mỹ trước đó.

Riêng về sách báo cũng đã biến dạng vì *internet.* Số lượng xuất bản giảm đi và dịch vụ trả tiền *online* thế vào đó. Nếu một ai đó đã từng dùng thư viện như tôi khi vào các thư viện bây giờ không còn ngửi thấy mùi giấy hay các kệ sách khổng lồ phải đứng lên thang để lấy. Vậy thì sách đi đâu: xin thưa là nó nằm ở các máy điện tử, và ở khắp năm châu, chỉ cần tìm qua danh mục là có hết, thay thế vào đó là các máy điện tử cá nhân, phòng đọc sách trở thành phòng thiết bị máy móc và WiFi được cung cấp miễn phí cho các độc giả để họ dùng các *laptop* nếu muốn.

Khi ta mở một cuốn sách ra, việc đầu tiên là các con số và tên (các) tác giả hiện ra, có khi các con số cũng cho ta biết đó là ấn bản in lần thứ mấy để biết cuốn sách đó tái bản như thế nào. Xin ghi lại một vài chi tiết nhỏ liên hệ trong việc in sách và xin bản quyền ở Mỹ như sau:

Số thứ tự cuốn sách theo tiêu chuẩn quốc tế ISBN *(**I**nternational **S**tandard **B**ook **N**umber)*: Đây là 13 con số hay *bar code* dùng để nhận dạng cuốn sách, CD/DVD hoặc các ấn phẩm tương tự, thường được in ở trang trước và bìa sau cuốn sách cùng với giá tiền, trước khi sách xuất bản, tác giả hay nhà xuất bản phải mua ISBN tại đại lý như Bowker, các con số hay *bar code* khác nhau tùy theo *"format" (định dạng)* của cuốn sách để nhận dạng khó bị nhầm lẫn cho người mua. Khi thay đổi hình thức hay nội dung cuốn sách, con số này cũng phải thay đổi. Nhiều người hay nhầm ISBN là con số bản quyền của cuốn sách từ thư viện quốc hội nhưng không phải như vậy, nếu chỉ ra cuốn sách để bán thì chỉ cần ISBN là đủ cho nhà xuất bản nhưng nếu muốn cuốn sách nằm trong danh bạ thư mục của Thư viện Quốc Hội Hoa kỳ là thư viện lớn nhất nước Mỹ và các thư viện quốc gia thì phải cần có ***LCCN*** không trả lệ phí *(**L**ibrary of **C**ongress **C**ontrol **N**umber)* và nếu muốn giữ bản quyền thì phải ghi danh qua Thư viện Quốc Hội Hoa Kỳ, văn phòng bản quyền có lệ phí qua *online* hay bằng cách đến nộp tại văn phòng chính ở Washington, D.C.. Khi được chấp thuận, LCCN gồm 10 con số, thường 4 con số đầu là số của năm như 2024, 2025, 6 con số kế tiếp được Thư viện Quốc hội chỉ định để không trùng hợp với các cuốn sách khác.

Văn Phòng Bản Quyền (Copyright Office): Thư viện Quốc Hội Hoa Kỳ (Library of Congress) có trụ sở tại 101 Independence Avenue Washington, D.C. là nơi để mọi người xin giữ bản quyền về tác phẩm (hay các sản phẩm sáng tạo) của mình, có thể là bản nhạc, tranh vẽ hay sách in tại Hoa Kỳ bằng Anh ngữ hay các thứ tiếng khác. Điều quan trọng nhất khi xin bản quyền là phải làm *trước khi* xuất bản, dù cuốn sách chưa in chỉ mới có ý để viết, điều luật ghi rõ nếu tác giả muốn chắc chắn không bị người khác đánh cắp của mình thì phải trả tiền ghi danh *(pre-registration)*, lệ phí đóng $200 và cho biết tác phẩm sẽ được xuất bản lúc nào cho biết tóm tắt ý chính của cuốn sách viết về đề mục gì, tên tựa đề cũng như diễn tả chi tiết cuốn sách không quá 300 chữ chứ khi sách đã in ra thì họ sẽ không cho xin bản quyền nữa. Đây là một lỗi lầm mà nhiều tác giả đã vướng phải. Xin giữ bản quyền phải được trả lệ phí tùy theo ấn phẩm đó, bản quyền phải được xin ***trước khi*** ấn phẩm được xuất bản và thường được dùng dấu tượng trưng ©. Lúc ghi danh chính *(registration)* cho sản phẩm sắp ra đời thì đóng thêm lệ phí $65 (các thứ lệ phí linh tinh đều được liệt kê rõ ràng trên *online*) và có thể gởi sản phẩm của mình cho văn phòng bằng *internet* hay bằng bưu điện (không dùng cả hai cách) trong vòng 30 ngày để họ có được hồ sơ lưu trữ trong trường hợp có kiện tụng sau này. Những tác phẩm được chấp thuận *"Copyright"* © sẽ được gởi về cho tác giả giấy chứng nhận từ văn phòng bản quyền gọi là **Copyright Registration Number (CRN)** gồm các chữ và số như sau: TX 9-421-014 có con dấu của văn phòng bản quyền và chữ ký của Giám đốc.

Cũng nên biết, ngoài sách ra các sáng tác khác cũng cần bản quyền: Đây là danh sách các loại bảo vệ bản quyền cho người sáng chế: sách in trên giấy, *e-book*, sách để nghe, thấy, hình ảnh chụp, hoạt họa, tranh ảnh, nhạc, nhu liệu và *website*. (**Copyright provides legal protection** to the creators of original works, such as *printed book, e-book, audio-book, video, photos, illustrations, pictures, songs, software and website)*. Tra khảo dữ liệu và cách làm *online* tại đây, hiện nay có nhiều công ty giả lừa đảo trên *internet* hứa làm trung gian cho việc này, nên cẩn thận lúc tra cứu tài liệu hoặc ghi danh vì sẽ phải dùng tư liệu cá nhân của mình: https://www.copyright.gov/

Chương trình Lưu trữ Danh Bạ sách tại Thư viện Quốc Hội: (Library of Congress – *Cataloging In Publication Program* – **CIP** data).

Đây là văn phòng chuyên cấp các con số để lưu trữ sách vào danh bạ tại Thư viện Quốc Hội cũng như các thư viện toàn quốc nước Mỹ, muốn tác phẩm của mình vào được đây, tác giả hay nhà xuất bản phải xin số danh bạ gọi là ***Library of Congress Control Number*** (viết tắt là **LCCN**) gồm 10 con số. Phải xin các con số này ***trước khi*** sách được xuất bản qua *PrePub Book Link* (PPBL) và LCCN phải được in ra ở trang đầu của cuốn sách ở trang tựa đề và bản quyền tác giả *(Copyright ©)*. Có như vậy thì cuốn sách khi lưu trữ tại đây sẽ được nhận dạng dễ dàng qua máy móc điện tử hay thư mục bằng tay. Chương trình này hoàn toàn tự nguyện nhưng nó sẽ bảo vệ bản quyền cho tác giả trong trường hợp bị đánh cắp, vi phạm bản quyền một phần hay toàn thể cuốn sách và phải ra tòa. Khác với ISBN là LCCN chỉ có một hàng số giống nhau dù tác phẩm in màu, đen trắng hay bìa cứng, bìa mềm (ví dụ: 2024909904).

Tham khảo tài liệu và ghi danh ***trước khi*** sách xuất bản để xin số **PCN** là con số để cuốn sách của mình được đưa vào thư mục của Thư viện Quốc Hội Hoa Kỳ. Sau khi sách xuất bản, một bản có số LCCN phải được gởi qua bưu điện trong vòng 30 ngày không trả lại cho tác giả để lưu vào hồ sơ tại đây.

The **Preassigned Control Number (PCN) Program:**
https://www.loc.gov/programs/preassigned-control-number/about-this-program/

Sau khi đã ghi danh, Thư viện Quốc Hội sẽ xét và chấp thuận, thường mất từ hai đến bốn tuần hay lâu hơn tùy trường hợp. Khi đã có LCCN và ISBN thì chúng ta có thể tìm cuốn sách qua thư mục Thư viện Quốc Hội với các con số đặc biệt này, một chữ viết tắt ở đây có thể dùng cho việc này có 8 con số hay *bar code* cũng cần biết là **ISSN** (**I**nternational **S**tandard **S**erial **N**umber), dành cho các loại báo hay tạp chí tiếp tục phát hành có định kỳ:
https://catalog.loc.gov/vwebv/searchBrowse

Tại Hoa Kỳ và các nước dân chủ tân tiến, bản quyền sáng tác hay sáng chế được bảo vệ tối đa qua luật định, vì vậy mình cũng không nên bỏ qua cái quyền này. Các công ty lớn như Apple, Samsung... cũng đã từng đưa nhau ra tòa vì *"cầm nhầm"* dù *vô tình* hay *cố ý* cái bản quyền của người khác, vì vậy lúc nghĩ ra hay sáng chế được cái gì mới, họ có nguyên cả nhóm nhân viên chỉ lo làm về việc này, nộp ngay để có bản quyền. Thời xưa, người Nhật đã từng tháo ra các bộ phận của chiếc xe hơi Ford để xem rồi bắt chước và đã chế ra tốt hơn; thì ngày nay, chúng ta cũng không nên ngạc nhiên nếu các hãng lớn có nguyên một dàn nhân viên được trả lương để chuyên *"khảo cứu"* các phát minh của các đối thủ để cạnh tranh. Một người tôi quen trong lúc tình cờ làm về hệ thống năng lượng mặt trời *(solar energy)* cho nhà mình về hệ thống lạnh và sưởi (HVAC), anh đã khám phá ra một phát minh nhỏ mới, anh nộp lấy bản quyền và sau này cơ quan không gian Hoa Kỳ NASA đã phải mua lại bản quyền của anh để dùng cho trạm không gian của họ sau này (The International Space Station). Lúc ghé thăm tôi tại D.C. để nhận bằng sáng chế và bản quyền năm 1982, anh đã kể lại câu chuyện giấy tờ mà lúc đó phải làm và vẽ bằng tay cũng như tự đích thân đi nộp tại Thư viện Quốc Hội.

Riêng về các tác phẩm như thơ văn, sáng tác của tác giả và là đứa con tinh thần của mình nên nếu có ai đó vì lợi nhuận cầm nhầm thì vừa *buồn* vừa *giận*, đưa nhau ra hầu tòa nếu có bằng chứng, do đó bản quyền rất quan trọng. Cũng nên nói ở đây, tại Hoa Kỳ, mua bán thường hay được trả lại nếu không hài lòng kể cả sách vở, nhiều người lợi dụng cách này, mua xong trên *internet*, đọc xong *trả lại* không mất đồng nào, như cho thuê mà không lấy lệ phí, chỉ buồn cho tác giả không bán được cuốn sách và với cái đà này, hết hứng thú để sáng tác tiếp. Sở dĩ so sánh vì thật sự nếu độc giả đó đến thư viện địa phương yêu cầu cuốn sách muốn đọc, thư viện sẽ có và cũng sẽ không trả đồng nào, khác nhau ở chỗ mua sách đọc xong, trả lại làm cho tác giả *mừng hụt* và cách này là cái buồn cho nền văn học Việt Nam, tiệm sách ngày càng ít, sách xuất bản không nhiều, độc giả ngày càng hiếm khi các phương tiện truyền thông xã hội... *"social media"* như *facebook, instagram, twitter (X), youtube* đang trên đà chiếm hết độc giả, có bao nhiêu độc giả nghĩ đến ủng hộ tinh thần và vật chất cho các tác phẩm khi những gì họ đang dùng không tốn chi phí nào? Dạo sau này, nhất là tại các quốc gia ít tôn trọng luật lệ quốc tế, nạn sao chép rồi đổi tên tác giả hay vẫn giữ nguyên tác giả vì tác giả đã mất, in bán ra để lấy lợi nhuận là chuyện thường xảy ra. Một người quen tôi đã báo động khi cuốn sách tiếng Anh của cô được viết lại bằng tiếng Việt, đổi tên tác giả và đăng trên các mạng xã hội mà hoàn toàn không có sự đồng ý của tác giả và muốn tìm ra đúng thủ phạm để đưa ra tòa cũng không phải là chuyện dễ, oái ăm thay, trong trường hợp này người bị trộm sách lại là luật sư!

Nói tóm lại, các *phát minh* và *sáng chế* dù nhỏ đến đâu, việc giữ bản quyền cho tác giả là chuyện cần thiết phải làm để bảo vệ quyền lợi. Riêng về sách báo, tác phẩm văn chương thì tùy thuộc, người viết muốn có nhiều người đọc càng tốt để phổ biến, độc giả thì lười ra thư viện, ở Mỹ sướng thiệt, đọc sách báo khỏi tốn tiền dù cuốn sách không có ở đó họ cũng tìm về cho mình đọc, chỉ hy vọng người ta đừng mua trên mạng, đọc xong rồi trả. Ngày nay với *"thông minh nhân tạo"* (**A**rtificial **I**ntelligent) viết tắt AI do loài người tạo ra, luật lệ hiện nay chưa rõ ràng, không biết rằng trong tương lai, các tác phẩm được máy móc tạo ra do ai sẽ giữ bản quyền vì hiện nay tại *Hollywood*, các nhà viết truyện phim hay *show* truyền hình đang lo sẽ thất nghiệp vì sản phẩm do AI làm giá sẽ rẻ hơn và chủ nhân không lo nó sẽ đình công như con người.

Hoàng Ngọc Hòa

2024/2025

HOÀNG QUÂN

VÍ DỤ

Thế kỷ trước, truyện *Ví Dụ Ta Yêu Nhau** của một nhà văn trẻ đã làm bao nhiêu "kẹp tóc", "húi cua" say mê một thời. Thế kỷ này, các cô, các cậu ngày xưa, giờ đây là những bà, những ông với mái tóc mặn mà, ít tiêu nhiều muối, có phút chạnh lòng chăng, khi nghe những ví dụ dưới đây?

Ví dụ một: Ví dụ họ gặp nhau vài thập niên trước

Văn phạm Việt ngữ chẳng thể làm nổi bật sự không tưởng của trường hợp này. Tuy nhiên, người ta có thể cho trí tưởng tượng bay bổng, để bắt gặp những hình ảnh rất dễ thương. Hai nhân vật ấy gặp nhau, cậu bé mười tuổi, cô bé tám tuổi. Cậu bé đọc sách, đọc thơ rất sớm. Cậu nắn nót chép mấy câu thơ của thi sĩ Xuân Diệu: *Thư thì mỏng như suốt đời mộng ảo/ Tình thì buồn như tất cả chia ly/ Xếp khuông giấy mang hoài trong túi áo/ Mãi trăm lần viết lại mới đưa đi.* Cô bé lờ mờ hiểu "thư thì mỏng" nghĩa là gì. Mà, "suốt đời mộng ảo", cô bé đành chịu thua. Nhưng cô bé thấy những vần thơ hay quá chừng (có lẽ vì do cậu bé chép cho cô). Hình như thi sĩ viết "*Giấy phong kỹ mang thầm trong túi áo*". Mặc kệ thi sĩ, cô bé thích vần thơ nhớ nhầm của cậu bé hơn. Cô bé tìm trong tự điển Việt Nam không có chữ "khuông". Không sao, cô bé vẫn giấu tờ thơ trong tập vở, lâu lâu mở ra đọc, dù cô đã thuộc lòng rồi.

Cô bé kể cho cậu nghe, rằng, cô thích bài hát *Kiếp Nào Có Yêu Nhau*, dù cô chẳng hiểu gì cả. Cậu muốn "nghiên cứu" lời của bài hát để cắt nghĩa cho cô bé nghe. Cậu do dự, cô bé còn nhỏ xíu, bài hát lại quá buồn. Thôi, cậu chỉ thích nghe tiếng cô bé cười trong trẻo, như khi cậu hái hoa ngọc lan, hoa phượng tặng cô. Cô bé mân mê vuông giấy trắng, có cánh phượng ép hình con bươm bướm. Đôi mắt cô bé sáng rỡ, vui sướng. Có những trưa, cậu bé đi bắt cá đây kia, bỏ cá vào những hũ chao, cho cá đá. Cô bé dặn nhỏ cậu, chỉ đá cá, chớ đừng lăn dưa. Lúc cả gan, cậu đến nhà cô, bắt cá từ bể tròn to trong vườn. Nhà có con chó mực giữ vườn. Ai lạ mặt lảng vảng, con mực um sùm lên tiếng. Khi biết "*ý đồ*" của cậu với mấy con cá lia thia nhà cô, cô vuốt đầu con mực, năn nỉ nó đừng sủa, để yên cho cậu bắt cá thật nhanh. Kẻo anh cô bắt gặp, không chừng có ẩu đả. Cô bé không muốn cậu bé bị ăn đòn.

Cậu bé vào trung học. Cậu thông minh, học giỏi, mà phá nghịch quá. Cậu mê chơi *bi- da.* Thấy những bước chân của khách bộ hành, cậu tưởng tượng đến những đường banh. Tối nào, Ba cậu cũng kiên nhẫn chờ cậu về để đóng cửa ngõ. Thỉnh thoảng trốn học, cậu say sưa với cơ, banh, phấn ở tiệm *bi-da* nào đó. Một buổi sáng cuối tuần, cậu đang ngủ ngon. Ba cậu vào phòng, đánh thức: "Dậy đi con, tới giờ đi chơi *bi- da* rồi". Cậu chợt tỉnh, không bỏ học, không chơi *bi-da* nữa.

Cô bé phụng phịu kể cậu nghe, mấy đứa bạn chọc ghẹo cô, tóc bum-bê chê chồng. Cậu phồng mang, trợn mắt, nổi máu du côn, hỏi đứa nào, để cậu lấy ná bắn. Cậu thấy tóc bum-bê của cô bé ngắn thiệt, nhưng trông ngồ ngộ. Cậu nói, cho dù tóc cô chỉ còn một chỏm như chú tiểu trong chùa, cậu vẫn thấy cô dễ thương như thường. Cô yên tâm, cười toe.

Lên trung học đệ nhị cấp, cậu chọn ban văn chương. Suy nghĩ của cậu lớn dần theo thời gian. Chiến tranh lan rộng. Cuộc sống ở tỉnh lỵ chìm trong không khí nặng nề. Cậu cảm thấy bài vở chữ nghĩa phù phiếm, xa rời cuộc sống bấp bênh, trắc trở bấy giờ. Nhiều giáo sư của các trường trung học tham gia phong trào đấu tranh. Có những xung đột giữa chính quyền và những người "đứng dậy". Cậu hăng hái góp mặt vào hoạt động đang bừng bừng ở các trường trung học. Cô bé ngưỡng mộ hồn văn, lòng thơ của cậu. Nhưng cô lộ vẻ bất an, khi nghe cậu sôi nổi về những sinh hoạt của cậu và các anh chị trung học đệ nhị cấp. Bao người xôn xao khi rạp *xi-nê* trong phố trình chiếu phim *Mối Tình Romeo và Juliette*. Rạp xi-nê đã có lần bị đặt chất nổ. Vì thế, cô bé chưa bao giờ được phép đi xem chiếu phim. Cô chỉ biết len lén đọc lời bài hát của phim, *Giây phút êm đềm ngày ta gặp nhau...* Cô bâng khuâng. Cô mơ màng. Cậu nghĩ, tội nghiệp cô bé. Phải bù đắp cho cô. Cậu đọc cho cô nghe bài thơ *Guốc Gỗ* của người bạn thi sĩ cùng trường. Cô sẽ *Guốc gỗ trưa về khe khẽ nhịp*, để cậu *nghe khua động xáo tâm hồn*.

Sau những biến động của cuộc sống, cậu bé, cô bé từ giã tỉnh lỵ, vào sống ở chốn phồn hoa đô hội. Bây giờ họ đã thành chàng và nàng. Chàng vào đại học. Nàng tiếp tục trung học. Chàng thường chờ nàng ở con đường nhỏ gần trường, đầy cây xanh, đón nàng đi học về. Rủ nàng đi ăn chè đậu xanh, đậu đỏ ở cạnh ngôi chùa nổi tiếng. Chàng lóng ngóng chờ nàng tan trường. Chàng và nàng có nhau. Tưởng như tự nhiên của đất trời: *Trời sinh mưa nắng hôn nhau/ Gió hôn ngọn cỏ, ao sâu hôn bèo/ Cớ sao em chẳng làm theo/ Mình hôn nhau ấy là theo lẽ trời* (*Hôn Nhau*, Văn Viết Lộc). Nàng nguýt chàng một cái sắc lẻm. Rồi cúi đầu, nhìn chằm chằm mặt đất. Có lẽ nàng thấy trái đất thật đẹp, vì có chàng. Hay nàng đang mím môi nói thầm, sao chàng quỷ quái quá vậy. Chàng tính toán, nếu mình theo lẽ trời, nàng sẽ phản ứng thế nào. Chàng biết, nàng rất hiền, không bao giờ dùng võ lực. Chàng chẳng cần bận tâm trường hợp năm ngón tay đỏ hồng lên má chàng. Nhưng chàng cũng biết, nàng rất "nghiêm". Hình như nàng đã kể, có lúc nàng thích đi tu. Trời ơi, sư sãi nào yên lòng tụng niệm, khi thấy cặp mắt đầy tục lụy của nàng. Nếu nàng nhất định xuống tóc, chàng sẽ thành tâm lui tới chốn cửa Phật. Chàng cảm hứng: *Có chàng đội gạo lên chùa,/Theo o sư nhỏ học nghề làm tương./ Chao ui, tiếng Huế dễ thương,/ Một, hai, ba, bốn là thành tương tư.../ Mà sao tâm tính của sư,/ Cũng mang tục lụy của người trần gian./ Sư cô tính giống Nghi Lâm,/ Cắt dây chuông đứt, bỏ chùa đi chơi.*

Ủa, chàng lạc đề xa lắc, xa lơ rồi. Bịnh lạc đề chàng lây của nàng tự hồi nào không hay. A, nàng không dùng võ lực. Nhưng "văn lực" của nàng thâm hậu lắm. Chàng trấn an mình, nàng nhất định không giận chàng. Vì chàng có làm gì nên tội, ngoài tội thương nàng. Nếu nàng cứng đầu, bảo đó là tội, chàng sẽ hùng hồn cho nàng biết, nàng cũng có tội, tội thương chàng. Chàng chưa bao giờ hỏi. Nàng chẳng bao giờ chịu nói, mà chỉ hát nhỏ... *niềm thương không nói nên lời...* Chàng nghĩ, chàng sẽ không bao giờ hỏi. Không khí hạnh phúc chàng thở, những thương yêu chật cứng trong tim chàng, đã là câu trả lời đầy đủ nhất. Dù nàng chưa là sinh viên, chàng sẽ rủ nàng đi dạo trên... *con đường Duy Tân cây dài bóng mát...* chàng sẽ mời nàng... *uống ly chanh đường...*

Nàng ở tỉnh lỵ suốt tuổi thơ của nàng, mà rất mù mờ về địa lý của nơi ấy. Khi bé tí ti, nàng nghe lóm bài thơ tả về những con đường. Nàng nhớ lõm bõm mấy câu: *Con đường Trần Thúc Nhẫn hoa thơm/ Hoa thơm hay tóc em thơm ngát/Anh muốn hôn lên đôi mắt hay hờn...* Nàng hỏi chàng con đường đó ở đâu. Chàng vênh mặt lên lớp. Chàng càng cắt nghĩa, nàng càng rối rắm. Nàng cho sông này chảy nhầm qua hồ kia, cho núi này che mất đồi nọ. Chàng bèn sáng tác ra Bến Thương Thương. Nàng nghĩ mình dốt, nên đứng dựa cột mà nghe, hỏi: "Bến đó nằm ở đâu?" Chàng sung sướng, nhìn nàng trúng kế. Bến đó ở trong mộng tưởng của hai đứa mình đó. Nàng không háy chàng, chỉ bẽn lẽn. Chàng mời nàng dạo thuyền ở bến mơ. Nàng ngoan ngoãn nhận lời. Nhưng lo lắng, nàng không biết bơi. Chàng trấn an, nhỡ nàng té xuống nước, chàng sẽ nhảy ùm theo xuống, cứu nàng, cõng nàng lên lưng, đưa nàng vào bờ bình an. Hình ảnh trong tưởng tượng đó làm chàng cười tủm tỉm. Nàng vờ như không nghe.

Nàng chưa bao giờ đọc một trang sách kiếm hiệp. Dù vậy, chàng thấy nàng khôn lanh như những nhân vật nữ trong *Cô Gái Đồ*

Long. Nàng thủ thỉ, chàng đôi lúc giống lãng tử. Chàng lim dim tưởng tượng chân dung của mình... *Người nghệ sĩ lăn lóc gió sương. Tơ đàn say đắm quên sầu thương*. Bỗng, chàng giật bắn người, nghe nàng dịch tiếng Việt ra tiếng Việt, lãng tử là chết lãng xẹt. Chàng nhận xét, khả năng "tư duy" của nàng ngang hàng với Châu Bá Thông.

Chàng và nàng nói chuyện với nhau trên cùng tần số. Các xưởng sản xuất pháo bông sẽ phải dần dà đóng cửa. Vì, những đối thoại của chàng và nàng là những bông pháo rực rỡ, biến mỗi ngày thành một sự kiện tươi đẹp, thăng hoa cuộc sống trần gian. Các nhà sinh vật học vinh danh con cóc, như một biểu tượng của ngôn ngữ tình yêu. Những bài thơ con cóc, chàng và nàng làm cho nhau, ngân vang như những giai điệu tuyệt vời làm chàng yêu nàng và yêu cả nhân loại. Những câu lục bát ngúc ngắc lại dìu dặt như những cung bậc du dương làm nàng yêu chàng và yêu cả thế gian. Các tự điển của hàn lâm viện càng lúc càng dày thêm. Vì trong mỗi lá thư chàng và nàng viết cho nhau, họ luôn sáng chế thêm chữ mới. Các sách viết về thần giao cách cảm thu hút sự chú ý của cả loài người. Y học, tâm lý học, triết học... đưa ra nhiều giả thuyết, lý luận, nhưng không có sự giải thích thỏa đáng cho hiện tượng này. Chỉ chàng và nàng và những người yêu nhau mới có đầy đủ chứng cớ. Có lần chàng sơ ý viết nhầm dấu hỏi, ngã. Như một cô giáo tận tâm, nàng cắt nghĩa rành mạch sự khác biệt, rồi nhắc nhở chàng: *Trời sinh tiếng Việt thiệt hay/ Hỏi ngã lộn xộn, có ngày chết tươi.* Thỉnh thoảng, chàng giả vờ lộn xộn, xem thử chết tươi dưới tay nàng như thế nào. Thật ra, với giọng Huế của nàng thì huyền, sắc, hỏi, ngã gì cũng thành nặng ráo trọi. Dù vậy, chàng thấy nàng quyến-rủ-mảnh-liệt. Chàng thích thú tưởng tượng vẻ lúng túng, cuống quít của nàng. Chắc nàng sẽ không sửa chàng rằng, rủ là rủ rê, mảnh đi chung với mai... Nhầm nhò gì ba lỗi chính tả, chàng nói sao nàng cũng hiểu cả.

Cứ thế, chàng và nàng cùng nhau viết những dòng, những chữ, ngay cả dấu chấm, dấu phẩy cũng đong đầy hạnh phúc trong câu chuyện cổ tích thật đẹp. Như kết cục của chuyện thần tiên, hoàng tử và công chúa sẽ bên nhau, thương yêu nhau, hạnh phúc cho đến trăm năm, ngàn năm sau, và, sẽ giữ đời cho nhau đến muôn kiếp...

Ví dụ hai: Ví dụ họ gặp nhau thế kỷ này

Xét về văn phạm, trường hợp này có thể xảy ra. Nhưng suy xét những yếu tố khách quan, liên hệ thực tại, câu chuyện vô cùng rắc rối, phức tạp, những khúc mắc dường như vô phương tháo gỡ. Chàng và nàng đang từng bước đi vào mùa thu cuộc đời. Mỗi người đều có đời sống đúng với chuẩn mực xã hội. Đã là những người lớn, xem như trưởng thành, mà đâu đó trong tâm hồn, họ vẫn như trẻ thơ. Do vài tình cờ đưa đẩy, họ gặp nhau. Họ thấy vui, vì nói cùng ngôn ngữ, phát thanh trên cùng làn sóng. Câu văn cuộc đời của cả hai đều đã trọn vẹn với dấu chấm tròn trĩnh. *Full stop, full* và *stop*. Như thi sĩ Nguyễn Tất Nhiên đã tỉ tê: "*Nếu mình chọn đời nhau làm dấu chấm/ Mỗi câu văn đâu được chấm hai lần*." Cả hai không mảy may nghĩ đến một cuộc phiêu lưu nào cả. Khoa học kỹ thuật hiện đại đã tạo điều kiện cho họ gặp gỡ nhau trên liên mạng. Chàng và nàng công nhận rằng máy điện toán là phát minh kỳ diệu nhất của loài người. Họ cười đùa, chọc ghẹo nhau, mà không hề nhận ra sinh hoạt dần thành một thói quen. Ban đầu, là những trao đổi rất bình thường trên liên mạng. Chuyển tiếp thông tin vô thưởng, vô phạt. Những dược tính thần kỳ của cây nha đam. Những bài tập thể dục, để tinh thần được minh mẫn, để thể xác được tráng kiện, vân vân và vân vân. Dần dà, họ mong ngóng những điện thư gởi cho nhau. Họ dường như nhung nhớ tác giả của những lá thư. *Tình không chủ ý: tình cờ*. Tất nhiên, khởi đầu là trò chơi nhỏ, vô hại (chứ biết có hại, thì ai lại bắt đầu). Nàng yêu thích giọng ca của một nam ca sĩ. Chàng vờ chê, ông ca sĩ hát, mặt mày nhăn nhó như bị táo bón kinh niên. Nàng binh ông ca sĩ chầm chập. Phải diễn tả với cả tâm tình như vậy mới tuyệt vời chứ. Chàng bỗng đâm ghen với ông ca sĩ. Bởi ông hay "ru" nàng, những khi nàng khó ngủ... *đừng bao giờ em hỏi/ vì sao ta yêu nhau*... Lời ru đã làm trái tim nàng nhũn ra. Nàng cắt nghĩa, khi xưa đi học, thầy dạy phân biệt chữ ghen và ganh. *Jealous* là lo bị mất những gì đang có. *Envious* là tức bực vì mình chưa có được. Chàng tỉnh bơ, chàng đích thị là *jealous*, chứ không phải *envious*. Vì ý nghĩ của chàng đã đi trước một bước. Nàng bối rối, phản đối kịch liệt. Nghe những băn khoăn của nàng, chàng thương nàng hết sức. Dù đôi khi chàng cũng bực cái tính "khó" và "dữ" của nàng. Chàng không thích thấy nét lo lắng nơi nàng. Nhưng chàng buồn rầu hiểu rằng, cả hai đang trong *jeux interdits*. Tội nghiệp nàng, nàng quýnh quáng tìm nhiều cố vấn gỡ rối tơ lòng. Từ những cố vấn cao niên người Âu, cho đến những cố vấn đồng niên người Á. Chàng đồng ý để nàng và các vị cố vấn dùng trái tim chàng cho những nghiên cứu về tiềm năng và hệ lụy của đam mê. Nàng trách mình, trách tình cờ oái oăm, trách lung tung, trách tất cả những gì có liên quan đến sự gặp gỡ muộn màng. Bao nhiêu hàng rào, tường thành nàng dựng lên không cản được những tín hiệu con tim chàng gởi đến nàng. Nàng lắng nghe bản nhạc quen *why don't you come to your senses/ come down from your fences - open the gate.../ You'd better let somebody love you before it's too late...* Có lẽ, nàng sẽ liên lạc với những trung tâm sản xuất băng nhạc, nhờ họ tìm một nhạc sĩ viết bài Tương Tư 8 tặng cho chàng và nàng. Dù chàng đã có lần ê a: *Rằng xưa có gã Từ Quan/ Lên non thấy tháp chuông vàng kéo chơi/ Rằng nay có gã gan trời/ Hát Tương Tư 4 tặng người vô tâm.* Nàng chỉ còn biết phản công yếu ớt: *Vô tâm nhắn nhủ gan trời:/Hát hò cắc cớ, gan thành... pa-tê.*

Nàng cám ơn tạo hóa đã sắp xếp trái đất có năm châu, bốn bể. Ít ra, yếu tố không gian có thể giảm bớt nhiệt lượng của ngọn lửa đam mê.

Ví dụ ba: Ví dụ họ xa nhau

Ví dụ này đúng ra là hệ luận của ví dụ hai. Nghĩa là phải xem giả thuyết thứ hai có giá trị, thì mới xét tiếp trường hợp này. Chàng đã bao lần thuyết phục nàng hãy đón nhận những khoảnh khắc hạnh phúc như những ân sủng quý giá của cuộc sống. Chàng nghe tiếng dạ ngọt ngào của nàng, tưởng như thấy được đôi mắt nàng rạng ngời yêu thương. Chàng nhắm mắt, tận hưởng những xao xuyến rất mực đằm thắm. Bỗng chàng giật mình vì tiếng thở dài của nàng. Chỉ mới tưởng tượng đến những giọt nước mắt của nàng, chàng cảm thấy hụt hẫng, như đang rơi, rơi đến đâu chàng không biết, chỉ biết sâu lắm. Sao chàng ghét vị quan tòa trong nàng kinh khủng. Chàng càng nghĩ, càng thương nàng hơn. Tội nghiệp nàng quá sức. Tại sao nàng sợ xuống địa ngục. Ở đó, nàng mới mong hát bài ca hạnh ngộ với chàng chứ. Chàng hát khẽ, *Em, rơi vào đời tôi/ tình yêu em khôn lớn trong dịu dàng*... Có lần chàng thắc mắc tại sao tiếng Anh lại dùng động từ *fall in love*. Có biết bao động từ khác vô hại hơn nhiều, chứ chữ *fall* hàm ý là tai họa, là... rơi. Chàng vỗ về, *Dù ta có đi trên nghìn thu đắng cay/ trên từng nỗi khốn cùng/ nhưng tình ta biết bao giờ nguôi*... Chàng có nhiều nỗi đoạn trường. Nàng có lắm mối vấn vương. Cách xa vạn dặm, nhưng dường như cả hai cùng xót xa với những bản nhạc tình buồn ray rứt, cùng cố giấu quanh, giấu quẩn nỗi buồn của nhau. Chàng cố quên, như lại càng nhớ. Nghe nhạc, chàng buồn nẫu người. Tưởng như nhạc sĩ diễn tả nỗi niềm của chàng: *Nếu không có người cuộc đời trôi về đâu/ Nếu không có người mặt đất quá hoang vu/ Và ta biết một điều thật giản dị/ Càng xa em ta càng thấy yêu em.*

Nàng tránh không làm điều gì nhắc nàng liên tưởng đến chàng. Nhưng hình ảnh chàng vẫn đây kia trong trí nàng. Cố nghĩ như một trường hợp đơn giản, chàng sẽ nói với nàng... *Xin gửi em một lời chào, một lời thương, một lời yêu, lần cuối cùng*. May thay, có một liều thuốc mầu nhiệm: thời gian. Như một định luật bất di, bất dịch, thời gian có thể chữa lành mọi vết thương. Với một thời lượng tương tự như chuyện *Tình Già* của cụ Phan Khôi, tính theo tuổi tác khách quan, họ đã thành cụ ông, cụ bà. Nhưng xét theo tuổi tác trái tim, vẫn có thể gọi họ là chàng, nàng. Một chiều nào đó, khi nắng sạng sông, nàng bỗng rộn ràng lục lạo ký ức của mình. *Nhớ tới mùa thu năm xưa gởi nhau phong thư*... Trong trí nhớ của nàng, mã số của từng "bộ hồ sơ" là nét chữ. Để coi, ngày xưa chàng chỉ dùng điện thư. Nét chữ thông dụng là *arial*. Nan giải! Rất nhiều hồ sơ có mã số loại này. Một tên đồng nghiệp, đã mấy lần thâm hiểm tìm cách đâm sau lưng chiến sĩ. Ô, không phải thư tình hắn gởi cho nàng, mà những dòng chữ gay gắt, hắn chụp mũ nàng, rằng nàng làm việc dẫm chân hắn. Chỉ nghe tên hắn thôi, cũng đủ bực mình cả ngày. Nàng phải cố tìm cách ném hồ sơ của tên này ra khỏi trí nhớ của mình. Hay là thư này, cũng mã số *arial*. Mới liếc qua mấy hàng, nàng toát mồ hôi hột. Đây là cảnh cáo của lão phù thủy kiểm toán nội bộ. Nàng đã linh động trong công việc. Ký giấy đồng ý giải ngân mấy chục ngàn *đô-la* từ hợp đồng tín dụng hàng trăm triệu. Có vậy thôi, lão hoạch họe, bắt nàng "phê và tự phê", lằng nhằng kinh khủng. Ủa, muốn tìm ra mấy đoạn viết ngắn của chàng, mà chỉ thấy toàn thấy món mắc dịch. Sự bất quá tam, nàng mở bộ hồ sơ tiếp. Đây rồi, mở đầu thư, Thu*o*ng o*i, Nho*´ o*i. Chữ ư và ơ "dã chiến" đến bây giờ vẫn còn làm nàng bồi hồi. Sau chữ u và o có dấu hoa thị xinh xinh. Nàng thắc mắc, trí nhớ chàng có vấn đề hay sao mà chàng gọi sai tên nàng. Chàng cắt nghĩa vòng vo. Rằng khi trái tim chàng nghe tên nàng, "hắn ta" tự động chuyển ngữ thành thương, thành nhớ. Cặp chữ nào cũng êm tai, nàng liên tưởng đến bài hát... *Thương ơi, Nhớ ơi... ma belle, those are words that go together well*. Nàng đọc tiếp thư. Ủa, trình độ tiếng Việt của chàng chỉ gói ghém trong mấy chữ đó thôi. Còn lại, chàng viết tiếng Anh. Chàng còn cà tửng rằng, chàng viết tiếng Anh, nàng viết tiếng Em. Thiệt là hợp lý! Nàng có nghề tay trái là thông dịch. Nàng thường đi thông dịch cho tòa án và cảnh sát. Chủ yếu là các trường hợp bị khước từ đơn tỵ nạn, hoặc rút giấy phép cư trú, giấy phép làm việc... Trong bao nhiêu năm hành nghề thông dịch, nàng chưa gặp trường hợp nào liên quan đến tình cảm. Bởi thế, văn dịch của nàng mang nặng tính hình sự. Không chừng, những *love letters* ướt át của chàng, trở thành... *blackmail* qua bản dịch của nàng. Coi như mới "nhất sao" đã "thất bổn". Vậy, làm sao mà *đọc lá thư xưa, một trời luyến tiếc* được. Đó, phải chi hồi xưa, chàng thấy thiện chí của nàng, giúp chàng tập viết. Chàng chỉ quanh quẩn ngụy biện rằng, viết tiếng Anh cho nhanh, cho tiện. Xài bàn phím riết, không biết cầm cây viết ra sao. Nàng đã chẳng đề nghị chàng ghi danh chung với mấy đứa cháu nội, ngoại vào các lớp mẫu giáo để tập viết. Có công mài sắt có ngày nên... kẽm gai (đó là tục ngữ của chàng. Nàng không có văn chương cà khịa như vậy). Nàng rất muốn *cho yêu thương đó, em còn được giữ trong tâm hồn rất lâu*. Mà chàng không tạo điều kiện cho nàng nhận diện "hồ sơ đặc biệt". Trí nhớ của nàng lại dở, cứ cứng nhắc theo những nguyên tắc có sẵn, không có ngoại lệ nào cả. Uổng chưa, nàng cứ tưởng những lá thư "điên nặng" gồ ghề đó sẽ có chỗ đứng đáng kể trong ký ức của nàng. Biết làm sao hơn. Chàng ơi! Lười một ly, đi một dặm.

Ví dụ bốn: Ví dụ họ không bao giờ gặp nhau

Quả là một giải pháp tối ưu. Thật ra, trường hợp này xác suất xảy ra cao nhất. Cả hai đã sống bao nhiêu năm trong tỉnh lỵ nhỏ xíu. Nơi mà, đi hai, ba phút đã về chốn cũ. Khi còn nhỏ, chị thường đi ngang qua nhà anh, mỗi khi đến trường. Chị biết nhiều bạn bè của anh. Anh cũng nhẵn mặt nhiều bạn bè của chị. Lớn lên, anh hay lảng vảng tìm bóng hồng gần góc trường của chị. Anh thường xuyên có mặt ở khuôn viên đại học của chị. Bao nhiêu cơ hội như vậy, vẫn không thấy nhau, quả đúng là vô duyên. Thế thì làm sao tương ngộ được.

Chị cùng gia đình đi du lịch xứ xa. Buổi sáng, gia đình chị cùng gia đình người bạn ngồi trong nhà hàng, chờ những bún bò, bánh bèo đầy hứa hẹn cho buổi điểm tâm tuyệt hảo. Gia đình anh bước vào tiệm. Anh đưa vợ con an vị nơi bàn bên cạnh. Người bạn vẫy vẫy, chạy đến anh, bảo, tuần này bận, hẹn tuần sau. Khách khứa về, sẽ qua nhà anh uống bia, tán gẫu. Chị lơ đãng nhìn những thực khách bàn bên cạnh. Thấy họ có vẻ dễ mến, nhưng hoàn toàn xa lạ. Chị tự hỏi, phải chăng đó là hình ảnh tiêu biểu của một *American dream.* Ít ra là giấc mộng vàng của những người Việt tha hương nơi xứ này. Chị nhìn bâng quơ tấm thực đơn to tướng trên tường. Nghĩ thầm, ăn phở xong mình sẽ tráng miệng ly chè ba màu. Rồi thôi. Chị tận hưởng những ngày hè thật vui với gia đình. Chị bớt thành kiến với những người dân xứ hợp chủng. Trước đây, chị dám láo lếu, cho rằng đời sống văn hóa của họ không phong phú bằng dân lục địa chị ở. Hết nghỉ phép, chị trở lại với công việc chăm chỉ, năng động. Chị tính toán, hoạch định chương trình du lịch vào lễ phục sinh và vào mùa hè sắp tới...

Cuộc sống của hai thành viên trong số mấy tỉ người sống trên trái đất giữ nhịp bình thường. Bên này của trái đất, chị đều những bước vững vàng trong dòng đời phẳng lặng bên chồng con. Chị dành thì giờ không ngừng tăng cường kiến thức, để làm gì, chị không rõ lắm. Mọi giấc mơ, đúng hơn, mọi dự định cho tương lai, sẽ được thực hiện tuần tự. Không có sự kiện gì làm chị bối rối, bần thần. Chị là trường hợp kiểu mẫu của phụ nữ thế kỷ 21. Khi người khác trầm trồ về sự toàn hảo của đời chị, chị vờ khiêm nhường cám ơn. Nhưng nói thầm, tôi mà, đâu phải ai. Chị vẫn thường nghe nhạc như một thói quen đã ăn rất sâu vào xương tủy của chị. Nhưng nghe nhạc luôn là hoạt động song song với xếp áo quần, rửa chén, nấu cơm... Chị nghĩ, chỉ ngồi nghe nhạc hoặc xem phim là... phi sản xuất. Người chị đa đoan, trăm công, ngàn việc, phải sử dụng thời giờ thật hữu hiệu. Chị đã học được tính tốt (?) này của người Âu châu. Đôi lần hiếm hoi trong dòng đời bận rộn, chị có lúc nghĩ vẩn vơ... *mình nhớ ai mà buồn chi lạ...*, như lần chị đi dự đêm nhạc thính phòng. Lòng chị xôn xao, khi nhạc sĩ trình bày một nhạc phẩm tâm đắc nhất của ông, giấc mơ tình yêu vĩnh cửu. Chị "cảm" bài hát, mà chỉ nhớ mỗi câu đầu tiên. Nhưng chị không có ý định tìm hiểu thêm về bài hát. Giấy phép hoạt động của con tim đã hết hạn từ lâu. Chị chẳng nghĩ đến việc gia hạn giấy phép. Phút bồi hồi nhanh chóng đi vào quên lãng.

Chị ra khỏi xe buýt, cùng với dòng người, đều chân tràn vào các khu văn phòng gần công viên Xanh và hồ Băng Giá. Trời đã lập đông, cây trụi lá. Chị đi vòng qua cây cầu nhỏ, nhìn hàng cây, tự dưng chị nhớ đến câu hát chị rất thương, có lẽ do đã được sửa đi một chút... *những cây ghi dấu ngày em đến/ đã cằn khô vì nỗi nhớ thương...* Chị chợt muốn đi dạo một vòng trong công viên, ngắm trời đất chuyển mùa. Chị nhìn đồng hồ. Mười phút nữa chị có buổi họp qua điện thoại, chuẩn bị cho chuyến công tác dài ngày sắp tới. Sợ trễ, chị hối hả rảo bước vào khu văn phòng. Thầm nhủ, đến tháng Tư, cây sẽ đâm chồi nẩy lộc. Chị không để ý ngọn gió đầu đông đã về, báo tin mùa buốt giá sẽ đến, rất nhanh...

Bên kia của trái đất, anh là mẫu người lý tưởng của thời đại. Tiếp tục thăng tiến trong công ăn, việc làm, đạt được những kế hoạch, mục tiêu đáng kể, bao người trầm trồ. Sự nghiệp vững chắc, gia đạo yên vui. Trái tim anh thỉnh thoảng lỗi một nhịp. Ví dụ như khi anh thấy cô ca sĩ xinh xinh, có răng khểnh ca những bài hát về Hà Nội. Nhưng tim anh nhanh chóng vãn hồi trật tự. Anh thường nghe nhạc Việt. Lâu lâu thay đổi, anh mở *radio* nghe *country music*. Anh không thích những loại nhạc ồn ào, quá phô trương kỹ thuật âm thanh. Anh không lắng nghe mấy câu trong bài *Desperado* để nói với ai, *Give love a chance*. Anh càng không thể tưởng tượng rằng một nhạc sĩ *hard rock* như Gary Moore lại có những lời ca tuyệt vời, *I'm always gonna love you, if loving means forever, I don't think I could ever just forget the love we had...* Anh không có khái niệm nhiều về cây cỏ. Có thể anh sẽ liên lạc các nhà vườn chuyên nghiệp, yêu cầu họ thiết trí vườn cho anh, như mọi khu vườn bình thường của đất nước anh đang ở. Anh không biết rằng *hortensie* là hoa cẩm tú cầu, hay còn gọi là hoa mâm xôi. Anh cũng chẳng hề nghĩ là bụi *azalea* màu xác pháo bên nhà láng giềng có tên thật đẹp: hoa đỗ quyên.

Anh phải còn cày cấy hai chục năm nữa. Con đường trước mặt anh, rất bận rộn, nhưng xem ra thẳng tắp. Anh rẽ xe vào bãi đậu. Trời đã vào thu, một chiếc lá phong mắc kẹt nơi cây quạt nước. Anh bước ra, gỡ chiếc lá, cầm trên tay. Anh chợt nhớ đến bài hát anh từng yêu thích... *xin chiếc lá vàng làm bằng chứng yêu em...* Không phải là trường hợp của anh. Anh buông chiếc lá, tất tả vào hãng. Ngày hôm nay có mấy cuộc họp quan trọng. Anh không còn thì giờ để nhìn xem chiếc lá còn bay là đà, hay đã nằm chơ vơ đâu đó trên mặt đường?

Hoàng Quân

*Ví Dụ Ta Yêu Nhau của Nguyễn Thanh Trịnh

Trích lời ca trong các nhạc phẩm:
A Time for Us by Andy Williams
Trả Lại Em Yêu của nhạc sĩ Phạm Duy
Lỡ Chuyến Đò của nhạc sĩ Anh Việt
Thuở Ban Đầu của nhạc sĩ Phạm Đình Chương
Như Ngọn Buồn Rơi của nhạc sĩ Từ Công Phụng
Điều Giản Dị của nhạc sĩ Phú Quang
Bài Không Tên Cuối Cùng của nhạc sĩ Vũ Thành An
Lá Thư của nhạc sĩ Đoàn Chuẩn
Michelle by The Beatles
Lệ Đá lời của thi sĩ Hà Huyền Chi, nhạc của nhạc sĩ Trần Trịnh
Tương Tư 4 của nhạc sĩ Mặc Thế Nhân
Khi Người Yêu Tôi Khóc của nhạc sĩ Trần Thiện Thanh
K Khúc Của Lê thơ của thi sĩ Du Tử Lê, nhạc của nhạc sĩ Đăng Khánh
Khúc Thụy Du thơ của thi sĩ Du Tử Lê, nhạc của nhạc sĩ Anh Bằng
Desperado by The Eagles
Always Gonna Love You by Gary Moore
Em Đến Thăm Anh Đêm Ba Mươi của nhạc sĩ Vũ Thành An

HOÀNG THỊ BÍCH HÀ

ANH TÔI

1.

Tôi có một người anh cá tính, hoang nghịch trổ trời mà lên. Từ nhỏ, thích trèo cây trong vườn. Có bữa leo phải cành ổi giòn bị gãy, thế là anh rớt xuống nghe uỵch một cái như trái mít rụng. Anh đau điếng, cảm giác rêm ram cả mạnh sườn. Anh sợ quá nằm im một lúc, nghĩ bụng chắc mình chết rồi! Mở mắt ra, giơ chân tay thấy còn ngọ nguậy được. Vậy là chưa chết lại phủi đất lò mò ngồi dậy (như chưa hề có cuộc chia ly). Anh chạy vô nhà thấy tôi ngồi chơi đồ hàng bên cửa sổ hỏi:

– Ê lúc nãy mi thấy tau té không?

– Anh có té à, em nghe bịch một cái, tưởng trái mít rụng!

– Mít mô mà rụng tau té đó, đừng méc mạ nghe!

Trẻ con trong xóm có trò chi là anh tham gia trò nấy như thả diều, rượt nhau, bắn bi,... Nghe nói bắt chuồn chuồn cho cắn rốn để biết bơi. Vậy là anh cùng tụi bạn bắt chuồn chuồn rồi vén bụng lên cho cắn xong rồi cùng cả nhóm trong xóm ùa xuống bến sông nhưng chưa bơi được sải nào đã chìm nghỉm. Nhờ có anh bạn chụp tóc kéo vô, may không thôi chết. Sau về nhà ngồi ngẫm nghĩ chắc tại con chuồn chuồn kim cắn nên chưa hiệu nghiệm. Phải là con chuồn chuồn voi mới được. Vậy là trưa trời nắng gắt thế mà cũng lội từ vườn cây ra đến bờ sông mà bắt cho được con chuồn chuồn voi. Cho cắn rốn sao mà nó ngoạm cho một miếng tươm máu rồi tự động viên không hề hấn chi miễn biết bơi là ok. Sau đó rủ tụi bạn xuống bến bơi nhưng vừa thả chân, thả tay ra khoát khoát vợi vợi vài cái cũng lại cũng chìm nghỉm. Nhưng lần này rút kinh nghiệm chỉ bơi chỗ nước ngang bụng nên không sao!

Suốt ngày giỡn nhau, chạy đuổi khắp xóm, khắp làng. Đến giờ cơm, tôi có nhiệm vụ đi tìm anh về ăn mà kêu như kêu đò vậy. Đi coi đá banh thì về tận làng bên gặp trời mưa chạy về bao nhiêu lần ướt lóp ngóp như chuột lột. Mẹ tôi nói: "Anh mi trên đầu có cái xoáy trâu nên hoang nghịch rứa chơ tình cảm lắm!"

Quả vậy, ai mà chọc em là không được với anh mô nghe! Thương em lắm! Mà tui thì chúa nhõng nhẽo vì con út mà! Biết trong nhà ai cũng cưng. Suốt ngày đòi anh làm đồng hồ lá chuối, lá dừa... rồi bắt anh hái dâu, hái ổi hay thanh trà vào gọt ăn. Lúc thì bảo bắt cào cào, châu chấu, chán rồi thì bảo anh làm thuyền giấy, múc thau nước bỏ vào cho thuyền trôi. Nhiều lúc anh nổi cáu:

– Tau phát mệt với mi rồi nghe con tê!

– Mạ ơi chơi với hắn con mệt quá! Con chạy đi chơi đây!

Nói rồi dông thẳng một mạch nhưng đi đâu, kiếm được cái gì hay, trái gì ngon cũng để dành cho em:

– Tau trèo cây té, đừng méc mạ nghe!

Có bữa, anh tui bị mấy đứa xóm bên bao vây. Thằng mặc áo pull xanh nói:

– Ê mi có đứa em mũm mĩm giống con búp bê, mai mốt lớn gả cho tau nghe! Hứa đi tau khỏi kêu tên ba mạ mi là K V, không thôi tau réo nì!

Thế là anh giơ nắm đấm lao vào thằng mặc áo pull xanh bớp hắn mấy phát nhưng cũng bị nó quần lại tơi tả không kém. Khi tôi chạy tới la lên méc mạ mới buông nhau ra mà chạy về. Đầu sưng cả cục u to như trái chanh. Về mẹ tôi lấy xác chè xanh, thêm ít muối bóp trán cho ấy. Vừa làm vừa giảng giải thế nọ thế kia được vài ngày cũng chứng nào tật nấy. Trời mưa thì chạy đi tắm mưa, đi giẫm nước mưa về nước ăn chân ngứa khóc ỏm tỏi, mẹ tôi phải nướng trái khế chua cho ấm rồi biểu anh đạp chân vào, vài ngày là khỏi.

2.

Anh học giỏi đều các môn. Mẹ tôi bảo anh kèm cặp em kẻo mạ bận việc quá không coi sóc được việc học của em.

Lúc bắt đầu học chữ, anh viết mẫu rồi bảo tôi viết theo. Tôi lóng ngóng đưa nét bút cong quẹo không ra chữ. Anh phải cầm tay tôi đưa từng nét. Sau thời gian hai tháng hè tôi biết đọc biết viết trước khi tới trường. Những lần anh dò bài, tôi đọc không thuộc là bị cốc một cú trên đầu kèm theo câu mắng:

– Học dốt như mi mai mốt lớn không có thằng mô rước.

Bị cốc một cú trên đầu, thực ra thì cũng không đau mấy. Nhưng tui cố tình khóc ít mà ré thật to để cho mạ biết, thế nào anh cũng bị la.

– Dạy em mà cứ mắng hắn rứa con. Phải chỉ vẽ em từ từ, đừng để em khóc mà mạ xót.

Rồi anh đổi giọng ngọt như đường:

– Thôi, học đi chút nữa anh dò lại, nếu thuộc mai anh về ghé chợ Đông Ba mua cho em cái kẹp nơ hồng. Cài lên tóc e em tui xinh lắm!

Khi anh vào học trường Hàm Nghi trong Thành Nội, ở nhà hoang nghịch là vậy chứ tới trường cũng được bầu làm lớp trưởng như ai. Anh học rất tốt các môn tự nhiên. Rồi anh thi đậu vào Quốc Học (QH). Lúc anh mới nhập trường, nhận bảng tên về đeo đi lui đi tới mấy vòng trong sân rồi hỏi tôi:

– Thấy bảng tên QH oai không? Mi lo học đi mai mốt phải thi đậu QH như anh rứa nghe không?

Lên đệ nhị cấp rồi anh bớt hoang nghịch hơn, chú tâm vô bài vở của mình và kèm cặp em út học hành.

Thế rồi anh được du học ở Hoa Kỳ theo chuyên ngành vận tải hoa tiêu. Hết thời gian học tập, anh về nước làm phi công thuộc bộ phận vận tải hàng không ở Tân Sơn Nhất, rồi anh cưới vợ, chị là người miền Tây.

Ba năm sau, do những biến cố khách quan nên anh đưa vợ con qua định cư ở tiểu bang Illinois, Hoa Kỳ. Số là trước khi đi du học anh tôi được học tiếng Anh một năm tại Gò Vấp nên quen bạn gái người miền Tây. Anh nói với mẹ tôi là lấy vợ xa cho chắc, chứ ở nhà cứ đi ra ngõ là gặp bà con. Trong phường xóm dính vô ai nghe nói cũng họ hàng hết. Bởi vậy cứ ra đường gặp ai cũng phải chào:

– Thưa anh, thưa o, thưa chú... mà không biết họ có nghe không. Cũng chẳng đợi họ trả lời. Nhưng nếu không chào là sẽ có có người nhắn về với mẹ tôi ngay.

Thế rồi, khi tôi lập gia đình, anh tôi cũng đưa mẹ tôi qua ở với anh để phụ chăm cháu. Lúc này anh chị sinh bé Đan Thanh.

Anh xin làm ở nhà máy sản xuất máy cày tại TP Chicago (thuộc tiểu bang Illinois).

Nhà máy này mỗi ngày sản xuất 150 chiếc. Nhân viên khoảng 40 nghìn người, trong đó người Việt khoảng 100 người. Anh làm việc trách nhiệm và có nhiều sáng tạo nên được trả lương gấp rưỡi so với đồng nghiệp của anh. Ngoài ra còn thưởng và các phụ cấp khác. Cứ 2 tuần anh lãnh lương 1 lần, tiêu chuẩn 4 giờ bệnh, 1 tháng có 8 giờ bệnh và 1 năm có thêm kỳ nghỉ... Công việc đang thuận lợi, anh làm được 5 năm ở đây thì nghiệp đoàn cứ đòi tăng tương 3 tháng 1 lần. Nên nhà máy phải tăng lương cho họ. Vì nếu không tăng họ sẽ đình công. Lúc đầu sản xuất 150 chiếc/ngày. Sau hạ xuống 100 chiếc/ngày... rồi chỉ còn 50 chiếc/ ngày nên sau này nhà máy tính toán thấy thua lỗ không đủ chi phí nên nhà máy đóng cửa. Anh tôi phải ăn lương thất nghiệp nhưng cũng đủ sống.

Ở hiền gặp lành, có một chị người Việt có chồng là người Mỹ ở gần nhà anh không biết lái xe (có biết lái nhưng ra đường cứ quẹo trái, quẹo phải tùy thích) nên anh chồng sợ quá liền nói anh rảnh thì nhờ anh qua kèm cho chị ấy. Sau hai tuần, chị ấy lái xe được ngon lành. Chồng chị ấy mừng lắm! Anh chồng bảo anh viết đơn anh ấy sẽ tiến cử đi làm ở chỗ cơ quan anh ấy. Và may mắn thay, anh đã được vào làm việc ở một nhà máy của Bộ Quốc phòng đóng tại một hòn đảo thuộc tiểu bang này. Nhà máy có số lượng nhân viên là 20 ngàn người nhưng người Việt chỉ có duy nhất một mình anh. Ở nhà máy này sản xuất xe tăng 113, súng M15 (súng trường), mặt nạ chống ngạt. Lương hướng ở đây và phụ cấp cũng khá, ngoài ra còn có phụ cấp thêm cho vợ anh $1000 / tháng. Chị xin đi làm thợ may ở hãng chỉ là đi làm cho vui, lương mỗi tháng chẳng là bao với khoảng $ 500 / tháng gọi là làm cho có. Đó cũng là lý do ra ngoài để giảm tiếp xúc với mẹ chồng. Mẹ tôi sinh trưởng trong gia đình nề nếp xưa, thấm nhuần tư tưởng Nho giáo nên chuẩn mực từ lời ăn tiếng nói cho đến việc làm. Hai thế hệ sống cùng nhà, mẹ chồng - nàng dâu là vấn đề muôn thuở khó dung hòa. Tuy nhiên ở đời vẫn có những cặp mẹ chồng, nàng dâu quan hệ rất tốt, rất thuận hòa nhưng quả thật càng ngày càng thấy hiếm. Bên tình bên hiếu, anh đứng giữa thật khó xử. Anh hiếu thảo với mẹ và cũng rất yêu thương vợ con, chiều vợ hết mực. Tiền bạc làm ra anh cho vợ con xài thoải mái, không tiếc với vợ thứ gì nhưng sự đời nhiều khi không như ý muốn.

Năm 1989, chị dâu tôi bỏ nhà đi theo tiếng gọi tình mới. Anh lâm vào cảnh gà trống nuôi con. Anh đau khổ tột cùng, tưởng như sẽ gục ngã, nhưng anh hiểu là mình phải sống không phải cho mình mà sống vì con. Nên anh gắng gượng làm lụng và nuôi con. Lo cho con đầy đủ, một gánh hai vai thay thế cả mẹ nó. Làm sao cho con đỡ thiệt thòi nhất khi thiếu mẹ. Anh dành hết tình thương cho con. Thời gian trôi đi, bé Đan Thanh vào đại học, cháu đề nghị ba về Hawaii sống để tìm, thuyết phục mẹ về. Năm 1991, anh thương con, nghe lời con xin nghỉ việc ở nhà máy của Bộ Quốc phòng, một công việc không dễ gì kiếm được ở Chicago. Anh về Hawaii xin vào làm ở một nhà hàng. Như vậy là bỏ một công việc ổn định ở Chicago mà về đây để lao động tự do là một việc mạo hiểm. Công việc vất vả nhưng anh hy vọng có cơ hội để gần chị, thuyết phục chị trở về. Lúc này, thì anh cũng hiểu tình cảm như ly nước đã đổ đi khó lòng hàn gắn nhưng vì con anh mà gắng gượng níu kéo. Lại nói về anh tình nhân của chị thì khi thấy anh tôi, anh ta rất ngạc nhiên và nói với anh tôi rằng:

– Tôi hoàn toàn là không biết cô ấy đã có gia đình.

– Vì cô ấy nói với tôi là độc thân nên mới ra cơ sự này.

Nhưng chị vẫn không lay chuyển, không nhớ con, cũng không vì nghĩa tào khang vợ chồng dù "một ngày nên nghĩa" huống gì đã có với nhau một mặt con, lòng chị lạnh băng khi gặp anh. Thậm chí chị không thèm đến dự đám tang mẹ chồng (khi chưa ra tòa ly hôn thì chị vẫn là dâu con nhưng chị đã không xem "nghĩa tử là nghĩa tận" để làm tròn phận sự lần cuối với mẹ chồng). Sau bốn năm vô vọng, năm 1993 anh làm giấy ly hôn với chị. Lúc này anh nuôi cháu Đan Thanh đã học xong đại học tài chính kế toán và đã có việc làm nơi đây.

Anh một mình khăn gói về Texas. Nơi này, thời trai trẻ, lúc đi du học đã có thời gian anh thực tập ở đây. Bước đầu chân ướt chân ráo. Anh thuê một phòng trong khách sạn để sống một thời gian ngắn rồi tính tiếp. Tại đây có một chị phục vụ và đứa con trai của chị là người Việt. Hàng ngày qua câu chuyện, biết em ấy cần học tiếng Anh. Thế là anh dạy tiếng Anh cho em ấy. Mỗi ngày, lúc rảnh em trai ấy chở anh đi chơi đây đó cho biết, tìm lại những người bạn. Anh cũng đã liên lạc lại được với một số bạn bè. Rồi anh ra ngoài thuê tạm một căn hộ để sống và bắt đầu cuộc sống mới ở đây. Làm lụng, tích cóp rồi anh cũng mua được nhà. Về Texas, anh thấy khí hậu ở đây ít lạnh hơn ở Chicago. Anh bảo bé Đan Thanh về sống dưới này nhưng cháu nói cháu quen ở Chicago rồi với lại công việc đã ổn. Nay cháu đã lập gia đình và đã có một cháu trai kháu khỉnh. Như vậy anh cũng đã yên tâm phần nào về con cái.

Trong một lần anh dự đám cưới tại nhà người anh ở Oregon, cậu của người chị dâu thấy anh sống đơn chiếc nên đã giới thiệu cho anh một người bà con của ông ấy. Anh lập lại gia đình với chị (chồng chị đã mất, nay chị sống với đứa con trai). Anh rất chiều chuộng chị. Mọi việc trong nhà từ A đến Z một tay anh đảm nhận. Lúc chị ngủ, anh cũng buông mùng, đắp mền cho chị rồi anh mới đi lo việc của anh. Bà con của chị, ai cũng mừng cho chị là gặp anh nửa sau cuộc đời nhưng thật quý hóa. Anh xem con riêng của vợ như con mình, chăm chút, nuôi nấng cháu cho đến khi cháu vào đại học, lập gia đình và ra riêng.

Lại nói về người vợ cũ của anh, mặc dù li dị rồi, nhà nước vẫn báo cho anh biết là vẫn phụ cấp cho vợ cũ ăn theo anh mỗi tháng

$1000. Bây giờ về già, bà ấy cũng sống một mình vì anh nhân tình sau cũng đã bỏ đi vì ông ấy cho rằng người thiếu chung thủy đã từng bỏ chồng để sống với anh ta thì không chắc là sẽ lại không bỏ anh ta lần nữa.

Hơn 30 năm, không hiểu do hối hận hay là so sánh lại và thấy không ai chiều chuộng vợ như anh tôi (mà chị đã từng biết tới). Có lẽ cũng là lúc về già rồi cần có người chăm sóc nên đã đánh tiếng nhờ bé Đan Thanh gọi điện với ba cho mẹ nó về lại sống cùng anh tôi. Bé nói:

– Nếu mẹ về sống với ba thì sẽ tốt cho con hơn. Nhưng con cũng hiểu là không dễ gì nên tùy ba thôi!

Nhưng anh không đồng ý. Muộn quá rồi! Tình xưa đã hết và lửa lòng đã nguội.

Anh đã đi qua sóng gió cuộc đời, từng tan nát lòng và gặm nhấm nỗi buồn như thế. Bây giờ muốn bình yên. Anh nói với tôi là đời anh như bị sao quả tạ chiếu vào. Chuyện học hành, công việc thì hanh thông mà duyên tình lận đận, có lẽ là những gì thử thách cam go của một kiếp người. Giờ đây anh sống khép kín, ít giao du với ai. Hàng ngày lui cui với mảnh vườn và dăm ba người bạn trong xóm, anh cảm thấy an bài với số phận vui ít buồn nhiều của mình. Anh em giờ ở cách xa nhau, ai có gia đình nấy và những bận bịu riêng. Không thể có những tháng ngày vui vẻ bên nhau như thời thơ ấu. Nghĩ về anh tôi xót xa lòng. Nước mắt lại tuôn trào. Thương anh, chỉ biết cầu mong anh luôn được an lành, sức khỏe với cuộc sống bình yên!

Hoàng Thị Bích Hà

Sài Gòn, 23/8/2021

HỒ CHÍ BỬU

VỠ MỘNG

Nắng đang ráng chiều trên đỉnh núi. Tôi nâng niu đóa hoa dại trên tay. Anh ngồi đó. Êm ẩn như một tĩnh vật. Thu mình trong góc nhỏ tâm linh. Anh đã kiệt sức. Tôi mường tượng như thế !

Tôi lên núi này nhiều lần. Vẫn thấy anh ngồi đấy lẳng lặng. Phó mặc. Nếu chiếc xe tôi không nổ lốp thì chắc không có buổi nói chuyện hôm nay. Chòi vá xe của anh hình thành ở đây không biết từ lúc nào. Anh ra sao? Từ đâu đến? Nhưng những ngôn ngữ và thái độ của anh đã làm cho tôi chú ý. Anh không phải người tầm thường! Tôi nói:

– Người ta vá xe nhanh lắm. Có loại keo công nhật, chỉ cần dán lên rồi gõ gõ. Vậy là ăn tiền. Còn chừng nào xì tiếp, thì người vá không có trách nhiệm !

Anh cười giọng mũi :

– Tôi làm cách đó không được!

Anh nói như một khẳng định. Tôi chăm chú :

– Tôi làm quen với anh được không ?

– Để làm gì?

– Chẳng làm gì! Nhưng tôi thấy anh khác với người thường!

– Tôi cũng đâu có gì đặc biệt!

– Có hay không thì tự anh biết, nhưng với tôi anh là người không bình thường. Chẳng qua anh là người trí ẩn!

– Tôi à? Anh cười rồi tiếp:

– Anh cũng là người đặc biệt, nói chuyện thú vị lắm!

Anh đã bơm hơi xong. Bánh xe no tròn. Anh ngước nhìn tôi:

– Làm vài ly chứ? Không chờ trả lời. Anh với lấy chai rượu Johnnie Walker để trên kệ:

– Chai rượu này của người bạn Việt kiều tặng. Tôi chưa có hứng thú uống. Hôm nay gặp anh, uống một chút cho vui!

Tự rót ra ly, tự uống. Xong rồi anh rót ra ly trao qua tôi:

– Chơi được chứ?

– Chút chút ! Tôi nói theo giọng người miền Nam.

Mùi rượu quen thuộc thơm nồng. Anh lấy chiếc chiếu đã cũ trải dưới bóng cây mít đang oằn sai trái. Ném xâu đậu phộng rang xuống chiếu. Anh hất hàm sang tôi:

– Đến đây!

Tôi thích thú đến ngồi cạnh anh. Bóng cây mít làm mát một vùng đất rộng. Anh sửa cách ngồi đối diện với tôi:

– Nhìn nét mặt chắc trẻ hơn tôi, gọi bằng chú em nhé!

Tôi nhướng mày mà không trả lời. Anh rót tiếp một ly, rồi uống cạn. Đẩy chai và ly sang tôi:

– Tự phục vụ đi. Tôi phục vụ thì phải trả tiền 'boa' à?!

Tôi cười cười tự rót rượu ra ly và cũng uống cạn. Anh bóc mấy hạt đậu bỏ vào tay tôi, nhưng đôi mắt lại nhìn xa về phía chân núi.

Trong ánh mắt đó ẩn giấu một nỗi buồn xa xăm. Tôi hỏi :

– Anh làm ở đây bao lâu rồi?

Anh không trả lời. Đưa hai ngón tay ra, rồi ngón tay cái và trỏ khoanh lại làm thành một vòng tròn.

– Hai mươi năm rồi ư?

Anh gật đầu và uống một ly nữa. Như chợt tỉnh, anh quay sang tôi:

– Uống đi chứ! Không có mồi màng gì cả, mình uống chay đi! Giang hồ mà!...

Tôi đọc câu thơ của Quang :

– "Giang hồ... ta chỉ giang hồ vặt..."

Anh cười cười đọc tiếp :

– "Nghe tiếng cơm sôi... cũng nhớ nhà"

Quá đỗi ngạc nhiên, không ngờ anh lại biết bài thơ này, tôi phấn khích hơn :

– Tuyệt quá, không ngờ đại ca lại biết bài thơ này!

– Thì cũng đọc lóm trên báo thôi mà...

Nửa chai rượu vui vẻ chia đôi từng ly chảy vào thực quản chúng tôi. Thấy anh đang vui, tôi hỏi:

– Năm nay đại ca bao nhiêu tuổi?

Anh trừng mắt nhìn tôi, nhưng rồi dịu lại:

– Lục thập nhứt niên !

– Trời, sáu mươi mốt mà anh còn trẻ quá!

Anh cười sùng sục:

– Ai cũng nói tôi như vậy, chú mày không ngoại lệ...

Giọng anh nhão hơn, gục gặc cái đầu. Nhích thân hình về phía sau, anh tựa lưng vào gốc mít, mắt nhắm lại lim dim. Bất chợt anh mở mắt ra nhìn tôi, đoạn đốt điếu thuốc rồi nói:

– Thấy chú mày thắc mắc, kể sơ để chú hiểu anh thêm một tí nhé?

Thì ra anh là sĩ quan chế độ cũ, khóa 24/Thủ Đức. Ra trường anh về bộ binh tác chiến. Ngày giải phóng miền Nam anh mang cấp bậc thiếu tá. Có vợ và sinh được hai người con. Anh được đưa đi cải tạo miền Bắc bảy năm. Về nhà thì hay tin vợ anh đã vượt biên sang Mỹ và đã lập gia đình với một người khác. Hai đứa con anh về sống với bà nội. Đứa lớn mười tuổi, đứa nhỏ sáu tuổi. Trong lần đưa em sang đường mua thức ăn, bị xe tải đâm phải. Đứa nhỏ chết, đứa lớn gãy hai chân, bị bán thân. Cải tạo về, anh thấy gia đình ly tán. Buồn quá ôm đứa con lên chùa ở núi này làm công quả. Lớn lên, đứa con ngộ đạo, thí phát quy y. Anh cất một cái chòi trên đất nhà chùa để vá xe độ nhật qua ngày. Thời gian sau này, anh được đi nước ngoài theo chương trình H.O. Nhưng anh không đi, ở lại gần gũi đứa con tật nguyền, hủ hỉ cha con. Cuộc đời của anh buồn bã như thế.

Tôi chạnh lòng :

– Kinh tế đâu đủ cho anh sinh hoạt ?

Anh uống thêm một ly rồi nói :

– Khi mới đến đây, cha con ăn cơm trong chùa. Nhưng từ khi anh vá xe ở đây, anh nấu ăn riêng, đạm bạc cũng đủ qua ngày. Thỉnh thoảng thì có quà của bạn bè từ nước ngoài gởi cho. May mắn là anh không đau yếu bệnh tật gì cả. Mai mốt nằm xuống, nhà chùa cho nắm đất dung thân, thế là quá đủ… Tôi nhìn anh ngậm ngùi. Rõ ràng anh có một tương lai ở phía trước. Nhưng anh bất cần. Anh bảo muốn ở gần con mình. Nhưng theo tôi nghĩ không hẳn thế. Cuộc sống quá khắc nghiệt với anh. Tình đời. Tình người. Anh sẽ sợ khi ra nước ngoài gặp lại vợ anh. Anh phải đối xử ra sao? Tôi không trách vợ anh. Cuộc sống đời thường. Những người đàn bà như vợ anh không phải tôi chưa thấy. Đầy rẫy ngoài xã hội. Chỉ thương xót cho anh. Vì cay đắng với cuộc sống mà phó mặc cho định mệnh. Cái gì ta không đủ tư cách đối phó mà buông xuôi thì đều đổ thừa cho số mệnh. Anh cũng không ngoại lệ. Kể cho tôi nghe mà mắt anh đỏ hoe. Tôi cầm tay anh siết mạnh. Ngoài trời, nắng tắt từ lâu. Đêm dài đang đến. Bóng anh và bóng tôi đang nhạt nhòa…

Hai năm sau. Trong lần đi theo đoàn làm từ thiện, tôi lại lên núi lần nữa. Công việc xong, tôi tách đoàn men theo con đường nhỏ dẫn đến chòi vá xe của anh. Tôi ngạc nhiên vì nét hoang phế ở đây. Cỏ mọc um tùm. Mái lá xiêu vẹo. Nhện giăng tứ hướng. Tôi đứng chết lặng hồi lâu. Anh giờ ở đâu? Ra sao? Còn sống hay đã chết? Trải tờ báo xuống cỏ. Tôi ngồi xuống bóng râm của cây mít. Nơi này hai năm trước tôi ngồi đây uống rượu với anh. Giờ im vắng rợn người. Con đường nhỏ dẫn xuống chân núi vẫn thỉnh thoảng có người qua lại. Con suối nhỏ vẫn róc rách chảy. Hoa dại vẫn nở màu tim tím, buồn bã và bâng khuâng. Có tiếng động sau lưng, tôi quay lại nhìn. Một nhà sư đang ngồi trên xe lăn. Tôi đứng dậy cúi đầu:

– Chào Thầy, xin cho hỏi người vá xe ở đây bây giờ ở đâu?

Nhà sư trầm ngâm rồi nói:

– Ông ấy mất rồi, gần tròn một năm!

Tôi bàng hoàng:

– Vì sao ông ấy mất?

– Ba tôi nhịn ăn mười bốn ngày, kiệt sức và chết!

– Chết!?

– Vâng!

Tôi tựa lưng vào cây mít. Nghe lùng bùng lỗ tai. Tại sao anh ấy tìm cái chết? Chết dễ vậy sao? Cuộc sống nhàm chán vậy sao? Sao người ta có thể quyết định sự sống còn của mình một cách đơn giản vậy? Từ bỏ cuộc sống vay mượn này để về nơi bình yên? Có chắc bình yên không? Nơi nào mà không có gạt gẫm và lừa dối! Thiên đường còn có hối lộ mà! Lúc Tam Tạng đến chùa Thiên Trúc lãnh kinh, còn phải hối lộ cho một lạt ma cái chuông vàng để được lãnh kinh có chữ. Thì trên cõi đời này còn gì phải nói. Hay tại anh quá cô độc. Cũng có thể nỗi cô đơn làm người ta chán nản lấy mình. Tự delete lấy mình. Tôi hỏi mộ của anh đâu, nhà sư cho biết đã hỏa táng và tro của anh đang được thờ trong chùa. Tôi cũng muốn vào đốt cho anh mấy nén nhang. Nhưng lại sợ mình không cầm được nước mắt trước di ảnh của anh. Tôi cảm ơn nhà sư và ra về. Con đường xuống dốc nhẹ tênh. Sao tôi cứ nghe trong lòng trĩu nặng... Tiếng cười khà khà của anh còn vang đâu đó... Vẫn đôi mắt buồn thiu và cái nhìn thăm thẳm...

Hồ Chí Bửu

HỒ ĐÌNH NAM
CUỘC CHIẾN TRONG BÓNG TỐI

Cho đến ngày xảy ra chuyện tôi sắp kể dưới đây mỗi khi nhớ lại tôi vẫn thấy hối hận sao lúc đó tôi lại có thể hấp tấp nhận lời không chút đắn đo khi Trung tá William yêu cầu tôi ra Đảo công tác thời gian được ấn định là sáu tháng trong lúc tôi có quyền từ chối để ở lại thành phố.

Dạo đó tại các thành phố lớn đang nổ ra những cuộc biểu tình chống chính phủ do học sinh và sinh viên xách động. Tháng 6 năm 1966, tôi về lại Huế thăm gia đình sau khi tạm thôi dạy vì nghỉ ba tháng hè giữa lúc thành phố đang sôi sục xuống đường dưới sự chỉ đạo của những tu sĩ xuất phát từ chùa Từ Đàm. Lệnh giới nghiêm được thi hành từ bảy giờ tối.

Một số sinh viên đào thoát theo Cộng sản trước khi chính quyền trung ương ở Sài Gòn sắp điều Thủy Quân Lục Chiến ra Huế để giải tỏa đám biểu tình và thiết lập lại trật tự.

Tôi rời Huế vào Đà Nẵng, qua môi giới người bạn, tôi nhận việc làm tại căn cứ Camp Fay tọa lạc cuối ranh giới Sơn Chà trước khi vào cảng Tiên Sa. Nơi làm việc là cơ quan tình báo Mỹ-Việt phối hợp đặc trách nghiên cứu về mọi sinh hoạt của Miền Bắc từ tôn giáo, chính trị, xã hội, văn hóa, kinh tế, quân sự và đặc biệt quan tâm hàng đầu đến quân số bộ đội phòng không đồn trú.

Tại tỉnh Thanh Hóa nơi có cầu Hàm Rồng đã được thiết trí bao nhiêu súng phòng không, bao nhiêu súng cao xạ thật và giả được ngụy trang ở hai đầu cầu. Đã có bao nhiêu đơn vị chủ lực địa phương trú đóng kể cả dân quân loại 1 và loại 2, hoặc số công an biên phòng tham chiến. Trên trục giao thông quốc lộ 1 số lượng chuyển quân vào Nam bằng những đoàn convoy có thường xuyên không? Tài liệu nghiên cứu được tham khảo và đánh giá qua các lời khai từ nguồn tin (source) sau khi bị bắt trên biển trong hải phận Miền Bắc trên những con thuyền đang đánh cá ngoài khơi thuộc các Hợp tác xã Ngư nghiệp có những tên khác nhau như HTX Quyết Thắng, HTX 19/5. HTX Thắng Lợi, HTX 2/9. Những ngư dân này sau khi bị bắt đều được bịt mắt khi dẫn độ lên ba chiếc tàu PT F(Khinh tốc đỉnh Patrol Torpedo Fast) chạy 2 ngày, một đêm với vận tốc 90 km/giờ để sau đó lùa họ lên Đảo và thông tri cho những người này biết đây là những hoang đảo trên đất Bắc.

Tôi về nhà trọ gom một ít áo quần, vật dụng cá nhân, vài cuốn truyện cho vào sac marine chuẩn bị cho chuyến hải hành được ấn định vào lúc 11 giờ sáng hôm sau. Tối hôm đó tôi đi dọc theo bờ sông Bạch Đằng. Ngồi một mình cuối góc bên ngoài với ly cà phê tại nhà hàng thủy tạ Bamboo nhìn qua bên kia bờ sông An Hải thấy nhấp nháy ánh đèn soi bóng những căn nhà lung linh trên nước, tôi tự nhủ phải nửa năm nữa tôi mới trở về lại Đà Nẵng.

Sáng hôm sau tôi đến trại Camp Fay lúc 10 giờ. Nửa giờ sau, người tài xế Mỹ chở tôi trên chiếc Jeep lùn A1 chạy xuống căn cứ mật của Hải Quân thuộc Sở Phòng Vệ Duyên Hải ở Tiên Sa. Tàu nhổ neo và sau hơn một giờ vật vã trên sóng, tôi đặt chân lên Đảo.

Nhảy xuống tàu lúc nước vừa rút ra xa, người lính Biệt Hải đứng trên boong ném cho tôi cái sac marine rồi đưa tay vẫy chào trước khi con tàu gầm rú quay đầu ra biển trở về lại căn cứ.

Tôi đi thẳng vào văn phòng Thiếu tá Nghiêm, chỉ huy trưởng căn cứ Biệt Hải, phân bộ Đà Nẵng đồn trú ở Đảo trước khi đi qua dãy phòng làm việc của các sĩ quan Mỹ. Toán sĩ quan này chỉ vỏn vẹn có 6 người, đứng đầu là một Trung tá và 5 Đại úy gồm các binh chủng Hải quân, Không quân và Bộ Binh. Không thấy có Hạ sĩ quan hay binh sĩ. Trong số này tôi có quen thân Đại úy Baucum, xuất thân từ học viện Quân sự West Point vẫn thường gặp tôi tại Rendez-vous Club nằm trong trại Camp Fay mỗi khi Baucum có dịp về Đà Nẵng công tác.

Gặp lại tôi, Thiếu tá Nghiêm vui ra mặt. Đó là điều hiếm thấy ở một người Bắc di cư như ông thường biểu hiện lên khuôn mặt vẻ khắc khổ, lạnh lùng và nghiêm nghị. Sau những câu thăm hỏi xã giao ông đi thẳng vào vấn đề:

– Thế cụ [1] có biết lý do vì sao cụ có mặt ở đây không?

Tôi trả lời:

– Tôi nghĩ đợt này có nhiều "khách hàng" nên cần cán bộ quản giáo?

Ông mỉm nụ cười làm lệch cán ống vố đang ngậm giữa hai hàm răng:

– Cụ chỉ nói đúng một phần. Phần còn lại là do tôi tin tưởng cụ sẽ không làm tôi thất vọng trong lúc cả tôi và Sở Tâm lý chiến ở Trung Ương lúng túng không biết phải xoay xở và giải quyết về chuyện nan giải này thế nào.

Tôi ngạc nhiên chờ ông cho biết tiếp. Ông dùng ngón tay trỏ ấn vào ống vố và ngồi nhỏm dậy nói nhẹ nhàng:

– Năm ngày nay, từ lúc xảy ra chuyện này, tôi mất ăn mất ngủ. Tôi đã có điện vào Nha cũng như Sở để xin chỉ thị từ Trung Ương nhưng trong đó cũng đành thúc thủ. Nếu xin các cô trong sở ở Sài Gòn ra thì không ai chịu đi, vả lại họ cũng không được đào tạo chuyên nghiệp nghiệp vụ này để thích ứng với công tác mật, cuối cùng Sở ủy quyền cho tôi bằng mọi cách tự giải quyết lấy. Vậy là tôi chỉ còn trông mong vào cụ, do đó tôi đã yêu cầu Trung tá Will can thiệp để đưa cụ ra đây cộng tác giúp tôi. Sáng nay qua điện đàm với Bộ Chỉ huy ở Tiên Sa, tôi được biết cụ vừa theo tàu ra đây, tôi mừng như vừa trút được gánh nặng.

Tôi ngập ngừng hỏi:

– Thế vừa qua có chuyện gì xảy ra hở cụ?

Thiếu tá Nghiêm nhún vai, thở dài theo hơi thuốc:

– Chuyện cũng không ai ngờ vì cả trăm lần công tác trước đây chưa từng xảy ra, dễ có hơn 5 năm hoạt động. Số là cách đây năm ngày, đúng vào chu kỳ mỗi 6 tháng, mình thả số người cũ đồng thời bắt thêm số "khách hàng" mới, đâu ai ngờ trong số người mới bắt lần này lại có một cô gái. Xét cho cùng cũng không thể trách anh em trong toán, một phần do đêm tối không thể nhận diện được ai trong bối cảnh hỗn loạn đó. Chuyện đã lỡ nay cô ấy đang ở trại Dodo, được bố trí ở trong một căn nhà riêng vì không thể nào giam chung với 14 người đàn ông nhỡ có chuyện gì xảy ra mang tiếng xấu cho Mặt Trận là điều mà Trung Ương cấm nghiêm ngặt và gây phản tác dụng tuyên truyền lâu nay.

Tôi vọt miệng:

– Dạ, tôi có biết cô này.

Thiếu tá Nghiêm nhướng mày, nhìn tôi ngạc nhiên pha lẫn nét mừng vui hiện rõ trên khuôn mặt.

Tôi vội đáp:

– Do nghiên cứu lời khai của các xã viên mấy đợt bắt trước, trong cung từ của họ, tôi được biết cô này tên Nụ, 20 tuổi là người nữ duy nhất làm thủ quỹ cho Hợp tác xã Ngư Quyết Thắng từ hai năm nay.

Tôi hỏi tiếp trong e dè:

– Nhưng trong trường hợp này, tôi sẽ giúp được gì?

– Cụ sẽ ở chung với cô gái đó làm cán bộ quản giáo và giáo dục để khai thác tin tức. Qua thẩm vấn sơ khởi được biết đây là lần đầu cơ quan bắt được một nguồn tin có trình độ học vấn. Cả đám xã viên bị bắt trước đây do kém văn hóa nên khả năng thâu lượm tin tức chẳng đem lại kết quả như yêu cầu. Tin sơ khởi mà tôi nhận được từ hôm qua thì cô này có trình độ Trung học phổ thông cấp ba.

Trong lúc chờ cụ ra đây, tôi đã cho dựng thêm tấm phên ngăn đôi chỗ cụ ở chung với cô đó. Vậy là cụ yên trí. Tối nay tôi sẽ cho người hộ tống cụ lên căn cứ Dodo. Từ đây lên đó băng rừng phải mất hơn tiếng. Sau khi rời khỏi đây, nhớ ghé qua Ban tiếp liệu để nhận vật dụng. Chúc cụ hoàn thành nhiệm vụ mà Nha cũng như Sở và riêng cá nhân tôi trông chờ và đặt tin tưởng hoàn toàn vào cụ.

Dứt lời, Thiếu tá Nghiêm đứng dậy bắt tay tôi xong ông ngồi xuống ghế, ghé mắt vào đống hồ sơ ngổn ngang trên bàn. Tôi xoay người bước ra ngoài sau khi không quên đóng cửa phòng.

Dưới ánh nắng chói chang tháng 5, trời trong xanh có đám mây trắng lờ lững trôi trên đầu núi bên kia làng Tân Hiệp, tôi nghe có tiếng sóng xô giạt đều đặn trên bãi biển. Lúc này tôi thèm được nằm phơi mình trên cát, dưới ánh nắng mặt trời để tìm một giấc ngủ trong bình an.

Tôi đến Ban Tiếp liệu tọa lạc dưới căn nhà tôn để nhận 6 bộ áo quần vừa đen vừa nâu, 1 áo ấm bằng len và 1 áo trấn thủ, khẩu K54 với 2 gắp đạn, bút máy Hồng Hà, ít tiền Miền Bắc, 10 bịch thuốc lá Điện Biên, Đồ Sơn, 1 đồng hồ đeo tay hiệu Prim của Tiệp, 1 đài bán dẫn.

Vào lúc gần 7 giờ, một người lính Nùng thuộc Đại Đội phòng vệ của Đảo cùng tôi trèo núi trực chỉ đến căn cứ. Tất cả vật dụng của tôi được người lính đeo trên vai. Tôi chỉ có một xắc cốt máng lủng lẳng bên hông cùng khẩu K54 đeo vào thắt lưng và cây gậy trong tay.

Đường lên núi mỗi lúc mỗi vất vả. Những tảng đá to cản lối đi và trơn trợt. Những con cua đá thập thò trong ngách. Tiếng vỗ cánh hốt hoảng, xao xác của đàn chim rừng khi thấy chúng tôi. Chưa kịp vào rừng, từ xa đã nghe tiếng vượn hú liên hồi. Trời tối dần khi chúng tôi vào hẳn trong rừng. Trông lên thấy toàn cây cao, lá đan vào nhau dày đặc, hai bên đường mòn cây dại sum suê. Lá phủ đầy lối đi. Mỗi bước chân dẫm lên lá mục ánh lên dải sáng lân tinh theo mỗi bước. Len lỏi hơn nửa tiếng trong rừng, tôi đứng tựa lưng vào thân cây nghỉ mệt. Tiếng muỗi bay vo ve khắp nơi. Tôi châm thuốc. Dưới ánh sáng chiếc bật lửa, người lính Nùng nhẫn nại nhìn tôi chờ đợi. Tôi nhìn đồng hồ dạ quang. Mới 8 giờ tối. Cũng phải non nửa tiếng nữa tôi mới đến được căn cứ.

Ra khỏi khu rừng rậm trông lên bầu trời đã thấy muôn vì sao nhấp nháy và phương Đông treo lơ lửng mảnh trăng lưỡi liềm vàng vọt. Đi thêm khoảng nửa giờ trên con đường nhỏ đã được phát quang, từ xa tôi đã thấy cảnh quang của căn cứ dưới ánh sáng ngọn đèn điện trạm gác, đến bốn dãy nhà tranh tỏa ra. Căn cứ được rào bằng những thân tre cao hơn 3 thước chôn xuống đất quanh chu vi khuôn trại. Cổng trại có mỗi một vọng gác. Người lính Nùng bỏ tất cả vật dụng của tôi xuống, ra dấu chào tôi xong quay người trở về lại hậu cứ. Tôi bước vào phòng trực ban gặp Trung sĩ Diên và được biết đang có buổi triệu tập đầu tiên với những xã viên mới được giải giao về hai ngày trước đang tập họp lên lớp tại hội trường.

Tôi vào Hội trường là căn nhà lợp tranh, nền tráng ciment khá rộng, chào 4 Sĩ quan đồng sự được Sở Tâm lý chiến Nha Kỹ Thuật ở Sài Gòn phái ra công tác đang ngồi trên hai ghế dài, phía trước đâu lại thành hai chiếc bàn nhỏ. Ngồi xếp hàng trên nền nhà gồm 15 xã viên bị bắt ngồi thành ba hàng ngang. Trung úy Túc, Trưởng trại trong bộ áo quần bà ba đen đứng lên khai mạc buổi họp:

– Chúng tôi là những cán bộ của Mặt Trận[2] đêm nay tập họp các anh để nói về những điều lệ cũng như nội quy trong thời gian các anh ở đây, mong các anh chấp hành nghiêm chỉnh. Thứ Nhất các anh không được phép trao đổi riêng tư với nhau trong sinh hoạt ngày cũng như đêm. Hai dãy nhà bên phải gồm dãy nhà A và nhà B, mỗi nhà gồm 7 người. Riêng chị Nụ ở căn nhà nhỏ bên trái. Chính sách của Mặt Trận là giáo dục các anh về đường lối, chính sách của Mặt Trận, tuyệt nhiên không có chủ trương xâm phạm thân thể, vậy các anh an tâm học tập và khai báo thành khẩn những gì mà cán bộ chúng tôi đòi hỏi. Thứ Hai: cũng nói cho các anh nắm, chủ trương của Mặt Trận là đem lại cơm no, áo ấm, tự do, hạnh phúc cho nhân dân. Mặt Trận cương quyết chống mọi đường lối, chính sách sai lầm và hà khắc của Đảng Cộng Sản và Nhà nước hiện nay. Trong các anh ngồi đây, gia đình các anh gồm ông, cha, chú, bác, dì, dượng có thời đã là nạn nhân trong cải cách ruộng đất, bây giờ con em của các anh do nhận thức sai lầm của Đảng và Nhà Nước đã thúc đẩy toàn bộ thế hệ trẻ đi thanh niên xung phong ở Trường Sơn, đi B[3] chiến đấu để làm mồi, làm vật hy sinh dưới bom đạn Đế quốc Mỹ cho một chủ nghĩa không tưởng và đã từng gây tội ác chia rẽ dân tộc. Đồng chí Hải, ngồi bên trái tôi là cán bộ quản giáo của dãy nhà A. Đồng chí Hoài, bên tay trái tôi là cán bộ quản giáo phụ trách dãy nhà B. Chỉ vào tôi, Trung úy Túc nói tiếp:

– Còn đây là đồng chí Hoàng, cán bộ giáo dục kiêm quản giáo của cô quản lý Nụ. Sau khi tan họp, yêu cầu nhà A, nhà B cử đại diện lên nhận mỗi người gồm 4 bộ áo quần, một khăn mặt, bàn chải đánh răng, xà phòng đánh răng và xà phòng tắm. Sáng mai nghe tiếng kẻng báo thức, trong các anh cử người lên Ban Hậu cần nhận gạo cấp dưỡng. Nội quy đặt ra là mỗi đêm điện sẽ tắt vào đúng 10 giờ, ban đêm nghiêm cấm mọi di chuyển. Tôi nói các anh nghe rõ không? Tiếng hô rõ cùng lúc nghe chói tai trong cảnh tịch mịch giữa núi rừng ban đêm.

Sau khi Cán bộ Hải và Hoài dẫn 14 người đến hai dãy nhà A và B, trong hội trường giờ còn trơ lại tôi và Nụ. Bây giờ tôi mới có thì giờ để quan sát đối tượng đang sợ hãi trước ánh mắt dò xét của tôi. Đó là một cô gái trẻ, ốm yếu, thân gầy, đen đúa với mái tóc rối bù xõa xuống quá vai đang đứng khép nép, hai tay đan vào nhau run rẩy trước tôi.

Tôi đến bên Nụ đưa tay chỉ vào đống áo quần còn lại trên bàn:

– Tất cả vật dụng này là của cô, gom lại và theo tôi về chỗ ở.

Tôi nghe tiếng dạ lí nhí. Ra khỏi hội trường, Nụ đi trước, tôi theo sau. Căn nhà tranh nhỏ, phên tre được chia đôi, có cửa thông qua phòng tôi, nơi có cái bàn nhỏ đặt kế bên chõng tre làm nơi ngủ của tôi. Tôi theo Nụ quan sát chỗ ở của Nụ. Trên chiếc chõng tre có phủ chiếc chiếu, một tấm chăn được xếp gọn gàng cuối giường, đầu giường có cái gối bông của Trại vừa cấp.

Tôi nói:

– Nếu cô cần gì thêm cho tôi biết. Ngày mai tôi sẽ làm việc với cô sau.

Tôi trở lên văn phòng gặp Trung úy Túc. Khi không còn ai, chúng tôi trở lại con người cũ với ngôn ngữ quen dùng đến những biểu lộ tình cảm sau thời gian vắng mặt nhau khá lâu. Cà phê được chế nước nóng từ cái phích của Trung quốc để sẵn trên bàn. Tôi chia mấy bịch thuốc lá Điện Biên cho Túc. Câu chuyện giữa chúng tôi chỉ quanh quẩn hỏi nhau về tin tức bạn bè, chuyện gia đình đến sinh hoạt xã hội ở hai thành phố lớn Đà Nẵng, Sài Gòn là hai nơi chúng tôi đang sinh sống. Đêm khuya từ hồi nào. Đã nghe có tiếng gà gáy sáng. Tôi về lại phòng ngủ, treo mùng, chui vào giường ngủ thiếp hồi nào không hay.

Buổi sáng ánh nắng mặt trời xuyên qua khe hở lớp phên, vừa ngồi dậy tôi đã thấy Nụ đặt trên bàn tách trà bốc khói tỏa hương.

– Mời cán bộ dùng chè cho nóng ạ. Mấy bác trong đội cấp dưỡng bảo em đem lên cho cán bộ.

Tôi nói tiếng cám ơn cụt ngủn, bảo Nụ:

– Ăn sáng xong, cô vào đây làm việc với tôi.

Dứt lời, tôi lên văn phòng lấy hồ sơ cũ, lục lọi trong số những cung từ trước đây có lời khai liên quan đến Lê thị Nụ, thủ quỹ Hợp tác xã Quyết Thắng và tên tuổi những người hàng xóm của Nụ. Tôi chăm chú đọc từng trang để có đủ dữ liệu cho việc hỏi cung lần đầu.

Khi Nụ bước vào, tôi tưởng Nụ như vừa lột xác. Bên cạnh tôi là một cô gái gọn gàng trong bộ áo quần màu nâu, tóc được chải mượt mà buông thõng hai bờ vai, khuôn mặt trái xoan, đôi mắt mở lớn trông hồn nhiên pha lẫn nét dịu dàng qua tia nhìn. Tôi đưa tay chỉ vào ghế trước mặt mời Nụ ngồi. Kéo ghế ngồi đối diện, tôi đẩy tờ khai lý lịch cùng với cây bút trước Nụ và bảo:

– Cô điền vào tờ lý lịch này gồm tên tuổi, ngày, tháng, năm sinh, quê quán, tên họ cha mẹ, trình độ văn hóa theo như trong mẫu đã in sẵn phần kê khai. Xong phần này, một số câu hỏi tôi sẽ hỏi cô với yêu cầu cô thành thật khai báo và hợp tác với tôi.

Không nghe có tiếng trả lời, Nụ chăm chú ghi chép nhanh nhẹn trên tờ khai lý lịch. Viết xong Nụ trao cho tôi đầy vẻ tự tin. Nét chữ của Nụ đẹp, viết ngay hàng, thẳng lối chứng tỏ đã qua những năm tháng đến trường.

Tôi châm thuốc, nhả một hơi khói đầy, trân trối nhìn Nụ sau khi vừa thoáng nhìn vào tờ khai. Tôi hỏi với sự ngạc nhiên không che giấu:

– Thì ra cô là người Hà Nội?

– Dạ, vâng ạ. Trước năm 1966 em học ở trường Trung học Phổ thông Trần Phú cũng là trường Hoàn Kiếm ở Quận Hoàn Kiếm ở Hà Nội, đầu năm sắp bước vào cấp Ba thì trường được lệnh sơ tán nên em phải về trọ nhà ông bác ở tỉnh Thanh Hóa.

– Cô khai học trường Trung học phổ thông Trần Phú sao lại vừa học trường Hoàn Kiếm là thế nào?

Nụ đưa tay che miệng, cười thành tiếng giải thích:

– Thưa cán bộ, hai trường chung một địa điểm ạ, đều có cấp 2 và 3. Buổi sáng thuộc về trường Hoàn Kiếm, buổi chiều cũng tại ngôi trường này là trường Trần Phú.

– Trường hợp nào cô về Hợp tác xã Quyết Thắng để làm thủ quỹ? Với chức vụ thủ quỹ sao cô lại phải theo thuyền đánh cá?

– Lúc em vừa sơ tán về nhà ông bác ở Thanh Hóa thì nhà ông bác em cũng vừa được lệnh sơ tán sau đợt máy bay Mỹ đánh bom. Nhà người bác em bị xung công một phần cho bộ đội tên lửa phòng không Cầu Hàm Rồng đặt bản doanh. Do yêu cầu của Hợp tác xã Ngư nghiệp Quyết Thắng đang cần người có văn hóa để lo về kinh tế tài chánh đồng thời kiểm kê thủy sản đánh bắt được nên em được điều về Hợp tác xã này. Ban Lãnh đạo Huyện mới đây còn có lệnh Thủ quỹ như em phải đi thực tế để cùng sát cánh với quần chúng xã viên.

Nhìn đăm đăm vào mắt Nụ, tôi hỏi:

– Thời gian qua cô có quan hệ hay quen biết người nào ở đội phòng không hay tên lửa? Cụ thể là danh hiệu đơn vị hoặc quân số bao nhiêu? Hiện nay những đơn vị này đang làm công tác gì ở cầu Hàm Rồng cũng như tại Xã, Huyện?

Nụ cúi đầu tránh nhìn ánh mắt tôi, ngập ngừng một lúc rồi nói:

– Năm 65, sau gần một năm làm cho Hợp tác xã, máy bay Mỹ đánh bom liên tục cầu Hàm Rồng nhưng cầu vẫn không thiệt hại gì đáng kể, nhưng sáu tháng trước, sau một đợt oanh kích cây cầu này bị gãy một phần. Các đơn vị bộ đội, dân quân, dân công xã, huyện tập trung thi công sửa chữa, nay đã lưu thông trở lại, nhưng đường sắt giữa cầu không còn sử dụng được nữa. Chủ yếu là nối thông với quốc lộ để chuyển quân bằng hàng trăm xe chạy vào Nam theo chiến dịch. Do quan hệ hậu cần nên hàng tháng Hợp tác xã phải liên hệ đến các đơn vị bộ đội để trao đổi mậu dịch như xuất một số lượng cá cho đội cấp dưỡng đơn vị. Em được biết tên một vài sĩ quan đồn trú ở đó qua những lần tiếp xúc nhưng hỏi em về quân số đơn vị gồm bao nhiêu thì em không thể nào nắm được. Lần cuối cách đây một tháng em thấy bộ đội đang đào hai công sự lớn và sâu dưới lòng đất sát hai bên chân cầu, quân số đơn vị chừng 50 người, em nghĩ chắc là Đại đội.

Tôi cười thành tiếng:

– Là con gái sao cô biết 50 bộ đội là quân số của một đại đội?

Nụ cũng che miệng cười theo:

– Tuy em làm thủ quỹ cho Hợp tác xã nhưng đồng thời bị sung vào Dân quân loại một của Ủy ban Nhân dân Xã nên em đoán thế thôi. Đang thời chiến làm con gái em đâu có sự chọn lựa nào kể cả những ước mơ riêng tư cho mình. Chỉ biết tuân lời làm theo chỉ thị trên trao xuống cho tập thể, rồi tập thể chỉ thị lại cho Đoàn để thi hành.

Tôi lấy tờ giấy trắng vẽ hình cầu Hàm Rồng có nhiều thanh thép chéo nhau trên thân cầu, hai đầu cầu là hai ngọn núi thấp có tên núi Ngọc và núi Rồng, dưới cầu là sông Mã. Tôi đẩy trang giấy vừa vẽ đến trước mặt Nụ:

– Cô nhìn vào hình vẽ này và cho tôi biết ở đâu có đặt súng cao xạ phòng không, súng đại liên 12 ly 7, tên lửa Sam của Liên Xô? Có bao nhiêu vị trí đặt súng giả đã được ngụy trang?

Tôi xô ghế đứng dậy bảo Nụ:

- Cô ráng tập trung để nhớ những gì tôi vừa trao đổi với cô nãy giờ. Sau ăn trưa, cô trở lại đây làm việc tiếp với tôi.

Ra gần cửa liếp, tôi ngoái đầu hỏi Nụ:

– À này, bác Thăng, bác Niếp gái ở kế nhà cô dạo này thế nào, có khỏe không? Mấy người đó vẫn sinh hoạt bình thường cả chứ.

Nụ trố mắt nhìn tôi lộ vẻ ngạc nhiên tột độ:

– Thì ra cán bộ cũng biết bác Thăng, bác Niếp cạnh nhà em?

Ra khỏi căn nhà tranh, mặt trời chói chang, trời trong xanh không một gợn mây. Dầu đang là tháng Năm nhưng ở giữa thung lũng ngọn đồi trong rừng, khí trời mát mẻ, dễ chịu. Đâu đó nghe có tiếng xào xạc của lá cây, tiếng suối chảy róc rách không ngừng nghỉ sau dãy nhà cấp dưỡng. Toán anh nuôi gồm 6 xã viên của nhà A và B chia phiên phụ trách mỗi ngày lo chuyện nấu ăn cho 15 người. Mỗi ngày được Ban Hậu cần trại cấp 35 lon gạo trắng cho mỗi bữa ăn. Cơm được nấu bằng hai chảo lớn có vung đậy. Thức ăn bốn người ăn chung một con gà hoặc vịt được nuôi trong trại.

Đằng sau đội cấp dưỡng có chuồng chăn nuôi trên 10 con lợn. Một đàn gà, vịt gần 50, 60 con nuôi thả trên mảnh đất được rào lưới chung quanh chống chồn cáo. Nhìn từ xa chẳng khác gì một trại chăn nuôi.

Đi tham quan quanh trại, lúc trở về Nụ vẫn còn trên ghế, hai tay chống cằm nhìn tư lự, xa vắng vào khoảng không. Thấy tôi, Nụ đứng dậy ấp úng xin phép được ra ngoài. Trên chõng tre của tôi chăn mền được Nụ xếp lại gọn ghẽ, mùng được vén lên cao gọn gàng trong lúc tôi vắng mặt.

Gom tất cả giấy tờ trên bàn gồm bản tự khai của Nụ, tôi lên phòng trực ban gặp Trung úy Túc, Thiếu úy Hoài và Hải. Đóng cửa phòng, chúng tôi trải tấm bản đồ quân sự có tỷ lệ 1/25000 tỉnh Thanh Hóa nơi có cây cầu Hàm Rồng để lấy tọa độ những vị trí mà Nụ vừa khai, trước khi bốn chúng tôi quyết định gởi công điện qua máy đánh morse từ căn cứ Dodo về Bộ Chỉ huy ở Đà Nẵng. Công tác còn phải trải qua giai đoạn so sánh, đối chiếu với lời khai từ những nguồn tin khác của 14 xã viên của dãy nhà A và B do thiếu úy Hải và Hoài đảm trách để từ đó chúng tôi đánh giá về giá trị của nguồn tin thuộc loại khả tín A2 trước khi quyết định gởi đi công điện có mã số khẩn/ tối mật.

Tôi xuống đội cấp dưỡng thấy Nụ cùng bốn xã viên đang loay hoay vặt lông 5 con gà trong 3 chậu rửa bát. Thấy tôi, mọi người lên tiếng chào. Tôi bảo có ai theo tôi ra vườn để thu hoạch thêm rau tươi. Có lời đề nghị: Xin chị quản lý đi với cán bộ hộ chúng em.

Nụ đứng dậy chùi hai tay vào ống quần đi sau tôi.

Đó là mảnh đất khá rộng được vun xới thành hàng lối trồng đủ thứ rau như rau muống, rau đay, mồng tơi, cải bẹ, bí đỏ, có thêm giàn mướp hương, mướp đắng lủng lẳng những quả xanh thả xuống giàn. Vạt đất khác trồng ớt, rau thơm, chanh, sả, gừng, dọc mùng xanh tươi cạnh con suối. Tôi bảo Nụ chiều nay ra vườn hái rau để cải thiện bữa ăn, đồng thời đốn mấy cây chuối rừng thái cho heo ăn với cơm thừa sau mỗi bữa. Tôi đi với Nụ đến con suối, nơi đây có xây sẵn một bể chứa nước được chảy liên tục trong ống tre nối từ con thác sau rừng làm nơi tắm giặt, rửa rau, bát đĩa trong sinh hoạt hàng ngày.

Khi trở về lại láng trước giờ ăn trưa, ngang qua trại chăn nuôi, tôi nói với Nụ:

– Cô vào chuồng xem trong ổ rơm có con gà nào vừa mới đẻ lấy hộ tôi hai quả.

Nụ vén quần đẩy cửa rào, từ đầu gối xuống chân, chân Nụ trắng ngần, suôn đuột so với làn da ngăm ngăm trên khuôn mặt. Lúc bước ra khỏi chuồng Nụ trao cho tôi hai quả trứng gà còn dính phân trên vỏ. Tôi nói:

– Cô giữ lấy để bồi dưỡng.

Nụ ngạc nhiên không nói nhưng nhìn tôi bằng ánh mắt đầy thiện cảm và biết ơn.

Bữa ăn trưa được bày biện ở hội trường chia thành 3 nhóm nhỏ ngồi ăn riêng lẻ trên nền nhà. Chúng tôi để cho 15 người tự giác quản lý nhau về chuyện ăn uống. Chờ đến lúc mọi người ăn xong, Trung úy Túc bước vào hội trường, tất cả đều đồng loạt đứng dậy chào:

– Chúng em chào cán bộ ạ.

– Chào các anh. Sau khi làm vệ sinh ở đây xong, các anh ai trở về nhà nấy nghỉ ngơi đến 2 giờ trưa khi nghe tiếng kẻng mọi người khẩn trương lên hội trường để học tập. Các anh tự giác bố trí người trong các anh để mỗi sáng, mỗi chiều cho đàn lợn ăn, vãi thóc lúa cho gà vịt và tăng gia chăm bón rau quả sau vườn để cải thiện bữa ăn hàng ngày. Trại có đủ dụng cụ như cuốc, xẻng, thùng tưới rau cho các anh sử dụng.

Rời hội trường, tôi theo chân Trung úy Túc vào văn phòng ăn trưa cùng với Hoài và Hải. Chúng tôi ăn bếp riêng do Hạ sĩ Toán phục dịch trong thời gian 6 tháng toán chúng tôi công tác ở Dodo này. Trong khi ăn, Trung úy Túc thì thầm: "Ngày đầu đến đây, nếu không có lệnh của tôi, e trong số 15 người này có đứa bị bội thực mà chết. Khiếp thật, nhiều đứa ăn đến hơn 10, 12 bát cơm mà ăn rất khẩn trương. Nhưng nghĩ lại cũng phải thôi vì hơn 10 năm sống dưới chế độ cộng sản ở Miền Bắc từ thành thị đến nông thôn ai mà chẳng ăn độn khoai, sắn, ngô đến 85% trong mỗi bữa.

Quay qua tôi, Trung úy Túc hỏi: Ngôn từ này họ kêu bằng gì nhỉ? Tôi trả lời: Trong cung từ, họ nói là ăn độn đến 85% hoa màu phụ. Cả bọn chúng tôi nhìn nhau trong im lặng. Trung úy Túc chua chát bồi thêm: Dù cho có viện trợ đến những con chữ hoa mỹ này chăng nữa cũng không vì thế mà đánh lừa được bao tử con người, cái mà họ gọi là nhân dân.

Sau bữa ăn, tôi lững thững đến Ban Tiếp liệu lấy cho Nụ cái mùng và trở về nhà nghiên cứu tiếp lời khai của Nụ.

Trước giờ làm việc, tôi trao cho Nụ cái mùng và nói:

– Đây là rừng núi, ban đêm nhiều muỗi mòng cô nên cẩn thận vì có thể bị sốt rét rừng rất nguy hiểm và khó chữa chạy. Tôi yêu cầu cô tranh thủ vào phòng treo mùng trước khi trời tối, trước khi chúng ta tiếp tục trở lại những câu hỏi còn dang dở ban sáng.

Khi đã an vị, ngồi đối mặt nhau, tôi hỏi Nụ:

– Cô cho tôi biết vấn đề nghĩa vụ quân sự tại xã, huyện đã được thi hành như thế nào và đã tác động gì đến tâm lý những gia đình có con cháu họ sắp tham gia nghĩa vụ? Con số đó tại địa phương có nhiều không?

Nụ trả lời không đắn đo:

– Tại Huyện và Xã hiện nay dường như không còn thanh niên hay đàn ông nào trong lứa tuổi nghĩa vụ nữa. Có nhiều em mới 14, 15 tuổi cũng đã xung phong gia nhập bộ đội để gia đình bớt miệng ăn. Vào bộ đội thì được cấp phát quân trang, nghĩa là áo quần, ngoài ra nhờ vậy mà gia đình được kết nạp vào Hợp tác xã để có sổ gạo, lãnh nhu yếu phẩm định kỳ hàng tháng. Từ khi phát động chiến dịch đăng ký nhập ngũ toàn quốc, tại xã em những gia đình có con em đi B chiến đấu hoàn toàn không được tin tức gì đã mấy năm qua.

– Có bao giờ cô đã nhìn thấy từng đoàn xe chở bộ đội chạy trên cầu Hàm Rồng để tiến vào Nam? Nếu có thì đoàn quân xa gồm bao nhiêu chiếc và có che lá ngụy trang không?

Tôi ghi chép lời khai của Nụ và bảo Nụ đi nghỉ trưa.

Sau một tuần thẩm tra lời khai của Nụ đối chiếu với 14 lời khai của mỗi xã viên với những câu hỏi giống nhau, chúng tôi đã có một buổi họp để đánh giá về những nguồn-tin-sống này và nhất quán về sự thành khẩn của Nụ sau bảy ngày lấy cung. Trung úy Túc, Thiếu úy Hải, Hoài và tôi quyết định gởi báo cáo tình hình quân sự về trung ương. Những tìm hiểu thêm về tôn giáo, kinh tế tại các Hợp tác xã

Nông nghiệp, Ngư nghiệp, văn hóa, sinh hoạt học đường, tất cả chỉ là điểm khai thác thứ yếu do đề xuất của trung ương.

Sáng thứ Hai mỗi đầu tuần tôi lấy hai viên thuốc Chloroquine là thuốc trị sốt rét rừng cho tôi và Nụ. Tôi bảo Nụ xuống đội cấp dưỡng đem lên hai cốc nước nóng và bảo Nụ chọn lấy một trong hai viên để uống trước. Tôi nói hàng tuần cô phải uống thuốc này để chống sốt rét, tôi cũng vậy. Sau khi uống xong, Nụ nhìn tôi với ánh mắt buồn bã, trách móc:

– Cán bộ không việc gì phải làm thế. Em nào có dám nghi ngờ gì đâu mà cán bộ cho phép em được chọn viên thuốc nào để uống trước. Tuy thời gian giao tiếp với các cán bộ ở đây có ngắn ngủi nhưng tất cả bọn em đều mang ơn các cán bộ đã đối xử chúng em bằng lòng nhân ái, nhân bản giữa con người với con người cho dù thân phận đang là những người tù bị giam giữ, cô lập nơi đây.

Một tháng sau, có hôm gặp Nụ cùng hai xã viên đang xới đất bón rau sau vườn, tôi bảo Nụ theo tôi ra suối múc nước tưới rau để có dịp tìm hiểu về năng suất lao động và thành quả của các Hợp tác xã Nông nghiệp. Nụ đảo mắt nhìn quanh, khi biết chắc không có ai nghe lén, Nụ nói nhỏ:

– Theo em biết thì đợt thâu hoạch mùa nào cũng dưới chỉ tiêu trên đề ra mặc dầu địa phương cũng như qua đài, báo đều thông báo là vụ mùa nào cũng thắng lợi lớn, thành công, đạt chỉ tiêu vượt bậc. Cán bộ thừa biết cha chung không ai khóc. Canh tác cho tập thể không ai chú tâm như chăm sóc mảnh vườn con cá thể nhà mình. Nhiều người truyền miệng câu vè sau đây để nói lên thực trạng bi đát của các hợp tác xã:

"Sáu giờ kẻng đánh phèn la,
Bảy giờ đủng đỉnh mới ra tới đồng.
Tám giờ chống cuốc đứng trông,
Chín giờ báo cáo thưa ông, con về."

Nói xong Nụ cười lệch cả vai. Tôi cũng cười theo vì thấy chuyện ngộ nghĩnh. Quên ranh giới giữa hai người, cả hai chúng tôi đều vui lây với nhau trong sự thân mật bất ngờ. Tôi nói:

– Cô Nụ nãy giờ nói toàn giọng điệu phản động mà cô không sợ sao?

– Ở đây em chỉ nói riêng với cán bộ. Với 14 xã viên của em ở đây dẫu cạy miệng em cũng không dám nói. Thâm tâm ai mà muốn nói, muốn nghe những điều dối trá phải không cán bộ?

Tự nhiên Nụ nhìn tôi cười rũ:

– Bản thân em cũng đã từng nói những lời không chân thật ngang ngửa những gì tai em nghe những lời dối trá của lãnh đạo, của chủ nhiệm, của người đồng cấp hoặc kẻ thừa hành từ mười mấy năm qua ở trường, cơ quan, đơn vị, cơ sở nên lâu ngày không còn biết xấu hổ là gì nữa như thể nó đã trở thành những quán tính.

Tôi vọt miệng nói theo bản năng:

– Vậy lâu nay đã có lúc nào cô đã nói những lời không chân thật với tôi?

Nụ gục đầu xuống thấp không nói cho đến khi ngẩng lên hai mắt đỏ hoe.

Tôi giục Nụ quảy đôi thùng nước về tổ canh tác. Đang lội qua suối, gặp phiến đá trơn khiến Nụ chúi toàn thân về phía tôi. Tôi đỡ người Nụ trong vòng tay, ôm thân thể nhỏ bé của Nụ trong lòng, ngửi hương thơm dìu dịu từ mái tóc. Nụ ôm tôi, hai tay bấu trên vai tôi ghì chặt. Đầu Nụ tựa vào người tôi bất động. Tôi nghe tiếng đập từ lồng ngực Nụ cùng hơi thở đứt quãng, dồn dập bên tôi.

Quanh tôi lúc bấy giờ thời gian như ngừng lại, chỉ còn nghe tiếng chim hót véo von, lảnh lót trên cây, tiếng khỉ gọi đàn chuyền nhau trên cành và trên những hàng cây dại nở đầy hoa đủ sắc ven suối, từng đàn bướm trắng bay chợp chờn trong nắng hanh vàng. Chúng tôi đứng ôm nhau giữa dòng suối nước chảy róc rách dưới chân không biết bao lâu cho đến lúc cả hai bối rối rời nhau như vừa trải qua một giấc mơ không tưởng.

Đã lâu tôi chưa từng có cảm xúc này nhưng đồng thời chợt nhớ đến cương vị của một cán bộ quản giáo của Nụ, tôi cố gắng trở lại thái độ bình thường như mọi ngày, như đã không có gì vừa xảy ra:

– Cô có sao không?

Nụ múc nước suối đầy thùng, quảy lên vai, trả lời nhỏ nhẹ:

– Dạ không sao ạ.

Đưa Nụ đến khu canh tác, tôi lên văn phòng trại. Gặp tôi, Trung úy Túc, Thiếu úy Hải và Hòa cười đùa vui vẻ. Trên chiếc bàn nhỏ chất đầy những nhu yếu phẩm gởi cho chúng tôi từ Bộ Chỉ huy vừa chuyển lên căn cứ. Tôi được Trung úy Túc cho biết Trung ương cũng như Thiếu tá Nghiêm ngỏ lời khen ngợi thành quả tốt đẹp trong công tác vừa qua của chúng tôi.

Riêng nhu yếu phẩm dành cho 15 xã viên gồm 2 bánh thuốc lào, đường cát trắng Cuba. Quay qua tôi, Trung úy Túc nói bằng giọng giễu cợt: đợt này có quà đặc biệt riêng cho cụ.

Tôi hỏi lại:

– Quà gì vậy?

Cả ba người nhìn tôi cùng cười lớn không che giấu tia mắt tinh nghịch.

– Nói đùa đấy, quà này dành cho cô quản lý nhà cụ đây. Nhất cậu nhá.

Rồi nói thêm:

– Giá mà cô này sống ở Sài Gòn, khối đứa chết vì nhan sắc.

Trung úy Túc đẩy bọc giấy lớn về phía tôi:

– Lát nữa cụ giao cái này cho cô Nụ. Phụ nữ ai cũng cần cái này. Trước khi cụ vào đây, báo hại mấy anh em chúng tôi vừa xé toàn bộ bao bì nylon bên ngoài, nếu không thì lộ tẩy, đến hư bột hư đường.

Nhìn vẻ ngạc nhiên của tôi, Trung úy Túc nói:

– Cụ muốn biết trong quà có cái gì thì xem mấy chữ ngoài bao bì vừa vất dưới nền, khắc biết.

Nhặt dưới nền nhà còn vương vãi bao nylon, Trung úy Túc chỉ tôi xem hàng chữ: "Băng vệ sinh phụ nữ. Công ty Bạch Tuyết sản xuất tại Sàigòn VN".

Trước khi ba chúng tôi chia tay về lại mỗi nhà, Trung úy Túc giữ tôi lại văn phòng trước giờ tắt điện, trầm ngâm nói:

– Tôi hết sức cảm thông về công tác khó khăn và tế nhị mà cụ đang thi hành. Cuộc chiến mà chúng ta đang tham dự đầy rẫy những tình huống khó xử và phức tạp. Đây là một cuộc chiến không có tiếng súng như ngoài chiến trường, nhưng là một cuộc chiến thầm lặng và là cuộc chiến trong bóng tối. Dầu ở môi trường nào, hoàn cảnh nào, điều kiện nào chăng nữa, là quân nhân chúng ta cũng phải hoàn tất nhiệm vụ trên giao phó. Tôi nhớ đã đọc đâu đó nói về thân phận con người: "Je suis né en situation et sous condition"

Có tiếng quẫy đuôi của con Tô dưới gầm bàn. Trung úy Túc lấy tay xoa đầu con chó đầy vẻ trìu mến nói tiếp:

– Con Tô này tôi xin dưới làng Tân Hiệp năm ngoái đem về đây nuôi được 6 tháng, hết công tác tôi về lại Sài Gòn bỏ nó lại. Lần này ra đây, sau hơn một năm nó vẫn còn nhận ra tôi là chủ cũ nên suốt ngày cứ quanh quẩn bên tôi. Cụ xem, đến như loài thú còn tình nghĩa thế kia huống hồ là giữa con người với nhau. Gần gũi nhau một thời gian thì tình cảm có cơ hội nảy nở là điều tất yếu. Thôi khuya rồi, mời cụ về nghỉ.

Tôi đi dưới ánh trăng mờ nhạt hơi sương núi rừng, trong đầu cứ vương vấn câu nói của Trung úy Túc.

Khi tôi vào đến khoảng sân trước nhà, Nụ còn thức. Tôi gọi Nụ và trao cho Nụ gói quà. Dưới ánh đèn, khuôn mặt Nụ sáng lên niềm vui dầu không biết quà có những gì. Tôi thấy nụ cười hớn hở, rạng rỡ trong khóe mắt mở lớn của Nụ như trẻ thơ. Cả hai không nói lời nào. Nụ quay về phòng. Tôi ngồi trên chõng tre tháo giày chui vào mùng. Giấc ngủ không đến với tôi như mọi đêm. Có tiếng tắc kè kêu đổi nhịp đều đặn từng hồi nghe buồn bã trên cây sấu kế vọng gác cho đến lúc trời sáng trắng.

Thời gian trôi nhanh. Mới đó mà đã qua ba tháng. Lúc này trời đang vào đầu thu. Lá cây rừng đã bắt đầu đổi màu và vạn vật nhuốm đầy vẻ thê lương trong không gian tịch mịch. Chúng tôi có tổ chức những buổi lên lớp học tập chính trị dành cho 15 xã viên theo những tài liệu có sẵn của Mặt Trận và sau đó là những buổi thảo luận tại hội trường dưới sự chủ trì của Trại trưởng và cán bộ.

Một buổi chiều, già Tích là người lớn tuổi nhất trong số xã viên vội vã đi tìm tôi:

– Báo cáo cán bộ khung, chị quản lý của chúng em dở cơm từ hai hôm nay, chắc chị ấy ốm. Suốt ngày qua, xuất cơm của chị giờ vẫn còn nguyên.

Tôi vào nhà. Đẩy tấm phên cửa thấy Nụ nằm im trên chõng tre, tôi lên tiếng không nghe trả lời. Lại gần có tiếng rên nho nhỏ. Tôi vén mùng đặt tay trên trán Nụ thấy nóng như lửa. Mái tóc Nụ đẫm đầy mồ hôi ướt nhẹp trên gối như vừa tắm. Tôi lay vai Nụ:

– Cô làm sao vậy? Ốm bao lâu rồi?

Chỉ nghe có tiếng ú ớ và tiếng cựa mình.

Tôi lên văn phòng tìm trong tủ thuốc lấy hai viên thuốc cảm cúm, vài viên vitamin C và hấp tấp xuống đội cấp dưỡng bảo già Tích nấu cháo tối nay mang lên cho Nụ.

Sau buổi họp thường lệ mỗi tối tại văn phòng, khi trở về ngang qua phòng Nụ tôi thấy bát cháo trắng vẫn còn nguyên cạnh giường. Đẩy cửa vào, Nụ nằm bất động, tôi lay mấy lượt Nụ mới hé mắt nhìn tôi.

– Cô ráng ngồi dậy ăn cháo cho có sức, uống thêm mấy viên thuốc cảm và vitamin C cho chóng lành.

– Tay chân em nhấc không nổi, sáng nay cố ngồi dậy nhiều lần mà không thể nào dậy được.

Tôi ngồi sát bên Nụ, nắm hai tay Nụ để cố đỡ Nụ dậy. Người Nụ nóng hầm hập. Khi đã tựa lưng được vào vách, trao cho Nụ chén cháo, Nụ lắc đầu xua tay:

– Em uống mấy viên thuốc cán bộ cho được rồi. Mồm đắng lắm em không ăn đâu. Cán bộ giúp em, đỡ cho em nằm xuống.

Đến khi đã đặt Nụ nằm ngay ngắn trở lại như trước, tôi kéo chăn đắp lên nửa người Nụ, vừa định buông mùng thình lình Nụ nắm tay tôi kéo lên mặt. Những dòng nước mắt nóng chảy qua kẽ tay tôi. Trong không gian im lặng không ai nói với nhau lời nào.

Thời gian như ngừng lại không biết bao lâu, tôi nhẹ nhàng rút tay về khẽ nói lời vỗ về:

– Cô nên nghe lời tôi, ngủ cho ngoan nào.

Tôi về phòng lấy cây đèn bấm lên văn phòng trại. Gặp Trung úy Túc, tôi báo cáo:

– Cái Nụ ốm hai ngày nay không ăn uống gì, tôi đang lo không biết phải làm sao đây.

– Đầu mùa Thu thời tiết thay đổi, chính tôi cũng đang sốt và ho liên tục mấy ngày nay. Cụ lấy sữa bột pha cho cô ấy uống. Có nước nóng trong phích và lấy thêm chai dầu khuynh diệp cho cô ấy thoa. Giờ tôi với cụ xuống thăm cô ấy.

Tôi cầm ly sữa nóng sóng sánh trong tay đi theo Trung úy Túc. Dưới ánh sáng của ngọn đèn bấm, Nụ nằm nghiêng xoay đầu về phía tường, mái tóc xổ tung, lại gần nghe có tiếng thở đứt quãng mệt nhọc. Trung úy Túc lên tiếng trước:

– Cô Nụ ốm làm sao?

Nghe tiếng Trưởng trại, Nụ quay đầu cố ngồi dậy.

– Cô cứ nằm yên, không việc gì phải thế. Đồng chí Hoàng có đem cho cô cốc sữa, cô ráng uống thuốc cho mau lại sức.

Quay qua tôi:

– Đồng chí Hoàng nâng cô Nụ lên cho cô dễ uống.

Tôi đỡ Nụ dậy, tay trái tôi dưới lưng Nụ luồn qua phía vai để nâng đầu Nụ lên cao. Tôi đưa cốc sữa gần miệng Nụ. Hai tay Nụ ôm cốc sữa uống chậm rãi từng ngụm nhỏ. Uống gần nửa cốc Nụ tỏ ý muốn được nằm xuống. Tay phải tôi đỡ đầu Nụ đặt nhẹ nhàng xuống gối.

Sau khi nói lời an ủi Nụ, Trung uý Túc cùng tôi ra đứng trước sân. Đêm thanh vắng. Sao sáng đầy trời, có nhiều ngôi sao vụt đổi ngôi trên bầu trời đen thẫm.

Vào nhà, ngủ đến nửa đêm, tôi mở choàng mắt thức dậy nghe có tiếng ho không ngớt kèm theo tiếng rên từng hồi của Nụ, tôi ngồi dậy, mở cánh cửa liếp thông qua phòng Nụ.

– Nụ sao thế? Mệt không ngủ được à? Có cần tôi giúp gì không?

– Em chỉ cần có anh bên em lúc này.

Tôi vén mùng ngồi sát bên Nụ, tay Nụ tìm tay tôi đan vào nhau đặt trên ngực Nụ. Toàn thân Nụ vẫn còn nóng hầm hập, mồ hôi vã đầy áo. Tôi đứng dậy với tay lấy cho Nụ cái áo cánh ở cuối giường. Nụ ngồi dậy cởi chiếc áo đang mặc bỏ qua một bên chõng, chậm rãi thay áo mới.

Đã quen bóng tối, nửa thân Nụ với làn da trắng ngần lồ lộ hiện ra trước mắt tôi. Khi Nụ nằm sấp xuống tôi lấy dầu nóng trút đầy hai tay, bảo Nụ kéo áo lên cao quá đỉnh đầu, đến tận hai vai, tôi chà xát dọc theo sống lưng Nụ cho đến khi nghe tiếng thở đều đặn của Nụ. Mùi dầu khuynh diệp tỏa khắp nơi. Tôi không nghĩ Nụ đã đi vào giấc ngủ chóng đến thế. Tôi nhẹ nhàng trở về nằm lại trên chõng tre lạnh lẽo, mắt thao láo nhìn lên đỉnh mùng thao thức cho đến lúc có tiếng kẻng báo sáng.

Giữa tháng 11, toán công tác chúng tôi nhận được công điện khẩn từ Trung Ương gởi ra cho biết đến cuối tháng sẽ có kế hoạch di chuyển những người bị giam giữ bấy lâu trên Đảo về lại vùng biển Thanh Hóa nơi địa phương cũ. Với tôi đó là điều hiển nhiên xảy ra thông thường trong quá trình thay đổi nguồn tin từ bao năm qua.

Trung úy Túc lệnh cho Thiếu úy Hải và Hòa cho tập trung tất cả 15 người lên Hội trường để kiểm tra tư trang. Vào phòng thấy Nụ sắp chuẩn bị lên Hội trường, tôi mời Nụ đến bàn:

– Nụ ngồi xuống, là phụ nữ duy nhất Nụ khỏi qua khâu kiểm tra.

Tôi đẩy trước Nụ một số tiền, cây bút Hồng Hà và chiếc áo ấm bằng len của tôi đã để sẵn trên bàn:

– Tôi không có gì nhiều làm quà cho Nụ, mong Nụ giữ những vật này như một kỷ niệm cho mối quan hệ tình cảm giữa chúng ta bấy lâu. Tôi cũng biết món quà mọn này có thể sẽ bị tịch thu khi vừa đặt chân lên bãi nếu không may bị công an xã hoặc dân quân phát hiện sớm khám xét. Vấn đề là, qua đây xin Nụ ghi nhận tấm lòng của tôi đối với Nụ, còn chuyện mất hay còn, giữ được chúng hay không là chuyện bên ngoài không là gì cả nếu so với tình cảm bên trong của con người. Đến như số phận của em hay anh cũng không làm chủ được bản thân mình vì chúng ta không đủ khả năng thay đổi định mệnh con người, nói chi đến số phận khe khắt của lịch sử, dân tộc, đất nước đã khiến chúng ta vĩnh viễn xa nhau để không bao giờ còn gặp lại nhau nữa. Em đừng khóc cho anh đau lòng. Can đảm lên em. Phấn đấu lên Nụ của anh. Anh xin em đó.

Tôi để yên tay tôi trong tay Nụ trong tiếng thổn thức không nguôi. Chiều xuống cùng cơn mưa giữa mùa Đông làm trời đất thêm tối tăm ảm đạm và thê lương.

Hai ngày trước lệnh tập trung ở Hội trường để chờ dẫn độ 15 xã viên Hợp tác xã Quyết Thắng về lại vùng biển Thanh Hóa, thời gian này tôi tránh gặp Nụ. Nụ đã để lại cho tôi bức thư trước ngày ly biệt.

Anh yêu dấu,

Em không ngờ ngày em xa anh lại chóng đến thế. Mỗi lần nghĩ đến điều này khiến tim em tan nát, thắt lại từng cơn và dầu cho có nghe lời anh căn dặn, vỗ về mỗi khi lòng em yếu đuối, em cũng không làm sao ngăn được nước mắt.

Anh tha lỗi cho em đã không nghe lời anh luôn khuyên bảo, dỗ dành em. Hoàn cảnh ngang trái và khắc nghiệt đã làm trái tim em tổn thương mỗi ngày từ lúc em gặp anh. Chỉ viết có mấy giòng này cho anh mà chữ trong thư đã có chỗ nhòe nhoẹt.

Anh yêu dấu,

Nước mắt của em không chỉ nhỏ ra trong đau đớn thôi đâu, còn có những giọt nước mắt hạnh phúc kèm theo đây như trong lòng em lúc này đang nghĩ đến anh với tất cả thương yêu, trìu mến và nhung nhớ vô hạn.

Trong những tháng ngày em bị cầm giữ trong trại, các anh như anh Túc, anh Hải, anh Hoài và riêng anh là những con người đầy lòng nhân ái, bao dung, độ lượng đối với em, hoàn toàn khác hẳn trong ý nghĩ ngày đầu bọn em gồm 15 người bị gom lại nơi đây với nỗi sợ hãi, âu lo. Trong cư xử, các anh đã thừa nhận chúng em là những con người. Đó là những tình cảm tốt đẹp mà em nhận biết qua những biểu hiện trong thái độ và ngôn ngữ của anh đối với em. Khác hoàn toàn, nếu không muốn nói đối nghịch với lối đối xử từ ngôn ngữ, hành đông, cử chỉ của nhưñg người sống trên đất Bắc, dưới chế độ hiện hành không loại trừ thời gian em sống giữa lòng Thủ đô Hà Nội. Ở đó họ sống với nhau trong e dè, thận trọng. Mỗi khi tiếp xúc luôn để mắt thăm dò lẫn nhau làm như điều đó đã ăn sâu trong tiềm thức họ không có cách gì cứu vãn hay gột rửa được nữa. Qua anh, em như được dẫn dắt đến một thế giới mới đẹp đẽ, thánh thiện đầy hương thơm từ cuộc sống và đầy tình người. Vì luôn nghĩ vậy nên đã có lúc em ước mơ trong tuyệt vọng phải chi em có cái may mắn là người tù của riêng anh để mỗi giờ em được nhìn thấy anh, mỗi ngày em được nghe anh nói. Em là người tù vô tội tự nguyện đến với anh để mong anh canh giữ em suốt đời. Thân anh, tim anh trú ẩn trong lòng em cũng là một dạng ở tù chung thân. Hóa ra vì tình yêu giữa đôi ta mà cả anh lẫn em đều là hai người tù của nhau anh nhỉ và hoàn toàn không vì ngoại trở mà thôi nghĩ đến nhau. Em nói đùa đấy, em không có tham vọng ấy đâu. Mười mấy năm qua em đã sống thế nào? Em không bao giờ có được những giấc mơ đẹp nói chi đến những ước mơ cho đời người con gái. Suốt ngày lao vào những công việc với những chỉ tiêu, ăn uống trong kham khổ thiếu thốn, lao động từ sáng đến tối chỉ mong đêm về ngủ được một giấc để sáng mai có sức mà tiếp tục công việc. Em trở thành con vật sinh lý từ thuở mới lớn hồi nào không hay nếu như không có ngày em may mắn gặp được anh.

Anh yêu dấu của em,

Ai cũng bảo người ta chỉ chết một lần trong đời nhưng với em lần xa nhau này (giữa anh với em), em coi mình như đã không còn hiện hữu trên đời này. Mà dẫu có chết như thế nào chăng nữa, với em, em cũng vô cùng mãn nguyện được chết trong niềm hạnh phúc vô biên khi đã có anh trong đời cho dù thời gian quá ngắn ngủi bên nhau.

Thư Nụ còn dài nhưng tôi không đọc hết trong mối xúc động dạt dào. Tối hôm đó tôi lặng lẽ rời căn cứ.

Không gặp lại Nụ lần cuối, tôi lầm lũi ra đi như trốn chạy. Tôi lầm lũi đi dưới cơn mưa cuồng nộ của núi rừng.

Trời đất quanh tôi tối đen.

Tôi đi trong cô đơn như thuở hồng hoang vừa hiện hữu con người đầu tiên trên mặt đất.

Hồ Đình Nam

(1) Gọi nhau bằng Cụ vì không để lộ cấp bậc. Đơn vị chỉ kết nạp người Miền Trung và Miền Bắc để thi hành công tác mật.
(2) Mặt Trận Gươm Thiêng Ái Quốc.

HỒ ĐÌNH NGHIÊM

MÈO CÁI

Người đàn ông dựng xe ở gốc cây, dưới tấm giấy cứng ghi chữ "Chuyên vá sửa xe đạp". Anh cởi nón, đứng quạt, ngó con đường bụi mốc dẫn tới cái chợ án cuối tầm nhìn.

- Trời đất, tưởng ai!

Sau ngạch cửa tối om có người bước ra. Áo quần lem luốc, tay chân đen đúa, tóc rối và giọng nói khàn đục.

- Chớ bấy lâu ni đi mô mà không thấy?

Người đàn ông nheo mắt:

- Loanh quanh chỗ cũ chứ biết đi mô!

- Chừ thì răng ? Xe trật cóc hay có chuyện chi mà ghé đó?

- Mượn cái bơm, chỉ rứa thôi.

- Rảnh không? Vô đây uống miếng nước.

Hai người bước vào khung cửa tối. Nắng đứng ngoài và dường như nó không đủ sức mạnh để lấn sâu. Chập choạng thứ ánh sáng dán nơi vách xám bẩn. Người đàn ông ngồi xuống chiếc giường tre, nhỏ nhắn, ọp ẹp. Anh vác mặt ra đường.

- Làm ăn buôn bán ra răng?

- Cụ mi thấy đó, ngồi ngáp vặt cả buổi. Cái ruột xe bị chi? Ưa tau vá cho không? Vừa vá vừa nói chuyện.

- Thôi, mất công. Điệu ni bán phứt cho yên chuyện!

- Mụ vợ cũng thường hí? Nghe họ nói trên Kim Long có ông thầy thuốc mát tay lắm, uống vô vài thang thì gieo mô đậu nấy. Hai người đã thử chưa?

Người đàn ông đón ly nước từ tay bạn. Ly thủy tinh vẽ sơn lem nhem bên ngoài hình cô thiếu nữ đội nón bài thơ nhìn mặt trời và đôi ba cánh chim bay. Thứ ly mà ở chợ Đông Ba bán tràn đìa, vài đồng mua được cả tá, rẻ như bèo, đổ bể chẳng lấy làm xót ruột. Người đàn ông uống chất nước vàng, không biết gọi là chè hay trà, màu sắc thì đậm đà hơn cả rượu thuốc. Dẫu là thứ gì thì nó cũng mát cần cổ khi trôi xuống bao tử, nẫu ruột!

- Chưa thử. Có con trong lúc ni thì thêm bấn thôi.

- Cụ mi cũng lạ thiệt. Người ngợm tướng tá ngó đâu đến nỗi!

- Chuyện chi nữa đó?

- Còn nhớ thằng Hưng không? Thời Trung học với tụi mình, lên tới lớp Đệ Tam thì hắn đổi qua bên Quốc-học đó... Ai đời học tới Đệ Ngũ rồi mà con chim thì nhỏ chỉ bằng cái van xe đạp!

- Nói quá đáng!

- Ấy. Thời đó hắn đái bậy ở am miếu miễu đền nào không biết, về nhà khóc tứng lừng lựng Mạ ơi Mạ hỡi cả buổi. Hắn vạch quần chỉ con cu sưng tấy mọng nước cho mọi người coi. Cụ mi biết đó, sưng quá cỡ thợ mộc mà chỉ lớn bằng ngón tay cái thì khi bình thường nó không bằng cái van xe đạp là chi?

- Thì đã sao ?

- Dĩ nhiên là không sao cả. Bởi giờ này hắn có tới bốn mặt con. Hôm trước hắn đi cà nhắc ghé thăm tau, kể là đương sự bị mụ vợ bắt đi cột cho mụ ta được yên thân tảo tần. Ngồi nhắc chuyện cũ hắn rung đùi cười nắc nẻ, nhỏ to là chuyện lẻ tẻ. Khiếp thật!

- Thôi, lấy cho mượn cái bơm đi.

- Chưa nóng đít đã bỏ đi! Cái số tau ngó vậy mà nhàn nhất bọn. Mẹ! Cuộc đời này chẳng có chi sướng cho bằng làm chủ được bốn chữ...

- Độc lập tự do à?

- Sai. Ung dung tự tại.

- Sao không là "In God we trust"?

- Hả. Cụ mi nói chi?

Người đàn ông bước ra sân. Chợ ở cuối đường vẫn đông, không ngớt gửi về những thứ tiếng động tạp nhạp. Mơ hồ, nghe chẳng rõ hư thực.

- Có con bé bán ly tách chén đọi đằng chợ lúc nào cũng cười mỉm chi với tau. Có hôm sơ ý làm vỡ mất của nó cả chồng chén đất, cụ mi biết em nó nói sao không? Cái anh ni thiệt vô tâm, răng không xô bể cho nhiều thêm để tui tha cái xác anh về mà trừ nợ. Con gái bây giờ có nhiều đứa ăn nói chịu đời không thấu. Phải mà nó thơm chút xíu thì lọ phải ngôn, giờ này nó có thể cầm bơm ra xịt ít phát cho bánh xe cụ mi được căng cứng lên... Ủa, chở cái quỷ chi ở yên sau rứa?

- Nuôi mèo không? Định chở nó tới đằng chợ mà thả chơi. Cho nó hết biết đường về.

- Đoản hậu! Có vấn đề à?

- Nó ăn cái giống gì mà đẻ lia chia, tìm người cho không cũng đủ khùng!

- Mèo cái à ? Bỏ nó trong bao bố cả buổi vậy sao chẳng nghe nó kêu than gì cả?

- Vậy đó, đến khi cần, đêm hôm khuya khoắt nghe giọng nó réo gọi mới thê thiết. Có nước thức trắng đêm theo nó.

- Ui chào. Đằng chợ kia mèo hoang cả ngàn con, thả nó tới đó mặc sức mà trúng mánh, lập đoàn lập đảng. Cái xứ chi kỳ lạ, chó quý mà mèo thì chê. Cụ mi quen ai có chó mới đẻ, nhớ xin cho tau một con.

- Rủ rê con nhỏ đằng chợ về sống với nhau có phải thích hơn không? Nuôi thú vật làm sao bằng được.

- Bậy nà. Chó còn biết giữ nhà, đàn bà có khi biết bỏ nhà mà ra đi. Này, tính bán chiếc xe ni thiệt à? Khi mô kẹt tiền nhớ hú tau.

Người đàn ông nắn thử bánh xe, anh vỗ vai bạn như thế một lời cám ơn.

- Đi hí. Chiều hung rồi. Còn về nấu miếng cơm.

- Ủa, chớ mụ vợ làm chi?

- Làm chuyến đi buôn cả mấy ngày rồi, không chừng bả về tối nay. Thiệt khổ! Thất bại lần này nữa thì buộc lòng phải giao chiếc xe ni cho ông thôi.

Người đàn ông đạp xe đi, cái bao bố ở yên sau nhúc nhích. Tiếng mèo kêu nghe phát chán, cứ lặp lui lặp tới chữ "nghèo, nghèo". Dai dẳng, da diết.

oOo

Xe dừng ở quãng đường vắng, cách Ty Thương nghiệp một bãi đất trống. Xe tắt máy, bóng đêm phủ chụp lẹ làng xuống mọi cảnh vật. Gió thổi hiu hiu, mang theo mùi nồng của vùng đất đang cày xới ngổn ngang và rỉ rả tiếng dế từ đó trôi giạt về, không gián đoạn. Động cơ tuy yên nghỉ, nhưng thỉnh thoảng sắt thép còn trở mình kêu ca, bốc hơi nóng luồn lách vào đôi chân.

Quan sát động tĩnh một khoảnh khắc, kể cả ngó tìm vào kính chiếu hậu. Yên hàng vô sự. Đêm sâu hoắm, sâu tới mức trăng sao thảy đều mờ nhạt thiếp ngủ. Gã lái xe nuốt nước bọt, rời những ngón khỏi tay lái trơn tuột. Hắn không kềm giữ được cái độ rùng lan truyền nhanh từ cơ thể chạy ra tới tận cùng những ngón tay vụng cứng. Người đàn bà ngồi bên hơi co thân lại, chiếc nịt vú như nguyên nhân chính làm tim cô đập vội, bởi bình thường nó không chật chội đến thế. Những ngón tay kia đã điều khiển xe, mang chở cô đi và về an toàn trên suốt con đường dài của quốc lộ Một có quá nhiều trạm kiểm soát. Và lần này nó như muốn kéo cô vào một lãnh thổ khác, ở cái nơi mà lý trí dường như là thứ sớm bỏ cuộc nhất. Người đàn bà nhắm mắt lại, lưng hơi cong để vô tình đầu cô dựa khít khao vào thành cửa. Gió phía ngoài mơn man làm dễ chịu cái vầng trán đang tươm mồ hôi. Những ngón tay làm máu huyết hốt hoảng chạy xuôi ngược, làm miệng cô khô khát và cô đã phải cắn lấy môi mình nhiều bận. Chiếc quần được kéo xuống, thoát vội vã khỏi đôi chân. Cô rướn mình để việc thoát y được suôn sẻ. Cô hoàn toàn không muốn hai bàn tay năng động kia lỡ làm rách cái quần "ăn nói" của cô. Nếu rách, cô thiệt chẳng biết sao ăn nói...

- Bao lâu nữa thì tụi mình lại gặp gỡ nhau?

Gã lái xe nói giọng đứt quãng. Hắn có bộ ngực khá rắn chắc. Phiến lưng to, nhờn láng như thoa sẵn dầu mỡ. Khi nói, những chân râu cứng châm chích vào má. Cô thấy nhột nhạt ở mặt và sự ngứa ngáy chạy xuôi phía dưới cơ thể. Mọi cử động của hắn có vẻ từ tốn, khoan thai, chậm rãi. Làm như cấp bách quá thì lời từ giã sẽ sớm được nói ra.

- Anh lỡ ghiền mùi hương của Trầm mất rồi. Một tuần với Trầm thật không đủ cho anh.

Người đàn bà nấc lên. Cô ngẩng đầu và cô vung phát những cử chỉ gần giống như một người đàn bà đang lâm bồn. Điểm khác biệt là mỗi bên ở một tận cùng thái cực. Sự đau đớn ở cuối đường và hút mắt đầu kia là niềm sung sướng tràn dâng. Đau đớn có thể kéo dài, nhưng hạnh phúc thì luôn diễn ra trong phút giây. Thật không đủ! Cho riêng anh, cho chính tôi, cho chúng ta.

Đêm hừng hực nóng. Cơ thể như cỗ máy đã yên nghỉ, nguội dần, nguội dần. Gã lái xe mặc lại áo quần. Hắn thắp một điếu thuốc, khói tuôn mau ra khỏi buồng lái. Khi hít hơi sâu, đầu lửa đỏ rọi cho người đàn bà thấy một phần khuôn mặt gãy góc của hắn, vương vấn ít nhiều gió bụi giang hồ. Lúc hút thuốc, hắn có vẻ trầm tư.

- Đây, phần của Trầm. Lần trước thì sáu bốn, nhưng bây giờ tụi mình bình đẳng, năm mươi năm mươi.

Người đàn bà đón lấy gói giấy báo, nó hơi kềnh càng khi nhét thu vào lưng quần. Cũng chẳng hề gì, con buôn nào mà không từng một lần đóng vai bụng mang dạ chửa khi đi qua những trạm quan thuế. Biết cách nôn mửa thì càng tốt. Con buôn Trầm lại khác, đi bên hắn, tên "giặc lái" này như thể có ô dù, không một ai gạn hỏi rầy rà khi hắn trình tờ giấy giới thiệu của một cơ quan khỉ mốc nào đó của tỉnh Bình Trị Thiên. Thuận buồm xuôi gió.

- Trầm ưa xuống đoạn nào? Thương Bạc hay cầu Gia Hội?

Người đàn bà thở dài:

- Khoảng giữa... chợ Đông Ba.

Xe rùng mình, hai ngọn đèn lòa sáng xẻ rách màn đêm. Những con vật bé xíu bay quờ quạng giữa vũng màu chói. Xe rú lên, chồm mình ra con đường trồng sánh đôi bóng điện vàng, thắp bạc nhược suốt lối về nhà. Và lối đi khuya khoắt ấy trở nên hun hút sâu dưới mắt người đàn bà.

oOo

Người đàn bà gác chân lên xô nước, lau chậm rãi từng vuông da. Lau đùi, lau mông, lau lưng. Cổ, ngực... và sau cùng dùng khăn lông kỳ cọ qua về trên bụng. Cô áp bàn tay vào đó, đứng bần thần, như thể một người đang tự tra vấn mình, tìm hiểu xem đã ăn nhầm thứ gì trong ngày để giờ này phải chột bụng.

Buổi tối điện cúp, người đàn bà bước ra khỏi buồng tắm với một mẩu nến tàn lụn khá nhiều. Theo chân đi, ngọn lửa trên tay cháy nghiêng về phía sau khiến người đàn ông đang gối tay nằm trên giường nhìn thấy đốm lân tinh chớp sáng trên màu lụa trắng. Màu trắng, nó chẳng tượng trưng được điều gì cả, nhưng ít ra, nó nói hộ ta một chuyện: Nó sạch sẽ nhất so với những sắc màu khác nó. Đã thế, sau khi tắm gội xong, vợ anh sẽ rất "ăn" với cái màu trinh nguyên ấy. Tại sao lại gọi là màu trong khi nó trắng ngần, nó sạch bong?

Người đàn bà đặt cây đèn cầy nơi chiếc bàn nhỏ kê sát đầu giường. Cô khởi sự chải tóc. Trước đây, khi còn là học sinh, cô có mái tóc thề rất mực mượt mà. Lấy anh xong, cô cắt mái tóc ấy đi, như cắt bỏ chuỗi ngày hồn nhiên để trực diện những khốn khó khi vào đời. Tóc ngắn, điều đó làm người cô trông có vẻ khỏe mạnh hơn. Sự khỏe mạnh biết lan truyền qua người anh nỗi an tâm, gieo cho anh cái ý tưởng khó có người bắt nạt được cô ấy.

Một hai giọt nước rơi xuống mặt người đàn ông. Mát, ngọt. Anh lười biếng giữ nguyên dáng nằm, đón nhận sự tĩnh lặng, lơ mơ thụ hưởng niềm sảng khoái nào đó vừa hiện tới.

- Nghĩ thật buồn cười... dài lưng tốn vải ăn no lại nằm... những ông nhà thơ là những kẻ tiên tri.

Người đàn bà thôi chải tóc, cô kéo những hộc tủ và đóng nó lại sau khi thò tay vào lục soạn.

- Em muốn kiếm tìm cái chi?

- Cái quạt. Anh không thấy nóng sao?

- Anh đang cầm trên tay. Nằm xuống đi, để anh quạt cho.

Người đàn ông dang cánh tay cho vợ gối lên trên, bàn tay kia xòe chiếc quạt giấy phe phẩy hình cánh cung. Ngọn nến cháy run đốm lửa.

- Em thổi tắt đèn sáp hí?

- Kệ, cứ để rứa, cho nó tự lụn tàn.

- Ngày ni anh làm được những chi, kể em nghe.

- Anh ra chợ mua hết những thứ em ghi trên giấy. Giặt đống áo quần, hứng đầy những xô nước dự trữ. Viết cho thằng bạn tị nạn bên Pháp một lá thư. Hết, xong một ngày! Nghĩ cũng lạ đời, cái đời mà trong đó nó hoán đổi tài tình cái chức năng giữa gái và trai. Em bươn chải bên ngoài và anh lại cặm cụi việc nội trợ. Xã hội bây giờ không tin tưởng lắm khi giao việc cho bọn đàn ông. Bao giờ thì lý lịch của mỗi người được trong sạch ?

Người đàn bà không nói gì. Cô nhìn con thằn lằn đang di chuyển kiếm ăn trên trần nhà. Và cô đếm, có cả thảy là ba con. Cô dong tay lên, uốn éo co giãn những ngón rồi mượn đốm sáng duy nhất trong phòng để chiếu hắt lên vách hình thể những con thú. Với hai bàn tay quyện vào nhau, người đàn bà có thể thay đổi dáng dấp từ con chó sang con thỏ, tới con cò, con rắn con rùa...

- Úi chào, sao mà mỏi hai cái bả vai!

Người đàn bà than, hai cánh tay buông mạnh xuống mặt chiếu.

- Tại hôm nay khiêng phụ bà Quý đống hàng. Nặng như quỷ sứ!

Người đàn ông thôi quạt, anh ngồi dậy sửa soạn đấm bóp cho vợ. Người đàn bà để yên cho chồng cởi từng hạt nút áo. Bên hông người đàn bà có cái bớt đỏ. Hình dáng sẽ thay đổi tùy thuộc vào dáng nằm của cô. Méo, tròn, bầu dục. Nó như triện son thế vì khai sanh nhằm cầu chứng sự có mặt ở đời. Mỗi lần nhìn thấy dấu vết riêng tư kín đáo ấy, người đàn ông đều liên tưởng tới chuyện tiết trinh. Ở trong cổ tích, người ta dựng nên truyền thuyết: Con gái, khi thất thân, cái đốm màu đỏ chu sa đó sẽ bị phai nhạt đi. Đêm nay, dưới mù lòa ánh nến, cái bớt kia dường như có phần biến đổi. Nó đen đúa tựa như có người nhúng mực xạ để lăn dấu tay vào đấy. Nó giống vệt dầu nhớt mà ta sơ ý bị vấy bẩn, thấm qua làn vải mỏng, ngấm rút xuống thịt da.

- Thằng bạn hành nghề vá sửa xe đạp nói với anh trên Kim Long có ông thầy mát tay lắm.

Người đàn bà lật úp thân thể lại.

- Ông ta trị được bệnh đau lưng không?

- Không. Ông cắt vài thang thuốc, uống vô thì gieo mô đậu nấy.

- Có nghĩa là sao? Thực sự thì anh đâu cần những thứ bậy bạ đó.

Người đàn ông dừng tay. Từ vai, anh di chuyển những ngón xuống mông vợ và lật ngửa người đàn bà lại.

- Không chắc lắm, nhưng em nghĩ mình đã có thai.

Khi nói, người đàn bà chẳng nhìn mặt chồng. Tia mắt đâm thẳng lên trần nhà. Cô lấy cánh tay đắp lên vầng trán đang gợn nhăn, như thể ánh nến có thể làm người ta chói lòa nhãn quang.

Người đàn ông nhìn xuống cái bớt đen, cố nhớ lại một cột mốc, một khoảnh khắc của quá khứ. Bao lâu rồi, chúng ta đã ra sức đền bù cho nhau với sự rên siết đồng lõa của chiếc giường long chân này?

- Có ai gõ cửa phải không ? Anh nghe tiếng động gì không?

Người đàn ông bước xuống khỏi giường, đi chân đất rón rén lại gần cánh cửa. Anh áp tai vào tấm ván mỏng dùng ngăn chia, định hình cái thế giới nhỏ bé của mình và bên ngoài là một cõi ta bà lao lung những hoạt cảnh của lầm than nhớn nhác khổ ải triền miên. Cửa được mở trong ái ngại, cảnh tỉnh. Trống trơn, không một ai.

"Meo, meo... meo". Dưới chân anh, con mèo tam thể vừa lách mình vào. Nó dụi mặt và liếm lấy những ngón chân trần của người đàn ông.

- Đồ tinh ranh! Xa xôi như rứa mà mi cũng biết tìm đường về.

Con mèo đi khoan thai vào chỗ ngủ của hai vợ chồng. Trên mình nó, đốm lông đen di động trông hệt như cái bớt bí mật của người đàn bà. Nến lung linh ứa chảy chất sáp xuống rồi phụt tắt. Phòng tối thui. Chỉ có một vật thể sáng nhờ nhợ: Bộ đồ lụa của người đàn bà. Cô nằm với tư thế dạng chân.

Hồ Đình Nghiêm

Montréal, 2009

LETAMANH

CON DỐC CẦU NHỊ THIÊN ĐƯỜNG

Dân vẫn mang trong tâm tư tính gàn bướng của một người thất chí lỡ thời. Những anh chàng lỡ thời lỡ vận thường hay gàn dở và hay làm thơ yếm thế! Nhiều khi Dân tưởng mình là một ông đồ Trần Tế Xương tái sinh. Chàng cũng bày đặt ngâm thơ yếm thế và thỉnh thoảng khoa chân múa tay lúc chỉ có một mình để vơi đi nỗi bực bội vẫn chất chứa từ ngày ra tù đến bấy giờ. Bấy giờ có nghĩa là năm một nghìn chín trăm tám mươi tám. Đã ra khỏi nhà tù ba năm có lẻ mà chẳng thể nào tìm cho mình được một việc làm nuôi thân. Vợ chàng xoay qua trở lại với cái nghề buôn gánh bán bưng ngoài chợ, nhưng thường hay bị quản lý thị trường rượt đuổi và có lần bị tịch thu mất trắng. Với cái bằng cải tạo, chàng đi hết công ty quốc doanh này đến cơ sở sản xuất khác để xin việc. Thỉnh thoảng cũng có nơi gọi chàng vào "phỏng vấn", nhưng sau khi chàng trình bày hoàn cảnh, người ta bèn phán: "Anh phải có hộ khẩu ở địa phương thì chúng tôi mới duyệt xét được...!" Dân về lại phường khóm xin vào hộ khẩu thì ông Công an phường nói: "Muốn vào hộ khẩu, ít ra anh phải có công ăn việc làm đàng hoàng chứ cứ ngày nào cũng khơi khơi ngồi ngâm thơ thì ai mà cho vào hộ khẩu!" Rốt cuộc, chàng cứ phải lang thang chẳng nơi nào cho vào làm việc và cũng chẳng hy vọng được an cư!

Lúc mới từ trại tù về lại thành phố, thấy mấy đứa em chạy xích lô đạp về đêm, cũng được tí tiền còm. Anh bèn đề nghị cho tham gia.

Thằng út nói:

- Anh Hai mà đạp xích lô thì có lẽ là thời vận đã hết rồi, lùn như anh làm sao cỡi chiếc xe cao ngồng và nhớ là khó điều khiển chứ chẳng phải đồ chơi đâu!

- Thì cũng để cho tao thử xem đã chứ!

Chàng vừa nói vừa cười vừa ngắm chiếc xe đang đậu trước cửa nhà. Quả thật nó không phải dễ sử dụng, chàng nghĩ thế. Nhưng mình cứ thử xem, chẳng lẽ vô tài đến độ đạp xích lô cũng không được!

Thế là đêm hôm sau Dân nhảy lên xe chạy một vòng từ ngã bảy Chợ Lớn đến đường Hùng Vương. Trong lúc đang cố gắng làm quen với các thao tác và cái thắng tay thì chàng nghe một giọng "Xẩm" rất là Xẩm:

- Ê ! Xích lô!

Chàng quay đầu lại phía góc đường, thấy một bà Xẩm mập và một đống đồ gì đó rất to tướng. Nghĩ trong bụng là mới ra quân mà đã trúng mánh. Quành xe lại và khó khăn lắm chàng mới tránh được một tốp người đi xe đạp. Khi dừng xe, anh cẩn thận nhảy xuống hỏi bà Xẩm, giọng thăm dò:

- Bà gọi xích lô hả?

- Không gọi cái nị thì gọi ai! Bỏ cái bao này lên cảng xe, chở ngộ qua bên kia cầu Nhị Thiên Đường. Mà cái nị lấy bao nhiêu tiền?

Chàng gãi đầu, chợt nhớ ra là mình quên hỏi mấy đứa em về giá cả của những suất xe trên các đoạn đường tiêu biểu để có khái niệm khi mặc cả với khách hàng. Lúng ta lúng túng, chàng nói với bà ta:

- Chứ mấy lần trước nị trả bao nhiêu tiền thì trả cho ngộ chừng đó cũng được.

Bà Xẩm cười tươi nói:

- Ừa! để ngộ tính cho, không trả rẻ cho nị đâu mà!

Thế là chàng loay hoay đến bê bao bố to tổ chảng lên xe. Chiếc càng xe chổng về phía trước vì bao đồ nặng quá, sau khi chàng cong lưng muốn đứt hơi mới đem nổi nó lên. Cuối cùng thì bà Xẩm cũng ung dung ngồi vắt chân chữ ngũ trên cái bao. Trông bà giống như một lực sĩ đô vật xứ Phù Tang, còn chàng thì giống như con nhái đeo phía sau, cố đạp cho chiếc xe lết được trên đường đầy ổ gà. Lần đầu tiên ra quân mà quơ được món bở nặng ký, không biết bà Xẩm trả công bao nhiêu, chứ mồ hôi con, mồ hôi mẹ đang thi nhau tuôn ra ướt cả áo quần, hơi thở càng lúc càng to, càng đứt quãng như trâu muốn bứt cày... Từ đó mà đến chân cầu Nhị Thiên Đường gần một giờ đồng hồ. Bà Xẩm ngồi lâu quá, thấy xe chạy chậm quá bà cằn nhằn:

- Cái lị hết xí quách rồi sao hả, xe chạy giống như con rùa hả cái nị?

Chẳng còn sức đâu mà trả lời, chàng đang cố gắng vật lộn với chiếc xe. Nó chẳng muốn leo lên dốc mà chàng thì gần đứt cả hơi. Nhảy xuống xe, chàng gắng sức đẩy mà chiếc xe vẫn ì ra, nó còn muốn thụt lùi, bánh xe tí nữa là cán trên bàn chân. Dân năn nỉ bà Xẩm:

- Cái nị làm ơn xuống xe để ngộ đẩy nó qua khúc dốc cầu, nị nặng quá, ngộ không có sức cho xe bò lên dốc được...

Bà Xẩm vừa bước xuống xe vừa cằn nhằn:

- Hôm nay ngộ xui mới gặp phải của nợ, cái nị không còn xí quách mà đòi đạp xích lô thì chết nị cũng chết cả ngộ nữa, trễ giờ hết của ngộ rồi, biết không hả! Ngộ đâu có nặng bao nhiêu, mới có một trăm lẻ hai ký mà... Cái nị không biết điều, hứ!

Tuy mắng nhiếc như thế, bà Xẩm cũng cho tay vào đẩy giúp chàng cho đến khi nó lên được hết con dốc. Bà Xẩm lại cằn nhằn:

- Xe của nị không cho dầu mỡ gì hết trơn nên đẩy nặng thấy mồ. Ngộ đẩy cũng muốn ói máu...

- Cái bao của nị nặng chứ xe gì nặng, chút nữa phải trả tiền ngộ gấp hai đó! Chàng mau miệng trả lời bà Xẩm.

- Hứ! Cái nị đã làm trễ việc của ngộ rồi còn đòi thêm tiền gì, thôi đi mau lên ông nội!

Vừa nói bà vừa leo lên xe trong lúc Dân cố giữ cho chiếc xe khỏi tụt dốc, chàng có cảm giác như mấy cột xương sống của mình đang vỡ ra từng khúc với sức nặng của bà Xẩm... Sau cùng chàng lấy trớn để nhảy lên xe, chàng cảm thấy nhẹ lâng lâng khi chiếc xe từ từ xuống dốc. Gió dưới sông thổi lên mát rượi làm cho chiếc áo đầy mồ hôi thấm mát từng cơ bắp. Chàng đang thưởng thức cảm giác đó, như có một sức mạnh vô hình nào làm cho chàng hồi sức. Chiếc xe càng lúc càng tăng tốc, chạy mau xuống dốc thì bà Xẩm hét:

- Thắng lại! Thắng lại! Chết ngộ rồi...

Dân choàng tỉnh quơ vội thắng tay, nhưng quá trễ, chiếc xích lô theo đà con dốc chạy mau như con bò điên không ai có thể kềm hãm được. Dân cố sức ghì tay thắng, cố kèm cho hai bàn đạp không tụt khỏi chân... Nhưng theo trớn chạy mau của chiếc xe, bàn chân trật khỏi bàn đạp, quất mạnh vào ống quyển của Dân như có ai lấy búa nện vào ống quyển. Chiếc xe nghiêng qua một bên và chạy thẳng lên lề đường. Cuối cùng nó lăn quay ba vòng từ dốc cầu xuống phía dưới mấy thước.

Khi Dân choàng tỉnh lồm cồm bò dậy, hai ống quyển đau đớn kinh khủng, đi muốn không nổi. Có chất gì ươn ướt trên gò má. Chàng lấy tay quệt và soi lên ánh đèn đường vàng yếu ớt. Máu không biết từ đâu đỏ thẫm bàn tay. Chưa kịp nghĩ ra mình phải làm gì lúc này thì bà Xẩm cũng từ gầm chiếc xích lô vừa rên hừ hừ vừa bò ra. Bao bố hàng hóa tung tóe khắp nơi. Những gói nho nhỏ nằm trên bờ cỏ và cả trên nền xi măng vệ đường. Bà Xẩm hét về phía Dân:

- Cái nị còn ngồi đó hả, mau lượm hết bỏ vô bao cho ngộ. Chết cha ngộ rồi, mau lên không thì công an tóm cả nị nữa đó...!

Nghe công an, chàng không cần biết là gì nữa, quên đau, vội chạy lại thu gom "tang vật". Nhưng đôi chân như níu trì chàng lại, vết thương khá nặng làm chàng muốn xỉu. Nhưng vì sợ quá chàng phải bò đứng dậy gom góp các gói trăng trắng rải rác khắp nơi. Thì ra chàng đã chở một bao bố toàn bột ngọt. Thất kinh chàng muốn chuồn cho lẹ để mặc bà Xẩm với những thứ quỷ sứ đó... Nhưng có lẽ bà Xẩm đã đoán được ý chàng nên lên tiếng năn nỉ:

- Cái nị giúp ngộ, ngộ sẽ cho cái nị mấy bao đem về làm quà cho bà xã mà. Ngộ đang bị cái gì nó cắt cái đầu gối không ngồi dậy được.

Thôi thì một liều ba bảy cũng liều, lần đầu tiên chàng có cảm giác mình đang toa rập buôn đồ lậu. Nhưng nghĩ lại, cả một miền Nam đang đắm chìm trong đói khát và tang thương, ai ai cũng cố sức tìm miếng ăn manh áo trong bất cứ trạng huống nguy hiểm nào... Thì hành động vô tình của chàng có thấm tháp gì. Nghĩ như thế nên Dân gượng nhếch mép cười, thu gom toàn bộ những bao rơi vãi, dồn lại vào bao bố, cột chặt lại cho bà Xẩm trong lúc bà ta vừa rên vừa bò tìm đôi dép.

Đang loay hoay với bao bố nặng và chiếc xe xích lô, Dân nhìn từ xa có hai công an đang đạp xe đạp lên dốc cầu. Chàng lẳng lặng leo lên xe... Nhưng chiếc bánh xe bên phải đã cong, nó cứ cọ sát vào sườn xe không chịu nhúc nhích. Hoảng quá, chàng đành làm bộ nhảy xuống lăng xăng trong tư thế đang sửa xe và làm như mình không dính dấp gì đến bà Xẩm đang xanh mặt ngồi im trong xó tối dưới dốc cầu. Cũng may hai tên áo vàng không để ý vì đang bận vừa đạp xe vừa tranh luận điều gì đó cũng gay gắt không kém những giọt mồ hôi hai gã đang đổ ra vì con dốc cầu Nhị Thiên Đường...

Khi hai công an đi xa chỗ con dốc, bà Xẩm lên tiếng:

- Tụ cái lụ mụ hậy! Cái nị không chuồn đi còn đứng làm gì đó. Xui lắm mới gặp nị. Thôi để ngộ kêu xe khác, cái nị cút đi!

Chàng cố dắt chiếc xe lên con dốc và quên rằng chiếc xe đã hư, tiền thì bà xẩm chưa trả, mấy gói bột ngọt cũng chưa kịp lấy để trừ tiền công. Chàng nghĩ, có lẽ mình phải đem xe đi sửa, mới có thể xe về nhà được. Nghĩ đến đó chàng mới nhớ ra mình chẳng có xu teng nào trong túi và chưa đòi tiền công với bà Xẩm. Dân quay lại gặp bà Xẩm, lúc ấy bà đang loay hoay lôi xềnh xệch cái bao bố dưới đất.

Vừa lôi bà vừa rên. Đến bên cạnh bà Xẩm, chàng lên tiếng:

- Cái nị chưa cho tiền công ngộ. Ngộ cũng chưa lấy bột ngọt của nị. Bây giờ nị tính cho ngộ chớ!

Bà Xẩm quay lại sa sầm nét mặt. Lúc này hai con mắt bà trông dữ dằn không thể nào tả được. Bà hét:

- Cút đi! Cái nị làm ngộ bị thương gần chết còn đòi gì nữa?

Dân cũng không kém, chàng liều mạng hăm dọa:

- Nị không trả tiền cho ngộ, ngộ la làng cho công an đến bắt nị cho coi!

Nói rồi chàng làm bộ lấy hai tay làm loa để la to:

- Bớ...

- Thôi thôi đừng có la! Ngộ chịu thua cái nị. Tiền đây, trời ơi xui xẻo mới gặp cái nị. Trời ơi là trời!

Bà móc túi dúi cho Dân một đống giấy bạc mà không đếm. Chàng được thể cao giọng:

- Còn nị hứa cho mấy gói bột ngọt thì bây giờ ngộ lấy chứ!

- Trời ơi, còn đòi gì nữa đây. Thôi nị lấy hai gói rồi cút đi... Hừ hừ...!

Dân nhét vội hai gói bột ngọt phía sau xích lô rồi quay xe đẩy xuôi xuống dốc cầu để tìm nơi sửa chữa. Mặc cho bà Xẩm bù lu bù loa lầm bầm trong miệng mắng nhiếc và cao giọng gọi một chiếc xích lô khác vừa trong ngõ hẻm chạy ra. Chàng cũng thấy toàn thân rã rời, muốn kiếm một nơi nào đó nằm xuống. Hai chân lê không muốn nổi vì hai ống quyển bầm ứ máu. Trên đầu, một vết cắt dài máu ri rỉ chưa muốn thôi... Nhưng thấy đã khuya, chàng cố tìm nơi nào đó có người chuyên sửa bánh cho chiếc xe xui xẻo cũng là ngày đầu tiên ra quân nhớ đời của mình...

Dân đạp xe về đến nhà thì đã gần mười hai giờ đêm. Cả nhà đang ngồi nóng ruột chờ chàng. Mọi người đều lo lắng vì cho rằng có điều gì đó bất thường nên đã khuya mà Dân chưa về! Hơn nữa, đây là ngày đầu tiên Dân vừa làm quen với chiếc xích lô vừa ra đường kiếm cơm với cái xe chưa từng sử dụng... Khi vừa thắng xe trước cửa, mọi người chạy ra há hốc miệng không thốt lên lời. Trước mắt mọi người là một anh chàng quấn băng trắng trên đầu, hai ống chân là hai băng khác cột bằng hai mảnh áo rách, giống như một thương binh từ chiến trường chưa được về nằm quân y viện. Mọi người dìu Dân vào trong. Chàng vừa uống ly nước chanh đường do vợ chàng đem đến, vừa thuật chuyện cho mọi người nghe. Những tấm áo rách băng cầm máu ở ống chân và trên đầu là do anh chàng sửa xe gần cầu Nhị Thiên Đường, cũng là một người tù vừa được tha về mấy tháng trước đã băng bó cho Dân... Nghe xong câu chuyện, ai cũng bò lăn ra cười thay vì khóc. Họ cố tình làm như là trò vui không có gì nhưng trong ánh mắt nói lên sự cảm thông, chia sẻ nỗi đắng cay với mấy vết thương trên người chàng... Cả nhà cười ra nước mắt khi thấy Dân lần đầu tiên ra quân kiếm cơm. Má Dân vừa cười vừa lấy khăn lau mắt vừa nói:

- Thằng Dân đúng là Khương Tử Nha đang lỡ vận!

Từ đó không còn ai khuyến khích chàng chạy xích lô đạp, cũng từ đó Dân sợ nghe nói đến chiếc xích lô và câu chuyện bà Xẩm mập với bao bột ngọt. Cũng từ đó, cầu Nhị Thiên Đường là một địa danh nhớ đời trong đầu người đạp xích lô lần đầu tiên cũng là lần cuối cùng mang tên Dân! Cũng từ đó, chàng cứ dài lưng ra báo vợ báo con, ngâm thơ... cho đến một ngày mấy thằng Hoa Kỳ mát dây rước cả gia đình chàng cùng với một tập thể cựu tù nhân chính trị qua định cư trên xứ Cờ Hoa. Cuộc đổi đời bất ngờ này là một dấu mốc lịch sử của những con người tưởng như chỉ còn chờ chết trong thân tàn ma dại và con cái cũng chỉ là những cu li cạo mủ cao su hay ngon lắm cũng làm được chức công nhân tiên tiến...

Thế là mấy đứa con Dân, sau khi định cư, chúng đã cố gắng vươn lên theo lời khuyến khích từ cha mẹ. Chúng đã vượt qua đoạn đường dài trong học đường để không phải mặc chiếc áo cổ xanh và cũng chẳng bao giờ phải nghĩ đến chiếc xích lô mà cha chúng có lần vật lộn trên con dốc cầu Nhị Thiên Đường...!

letamanh

LÊ CHIỀU GIANG

HỒNG HỒNG TUYẾT TUYẾT

"... Non xanh tảng đá cheo leo
Ai may thì gặp, lọ gieo mình vào..."
[Hát Ả Đào /Thơ cổ]

Lúc tôi vừa đủ lớn khôn để không còn hãi sợ mỗi khi một mình tự leo trên những bậc thang yếu ớt dẫn lên căn gác nhỏ, nơi có cây Đàn Đáy của Cha tôi treo lặng lẽ, im lìm bên tủ sách. Cây đàn trông buồn thiu nhưng lại có sức cuốn hút lạ lùng, tôi quấn quít, thương mến nó như có thêm một người bạn mới.

Cái cũ kỹ đầy phong sương qua chất gỗ bệch bạc, Đàn như đã chất chứa bao điều rục rã của thời gian, gói ghém trong nó luôn cả những vui buồn theo từng bước chân ngắn dài, trôi nổi của Cha tôi... Dù thế, cây đàn vẫn không làm Cha kém đi phần trân trọng mà còn yêu quý, nâng niu nó như một bảo vật. Cha cấm không cho ai được đụng đến cây đàn.

Tôi chỉ ngắm nhìn cây đàn với đôi mắt thèm thuồng, có khi lim dim lắng nghe những âm thanh mơ hồ trong tưởng tượng. Tôi hay chờ khi Cha đi làm mới len lén, vội vàng bắc chiếc ghế nhỏ, kiễng chân, với tay mân mê những sợi dây đàn mỏng manh. Tay tôi bé xíu lần mò đếm qua đếm lại từng sợi từng sợi, rồi chính tôi cũng sợ nếu tôi thở mạnh chắc là sẽ làm đứt tung hết những dây tơ.

oOo

Thiên hạ nói nhiều về công đức của Cha, nghĩa tình với Mẹ...

Trong trăm ngàn ý nghĩa của những dạt dào thương yêu, tôi muốn tri ân Cha mình. Không phải tôi sẽ kể lể công ơn về những giọt mồ hôi Cha đã tưới trên những chén cơm vơi đầy, cũng chẳng phải là những lời Cha giáo huấn, chăm lo từng nét chữ khi tôi vừa biết đến I tờ, biết nhanh tay vẽ chồng hai chữ O lên thành số 8...Tôi nhớ tới Cha bằng cách ghi lại mối tình thơ mộng nhưng đầy oan khiên của Cha với một Đào nương.

1954, khi Ông Bà Nội tất tả theo đoàn người di cư vô Nam. Ý thức về chủ nghĩa, chính trị thì ít mà quyết tâm muốn tìm cho ra tung tích của Cha tôi, người con trai duy nhất đã bỏ nhà ra đi biền biệt 10 năm trước đó, thì nhiều.

Hà Nội, nơi Ông Bà tôi gửi gắm rất nhiều hy vọng vào Cha với những dự tính cho một tương lai ngời sáng. Sáng như vầng trán cao trên khuôn mặt có đôi mắt đầy cương nghị của Cha tôi... Nhưng rồi mọi thứ, mọi điều nơi trường thi lớp học đã chợt kết thúc vội vàng. Cha tôi bỗng nhiên bỏ ngang, xóa hết. Cha mê muội đi theo những buổi hát Ả Đào.

Tiếng đàn của Cha tôi lưu loát, tân kỳ, lan man trôi theo tiếng hát cao vút của Cô qua những bài thơ trữ tình, thanh thoát... Cô hơn Cha tôi 5 tuổi, nhưng có hề gì so với sự say mê, đắm đuối của lứa tuổi đôi mươi? Thêm nữa, Cô đẹp và mộng mị hơn rất nhiều khi cất cao tiếng hát. Tiếng hát lẳng lơ với đôi mắt Cô nồng nàn, lúng liếng và có thêm cả chút đa tình.

Cha tôi càng chìm đắm trong những cung bậc của thanh âm, với những đêm dài đàn ca sáo nhị thì càng bị Nội tôi ra sức can ngăn. Nội khuyên bảo dịu dàng mãi chẳng xong, đã cương quyết cắt đứt mọi liên lạc, hy vọng khi Cha tôi không còn sự trợ giúp tài chánh của gia đình sẽ lúng túng, sẽ quyết định phải chia xa mối tình đầy sóng gió...

Nhưng, một sáng sớm mùa xuân khi trời còn ướt sương, Cha tôi và Cô quyết định bỏ Hà Nội, bỏ 36 phố phường, nơi còn vương vương tiếng hát của Cô cao vút với tiếng đàn luyến láy tuyệt vời của Cha tôi. Ra đi.

Ra đi. Thiên hạ có khi vì lý tưởng, vì áo cơm hay cả vì những rộn rã lúc nghe theo tiếng réo gọi của đôi bước giang hồ. Riêng tôi nghĩ, sự ra đi của Cô và Cha là một chuyến hành trình đầy sôi nổi, can đảm và đẹp nhất. Đẹp như tình yêu và đẹp như lứa tuổi. Nhưng chỉ sau hai năm Cô bỏ Sài Gòn, một mình trở ra Hà Nội.

"... Khóm cúc tuôn rơi dòng lệ cũ
Thuyền xưa ôm chặt mối tình nhà..."
[Hát Ả Đào/Thơ Đỗ Phủ]

Sài Gòn, cái mỹ lệ yêu kiều của phương Nam đã không đủ sức để giữ lại bước chân Cô. Cô nhớ hương thu Hà Nội, những sáng thơm tho mùi hoa sữa. Hà Nội mơ màng với chiều tà và cả những dịu dàng, vời vợi của đêm trăng... Điều Cô nhớ nhất chắc phải là tiếng hát của riêng mình, tiếng hát trôi giạt cùng đêm tối, dật dờ như những mộng mị êm đềm của lứa tuổi thanh xuân...

oOo

Thiên hạ hay nói về những "tình cờ". Nhưng chuyện hai Chị em tôi cùng Cha khác mẹ, kẻ Nam người Bắc gặp nhau đã chẳng tình cờ chút nào. Sau 1975, Chị lặn lội đôi lần vô Sài Gòn tìm kiếm, hỏi han. Tôi cũng quyết liệt không kém, từ CA, tôi nhắn tin trong tin ngoài, vói gọi khắp nơi tới tận đất Thăng Long xa xôi và lạ lẫm, nơi xuất xứ của Ca Trù, Ả Đào.

Sau nhiều năm dài kiếm tìm rồi liên lạc, tôi quyết định bay từ California về gặp Chị tại Hà Nội. Người Chị mà Cha tôi cũng chỉ mơ hồ "nghe nói" chứ chưa bao giờ thấy mặt.

Tôi đang hít thở chút nắng sớm mưa chiều của Hà Nội. Hà

Nội, nơi Cha tôi và Cô đã cùng nhau chia sớt những đắng cay và hạnh phúc, có tiếng khóc và cả những hân hoan... Tiếng hát của Cô hòa quyện với tiếng đàn của Cha tôi như một tiết tấu nhịp nhàng trong khúc nhạc ngân nga chìm đắm và đầy ắp những thương yêu.

Chị soạn tôi xem những lụa là của Mẹ chị được cất giữ trong một chiếc rương gỗ. Những chiếc áo tứ thân màu sắc rất đẹp, xếp ngăn nắp với khăn vấn tóc và cả đàn phách, lá phách... Chị em tôi vuốt ve, hít hà và nâng niu trìu mến như muốn ôm hết vào lòng chút hương xưa, ngày cũ.

Trong căn phòng nhỏ của chị nơi đất Bắc xa xôi mà sao tôi nghe ra như có tiếng hát véo von đầy trầm luân của Cô đẩy đưa, nhịp nhàng buông theo tiếng đàn bi ai của Cha tôi trong một đêm nào cô tịch...

Tôi kể Chị nghe về ngày Cha mất, tôi tính gửi theo cùng huyệt mộ cây đàn của Cha. Tôi nghĩ dù đã chìm sâu trong giấc ngủ muôn đời này, Cha vẫn còn muốn được nghe lại tiếng réo rắt, dặt dìu của trăm ngàn âm vang cũ.... Nhưng Mẹ tôi không bằng lòng, Mẹ tha thiết muốn giữ gìn lại chút kỷ vật của Cha tôi, giữ lại một quá khứ vừa đẹp như thơ lại vừa đau như cắt. Mẹ quyến luyến cây Đàn như muốn níu kéo lại những âm thanh, dù Mẹ chưa bao giờ được nghe trong suốt cả mấy chục năm dài sống với Cha. Chị nói với tôi rằng: "Âm thanh, chúng ta không cần phải nghe thấy, nó vô âm nó lặng lẽ, nhưng có khi dạt dào như sóng dữ trong lòng người. Mẹ em đã "nhìn" ra nó, khối âm thanh trùng trùng, như nhìn thấy trăm ngàn tia óng ánh qua ánh sáng mặt trời..."

Và trưa nay, cũng dưới những óng ánh sáng của mặt trời, Chúng tôi đang ngồi café ở phố Mã Mây, Hà Nội. Phố xôn xao đẹp với những cây hoa anh đào rực rỡ ngày mùng một tết.

Chị khai với tôi khi còn bé Mẹ gọi Chị tên Tuyết Tuyết, tôi cành nanh: "Nhưng Cha đã chẳng bao giờ gọi em là Hồng Hồng". Tôi và Chị cười vui ròn rã, tiếng cười vang xa từ đầu cho đến tận cuối phố Mã Mây...

Lê Chiều Giang

LÊ GIANG TRẦN

CHUYỆN TÌNH ĐIÊN

Ai cũng có chuyện tình. Chuyện tình thường là buồn. Viết thành nhạc thường dùng âm giai Thứ "bê-môl", như "Love is blue" Mi-thứ, cung điệu Blue hơn là màu dương xanh bầu trời. Còn tôi, thuộc tầng lớp *"những tưởng đầu đường thương xó chợ, ai ngờ xó chợ chẳng thương nhau"* như Bùi Giáng tả chân, tôi có chuyện-tình-điên.

Ngày làm việc, nên cùng ngồi ăn trưa trong khu Phước Lộc Thọ với hai anh Nguyễn Khắc Nhân và Nguyễn Xuân Hoàng, quán này có món cá nục kho khóm rất ngon. Chợt dòm qua thấy một cô gái đang cười làm dáng với tấm gương to gắn trước cửa tiệm "neo" nơi cô đang đứng. Một lúc sau, cô bước đến xin tôi điếu thuốc. Tôi đã mường tượng cô không được bình thường, chìa gói thuốc ra, tôi hỏi thêm:

"Em ăn cơm không? Ăn thì ngồi xuống ăn với tụi anh, đừng ngại."

Cô cười tươi:

"Thiệt hông? Anh mời, em ăn à", rồi liền ngồi xuống.

Tôi xin thêm chén đũa rồi cô xúc cơm ăn ngon lành. Khi bọn tôi ăn xong rời quán cơm đi về nơi làm báo, cô đi theo. Tôi móc túi đưa cô tờ hai chục, nói:

"Cho em mua gì thì mua. Anh chỉ làm việc ngày thứ Năm ở đây – tôi đưa tay chỉ chỗ tôi làm – em cần tiền thì ghé đó anh cho."

Cô cười đáp

"Dạ, cảm ơn anh."

Tuần sau, tôi làm việc đến chiều, vừa xong thì cô tới.

"Em đói bụng quá, anh có gì cho em ăn không?"

Tôi lúng túng, nhưng nghĩ lại, cũng tại mình dặn nên cô đến tìm, bèn bảo:

"Anh chở em đi ăn, chịu không?"

Nhớ Pagolac bò 7 món ngày thường ít khách, tôi đưa cô đến đó.

Quán vắng thật. Gọi tôm bò nướng vỉ. Thấy cô cuốn không được, tôi vừa cuốn vừa nói:

"Em cuốn như vầy thì cầm vừa ăn."

Lại không cuốn được, tôi lại cuốn cho. Cứ thế, cô ăn ngon lành, mắt sáng rực, miệng nuốt không kịp. Gọi thêm một phần. Cô ăn như "chết thèm", một mình ăn một hơi hết hai phần vẫn như chưa đã miệng. Tôi gói muốn không kịp tay, nhìn cô ăn vừa vui vui ngộ ngộ vừa ngùi ngùi cảm thương.

Theo lời, tôi chở thả cô về khu Phước Lộc Thọ. Chờ cô bước ra xe xong, tôi đưa cô hai tờ mười, nói:

"Em còn thèm gì thì mai mua ăn."

Cô vân vê hai tờ giấy bạc, lộ chút mừng sướng trong mắt:

"Em tên Đường Mỹ Lệ, đẹp nhất ở cung Hằng nên thường múa cho Đường Minh Hoàng coi"...

Trên đường về, tôi thầm hỏi còn bao cô gái như thế nơi cái xứ tạm dung này? À, đêm nay Mười Sáu, cung Hằng sáng rực trên trời, Hằng Nga có múa khúc Nghê Thường không?

Một buổi trưa tôi đang dừng xe nơi đèn đỏ trước khu Phước Lộc Thọ, thả hồn theo tiếng nhạc trong xe, chợt cánh cửa bên mở ra, em Mỹ Lệ tót vô ngồi. Tôi trên đường về nhà ba má trên Los Angeles đành chở nàng theo luôn. Dắt nàng vô nhà, thấy có bà nội ở nhà Chú Tư lên ở lại chơi, tôi dặn nhỏ với mọi người, cô này điên, đừng để ý. Nhà đang dọn cơm nên kêu ăn, nàng ngồi giữa tôi và bà nội tôi, coi bộ ăn đồ ăn ngon miệng lắm, một hồi bỗng cười tủm tỉm hoài, tôi mắc cười, rắn mắc hỏi em cười gì vậy? Nàng quay qua nhìn bà nội tôi, hỏi liền:

"Bà nội thấy con đẹp hơn con dâu bà nội hôn?"

Vú tôi ngồi ngang mặt nàng, sặc cơm. Ba tôi quăng vô mặt tôi cái nhìn quái đản và một tiếng cười khô. Tôi lua chén cơm, nói em ăn lẹ, mình đi nha. Trên xe chạy về Little Saigon, tôi xin phép nàng xong hét lên một tiếng thật to, rồi im lặng suốt tới khi thả nàng xuống lại khu Phước Lộc Thọ, dúi cho nàng tờ hai mươi, dặn chiều ăn cơm ngon nhe.

oOo

Vài tháng sau, khi cô bị đưa trở vào nhà thương điên, cô viết giấy nhờ người mang đến chỗ tôi làm, nhắn: *"Em thèm đồ ăn Việt Nam lắm, anh mua bún tôm thịt nướng cho em nghe"*. Vậy là cứ mỗi cuối tuần tôi mang một món ăn Việt vào nhà thương thăm cô. Cô ngồi đối diện với tôi ở một bàn nhỏ ngoài hàng hiên, nơi có y tá qua lại canh chừng, ăn ngon lành thức ăn mang đến.

Ba tháng sau, cô có vẻ tỉnh táo nhiều. Đến thăm, cô cho biết có người quen hồi trước cùng xóm, bảo lãnh cô về tiểu bang X nên hôm nay sẵn dịp cô từ giã luôn. Mắt cô long lanh nhìn tôi rất tình-cảm-một-hồi, rồi nói nhỏ nhẹ:

"Em thiệt thương anh hết sức, anh tốt bụng với em lắm, nhưng anh không có nhà ở nên em để người ta bảo lãnh em đi. Em không lấy được anh, anh đừng buồn nghe!"

Câu nói thật tỉnh táo. Tôi chúc:

"Em đi mạnh khỏe ha".

Trên đường về, tôi tự hỏi có phải là chuyện tình điên của nàng không? Chắc cô tỉnh ra, thấy mình đây điên thật nên từ chối khéo.

Trước khi cô bị đưa vào nhà thương điên trở lại, một buổi sáng cô múa khỏa thân cho Đường Minh Hoàng coi ở trước cổng Phước Lộc Thọ. Cách đó không lâu, trời đã vào đông, khi gặp cô lang thang ngoài phố, tôi mang cô đến "Bà Chúa Xứ", xin trụ trì Kiều Nguyên Tá, nếu cô có tới thì cho cô ngủ nhờ, trời lạnh tội nghiệp cô.

Cô bình yên được vài tuần, tối ôm *sleeping bag* lên điện Bà nằm ngủ co ro.

Một tối tôi ở lại nơi thờ Bà chơi, bỗng cô "lên vùng" múa ca không nghỉ, Kiều Nguyên Tá chịu hết nổi nạt một tiếng, cô đái trong quần. Tôi phải hy sinh bộ đồ ngủ lạnh của mình, dắt cô vô phòng tắm, cô hồn nhiên như đứa trẻ, cởi đồ ra cho tôi lau rửa thay đồ.

Thương thay cho vóc dáng ngọc ngà mang tâm thần điên dại, bị bao kẻ mất lương tri lạm dụng giày vò thỏa mãn thú tính. Cô ấy điên vì lúc vượt biên mười lăm tuổi bị hải tặc bắt đi, thả về thì cô có bầu. Cô sinh một bé gái xinh xắn (luôn có tấm hình con gái trong bóp), qua Mỹ cô bị gia đình cha mẹ ruồng bỏ. Khủng hoảng, người hóa dại điên nên con cô bị chính phủ giữ nuôi. Lúc tôi gặp, cô hai mươi sáu tuổi, gương mặt đẹp đẽ, vóc dáng thanh tao.

oOo

Vài năm sau, bỗng có ngày, một người bạn gọi phone đến.

"Ông tới ngay, có cái này đặc biệt lắm dành cho ông".

Gặp lúc rảnh rang, tôi tò mò đến. Vào nhà thấy một cô gái xinh đẹp trong sáng, mặc bộ đầm như con nhà giàu, e ấp ngồi thu mình một góc ghế. Anh bạn ghé tai tôi:

"Trên trời rớt xuống. Người khác ba, ông hai (trăm). Xong quên đi, không gặp lại đâu".

Độc thân gặp mối như thế đúng là trên trời rớt xuống thật. Nhưng sao tôi thấy có gì không ổn ở cô gái này. OK, tính sau. Thầm nghĩ vậy, rồi vào phòng.

Khi nằm xuống, mắt đối diện nhau, tôi nhận ra hạt lệ vừa lăn khỏi con mắt đẹp tròn xoe của cô. Tôi xẹp như bánh xe cán đinh, ngồi lên. Cô kéo tay tôi nằm xuống,

"Em cần tiền, nhưng không ngờ phải như vậy".

Tự dưng tim tôi đập mạnh. Tôi bị xúc động ngang xương.

"Vậy em lấy tiền rồi về đi, coi như xong. Vừa nhìn thấy em, anh cũng nghĩ em không phải người như vậy".

Ngập ngừng, tôi tiếp:

"Nếu em không muốn vướng vô, đừng vướng, chấm dứt liền hôm nay. Quên đi. Khi nào kẹt tiền gọi anh, hy vọng giúp em được chút ít. Đây phone anh, em tin thì gọi. Bây giờ về và quên đi".

Trên đường về, tôi còn cảm thấy tim đập nhanh, lâng lâng như một giấc liêu trai. Con bé đẹp mà sao khổ vậy? Làm sao thấy hết sau bức màn nhung đời sống?

Ngày qua ngày, tôi dần quên, một hai tháng gì đó đã trôi qua. Đang ngủ nướng vì là ngày nghỉ, phone reo.

"Còn nhớ em không? Anh chỉ nhà, em đến thăm anh."

Cúp phone sau một lúc nói chuyện chỉ đường cho cô tới nhà, tôi vẫn còn bị cái bất ngờ khó tin sốc mạnh.

Nàng đến như một con người mới khác, sắc diện hiền lành trong sáng tươi vui. Bộ đồ đầm mới, váy ngắn xanh ca-rô đậm, áo tươi da trời, vớ lưới đen cao bó ôm kín đáo đôi chân săn chắc mà khêu gợi, mái tóc cúp ngắn ôm gương mặt sáng sủa làm nhớ Silvie Vartan.

"Anh ở một mình không ai ở chung sao?"

Nàng hỏi, sau một lúc ngồi chuyện trò vui vẻ như bạn thân lâu ngày gặp lại. Nàng mang theo tập Album gia đình, lật ra chỉ cho xem ba má, anh chị, các cháu và nàng, như ngầm giới thiệu một gia đình đàng hoàng. Trước khi từ giã, nàng nhìn tôi, nói một cách nghiêm chỉnh:

"Bây giờ thì em biết anh ra sao rồi. Em quyết định như vầy, anh đừng cãi em, là mỗi tháng em sẽ ghé thăm anh một ngày, sẽ gọi anh khi em đến được, nhưng phải không ai trong nhà. Em cần anh giúp em ba trăm một tháng, em là tình nhân của anh trong ngày đó. Chỉ xin anh bí mật chuyện mình là em đến."

Vậy đó, đúng là mưa trên trời rớt xuống tim khô. Tôi có cuộc tình "bí mật" và "sòng phẳng" như vậy gần hai năm.

oOo

Trước khi nàng bị bộ óc không còn bình thường hành hạ, tôi chỉ biết nàng ăn chay trường, nàng cho biết thường vào chùa, tự ngồi thiền hằng đêm. Cách ăn mặc từ sang trọng lịch sự thay đổi dần ra xuề xòa hippy. Do nàng kể, nhìn thấy một nữ Bồ Tát hiện ra bên nàng, tôi đặt "mật danh" cho nàng là "Tara".

Loáng thoáng những chuyện riêng tư nàng kể, có hai sự việc ảnh hưởng lớn đến tâm lý nàng: Một là người yêu nàng chết bất ngờ ngay trước mắt, khiến nàng không thiết tha gì tương lai. Hai là gia đình nàng không chia sẻ nỗi buồn nàng cưu mang đầy ám ảnh sợ hãi đó. Nàng xin vào một ngôi chùa Thái, xuống tóc, ở ba tháng, trở về đời thường. Về sau được một vị Lạt-Ma nhận làm đệ tử. Nàng ăn học bên này nên nói tiếng Anh trôi chảy. Tôi hoàn toàn không biết nhà nàng, số phone nàng, đó là giao ước.

Bẵng đi vài tháng Tara không đến. Chợt một hôm nàng tới bất ngờ, vận bộ trang phục khoe do chính nàng design: Chiếc váy ngắn xếp thành chiếc nón Ai Cập đội đầu. Mắt tô tươi xanh dương thật rộng trên mí như Cléopâtre. Một chấm son giữa trán như Ấn Độ. Áo Jean bó và vận váy khăn dài đầy bông to kiểu Thái Lan. Cổ choàng nhiều chuỗi dài kiểu da đỏ Mỹ.

Xoay người cho tôi ngắm một vòng, nàng hỏi

"Anh xem có hippy không?"

Tôi dốt thời trang nữ, ậm ừ đáp:

"Lạ nghe..., mà sao em thích vậy?"

Nàng nhìn tôi, tươi cười hãnh diện:

"Em sắp là Tiên Cô rồi, phải design cho đúng kiểu".

Tôi tá hỏa, ôi thôi, còn đâu "tình nhân một ngày" đầy trong sáng thơ ngây! Cặp mắt tròn xoe đẹp đẽ trong lành ngày nào bây giờ rừng rực lửa ma trơi u oán. Tôi chết lặng, buồn muốn sụm hai chân.

Sau đó là thời gian nàng đến nhà tôi thường xuyên, không còn chuyện "tình nhân một ngày" với nhau nữa, nàng đến xem như ở nhà nàng, bất chợt đến, bất chợt đi, nhưng đưa chìa khóa nhà nàng không nhận, tôi đành luôn để cửa không khóa. Nàng đến dọn dẹp lau chùi sạch sẽ trong nhà, nấu món ăn chay, chờ tôi về cùng ăn tối, dọn rửa sạch sẽ xong rồi lặng lẽ lái xe đi.

Có hôm, "trúng tần số", nàng đứng như một nàng tiên diễn giả, diễn thuyết thao thao tám tiếng đồng hồ chưa dứt. Cứ một lúc, sợ nàng khô cổ, tôi đưa ly nước, nàng từ chối không uống, tiếp tục kể tội lỗi những-tên-tuổi-Bolsa mà nàng biết. Xong một nhân vật, nàng kết luận:

"Tôi đang nói cho người-ở-trên nghe đó, mấy người ráng tu đi".

Tôi ngủ khèo ở ghế sa-lông một giấc, thức dậy vẫn còn màn "Hoa Sơn luận kiếm". Nàng đã diễn tuồng hơn 6 tiếng đồng hồ, lại sợ nàng khát nước, tôi đưa chai nước lọc, nàng lắc đầu. Không biết "mấy người" hay mấy "nhân vật tên tuổi Bolsa" bị nàng luận tội đó, có dính gì tới chuyện "Một Ngàn Lẻ Một Đêm" với nàng hay không? Chỉ có nàng và "người-ở-trên" biết.

Bạn bè hay ghé nhà tôi, gặp phải lúc ấy, nàng coi như pha. Đám bạn nhìn qua bản mặt méo xẹo, có khi thản nhiên, có khi buồn-mệt-mỏi của tôi, cắc cớ hỏi

"Ông giải quyết sao đây, Trần?"

Ít ra, cho nàng có một trạm dừng chân. Tôi thật không biết phải làm sao đối với một cô gái đôi mươi xinh đẹp đang điên dại đầy đau khổ và phẫn nộ như thế. Cứ để đến khi nàng đuối sức, trở lại im lặng như người bình thường.

Một lúc sau khi màn kịch kiệt lực, nàng lặng lẽ lái xe đi.

Ông hàng xóm tụng Dược Sư ngày ba cữ kế bên nhà, cũng thường nghe thấy "Tiên Cô Luận Kiếm", đi ngang nhìn tôi đang đứng ngoài cửa trước, nói *"Thiện tai, thiện tai"*.

Một hôm đi làm về, thấy cơm đã dọn chờ, trông nàng hôm ấy tỉnh táo, hiền lành, im lặng nhưng thỉnh thoảng cười mỉm chi duyên dáng.

Dọn dẹp sau khi cơm xong, ngồi chơi một lúc, nàng nhỏ nhẹ hỏi tôi:

"Anh có bao giờ nghĩ đến lập gia đình không?"

Câu hỏi bất ngờ làm tôi lúng túng. Tôi im lặng nhìn nàng, chờ đợi. Nàng tiếp:

"Anh có muốn lập gia đình với em không? Ba má em biết em chịu lấy chồng chắc vui lắm".

Trời hỡi, phải làm sao đây? Tôi im lặng với bao dồn dập xót xa cho nàng, và chua chát cho tôi.

Có lẽ giác quan thứ sáu của phụ nữ trong nàng nhạy bén, nàng nói liền không chờ đáp:

"Em hỏi vậy thôi, chớ em biết anh không nghĩ tới đâu. Thôi quên nghe anh".

Nàng bắt qua chuyện thường ngày:

"Em có làm món ăn cho anh mang đi làm, mai nhớ đem theo nghe. Em thay áo gối cho anh rồi nghe. Ngày kia đức Đạt Lai Lạt Ma đến Long Beach, em sẽ đi dự."

Sau ngày đó, nàng biệt tích.

oOo

Hai năm sau, Thúy, người ở Việt Nam mà về sau thành vợ tôi, qua Mỹ. Một chiều tôi đang cùng Nguyễn Diệu Thắng, Phạm Công Thiện và vài bạn thân ngồi nhậu lai rai, Tara xuất hiện ngoài cửa, vợ tôi ra hỏi cô tìm ai.

"Tôi muốn gặp anh Trần".

Vợ trở vào nhà:

"Anh, người đẹp tìm."

Tôi rời bàn bước ra. Tara bây giờ ốm gầy xơ xác, tim tôi siết lại.

"H., khỏe không em, vô nhà chơi nghe!"

"Em phải đi liền, xin anh tiền đổ xăng thôi!"

Tôi móc nhúm tiền trong túi dúi vào tay H.

"Cảm ơn anh, anh có vợ rồi phải không? Em đi nghe!"

H. nhón tới hôn phớt vào má tôi rồi quày quả đi.

Vào nhà, vợ cười ghẹo:

"Em thấy hết trơn rồi nghe! Tara hả anh?"

Thắng đọc hai câu thơ hắn làm chọc quê tôi lúc trước: *"Em là Thánh Nữ Tara. Trời sai xuống cõi ta bà hại anh"*. Phạm Công Thiện ngắt:

"Thôi mày, nó khổ cũng đủ rồi. Tội nghiệp con bé..."

Không lâu, tôi bán căn Mobile Home.

Một năm sau, vợ chồng tôi giã từ Quận Cam phố cát, rời Cali dọn đến định cư nơi một xóm nhỏ, Texas.

Lê Giang Trần

(2016)

LÊ HỨA HUYỀN TRÂN

BUÔNG

Nếu mà bà không thương ổng thì buông tha cho người ta để người ta còn đi lấy vợ nữa chứ?

Câu nói như từng bước đánh vào lòng Huyền những phát thật đau, đến độ cô tưởng chừng sắp khuỵu ngã xuống nếu không phải có chiếc bàn làm việc phía sau làm bệ đỡ. Đã nghĩ đến việc phải sống thật thu mình lại đủ để không ai có thể bước chân vào cũng như sẽ không bị ai làm cho tổn thương, cả soi mói nhưng đúng là để tồn tại trong cái xã hội này, sự cố gắng của một mình bản thân là không đủ. Xã hội này có những người nghe rất bận rộn trong cuộc sống đời thường của họ nhưng họ đủ "rảnh" để có thể bàn tán về cuộc sống riêng của một ai đó. Một ai đó dẫu đi ngoài cuộc chơi. Một ai đó dẫu đã thu mình lại nhỏ bé đến độ không ai biết một chút gì nhưng kỳ lạ thay, mỗi người trong cuộc chơi của họ, họ đều có thể vẽ nên những câu chuyện dựa trên những gì ít ỏi mà họ biết. Cô chỉ phẩy tay cười cố đưa đẩy câu chuyện sao cho nó giảm nhẹ bớt, đủ để không xích mích. Xét cho cùng cuộc sống chốn văn phòng vốn vậy, tỏ ra nghiêm trọng thì lời nói sẽ là "lời nói đùa", còn giả bộ cho qua thì họa may mọi việc sẽ chìm xuống thành việc sau lưng. Cô đủ bận rộn với cuộc sống của riêng mình, hoặc giả cô vốn đã quen thuộc, không còn nghĩ mình có thể thay đổi mọi thứ như ngày còn trẻ nữa.

Cô pha một cốc café đắng, ngẩng đầu lên nhìn kim đồng hồ vừa bước qua con số mười hai, hơi chần chừ nhưng rồi nhìn đống công việc vẫn còn đương dang dở trên laptop cô lại nhấp một ngụm. Công việc trên công ty đã đủ bận rộn nhưng cô vẫn còn nhận thêm việc tay trái về để làm đến quá nửa đêm. Cánh cửa phòng cô bật mở, mẹ cô bước vào trên tay là một bát mì nóng, cô vội đứng dậy đỡ:

Con đói thì tự làm được mà. Sao giờ này má còn chưa ngủ nữa?

Bây có bao giờ chịu ăn uống gì đâu, cứ làm mệt xong lăn ra ngủ. Không chừng mai má dzô phòng lại thấy ngủ gục trên bàn như bữa.

Cô khẽ tự trách mình, lại đặt thêm một điều tự dặn bản thân là tuyệt đối không ngủ gật và cũng không để mẹ phát hiện mình làm việc xuyên đêm nữa. "Có lẽ là nên giả vờ đi ngủ, đợi má ngủ rồi mới dậy làm tiếp". Cô đỡ mẹ về tận phòng rồi nói nhỏ:

- Đang dự án, nốt tối nay là con xong rồi đó má.

Về lại phòng, nửa đêm rồi nhưng chiếc điện thoại vẫn reo vang tin nhắn: "Mai anh qua chở em đi làm." Và ngay sau đó là một tin nhắn khác: "Em không nên từ chối." Cô mệt mỏi đặt điện thoại xuống, mối quan hệ này là gì nhỉ? Là ban đầu nó đã như vậy hay cô để nó thành như vậy?

Sau khi tốt nghiệp đại học, cô nhanh chóng được nhận vào một công ty chuyên ngành. Suốt cả cuộc đời của cô khi ấy tất cả chỉ xoay quanh hai chữ "phấn đấu". Cô là con một trong nhà, gia đình phía nội vốn phong kiến, là một đại gia tộc ở ngoài Bắc. Cô chỉ biết kể từ khi cô chào đời, khi người mẹ vốn ốm yếu không thể sinh thêm được nữa trong khi ba cô là người con trai duy nhất của gia tộc, thì cô đã không thể gặp lại ba mình và cả gia đình nội. Họ bắt ba cô phải lựa chọn giữa gia tộc và mẹ con cô, và ba đã rời xa mẹ con cô. Một mình mẹ cô ôm cô đi về miền Trung quê hương và ở vậy nuôi cô đến tận giờ.

Kể từ khi có ý thức cô chưa bao giờ hận ba, cũng chưa bao giờ gặp lại ông. Nhưng cô luôn cảm thấy mình là căn nguyên của mọi vấn đề, cô không lạc quan, luôn nhìn đời bằng con mắt tiêu cực và có xu hướng nhận lỗi về bản thân. Cuộc sống của hai mẹ con cũng đầy khó khăn vì vốn dĩ mẹ cô sức khỏe yếu nên nhận làm công việc gì cũng một thời gian không kham nổi, lâu dần cũng chỉ có thể nhận việc làm thêm về nhà, không đi làm các công ty được. Khi cô lớn thêm một chút, cô đã phụ mẹ vừa học vừa làm. Lớn lên thêm chút nữa khi nhìn mẹ ngày càng yếu đi cô càng tự đặt mọi gánh nặng lên vai: cố gắng học được học bổng, ngay khi tốt nghiệp cũng xin đủ công ty, quyết tâm đổi đời mà mục tiêu lớn nhất chính là không để mẹ phải khổ.

Cô cũng từng yêu, khi cô hai tư, cô yêu một đồng nghiệp cùng công ty. Quốc là một người chịu thương chịu khó luôn ở bên và hiểu được những hy sinh và ràng buộc của cô; nhưng ngược lại, gia đình anh không chấp nhận được một gia đình mẹ đơn thân. Dẫu thế, chưa bao giờ Quốc buông bỏ cô, anh không phải kiểu thuận theo cha mẹ để từ bỏ tình yêu của mình. Ở bên anh, cô luôn tự cho phép mình ích kỷ, thậm chí anh đã gạt bỏ tất cả để cầu hôn cô sau hai năm yêu. Nhưng... cô từ chối. Cô yêu anh, đó là thật. Nhưng mẹ cô chỉ có mỗi cô; vì thế, cô muốn ít ra mình có thể kiếm thật nhiều tiền để nếu về nhà chồng, mẹ có một mình khi rảnh mới qua thăm được thì ít ra vẫn có thể trang trải cuộc sống. Đáp lại, Quốc đã ôm cô rất chặt:

- Anh sẽ đợi em.

Anh yêu cô đủ để biết gánh nặng trên vai cô và suốt thời gian khi cả hai người quen nhau dường như anh luôn đối xử với cô tốt như chính gia đình mình. Hai chín tuổi, cô thậm chí lần lượt chứng kiến nhiều nữ đồng nghiệp lên xe hoa, có con, thậm chí có người đã đứa thứ hai, thứ ba trong khi cả hội từng hứa hẹn vui sẽ cùng bên nhau làm hội độc thân suốt kiếp. Cô đôi lúc cũng thấy cô đơn, cũng muốn có ràng buộc nhưng cô thương mẹ mình rất nhiều. Anh cầu hôn cô lần nữa, lúc này cô phải đứng giữa hai sự lựa chọn: vì anh chuẩn bị thuyên chuyển công tác nên nếu đồng ý cưới anh cô phải đi theo đến nơi khác, và mẹ. Mẹ cô luôn nghĩ cho hạnh phúc con gái mình, nhưng cô cũng đã có đủ sự lựa chọn cho bản thân.

Em xin lỗi, có lẽ em chưa đủ yêu anh...

Sau đó, anh đi. Đôi lần các hội chị em tám lại với nhau có người nhiệt tình:

- Chị cũng lớn rồi, cũng nên tìm một chỗ dựa.

Có người ác miệng:

- Phụ nữ ba mươi coi không ai cần nữa đâu, cứ kén chọn quá sau quá tuổi vớ đại ai thì lại khổ.

Cô không kể với họ chuyện gia đình mình, đôi khi chuyện trong nhà không nhất thiết phải đòi hỏi sự cảm thông. Nhưng nhiều lần khi giờ nghỉ cô bắt gặp được họ nói với nhau: "Không thương anh Quốc mà bắt ổng đợi năm năm, cũng ích kỷ...". Không ai hiểu được bằng người trong cuộc, kể cả Quốc dẫu chia tay thậm chí hiểu cô đến độ không trách cô một lời, chỉ là anh không đợi được nữa. Cũng kể từ đó cô bắt đầu thu mình lại, ít giao tiếp với mọi người vì cô có cảm giác mọi lời nói thuận theo mình trước mặt thì sau lưng đều ngược lại. Có những lần cô cũng chia sẻ, xét cho cùng phụ nữ cũng có những lúc yếu lòng, cần một chỗ dựa. Nhưng khi cô thử nói suy nghĩ của mình, có những câu chuyện vốn là bí mật lại bị đồn ra cả công ty, cô hiểu chuyện mà chỉ cần có một người thứ hai biết thì không thể nào là bí mật nữa. Cô vò võ cố gắng một mình với công việc và tuyệt nhiên không hề cất lời với một ai. Công ty cứ dần thay người, duy chỉ có cô được giữ lại, xét cho cùng cô không có sự ràng buộc chồng con, nên vẫn cống hiến rất tận tụy.

Tiến đến với cô năm cô vừa tròn ba mươi. Cô không yêu anh và ngay từ đầu cô đã xác định rõ với anh như thế. Tòa nhà nơi cô làm việc vốn là chỗ thuê văn phòng của nhiều công ty, và công ty của cô và Tiến ở chung một tầng lầu. Anh lớn hơn cô ba tuổi, trong một lần trùng hợp hai người đi chung thang máy, thang máy bị hư phải chờ người sửa, nhìn người phụ nữ mạnh mẽ không chút e sợ dù bóng tối bao trùm không hiểu sao Tiến nảy sinh thiện cảm. Anh theo đuổi cô bằng cả sự nhiệt huyết của một người đàn ông trưởng thành nhưng chín chắn. Anh thường quan tâm đến cô bằng cách mời cô đi ăn sáng, mua café hoặc nước ép cho cô vào những ngày trời nắng nóng. Dĩ nhiên, cô từ chối. Cô không thích sự hiểu lầm và cả sự ràng buộc, nhưng anh vẫn nhất quyết theo đuổi. Nếu cô từ chối không nhận nước anh sẽ treo ngoài cửa văn phòng hoặc nhờ đồng nghiệp mang vào. Lúc đó nhiều người trong văn phòng bắt đầu buông lời chòng ghẹo cô, một số: "Chồng tui mà mua cho tui được ly nước vậy giữa trời nắng chưa?", số khác lại ganh tị: "Ôi chao, thời chưa cưới thì vậy, ra sao phải đợi lúc lấy về...".

Tiến cũng rất kiên nhẫn theo đuổi cô nhưng quen biết càng lâu cô càng hiểu được anh là một người đàn ông khá kiểm soát và gia trưởng. Không từ chối được và cũng vì cả nể cô bắt đầu đón nhận sự quan tâm của anh nhưng anh bắt đầu nghĩ mình là người yêu cô, bắt đầu có những ghen tuông và cả to tiếng mỗi khi cô thân thiết với người khác giới. Chỉ vì có một lần cô đi nhờ xe vì xe hư một nam đồng nghiệp mà sau đó Tiến đã chở cô đi làm, đồng nghiệp mỗi khi nhìn thấy sự săn sóc của Tiến đều tặc lưỡi: "Huyền thiệt là hạnh phúc quá đi, được đưa đi đón về." Nhưng không ai biết được sự thật đằng sau đó, và cả cô với những lần bị niềm tin phản bội cũng không muốn kể đến góc tối trong mối quan hệ của mình.

Năm cô ba mươi ba, Tiến đưa cô về ra mắt gia đình và cũng là lúc mẹ anh không chấp nhận một người phụ nữ lớn tuổi làm con dâu. Cô không trông chờ vì cô đã từng được nghe anh giống mẹ như thế nào, và cô cũng được nghe mẹ anh rất khó tính. Nhưng khi cô muốn buông tay thì chính anh lại là người ngoan cố kéo cô lại. Đôi khi anh không kìm được mình để lộ ra những cuộc cãi vã ở ngay hành lang giáp ranh hai công ty và để một vài người nghe được. Nhưng khi nhác thấy bóng người thì anh lại đổi ngay thái độ: "Sao em lại đòi chia tay? Sao em không chịu cưới?". Những gì mà cô nhìn thấu được cô cũng không buồn nói. Ở lứa tuổi này cô quá quen với những gièm pha nhưng mọi người lại nhìn cô bằng ánh mắt của kẻ nhìn một người kén chọn. Anh càng níu kéo, cô càng dứt khoát, càng có nhiều lời đàm tiếu và thứ cô nhận được chính là câu hỏi của người ngoài: "Sao cô không buông tha anh ta?"

Sau đó, cô xin thuyên chuyển công việc và đưa mẹ đến một thành phố khác, nơi cô bắt đầu một cuộc sống mới. Cô không trách giận bất kỳ ai và cũng không trách sự đời bạc bẽo, vì cô hiểu trong cuộc sống sẽ luôn có những nốt thăng trầm và cả thị phi. Hạnh phúc vốn không có đáp án tiêu chuẩn, với cô, được ở bên gia đình mình, đó đã là điều hạnh phúc nhất. Cần gì phải quan tâm suy nghĩ, quan điểm của bất kỳ ai. Xét cho cùng mỗi người là những cuộc sống khác nhau, sao phải lấy lời nói của họ làm chuẩn mực cho cuộc sống của mình?

Lê Hứa Huyền Trân

LÊ MINH HIỀN

VÂN HẠ

Tiếc thay chút nghĩa cũ càng,
Dẫu lìa ngó ý còn vương tơ lòng!
(Kiều, Nguyễn Du)

Cơn mưa chiều đầu mùa hạ bất chợt ập đến khi tôi đang thong thả đạp xe vừa ra khỏi trung tâm phố biển Qui Nhơn theo hướng ngoại ô về nhà. Vẫn còn chút nắng vàng ươm mật sóng sánh trên những tán lá ven đường như lưu luyến ngày còn chưa qua và đêm cơ hồ ngỡ như còn xa lắc xa lơ. Tôi vội vàng tấp vào lề đường, dựng xe trước một tiệm thuốc tây và bước vào bên trong lúc này đã có chừng chục người đang chen chúc nhau chờ cơn mưa ngớt giọt. Đang có một đám mây về đậu lại bên trên thành phố nhỏ, thả xuống bên dưới những con người tội nghiệp này một cơn mưa bóng mây. Và bầu trời bao la xem chừng như vẫn vô tình trong xanh lạ thường như chưa hề đang có một cơn mưa đang về, như đã từng chưa hề chứng nhân những biến động trong những ngày đau thương và chia ly sau một mùa chinh chiến điêu linh cuối cùng của đất nước năm 1975...

Không ai nói gì, không khí hơi ngột ngạt nhưng bình thường. Như mọi người tôi cũng hướng mắt nhìn ra màn mưa bên ngoài! Một lúc... Tôi nghe một cảm giác lạ lạ phía sau lưng. Tôi quay đầu nhìn: Một người đàn bà ngồi trên chiếc ghế đẩu, đầu quấn khăn kín đáo chỉ chừa ra một phần chính diện khuôn mặt đang nhìn tôi, hai tay âu yếm ôm một bọc nhỏ trong lòng cũng quấn khăn kín mít, gọn gàng. Thật lạ! Người đàn bà không lộ vẻ gì là mất tự nhiên khi thấy tôi đang nhìn lén mình. Và nàng còn mỉm cười như rất thân quen với tôi! (Tôi bắt đầu gọi người đàn bà là nàng vì nhờ qua nụ cười ấy, ánh mắt tôi dừng lại trên khuôn mặt ấy, chỉ một tí thoáng nhìn, một tí thôi, tôi đã phát hiện ra ngay nàng còn trẻ lắm!). Tôi cười nhẹ vô tư đáp trả như một phản xạ tự nhiên, có phần lịch sự nhưng rồi tức khắc nghe chừng có điều gì đó lướt qua trong tôi, nghe chừng xốn xang. Và... tôi bất chợt giật bắn người: Vâng! Vân Hạ của tôi! Mối tình đầu của tôi! Vân Hạ đang ôm cái bọc nhỏ là một sinh vật nhỏ bé đáng yêu trong vòng tay yêu thương của nàng, một người mẹ còn trẻ quá, đang còn trong lứa tuổi đôi mươi.

Vân Hạ vẫn giữ trên môi nụ mỉm cười. Nhưng hồn tôi đã khởi sự một cảm giác ngày xưa, thuở hai đứa còn ngày ngày bên nhau. Ngày xưa của tôi vuột khỏi đời tôi và trở nên ngày xưa có xa xôi gì đâu, chỉ vỏn vẹn chưa đầy một năm. Trong tôi như có một luồng điện lạ thường đang lướt qua từ giữa hai bả vai lên tới ót tôi. Cái cảm giác tôi vẫn hay cảm nhận qua đời thường, dù chỉ là một tình tự nào đó của tha nhân. Tôi là một con người hay nhẹ dạ, yếu lòng. Nên không sao tránh khỏi, ở phạm trù tình cảm lứa đôi, tôi là một người đàn ông lãng mạn. Hễ yêu ai là yêu đến khôn cùng cảm xúc, mang người mình thương đặt lên những cung bậc hình ảnh đẹp nhất. Vâng, tôi hay gọi nàng là Vân Hạ, vì hai đứa gặp nhau lần đầu vào mùa hè, với phượng đỏ nắng vàng vang vang râm ran tiếng ve sầu sân trường và bầu trời lúc nào cũng xanh ngắt như cái tên của nàng: Vân Hạ. Tôi nghe tiếng nói Vân Hạ, không phải trong những giấc mơ tàn canh trong thời gian qua nghìn trùng tăm mây xa cách nàng mà từ trước mắt tôi, lúc này, một Vân Hạ đang ngồi đây, nghe sao lòng mình vẫn còn thật nhiều ngỡ ngàng:

– Anh khỏe không?

Một dòng xung điện lại xuất hiện trong tôi, tuôn trào như một dòng dung nham. Giọng nói Vân Hạ vẫn thoáng nhẹ một chút ngọng nghịu con nít, một chút thôi mà dễ thương vô vàn vì còn vương dấu ấn âm hưởng của lứa tuổi thơ ngây. Như ngay phút giây đầu tiên thuở duyên số đưa đẩy hai đứa quen nhau, được nghe từ Vân Hạ giọng nói dễ thương lạ thường này. Tôi vẫn còn nhớ như hôm qua việc phát hiện giọng nói của nàng, làm nàng rõ ràng có phản ứng dỗi hờn vì sao tôi dám xem nàng còn con nít chứ. Và mãi sau này, tôi còn yêu hoài biết bao cái tính Vân Hạ lúc nào cũng muốn tỏ ra mình là một người lớn tuổi rồi, trưởng thành rồi, như tôi... vì chắc chắn Vân Hạ còn chưa đủ tự tin làm một người lớn chăng. Giọng nói Vân Hạ nhẹ như một cơn gió nồm thoáng qua mát rượi cả hồn tôi. Tôi run run:

– Anh khỏe. Anh mừng gặp lại em và... con!

Trông Vân Hạ nhỏ bé và ngoan hiền như một con mèo ốm. Con mèo ốm của tôi, của những ngày khởi sự hai đứa thương nhau đây rồi. Nét mặt nàng trở nên sung sướng và hân hoan rõ ràng không che giấu. Hai bàn tay xinh đẹp ngày xưa không biết bao nhiêu lần tôi ve vuốt không chán khẽ lần vén lớp khăn quấn quanh đứa bé và cố ý lần ra ngay chỗ cần cho tôi thấy. Hai bàn tay với những ngón tay thon dài tuyệt đẹp búp măng. Lúc này trông khuôn mặt và cử chỉ nàng hiền thục biết bao. Tôi hiểu ý nàng. Tôi cảm động đến run người và hầu như không thốt được nên lời, tôi nghe có dòng âm vang yêu thương nhưng ngỡ như không phải thoát từ miệng tôi... đúng ra từ sâu lắng cõi lòng tôi, nhưng chúng tôi đang thật sự hạnh phúc:

– Anh vui lắm!

Có một giọt nước mắt đang lăn dài trên má Vân Hạ!

Ngoài trời mưa đã bắt đầu thưa dần rồi tạnh hẳn, bầu trời như sáng thêm ra và tươi mát không còn oi nồng như trước cơn mưa. Mọi người tản ra đường. Cùng lúc này, một cảm giác lạ lạ lần thứ hai lại xuất hiện trong tôi. Tôi ngước nhìn và ngạc nhiên: Một người đàn ông đứng sau nàng từ hồi nào đang có vẻ dò xét nhìn tôi. Tôi đã không nhận ra người này ngay từ đầu vì lẫn trong vài người khác sau nàng. Cùng lúc tôi nghe giọng Vân Hạ chừng như lạc đi… như có một cơn gió lạnh ngắt tạt ngang làm tôi bừng tỉnh ngay:

– Ông xã em!

… Vậy là chúng tôi đã xa nhau từ cuối mùa hạ trước của năm '75. Gần một năm đã qua, từ khi đất nước đã ngưng hẳn tiếng súng hận thù nhưng khởi sự cho những ngày tháng biến động đến từng phận đời người miền Nam. Gia đình Vân Hạ đã trở về Huế, còn Mẹ cùng chúng tôi vì lo sợ bị đi kinh tế mới đã dọn nhà từ Qui Nhơn về lại nhà từ đường ở ngoại ô sau khi Ba tôi thuộc thành phần vừa ngụy quân, vừa ngụy quyền là giáo chức biệt phái bị chính quyền mới tập trung cho đi học tập cải tạo ở trại K18 tận trên vùng núi rừng An Lão. May mắn là vẫn còn trong địa phận tỉnh Bình Định quê nhà tôi, có phần nào tiện bề cho Má tôi đi thăm nuôi hàng tháng. Lúc đó hai đứa đã có những đêm cuối cùng bên nhau và rồi tôi những tưởng không bao giờ còn có dịp gặp lại Vân Hạ ngày xưa của tôi. Nhưng sau lần này sẽ là mãi mãi chia xa! Làm sao cho tôi quên cái mùi hương trinh nguyên lạ thường từ người con gái mà tôi thương. Cái mùi thơm ngon sữa ngọt ta vẫn bắt gặp ở những đứa bé hài nhi thơm mùi sữa Mẹ mà tôi chưa bao giờ cảm nhận được ở một người con gái thứ hai! Đến nỗi trong một cảm hứng khôn cùng, một đêm trong lúc hai đứa bên nhau, tôi góp nhặt cát đá được hai câu thơ trong một bài thơ, và có cả trăm bài thơ, trong hầu như cả sự nghiệp thơ ca của tôi dành chỉ riêng cho Vân Hạ, người thương của tôi: "... Cho tôi xin hương vị em thơm ngọt/thoảng nhẹ ngập hồn dưới vạn ánh sao đêm...". Và còn nhớ làm sao, ấn tượng làm sao nốt huyền rậm rật trên vùng ngực trắng hồng, và những sợi lông măng tơ vàng trên đôi cánh tay trần nuột nà của Vân Hạ... Nhưng dẫu sao lòng tôi rồi sẽ lắng đọng dần và trầm tích xuống tận đáy lòng tôi theo dòng đời trôi đi và Vân Hạ chắc hẳn cũng thỏa lòng với người nàng thương để chúng mình khởi sự lật sang trang đời mới của mỗi đứa trong cõi đời quán trọ này, phải không em. Thôi thì xem như một định mệnh đã an bài giữa tôi và Vân Hạ của tôi. Mọi việc tùy duyên vậy. Biết làm sao hơn được! Nhưng tôi chắc chắn một điều: Vân Hạ sẽ vui sống bên con như có tôi bên cạnh nàng. Ngày xưa tôi hay thương yêu thì thầm bên tai nàng: “Vân Hạ sẽ sinh cho anh một cô bé giống y chang như Mẹ nó!”

Lê Minh Hiền
Stanton, Little Saigon California May 2023 – Apr. 24th, 2025 (2: 34 xế chiều xứ xa, trời sắp sang hè mà như một sáng mùa đông quê nhà ngày xưa)

"Ừ, hơi buồn. Phải chi mày chịu khó nhe răng một tí chắc đỡ hơn." Vicki thành thật.

"Ừ, tao cũng nghĩ thế." Tôi nhỏ giọng.

Trở về phòng làm việc với tấm hình trong tay. Tôi ngồi ngó tôi, nghĩ khuôn mắt mình lúc bình thường, không làm điệu trông héo hắt đến thế sao? Tôi nhớ những người thân quen vẫn thường ý kiến sau lưng.

"Mặt con Tường Quyên đẹp nhưng buồn quá!"

Hoặc nói thẳng cho tôi nghe.

"Tường Quyên có đôi mắt ươn ướt như sắp khóc."

Nhưng câu mà tôi nghe quen tai nhất.

"Tươi lên chút có được không nào!"

Chung quanh ai cũng nói sao tôi cứ buồn buồn, ngay cả khi cười. Nhưng không ai phủ nhận một điều là tôi đẹp, và tôi biết tôi đẹp.

"Nét đẹp của chị hợp với thời chiến hơn!" Thằng Phước, một lần ngắm tôi rồi phê bình nhan sắc chị nó như thế. Ở tôi, nét mỏng manh, nhẹ nhàng pha chút chịu đựng, tuy nhiên, nét buồn vẫn hiện rõ trên khuôn mặt, nghĩa là không còn hợp với thời này nữa. Thời mà nét vui tươi, trẻ trung, khỏe mạnh lôi cuốn sự chú ý. Thời mà dọc đường, từ nhà đến sở hầu như góc nào cũng có phòng tập thể dục. Giở tạp chí thời trang, cô đào, siêu mẫu chụp hình hở ngực, đùi, mông ai nấy đều rắn chắc, hấp dẫn bởi những múi bắp thịt săn chắc do khổ công tập luyện.

Tôi nhớ người tình cũ, có lần nhìn tấm hình hai đứa chụp chung, anh nói: "Đầu em sát đầu anh, vai em kề vai anh, tay em trong tay anh nhưng em vui chỉ ở cái miệng mà đôi mắt buồn thiu. Bộ em không hạnh phúc bên cạnh anh sao?

Tôi cười cười, rúc đầu vào ngực anh. Những lúc bối rối, tôi chỉ biết làm thế.

oOo

1973, hai năm trước ngày rời Việt Nam tôi vừa tròn mười tuổi. Tuổi thích được cột tóc cao bằng những cái nơ càng to, màu càng sặc sỡ thì lòng càng rộn ràng, sung sướng. Tuổi dễ thương là không còn quá nhỏ để làm phiền bố mẹ trông chừng tắm rửa, đút cơm. Cũng chưa lớn đủ để tập tành xây thế giới riêng tư ở tuổi vị thành niên trở chứng. Ngoài giờ học ở trường, về đến nhà tôi thường luẩn quẩn quanh mẹ để được sai vặt, hoặc chờ bố đi làm về, vội cất giày cho bố. Ngày nghỉ, bố sai nhổ tóc bạc, hoặc chạy ra đầu ngõ mua chai beer, được bố thưởng mấy đồng bạc lẻ mua kẹo. Ngậm viên kẹo trong miệng mà thấy đời ngọt ngào biết bao!

Chiều 29 tết năm đó. Trời bắt đầu tối, tôi và thằng Phước ngồi trước thềm nhà đợi bố mẹ về. Thường vào giờ này ở xóm tôi, bọn trẻ con chạy loăng quăng ngoài đường chưa đứa nào muốn về, nán lại ném lon, nhảy dây, chơi ô làng... Hiệp cuối bao giờ cũng gay cấn nhất. Từ đầu ngõ đến cuối ngõ, người đi tới kẻ đi lui, tay bồng bế, tay xách giỏ, tay ôm cặp táp. Tiếng xe nổ lẫn tiếng nói cười gọi nhau ơi ới, cùng tiếng nhạc hoặc tin chiến sự phát xuất từ radio của những căn nhà quen thuộc. Nhịp sống bình thường diễn ra hằng ngày trong xóm tôi ở, đã nghe quen tai nhìn quen mắt bỗng dưng hôm nay biến mất. Chiều 29 tết, lòng ai cũng chộn rộn ở trong nhà sửa soạn đón năm mới.

Căn nhà tôi quạnh vắng, mẹ đi Huế thăm ông Ngoại bệnh nặng cả tuần chưa về. Trước khi đi mẹ hứa thế nào cũng về trước tết, ở nhà ngoan, hai đứa sẽ có quà. Cả bố nữa, đúng ra giờ này bố cũng đã đi làm về. Nhìn vào trong nhà thấy tối om, hai chị em không đứa nào dám bước vào. Vừa sợ vừa đói vừa mệt.

Khi tôi mở mắt, thấy mình đang nằm trên giường bố mẹ. Cạnh tôi, thằng Phước đang ngủ say, nước dãi nhiễu một khoảnh trên gối, mặt nó lem luốc, đêm qua đi ngủ nó chưa rửa mặt, rồi chợt nhớ mình cũng thế. Tôi ngóc đầu kiếm mẹ, nhưng không thấy mẹ, chỉ thấy bố đang ngồi quay lưng ở cuối chân giường. Hai tay bố ôm mặt, trên người vẫn còn bận bộ đồ lính. Tôi nằm yên nhìn bố từ phía sau. Màu nắng chưa rõ đầu ngày hắt lên một mảng trên tóc bố. Tôi bỗng thấy vai bố rung rung, cùng tiếng nấc nghẹn. Tôi ngả người xuống nằm im, nghe như tim mình bị tay ai đè nặng. Lần đầu tiên tôi linh cảm có chuyện gì không lành xảy ra.

Tôi gọi "bố". Bố quay nhanh người lại, mắt bố đỏ hoe, màu đỏ như màu máu. Bố nhào tới ôm lấy tôi. Tôi nghe tiếng bố khóc lẫn tiếng tim đập thình thịch trong ngực bố. Nước mắt bố nhòe thấm trên tóc, má và mặt tôi, "Bố đây, bố đây con." Tôi khóc oà theo bố, mặc dầu không biết tại sao bố khóc nhiều như thế.

Hừng sang 30 tết, tôi nhận được tin mẹ tử nạn trên đường từ Huế vào lại Qui Nhơn. Cầu bị Việt Cộng đặt mìn giật sập, trên xe đò cả thẩy 70 người không ai thoát khỏi nắng, kể cả mẹ, người mà tôi nghĩ sẽ sống vĩnh viễn bên cạnh bố và chị em tôi. Tôi mất mẹ ở tuổi chưa có khái niệm rõ rệt hai chữ tử sinh.

Mẹ ra đi, để lại lỗ hổng lớn trong đời sống của ba bố con.

Bố ở trong quân đội. Cấp bậc trung úy. Người bố cao lớn, dềnh dàng, hay đùa giỡn và kể chuyện cho chị em tôi nghe nhiều hơn mẹ. Giờ giấc bố đi làm thất thường, bởi thế, hôm nào bố trực đêm là hai chị em được ngủ chung giường với mẹ. Có những đêm khuya chợt thức giấc, qua khoảng cách của người thằng Phước, tôi thấy nhấp nhô cái bóng in trên vách mùng. Tôi lờ mờ... không hiểu chuyện gì rồi ngủ thiếp lại. Mãi sau này, khi lớn, biết mùi vị hương lửa tình yêu, tôi thương bố vô vàn.

Vài năm sau, tụi tôi lớn hơn chút xíu, bố tuyệt đối cấm không cho hai đứa nằm chung giường bố mẹ. Có hôm chợt thức giấc, chạy vào buồng không thấy mẹ đâu, chạy ra vườn thấy mẹ và bố đang ngồi trên xích đu, cạnh cây ngọc lan thơm ngát. Mẹ ngồi sát vào người bố, dáng bố to cao che chở mẹ. Tay bố vuốt dọc tóc mẹ nhẹ nhàng theo nhịp xích đu. Bộ đồ lụa trắng mẹ mặc nổi bật trong đêm khuya thanh vắng, ở tuổi lên mười tôi đã biết đó là hình ảnh đẹp tuyệt trần.

Tôi lớn hẳn sau ngày mất mẹ, như "bị" mang đôi hia bảy dặm. Đoạn đường đi, về từ nhà và trường tôi phải rút ngắn. Bước chân cố sải để mau đến lớp không bị trễ và mau về nhà để lo coi sóc trong ngoài. Tay tôi đã biết nắm giữ đồng tiền giao cho bà Năm hàng xóm đi chợ mua thức ăn giùm. Tôi tập tành nội trợ, ráng giữ nhà cửa sạch sẽ để được bố thương.

Tôi cũng biết oán giận quá sớm. Như lần thằng Phước và bạn nó lén qua vườn nhà bà Hảo bẻ trộm đu đủ. Lúc bà Hảo đi chợ về, thằng Phước đang còn trên thân cây, trái đu đủ chưa chín đã bị nó hái thẩy xuống cho thằng Huy đứng chực hứng. Vừa thoáng thấy bóng bà Hảo, thằng Phước sợ quá vội tụt xuống, nhảy từ giữa thân cây, chân nó bị bong gân, dậy không nổi, cùng lúc tôi đi kiếm em về ăn cơm. Tôi vội chạy lại đỡ, mặt nó mếu máo khóc vì đau. Tôi dìu nó về nhà, tiếng bà Hảo chửi vọng theo: "Đồ con nhà mất dạy, quân ăn trộm, thứ không cha không mẹ không ai dạy dỗ." Tôi giận run người. Hai chị em vừa đi vừa khóc. Nó khóc vì chân đau, tôi khóc vì tiếng chửi rủa độc miệng của bà hàng xóm. Đêm đó tôi nằm trằn trọc và mong mau sáng để qua nói với bà Hảo đừng chửi như vậy nữa. "Người nào chẳng có cha có mẹ. Chị em tôi không may bị mẹ mất sớm." Nhưng sáng hôm sau, vừa thấy mặt bà Hảo là tôi hận quá đỗi. Từ đó, mỗi khi đi ngang qua nhà bà, tôi thề không bao giờ nhìn vào.

Sau ngày mẹ mất tôi lại nảy ra tính "ganh tị" với mấy đứa bạn cùng lớp. Mỗi lần đến nhà chúng chơi, thấy cảnh mẹ con họ âu yếm thương yêu tôi thấy tủi thân. Ước chi mẹ còn sống. Nhớ trước kia mỗi chiều đi học về, mẹ luôn đợi sẵn ở cửa, thấy hai chị em, mẹ vội đỡ lấy cặp, vuốt tóc từng đứa, hỏi han chuyện ở trường, lớp. Hai chị em ríu rít như hai con chim non. Giờ đây, có những buổi chiều đi học về, căn nhà vắng lặng, đi ngang phòng bố, thấy bố ngồi yên chống cằm bên cửa sổ nhìn ra cây ngọc lan. Trông bố cô đơn tận cùng. Tôi đứng lặng yên lòng đau theo bố, nghĩ chắc là bố đang nhớ mẹ ghê lắm.

Có những đêm trở mình thức giấc, thấy bố đang lúi cúi đắp mền hoặc sửa lại thế nằm cho hai đứa. Việc làm mà lúc mẹ còn sống hầu như bố chẳng bận tâm. Những lúc như thế tôi nhắm mắt vờ như ngủ, để được bố săn sóc, âu yếm kéo người lại cho thẳng, kê gối ở dưới đầu, được bố hôn nhẹ trên trán, và nằm yên nghe tiếng chân nhẹ nhàng của bố lần đi ra khỏi cửa.

Những lúc rảnh, bố ngồi vẽ tranh mẹ. Vẽ dáng mẹ đang vén tóc, tựa cửa ngó trời vu vơ, hoặc lúc mẹ mỉm cười. Những tấm tranh bố vẽ từ trí nhớ thương yêu mẹ. Tranh nào bố vẽ mẹ tôi đều thấy đẹp. Ngồi nhìn bố vẽ, tay cầm cọ, áo quần xốc xếch nhưng mặt sáng rỡ lạ kỳ. Tôi chợt có ý nghĩ lớn lên tôi sẽ học vẽ, và vẽ cả bố lẫn mẹ.

oOo

Tết 1975 là cái tết sau cùng của ba bố con tôi ở Việt Nam. Cái tết tôi không biết trước là sẽ chia tay bạn bè từ đó và rời bỏ thành phố Qui Nhơn, nơi tôi sinh ra và sống qua những năm thơ ấu, cùng những ngày vui còn mẹ và những ngày buồn mất mẹ.

Đầu năm 1975, ba bố con dắt díu nhau chạy loạn. Từ Qui Nhơn xuôi vô Nha Trang, Cam Ranh, rồi Phước Tỉnh. Những đêm ngủ vùi trên khoang thuyền, mở mắt ngó bầu trời đêm. Trăng sao vằng vặc trên cao. Con thuyền nhỏ lướt sóng trong đêm. Tịch lặng chỉ còn lại giữa dòng biển khơi. Những ngày chạy loạn, bố con tôi ngủ tạm nhà thờ, nhà trường hoặc những căn nhà chủ nhân đã bỏ chạy. Ba bố con cứ đi trước lính Việt Cộng một thành phố. Vai bố đeo ba lô, hai tay dắt hai con gà con đi theo đoàn người vô định hướng. Cứ đi mặc dầu chẳng biết đi đâu và chẳng biết nơi nào là chốn bình yên còn lại của miền Nam Việt Nam.

Cuối cùng ba bố con vào được Sài Gòn, ở tạm nhà người cô xa bên mẹ. Trong nhà ai cũng bàn chuyện xuất ngoại. Kẻ đi người ở. Đúng ngày Sài Gòn thất thủ, ba bố con nhảy đại lên chiếc tàu lớn ở bến Bạch Đằng. Vai bố vẫn đeo ba lô, trong ba lô có vài bịch cơm sấy, bi đông nước, bộ đồ ngắn cho hai đứa và tấm tranh cuộn tròn bố vẽ mẹ.

Ở trong trại Fort Chaffee được hai tháng thì ba bố con được gia đình người Mỹ bảo lãnh. Thành phố đầu tiên trên xứ Mỹ chúng tôi đặt chân mang tên Willard. Thành phố nhỏ, nhiều bụi, rất quạnh hiu thuộc tiểu bang Utah.

Người bảo lãnh là ông bà có tên họ là Kayne. Chồng tên Henry và vợ tên Helen. Hai vợ chồng làm chủ tiệm chuyên đóng giường nước. Một loại giường đang thịnh hành ở thời kỳ đó.

Ở với gia đình bảo trợ được vài ngày thì tôi và thằng Phước được bà Helen chở đi ghi danh học. Trên đường về, bà dừng xe cách nhà khoảng 2 blocks, rồi chỉ góc đường dặn: “Sáng thứ hai tuần tới, đúng 7:25, Tường Quyên ra đây đứng đợi xe bus trường đến đón.” Nghe bà nói, tôi cố nhớ nằm lòng, ngã tư có cây mimosa cao to, vàng rực cả góc đường vì đang độ trổ bông. Thằng Phước vào lớp sáu, năm cuối tiểu học. Trường nó cách nhà khoảng 10 phút đi bộ. Bà Helen đưa nó đi ngày đầu nhập học.

Sáng thứ hai, đúng 7:15, tôi có mặt ở trạm bus. Ở đấy đã có mấy đứa đứng đợi. Ngày đầu khai giảng mặt mày, tóc tai, áo quần đứa nào cũng gọn gàng sạch sẽ. Tôi là đứa tóc đen duy nhất. Lần đầu tiên cảm giác lạc lõng đến với tôi.

Độ mười phút sau xe bus trường màu vàng trờ tới. Cả đám hò hét leo lên. Tôi là đứa cuối cùng leo lên, chân vừa bước vừa tìm chỗ ngồi mà biết tất cả những con mắt trên xe kể cả ông tài xế đang dõi chăm chăm nhìn mình. Hai ống chân tôi như đeo hai tảng đá, đầu cứ lùng bùng.

Suốt quãng đường đến trường tôi ngồi yên, mắt đăm đăm cúi nhìn hai bàn tay mà trong lòng lo sợ nghĩ, kể từ hôm nay, mình thật sự rẽ sang con đường mới. Con đường hoàn toàn xa lạ. Ở đó, ngôn ngữ với danh từ, động từ, ngữ vựng tôi chỉ mới biết được đếm không hết các đầu ngón tay.

Xe bus dừng, đám Mỹ con lại nhốn nháo như đàn ong. Khuôn mặt đứa nào cũng hăm hở. Ông tài xế luôn miệng nhắc chừng phải từ từ, cẩn thận.

Tôi là đứa cuối cùng bước xuống khỏi xe. Ông tài xế nhìn tôi kèm theo câu nói. Tôi cúi đầu im lặng. Phần không hiểu ông nói gì, phần cũng muốn ra khỏi xe bus nhanh như những đứa khác.

Tôi nhìn một vòng quanh trường, bỗng thấy trường sao lạ. Tuần trước bà Helen đưa tôi đến, nhớ phía trước trường có hàng rào gỗ màu nâu sao bây giờ không thấy. Tim tôi bắt đầu đập mạnh. Hai tay nắm chặt vào nhau sợ hãi. Hay mình leo lộn xe bus?

Tôi muốn gọi điện cho bà Helen nhưng không nhớ số phone nhà. Và cũng chẳng biết phone ở đâu và phải gọi thế nào. Ngày đầu nhập học cũng là ngày thứ mười tôi sống trên xứ Mỹ này.

Nách tôi ôm cái cặp, cái cặp nhẹ tênh. Tôi đi lần theo bờ tường, đứng dưới gốc cây có tàn lá phủ rậm. Tôi sợ vì không biết hỏi ai và nên làm gì. Trước mặt tôi tất cả các building đều giống nhau. Đám trẻ chung quanh mặt đứa nào cũng giống nhau. Tóc màu vàng da màu trắng miệng cười tươi. Chúng chơi đùa gọi nhau ơi ới. Có đứa ôm nhau mừng rỡ vì sau ba tháng hè xa cách nay gặp lại, biết bao chuyện vui kể cho nhau nghe. Bỗng dưng tôi tủi thân muốn khóc. Hình ảnh từng con bạn cũ: Liên, Thanh Mai, Thu Hằng, Thủy Trang... nối đuôi nhau hiện ra. Giờ này tụi nó đang làm gì? Ở đâu? Còn tôi sao đứng đây một mình như người đi lộn hành tinh? Mắt tôi bắt đầu cay.

Thỉnh thoảng có vài cặp mắt đang đi bỗng dừng chân tò mò nhìn tôi. Chúng hỏi gì đó nhưng tôi không trả lời liền bỏ đi. Có đứa nhìn tôi cười cười. Tôi nghĩ tới bố, tới thằng Phước. Phải chi có nó bên cạnh chắc tôi đỡ sợ. Rồi thấy thương em, chắc ở ngôi trường khác, nó đang đứng đâu đó, cũng rối bời như tôi.

Một hồi chuông vang lên, kèm theo câu nói dài. Đám trẻ chung quanh bỗng tán loạn. Đứa ngược đứa xuôi. Trong vòng vài phút, sân trường trống trơn, chỉ còn lác đác vài đứa di chuyển chậm chạp. Tôi lại sợ hơn nữa. Tụi nó đã vào hết trong lớp. Tôi bỗng thắc mắc sao không ai xếp hàng chào cờ. Lần này thì tôi không ngăn được tiếng khóc. Tôi đứng khóc òa. Một người đàn ông tiến tới, hai tay chắp phía sau (sau này biết tên ông là Stanley, làm giám thị trường, người giúp tôi tận tình nhất). Ông lại gần đặt nhẹ tay lên vai tôi hỏi câu gì đó, tôi không trả lời mà cứ rung vai nức nở khóc. Cuối cùng ông dẫn tôi tới văn phòng, khi đến trước cửa văn phòng, nhìn hai chậu xương rồng cạnh lối ra vào tôi mới biết chắc là mình không đi lộn trường. Xe bus thả tôi ở cổng sau, bà Helen đưa tôi đến cổng trước.

Phải mất tuần lễ tôi mới thuộc hết những lối đi đến sáu buildings của sáu lớp học và tên tất cả thầy cô.

oOo

Ba bố con vẫn ở căn nhà nhỏ hai phòng ở góc vườn ông bà bảo trợ. Mỗi ngày bố rời nhà đến nơi làm từ sáng sớm và trở về chập choạng tối. Nhiều hôm đi làm về mệt, đêm ngủ bố rên hừ hừ, tôi nghĩ ban ngày chắc bố đóng giường mệt lắm. Có hôm đi làm về, bố không ăn uống gì vì bố rất nhớ thèm cơm Việt Nam. Còn tôi, mỗi chiều sau giờ học, làm xong bài tập, lên nhà trên phụ chăm sóc hai đứa con gái sinh đôi ba tuổi của ông bà bảo trợ. Thằng Phước cuối tuần phụ ông Henry cắt cỏ làm vườn. Ba bố con, người nào cũng có công việc để làm trong thời gian ở trọ nhà người bảo trợ.

Một buổi chiều bố cùng ông Henry đi làm về, trong bữa ăn tôi nghe ông phàn nàn, khuyên bố đừng mặc chiếc áo lính cũ đi làm nữa thì thằng David sẽ không có lý do gì gây chuyện với bố. Bố bảo bố thích chiếc áo lính của bố bởi bố mang nó theo từ Việt Nam. Lúc nói, tôi thấy mặt bố buồn buồn. Tối hôm đó, tôi theo gặng hỏi bà Helen chuyện gì đã xảy ra, bà nói tại bố hay mặc áo lính mà thằng David không thích, nó nói: "Mày muốn đời mày khá lên thì nên quẳng cái áo lính của mày đi. Xứ tao đang hòa bình, không muốn thấy bóng dáng chiến tranh." Bố nghe giận run, định lại cho nó bợp tai, nhưng mấy người chung quanh cản kịp. Rồi bà tiếp, thằng David làm cho ông bà hơn năm năm, không siêng năng như bố, nhưng những việc nặng phải có nó phụ một tay thì mới xong. Trong thời gian này, tôi thấy nụ cười tắt ngấm trên môi bố.

Sau mấy tháng ở Mỹ, tôi nhớ một sáng nghỉ học, bố cũng được nghỉ làm. Bố rủ tôi đi xuống phố. Bố chở tôi trên chiếc xe đạp cũ của ông Henry. Đến trước cửa tiệm chuyên sản xuất cà chua chín đóng hộp, có tấm bảng nhỏ ghi hai chữ "help wanted" bố dừng xe. Trước khi vào bố dặn tôi đứng ngoài này coi chiếc xe, đợi bố vào phỏng vấn. Trời buổi sáng mùa đông Willard lạnh không thể tả. Hai tay và răng tôi đánh nhau lập cập. Cứ một chốc, bố sốt ruột đi ra xem chừng tôi. Cuối cùng, bố bảo tôi lại ngồi cạnh thùng rác lớn khuất gió cho đỡ lạnh. Tôi ngồi mà lòng cũng hồi hộp như bố trong kia, bởi không biết người ta có mướn bố không?

Bố trở ra, hai tay đút túi quần, miệng cười cười. Nhìn mặt bố tôi biết bố đã... trượt vỏ chuối. Lúc ngồi sau xe, áp mặt mình vào lưng bố, hai tay ôm chặt người bố. Tôi cười nói: "Người ta bảo với bố cà chua chưa chín phải không?" Bố nghe rồi cười to. Ngay từ nhỏ, tôi đã có chung ngôn ngữ cùng với bố.

Một sáng ngủ dậy thấy bố không đi làm như mọi ngày. Tôi đến gần hỏi tại sao. Bố vuốt nhẹ tóc tôi, im lặng một lát, rồi nói: "Bố nghỉ làm luôn rồi." "Tại sao?" Tôi hỏi. Bố trả lời hôm qua bố thụi thằng David một cái tại nó chê bố thi rớt bằng lái xe hai lần vì bố đến từ xứ sở không có xe hơi, lạc hậu, kém văn minh, chỉ thích chiến tranh.

Sau gần một năm sống cùng ông bà bảo trợ, bố quyết định dọn ra riêng, bố không muốn vì mình mà gây rắc rối cho ông bà. Mấy năm đầu sống ở Mỹ, bố làm đủ thứ nghề, toàn nghề lao động. Từ đóng giường nước, nhồi bột bánh pizza, chuyển hàng hóa ban đêm ở siêu thị... Giữa năm 1977, bố liên lạc được với người bạn cũ cùng đơn vị ngày trước, hiện đang định cư tại tiểu bang California, rủ bố qua đó làm nghề điện tử, một nghề đang lên, hãng mướn không cần kinh nghiệm, lương cao, cộng thêm khí hậu California mát mẻ, lại gần bạn bè. Một ngày mùa hè, ba bố con thẳng đường từ Utah lái xe qua California, dừng chân thành phố Oakland, cách San Francisco cái cầu có tên Bay Bridge. Cầu to, dài, mới nhưng không đẹp bằng cầu Golden Gate.

Chưa đầy hai tuần bố kiếm được việc. Việc ráp nối những cái chip điện tử qua kính hiển vi. Ban đêm bố học thêm Anh văn ở trung tâm công cộng gần nhà. Lương tăng nhanh, đời sống kinh tế ba bố con thoải mái hơn trước. Nhớ sinh nhật 16 tuổi, bố đưa tôi vào Gemco. Lần đầu bố nói: "Tường Quyên thích áo lạnh nào cứ chọn, hôm nay bố mới được tăng lương." Lúc ôm và ngửi được mùi áo lạnh nỉ vàng mới toanh trong tay, tôi bồi hồi nhớ đến ngăn tủ ở nhà, trong đó toàn áo quần phát xuất từ họ đạo nhà thờ, tiệm bán đồ cũ, hoặc garage sale.

Cũng khoảng trong thời gian này, một hôm bố đưa người đàn bà lạ về nhà giới thiệu cùng tôi và thằng Phước, tên cô là Lan, làm chung hãng điện với bố. Dáng cô Lan đẫy đà, tóc cắt ngắn hợp với khuôn mặt tròn và trắng. Miệng cười chúm chím lộ lúm đồng tiền ở má trái thật xinh. Mắt cô một mí, thoạt nhìn tưởng cô người Đại Hàn hay Nhật Bản. Tôi thấy bố vui hẳn từ ngày quen cô Lan. Bố chịu khó chải chuốt hơn trước. Tôi vui theo bố. Đi tới đi lui trong nhà bố huýt gió hoặc hát những câu nhạc tình nghe da diết lắm.

Sau vài tháng, cô Lan từ từ dọn vào ở chung. Ban đầu chỉ cuối tuần, rồi vài ngày, cuối cùng cô ở hẳn như nhân vật thứ tư trong nhà. Từ ngày có cô Lan, tôi mừng là khỏi lo phần cơm nước. Chung cư có hai phòng ngủ nhưng chỉ một phòng tắm. Nhiều hôm từ phòng tắm bước ra, trên người cô chỉ quấn ngang chiếc khăn lông lớn, da cô trắng nõn, tay chân đầy đặn, mùa hè trông cô tôi thấy mát mắt, huống chi là bố.

Có những tối, cô bận chiếc áo ngủ màu hồng nhạt mỏng manh phủ dài gót chân. Khi đứng nghiêng người trước tủ lạnh kiếm đồ ăn vặt, trông cô thật hấp dẫn. Gò ngực vun cao lồ lộ, mềm mại, rất đàn bà. Cô được cái tính hay cười, chưa nói đã cười, sống cạnh cô không ai có thể bực mình hoặc giận cô được.

Nhiều đêm khó ngủ, tôi nằm nghĩ tới bố cùng cô Lan trên chiếc giường ở phòng bên cạnh, vọng vang tiếng nói cười khúc khích. Hình ảnh lung linh mờ nhạt của mẹ, khuôn mặt xương, nói nhiều bằng mắt, cùng cái bóng nhấp nhô trên vách mùng, tiếng kẽo kẹt của cái giường lẫn hơi thở mạnh, dồn dập trong đêm năm xưa trở về.

Niềm vui cô Lan mang đến cho bố thật ngắn ngủi, chưa đầy năm. Một chiều tôi đi học về, ngang qua phòng bố, thấy cánh cửa hé mở, bố ngồi trên giường hút thuốc liên miên, dưới chân mấy chai beer cạn nằm lăn lóc. Tôi linh cảm có điều gì không lành xảy ra. Sao hôm nay bố ở nhà? Cô Lan đâu? Tôi thắc mắc. Hay bố và cô Lan giận nhau? Tôi chợt nhớ cả tuần nay bố ít ăn cơm nhà và cô Lan ít nói cười hơn mọi ngày.

Tôi vào phòng bố, ngồi xuống nhẹ nhàng đặt tay trên vai bố: "Bố sao vậy? Cô Lan đâu?" Bố im lặng một lát, rồi nói nhỏ: "Cô Lan đã dọn đi." "Tại sao?" Tôi hỏi. "Chồng cô Lan đã vượt biên đến được bên đảo. Cô Lan phải..." Đó là lần đầu tiên hai bố con ngồi nói chuyện yêu đương phức tạp của người lớn. Tôi ôm cổ bố, ước ao mong sao bố hết buồn, và hy vọng cái tin chồng cô Lan vừa đến đảo là cái tin... vịt."

Rồi thời gian trôi. Tôi xong trung học, lên thẳng đại học ở thành phố Sacramento, thủ phủ tiểu bang California, cách Oakland khoảng hơn tiếng lái xe. Ngày được tin trường nhận, bố mừng lắm. Bố nghỉ làm một ngày dẫn hai chị em đi San Francisco chơi. Ba bố con dung dăng dung dẻ quanh phố Tàu, ăn hải sản ở Pier 39. Lần đầu tiên ý niệm hai chữ 'báo hiếu' đến với tôi. Tôi bước được một bước trên bậc thang chữ hiếu.

Những ngày đầu xa nhà, tôi nhớ bố và thằng Phước quá thể, mong chín giờ tối bố gọi phone. Bố dặn đủ điều, từ ăn uống, nghỉ ngơi, đừng ham chơi chểnh mảng học hành, cần gì cứ cho bố biết.

Bao nhiêu năm bố đóng vai người bố lẫn người mẹ, dạy dỗ lo lắng hai chị em. Tôi nhớ lần đầu có kinh, mặc dầu trong trường đã chỉ dạy, nhưng khi có tôi cũng lúng túng, lo sợ. Và không qua khỏi cặp mắt tinh ý của bố. Tối đó bố vào phòng tôi, trên tay cầm hộp băng vệ sinh, loại dành cho teenager nữa chứ!

Đi chợ, bố chọn loại yaourt tôi thích, hiệu xà phòng gội đầu tôi ưa, ngay cả size cũng như 100% cotton quần lót tôi hay mặc. Ở bố, cuộc đời có khi mang đến mật đắng, có khi mật ngọt, tuy nhiên bao giờ bố cũng tận tụy với cuộc đời.

Mấy năm sau, thằng Phước cũng vào đại học. Nó chọn trường xa hơn tôi gấp bội, mãi tận Boston. Con lớn, đủ lông đủ cánh lìa xa bố.

Lên năm thứ ba, tôi chọn ngành xã hội học, ít về thăm bố hơn trước vì bận học, bận yêu, bận làm bán thời gian cuối tuần ở tiệm bán đĩa nhạc để kiếm thêm tiền tiêu vặt.

Một ngày thứ bảy bố lái xe lên nơi tôi ở, đi cùng bố là bà Tâm, nhỏ hơn bố vài tuổi. Bố cho biết hai người sẽ sống chính thức như vợ chồng. Bà Tâm là người bình thường về mọi phương diện, từ nhan sắc đến cá tính, nhưng bù lại, bà rất chiều chuộng, nhẹ nhàng với bố. Cạnh bà, bố tìm được sự thoải mái ở lứa tuổi không còn thanh xuân nữa. Mỗi lần gặp bố, tôi hay đùa: "Ngày trước con nhổ tóc bạc bây giờ con nhổ tóc đen cho bố nhé!" Hoặc vừa đưa tay xoa xoa cái bụng bắt đầu phát tướng của bố vừa giở giọng người lớn: "Mỗi ngày bố phải ráng chạy bộ nửa tiếng, bớt hút thuốc, bớt uống beer..." Bố nghe, cười tủm tỉm. Tôi thấy trong mắt bố bóng dáng hạnh phúc long lanh.

Thằng Phước và tôi, hai chị em nay kẻ ở miền đông người ở miền tây, thỉnh thoảng có chuyện gì mới gọi phone thăm hỏi. Ba bố con, mỗi người nay có đời sống riêng, ai cũng có việc để lo. Hai chị em, tương lai dệt gấm trước mắt, còn bố, bao nhiêu năm tận tụy với cuộc đời, tưởng chừng đã yên, nào ngờ, một tối mùa đông, đêm khuya đang ngủ, chuông điện thoại reng tôi giật mình tỉnh giấc. Bên kia giọng hốt hoảng của bà Tâm báo tin bố bị ngất phải đưa vào bệnh viện. Tôi thay vội quần áo, lái xe thẳng xuống Oakland, vào thẳng nhà thương. Lúc thấy bố nằm yên trên giường bệnh, bao quanh trang bị máy móc, lần đầu tiên, hình ảnh bất lực, tuyệt vọng hiện rõ trên mặt bố. Tôi gạt nước mắt ngồi xuống, vuốt nhẹ những sợi tóc lòa xòa trên trán bố, linh cảm những điều không may lại tìm đến ba bố con tôi.

Suốt đêm đó tôi thức trắng ngồi ở phòng đợi. Chụp hình thấy trong đầu bố có cục u phải mổ. Sau khi mổ, bác sĩ báo tin bố bị ung thư màng óc, giai đoạn cuối, sống không qua một năm. Lúc ngồi đối diện nghe ông bác sĩ trình bày, tôi không ngờ mình bình tĩnh đến thế. Tôi còn nhớ rõ khuôn mặt ông bác sĩ, nếu là họa sĩ, tôi sẽ vẽ mặt ông không sai một nét. Tôi ngó quanh phòng ông làm việc, bảng tên Allan R. Bernstein MD mạ vàng đặt ngay ngắn trên bàn làm việc. Tôi đoán ông gốc Do Thái. Trên tường, ông treo nhiều tấm hình chụp vợ và hai đứa con. Cũng con gái đầu và con trai kế như gia đình tôi, nhưng chỉ khác, gia đình ông vẫn còn đầy đủ. Một gia đình giàu có, may mắn, hạnh phúc.

Rời phòng ông bác sĩ, tôi ra hành lang đứng ngó xuống bãi đậu xe dưới sân bệnh viện. Tôi thấy buổi chiều dài mênh mông bất tận. Tôi đứng yên một hồi lâu rồi bỗng bật khóc nức nở. Tôi khóc to không gì ngăn cản được. Ông y tá đến dìu tôi vào phòng, lấy giấy lau nước mắt cho tôi, vỗ về an ủi. Tôi bỗng nhớ thứ năm tới sẽ là sinh nhật thứ hai mươi mốt của mình.

Tôi nghỉ luôn khóa học đó, dọn về nhà để chăm sóc bố. Bà Tâm bình thường là người dễ mến nếu được che chở, có bờ vai cho bà tựa. Giờ đây bố bệnh, trông bà như cái lá héo, buồn và than thở suốt ngày. Tôi không trách, chỉ tội bà.

Dưới mắt tôi, bố giờ đây như đứa bé, tôi là mẹ, có bổn phận chăm sóc đứa con. Tôi báo tin thằng Phước biết, nó bay qua ở gần bố vài ngày, tôi bảo nó trở lại trường, tôi lo được. Hai chị em không nói nhiều, thỉnh thoảng nó ôm vai tôi, xoa nhè nhẹ như thể dỗ dành an ủi tôi. Trước ngày đi, nó vào phòng chào bố, lúc bước ra, tôi thấy nó ngồi ôm mặt khóc. Trong đời tôi, hai lần chứng kiến đàn ông khóc. Lần đầu là bố của hơn mười năm trước, rạng sang ba mươi tết ngồi khóc vợ. Và giờ đây thằng em tôi, cao to như tay chơi football nhà nghề, cũng đang ngồi khóc vì thấy mình hoàn toàn bất lực.

Mỗi tuần tôi chở bố vào nhà thương hai lần khám và mỗi chiều đưa bố ra công viên cạnh nhà ngồi hóng gió. Sáng trưa chiều tối tôi luôn túc trực cạnh bố. Những sinh hoạt riêng của tôi hoãn lại.

Càng ngày, thời gian tỉnh táo của bố rút ngắn, thay thời gian hôn mê kéo dài. Thỉnh thoảng lúc tỉnh, bố yếu ớt cầm tay tôi bóp nhẹ, những lúc như thế, tôi biết bố yêu tôi ghê lắm. Phần thấy mình bất lực trước định mệnh, phần thương đứa con gái, từ nhỏ đã long đong bất hạnh về đường mẹ cha.

Tôi đứng ra xốc vác mọi chuyện từ trong ra ngoài. Khuôn mặt bà Tâm ngày càng héo rũ thảm hại. Tôi tránh ở cạnh bà, bởi thấy bà tôi thấy khó thở.

Những ngày cuối cùng của bố, bố hôn mê hẳn. Đứng nhìn bố, tôi nghĩ đó chỉ là cái xác, hồn đã lìa xa. Bác sĩ giữ bố luôn trong nhà thương. Sinh hoạt trong phạm vi nhà thương tôi dần dà quen thuộc. Y tá, nhân công lui tới săn sóc bố, tôi nắm giữ thời khóa biểu không thua gì họ. Căn phòng bố nằm, tường sơn trắng toát. Tượng Chúa gục đầu trên thập tự giá treo đối diện mặt bố. Mỗi khi nhìn, tôi không khỏi thắc mắc, Chúa còn bị người ta đóng đinh đau đớn thế kia, chưa tự cứu được mình thì cứu được ai.

Cũng từ khung cửa sổ phòng bệnh viện này, mỗi chiều tôi đứng đợi đêm xuống. Mặt đường xe cộ ngược xuôi, cây dâu tây ngày một rụng lá, bãi đậu xe người tới người đi. Ngày tàn của đất trời bên ngoài lẫn ngày tàn của bố bên trong phòng bệnh. Tôi đứng yên, tính chuyện ra đi của bố phải thực hiện như thế nào, tìm hiểu nghi lễ đám tang, làm sao cho đúng nghi thức đưa tiễn người thân về bên kia thế giới. Như người con gái chuẩn bị đám cưới. Từ áo, nhẫn, thiệp mời, tiệc nhà hàng, loại hoa cầm tay, chụp ảnh... đến honeymoon cùng người bạn đời. Còn tôi đây, một mình lo toan cái đám tang thật chu đáo cho bố. Tôi đọc báo, vào thư viện mượn sách tìm hiểu, coi quảng cáo đặt hoa đâu thì rẻ. Nên đốt hay chôn? Nhà quàn nào tiện đường nhất? Danh sách bạn của bố cần phải báo tin. Tôi thản nhiên thi hành công việc như công nhân làm việc cần mẫn, tinh thần trách nhiệm cao.

Một tối tôi vừa tắm xong, thân xác mỏi nhừ, bụng đau vì có kinh, uống hai viên Midol, vào phòng nằm nghỉ rồi ngủ thiếp đi. Giữa đêm điện thoại reng, giọng bên kia điện thoại báo tin bố đã mất. Hai người sinh thành ra tôi, lúc chết không có tôi bên cạnh để vuốt mắt.

Đám tang bố cử hành chu đáo, đâu vào đấy. Những người bạn cũ, mới của bố hầu hết đều đến chào bố lần cuối. Những lẵng hoa, lời chia buồn, vỗ vai, vòng tay ôm từ biệt. Hôm đấy tôi bận váy đen, cổ viền lace trắng rất đẹp. Tôi biết chung quanh có người nhìn tôi với ánh mắt thương hại lẫn thán phục bởi ít phần 'tang gia bối rối xin được niệm tình tha thứ'. Lần đầu tiên trong đời tôi biết mình có khả năng tổ chức.

Lúc làm lễ hạ huyệt, tôi đứng lặng yên. Những hình ảnh nối đuôi đến với tôi như cuốn phim quay chậm. Từ cây ngọc lan thơm ngát bên hiên nhà cũ ở Qui Nhơn, khuôn mặt xương thuôn nhỏ của mẹ, những ngày cuối cùng chạy loạn rời Việt Nam, năm tháng đầu ở Mỹ, ngày đầu tiên đi học, đi làm ở McDonald... Những ngày vui cạnh bố. Những khuôn mặt người đàn bà đi qua đời bố. Ngày thằng Phước đánh lộn trong trường bị phạt tôi phải tìm cách giấu vì sợ bố buồn. Rồi những ngày bố bệnh nằm trong nhà thương chờ chết, cùng khung cửa sổ nhà thương quen thuộc... Bố ra đi, để lại hai chị em tôi còn ở tuổi chưa chính thức bước chân ra với đời, còn chân trong chân ngoài.

Nhìn ụ đất trước mặt, tôi khẽ nói: "Thế là xong, bố đi thanh thản nhé!"

"... chìm dưới đất kia
bàn chân nhỏ bé
năm xưa, năm xưa
cũng vui hội hè
chìm dưới đất kia
bàn chân nhỏ bé
năm nay, năm nay
đã quên đường về..."

oOo

Thời gian ngắn sau ngày bố mất, bà Tâm dọn về ở với người con lớn. Thằng Phước trở qua Boston học tiếp. Căn nhà trả lại chủ. Tôi phải lo lấy đời tôi. Bố dặn trong hoàn cảnh nào cũng phải thương em, gắng học cho xong, và sống tận tình với cuộc đời dẫu vui tươi hay ngậm ngùi.

Tôi trở lại trường, mượn tiền và làm bán thời gian tiếp tục việc học. Ngày ra trường tôi không khăn mũ áo quần xênh xang như những bạn cùng khóa. Với số tiền sắm sửa những thứ đó, tôi mua vé máy bay, qua chơi với thằng Phước một chuyến. Trước tự thưởng cho mình, kế đến muốn biết đời sống hư thực thằng em ra sao. Ngày còn bé, mẹ mất, tôi tủi thân khi nhìn những đứa bạn còn mẹ để được vỗ về nũng nịu. Ngày nay, tôi đã lớn, ngày ra trường tiếc không còn có bố mẹ để vui như được báo hiếu.

oOo

Bảy năm sau, tôi lập gia đình với người bản xứ. Anh tên Bill, dạy môn văn chương ở đại học. Anh hơn tôi đúng con giáp, đã một lần ly dị, chưa có con. Tôi quen Bill trong dịp đi phụ Tina tham dự buổi triển lãm cắm hoa. Tina nhờ tôi trông hộ một lát để đi nhà vệ sinh. Tina vừa đi thì Bill đến mua bình hoa, và hỏi cách thức giữ hoa tươi lâu. Tôi trả lời không biết, phải đợi chủ nó trở lại. Trong khi chờ đợi, Bill và tôi trao đổi vài mẩu chuyện chẳng liên quan gì đến hoa. Bill nói tôi có đôi mắt đẹp và nụ cười dễ gây thiện cảm người đối diện. Sau này đã thành vợ chồng, tôi khám phá đó là lần đầu anh khen người con gái lạ mới gặp. Giữa trời tháng tám nắng chang chang, Bill mặc t-shirt, quần đùi khaki phủ qua đầu gối, chân mang đôi dép da để lộ những ngón chân xương, trắng, dài, chụm lại với nhau. Những ngón chân, mới nhìn thoáng, tôi đã thấy Bill có những ngón chân giống hệt bố mình.

Bill đi nhiều, đọc nhiều. Anh hiểu, quý văn hóa Á đông. Tôi yêu anh một phần vì anh có cái nhìn bén nhạy, sâu sắc với những vấn đề xã hội xảy ra chung quanh. Chúng tôi có thể trao đổi trò chuyện hàng giờ không dứt. Đồng thời, tôi gặp anh đúng thời điểm nghĩ mình nên ổn định đời sống để lập gia đình là vừa.

Trước khi gật đầu làm vợ Bill, trong những năm dài con gái, tôi cũng có những tình nhân đến rồi đi. Steve, người Đài Loan qua Mỹ du học, tôi quen trong năm đầu đại học. Thân hơn một chút, tôi chịu không nổi "born again Christian" nơi Steve. Hai đứa chia tay. Mậu, dược sĩ, yêu tiền hơn yêu nghề, luôn than phiền đã chọn lầm nghề, phải chi hồi đó làm kinh tế có tiền mua bất động sản, giờ giàu to. Gần anh, lắm lúc tôi nghĩ nếu đưa tiền và tình lên bàn cân, không chừng độ nặng sẽ lệch bên tiền. Peter, kỹ sư điện tử, cao to đẹp trai, cặp mắt xanh sáng ngời. Ngoài tôi computer là bạn chí thân của anh. Nhiều giờ ngồi cạnh anh, tôi không hiểu anh nghĩ gì, muốn gì. Thằng Phước gặp Peter một lần, nó bảo cù lần quá, em không hiểu sao chị chịu được!

Người mà thỉnh thoảng nằm cạnh chồng tôi còn chút vương vấn là Tuyên. Anh cao, gầy. Lúc trò chuyện, anh nói bằng miệng, mắt, đồng thời bàn tay phải luôn nắm chặt, rồi xòe ra từng ngón, một, hai, ba... rất rõ ràng, chắc nịch như muốn mình nói có sách mách có chứng. Tuyên rời Việt Nam năm hai mươi hai tuổi. Sau năm năm kinh nghiệm sống với cộng sản. Với anh, cộng sản và anh không đội trời chung, vì đã đưa đất nước xuống tận cùng vực thẳm. Ở anh như có nam châm cuốn hút lấy tôi. Tuyên có lý tưởng, hăng say nồng nhiệt với trái tim tuổi trẻ chân thật. Tôi tôn trọng con đường anh lựa chọn. Nghĩ anh là người ưa bơi ngược dòng. Tuy nhiên, Tuyên yêu tôi và cũng quá yêu lý tưởng của anh. Anh nghĩ phải có bổn phận và trách nhiệm với quê hương, đồng bào. Rất nhiều lần, tôi ganh tị với lý tưởng của anh, bởi trong tim anh tôi chỉ là nhân vật phụ. Giấc mơ đội đá vá trời quá ư mãnh liệt, 'em thà như hơi rượu cay' nếu cần. Có những hôm Tuyên đi vắng mấy ngày, tôi mù mịt chẳng biết anh đi đâu, tham dự biểu tình hay lo báo chí, hội họp. Tôi giận dỗi, anh năn nỉ. Tôi làm nư, anh để mặc. Có lúc hai đứa nằm cạnh nhau, anh vuốt dọc lưng tôi, giọng chắc nịch: "Mất một cái áo phải làm mấy tiếng để mua lại. Mất một cái xe phải làm ba năm để trả nợ. Mất một căn nhà phải làm ba mươi năm, huống chi mất cả đất nước." Giáng sinh, bạn bè tổ chức party tôi rủ anh đi, chẳng những không đi, anh còn nói: "Trong tiếng nhạc disco anh nghe có tiếng rên xiết của hơn sáu mươi triệu đồng bào đang đói khổ bên quê nhà."

Tôi nghĩ anh là người đại lãng mạn, bởi luôn đi tìm cái đẹp, cái hay, cái lý tưởng, cái tuyệt đối, cái không tưởng trong cuộc đời. Mà cuộc đời, tôi nghĩ, được tương đối cũng đã quá khó.

Nhưng có một điều sau khi xa Tuyên, mảnh đất hình cong chữ S bên kia bờ đại dương đậm nét hơn trong tôi. Nơi tôi đã ra đời, trải qua những năm thơ ấu, chỉ còn mù mờ con đường nhỏ đầy bụi từ nhà đến trường, căn nhà mái ngói đỏ có hàng dâm bụt phía trước, bên hiên nhà có cây ngọc lan đến mùa hoa nở thơm ngát, cùng dăm ba khuôn mặt con bạn tóc cắt ngắn ưa bày trò chơi ô làng, nhảy dây, u mọi...

oOo

Hè năm rồi thằng Phước về thăm Việt Nam cùng bạn gái. Trước khi đi, nó điện thoại hỏi tôi muốn quà gì ở Việt Nam và cho biết sẽ đi Huế, sẵn dịp ghé Qui Nhơn. Tôi nói, nếu ghé Qui Nhơn nhớ chụp hình căn nhà cũ và nếu được chụp luôn ngôi trường tiểu học.

Hơn tháng sau thằng Phước trở về, thay vì chụp hình như tôi dặn, nó gửi cuốn video quay cả hai nơi. Căn nhà tôi đã ở giờ đây trông khác lạ. Hàng dâm bụt phía trước không còn nữa, thay vào đó là những hàng dây phơi áo quần. Nó nói chỉ được đứng ngoài coi thôi, chủ mới không cho vào. Kế đến là ngôi trường tiểu học, giờ trông thật tiêu điều thảm hại. Sân xi măng phía trước tụi tôi hay ngồi vẽ chơi ô làng, nhảy dây, lò cò nay đã bị xoi mòn, cát đá lởm chởm. Hàng dương liễu bên hông trường cây gãy cây còn. Đám con nít ốm yếu, áo quần tả tơi chạy chơi vòng quanh sân. Nét thơ ngây mờ nhạt trên từng khuôn mặt. Thằng Phước đi lần ra phía sau trường, tôi nghe tiếng kêu thất thanh của nó cùng cái chao nghiêng của cái máy quay. Hình ảnh bãi cát vàng lốm đốm những chấm đen. Sân sau giờ biến thành bãi cầu tiêu công cộng của đám học trò ban ngày và dân cư ban đêm. Ông cai ngày trước vẫn còn, ông già quá tôi không nhận ra nếu không nghe lại giọng "nẫu" thân tình. Ông than với thằng Phước là dãy cầu tiêu bốn cái bên hông trường bị sụp cách đây hai năm, trường đang đợi tiền nhà nước sửa lại, nhưng không biết đến bao giờ, bọn nhỏ đành đi đỡ ở sân sau. Hôm nào không mệt thì ông đi lòng vòng xúc cứt đem đổ nhưng mấy hôm nay mệt ông để mặc.

Cuốn phim thằng Phước mang về làm tôi thức trắng đêm. Tôi tìm cách liên lạc người chú họ trước kia dạy ở trường Sư phạm Qui

Nhơn. Tôi gửi chú số tiền nhờ chú đứng ra liên lạc với nhà trường sửa lại mấy cái cầu tiêu và tráng lại sân xi măng trước cho mấy em chơi. Số tiền Bill và tôi dự trù đi nghỉ hè ở Âu Châu. Nhưng giờ đây, thay vì đi Âu Châu chúng tôi đi cắm trại ở Yosemity National Park, cách Oakland khoảng 4 tiếng lái xe. Khi thuyết phục chồng tôi muốn sửa lại ngôi trường tiểu học cũ. Tôi nói: "Con trai các anh, đứng đâu đái cũng được còn con gái bọn em, vừa nắng vừa nóng, lỡ bị nhiễm trùng thì rát, xót, đau lắm anh ạ."

Chiều hôm nay là 30 tết. Tôi nhận được thư và mấy tấm hình chú gửi từ Việt Nam. Bill dạy chưa về, tôi ngồi đọc thư và hình coi một mình.

Phía trước trường đã có cái nền xi măng mới. Bên hông trường, bốn cái cầu tiêu vừa được sửa xong. Lòng tôi rộn ràng như nở hoa. Tôi gọi phone kể cho thằng Phước mà nghe giọng mình ríu rít như tiếng chim kêu. Tuần tới, cộng đồng Việt Nam ở San José sẽ tổ chức hội chợ tết hàng năm khá quy mô. Hàng chục ngàn người tham dự. Tôi định bụng sẽ mang áo dài gấm đỏ, đeo kiềng vàng đi hội chợ tết đầu năm cùng Bill. Mùa xuân năm nay, mùa xuân đẹp và ý nghĩa nhất đời tôi ở tuổi ba mươi. Tôi bỗng thấy mình nhẹ như mây khói, cuộn bay cùng gió đến tận trời xanh. Lúc đưa tay gõ cửa thiên đường, lòng run vì hồi hộp, sung sướng bởi sắp gặp lại hình ảnh mẹ và bố đang ấu yếm ngồi cạnh nhau. Thấy tôi, cả hai nở nụ cười. Ôi! Nụ cười như tia nắng ấm của ngày đầu xuân.

Lê Thị Thấm Vân

LÊ THỊ THẨM VÂN

Ngày Xuân Gõ Cửa Thiên Đường

Cách đây không lâu, một sáng đẹp trời. Vicki, cô bạn làm cùng sở mang vào xấp hình chụp đám cưới của Ron, (Ron là đồng nghiệp). Cả phòng nháo nhào chuyền tay coi, kèm theo lời khen nhiều hơn chê cùng tiếng cười to, nhỏ. Lẫn trong xấp hình, có tấm chụp riêng tôi (Vicki bảo chồng nó chụp lúc tôi không biết). Tấm hình chụp nửa người trên, đứng tựa bờ tường, một tay khoanh và một tay cầm ly rượu. Người hơi nghiêng, mắt đang ngước nhìn (tôi chẳng nhớ mình đang nhìn gì). Tấm hình trông lạc điệu giữa 36 tấm hình khác vì ai cũng cười tươi.

Lúc Vicki trao tôi tấm hình, nó nói:
"Của mày, mày giữ lấy. Chồng tao bảo mày đẹp nhưng..."
"hơi buồn." Tôi điền vào chỗ trống hộ nó.

LỮ QUỲNH

CHIẾN TRANH CHƯA PHAI MỜ

1.

Ngày còn nhỏ, khi làng chưa bị chiến tranh liếm tới, vào những hoàng hôn chạy thoăn thoắt sau chân mẹ, từ đường cái vào, Hiệu còn nhớ như in bóng chiều thật buồn bã trên Gò Chim. Cái cảm giác đó như chỉ có trong một không gian là ngọn đồi nhỏ u trầm ấy, và thời gian thường là những buổi chiều tàn. Mỗi lần nhớ tới Gò Chim là tâm hồn chìm ngay vào nỗi buồn mênh mông ấy. Buồn. Hiệu không ngờ có lúc nó đã kéo trì chàng xuống nỗi nhớ ngất ngây, nỗi nhớ nhung chỉ như khói mây lãng đãng, nhưng là cảm xúc thật và buồn vô cùng.

Gò không cao nhưng trải rộng và dài đến đầu làng, đủ cho Hiệu lúc bấy giờ cảm thấy bát ngát, nhất là vào những hoàng hôn hay đêm có trăng sáng, trời lất phất hơi sương và gió thơm mùi cỏ dại. Sau này những hình ảnh đó như biến mất, chỉ còn lại trong chàng một nỗi buồn đến ngậm ngùi khi nhớ lại kỷ niệm, tháng ngày cũ.

Cuối ngọn đồi Gò Chim và ngay trên con đường vào làng có một quán nhỏ. Quán tồi tàn bày bán năm ba thứ vặt vãnh được buôn từ chợ Huyện vào, bán lại cho những gia đình nghèo khó; hoặc đôi khi cho cả kẻ khá giả vì chưa kịp ra chợ lớn lấy hàng về trữ dùng. Quán mang luôn tên của chủ nó, một người đàn bà tật nguyền, mụ Lết. Quán, tên tuy không đẹp nhưng đã gần gũi, quen thuộc với cư dân trong vùng. Nó trở thành một có mặt thường xuyên trong nếp sinh hoạt của họ. Có lẽ ngoài mụ Lết ra, không ai biết được tên thật của mụ; mà có thể kể cả mụ, chắc gì mụ còn nhớ, chắc gì mụ đã có một cái tên để mà nhớ đến. Người đời đã đặt tên, qua hình ảnh tật nguyền, cho mụ. Sự tật nguyền mà Hiệu nghĩ, có khi mụ không để ý đến nữa, nên sự bất hạnh không làm mụ đau buồn quá như người ta thương xót. Mụ bị liệt cả hai chân ngay từ lúc sinh ra, khi lớn lên phải tập đi trên hai đùi chân không có bắp thịt với hai mảnh gỗ nhỏ cầm chặt trong hai tay dùng chống xuống đất để lết người tới. Dĩ nhiên mụ nghèo lắm. Ngày còn nhỏ được sống với mẹ một thời gian, đến khi mẹ chết thì thừa hưởng túp lều tranh với khoảnh đất nhỏ đủ trồng mấy thứ gia vị. Rồi cuộc sống dần dà đưa đẩy, mụ biến túp lều thành chiếc quán ngày nay. Vài ngày mụ lên chợ Huyện một lần lấy hàng. Mụ đội chiếc thúng trên đầu và lết đi một cách tài tình. Hiệu và lũ trẻ tụ tập dưới chân đồi nhìn theo mụ sững sờ, đôi khi còn vỗ tay reo như khen ngợi, chào mừng mụ.

Hiệu đã cười, vui theo đám trẻ; nhưng khi trở về nhà một mình, lòng lại cảm thấy áy náy, buồn bã thế nào ấy. Nhớ ngày còn bé, mỗi khi Hiệu nghịch phá, mẹ thường đem hình ảnh mụ Lết ra dọa và Hiệu đã sợ lắm. Mụ Lết, một hình ảnh hung dữ đã hiện diện khắp tâm hồn đám trẻ thơ trong làng. Mụ Lết, một kỷ niệm mà có lẽ tất cả những đứa trẻ như Hiệu sống trong làng đều phải nhớ.

2.

Những đồng đội thường nói với nhau, đời lính kỵ nhất là những nỗi buồn không đâu bỗng dưng ùa ngập đến. Buồn như báo trước một điềm không may. Nó như tia chớp báo trước cơn giông bão dữ dội sắp xảy đến. Hiệu không tin, nhưng đôi khi cũng không tránh được cái cảm giác mơ hồ trong nỗi buồn tương tự thế. Một nỗi buồn chợt đến trong buổi chiều nào đó sau giấc ngủ trưa ngắn ngủi. Rồi cùng với hoàng hôn bắt đầu buông xuống quanh vùng núi rừng nơi hành quân, chàng bỗng nhớ đến Gò Chim, với màu nắng nhạt nhòa sắp tắt. Màu nắng hiu hắt, lạ lùng dễ nhuộm buồn tâm hồn chàng, như đầu que diêm bén lửa nhanh chóng trên đám rơm khô. Thứ ánh sáng như ảo giác, chỉ cảm thấy mà không nhìn ra.

Hiệu nằm đu đưa trên võng, hai bàn tay lồng vào nhau dưới gáy, đưa mắt nhìn vu vơ xuống thung lũng với quốc lộ chạy dài đến khuất trong những ngọn đồi xa. Câu nói của Sang, một tên lính thuộc trung đội, đã ám ảnh chàng thường xuyên. Hắn nói những người lính chết trận thường biết trước cái chết của mình. Hắn đã kiểm chứng kỹ điều đó. Nào thằng Hội, thằng Trường, thằng Quang... Thằng Hội đêm trước khi hành quân viết thư bảo vợ đừng lên thăm, chẳng hiểu vì lý do gì hắn đã tái bút, em có lên cũng không gặp anh ở đây đâu; người vợ vẫn thường lên thăm hắn vào mỗi sáng chủ nhật. Ngày hôm sau thì hắn tử trận. Còn Trường thì trước khi lên đường đã nằm võng mở mắt thao láo nhìn ra bầu trời không chợp mắt, không nhếch môi. Hắn nằm bất động như thế với khuôn mặt buồn bã lạ lùng, đến trưa cũng không buồn dậy ăn. Cuộc hành quân đó tưởng trở về an toàn, nhưng không, hắn bị bắn sẻ chết lúc còn cách điểm tập trung vài cây số. Rồi thằng Quang cũng vậy.

Những điều Sang kể ra đã làm Hiệu chột dạ. Buồn, buồn lịm, buồn ngẩn ngơ, buồn đến chết được là trạng thái xấu cho ngày sắp tới. Bởi thế có lần Hiệu đã chạnh lòng gọi tên đám lính một cách vu vơ, gọi để nghe tiếng mình, gọi để ý thức rằng tôi đang có mặt ở đây. Gọi để làm dấy động, phân tán gấp nỗi buồn đang òa tới. Nỗi buồn như điềm gở ma quái, nỗi buồn như từ trường làm chệch đường đi của đạn. Lúc đó miệng chàng thét gào ngượng ngập, nhưng có lẽ đám lính không nhận ra, cũng như không bao giờ ngờ tới ngấn nước long lanh trong mắt chàng. Hiệu nghĩ giá những người lính kia không nghĩ rằng chàng đã gọi vu vơ hay đùa giỡn, mà tiến lại với chàng, có lẽ Hiệu sẽ kể cho họ nghe về đầu mối một câu chuyện rất buồn. Tâm hồn họ sẽ được dàn trải trên màu xanh của kỷ niệm chàng. Những kỷ niệm về Gò Chim, về nắng gió, hoàng hôn...

3.

Gò vào những ngày tuy đã chiến tranh, nhưng chỉ mới là thứ chiến tranh còn âm ỉ. Thời đã có phục kích, có bắn sẻ, nhưng chưa có giới nghiêm, chưa có thiết quân luật. Hiệu thường cùng đám trẻ trong làng kéo nhau ra gò đùa giỡn, hoặc chia phe đánh giặc giã, hoặc chơi ú tìm. Nhưng có lẽ điều thích thú nhất hơn tất cả mọi trò chơi, là được nghe mụ Lết kể chuyện. Mụ vẫn thường lết ra gò như thế một mình vào những đêm có trăng, và nhất là những hôm trời oi ả. Bọn Hiệu ngạc nhiên về những chuyện kể của mụ. Những câu chuyện luôn luôn lạ và hấp dẫn. Trong mụ là cả kho tàng truyện cổ tích. Lúc đó Hiệu cứ tưởng những chuyện không bao giờ kể hết được cả. Có lẽ nhờ những đêm trăng sum họp đó mà đám trẻ ngày càng yêu thích mụ. Dần dà Hiệu không còn thấy cảnh chúng nó đứng trên đồi chờ mụ Lết đi chợ về mỗi chiều để vỗ tay chọc ghẹo nữa. Chúng bắt đầu có cảm tình, thương mến mụ rồi.

Hiệu còn nhớ như in hình mặt trăng to tròn và trắng bạc hiện ra ở chân trời. Ánh trăng trải mênh mông trong sương đêm mờ ảo, chia mặt gò và trời cao làm hai, thật rõ. Hiệu và đám trẻ nằm ngồi ngả nghiêng quanh mụ Lết. Bọn chúng im lặng để tâm hồn viễn du vào những cảnh thần tiên mà người đàn bà tật nguyền đang ngồi cạnh chúng dìu dắt. Có lần câu chuyện quá êm đềm đã đưa Hiệu vào giấc ngủ lúc nào chẳng hay. Bấy giờ Hiệu cảm thấy sự êm ái dưới lưng và hơi thở mát mẻ trong lồng ngực. Chàng ngủ yên như thế cho đến lúc cảm giác có một bàn tay chạm nhẹ vào áo, mới hớt hải mở bừng mắt, để rồi hãi hùng thêm khi nhận ra bàn tay của mụ Lết còn đặt bất động trên vai mình. Lúc đó đám trẻ đã tản mác xuống hết chân đồi. Mụ Lết có lẽ chợt nhận ra nét sợ hãi trên mặt Hiệu, nên đã rụt tay lại và cúi gầm mặt xuống đất. Hiệu đứng bật dậy, không kịp để ý đến thái độ của mụ nhiều hơn, vội cắm đầu chạy như bay theo lũ trẻ. Khi vào làng rồi, chàng vừa thở vừa ngoảnh nhìn lại hình bóng mụ bất động trên Gò Chim bấy giờ đã vắng vẻ. Tự nhiên đứa trẻ cảm thấy ân hận. Phản ứng của mụ Lết khi vội vã rút tay khỏi vai áo Hiệu và hình ảnh bất động của mụ đứng dưới ánh trăng trên ngọn đồi đã làm chàng thao thức suốt đêm. Hiệu xót xa, thấy mình đã đối xử không phải với mụ. Lẽ ra chàng không nên khiếp hãi mụ quá như vậy.

4.

Buổi tối lúc Hiệu bước vào căn lều dùng chất hàng tiếp tế của đơn vị, và đôi khi trời mưa bọn lính đã lấy một góc nhỏ làm nơi nhóm bếp đun trà, chàng nghe nhiều tiếng cười vỡ ra thích thú. Tiếng cười vụt tắt khi bóng Hiệu đổ xuống bọn họ. Chàng nói:

- Cứ tiếp tục đi chứ. Mấy khi tôi được nghe tiếng cười vui của các anh.

Ý chàng là *tiếng cười thật, tiếng cười từ không khí vui vẻ có thật*.

Đám lính tiếp tục cười nói lao xao, trong đó chàng chỉ nghe tiếng nói của Sang.

- Ông thầy ở đại đội mình ít cười quá, sao thế thiếu úy?

Đám lính lại cười sau câu nói có vẻ bạo dạn, thân mật của Sang. Hôm nay nghỉ hành quân, nhưng Hiệu không an tâm nghỉ ngơi. Chàng cảm thấy buồn và thương đám lính trẻ hồn nhiên đang lao mình vào cuộc chiến vô vọng này. Đúng như thằng Sang nhận xét, chưa bao giờ chàng vui được cả để góp tiếng cười với tụi nó. Và chàng muốn giấu đi sự yếu đuối của mình. Bởi chàng không muốn, không bao giờ muốn nỗi buồn chàng sẽ biến thành điềm gở cho câu chuyện trên môi đám lính của mình khi chẳng may trong cuộc hành quân nào đó chàng phải ngã xuống. Câu chuyện *những người lính chết trận thường linh cảm trước cái chết của họ*, Hiệu không ngờ nó lại ám ảnh chàng đến thế. Với cuộc chiến tranh không có lựa chọn này, không bao giờ chàng yên tâm vui sống được.

Vòng tròn người quanh chiếc bàn tự động thâu gọn lại, vừa đủ trống một chỗ cho Hiệu bỏ chân ngồi vào.

- Tiếp tục đi. Tiếp tục chuyện gì đang kể dở đi.

Thằng Sang đứng khom người châm nước vào một chiếc ly vừa được nhượng lại cho Hiệu. Hắn nói với vẻ mặt đầy phấn khích:

- Bọn quỷ sứ này đang nói xấu đồng bạn chúng đấy.

Tiếng Tám già móm mém xen vào:

- Vẫn thằng Sang, hắn vừa là quỷ sứ vừa là linh mục đấy ạ. Hắn hỏi anh em thằng Nẫm cụt làm cách nào mà vợ nó chiều nay hắn gặp đã mang bầu rềnh rang.

Sự nghịch ngợm vô tội vạ của bọn lính làm Hiệu xót xa. Nẫm cụt, tên người lính bị mìn năm ngoái, phải cưa mất hai chân gần tới háng.

Chúng nó thắc mắc, với hình hài đó, Nẫm đã xoay sở ra sao trong những lần ân ái với vợ.
Tám già nói tiếp khi tiếng lao xao đùa giỡn đã lắng, nhưng giọng hắn chẳng khác nào một tiếng thở dài.
- Trời sinh người có tật có tài mà...
Một đứa khác hẳn học cắt ngang:
- Nhưng ở đây hắn đâu phải trời sinh. Bom, đạn, mìn, chông của con người đã sinh ra khổ đau và tật nguyền. Còn cái tài mà mày nói... Đã sống thì phải làm, phải nghĩ cách để tồn tại thôi.
Sang cười ha hả:
- Chí lý. Thằng này ít nói, nhưng nói một câu nghe đến hay.
Đám lính cười vang. Hiệu cầm ly nước trên tay, tự nhiên chàng muốn kể cho bọn chúng nghe về mụ Lết, về cái điều *trời sinh người có tật có tài* ấy. Nhưng chẳng hiểu sao chàng im lặng, đặt ly nước xuống bàn và lặng lẽ đứng lên.

5.
Mấy năm qua Hiệu không trở lại Gò Chim, nhưng chàng biết làng mạc đã trải qua nhiều thay đổi. Từ ngày một sư đoàn lính Đại Hàn nối gót quân đội Mỹ đổ bộ lên hải cảng Quy Nhơn, đời sống ở quê đã lần lượt thay đổi. Làng trở thành vùng xôi đậu. Một số người bỏ làng ra tỉnh làm thuê. Những người đàn ông đua nhau vào các hãng thầu làm đường, xây dựng mang tên tắt ngoại quốc. Những người đàn bà, con gái thì cũng thay hình đổi dạng để kiếm một chỗ đứng dù tàn tệ, nhưng là sự tàn tệ không làm họ bận tâm quá, khi nó trở thành tình trạng chung đã quen thuộc với mọi người. Hiệu biết đời sống ở quê chàng đang gặp khó khăn. Hẳn đã có quá nhiều người bỏ làng ra đi. Duy chỉ có mụ Lết vẫn còn trụ lại. Mụ bây giờ không còn năm ba ngày một bận đội thúng ra chợ Huyện lấy hàng nữa. Chiếc quán của mụ giờ đây thưa vắng khách. Nếu có gì khác lạ chăng, thì đó là sự ngạc nhiên của đám lính ngoại quốc mới đến khi ghé qua quán mụ. Hiệu tự hỏi, không biết tâm trạng của mụ ra sao dưới những ánh mắt tò mò của họ. Chắc chắn nó phải khác xa tâm trạng mụ ngày xưa khi vội vã rụt tay khỏi vai chàng vào một đêm trăng nào.

Hiệu nhớ lần trở về làng sau cùng, chàng gặp mụ Lết vào quãng đường ngang gò. Bấy giờ nắng chiều sắp tắt và Hiệu đang vội vã ra ngủ đêm ngoài huyện. Mụ Lết dừng lại khi thấy chàng. Mụ ngẩng cổ lên khó nhọc. Cử chỉ đó làm Hiệu thương tâm vô cùng. Chàng cúi người thấp lắng nghe.

- Lâu lắm mới gặp lại cậu.

Tiếng mụ bị cắt ra trong hơi thở hổn hển. Hiệu nhìn xuống chiếc thúng đầy ắp trên đầu người đàn bà bất hạnh.

-Dạ, đời lính mà mụ.

Hiệu nói như để cho có tiếng mình vậy thôi. Mụ Lết nhìn sâu vào làng, nói – vẫn tiếng nói bị cắt ra vì hơi thở và gió:

- Sao cậu không xin về đóng đồn ở đây? Người ta bỏ làng ra đi hết. Họ sợ đủ thứ. Còn tôi...

Mụ ngừng nói, nhưng âm vang của câu nói không chịu ngừng ở đó, Hiệu còn nghe tiếp không dứt nỗi xót xa đầy nước mắt.

Lần gặp đó Hiệu không ngờ là lần gặp gỡ cuối cùng. Từ đó về sau Hiệu không có cơ hội nào để trở về quê cũ. Làng đã hoàn toàn mất an ninh. Những cuộc hành quân của sư đoàn lính ngoại quốc đã làm làng trở nên tiêu điều nhanh chóng. Thỉnh thoảng chàng chợt nhớ và tự hỏi, không biết quán mụ Lết liệu có còn, dù còn với cảnh tiêu sơ nghèo khó ngày nào, hay nó cũng bị thiêu rụi theo ngọn lửa chiến tranh rồi. Gia đình Hiệu đã tản cư hết lên phố. Những đứa bạn của chàng, những thằng bé tinh nghich ngày nào thường đứng trên Gò Chim đợi mụ Lết đi chợ về để vỗ tay chọc ghẹo, hay chia nhau đánh giặc giả vào những đêm trăng; bây giờ đã trở thành những người lớn đang chia nhau trong một cuộc chơi lớn hơn, không phải bằng tiếng súng miệng, bằng sự đoạt một ngọn cờ bằng lá cây trên Gò Chim, mà là bằng những tràng súng liên thanh nổ thật, mang tên AK và M16. Những đứa bạn đang chia nhau đêm và ngày trên cùng một *lãnh thổ* đầy trăng sáng ngày xưa.

Hiệu cảm thấy ngại ngùng khi tưởng ra một ngày nào đó chàng sẽ trở về, đi qua Gò Chim, đi dưới ánh sáng của một ngày sắp tắt, để từ từ nhận ra từng hình ảnh đổ vỡ, từng kỷ niệm tan vụn dưới mỗi bước chân, và không ngăn được dòng nước mắt. Cỏ trên Gò có còn xanh, chiều trên đồi có còn sương vướng vất, có còn mùi gai gai của cỏ dại và vẻ hiu hắt như cảm giác chàng có ngày nào? Có còn không, có còn gì nữa không? Hiệu tự hỏi như thế về quê hương, rồi cũng tự hỏi như thế về cuộc đời mình. Chàng nhận ra sự yếu đuối của mình. Đúng như nhận xét của đám lính, chàng đã trốn chạy sự phiền muộn, chàng đã vui gượng, cười gượng khi trong lòng thì hắt hiu. Nhưng liệu với niềm vui, với nụ cười, với tiếng gọi thét vô hồn mỗi ngày đó, có xóa đi được nỗi buồn, một nỗi buồn đeo đẳng không dứt, như một điềm gở báo trước cho chàng, như từng báo trước ngày ra đi vĩnh viễn của Hội, của Trường mà chàng nghe Sang kể lại.

6.

Buổi chiều như mọi buổi chiều khác. Ở tiền đồn này chỉ có gió và nỗi hoang vắng ngút ngàn. Dưới chân đồi, nằm cạnh quốc lộ có một quán cà phê nhỏ, là nơi đã tiêu hoang giùm Hiệu những buổi chiều vô vị. Chàng có thể ngồi đó mà nghe tiếng gió thổi qua cánh đồng phía sau nhà, hoặc nghe cả tiếng chim từ núi xa vọng lại. Những ngụm cà phê vẫn không đủ đắng cho cái thèm lúc này của chàng là được ngâm lưỡi mình, tất cả cảm giác mình trong một thứ đắng chát nhất. Chàng tưởng có được như thế, chàng sẽ không nghĩ ngợi quá về cảnh vật tồi tàn chung quanh, để từ đó phải lan man nghĩ về nhiều vấn đề khác nữa. Nhưng cà phê ở đây thì nhạt phèo, chỉ càng làm cho chàng tiếp tục với mớ ý nghĩ ngổn ngang trong đầu. Nhiều lúc Hiệu cảm giác như mình không còn chút nghị lực nào. Chàng mệt mỏi, chỉ chực ngã xuống thôi.

Bây giờ dù cho thằng Sang có thét lên bên tai chàng hằng triệu lần câu "*những người lính tử trận thường biết trước cái chết của mình*" cũng không còn ý nghĩa nào cả và nó sẽ là con số không rỗng tuếch trước cuộc chiến bi thảm. Chiến tranh đã biến Hiệu thành con người cẩn thận. Chàng chu đáo xếp đặt trước mọi thứ có thể xảy ra cho mình, ngay cả những bất hạnh và phi lý như sự chết. Nhưng không như chàng nghĩ, vẫn có những biến cố xảy đến ngoài mọi xếp đặt, chuẩn bị, dự tưởng như thế.

Biến cố thật lạ lùng. Một hình ảnh vô cùng bi thảm vượt ngoài sức tưởng tượng của mọi người đã xảy ra. Cái chết của mụ Lết. Mấy ngày trước trên Gò Chim đã xảy ra trận đánh khốc liệt, có đại bác và máy bay oanh tạc. Suốt một ngày mịt mù khói lửa, khi trận đánh tạm ngưng, một đơn vị lính ngoại quốc lùng bắt những người còn lại trong làng mà chúng nghi là vừa tham dự trận đánh không kịp chạy thoát. Chúng bắt tất cả họ xếp hàng trên đồi, để nhận vào người những tràng đạn liên thanh một cách bình thản.

Và điều chua xót nhất là trong cuộc tàn sát tập thể đó, Hiệu không thể nào ngờ tới, kể cả những linh hồn đang vất vưởng trên Gò Chim kia nữa, là trong đống xác ngổn ngang có lẫn hình hài tật nguyền của mụ Lết.

Lữ Quỳnh
San Jose, 17-9-2019

M.H. HOÀI LINH PHƯƠNG
TRÊN NHỮNG ĐƯỜNG HOA

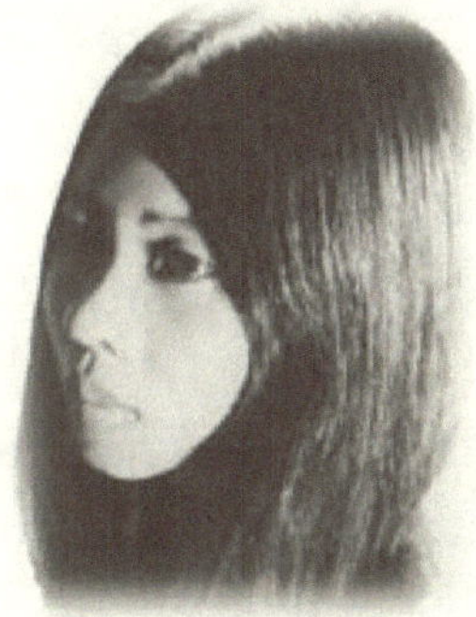

"Cám ơn hoa đã vì ta nở
Thế giới vui từ nỗi lẻ loi..." (1)

Đã qua bao nhiêu mùa, Ốc Hương không còn đếm nữa! Tháng tư về, Hoa Thịnh Đốn rực rỡ những đường hoa...

Những hàng anh đào cánh hồng mềm bay trong gió... Tiếng sóng ru êm bên hồ nước Thomas Jefferson những hoàng hôn hiu hắt... Những sớm mai se lạnh mù sương...

Những Magnolia... ngây ngây mùi cỏ dại!

Những Dogwood, hoa lấm tấm trắng hồng nhạt nhòa trải dài trên phố lạ, đường quen...

Những Crabapple Japanese... với hơn hàng chục loại cùng xôn xao trong gió mới!...

(Tất cả không mang họ anh đào, nhưng trông xa cũng dịu dàng đan kín những hoa cho một chuyến viễn du về xứ Phù Tang thần thoại...)

Và trong sân vườn nhà, những bông hoa Mười Giờ trên lối đi viền cỏ... như lối vào Đại Hoc một thuở đầu đời, ngậm những trái me xanh!

Những Azalea trên bờ giậu của mọi cánh cửa im lìm, lặng lẽ, mở rộng đón chào bước chân ấm áp của ký ức khuất lấp, mù xa...

Chỉ biết, mùa hoa bên chồng đã làm thức giấc trong Ốc Hương bao ngày tháng cũ...

"Gió sao gió mát sau lưng
Dạ sao... dạ nhớ... người dưng thế này!" (2)

Một thoáng... mà trí nhớ đã bồng bềnh trôi về đường hoa của bao mùa Xuân áo lụa ngà, tóc gió bay nghiêng, rộn ràng môi thiếu nữ!...

Saigon mùa Tết, chợ hoa Nguyễn Huệ, năm nào cũng bắt đầu chưng bày sau ngày 23 âm lịch, đưa Táo Quân cưỡi cá chép về trời... Và Ốc Hương với Tỷ Muội – nhỏ bạn thân - theo từng năm cũng ới để chờ nhau cùng dung dăng bát phố Bonard, ăn kem Phương Lan, và lang thang ngắm nhìn hoa xuân trải dài từ góc Lê Lợi – Nguyễn Huệ đến cuối đường ra bến Bạch Đằng, mà ở đó những nhà hàng nổi Mỹ Cảnh, Ngân Đình im lìm trên bến sông, không đủ hấp dẫn để làm vui chân khách khi tàn năm cũ!

Là những đêm lồng lộng gió. Là những ngày rộn rã bờ vui... Tình đầu đời thơm và mát như thạch. Rón rén bước chân đi... Như thiếu nữ bên hoa ấm áp nụ cười. Như tiếng hát Dalida trải dài trên con phố rộng, nồng nàn, quấn quít; thương yêu "Tout l'amour que j'ai pour toi..."

Quân ạ, có phải tình yêu chúng ta giống như mùa mưa không bao giờ mất, vẫn trở về trong ký ức từng năm, và từng năm...

Ốc Hương đã đếm tình yêu chúng ta tròn bảy mùa hoa, vừa tròn bảy tuổi. Từ một cô bé con nghịch ngợm với tóc demi-garçon, quần ống thấp, ống cao, nhảy cò cò với bạn bè bé con trong cư xá... Tóc đã chấm bờ vai lúc nào không biết, mơ mộng vu vơ theo những bông hoa cúc vàng rực từng mùa Tết đến, ngẩn ngơ buồn nhìn những bông hoa đào hồng thắm trải dài bên dốc khu Hòa Bình, về nhà thờ Con Gà ở thành phố tẩm đẩm mù sương...

Đêm ngọc lan thơm ngát, ngày hoa sứ ngọt nồng ngào ngạt bay sang...

Bên lò sưởi, nghe tiếng thông khô ngai ngái trong ánh lửa bập bùng...

Có phải không anh, những mặn nồng ta đã có... Để mưa trên đời anh, trên đời em, vẫn còn giữ lại chút vốn liếng của tình cũ trên tay.

Có phải từ ngày ta xa nhau, em không về Dalat nữa? Dalat của một thời réo gọi tình xa...

Một chuyến xe đò. Một chuyến bay của thời anh tham dự khóa học Trung cấp Chiến Tranh Chính Trị. Dalat một thời... chỉ duy nhất một Thủy Tạ lẻ loi ngơ ngác giữa mặt hồ... Của Mimosa ánh bạc long lanh, nhẹ nhàng trong sương sớm. Pensée tím âm thầm kiêu hãnh... như nỗi tuyệt vọng vô hình... không đánh gục được tin yêu.

Tiếng xe thổ mộ Thái Phiên lóc cóc về qua đâu đó. Mận Trại Hầm chua ngọt trên môi, những quả dâu tây thơm thơm, đỏ au, mọng nước. Café Tùng thơm nồng, nhưng đắng ngắt trong cổ họng, cho đêm hò hẹn dài thêm...

Bao nhiêu dòng sông trôi... và ta mãi hoài là một bến đời làm sân ga nhỏ?

Rồi vạt nắng nào xa trong tiếng nhạc chập chùng "Dans le soleil, dans le vent" ... Giọng ca bay từ triền núi đến vực sâu, từ non cao xuống miền thung lũng, về qua đồi Cù... chìm trong những vạt dã quỳ hoa vàng mấy độ yêu thương...

Nhưng có phải tình yêu đã là những vết chém để lại muôn đời thương tích trong tim, khi tay đã lìa tay trên những đường hoa ngày cũ?

oOo

Mùa hoa Hoa Thịnh Đốn đã về theo tiết hè sang...

Oi nồng. Hực lửa. Trong ký ức tuổi thơ về một vùng quê hương biển mặn, dừa xanh, Ốc Hương chợt thèm vẫy vùng trong sóng nước. Cho dịu lại những cơn đau. Cho thêm chút êm ái trên những trầm luân gánh chịu bên đời...

Bạn bè hỏi thăm. Ốc Hương có hạnh phúc bên chồng không? Cô bé kiêu sa một thời... không biết nữa...

Thế nào là hạnh phúc, khi người tri kỷ đã mãi mãi thiên thu, và ta ở lại đây, như hình, như bóng?

" Trăng tròn chỉ một đêm rằm
Tình duyên chỉ hẹn một lần mà thôi (3)
Nên giờ môi đã lìa môi
Nên ta giờ đã xa người trăm năm (4)

Ốc Hương bỗng nhớ Quân quay quắt trong cái êm nhẹ của buổi sáng đầu ngày. Ai bảo năm tháng sẽ phôi pha? Thời gian sẽ xóa nhòa mọi thứ?

Tout passe, tout lasse, tout casse... (5)

Mà sao vẫn vẹn nguyên trong trí nhớ Ốc Hương, dù đã xa tấp áo mơ phai, tuổi ngọc yêu người!...

Người con gái làm thơ một thời tuổi dại..., sáng nào cũng cặm cụi nướng từng chiếc bánh croissant, hamburger và nhìn từng giọt café rơi đều trong chén tách...

Tiếng muỗng khuấy lanh canh của người vợ, không phải của tình nhân.

Cô tiểu thư ngày nào đã phải tự làm lấy mọi thứ từ ngày đưa tay ra cho người mang nhẫn trong đời sống xứ người tất tả, bộn bề...

Mới biết, không phải dễ để tìm cho mình một người khuấy được những ly café xưa với cả nồng ấm, yêu thương.

Người đàn bà bỗng ứa nước mắt trong cô độc. Lẵng hoa vẫn đong đưa theo gió bên hiên nhà. Trời vẫn trong và cao. Sao hồn mình lẻ loi quá đỗi! Ôi trái tim. Trái tim đau buốt, chưa nguôi.

Mới biết, đời là vạn ý sầu, mà niềm vui chỉ là những thoáng qua mau...

Hương thuốc Bastos xanh có còn nồng trên tóc thơm mùi bồ kết? Bờ vai nào vững chãi để gục vào cho những khổ đau vơi? Trong thắt lòng, Ốc Hương thầm gọi Quân ơi! Tiếng kêu ngào nghẹn, bi thương, nếu có còn kiếp sau để chờ nhau, hò hẹn...

oOo

Mới đó, mà thời tiết đã giao mùa trong se lạnh, để chuyển sang Thu...

Những bông hoa cúc bên bờ giậu rực vàng trong nắng sớm.

Ốc Hương còn nợ Quân một đời chồng vợ. Đứa con gái thân yêu của Ba Mẹ còn nợ cuộc đời khi chỉ muốn vong thân.

Vì còn những ước mơ nhỏ nhoi vẫn hoài ấp ủ...

Những bài thơ rời phải được đóng thành tập từ một quãng đời đá nát vàng phai đến khúc lưu vong, xa xứ.

Vẫn còn nằm yên đó. Rải rác trong một ngăn tủ... Tơi tả như xác hoa phai hiu hắt cuối mùa!

Ốc Hương đã về với mình trong khoảng cô đơn của mù sâu ký ức.

Và thầm lặng về với người trong mộng mị, ảo giác... chiêm bao.

Tầm thường hèn mọn như cỏ cây, vậy mà sao vẫn vương mang nhiều hệ lụy?

Một ông vẫn xưng mình là "nhà văn lớn", đi tìm Ốc Hương cùng trời, cuối đất. Rao khắp thân quen... con ốc nhỏ lặng câm là... người tình thất lạc của ông ta. Nếu không tìm ra, mai kia ra đi, ông không thể nào nhắm mắt cuối đời.

Điên như nhà thơ Bùi Giáng trồng cây đại thụ kịch sĩ Kim Cương.

Nhưng Kim Cương giỏi giắn, tài hoa, còn Ốc Hương lặng lẽ, hoang vu trong hiu hắt, sao vẫn chưa thôi bao đuổi đeo phiền nhiễu, mệt nhoài?

Thời buổi nhiễu nhương, đến hồi... mạt pháp, đúng và sai, giả và thật, còn và mất cách nhau chỉ một lằn gạch mỏng mong manh.

Ta có còn ai để tin tưởng, yêu thương trong cuộc sống ta bà này?

Thế giới ảo lộng hành hơn thế giới thật. Và người ta cùng nhau chấp nhận sống trong hư ảnh, phù du dù chỉ là phút chốc... chiêm bao.

Chỉ còn người con gái làm thơ mơ mộng ngất trời, nhưng thực tế vô biên, đã tự khép mình vào một cõi riêng bên bờ kỷ niệm, đắm mình với chút hương hoa hiu hắt một thời trẻ dại, mù sương.

Như đâu đó... miên man ngọc lan ngát hương vỗ về theo tiếng sóng.

Biển về đêm sâu buốt đến muôn trùng...

M.H. Hoài Linh Phương

Washington D.C tháng 09/2012.

(1) Thơ Tô Thùy Yên

(2) & (3) Ca dao

(4) Thơ MHHLP.

(5) Pascal

MINH NGUYỄN

Bãi Rác Chiều Cuối Năm

Kể từ khi ba nó qua đời, khái niệm thời gian đối với nó, giống như một món đồ xa xỉ, có cũng được không có cũng chẳng sao. Bởi số tài sản ký cóp của gia đình nó từ bao năm qua đã không cánh mà bay. Một phần dành để chi trả viện phí cho ba nó, phần còn lại trang trải nợ nần vay mượn từ bạn bè, người thân, khiến cuộc sống hai mẹ con nó cứ như thuyền mất lái, trôi giạt hết nơi này đến chỗ khác. Để rồi, cùng đường không còn nơi nào bám víu, mẹ con nó buộc phải tìm kế mưu sinh bằng cái nghề bất đắc dĩ. Một cái nghề không giống ai, không ai muốn làm, đó là nghề "nhặt rác từ bãi rác bán phế liệu". Cái nghề xem ra dễ hơn và cơm vào miệng, chẳng ai dạy ai, chỉ cần bỏ sức lao động ra nhặt nhạnh các thứ người ta bỏ đi, sau đó phân loại, chờ người khác tới mua kiếm vài đồng lẻ.

Những tưởng, cái nghề không giống ai, không ai muốn làm, vậy mà có lắm người tranh nhau lao vào kiếm sống, cho dù đó là đồ vứt đi, đồ ô nhiễm, đồ hôi thối, thức ăn thừa, đồ hộp quá hạn, đồ nhựa hư hỏng, lon bia, chai nước khoáng, tấm ni-lông, thùng xốp... được các xe rác từ các nơi trong thành phố chở tới bãi rác, đổ thành từng đống cao nghệu. Nhờ vậy, cuộc sống hai mẹ con nó không chỉ tạm ổn, mà còn được người ta thương tình, ngó lơ, cho dựng tạm cái mái che vào bờ tường bãi rác, bằng các thanh pa-let cũ, thùng giấy cứng, ván ép, tấm vải nhựa, nhặt từ bãi rác, để hai mẹ con có chỗ chui ra chui vào che mưa che nắng.

Ngẫm lại, mới ngày nào hai mẹ con chân ướt chân ráo, lang thang khắp đầu đường xó chợ, đi tìm cho mình kế sinh nhai. Không hiểu trời xui đất khiến thế nào, hai mẹ con lạc đến bãi rác; để rồi, sau đó trụ hẳn lại đó kiếm sống qua ngày. Tính lại, từ đó đến nay cũng đã được trên dưới một năm hơn rồi còn gì. Thời gian tuy không dài, nhưng cũng không thể gọi là ngắn, chỉ vừa đủ trở thành kỷ niệm nhớ đời; nhất là, sắp đón thêm một cái Tết không cửa không nhà ở một nơi xa lạ.

Còn nhớ, ngày đầu tiên đối diện với bãi rác cao nghệu, bốc mùi hôi thối, cùng với lũ chuột bọ, ruồi muỗi dày đặc, nó cảm thấy sợ hãi định quay đầu bỏ chạy. Cho dù, đã cẩn thận bịt kín miệng mũi bằng hai lớp khẩu trang, xức đủ loại dầu, nhưng vẫn không tránh khỏi bị nôn ọe, ói mửa; thậm chí, trưa về không sao nuốt nổi muỗng cơm, chén cháo, vì trong đầu lúc nào cũng bị ám ảnh với đủ loại rác. Không dè, chỉ sau một thời gian ngắn hòa nhập, làm quen với đủ mùi xú uế, hôi thối, nó quên bẵng cảm giác khiếp đảm ban đầu lúc nào không hay. Để rồi, ngày nào không có mặt trên bãi rác, ngày đó nó cảm thấy nhớ nghề, nhớ cái mùi tanh tưởi từ rác đến quay quắt.

Tết. Hôm qua, nó vô tình nghe lóm chuyện mấy chị lớn than vãn với nhau, "hôm nay đã hai mươi chín Tết, làm lụng quần quật suốt năm, vẫn không dành dụm đủ tiền mua sắm cho bọn nhỏ bộ cánh mới mặc Tết với người ta". Trời đất, nghe các chị kể khổ với nhau, nó giật mình nhận ra mùa xuân đang ở sát bên. Thảo nào, mấy bữa nay lượng rác đổ về bãi rác nhiều gấp mấy lần ngày thường, khiến ai nấy làm việc không kịp nghỉ tay, quên cả ngày tháng. Rác. Nó nhìn quanh đâu đâu cũng bắt gặp rác với rác. Rác có mặt khắp nơi, ngập ngụa trong bùn lầy, chất đống cao như núi, bốc mùi hôi thối, đeo bám trên đầu, trên tóc, trên quần áo; thậm chí chui cả vào trong cổ họng, hít thở thấy toàn mùi rác. Ôi! Cái nghề tưởng dễ, chỉ cần bỏ sức lao động ra là có thể kiếm sống dễ dàng; ngược lại, có khi đang thò tay bươi móc trong đống rác, vô tình chạm phải những mảnh vỡ thủy tinh, các vật thể sắc bén, liền phải trả giá bằng máu bằng nước mắt; chưa kể, các bệnh tật như đau mắt, bệnh đường hô hấp, bệnh tiêu hóa... luôn rình rập đeo bám.

Nghĩ tới đây, nó chợt nhớ mẹ nó đang làm việc ở ngay bên cạnh, bèn cất tiếng hỏi:

- Mẹ ơi! Hôm nay đã là trưa ba mươi Tết, mẹ không định đi mua bán gì sao?

Dừng tay lại, quệt vội những giọt mồ hôi đọng trên trán, mẹ nó đáp:

- Con à, chỗ ở mẹ con ta có ra gì đâu, nhà không ra nhà, sắm sửa chi cho tốn kém. Hơn nữa, me đã hùn tiền với mấy chị em đồng cảnh ngộ, chung nhau nồi thịt kho tàu, vại dưa giá, canh khổ qua dồn thịt cả rồi.

Nó chặc lưỡi tỏ vẻ tiếc nuối nói:

- Nhưng ít ra mẹ nên sắm vài bộ quần áo mới để mà đổi, chứ ai mặc đi mặc lại những bộ đồ sờn cũ coi sao đặng?

Mẹ nó vội xua tay từ chối:

- Ở tuổi này ăn uống được bao nhiêu, mua sắm thêm phí tiền, chi bằng tiết kiệm số tiền đó lo tương lai con sau này không hay hơn sao?

Nghe mẹ tính toán chi li, nó thật sự cảm động, liền quỳ xuống ôm lấy chân bà nói:

- Trời sinh voi sinh cỏ, mẹ lo cho mẹ trước đã, có bề gì con lại hối hận.

Đưa bàn tay sạm nắng xoa đầu con trai, bà ôn tồn nói:

- Mẹ chỉ mong sớm có cháu để ẵm bồng, sau đó có người nối dõi tông đường.

- Nhưng gia cảnh mình thế này, liệu có ai ưng lấy con không mẹ?

Nói giọng run run bà an ủi con trai:

- Chớ nên bi quan con ạ, ai rồi cũng có được một gia đình, trừ khi không muốn.

- Nhưng con muốn được ở bên cạnh mẹ để phụng dưỡng lúc tuổi già.

Đỡ con trai đứng dậy, mẹ nó âu yếm nói với con trai:

- Quỹ thời gian của mẹ không còn nhiều đâu con.

- Chính vì vậy con không muốn xa mẹ.

- Ngược lại, mẹ không thể yên tâm khi thấy con chưa yên bề gia thất.

- Duyên phận do trời định mẹ muốn cũng không được.

- Vì vậy, đêm đêm mẹ thắp đèn trời, cầu xin trời Phật gia hộ cho mẹ một đứa con dâu.

- Con cảm thấy như mang tội bất hiếu.

- Vậy con hãy sớm tìm lấy một cô vợ, có như thế mẹ mới an tâm.

Để cho mẹ được vui lòng nó nói với bà:

- Tạm gác chuyện vợ con ra sau tết được không mẹ, vì công việc mấy nay không lúc nào đuợc ngơi tay, mẹ cũng thấy rồi đó.

Quả thật, mấy hôm nay loa phóng thanh bãi rác, ngày nào cũng ra rả thông báo lịch nghỉ Tết bắt đầu từ trưa ba mươi tháng chạp cho đến hết ngày mùng hai... Điều này, đồng nghĩa với việc không ai được phép ra vào bãi rác trong mấy ngày nghỉ, trừ lũ ruồi muỗi, chuột bọ, cùng với mùi xú uế bốc lên...

Nghĩ tới những ngày nghỉ dài thê thê, nó cảm thấy buồn chán, vì không biết đi đâu về đâu, làm gì cho hết thời gian.

Hỡi ơi! Đang yên đang lành Tết nhất đến làm gì, khiến mọi người tất bật, vắt giò lên cổ chạy đi mua sắm, sửa sang nhà cửa... chỉ để chào đón mùa Xuân năm mới.

Đang bơi bên dòng hư ảo, nó chợt bị đánh thức bởi tiếng gầm rú của một đoàn xe nối đuôi nhau bò qua cổng bãi rác. Thì ra, trưa nay đã là ba mươi Tết, chẳng còn bao lâu nữa bãi rác sẽ tạm thời đóng cửa; đồng nghĩa với việc những chuyến xe rác từ các nơi mang rác về đây đổ lần cuối cùng trong năm. Qua đó, nó phát hiện từ trên các xe rác đổ xuống nào là bưởi bòng, dưa hấu, đào, mai, quất, vạn thọ... bị chặt phá một cách không thương tiếc, được mang tới bãi rác vất bỏ. Hậu quả của việc mua bán chụp giựt, không sòng phẳng, khi một bên là người mua tận dụng thời gian sắp đến giờ phải trả mặt bằng nên kỳ kèo trả giá, một bên tâm lý người bán muốn bỉ mặt người mua, bằng việc chặt bỏ hàng hóa còn hơn tốn thêm tiền vận chuyển về lại nơi xuất phát.

Tận mắt chứng kiến các xe rác vất bỏ một số chậu hoa, cây trái, trong buổi chiều ba mươi Tết, thay vì cùng mọi người hớn hở đi nhặt một ít hoa, một ít trái cây mang về chưng Tết, nó lại cảm thấy tiếc thuơng cho tình đời.

Buồn chán, nó định đi tìm một chỗ nào đó ngồi khóc cho riêng mình, bất chợt nó nghe tiếng mẹ nó dặn lại sau lưng:

- Mẹ chạy ra chợ mua ít trái cây, nhang đèn, về thắp hương cho ba con trong mấy ngày Tết.

- Mẹ đi rồi về sớm, ở đây đã có con.

Còn lại một mình, nó nhìn theo bóng mẹ liêu xiêu bên tuổi xế chiều, khiến nó cảm thấy nhói đau nhói từng khúc ruột, vô tình đánh rơi những giọt nước mắt lúc nào không hay. Chừng nghe nong nóng hai bên má, nó mới hay mình đang khóc. Mẹ ơi! Nó nghẹn ngào cất tiếng gọi thầm: "Con bất hiếu nên đã để mẹ phải sống trong tuổi già bất hạnh như thế này."

Thương mẹ, nó lại nhớ tới ba, người đàn ông đã tận tụy lo cho mẹ con nó từng chén cơm manh áo, để rồi phải sống vật vã trong đau đớn, chết đi khi phát hiện bệnh K phổi ở giai đoạn cuối. Ôi! Tiếc thay, phải chi giờ này nó còn ba, chắc hẳn mẹ nó đâu phải sống đời góa bụa, không cửa không nhà, nó đâu phải trân người dưới nắng, kiếm ăn trên bãi rác bốc mùi hôi thối. Ngược lại, nó sẽ hạnh phúc biết bao khi nhìn thấy mọi thành viên trong gia đình, ngồi quây quần bên nhau ăn bữa cơm chiều ba mươi Tết, đợi chờ giờ giao thừa tiến hành nghi lễ "tống cựu nghinh tân" vui biết chừng nào. Nhưng hỡi ơi! Những hình ảnh thân thương thuộc về ngày xưa ấy, chỉ còn là những kỷ niệm lưu lại trong tâm tưởng mẹ con nó để mà thương nhớ tiếc nuối.

Buồn. Nó cảm thấy trống rỗng trong hồn, không còn lòng dạ nào tiếp tục công việc ở bãi rác được nữa. Cứ thế, nó gom các thứ kiếm được trong ngày xong, cho tất vào bao tải cột lại, quảy lên vai ra về cùng với mấy chậu hoa vừa nhặt được từ bãi rác.

Tình cờ, trên đường trở về nhà, lúc đi ngang qua xóm lao động nằm đối diện với bãi rác, nó chợt nghe văng vẳng bên tai bài hát ca ngợi mùa xuân.

"Rồi dặt dìu mùa xuân theo én về/ Mùa bình thường mùa vui nay đã về/ Mùa xuân mơ ước ấy đang đến đầu tiên/ Với khói bay trên sông, gà đang gáy trưa bên sông/ Một trưa nắng vui cho bao tâm hồn... " (*)

Minh Nguyễn

(*) Mùa Xuân Đầu Tiên của Văn Cao.

NGỌC DUY

MUỘN MÀNG

Lá thư nào viết gửi cho chị em Thu, má Thu cũng bắt đầu bằng bốn chữ "*Các con thương nhớ*". Tiếng là gửi chung cho ba chị em, nhưng hình như má Thu chỉ thủ thỉ tâm tình với chị Thúy, còn Thu với thằng Tuấn tuy cũng được nhắc nhở tới, nhưng là ở cuối thư, phần "dặn dò dạy bảo"! Thiệt tình mà nói thì Thu cũng không lấy làm khó chịu lắm về lối cư xử hơi thiếu công bằng này. Chẳng phải Thu đại lượng gì cho cam, nhưng tại vì Thu đã quá quen với lối đối xử khác biệt của má Thu đối với ba chị em, từ hồi còn ở quê nhà. Điều này Thu đã cảm nhận thấy từ hồi bé xíu, chẳng hạn như những lần mấy chị em giành giựt đồ chơi, bao giờ má Thu cũng bênh vực chị Thúy, dù chị là chị lớn nhứt trong ba đứa. Hay những lần được chia quà cáp bánh trái, bao giờ chị Thúy cũng được phần nhiều hơn.

Có nhiều lý do khiến má Thu tỏ ra ân cần săn sóc chị Thúy một cách đặc biệt. Có thể vì chị Thúy là con đầu lòng, mà ba má Thu lại là con lớn của cả hai bên nội ngoại, nên chị Thúy trở thành đứa cháu đầu tiên của cả hai họ, không những được ba má Thu tưng tiu mà cả ông bà nội ngoại cô cậu chú dì đều vồ vập săn đón. Không biết có phải vì được cưng chiều quá đáng hay vì luật bù trừ của tạo hóa mà chị Thúy cứ đau bệnh rề rề quanh năm suốt tháng. Một tháng ba mươi ngày thì chị Thúy đã bị nhức đầu sổ mũi hết hai mươi tám ngày, hai ngày còn lại thì chị bị đau răng hay nóng sốt. Bởi vậy mang tiếng là chị hai trong nhà mà so ra vóc dáng của ba chị em đẻ năm một, chị Thúy ốm o và còm cõi như một đứa em út sinh thiếu tháng. Cũng nhờ bệnh hoạn liên tục và triền miên như vậy, cộng thêm với sắc đẹp trời cho, chị Thúy giống hệt như những nhân vật chính trong tiểu thuyết của Quỳnh Dao, tiểu thư con nhà đài các ẻo lả và mong manh... như một cành lan, như trong nhạc của Vũ Đức Nghiêm. Một điều buồn cười là cả Thu với thằng Tuấn đều không vì sự thiên vị của má Thu mà ganh tị hay ghét bỏ chị Thúy, trái lại cả Thu và Tuấn đều ra sức bảo vệ và che chở mỗi khi chị Thúy bị bạn bè bắt nạt.

Chị Thúy quý những lá thư má Thu gửi sang lắm. Những lá thư má viết, chữ nhỏ li ti trên giấy pelure mỏng lét để nhẹ tiền cước, loại giấy ngả màu cháo lòng vì bị nấu đi nấu lại cả chục lần, được chị Thúy vuốt lại phẳng phiu, xếp theo thứ tự ngày tháng, để trong cái hộp giấy màu hồng gối ở đầu giường. Thu nhớ hồi còn ở đảo, mỗi lần nhận được thư má, đọc xong bao giờ chị Thúy cũng đầm đìa nước mắt, mặc dù trong thư má Thu chỉ nhắc tới những kỷ niệm ngày xưa khi ba chị em còn ở quê nhà, những hôm trời mưa mấy mẹ con ướt như chuột lột đứng ngoài đường trú mưa ở hiên nhà nơi má Thu dọn hàng bán cà phê mỗi tối, hay những lần tay xách nách mang những gạo những khoai ra tận Vĩnh Phú thăm nuôi ba Thu... Lá thư nào cũng bắt đầu bằng những dòng thăm hỏi, xong đến phần kể lể kỷ niệm, rồi cuối thư là phần dặn dò Thu với thằng Tuấn phải ngoan ngoãn vâng lời chị Thúy. Tự trong thâm tâm, má Thu vẫn nghĩ tụi Thu vượt biên được phần lớn là nhờ công lao, hay đúng hơn, là sự hy sinh của chị Thúy.

Lùi lại vào những năm đầu mất nước, sau khi ba Thu khăn gói lên đường đi học tập cải tạo, mấy mẹ con ở nhà bán dần những đồ đạc trong nhà để tiêu xài trong lúc chờ đợi ba Thu ra khỏi tù. Một năm, hai năm rồi ba năm, những bàn, những ghế, những tủ áo, ti-vi, máy hát, vòng vàng tư trang của má Thu cứ lần lượt đội nón mà đi mà ba Thu mãi biền biệt chưa về. So với những bà con lối xóm, có người còn phải xếp hàng ở bệnh viện bán máu lấy tiền mua gạo nuôi con thì hoàn cảnh bốn mẹ con Thu cũng còn đỡ hơn nhiều lắm. Cho tới lúc sắp sửa phải gỡ những miếng gạch bông lót trên nền nhà, hay tháo tole lợp trần để bán thì má Thu được người quen chỉ vẽ cho mở một quán cà phê vỉa hè, vốn liếng không cần nhiều, chỉ cần một ít ly tách, bàn ghế và thương lượng một căn nhà mặt tiền có khoảng sân trước tương đối rộng để mướn bán cà phê mỗi đêm.

Nhờ có quán cà phê buôn bán có đồng ra đồng vào, cuộc sống của mấy mẹ con mới dễ thở hơn một chút. Chị Thúy học xong lớp chín, thi vào lớp mười không đậu, ở nhà theo má Thu đi bán. Mỗi chiều khi trời vừa chạng vạng là má Thu và chị Thúy lo chất nào đường, cà phê, thuốc lá, trà... lên hai chiếc xe đạp ọp ẹp, đạp ra đường Trần Quang Khải dọn hàng. Những hôm nào nắng ráo còn đỡ, gặp hôm trời chuyển mưa, má Thu phải lấy cái áo mưa nhà binh cũ phủ lên thùng hàng cho khỏi ướt. Tội nghiệp chị Thúy, hôm nào trời mưa đi bán về chị cũng bị cảm lạnh, tối nằm ôm ngực ho sù sụ. Sau này những hôm chị bịnh Thu phải thay chị ra phụ má dọn hàng. Mà mỗi lần ra phụ như vậy Thu bị má Thu la tắt bếp, nào là con gái con đứa mà tay chưn lóng ngóng vụng về, không ý tứ gì ráo, bưng cà phê cho khách mà thiếu điều muốn đổ vô mặt người ta, tính tiền thì lộn tới lộn lui, ly tách thì làm bể liên tục... Nói gì thì nói chứ Thu là chúa ghét cái nghề buôn bán, phục vụ, lại còn cơm bưng nước rót hầu hạ khách hàng, lại còn phải dầm mưa dãi nắng. Chưa kể nếu bị tụi bạn học bắt gặp, chắc Thu độn thổ vì mắc cỡ. Nhưng riết rồi cũng quen. Có được một chỗ mua bán để đắp đổi qua ngày như vầy, theo như lời má Thu nói, là "*phước mấy mươi đời ông bà tổ tiên để lại*". Nghĩ lại cho cùng thì cũng đúng, vì so ra mẹ con Thu cũng còn may mắn hơn biết bao nhiêu người cùng hoàn cảnh phải đi kinh tế mới, thậm chí có mấy bà vợ sĩ quan phải chắp nối với bọn cán bộ kiếm tiền nuôi con...

Má Thu có một người quen mở một cửa hàng cà phê trong Chợ Lớn. Nhờ họ chỉ vẽ cho một vài mánh lới trong nghề để pha cà phê phin cho ngon, pha nước chanh sao cho đậm đà, lại được giới thiệu những mối hàng quen chuyên buôn trà và cà phê từ Bảo Lộc,

Lâm Đồng, hay Ban Mê Thuột xuống nên không sợ mua lầm cà phê pha hột bắp... nhờ vậy nên má Thu cũng có được một số khách quen. Ngoài cà phê phin, má Thu còn bán cả cà phê pha vợt cho những khách hàng bình dân hơn thuộc giới xích lô hay xe ôm, tạt vô nhâm nhi vài ngụm cà phê hay phì phà vài hơi thuốc Hoa Mai, Đà Lạt... Với hình thức "tân cổ giao duyên" này, quầy cà phê của má con Thu cũng khá đông khách. Đám thanh niên choai choai mới lớn vừa được uống cà phê rẻ tiền, vừa được trồng cây si chị Thúy, được bọn họ gọi bóng gió là "*tiểu thư con nhà khuê các hết thời bò ra vỉa hè kiếm ăn*".

Trong đám thanh niên này, kiên nhẫn và dày dạn nhứt phải kể tới anh Hán. Mỗi chiều cứ sáu giờ má Thu dọn hàng ra thì khoảng sáu giờ rưỡi anh đã phóng xe Honda lại, kêu một ly cà phê phin sữa và một gói thuốc lá Samit, rồi bắt đầu "ngồi đồng" cho tới lúc má Thu dọn hàng mới chịu về. Một hai tuần đầu anh còn ngồi yên lặng ngắm chị Thúy pha cà phê, nhúm lửa, rồi từ từ anh cũng lân la lại làm quen. Lúc đầu má Thu cũng không mấy gì ưa anh Hán, đàn ông con trai gì mà ngày tối không thấy làm ăn gì ráo, cứ ngồi quán cà phê ngắm gái coi bộ không khá nổi. Nhưng lần lần thấy ảnh cũng có vẻ hiền lành, lại là khách sộp, nên má Thu cũng bớt có ác cảm. Mà thiệt vậy, anh Hán là người Việt gốc Hoa, con nhà khá giả vì nghe nói ba có phần hùn trong mấy nhà hàng lớn trong Chợ Lớn.

Nếu chỉ có việc ngồi trồng cây si chị Thúy năm này qua tháng nọ thì anh Hán cũng đâu có khác gì đám thanh niên choai choai đến quán hàng ngày. Đàng này một hôm anh đột ngột đến tìm má Thu tận nhà, và ngỏ ý muốn xin cưới chị Thúy để cùng anh đi vượt biên. Lúc ấy vào khoảng giữa năm 1978, cả Sài Gòn đang lên cơn sốt về việc xuất cảng người Hoa của Việt Cộng. Đi vượt biên chui nếu rủi có bị bắt thì bị đi cải tạo năm ba năm là chuyện thường, nhưng nếu đóng vàng cho nhà nước thì sẽ được tổ chức đi đứng đàng hoàng, có danh sách hẳn hoi, và được công an hộ tống xuống tàu như đi du lịch! Trở lại chuyện anh Hán, sau khi nghe anh ngỏ lời, má Thu há hốc mồm:

- Cậu nói giỡn hay nói chơi vậy? Cậu quen biết con Thúy được bao nhiêu lâu mà dám đi hỏi cưới nó?

Anh Hán khổ sở phân bua:

- Lẽ ra thì cháu cũng phải làm quen nói chuyện với Thúy trước để dò ý của Thúy. Nhưng thời gian không cho phép nữa vì ba má cháu đang mua tàu đi bán chính thức ở Vũng Tàu. Nếu được cấp giấy phép và kêu đủ người thì một hai tháng nữa là cháu đã đi rồi. Cháu biết tới hỏi bác đột ngột như thế này là cũng đường đột lắm, nhưng mong bác hiểu là mấy tháng nay, từ hôm tạt ngang quán bác uống cà phê thấy Thúy là hôm nào cháu cũng lái xe xuống Tân định để ngồi ngó Thúy. Bác cũng biết cháu là người Hoa, không rành tiếng Việt lắm, nếu cháu nói chuyện có gì không đúng mong bác xính xái cho.

Má Thu lắc đầu:

- Chuyện cậu hỏi đột ngột quá, tôi không biết đàng nào để trả lời. Để chút nữa con Thúy về tôi gợi ý hỏi nó coi sao. Mà chiều nay cậu đừng có ra quán nữa nghen, có gì mai mốt buổi sáng cậu ghé ngang nhà rồi tôi báo cho cậu biết.

Chuyện anh Hán dám "mạo muội" hỏi cưới chị Thúy làm cả nhà Thu mất ăn mất ngủ mấy tuần liền. Anh đã thẳng thắn đề nghị với má Thu, nếu chị Thúy đồng ý lấy anh, chuyện dắt cả nhà Thu đi bán chính thức không thành vấn đề, vì ba anh là chủ tàu, muốn "nhét" bao nhiêu người lại không được! Lúc đó đối với má con Thu, chuyện vượt biên là cái gì đó xa vời lắm. Mở một quán cà phê vốn liếng có vài chỉ vàng mà má Thu phải chạy đi vay mượn cùng khắp, nói chi kiếm ra mười mấy cây vàng cho một đứa để được đi bán chính thức! Mấy đêm liền mặt má con Thu người nào người nấy cứ căng ra như dây đàn sắp đứt. Đi vượt biên thì đứa nào cũng muốn, nhưng để chị Thúy phải lấy một người chồng mà chị chưa tìm hiểu, chưa có một chút cảm tình thì cũng tội cho chị quá! Được cái anh Hán dòm bề ngoài coi cũng tương đối "sạch sẽ", tuy là người Hoa nhưng sinh đẻ ở Sài Gòn nên ảnh nói tiếng Việt nghe cũng trơn tru lắm. Thu không biết ngày xưa nàng Kiều của Nguyễn Du bán mình chuộc cha tâm trạng rối bời ra sao, chứ từ hôm nghe anh Hán ngỏ ý, chị Thúy cứ đi ra đi vào như người mất hồn. Thu nhớ má Thu nói với chị Thúy: "Lúc nào thì má cũng muốn săn sóc đùm bọc cho các con. Ở chế độ này, với lý lịch của mấy đứa thì còn lâu mới ngóc đầu lên nổi. Chuyện lo cho mấy đứa đi vượt biên thì má không có khả năng, nhưng nếu bắt con phải hy sinh hạnh phúc cá nhân để lo cho mấy em thì má không nỡ. Má để tùy con quyết định". Cuối cùng rồi chị Thúy cũng đồng ý lấy anh Hán, đem theo Thu và thằng Tuấn cùng anh đi vượt biên. Má Thu ở lại lo thăm nuôi ba Thu, đợi ngày ổng ra tù rồi tính.

Vậy là chị Thúy đi lấy chồng! Năm đó chị mới có 18 tuổi. *Ngày mai trong đám xuân xanh ấy, có kẻ theo chồng bỏ cuộc chơi*! Chị Thúy theo chồng, dắt theo hai đứa em, xuống tàu vượt biên, tới một vùng đất xa lạ, tương lai và hạnh phúc đều mù mờ. Đám cưới chị Thúy không tổ chức ở nhà thờ, cô dâu không bận áo soirée trắng đội khăn voan như chị Thúy vẫn thường mơ ước. Để lối xóm và công an không để ý, má Thu nói anh Hán chỉ nên tổ chức một bữa tiệc nhỏ ở nhà hàng cho gia đình hai bên biết mặt. Ba má anh Hán biết anh định lấy vợ Việt, ông bà kịch liệt phản đối. Nhưng vì anh Hán ra điều kiện nếu không cho anh lấy vợ thì anh sẽ ở lại nên cuối cùng hai ông bà phải nhượng bộ. Bữa tiệc cưới nhỏ ảm đạm được tổ chức tại nhà hàng Soái Kình Lâm, chỉ có đãi một bàn tiệc, gồm gia đình anh Hán và bốn má con Thu. Bà má anh Hán ngồi trong bàn tiệc mà cặp mắt cứ trừng trừng nhìn chị Thúy như muốn ăn tươi nuốt sống làm má Thu không khỏi ngột ngạt và lo sợ cho cuộc sống dâu con sau này của chị Thúy. Hôm trước khi xuống tàu vượt biên, má Thu đã dặn tới dặn lui anh Hán là sau này khi định cư dù muốn dù không cũng nên dọn ra ở riêng, xây tổ ấm cho hai đứa, chứ để chung đụng sớm muộn gì cũng có xích mích mẹ chồng nàng dâu. Má Thu lo xa cũng phải, vì đâu cần qua tới Mỹ, chỉ vừa tới đảo Bidong ở Mã Lai, chị Thúy đã bị bà già chồng hạch sách đủ điều. Mỗi lần làm điều gì phật ý bà, là bà ném cho chị Thúy một cái nhìn lạnh lùng, mà miệng thì xổ một tràng tiếng Tàu, nghe líu lo cứ như là chim cú hót!

Ở đảo được vài tháng, tụi Thu được gia đình một người bà con xa của anh Hán bảo lãnh về Cali. Qua tới Mỹ chưa được bao lâu, ba anh Hán mới khám phá ra bao nhiêu tiền chuyển ngân qua trước đã bị người ta gạt sạch. Từ một ông chủ bự ở Chợ Lớn, tuy cũng còn một chút vốn liếng của cải mang theo, nhưng bao nhiêu của chìm của nổi một sớm một chiều tan tành thành mây khói, ba anh Hán tức quá đứng tim mà chết. Anh Hán, từ một chàng công tử bột ở Sài Gòn, giữa một xã hội thời bao cấp thiên hạ chạy gạo kiếm ăn từng bữa, mà anh chỉ biết xách xe Honda đi dạo quán xá, nay bỗng dưng trở thành rường cột của gia đình, phải đảm đương một bà mẹ già, thêm một người vợ mới cưới và hai đứa em vợ "ăn theo" là Thu và thằng Tuấn, ở một xứ sở hoàn toàn xa lạ, về cả ngôn ngữ, phong tục, trong khi anh không có bằng cấp gì lận lưng. Ông bà mình bảo thời thế tạo anh hùng chẳng biết đúng hay sai, nhưng anh Hán quả thật thích ứng với hoàn cảnh mới một cách nhanh chóng không ngờ. Vì tiếng Anh không rành, anh Hán phải xin vào làm việc cho các nhà hàng tàu ở phố Tàu, làm hai ba jobs, vừa rửa chén, bồi bàn, khuân vác trong mấy tiệm tạp hóa...

Lúc này Thu và thằng Tuấn theo học ở một trường trung học gần nhà, đi về có xe bus nhà trường đưa rước. Má anh Hán, từ sau cái chết của ba ảnh, phần thì nhớ chồng, phần vì tiếc của, đâm ra lẩn thẩn, ngày tối cứ nhốt mình trong phòng lẩm bẩm những gì không ai hiểu. Nhiều đêm anh Hán đi làm về khuya, anh bới vội chén cơm rồi hâm nóng thức ăn đem từ nhà hàng về, bưng vào phòng rồi ngồi đút cho má anh ăn. Hai mẹ con xí xô xí xào nghe vừa buồn cười vừa tội nghiệp! Chị Thúy thì chẳng bao giờ dám bén mảng tới gần má anh Hán, vì y như rằng hễ thấy bóng dáng chị thấp thoáng là bà gầm gừ, làm như mọi sự sa cơ thất thế trong gia đình bà, đều là do anh Hán lấy chị Thúy làm vợ mà gây nên. Mấy lần chị Thúy định bàn với anh Hán gửi bà vô trong viện dưỡng lão cho có y tá săn sóc nhưng thấy tội nghiệp quá nên thôi. Vả lại có muốn anh Hán cũng không có khả năng. Tuy đi làm hai ba jobs, nhưng lương ba cọc ba đồng, anh Hán cũng đâu kiếm được bao nhiêu, lương lãnh về, chỉ vừa đủ trang trải tiền nhà, tiền thuốc men cho má anh, lại còn chi tiêu lặt vặt trong nhà. Vài ba tháng một lần, anh còn thu vén mua quà gửi về cho má Thu ở Sài Gòn, mặc dù chị Thúy không dám yêu cầu.

Ban ngày khi anh Hán đi làm và tụi Thu đi học, chỉ còn chị Thúy và má anh Hán ở nhà, chị Thúy phải "núp" trong phòng, giết thì giờ bằng mấy băng nhạc Việt Nam sang lại mua ở chợ, hoặc nằm bò trên giường, đọc và viết thư cho má Thu. Dạo này có lẽ vì hợp với thời tiết bên này, chị có vẻ khỏe hẳn ra, không còn bệnh rề rề như trước, tướng tá coi có da có thịt hơn hồi còn bên nhà, trông nẩy nở và quyến rũ hơn hồi còn con gái nhiều lắm. Năm sau khi Thu và thằng Tuấn cùng chuyển trường lên đại học, hai đứa phải dọn lên trường kiếm thuê phòng cho tiện việc đi lại, chị Thúy cũng ghi tên học Anh văn ở một trường đại học cộng đồng gần nhà cho qua ngày tháng. Cuộc sống cứ lặng lẽ trôi, cho tới một hôm Thu mới khám phá ra một chuyện động trời là chị Thúy có bồ!

Hôm thi cuối khóa mùa đông xong, thấy còn sớm, Thu lái xe lên trường chị Thúy định rủ chị đi *shopping* mua mấy món quà cho mùa Xmas. Vừa đậu xe xong, Thu chồm ra ghế sau định lấy cái áo khoác vào người cho đỡ lạnh thì nom thấy chị Thúy chui vào một chiếc xe còn khá mới, phóng đi. Đoán là chị quá giang xe bạn về nhà nên Thu cũng lái xe về nhà ngồi chờ. Nào ngờ đợi suốt cả buổi chiều cũng không thấy tăm hơi chỉ đâu. Bây giờ là cuối năm, mấy cái *shopping mall* đang sale đồ giáng sinh, chắc chị đang đi mua sắm đồ với mấy người bạn.

Lúc chị Thúy bước vô nhà, ngó thấy chị không có xách cái gì hết ngoài cái túi đi học, Thu ngạc nhiên hỏi:

- Bộ bữa nay không có cái gì rẻ hay sao mà bà đi về tay không vậy?

Chị Thúy ngó Thu:

- Mày nói cái gì rẻ? Tao mới đi học ở trường về mà, mua bán cái gì!

- Chớ không phải hồi sáng bà chun vô cái xe màu xanh đi shopping sao? Tui định phóng xe rượt theo mà không kịp!

Chị Thúy lắp bắp:

- Mày thấy cái gì? Bửa nay còn đi học mà mày làm cái gì ở trường tao?

Thu bưng trái cantaloupe lên ngồi ở bàn ăn, vừa gọt vừa trả lời:

- Hôm nay tui thi xong môn cuối, định ghé trường rủ bà đi shopping chơi. AI dè tới nơi thì bà đã đi mất tiêu, biết vậy hồi sáng tui rủ con nhỏ Hạnh đi cho rồi. Bà làm cái gì mà mặt mày xanh lè xanh lét vậy? Trúng gió hả?

Chị Thúy ngồi phịch xuống ghế:

- Hồi sáng tao đi chiếc xe màu xanh thiệt, nhưng không phải đi shopping. Thu này, tao nói cho mày nghe chuyện này, nhưng mày khoan viết thư về kể cho má nghen. Để từ từ rồi tao tính. Chừng nào đâu vào đó xong xuôi tao sẽ nói cho má nghe sau.

Thu trợn mắt ngó chị Thúy:

- Chuyện gì ghê vậy bà? Chuyện gì mà bà rào trước đón sau dữ vậy?

Chị Thúy thở dài:

- Chắc tao với anh Hán phải ly dị quá!

Thu sửng sốt:

- Hả? Bà nói cái gì? Bấy lâu nay tui đâu có nghe bà than thở gì đâu, sao tự dưng hôm nay lại nói chuyện động trời vậy? Bà không nói chơi đó chứ?

Chị Thúy thiểu não:

- Chuyện nghiêm trọng như vậy ai lại đi nói chơi bao giờ! Tại chưa tới lúc phải nói, với lại tao cứ chần chờ vì nghĩ còn có cách cứu vãn. Thiệt ra anh Hán cũng tốt với tao lắm, nhưng giữa tao với ảnh không có tình cảm. Mày cũng biết vì sao tao lấy ảnh rồi mà...

Thu ngắt lời:

- Nhưng hồi đó bà chấp nhận mà. Ảnh đâu có ép bà, má cũng đâu có ép bà. Ăn ở với nhau hai ba năm nay, rồi tự dưng bà muốn bỏ ảnh, ờ mà bả đã nói cho anh Hán chưa?

- Tao không biết phải mở miệng nói với ảnh làm sao nữa. Anh Phú, cái anh chạy chiếc xe màu xanh hồi sáng đó, có nói với tao là nên giải quyết càng sớm càng tốt, sẽ dễ dàng cho cả đôi bên.

Thu nhíu mày:

- Ở đâu mà lòi ra cái thằng cha Phú nào nữa đây? Chắc bà cặp với thằng cha Phú này rồi định về bỏ anh Hán chớ gì? Tui thiệt không hiểu nổi bà. Mấy năm nay ảnh lo cho bà từng chút, tui với thằng Tuấn có là gì của ảnh đâu mà ảnh cũng đối xử như em út ruột thịt của ảnh. Chưa nói ảnh còn gửi quà về Việt Nam cho má. Tụi mình qua đây được cũng là nhờ ba má ảnh tổ chức, vậy mà bây giờ bà nỡ nào...

Chị Thúy khổ sở nhăn nhó:

- Tao có phủ nhận lòng tốt của anh Hán với gia đình ảnh đâu, nhưng chuyện tình cảm đâu có dễ dàng như mày nói. Những gì anh Hán giúp đỡ tụi mình, từ từ tao sẽ tìm cách đền bù cho ảnh. Hai năm nay mang tiếng là vợ chồng chứ tao với ảnh có tâm sự gì với nhau đâu. Tao nghĩ đối với ảnh như vậy cũng không công bằng. Thà là ảnh kiếm người khác thương ảnh, biết đâu ảnh sẽ có hạnh phúc hơn?

Thu lắc đầu:

- Tui không có tán đồng bà ly dị đâu. Nhưng bà muốn làm sao đó thì làm, tui chỉ mong bà suy nghĩ cặn kẽ để sau này khỏi hối tiếc. Rồi chuyện gì phải tới đã tới. Chị Thúy và anh Hán làm thủ tục ly dị, không kiện tụng lôi thôi vì cả hai đều cùng chưa có tài sản hay con cái để tranh chấp. Hai người bỏ nhau chóng vánh y như hồi làm đám cưới. Chị Thúy dọn ra riêng, share phòng với người bạn học, còn anh Hán thì vẫn ở căn apartment với má ảnh. Thu không ngờ anh Hán có thể chia tay với chị Thúy một cách dễ dàng như vậy. Hôm tới nhà ảnh để dọn đồ đạc cho chị Thúy, thấy ảnh đi ra đi vô, tay cầm ly bia mà gương mặt buồn hiu, Thu mới gợi chuyện:

- Anh Hán vẫn đi làm chỗ cũ hả?

Anh cười chua chát:

- Thì cũng chỗ cũ. Mà nếu có đi làm chỗ mới thì cũng chừng đó việc, cu li mà, đâu có phân biệt mới hay cũ.

Phải chi mà người ta có thể nói với nhau những câu an ủi như trong tuồng cải lương thì chắc Thu đã có nhiều điều để nói với anh Hán. Nào là những ơn nghĩa gia đình ảnh đã mang chị em Thu qua đây, nào là thời gian đầu ảnh đã bảo bọc chị em Thu trong lúc bao nhiêu sóng gió dồn dập xảy ra với ảnh... Vậy mà Thu cứ ngậm câm như hến, chỉ yên lặng cắm cúi xếp những đồ dùng của chị Thúy cho vào thùng giấy. Lúc phụ anh Hán bưng cái thùng từ nhà ra bỏ vào cốp xe, Thu mới giúi vô tay anh Hán tấm giấy nhỏ, có ghi địa chỉ và số phone của mình. Thu lắp bắp:

- Anh ở lại mạnh giỏi. Có địa chỉ và số phone của em ghi trong tờ giấy này nè, có gì anh liên lạc với em nghen. Dù gì thì em với thằng Tuấn cũng coi anh như anh lớn trong nhà. Mà em biết ba má cũng coi anh như con trong nhà vậy. Nhớ giữ liên lạc với em nghen.

Anh Hán nói nhỏ:

- Chừng nào ra trường nhớ báo cho anh biết, anh sẽ đi dự! Mà có lấy chồng thì cũng nhớ gửi thiệp cho anh. À quên nữa, có viết thư cho má, cho anh gửi lời hỏi thăm.

Thu nói dạ rồi chun vô xe rồ máy. Trên suốt đường về, Thu cứ lan man nghĩ không biết rồi anh Hán sẽ ra sao, vì Thu biết chắc anh vẫn còn thương chị Thúy lắm. Thái độ dửng dưng chấp nhận một thực tế phũ phàng của anh Hán làm Thu lo ngại.

Năm tháng trôi qua, không có gì bất trắc xảy ra giữa anh Hán và chị Thúy. Một năm sau khi ly dị, chị Thúy bước thêm bước nữa, và theo anh Phú, chồng sau của chị, dọn sang Texas sinh sống. Thằng Tuấn chuyển trường xuống Los, vì được nhận vào medical school ở UCLA. Còn Thu vẫn quanh quẩn ở San Jose, vừa đi học vừa đi làm. Mấy năm sau ba má Thu sang Mỹ theo diện HO, về định cư ở Texas cùng với gia đình chị Thúy. Chị đã có một đứa con gái, cuộc sống hôn nhân êm ấm như chị vẫn từng mơ ước. Thu tốt nghiệp ra trường, làm cho một hãng điện tử vùng Thung Lũng Hoa Vàng. Anh Hán giữ liên lạc được với Thu một thời gian rồi cũng dọn đi đâu mất tiêu, nghe nói anh dọn xuống Los hùn vốn mở một nhà hàng Tàu. Vậy cũng tốt, Thu chỉ cầu mong anh có được một đời sống êm ả bình thường như mọi người.

Má Thu cứ mỗi lần gọi phone nói chuyện với Thu là y như rằng hỏi chừng nào Thu mới chịu lấy chồng, Thu cứ ì à nói lảng sang chuyện khác. Thiệt tình có nhiều buổi chiều đi làm về, Thu phải ghé mấy cái shopping mall đi lòng vòng mua sắm, thấy đời sống cũng sao mà tẻ nhạt. Dĩ nhiên Thu cũng có một vài người bạn trai, nhưng quan hệ chỉ tới mức mời nhau cuối tuần đi nhảy đầm dạ vũ là hết. Chắc rồi cũng tới lúc Thu phải đi lấy chồng, cho có với người ta. Má Thu cứ dọa: "Con đã hăm mấy rồi, đâu còn trẻ trung gì nữa, đợi tới lúc lên băm thì có ma nào nó thèm rước nữa!". Thu cười: "Lấy chồng thì cũng phải có duyên có số, chứ hổng lẽ vì sợ tuổi băm mà con cứ chạy ra đường, quơ đại một thằng đui mù sứt mẻ nào đó về làm con rể má chắc?". Má Thu đầu hàng: " Mày tuổi con cua mới đúng, ăn với nói, ngang phè!"

Cuối tuần này Thu phải bay sang DC dự một cuộc họp thường niên trong hãng. Cùng đi có vợ chồng đứa bạn làm chung. Nó rủ Thu:

- Ê Thu, họp xong thứ sáu mày với vợ chồng tao lái xe lên Atlantic City chơi nghen mậy? Nghe nói bên đó có khách du lịch từ châu Âu sang nên lịch sự và sang trọng lắm, không có xô bồ xô bộn như ở Las Vegas hay Reno đâu!

Thu cười:

- Bài bạc tao chỉ biết chơi có mỗi bài cào, lên trên đó làm gì?

Nhỏ bạn cười hăng hắc:

- Thì đi ngắm thiên hạ Tao chỉ có biết kéo máy thôi, để tao truyền nghề lại cho mày. Với lại mày không nghe nói cờ bạc chuyên môn đãi những tay chơi ngang à? Trên đó còn có Trump Castle của lão tỉ phú Trump, chuyên môn tổ chức Hoa Hậu thế giới đó, nghe nói kiến trúc lộng lẫy lắm, sẵn qua miền đông, mình ghé thăm cho biết.

Thu hờ hững:

- Ừa, đi thì đi, mày có ăn tiền cò của mấy sòng bạc ở bên đó hay sao mà quảng cáo cho tụi nó dữ vậy?

- Rủ mày đi để có người tán dóc trên xe cho đỡ buồn ngủ, chứ hai vợ chồng tao đi một mình, tao ngủ trên xe sợ thằng chả cũng buồn ngủ đâm đầu vô xe khác là vỡ nợ!

- Tưởng mày tốt lành gì, ai dè cũng biết tính toán quá chớ!

Con nhỏ bạn cười ngỏn ngoẻn bỏ đi.

Hôm tới Atlantic City, lúc hai vợ chồng con nhỏ bạn bị mấy cái sòng xì phé và mấy cái máy kéo hớp hồn, Thu đi bộ lòng vòng ngắm thiên hạ. Những ánh đèn sặc sỡ, những gương mặt căng thẳng, mắt nhìn không chớp những con bài chia xoèn xoẹt trên bàn, những cô chiêu đãi viên ăn bận hở hang... tất cả tạo thành một thế giới ăn chơi làm Thu choáng ngợp. Bỗng Thu nhìn thấy một người đang đứng chia bài có cái dáng quen quen, Thu định thần nhìn kỹ, rồi buột miệng la:

- Anh Hán!

Anh Hán đang chia bài cho một bàn xì dách, nghe kêu, ngửng lên thấy Thu, anh hơi giật mình rồi ra hiệu cho Thu chờ anh một lát. Chừng mười lăm phút sau, anh lấy giờ nghỉ, đưa Thu ra cafeteria trò chuyện:

- Em đi đâu mà lạc qua tới bên đây lận?

Thu mừng quá:

- Em đi họp cho hãng ở dưới D.C., sẵn có bạn rủ lên đây chơi cho biết. Anh dọn qua đây từ hồi nào, sao không nói cho em biết? Có đứa bạn nói gặp anh ở dưới Los mà.

- Anh có ở Los hùn vốn với bạn mở nhà hàng, nhưng ế ẩm quá phải sang lại cho người khác. Rồi thất nghiệp phải bay qua đây chia bài, kiếm cơm ngày hai bữa vậy mà. Đi xa để đổi không khí! Dạo này em lớn bộn rồi nha, chững chạc hẳn ra. Chồng con gì chưa? Có dẫn theo không, giới thiệu cho anh biết với?

- Có ma nó mới thèm lấy em! Anh ở đâu vậy, cho em địa chỉ, ngày mai em ghé thăm. Gặp anh ở đây em mừng quá, em về gọi phone báo cho má biết, chắc má mừng lắm.

Anh Hán ngạc nhiên:

- Má qua rồi hả? Lâu chưa?

- Được hơn một năm nay rồi, nhờ đi diện HO của ba, chứ nếu chờ chị Thúy bảo lãnh chắc còn lâu. Còn chị Thúy...

Anh Hán làm ra vẻ thản nhiên:

- Thúy khỏe không? Sao đang nói em lại ngưng ngang vậy?

- Chỉ lập gia đình rồi, có một đứa con gái giống chỉ lắm. Ờ mà anh cho em địa chỉ nhà anh đi, ngày mai em sẽ ghé thăm. Mà... anh đang ở một mình chớ?

Anh Hán đón lấy cây viết trên tay Thu, cúi xuống vừa hí hoáy viết vừa trả lời:

- Em lại chơi buổi trưa nha. Anh làm tới gần sáng mới về lận, còn phải dọn dẹp nhà cửa sơ sơ để đón khách quý nữa chớ!

Hôm sau vì hai vợ chồng con nhỏ bạn còn ngủ vùi trong khách sạn sau một đêm bị mấy con bài hành hạ, Thu đón xe taxi, một mình tới khu chung cư anh Hán ở.

Lúc Thu còn lóng ngóng dò số nhà thì một người đàn bà đang bế con chơi ở một xích đu gần đó mon men lại gợi chuyện:

- Cô là người Việt phải không? Kiếm nhà ai vậy?

Thu chìa mảnh giấy anh Hán viết hôm qua:

- Thím biết nhà nào là nhà anh Hán không, làm ơn chỉ giùm?

Người đàn bà ngó Thu dò xét:

- Cô là bạn ảnh hả? Ảnh đi làm chưa về.

- Dạ không cháu là em... bà con của ảnh, bị thất lạc địa chỉ mấy năm nay. Cháu ở bên Cali, hôm qua mới tình cờ gặp ảnh ở Casino, ảnh cho cháu địa chỉ nhà để cháu ghé lại thăm.

- Hèn gì. Tui thấy ảnh ở đây mấy năm rồi mà có thấy bà con thân thích nào đâu, ngoại trừ mấy con bồ Mỹ có, Mễ có, Tàu có. Ờ mà cô bà con với ảnh là bà con làm sao vậy? Tui thấy cô đâu có giống ảnh chút xíu nào đâu?

- Dạ bà con cô cậu, có điều hơi xa, tại má ảnh là chị họ của ba cháu...

Người đàn bà ngồi xuống xích đu, tiếp tục tía lia:

- Hèn gì cô với ảnh dòm mỗi người một mặt. Anh Hán này bình thường cũng được lắm, ảnh làm chung chỗ chia bài với ông xã tui chớ đâu! Có điều mỗi lần ổng nhậu say là thôi, bán trời hổng mời thiên lôi đó cô!

- Hồi đó cháu nhớ là ảnh cũng đâu có bia rượu gì nhiều đâu, thỉnh thoảng cũng có uống bia, nhưng say xỉn như thím nói cháu chưa hề thấy. Bộ dạo này ảnh nhậu nhẹt dữ lắm hả thím?

Người đàn bà chép miệng:

- Nói nhậu dữ thì cũng quá, một tháng đôi ba lần thôi. Cô biết mà, đàn ông độc thân, tiền bạc nếu không nướng trong sòng bài thì cũng cho gái ăn hết. Bây giờ là ảnh tu tâm dưỡng tánh dữ lắm rồi đó, nghe đồn là hồi đó ảnh cũng có gia đình đàng hoàng, rồi đi buôn bán ma túy gì đó, vợ biết được, bỏ đi lấy chồng khác! Ảnh chán đời, mới dọn qua đây làm ăn đó chứ!

Thu trợn mắt:

- Cái gì mà có buôn bán ma túy nghe ghê vậy thím? Anh Hán ảnh hiền khô mà!

Người đàn bà thở dài:

- Thì bởi vậy! Nhưng mà nghe nói tu rồi, chỉ có đánh bài với... gái gú thôi. Ối mà cô ơi, mấy thằng cha chia bài, mười thằng cha là hết mười một thằng ghiền, làm được bao nhiêu là đem vô cúng lại cho tụi nó hết. Như ông nhà tui kìa, hổng có tui tay hòm chìa khóa kè kè bên cạnh, thì hổng biết ở nhà có cháo ăn không nữa!

Thu hỏi lại:

- Còn vụ mua bán ma túy thì sao thím? Ai nói cho thím nghe vậy?

- Cần gì ai nói cô! Cái cộng đồng Việt Nam ở đây nhỏ như cái lỗ mũi, ai nhỏng đít lên là tui biết liền. Nói thiệt chứ muốn điều tra, tui còn có thể biết hồi đó bên Việt Nam ảnh làm nghề gì nữa kìa! Ờ mà thôi cô ngồi đây chờ ảnh nghe, tui bồng nhỏ con gái vô dỗ cho nó ngủ. Hay là cô muốn vô nhà tui uống miếng nước rồi ngồi đợi ảnh không, không biết chừng nào ảnh mới về!

Thu thối thoát:

- Dạ cám ơn thím, cháu ngồi ngoài này đợi ảnh được rồi.

Người đàn bà đứng dậy đi vô nhà. Ngó theo cái dáng đi lạch bạch, Thu lại miên man nghĩ về câu chuyện bả mới vừa kể. Cũng có thể đúng mà cũng có thể sai. Ai có quyền cấm bả thêu dệt cho câu chuyện thêm phần hấp dẫn? Nhưng có một điều Thu chắn chắn là mấy năm nay cuộc sống của anh Hán cũng không mấy êm đẹp, trôi giạt xuống Los mở nhà hàng làm ăn thất bại rồi bay sang miền đông làm nghề chia bài, cái nghề mà người Việt mình ít có ai coi trọng. Mấy năm trước, ngày dắt ba chị em Thu xuống tàu vượt biên, chắc chẳng bao giờ anh Hán nghĩ cuộc đời của ảnh cứ kéo dài, từ bế tắc này sang bế tắc nọ, đưa anh đến thành phố ăn chơi này, nơi mà anh kiếm sống bằng nghề đứng chia bài cho khách du lịch, rồi khi về tới nhà lại đắm chìm trong men rượu, hay những người con gái đủ mọi sắc tộc, hoặc lại đắm mình trong những sòng bài, nguồn phương tiện nuôi sống anh.

Thu biết lát nữa đây khi gặp Thu, anh Hán sẽ vẫn cười xuề xòa hỏi thăm Thu về cuộc sống, một cuộc sống khá ngăn nắp, và chẳng bao giờ than thở hay kể cho Thu nghe cuộc sống nhàm chán của anh, hay một ước mơ có một mái ấm, một người vợ, dăm ba đứa con, một công việc bình thường... Thu biết anh Hán cũng chỉ mơ ước chừng đó, vậy mà ảnh vẫn đi tìm kiếm bao nhiêu năm nay.

Thu ngồi ở ghế xích đu không biết bao lâu, nhớ lại từng kỷ niệm của anh Hán từ hồi còn ở quê nhà, từ hồi anh còn mỗi ngày phóng xe từ Chợ Lớn lên khu Đa Kao, "ngồi đồng" ở quán cà phê vỉa hè của má con Thu, những lần anh phụ chị Thúy nhúm bếp, lọ nghẹ dính đầy trên mặt... tới lúc nghe tiếng xe của anh quẹo vào khu chung cư, Thu mới giật mình quay lại. Anh chồm mình ra khỏi cửa xe nói với Thu:

- Thu đợi anh lâu chưa? Anh ghé chợ Đại Hàn mua một ít đồ ăn về nấu đãi Thu đây. Lâu quá rồi anh mới vô bếp nấu ăn đó nghen. Tối nay anh nấu đãi Thu món gà rút xương kiểu Đại Hàn, ngon hết biết...

Thu bước lại đỡ cái bịch ni-lông trên tay anh Hán. Hình như đây là lần đầu tiên Thu ngó thật kỹ vô đôi mắt anh, cái đuôi mắt nhăn nheo làm anh già trước tuổi. Ngó xuống cái quần jeans bạc thếch anh đang mặc, bỗng dưng Thu bật khóc khiến anh cuống quít:

- Đợi anh có một chút mà làm gì khóc vậy? Hồi đó anh nhớ lúc đi bán cà phê, anh nghe má la em hoài mà có thấy em khóc bao giờ. Sao giờ lớn rồi mà lại trở nên mít ướt vậy?

Thu nói qua làn nước mắt:

- Tại xe anh quẹo vô làm bụi bay vô mắt em chớ bộ! Bây giờ mà anh còn nhắc làm chi chuyện hồi xưa ở bên nhà hả? Anh có nhớ có lần hết nước đá má sai em đi mua, anh kêu em lên xe Honda của anh để anh chở đi mua cho mau, anh chạy giỏi đến nỗi đi ngang ổ gà, em té cái bịch xuống đường nằm đo ván mà anh cũng không hề hay biết...

Anh Hán ngắt lời:

- Nhưng mà anh có quay lại kiếm em mà, thấy em còn ngồi một đống ở chỗ ổ gà, hai đầu gối còn rướm máu. Anh nhớ sau lần đó anh có dẫn em với thằng Tuấn đi coi xi nê với ăn bò bía đền tội rồi mà. Hồi xưa sao mà dễ thương quá em há! Thôi vô nhà đi để anh trổ tài nấu cho em ăn. Sáng giờ chưa có gì vô bụng chắc em đói dữ rồi há...

Đi theo anh Hán vào nhà, hai chân Thu cứ ríu lại. Thu bỗng bật cười khi nghĩ anh Hán quả có máu Tàu trong người, gặp nhau chưa kịp hỏi thăm sức khỏe đã hỏi: "Nị có đói bụng không? Ăn cơm chưa?". Tiếng cười của Thu làm anh Hán quay lại, ngạc nhiên:

- Con nhỏ này ngộ không! Mới thút tha thút thít khóc đó mà bây giờ đã cười. Nhớ đừng có cười hả miệng to quá, gió vô bị đau bụng anh không có dầu cù là xức đâu đó nghen.

Nói xong anh Hán cười giòn tan. Lâu lắm rồi Thu mới nghe lại giọng cười hồn nhiên không âu lo của anh. Đột nhiên thấy anh cứ ngó mình chầm chập, Thu bối rối ngó xuống đất làm bộ sửa giầy, nói bâng quơ:

- Chỗ anh ở cát bụi tùm lum. Hồi nãy bụi bay vô mắt, bây giờ lại có mấy hột cát rớt vô trong giày, đi khó chịu quá...

Anh Hán tưởng thiệt, cúi xuống định giúp Thu tháo giày để phủi cát. Thu ngó thấy mấy sợi tóc bạc lơ thơ lẫn trong mái tóc ảnh, tự dưng giật mình. Sao nãy giờ Thu cứ để ý nào đuôi mắt ảnh, vài sợi tóc bạc, hay chiếc quần jeans bạc thếch! Làm như sợ anh bắt gặp được ý nghĩ của mình, Thu lùi lại, lắp bắp nói:

- Thôi để lát nữa vô nhà tự em một mình phủi được rồi. Anh đưa bớt cái bịch ni-lông cho em, anh còn phải mở cửa nữa mà.

Dù không soi gương, Thu cũng biết hai gò má của mình đang đỏ au lên vì mắc cỡ. Lâu lắm rồi Thu mới thấy mình mới có cảm giác rung động lạ thường. Có ai cắt nghĩa giùm Thu những rối ren ấy?

Anh Hán vẫn vô tư đi trước. Thu ngó theo cái dáng chịu đựng của anh mà thấy lòng tự dưng thanh thản và bình an vô cùng...

Ngọc Duy

NGÔ NGUYÊN DŨNG

TRỞ VỀ

Mười lăm phút trước khi hạ cánh, trời bất chợt đổ mưa. Chàng nhìn ra khung kính. Bên ngoài tối sầm. Ánh đèn chuôi cánh lóe sáng, run bật theo gió. Mưa hắt lòe nhòe mặt kính. Phi cơ chao nghiêng, rùng mình răng rắc. Độ cao giảm dần. Chàng nhìn khung hình trước mặt, phi cơ đang lượn vòng. Một, rồi hai lần... Dò dẫm như cánh chim bay lạc, tìm đường về tổ giữa mưa dông. Phải mất gần nửa tiếng, sau lần lượn vòng thứ tư, phi cơ mới dè dặt xẻ lớp mây mù bên dưới. Động cơ rú tiếng mệt mỏi sau tám giờ bay. Trong lòng phi cơ, chỉ nghe tiếng cựa mình lao xao của hành lý theo từng cơn vật vã của thời tiết. Phi đạo thẳng tắp hai hàng đèn đỏ càng lúc càng rõ trên màn hình. Phi cơ rùng mình chạm đất. Tiếng bánh thắng nghiến, lăn chậm vào phi cảng.

Phi cơ hạ cánh trễ gần bốn mươi lăm phút. Sau mùa đại dịch, nơi làm thủ tục nhập cảnh chỉ thấy vài chục hành khách đứng chờ. Với khẩu trang che mũi miệng, chỉ trật xuống cho nhân viên phi trường nhận diện khi tới lượt. Chỉ sau ba mươi phút, chàng kéo va-ly bước ra ngoài. Vòng tay nhiệt đới siết lấy chàng, rực rỡ những cảm xúc thanh xuân, gần như sỗ sàng. Mưa vẫn thì thầm. Khi to khi nhỏ.

Lần này, chỉ có Phiên ra phi trường đón chàng. Hai người bắt tay nhau, trao đổi vài câu xã giao thông thường. Trông anh không khác gì với một Phiên trong những bức ảnh đã gửi chàng trước đó. Mái tóc Phiên cắt ngắn, bồng bềnh. Tia nhìn anh biết bộc lộ cảm xúc. Miệng cười thiện cảm. Nhưng anh hơi ốm, thân thể như treo trong chiếc áo thun sọc xanh trắng và chiếc quần *jeans* ống bó.

"Anh đưa đây, em kéo cho!", Phiên giằng lấy chiếc va-ly trong tay chàng.

Hai người lúp xúp băng qua đường, tới bến tắc-xi.

Những ngả đường mưa đêm thưa vắng. Chàng hỏi thăm người tài xế dăm ba chuyện đời thường. Người tài xế than phiền vu vơ về luật lệ giao thông, thủ tục hành chánh và những tệ đoan xã hội.

"Mấy đoạn đường này, họ cứ đào lên, rồi lấp lại. Cho có việc. Còn tuyến xe điện Sài Gòn - Suối Tiên, chỉ ba mươi cây số mà xây cả chục năm vẫn chưa xong. Lúc thì nói không có tiền trả lương nhân viên, lúc thì đổ lỗi cho thời tiết làm hư hao chỗ này chỗ nọ. Thuế với lại vật giá mỗi năm mỗi tăng. Mà hở miệng ra, toàn khoe khoang những tăng trưởng vượt bực, đạt chỉ tiêu... Sao không thấy người bán vé số và ăn xin đầy đường? Nhiều người là thương phế binh của chế độ cũ..."

Bấy giờ, cái mệt sau hơn mười lăm giờ bay mới bật tiếng trên thân thể chàng. Nhưng những háo hức, những dự định trong lần trở về này đã lấn át tất cả mệt mỏi. Sau khi nhận phòng, tắm gội qua loa và thay quần áo, mưa cũng vừa tạnh.

"Anh đói bụng không?", Phiên hỏi.

"Không đói lắm, nhưng anh vẫn muốn rảo bộ ra chợ, xem sao", chàng đáp.

Khách sạn chàng và Phiên mướn, nằm trong con hẻm rộng, xôn xao hàng quán, rạo rực âm thanh, khách sạn bình dân san sát, nhộn nhịp du khách đủ màu da. Một ngôi chợ cách đó không xa. Đêm xuống, nhiều xe bán thức ăn thắp đèn tới khuya. Chàng ngồi xuống cạnh xe cháo hải sản, cười khẽ:

"Ăn cháo nha Phiên!"

Hai tô cháo tôm mực cá được bưng ra, thơm thoảng hành ngò, trộn lẫn gia vị ký ức tô cháo cá chợ Cũ thuở ấy.

"Quán cháo người Trung Hoa ở chợ Cũ, chỗ ba thỉnh thoảng lại dẫn cả gia đình tới ăn. Một tô cháo trắng nấu nhừ rắc tiêu và mớ hành lá xắt nhuyễn. Kèm theo hai dĩa con. Một đựng vài khoanh cá lóc sống trắng tươi thái lát mỏng tang, sâm sấp nước gia vị gia truyền vàng ửng, trong vắt. Một đựng gừng và đu đủ xanh xắt sợi ngâm nước cam thảo. Trút tất cả vô tô cháo nóng hôi hổi. Khuấy nhẹ. Những lát cá trở màu trắng đục. Vừa thổi vừa ăn. Vị mặn ngọt vừa vặn. Khẩu cái tê tê. Mồ hôi rịn đê mê chân tóc, ..."

"Ngon không anh?", Phiên hỏi.

"Ngon", chàng trả lời, trí nhớ không ngớt nhớ tới tô cháo cá chợ Cũ xa xưa.

Chàng đảo mắt quanh quất. Vừa lúc có hai thực khách tới kéo ghế ngồi xuống bàn kế bên. Một người đàn ông da trắng đã lớn tuổi, ốm quắt queo và một phụ nữ Việt mặc váy hoa ngắn cũn cỡn, áo thun trắng sát nách, tóc dài ngang lưng nhuộm vàng hoe, mặt trang điểm đậm. Không dưng chàng nghĩ tới Hằng.

Không phải chàng trở về lần này cốt để tìm Hằng sao?

"Anh và Phiên ở chơi nơi đây ba ngày, sau đó sẽ đi Phan Rang như dự tính", chàng nói khẽ.

"Em mua vé rồi anh. Xe giường nằm, có máy lạnh và phòng vệ sinh, sẽ khởi hành lúc chín giờ tối, tới Phan Rang khoảng hai giờ sáng. Bây giờ đã có đường cao tốc, xe chạy một mạch không nghỉ", Phiên giải thích.

"Mình về", chàng đứng lên.

Khi đi ngang bàn hai người khách vừa tới ngồi, chợt người đàn bà ngước lên nhìn chàng. Đăm đăm. Cặp mắt tô chì đen sắc sảo tia nhìn đông phương. Đêm Sài Gòn không lạnh, mà sao sống lưng chàng tê buốt một đường như dao cứa.

oOo

Quán nhạc hát với nhau nằm cuối một con hẻm cụt. Bảng hiệu *"Âm*

Xưa" đèn màu uốn lượn. Chàng và Phiên đẩy cửa bước vào. Không gian mát lạnh, se se hương khuynh diệp. Tiếng dương cầm réo rắt. Trên bục, trước màn hình rọi lớn khung cảnh những con đường quạnh quẽ và những mái nhà lợp ngói âm dương đen trắng, một vị khách nữ mặc áo dài đỏ rượu chát, quần đen đang cất giọng luyến láy. *"Bỏ mặc căn nhà bỏ mặc tôi. Bỏ mặc nơi đây bỏ mặc người..."* (1)

Quán nhạc đêm thứ sáu đông khách. Chỉ còn một bàn trống khuất phía sau cho chàng và Phiên. Chàng gọi một ly cam vắt đá lạnh không đường. Cho Phiên một chai Bia Saigon. Chàng ngó quanh. Những mặt người lắng tai chăm chú. Vài người chụm đầu nhau, thì thầm. Màn hình đổi cảnh. Những mặt đường phố khuya đẫm mưa, nhòa nhạt ánh đèn đường.

"Bỏ mặc mưa về bỏ chiều phai. Bỏ mặc hư vô bỏ ngậm ngùi. Bỏ đêm chưa qua ngày chưa tới. Bỏ mặc tay buồn không bàn tay" (1)

Chàng nhớ, đã có lần Hằng hát ca khúc này, thâu vào máy, ghép ảnh thành một đoản phim nhạc, gửi chàng. Khuôn mặt người phụ nữ đã qua thời thanh xuân, kết bạn cùng chàng qua mạng xã hội, vẫn còn những nét gợi cảm ưa nhìn. Giọng Hằng mềm như nắng sáng. Những ngón tay nắng len qua rèm sáo, kẻ rãnh lên chăn nệm, lên phiến ngực chàng ngái ngủ, trần trụi cảm xúc.

"Bỏ mặc vui buồn bỏ mặc ai. Bỏ mặc chăn không bỏ mặc người. Bỏ tôi hoang vu và nhỏ bé. Bỏ mặc tôi ngồi giữa đời tôi." (1)

"Anh thích lên hát không?", Phiên khẽ hỏi.

"Anh cũng chưa biết...", chàng ngần ngừ. "Anh thích hát, nhưng chưa bao giờ đứng hát kiểu này."

"Anh thử một lần xem sao! Em hát trước, rồi anh lên hát cho vui nha!", Phiên giục giã.

Chàng gật đầu:

"Đúng rồi, đời người ai cũng có lần bắt đầu."

Chàng nghe giọng hát mình ngổn ngang tâm sự. Ca khúc ra đời trong thời chiến. Giờ đây chiến tranh qua rồi, vậy mà chẳng hiểu sao, vẫn khiến chàng xúc động. Phải chăng trong sâu thẳm lòng chàng vẫn nguyên vẹn đó những "*mây nước bơ vơ*", những "*cây lá xác xơ*"? Và, làm sao chàng tìm lại được những khoảnh khắc "*sum vầy*", những giây phút "*thắm niềm say*"? Còn "*mái tranh chờ*" cũng như bóng hình "*người xưa*", bây giờ nơi đâu? Tất cả chỉ là hình ảnh ẩn dụ cho những mất mát trong đời sống. Của chàng. Của Phiên. Của mọi người.

Và của một người bỗng dưng bặt tin nhau.

Nhiều người thân của chàng đã qua đời. Ngôi nhà thuở nhỏ giờ đã đổi chủ. Nhiều nẻo đường cũ đã thay tên. Những hàng cổ thụ một thời che nắng mưa đã bị đốn ngã, không để lại dấu vết. Ngôi đình cũ, quán cháo cá, tiệm mì hoành thánh, hiệu phở chen chúc thực khách mỗi sáng chủ nhật, ... Tất cả đã trở thành quá khứ... Thay vào đó là những công trình kiến trúc màu mè, phồn hoa vàng mã điểm trang lên khuôn mặt thành phố đĩ thỏa chào đón chàng mỗi lần trở về:

"*Về đây nhìn mây nước bơ vơ. Về đây nhìn cây lá xác xơ. Về đây mong tìm bóng chiều mơ, mong tìm mái tranh chờ, mong tìm thấy người xưa...*" (2)

Chàng hát, không phải bằng chất giọng chính mình, mà của hồn ma bóng quế nào nhập hồn, chắt chiu âm điệu.

"*Về đây đâu còn phút sum vầy. Đâu còn thắm niềm say. Lạnh lùng ngắm trời mây.*" (2)

Trở lại chỗ ngồi, phải mất vài phút, chàng mới thật sự trở về hiện tại. Mười ngón hai bàn tay chàng duỗi trên mặt bàn còn ngây ngất xúc cảm.

"Bài hát này em nghe lần đầu. Anh hát như xuất thần!", Phiên nói.

Chàng nhoẻn cười thay lời cảm ơn. Chàng muốn kể cho Phiên nghe những nỗi niềm giấu kín, nhưng chẳng thốt ra lời.

Khuya đó, trong phòng ngủ khách sạn hai mươi ba độ C, chàng nằm thao thức, lắng nghe tiếng đêm bên ngoài âm ỉ những hoài nghi. Cho tới sáng.

oOo

Ánh mắt bà cụ ngồi đối diện chàng chùng xuống, giọng ngập ngừng:

"Con Hằng... nó... khi không... nó... bỏ nhà... vô Sài Gòn... gần năm nay rồi."

"Hằng có nói vô đó làm gì không bác?"

"Nó nói... nói... làm việc cho công ty... gì đó... không biết."

"Bác có địa chỉ của Hằng ở Sài Gòn không bác?"

Bà cụ im lặng giây lát, như để lục lọi trí nhớ, rồi thở dài:

"Nó... nó... có nói cho ai biết đâu...", bà cụ lắc đầu dứt khoát. Lại thở dài. "Từ đó tới giờ nó chỉ gọi điện về hỏi thăm mỗi một lần... nói mướn phòng ở chung với con bạn... Ờ, ờ... trước Tết nó có gởi tiền về... Mà... mà... cậu là gì của con Hằng, sao không biết gì hết vậy?"

"Dạ, con là bạn của Hằng, ở nước ngoài về. Hằng có cho con địa chỉ nhà nơi đây, nhưng không nói gì tới chuyện đi Sài Gòn làm việc. Nhân tiện có anh bạn, quê cũng ở đây...", chàng ngưng ngang. Hai mắt bà cụ mở lớn, ngó chàng không chớp, chừng như chờ đợi.

"... Chỉ vậy thôi, thưa bác."

"Cái con đó. Nó vậy đó. Có trời hiểu..."

Chàng kiếu từ bà cụ, ra về. Ngoái nhìn lại lần sau cùng ngôi nhà có cây hoàng yến hoa vàng rực rỡ ngoài hiên, trần treo hai chậu trầu bà rũ cành xanh mướt và một chậu hải đường đơm lá tím ngắt...

Những ngày còn lại ở Phan Rang, chàng cố tìm quên bằng những chuyến đi ngoạn cảnh cùng Phiên. Biển và nắng. Núi đá và cồn cát. Tháp Chàm đăm đăm những vòm mắt Chăm-pa trông xuống vùng đất đai bị cưỡng chiếm.

Trở lại đây lần này, chàng thấy nhiều người bán vé số dạo và đi ăn xin nhiều hơn mấy lần trước. Đa số là đàn bà gốc Chăm, tay bồng tay dắt, nheo nhóc.

"Họ là những người bị mất nhà, bị chiếm đất, phải bỏ rừng bỏ rẫy, xuống thành phố tìm kế sinh nhai", giọng Phiên không cảm xúc.

oOo

Tuần lễ sau cùng, Phiên theo chàng trở lại Sài Gòn, chờ ngày ra phi trường tiễn chàng về lại đất tha hương. Vẫn khách sạn bình dân trong con hẻm rộng. Vẫn phòng số hai trăm lẻ năm, có ban-công nhìn qua ngôi chùa nhỏ, đủng đỉnh hồi chuông gióng mỗi năm giờ chiều. Vẫn những tiếng rao hàng "bánh mì nóng giòn", "bánh chưng, bánh giò", "khoai mì hấp lá dứa đây", ... phát ra từ chiếc máy ghi âm già nua, vang vọng từ đầu tới cuối hẻm. Vẫn tiếng nhạc rập rình của quán rượu đầu hẻm cất lên, vừa lúc tiếng đọc kinh ê a hòa tiếng mõ từ ngôi chùa đối diện lịm tắt, bắt đầu một đêm trác táng...

Những đêm này, chàng và Phiên thường tới quán rượu quen, uống vài chai bia, nhìn ngắm kẻ qua người lại trước khi về khách sạn ngủ. Tối nay, mấy nữ nhân viên của quán xoa bóp cạnh đó đang lao xao bày biện chiếc bàn trống phủ khăn màu huyết dụ. Thấy có bia, nước ngọt, nĩa và muỗng con, khăn giấy lau miệng, bánh kem gắn nến. Lát sau, có thêm hai ông Tây già nhập bọn. Bầy con gái rộn ràng: "*Hi, John! Hi, Phil!*", "*Hello, sugar daddy!*", ... Một ông rút ra trong túi phong bì đỏ, đặt lên lòng dĩa đặt ở đầu bàn.

Xong xuôi, như một tuồng hát đã diễn đi diễn lại thành thạo, hai cô quay lưng khúc khích trở qua quán xoa bóp, lát sau nắm tay dẫn qua một cô mặc váy ngắn, áo hở ngực quai dây, được bịt mắt bằng dải khăn xanh, môi son tủm tỉm, chân dọ dẫm theo tiếng vỗ tay nhịp nhàng. Một cô bật quẹt, châm nến.

Một cô xướng lên cho tất cả hòa giọng:

"*Happy birthday to you! Happy birthday to you! Happy birthday, happy birthday, happy birthday to Hằng...*"

Chàng xoay qua, vừa lúc dải khăn bịt mắt cô gái được tháo ra. Cô cúi mặt, chúm môi thổi nến. Tiếng vỗ tay, cười nói ồn ào. Cô nhanh tay nhón lấy phong bì, nhét vô nịt ngực, giơ tay chúm chím gửi cái hôn gió tới hai ông Tây già.

"*Thank you very much, darling!*"

Chàng xô ghế đứng dậy, quày quả bước vô nhà vệ sinh. Hai tay chàng vịn chặt mép bồn rửa mặt ố vàng, ngó không chớp mắt người đối diện trong gương. Như của một ai khác. Chàng mở vòi, khỏa nước rửa mặt. Hai tròng mắt chàng đỏ hoe trâng tráo.

Chàng biết, khuya nay cũng như nhiều khuya khác ở Sài Gòn, chàng lại thao thức. Thâu đêm.

Ngô Nguyên Dũng
(04.2024)

Chú thích:

(1) "*Em Đi Bỏ Lại Con Đường*", Trịnh Công Sơn.

(2) "*Trở Về*", Châu Kỳ.

NGÔ SỸ HÂN

ĐỔI NGHỀ

1.

Như mọi ngày các đội đều tập họp tại sân cờ chuẩn bị đi lao động khổ sai. Cán bộ trực ban đọc tên một số cải tạo viên ở lại trại *làm việc*. Đại diện nhà tù nói các anh cải tạo tốt và chấp hành đường lối sáng suốt khoan hồng nhân đạo của cách mạng nên được tha về sum họp với gia đình, làm một công dân lương thiện và sống theo gương của bác *tám keo*. Nhưng anh Châu tự cảm thấy càng cải tạo anh càng phản động, càng khinh bỉ, và càng căm ghét bọn xâm lược giả nhơn giả nghĩa. Cuối cùng sau bảy năm thì anh cũng được phóng thích từ nhà tù nhỏ ra nhà tù lớn.

Chiếc xe chở mấy người tù ì ạch nằm đường mãi tới xế chiều mới đến ga La Hay. Không thể không ghé thăm anh bạn tù Đại úy Phan Văn Mùi bịnh liệt giường được trại thả về cho đỡ mang tiếng. Nhìn vóc dáng bịnh nhơn ngồi dậy không nổi, ai cũng biết tuổi thọ của ảnh tính từng ngày từng giờ. Hồi ở Suối Máu, sau cái vụ anh Thiếu tá Trần Văn Bé trốn trại bị xử bắn, vậy mà nhơn lúc đi lao động anh Mùi vẫn trốn trại. Trốn đâu không trốn nhè lủi vô nhà tụi *kách mệnh ba mươi* nên bị bắt lại và bị dần mềm xương chết lên chết xuống!

Đang sống với một đứa con gái duy nhứt trong căn nhà đơn sơ mua từ hồi anh còn đi lính đóng gần đây mà một phần do cha mẹ hai bên phụ tiền, bà xã anh cho biết hồi ảnh bị nhốt conex ở trại K-3 Suối Máu chị dắt con về tá túc nhà ba má anh Mùi ở Biên Hòa nhưng tụi nó đâu có cho đi thăm nuôi. "Em mừng tưởng ảnh đổi ra ngoài này gần gia đình. Hóa ra ảnh *sắp đi* tụi nó mới thả. Chắc tụi nó sợ mang tiếng để tù chết nhiều quá."

"Rồi chị với cháu sống sao?" Tụi tôi hỏi.

"Vất vưởng qua ngày, anh ơi! Người của mình hồi xưa tụi nó đâu có xài - nếu có thì lưu dụng một thời gian cho tới khi tụi nó quen việc," chị nhìn các anh qua một lượt nói một hơi dài. "Chồng đi cải tạo thì vợ ở nhà ai cũng đổi nghề hết: Giáo sư giáo viên thì *mất dạy*, còn công chức thì bị sa thải. Hồi đó em là nhơn viên kế toán ngân hàng dĩ nhiên cũng bị đuổi. Tất cả đều đổi nghề - làm cái việc mà xưa nay có bao giờ mình nghĩ tới. Tự nhiên biết buôn gánh bán bưng, bán xôi bán bắp, bán thuốc tây thuốc lá, buôn chuyến hai chiều, đủ nghề hết... và nhảy xe lửa. Như em ở tại nhà ga này thì bổ đồ đem vô trong Nam bán và mua hàng trong đó chở ra ngoài đây.

Các người tù ngậm ngùi mà an ủi từ giã người bạn tù. Không ai biểu ai mà từng người lần lượt tới ôm và hun lên trán anh Mùi mà chẳng nói thêm một lời - không còn lời nào để nói, và đôi mắt người nào cũng đỏ hoe. Nôn nóng sau thời gian dài không gặp vợ con, mấy anh tù dân địa phương được thả hăm hở tự động kiếm cách sớm nhứt về gia đình sau cái bắt tay từ biệt với lời hứa hẹn "Hổng biết chừng nào mới gặp lại!" Riêng anh Châu ngủ lại một đêm với anh Mùi. Tâm sự một chiều nhắc kỷ niệm xưa, anh Mùi chỉ gật đầu hoặc lắc đầu và trả lời ngắn gọn yếu ớt.

Sáng hôm sau anh Châu tìm cách ra Tuy Hòa tìm người bạn thân thì anh này ở tù cũng chưa về. Thấy anh Châu đứng lớ ngớ, một người mặc quần nhà binh tới hỏi:

"Cải tạo mới được tha phải hôn?"

"Mới được thả - *thả* chớ hổng phải *tha*," anh sửa lại. "Sao anh biết tù cải tạo mới được thả?"

"Dòm tướng là biết," anh ta tỏ ra rành sáu câu. "Tui làm cái nghề này ở đây lâu lắm rồi."

Anh Châu cười. Anh xe ôm hỏi tiếp:

"Vòng vòng ở đây có hai trại cải tạo lớn nhứt. Anh ở trại nào? A-20 hay A-30?"

"A-20 Xuân Phước."

"Anh về thành phố phải hôn?"

"Tui về Sài Gòn."

"Ở đây hổng có xe về Sài Gòn. Nó chỉ chạy tới Nha Trang thôi. Nhưng giờ này cũng hết xe rồi."

"Vậy mai có hôn?"

"Sáng mai mới có."

Anh Châu nghĩ nên hỏi anh xe ôm một câu chơi:

"Mà này! Sao biết tui về Sài Gòn?"

"Cũng nhìn mặt mũi tướng tá thôi," anh cười ranh mãnh. "Giấu tui làm chi, ông thầy!"

Anh Châu an nhiên tự tại không tỏ thái độ lo lắng - *cùi mà sao sợ lở* - kiếm cái bàn ghế trống hay chỗ góc kẹt nào đó nghỉ đỡ một đêm. Khách hàng đã giãn dần nhường không gian cho đủ hạng người chuyên sống về đêm. Gió hiu hiu đem cái lạnh Trường Sơn về miền duyên hải nhưng anh đã quen ngủ nhà tôn gió lùa từng cơn rởn tóc gáy và giường xi-măng trong xà-lim buốt giá. Mặt trời xuống gần tới đọt cây ở chơn trời để lại vài vệt ráng chiều giăng ngang in hình ảnh những đàn chim bay về tổ ấm.

Tự nhiên anh nhớ những buổi chiều ngồi cạnh giàn bông giấy trước hiên ngôi nhà mình sanh ra và lớn lên nhìn mây bay về phương trời vô định mà mơ một khung trời mây trắng trời xanh, nhớ người mẹ sau khi cha qua đời ở vậy nuôi hai anh em khôn lớn. Anh không biết bà má và con Diệp bây giờ ra sao mà suốt thời gian ở tù anh là *con bà phước*. Hồi anh ra đi, má anh đã làm quen với tử thần qua từng cơn suyễn.

Như có thần giao cách cảm nửa muốn lờ đi nửa muốn làm quen, anh xe ôm trong lòng phân vân đi theo tới chỗ, mở lời:

"Anh tui cũng đi tù cải tạo."

Nghe nói *tù cải tạo*, anh Châu quay lại hỏi:

"Cải tạo ở đâu?"

"Tuốt ngoài Bắc."

"Có đi thăm hôn?"

"Chị dâu tui đi," anh ta cất giọng buồn buồn. "Hơn một năm sau mới biết tin mà chỉ đâu có tiền đi liền."

"Rồi sau này có gặp hôn?"

"Gặp. Mỗi lần đi mất nửa tháng là ít!"

"Còn anh, có vợ con gì chưa?"

"Có rồi. Chỉ một thằng hà."

"Tui thấy anh bận quần nhà binh, hồi đó có đi lính hôn?"

"Có. Mà tui hổng bị cải tạo," anh ta cười méo mó. "Trung sĩ quèn hà."

"Ngành nghề gì trong nhà binh?"

"Trung đội trưởng tác chiến Biệt Động Quân."

"Dữ ha! *Biệt Động Quân - sát!* Đổi nghề lâu chưa?"

"Sau khi gãy súng, làm đủ nghề: buông cái này bắt cái kia. Tại thời cuộc mới lưu lạc tới Tuy Hòa này mưu sanh."

"Ở đây làm ăn có đủ sống hôn?"

"Trời sanh voi sanh cỏ, mà anh"

"Bà xã trước làm gì?"

"Thơ ký hành chánh."

"Còn chị dâu?"

"Chị tui dạy cô giáo một thời gian rồi cũng *mất dạy* vì anh tui là sĩ quan."

"Tui có người bạn cùng khóa. Ảnh gốc Nha Trang, đâu ở Ninh Hòa thì phải."

"Anh Thành của tui là đại úy Pháo binh."

Anh Châu nghe cái tên quen quen, liền hỏi:

"Cái gì Thành?"

"Nguyễn Chí Thành."

"Đúng rồi. Anh Thành là bạn cùng khóa cùng trung đội với tui trong Thủ Đức đó," anh Châu nhớ ra. "Nhà có tiệm sửa xe hơi ngay tại ngã ba Ninh Hòa phải hôn?"

"Đúng một trăm phần trăm."

"Lúc tui học điều chỉnh tác pháo binh ở Dục Mỹ có ghé nhà chơi."

"Chắc lúc đó em đi lính rồi," anh xe ôm nhìn *bà con* rồi đổi cách xưng hô.

Anh ta nhìn anh Châu giải thích thêm. "Ba em đặt tên con ngộ lắm, lấy tên đứa trước làm chữ lót đứa sau bất kể trai hay gái. Em là Nguyễn Thành Tâm. Con em gái của em là Nguyễn Tâm Phượng."

"Anh Thành giới thiệu cô em bà con tên Phùng Mai Hoa. Chắc lúc đó cô Phượng còn nhỏ."

"Con Hoa là em bà con cô cậu với tụi em đó."

"Bây giờ cổ ra sao?"

"Nó có chồng có con rồi. Hồi trước nó làm thơ ký gì đó ở Trường Pháo binh Dục Mỹ, bây giờ cũng đổi nghề."

"Đổi nghề gì?

"Mua cái gì cũng bán - bán cái gì cũng mua!" Anh Tâm hậm hực nói thêm. "Tiệm sửa xe bị tịch thâu. Ba em từ làm chủ đổi thành nhơn viên. Sau đó ba em thất chí buồn tình qua đời mấy năm nay rồi.

Với vẻ mặt buồn rười rượi, anh nói tiếp:

"Em được hoãn gia cảnh nhưng thi rớt tú tài với hơn nữa bị bồ cho leo cây, buồn quá bèn tình nguyện đi Đồng Đế ra trường đăng lính Cọp Ba Đầu Rằn."

"Tui cũng được hoãn gia cảnh mà bị thất tình nên trốn nhà tình nguyện đi lính luôn."

Khóa của anh Châu gồm đủ thành phần xã hội, từ rớt tú tài đôi tới công chức chánh ngạch, từ bất phục tòng tới tiến sĩ thiệt từng dạy đại học, có cả bác sĩ nha sĩ dược sĩ. Nhưng anh thuộc lính tình nguyện lúc mới mười chín tuổi, được coi như trẻ nhứt, khờ nhứt, và... mạnh khỏe nhứt. Trong khi đó người anh của anh xe ôm này đã thành danh ngoài đời rồi.

"Nhớ anh Thành kể ảnh là giáo sư công nhựt đồng hóa nhờ ảnh có hai ba chứng chỉ toán ở đại học. Hoãn hai ba lần rồi cuối cùng cũng bị động viên đi Khóa 21."

"Vậy tối nay anh về nhà em nghỉ đỡ rồi mai tính sau," Tâm do dự một chốc rồi tiếp. "Nếu anh hổng chê nhà em nghèo chật hẹp."

"Buồn ngủ gặp chiếu manh mà chê gì!"

2.

Chở anh Châu vừa về tới nhà, anh chàng xe ôm - bây giờ biết là Trung sĩ trung đội trưởng tác chiến Nguyễn Thành Tâm - kêu vợ con ra chào. Người vợ là một phụ nữ với nhan sắc trung bình nhưng lanh lợi và hoạt bát như anh ta. Thằng con trai ngoan ngoãn dạn dĩ.

Anh Tâm giới thiệu với bà xã:

"Anh này là bạn cùng khóa của anh Thành, bữa nay mới được thả từ trại tù Xuân Phước," quay sang anh người tù. "Hồi nãy giờ quên hỏi tên anh."

"Anh là Ngô Minh Châu."

"Cũng đại úy như anh Thành hả?"

Anh Châu gật đầu. Anh Tâm biểu vợ:

"Em lo cơm nước, sai thằng Thiện mua mấy chai bia."

"Em biết rồi," chị vợ cười tỏ ra đã biết trước. "Bia lên cơn chớ bia chai gì. Bây giờ mà anh còn mơ bia con cọp - Cọp Ba Đầu Rắn hả?"

"Ờ quên nữa," anh Tâm cười giả lả.

Tiện thể, anh Tâm khoe nơi trú ngụ:

"Cái nhà này - nếu gọi là cái nhà, tụi em *xây dựng* từ đồ phế thải - đồ phế thải xã hội chủ nghĩa cũng phải mua chớ hổng phải như thời mình đâu!" Anh Tâm có đôi chút hãnh diện. "Tự em làm lấy hết đó!"

"Đổi nghề thành *thầu khoán* làm chủ *công ty xây dựng* ha!" Anh Châu cười.

"Tự nhiên mình biết nghề không cần phải đi học trường lớp nào hết."

Anh Châu quan sát ngôi nhà vách đất nhồi rơm có lối thoát hiểm phía sau và cái cửa phên liếp. Từ ngoài bước vô, phía bên phải sát vách là cái *bàn thờ* bằng ván thùng đạn pháo binh de ra chừng hai gang tay, bức hình Phật Thích Ca treo sát vách. Giữa nhà choán một khoảng không gian nhỏ là cái bàn ăn vuông vức một thước cũng bằng gỗ đạn pháo binh. Chỗ nằm của vợ chồng là hai cái giường sắt nhà binh bên trên kê tấm ván ép cho rộng ra và lại lót thêm mấy cái mền vải cũ cho êm, bên ngoài che tấm ri-đô bông trắng ngả màu. Anh Tâm nói:

"Tội nghiệp hổng có chỗ cho thằng con. Nó ngủ trên tấm ván lót cái mền cũ," anh chỉ tấm ván. "Ban ngày dựng lên sát vách đó."

Với lòng hiếu khách chơn tình cố hữu, Tâm nói:

"Lát nữa anh ngủ trên giường, còn vợ chồng em với thằng Thiện trên tấm ván."

"Bậy nà, ai làm vậy coi được. Để anh sắp xếp cho: anh sẽ ngủ với thằng cháu Thiện."

"Một bữa đâu có sao," Tâm cố vớt vát.

Anh Châu nhìn người chủ nhà, cười:

"Lịnh là lịnh không được cãi nha."

"Tuân lịnh," vừa nói, anh Tâm rót bia ra ly mời. "Bữa nay tình cờ gặp anh là bạn của anh Thành em coi như hội ngộ. Mình cụng ly gọi là tương giao đi."

"Mừng hội ngộ," anh Châu bưng ly lên cụng một cái nhìn quanh thấy bà xã anh Tâm đi ra sau hè. "Làm sao sanh hoạt vợ chồng?"

Anh Tâm hơi ngượng, cười:

"Đợi cho thằng nhỏ ngủ mới hành sự. Còn ban ngày thì dụ thằng nhỏ đi chơi hay sai nó đi đâu đó lâu lâu," ngừng một lát anh tiếp. "Hơn nữa cả hai đứa làm đầu tắt mặt tối lâu lâu mới một lần!"

Anh Châu đổi đề tài:

"Tụi nhà cầm quyền có làm khó dễ gì hôn?"

"Hồi đầu găng lắm - nhứt là tụi *kách mệnh ba mươi* - nhưng bây giờ sáng mắt hết rồi," ngẫm nghĩ một lát, anh tiếp. "Đa số nhơn viên là người thời mình. Tụi này được giáo dục hồi trước dù gì cũng đỡ hơn.

Anh Tâm nhìn vợ lại quay sang anh Châu nói:

"Với lại hồi trước em còn ở dưới Ninh Hòa. Lưu lạc nhiều nơi tới đây gặp vợ em mới chọn nơi này làm quê hương đó."

Anh Châu nhìn người phụ nữ lam lũ nhưng còn nét *chữ nghĩa* ẩn hiện trong cách ăn nói và cư xử:

"Hồi đó thím làm thơ ký hành chánh, còn bây giờ làm gì?"

"Bây giờ em là *doanh nhơn xã hội chủ nghĩa*, cái gì có lời là mua đi bán lại."

"Sau khi *trời sập*, từ công chức đổi nghề thành *doanh nhơn xã hội chủ nghĩa* có khá hơn hôn, thím?" Anh cười mà trong lòng cay đắng.

"Đủ khoai lang khoai mì cho con cái ăn là may phước lắm rồi, anh."

Người cựu công chức không thể không kể lể thêm:

"Hồi đó chính công chức mới thiệt sự là nô bộc của dân, mình lịch sự và lễ độ, một điều dạ thưa hai điều dạ thưa, hổng dám làm mích lòng dân. Nếu bị báo chí phản ảnh thì thế nào cũng bị khiển trách; nếu lỗi nặng có thể bị cho nghỉ việc..."

Ngừng một lát nhớ về thời yên bình gia đình bực trung cha đi lính mẹ làm công chức mặc dầu sống không dư dả nhưng cũng đủ nuôi con cái ăn học đàng hoàng, thím nói tiếp:

"... chớ hổng phải như bây giờ. Mình muốn lục khai sanh hay xin giấy tờ gì chẳng những hối lộ mà còn phải chầu chực mấy ngày có khi cả tuần lễ."

"Thím làm thơ ký ở trường học hay tòa hành chánh tỉnh hay ủy ban xã?"

"Em làm ở Tòa Hành chánh tỉnh Tuy Hòa."

"Hồi trước tui cũng có ở Tuy Hòa này," anh Châu nói.

"Anh làm gì ở đây?" Anh Tâm ngạc nhiên xen vô.

"Đi biệt phái chớ hổng phải lực lượng cơ hữu đóng quân ở đây."

Ngoài chở các sĩ quan tình báo đi thám sát mục tiêu, anh Châu từ Chóp Chài thường bay liên lạc vô trong Củng Sơn khi thì chuyển nhu yếu phẩm vô đồn khi thì chở binh sĩ đi phép bởi đường bộ bị gián đoạn, xe nhà binh không đi tiếp tế được.

Nhớ chuyện hồi xưa, anh Châu tiếp. "Cái sân bay này kỳ cục lắm: hai đầu phi đạo đều có chướng ngại vật: một đầu là xóm nhà dân sát biển, còn đầu kia là ngọn núi nằm chần dần." Núi Chóp Chài cao chưa tới bốn trăm thước ở xa nhìn giống như hình tam giác cân mà bẹt vì chiều cao thấp và ngắn hơn bề đáy rất nhiều. Ở xa trông một màu xanh biếc với một vòng mây trên đỉnh bởi vậy mới có câu *"Chóp Chài đội mũ, Mây phủ Đá Bia."* Núi Đá Bia thuộc dải núi Đèo Cả ở tuốt phía nam gần ranh giới hai tỉnh Phú Yên-Khánh Hòa chớ không phải ở gần Tuy Hòa này.

"Tui cũng có nhiều kỷ niệm với Tuy Hòa. Các cô gái ghẹo mình hay nói '*Núi Chóp Chài cao chi lắm bấy, Trông hủy trông hoài không thấy người thương!*' Thím người Tuy Hòa có biết hai câu này hôn?"

"Em có biết. Hồi đó thường nghe má hát ru em."

"Tui thấy con gái ở đây bạo lắm," anh Châu phê bình.

"Hổng phải đâu anh. Tại mấy chỉ khoái các anh sĩ quan. Nhứt là ở mấy nhà hàng đặc sản, ông nào cũng xí một cô!"

"Nghe nói đặc sản ở đây là dê núi. Người ta chế đủ món ăn món nhậu nào là cổ dê nấu bia, dê hấp cuốn lá mơ, và dê nướng lá lốt. Đó là chưa kể các món hải sản nhưng tại tui không có tâm hồn ăn uống nên hổng biết thưởng thức."

"Món ăn bình dân mà nổi tiếng nhứt của Tuy Hòa là bánh căn," anh Tâm thêm vô. "Đó là tui chưa kể công trình xây dựng nổi tiếng nhứt là cây cầu Đà Rằng dài hơn cây số bắc qua sông Ba đó."

Cuối cùng chị không hỏi thẳng mà chỉ nói mí mí gợi ý:

"Còn vợ con anh bây giờ ra sao?"

"Tui đã có vợ con gì đâu. Hồi đó thất tình mới đi lính mà!"

3.

Sáng hôm sau trong khi anh Châu đang mê man giấc điệp vì *bôn ba* suốt ngày dài thì anh chị Tâm thức dậy sớm hơn thường lệ làm tiệc đãi khách. Nghèo giàu gì không cần biết, cái gốc *tiểu tư sản* như bọn thắng cuộc chụp mũ không gột rửa được nên vẫn còn đọng lại trong người anh Tâm: vẫn café *cái nồi ngồi trên cái cốc* và điếu thuốc trên môi. Đãi khách ăn sáng cơm nếp đậu phộng muối mè, chị Tâm còn chu đáo gói một phần cho anh Châu đem theo ăn dọc đường khiến anh nhớ hồi nhỏ má hay nấu cơm nhão vắt lá chuối kèm theo một cục đường tán hột xoài cho anh đi học.

Cảnh tượng khoa học tiên tiến xã hội chủ nghĩa siêu việt lần đầu tiên đập vô mắt anh Châu là cái bình than bề hoành bằng chừng một vòng tay ôm đứa con nít gắn một bên sau đuôi xe mà khi nó chạy thỉnh thoảng than lửa rớt tung tóe xuống mặt đường gây trở ngại không ít cho người đi xe hai bánh theo sau. Thời tem phiếu nhu yếu phẩm là vàng ngọc, nhiên liệu càng khan hiếm nên người chủ *có sáng kiến* bèn cải tiến từ xe chạy xăng tới chạy than cho kịp với trình độ phát triển của miền Bắc xã hội chủ nghĩa!

Sau bảy năm hưởng thọ cái siêu việt đỉnh cao trí tuệ loài người của chế độ mới, người dân miền Nam cảm thấy thấm thía tình quân dân mà trước nay họ lơ là hoặc có khi còn châm biếm. Chủ xe không lấy tiền khi biết anh Châu là tù cải tạo mới được thả ra. Hành khách tỏ ra có cảm tình với người sĩ quan bị đày ải nơi rừng thiêng nước độc. Những chỗ dừng xe ăn cơm người ta cũng không lấy tiền hoặc có người trả giùm trước. Từ Nha Trang đi xe lửa về tới Sài Gòn mà anh Châu chưa tốn một đồng nào hết.

Tình cờ, người chạy xích lô tại bến xe nhìn sơ qua dáng dấp cũng có thể đoán là sĩ quan cải tạo. Anh ta nói:

"Thời buổi này, trừ mấy anh có xe Honda chạy xe ôm, đám mình không làm cái gì khác ngoài chạy xích lô."

"Nặng nề và khó khăn vậy chạy được sao?"

"Vạn sự khởi đầu nan. Mới đầu khó lắm bởi cái líp chết chớ hổng phải như của xe đạp, nhưng *phải* quen," anh ta nói thêm. "Hơn nữa, mình có mối ruột."

Sau khi coi giò coi cẳng, nghĩ *phe ta*, anh kể lể:

"Ngoài ra, mấy bà bạn hàng hầu hết là vợ lính hay vợ cải tạo nên họ cũng thương mình."

"Sao biết được họ là vợ lính hay vợ cải tạo?"

"Kẻ mua gánh bán bưng bình thường thì khác, nhưng những người này qua cách nói năng và cư xử, mình biết ngay là *phe ta*," nhưng anh cảnh giác. "Còn anh thấy bán thuốc lá ở bến xe hay mấy góc đường, năm mươi phần trăm là vợ tù cải tạo và năm chục phần trăm kia là tai mắt của tụi nó đó."

Trúng đài anh kể lể ai cũng đổi nghề hết. Tụi sanh viên nhảy xe lửa đi buôn chuyến hay đứa nào có xe gắn máy thì chạy xe ôm; giáo chức một là *mất dạy*, hai là trong thời gian lưu dụng phải mua bán thêm cái gì đó mới sống được. Anh có vẻ cay đắng nói về công chức của nhà cầm quyền mới cũng đổi nghề. Đó là bọn du đảng du thủ du thực hồi trước thì bây giờ có đứa làm phường trưởng, công an trưởng... "Cộng trừ nhơn chia chưa thông mà làm chủ nhiệm hợp tác xã mới dữ chớ. Huỳnh Là mù chữ mà làm giám đốc một công ty xuất nhập cảng!"

Anh Châu về tới xóm tần ngần một hồi mới tìm được nhà. Giàn bông giấy lúc trước bên ngoài hàng hiên, nơi anh hay ngồi chơi tụ tập đám bạn bè ca hát những khi về phép không còn nữa mà thay vào đấy là mấy luống rau muống xanh um. Hóa ra nhà đã đổi chủ do một người miền ngoài vô ở, anh bèn tới nhà cậu Chín. Con cháu cho biết sau khi bà Sáu qua đời, cô Diệp đã vượt biên. Từ bấy tới nay không có tin tức gì. Nước mắt anh Châu chảy ngược vô trong. Anh đốt nhang cho ba má mà lòng hẹn với lòng không để ba má thất vọng.

Con cháu kể:

"Cô Diệp bị bắt ở tù về tội tuyên truyền chống phá và lật đổ chánh quyền cách mạng," nó kể tiếp. "Sau khi cô Diệp vượt biên, chánh quyền tịch thâu căn nhà. Ông nội biểu ba con đưa ông Sáu bà Sáu về đây thờ."

"Bác cảm ơn gia đình con," anh Châu xúc động nói.

"Ông nội con *đi* năm kia, rồi năm ngoái bà nội con cũng qua đời."

Vậy là các người lớn - hàng cô chú - không còn ai. Anh Châu nhớ tới ông Tư thầu khoán:

"Cái ông thầu khoán nhà đầu ngõ còn ở đó hôn con?"

"Ổng bị đánh tư sản đi cải tạo chưa về, gia đình tứ tán đâu mất," nó le lưỡi nói thêm. "Cái cô người làm hóa ra là người của họ."

"Con nhỏ đó là Việt cộng nằm vùng?"

"Dà! Hồi đầu cổ làm bí thơ phường Trung Dũng của con và ở cái nhà của ông Tư," nó lắc đầu. "Rồi bây giờ cô ta cũng đi đâu mất, có vợ chồng một người Bắc vô ở ngôi nhà đó."

Ngừng một lát con cháu kể tiếp:

"Ông Trung úy gì bạn của bác dzọt hồi giải phóng."

"Ông Trung úy Hà," anh Châu sửa lại. "Đừng nói chữ đó, con."

4.

Nhơn chuyến chở ông khách xuống Đại Lãnh, anh Tâm chạy luôn xuống Ninh Hòa thăm cô em gái.

Anh Tâm nói với cô Phượng:

"Sao mày hổng chịu lấy chồng đi?"

"Từ từ đã. Đâu có gấp gáp gì anh."

"Ở tuổi mày là quá lứa rồi đó, còn hổng gấp? Coi chừng ế nha em."

"Bộ anh xúi em lấy chồng đặng anh lấy nhà hả?" cô Phượng cười.

"Đừng có khùng!" anh Tâm cười nhìn Phượng, nói tiếp. "Đem thằng chồng về ở rể thì thôi nhưng nếu mày theo nó thì tao phải về ở chớ hổng lẽ bỏ hoang."

Anh Tâm nhìn cô em thương cảm. Dầu không sắc nước hương trời chim sa cá lặn nhưng nếu chấm điểm cô cũng được tám trên mười chớ đâu phải *thị nở* mà tới giờ này muốn trở thành gái già. Anh nhắc lời khuyên của song thân:

"Hồi đó ba má muốn con gái dạy cô giáo nên cho mày học sư phạm, chị Thành cũng cô giáo; tới hồi tụi nó vô, đều *mất dạy* hết!

"Nhưng cũng còn chút an ủi: lâu lâu mấy đứa học trò ghé thăm, em cũng vui sống lại thời son trẻ."

"Nhưng lũ nó đâu có lấp đầy khoảng trống cô đơn đời con gái của em."

Phượng có vẻ suy nghĩ:

"Đâu có ai coi được mà lấy, anh Ba?"

"Sao mới coi được? Tao thấy hằng hà thằng theo mày mà sao nói hổng có?"

"Tụi đó mà ra cái gì?"

"Đa số có chức có quyền, có thằng là đại gia nữa," anh Tâm làm bộ thử lòng cô em.

Hồi con gái mới lớn lúc học trường Sư phạm Qui Nhơn, cô Phượng cũng có người yêu là sếp của anh Tâm dắt về nhà giới thiệu nhưng cô chưa kịp ra trường thì anh chàng thiếu úy này đã hy sanh.

Phượng khẳng định:

"Em thà ở vậy chớ hổng *quen* với *đám này* đâu!" Phượng nhớ lời trăng trối của ông già. "Hồi còn sanh tiền ba cứ nhắc em hoài, 'Con thấy đó, một bọn cướp gian ác và lưu manh… Con làm gì thì làm lấy ai thì lấy mà lấy cái đám này tao với má bây hổng nhắm mắt dưới suối vàng đâu!'"

Cho dù nghĩ cứng như vậy, đôi lúc cô Phượng cũng cảm thấy lòng trống vắng, nhiều đêm thao thức nhìn vô kiếng soi thấy nhan sắc mình ngày càng phai lợt tuổi thanh xuân.

"Phe mình lớp bị ở tù lớp vượt biên hết đâu còn ai!"

Nghe em gái than, anh Tâm lòng bất nhẫn:

"Tù cải tạo mới về mày chịu hôn?" anh Tâm nhớ tới anh Châu, cười gợi ý.

"Phải gặp coi giò coi cẳng trước chớ."

"Ế mà đòi cao giá!"

"Con gái ai cũng có cái giá của nó chớ anh."

"Có điều ông này lớn hơn mày nhiều."

"Bao nhiêu mà nhiều?"

"Hổng biết, nhưng ảnh là bạn cùng khóa của anh Thành."

"Thiệt hôn? Nhưng nếu ảnh cùng khóa với anh Thành thì đâu có lớn hơn em bao nhiêu," cô Phượng mừng ra mặt.

"Sao hổng thiệt!"

"Để mai mốt tao chở mày vô Sài Gòn gặp ảnh."

"Kỳ vậy! Sao hổng biểu ảnh ra mình chớ sao mình dẫn xác vô gặp ảnh?"

"Ảnh mới ở tù ra đâu có phương tiện gì đâu mà đi," anh Tâm đề nghị. "Tao làm bộ chở mày đi công chuyện ở Sài Gòn ghé thăm ảnh."

5.

Thời bao cấp muốn có miếng ăn cái mặc nhứt nhứt đều phải chiều lòn cái đám nhơn viên nhà cầm quyền. Con gái miền Nam ở tuổi đó thiếu gì nón cối dép râu bu quanh ve vãn. Chúng dùng tiền bạc và chức quyền làm mồi nhử để *quản lý đời em*. Giống hịch tánh tình của cô Diệp, cô Phượng nhứt định thà ở vậy làm gái già chớ không chịu lấy bọn cướp. Các cô chỉ chọn *phe ta* cho dù mấy anh đã bị lột sạch áo mão cân đai và làm cái nghề bị coi là thấp nhứt trong nấc thang xã hội thời bấy giờ.

Chừng một năm sau, anh Thành cũng được thả về với cái *Giấy Ra Trại* viết ảnh cải tạo tốt, nhưng ảnh nói "Càng cải tạo tao càng *phản động* chớ tốt cái gì?!"

Trong bữa *gia đình đoàn viên* tổ chức đơn giản, trước khi khai mạc, tất cả hát bài "Mừng Ngày Gặp Nhau": *Mừng ngày gặp nhau, chúng ta cùng nắm tay nhau. Nắm, nắm tay nhau kết tình thân ái từ đây. Từ đây chúng mình đắp xây, đắp xây con đường yêu nước. Anh em chúng mình đi trước. Mừng ngày gặp nhau.*

Xong, đại úy pháo binh thông báo *đạn đạo* cho phi cơ bao vùng hành quân rồi khai hỏa một tràng *nổ chụp* đầu tiên:

"Trong thời gian anh đi ở tù, có hai biến cố trọng đại đã xảy ra trong gia đình mình."

Trong lúc chờ đợi, mọi người vỗ tay hát, *Biểu lẹ giùm mà hổng chịu lẹ giùm. Mắc cỡ gì mà hổng chịu lẹ giùm? Lẹ giùm, lẹ giùm, lẹ giùm!*

Anh Thành nhìn qua một vòng cười lớn nói tiếp:

"Ninh Hòa ngồi sui với Tuy Hòa," ý anh Thành muốn nói tới vợ chồng anh Tâm. "Nhưng biến cố trọng đại nhứt là thằng bạn *giặc lái* trở thành em rể tui."

Anh chị Tâm vỗ tay hát, *Hay quá, hay quá là hay. Xin thưởng một tràng pháo tay* (vỗ tay). *Hay quá, hay quá là hay. Xin thưởng cho một nụ cười - ha ha ha.*

Cô Phượng nghiêng người qua, anh Châu choàng tay qua vai cô Phượng và hun lên má cô Phượng.

Anh Thành hát *Khen anh này một cái. Khen chị này một cái. Hoan hô anh này một cái, hoan hô chị này. Nào chúng mình hoan hô. Nào chúng mình hoan hô. Nào ta hoan hô.*

Tất cả đều vỗ tay vui vẻ mừng ngày sum họp.

Xong, anh Châu hỏi khó anh Thành:

"Từ nay tao phải kêu mày bằng *anh* hả?

"Mày kêu bằng gì kệ mày!"

Anh Châu quay sang anh Tâm:

"Ủa! Bây giờ trở đi tui phải kêu chú thím bằng anh chị hả? Sao kỳ vậy?"

"Có gì đâu mà kỳ. Lấy em tui thì phải kêu tui bằng anh bằng chị chớ sao?"

Cả nhà bưng ly *bia lên cơn* lên cụng chúc mừng hai anh thoát khỏi nhà tù nhỏ.

Ngô Sỹ Hân

NGUYÊN BÌNH

BẦY CÁ RÈO RÈO

Ngày ấy - những năm tháng tưởng chừng như đã quá xa mù trong ký ức tôi - nhà tôi từ hàng có máu mặt trở nên nghèo lắm, rơi xuống cảnh túng bấn khó khăn nhất trong làng.

Cái nghèo khó ấy không phải do xuất thân gia thế ngụ cư không có đất ruộng như một số gia đình sống ở rìa làng, cũng không phải do dòng tộc nhà tôi chẳng có ai văn hay chữ tốt để có thể thăng quan tiến chức.

Cái nghèo ấy xuất phát từ một nguyên do mà cả làng tôi ai cũng biết. Hết đời ông nội tôi, cha mạ tôi quá yêu thương con cái, không hề bắt đứa nào phải đi chăn trâu bứt cỏ, lại bán luôn con trâu "làm đầu cơ nghiệp" để con đỡ cực. Lúc đã rơi vào hoàn cảnh túng thiếu, cha mạ tôi cũng không hề bắt đứa nào «đi ở» cho nhà giàu để gia đình giảm bớt đi một miệng ăn. Cơ nghiệp ông bà để lại vì thế đã sa sút lại càng sa sút thêm. Tuy nhiên cha mạ tôi lại rất tự hào về điều đó.

Tôi nhớ rất rõ, mỗi lần có đứa nào gây ra lầm lỗi gì, nhất là không biết nghe lời, cha tôi thường mắng :

- Tau có cho đứa mô đi chự* (giữ) trâu bứt cỏ chi mô mà tụi bay ngu đần rứa? Răng tụi bay không biết nghe lời cha mạ, hứ?

Càng tự hào, cha mạ tôi càng âm thầm gánh vác hết thảy mọi cực nhọc để chị em tôi được đến trường. Cha mạ tôi sẵn sàng chịu rách rưới quanh năm để chúng tôi đứa nào cũng có tấm áo ấm mặc vào mùa đông, đứa nào cũng được sắm đôi guốc gỗ vào buổi đầu xuân để lúm chúm chạy sang khoe nhà hàng xóm.

Bà con họ hàng, có vài ba người thấy chị em chúng tôi lúc nào cũng lành lặn, lúc nào cũng ăn no mặc ấm nên để bụng ganh ghét, họ thường nói kháy:

- Chú thím Cư cưng con quá! Mai mốt tụi nó lớn lên thì chẳng biết mần chi mà ăn cho coi!

- Kệ nó chú ơi! Mền cực rồi cố chịu cực thêm một chút có răng mô! Cho tụi hắn đi học ít chữ với người ta! Chứ một chữ cắn đôi cũng không biết như mền thì cực lắm chú nờ!

Cha tôi nói rất thật lòng.

Ông ngoại tôi họ Phan, làm quan phủ mà không cho con gái học chữ. Chỉ khi về làm dâu ông nội tôi - nhằm lúc ông tôi đang dạy chữ nho vào thời kỳ mạt vận - nhờ mạ tôi sáng dạ, cứ mãi nghe lỏm rồi thuộc lòng nhiều câu nho học để sau này lấy đó mà răn dạy chúng tôi.

Còn ông nội tôi dù gì cũng được triều đình ban hàm cửu phẩm văn giai, ra ngoài đình làng mặc áo thụng xanh, giữ chức tiên chỉ, đứng chủ lễ tế thành hoàng làng hàng năm. Thế mà chỉ có bác ruột tôi được học hành lõm bõm một ít chữ nho, ra làm việc làng, khi tôi lớn lên thì đã nghe dân làng gọi là ông Xạ. Còn cha tôi chắc hẳn là không có khiếu văn chương nên đã quen làm lụng cực nhọc từ thuở thiếu thời.

Khi lớn lên, tôi đã thấy cha tôi ngoài việc cấy cày mấy sào ruộng ra, thời gian còn lại, lúc thì mải miết lặn lội vào rừng rú chặt củi đốt than, lúc thì rủ rê bạn bè cùng trang lứa vác rớ* (vó) đi bắt cá ở khắp các bàu sâu, vũng cạn trong vùng. Vì lũ con thơ, cha tôi không ngại câu "nhất phá sơn lâm - nhì đâm hà bá" mà dân gian hay truyền miệng.

Nhờ đó, bảy chị em chúng tôi ai cũng biết đọc biết viết. Đó là một thành tích "lẫy lừng" của gia đình tôi thời bấy giờ.

oOo

Mùa đông năm ấy đến sớm hơn mọi năm. Mới gần cuối tháng mười âm lịch mà gió đã lạnh như cắt thịt. Mưa thì cứ dây dưa mãi suốt nhiều ngày đêm không tạnh. Nước giếng thâm đen, nhúng vào là thấy buốt cóng cả mười ngón tay. Đường làng ngõ xóm bùn đất lầy lội nhão nhoét nên ít ai có thể đi lại làm lụng được gì. Hầu như cả làng tôi, nhà nào cũng đành bó gối ngồi trong nhà nhìn trời ngó đất. Mây thì nặng như chì, từ mô kéo về vần vũ suốt ngày trên nền trời đang sà thấp xuống, xám chịch. Đúng là một mùa đông rét mướt.

Người xưa có câu "Họa vô đơn chí". Câu nói đó ứng nghiệm với hoàn cảnh nhà tôi thuở bấy giờ. Do hai vụ trước mất mùa, mỗi sào ruộng chỉ thu được chừng bảy tám thùng lúa tươi. Vì vậy, mới đến nửa tháng mười mà mấy thùng lúa dự trữ của nhà tôi đã đem ra xay ăn hết sạch. Nồi cơm của gia đình gồm chín miệng ăn mỗi ngày mỗi vơi dần đi.

Thường, mỗi bữa cơm chị tôi vò năm lon gạo. Rồi ngày đông kéo dài ra, con số ấy ngày càng giảm xuống. Trong từng bữa ăn, cha mạ tôi cứ thắc thỏm nhìn vào chén cơm các con, nhìn chiếc nồi trống không khi biết đàn con chưa no bụng mà xót cả ruột gan.

Đã thế, lúa mất thì rơm cũng kém. Đống rơm nhà tôi những năm trước to đùng, đến mùa đông tha hồ đun bếp. Ánh lửa rơm cháy bập bùng ấm áp trong những ngày giá rét là những ấn tượng khó có thể phai mờ. Tro rơm những năm lúa được mùa đượm lắm, đun xong rất lâu vẫn còn nhúm tro rực hồng ở giữa, lùi khoai lang vào nướng là ngon phải biết. Năm nay lúa mất, rơm bổi, đun hoài mà chỉ có khói phun trắng xóa, ngọn lửa yếu ớt cứ lấp liếm dưới đáy nồi. Cái đói và cái lạnh đang rình rập quanh căn nhà xác xơ. Tháng mười một, tháng chạp và cả tháng giêng còn dài dằng dặc ở phía trước.

Tôi nhận ra nỗi âu lo trong ánh mắt cha, trong giọng nói ngày càng nhuốm đượm buồn của mạ tôi.

Chiều hôm đó, khi đong gạo nấu cơm, chị Khê đã vét hết từng hạt cuối cùng trong khạp. Gió rít từng cơn ngoài liếp cửa tre đã hạ thấp xuống cho hơi lạnh khỏi luồn vô. Sập tối, cả nhà quây quần ngồi ăn trên tấm chiếu cũ trải trên ổ rơm. Mạ tôi nhìn cha tôi, giọng âu lo khó tả:

- Mai hết gạo rồi cha con Thái ơi! Không biết mần răng đây nữa!

- Mạ mi đừng lo, tối ni cứ ra o Thượt hắn mượn vài thùng vô mà xay ăn cái đã, ra năm từ từ rồi tính!

- Một thùng thành thùng rưỡi đó cha con Thái à! Đong trả thấy xót lắm!

- Hay mạ mi đem cái áo dạ qua bên o Đội bán đi. Cũng được ba bốn thùng đó, không ít mô!

Cả nhà im lặng nhìn nhau.

Đó là chiếc áo dạ của quân đội Pháp mà ông nội tôi mua được từ ngày đất nước mới hòa bình. Chiếc áo dày dặn, đính những hàng cúc bằng đồng sáng loáng. Bấy lâu, cha tôi cứ cất làm của, chẳng dám đem mặc, sợ nó sờn đi. Năm thì mười họa, chỉ khi đi đám giỗ nhà nào đó vào mùa đông thật lạnh mới mở rương ra lấy mặc vào. Mỗi lần mặc, bà con ai có tấm tắc, cha tôi thường khoe "áo ni mặc vào ấm ghê lắm, ấm đến toát cả mồ hôi chứ tui không nói chơi mô".

Mạ tôi chưa đồng ý, bàn ra:

- Áo của ôn nội cho cha mấy đứa mặc, răng mà bán được? Cất lại chơ!

- Con nó đói thì cất mần chi? Ôn nội thương mấy đứa cháu lắm, không trách chi mô mà sợ!

- Thôi, rứa thì chừ tui cầm đi qua o Đội đổi gạo về, mai nấu cho tụi hắn ăn nghe!

Cha tôi dặn dò:

- O Đội được lắm! Mạ mi cố kèo nài một chút cho tụi hắn ăn thêm ít bữa, kẻo uổng nghe!

Mạ tôi gật đầu, cuốn chiếc áo nặng nề dày cộm lại, rồi khoác áo tơi lom thom bước ra khỏi nhà. Chúng tôi ngó theo mạ, bụng vừa buồn lại vừa vui. Buồn vì cha tôi từ đây không còn áo ấm để mặc, lại vui vì ngày mai nhà mình vẫn có gạo nấu cơm ăn. Chúng tôi còn ngây dại lắm!

Chiếc áo dạ ấy chỉ làm sự no đủ của chúng tôi kéo dài được hơn nửa tháng. Bước qua tháng mười một rồi, trời càng hành dữ hơn. Gió rét làm cho thịt da chúng tôi tái mét. Những tấm áo ấm rẻ tiền của chúng tôi không còn đủ sức chống chọi với cái rét tê tái vào mùa đông năm ấy. Đống rơm đã rút chụm gần hết, cha tôi nói phải để dành một ít để trải ổ, đêm nằm ngủ cho đỡ lạnh. Nhưng khổ nỗi, lấy gì mà đun bếp bây giờ ? Mùa đông chạy rơm củi đun cũng gay go như chạy gạo.

Một buổi trưa, chị tôi nói :

- Cha ơi, trưa ni hết củi, làm răng mà nấu cơm?

- Ừ, từ từ cha tính, lo chi!

Nói xong, cha tôi cầm lấy cái rựa đi ra sau nhà. Tôi chạy theo. Cha vừa đi quanh nhà vừa ngắm nghía các cột tre chống đỡ mái hiên sau. Cha chọn một cột, dùng rựa bứt dây mây néo vào kèo, chặt con sẽ, rồi ôm cột lắc mạnh nhổ bật lên.

Một lát sau, cây cột nhà đã được cha tôi chẻ thành một bó củi lớn ôm vào bếp.

Bếp lửa trưa hôm ấy, củi tre già cháy hừng hực. Chúng tôi bu quanh để sưởi ấm, hai tay cứ đưa gần ngọn lửa rồi xoa xoa vào nhau khoái chí.

Suốt mùa đông năm đó, tôi nhớ hình như có tất cả tám cái cột nhà và nguyên bức phên chắn chái sau bị cha tôi chặt làm củi trong những lúc ngặt nghèo nhất như tôi vừa kể. Cột tre khô được cha tôi thay bằng cột tre tươi đốn vội ở sau vườn.

oOo

Suốt cả tháng trời, bữa cơm nhà tôi chẳng có chút thức ăn gì ngoài muối, ruốc, thỉnh thoảng mới có ít muối đậu phụng rang. Đến cuối tháng mười một, cha tôi phải nhổ thêm sắn ở trong cồn về ăn độn với cơm nên cả nhà tôi ai cũng tái mét. Biết chúng tôi thèm thịt cá, cha tôi cứ nhìn lui nhìn tới, đứng ngồi bứt rứt không yên.

Sáng hôm ấy, trời vẫn rét như cắt thịt, cha tôi dậy thiệt sớm, sửa soạn bộ công vó rồi nói với cả nhà :

- Tụi bay ở nhà chờ đó, khoan ăn cơm đã. Chút nữa cha về có cá kho rồi ăn!

- Trời lạnh ri, có cá mắm chi mà cha con Thái đi cho cực. Thôi ở nhà cho rồi, ăn chi cũng được! Mạ tôi lên tiếng.

- Kệ hắn. Tui ra đón rớ tủ ở khu bàu, sáng sớm hay có con mại, con cấn vô ruộng, hớt về cho tụi hắn ăn kẻo tội. Cả tháng ni không có chút hơi tanh, đau ốm thì khốn mạ mi nờ!

Tôi đòi đi theo. Hai cha con xắn quần, đội áo tơi ra đồng. Từng cơn gió ác nghiệt quất mạnh vào mặt. Rét đến mức phải nghiến răng mà vẫn run lập cập, ngón chân tôi cố bấm chặt vào đất, bước đi từng bước một.

Ra bàu, trong cái lạnh thấu xương, cha tôi cay vó, lội xuống một khe nước chảy từ bàu vào ruộng, đặt vó, đứng chờ cá đi qua. Cha cố đứng yên không động đậy, sợ đàn cá nhìn thấy bóng người. Cứ khoảng dăm mười phút cha tôi lại dùng hết sức lực kéo sợi dây, dỡ nhanh chiếc vó lên. Mỗi lần cất vó như thế, có độ năm bảy con cá mại, cá cấn lọt vô lưới nhảy lóc bóc. Cha tôi dùng chiếc gáo dừa có cán dài múc cá đổ vào oi. Kéo lên đặt xuống nhiều lần, cuối cùng cũng bắt được một chén cá đầy.

Sáng hôm ấy, cả nhà tôi có nồi cá kho gừng thơm lừng, chúng tôi ních một bụng cơm cá no kềnh.

oOo

Với chín miệng ăn, núi cũng lở. Sau đó, cha mạ tôi phải quyết định bán dần mấy trăm viên bờ lô để chuẩn bị cất nhà sau ngày hòa bình. Tôi còn nhớ số bờ lô này được cha tôi chất quanh căn nhà dưới để chờ ngày thuê thợ về xây. Băng kèo, đòn tay, rui mè gì cũng đã sắm đủ cả, xếp đặt cẩn thận ở mé sau. Nghe cha nói, lúc đó tiền thuê thợ cũng đã có, nhưng rồi vụ mùa năm ấy mất trắng, hụt vốn nên việc cất nhà đành phải hoãn lại. Rồi đàn con lớn dần lên, chi tiêu nhiều hơn, nên việc cất nhà lại phải tạm gác lại mãi cho đến tận bấy giờ.

Và mùa đông này, cha mạ tôi đã phải chắc lưỡi khi bán dần các thứ đã sắm để cho đàn con ăn tạm qua ngày. Bán thứ này thức nọ cũng có tiền, nhưng mạ tôi vẫn hà tiện, cũng chỉ cho chúng tôi ăn dè sẻn, không vung tay được, cốt có cơm no là tốt lắm rồi.

Những bận cha tôi đi cất vó sau đó, cá vô ít dần. Đầu tháng chạp, không có mưa lớn, nước bàu đã cạn, không còn chảy vô ruộng được nữa. Chúng tôi lại thèm thuồng, nhớ mùi cá kho gừng đến chảy nước bọt. Ôi, cái hương vị mặn nồng của cá kho gừng sao mà quyến rũ đến thế. Có lẽ mùi vị của những món ăn hương đồng cỏ nội là thứ khó quên nhất trên đời.

Một hôm, thằng em út cắc cớ hỏi cha tôi:

- Cha ơi, ngoài bàu hết cá rồi hả cha?

- Ừ, hết có nước rồi!

- Con thích ăn cá mại, cá cấn kho gừng như bữa trước lắm! Ngon ghê cha hí?

Nó nuốt nước bọt, tỏ vẻ thèm thuồng.

Tôi gườm nó, tuy miệng cũng thấy thèm hơn cả nó:

- Mi chịu khó ăn muối ruốc đi. Có cơm nóng mà ăn là nhứt rồi đó!

- Tui thích cá hơn! Cá kho gừng ngon hơn!

Nghe hai đứa tôi nói qua nói lại, cha tôi cứ đi ra sân lại bước vào nhà suy nghĩ đăm chiêu.

Một lát sau, cha bỗng nói trống với cả nhà :

- Để tau đi coi thử!

Mạ tôi ngạc nhiên :

- Đi mô rứa cha con Thái?

Sau hai ba buổi lặn lội đâu đó ở các quãng đồng xa để tìm nơi cất vó kiếm cá, buổi trưa hôm ấy, cha tôi trở về, mặt mày trông có vẻ là lạ hơn mọi ngày. Cha tôi vừa nói vừa như có dò ý mạ tôi :

- Tui có thấy một bầy rèo rèo ở bàu Đưng mạ con Thái à. Nhưng bầy cá mới nở, còn nhỏ quá, tui chưa tính bắt!

- Cha con Thái vô tận bàu Đưng à? Thôi, bắt rèo rèo tội lắm! Để cho nó to kẻo tội!

- Ừ, tui cũng nghĩ rứa đó. Nhưng mấy đứa hắn đã lâu khôn có chi...

- Tụi hắn ăn rứa là cũng hơn con nhà hàng xóm rồi. Rèo rèo mới nở tội lắm!

- Ừ, rứa thì để đó đã! Từ từ tui tính!

Thằng em tôi lại chạy tới :

- Không có chi hết hả cha?

Ánh mắt cha tôi lại trở nên đăm chiêu, ra chiều suy nghĩ dữ lắm. Dường như trong ông đang có sự giằng co giữa sự sống còn của bầy cá mới nở và cơn khát ăn của bầy con. Tôi đoán, cha tôi đang nhẩm tính bầy cá mới nở li ti đỏ hỏn còn quá dại, hớt hết cả đám cũng chỉ được vài chén là cùng. Để sau này đàn rèo rèo ấy lớn lên thì trở thành vô số cá tràu* (lóc) bông... Nhưng đàn con dại của mình thì lại đang đói. Tụi nó đang trở nên xanh xao quá. Một bữa cá con thơm ngon, bổ béo sẽ giúp chúng lại sức mau lắm...

Cha tôi để tay trên đầu thằng Út, nói :

- Ừ, từ từ cha tính...

- Mai đi bắt về kho ăn đi cha!

Tôi liếc xéo nó. Đồ hư ăn!

Chiều hôm ấy, cha tôi lặng lẽ đem bộ vó ra sân sửa soạn. Tôi thấy cha tôi chuẩn bị cả vó thưa và vó tủ. Tôi biết vó tủ là loại vó mắt dày, dùng để bắt cá nhỏ. Chắc là bầy rèo rèo sắp tiêu rồi.

Sắp xếp mô vô nấy, cha tôi bàn với mạ:

- Mai tui đem cả hai thứ vó đi. Nếu không bắt được con cá to mô thì hớt bầy rèo rèo về, mạ hắn hí?

Mạ tôi không nói chi. Tôi chen vô:

- Mai cha cho con theo với. Ở nhà buồn lắm. Trời cũng đã ngớt ngớt mưa rồi, cha nghe!

oOo

Bàu Đưng là một bàu nước sâu nằm tận ven chân núi, đầu làng An Đô.

Tôi lẽo đẽo chạy theo cha tôi, vượt qua mấy cánh đồng hẹp, nhảy qua nhiều khe nước trong vắt, chảy từ chân núi về. Nước khe đã cạn nhưng rất trong vì bây giờ đã qua đầu tháng chạp rồi, chỉ còn mưa lây rây cho trời thêm giá buốt thôi. Nước trong bàu cũng trong vắt. Tuy còn nhỏ nhưng tôi cũng biết nước trong leo lẻo như thế này thì không ai đi bắt cá. Khó ăn lắm.

Đến nơi, trong khi cha tôi cay* chiếc vó thưa vào cóng, tôi chạy loanh quanh lui tới trên bờ cỏ ướt cho đỡ lạnh. Nhìn mặt nước tôi nói:

- Nước trong như ri mần răng bắt cá được cha hè?

- Ừ, từ từ để cha tính! Lo chi!

- Mần răng cha?

Cha tôi không trả lời, bảo tôi :

- Đi lấy bùn non về để đây cho cha nghe!

- Lấy mần chi hả cha?

- Thì cứ lấy, chút nữa rồi biết, cha mi, hỏi mãi!

Nói xong, cha tôi bước chân xuống ven mép bàu sục bùn đen lên. Khoảng mười phút sau, cả một khúc nước bàu ven bờ đã ngầu đục.

Cha tôi chỉ đống bùn:

- Con quăng bùn vớt được ra phía ngoài chỗ đục đục ni một chút. Lát nửa cá sẽ lủi tới tìm mồi cho coi!

Xong xuôi, cha tôi đặt vó xuống chỗ vừa quấy đục rồi đứng chờ, ra dấu cho tôi đừng động cựa.

Chừng mười phút sau, mặt nước đã trở lại lặng yên. Một vài nơi bỗng sủi tăm. Cha tôi nói nhỏ vào tai tôi:

- Cá đang tới ăn đó tề!

- Thiệt hả cha? Mà nó vô vó chưa? Tôi thì thầm với cha tôi.

- Hắn khôn lắm. Từ từ mà chờ. Con mô ham ăn quá mới lọt vô vó chơ! Dễ à? Nó thấy lưới là tránh đi tài lắm! Cha tôi giải thích.

Hôm ấy, dù đã cố hết sức, cha tôi chỉ bắt được hai con rô và một con thác lác, chắc vừa đủ nhém miệng cho thằng Út.

Dỡ vó ra khỏi bộ cóng, cha nói với tôi :

- Về được rồi! Kho cho hắn ăn bữa cá tươi, mấy con ni cũng được rồi!

- Rứa bầy cá rèo rèo ở mô hả cha?

- Ở bên tê bàu lận. Con cá mạ khôn lắm. Không dễ hớt bầy con hắn được mô! Có mấy con ni là trời cho ăn rồi đó!

- Thiệt hả cha? Khó quá thì thôi cha ơi!

- Ừ, từ từ lần sau cha tính! Lo chi!

Mấy bận sau, theo cách đánh như vừa rồi, cha tôi chẳng kiếm được con cá nào, ngày nào cũng trở về tay không. Vắng mùi cà vài ngày, thằng Út lại cứ nằng nặc muốn ăn cá tươi. Nó đã ăn quen bén mùi rồi. Cha tôi lại trở nên đăm chiêu buồn bã. Đã hai ngày nay, sáng nào cha tôi cũng chuẩn bị cóng vó định ra đi, loay hoay một lát rồi lại đem cất.

Ông nói với thằng Út :

- Để coi trời đã, rồi cha tính!

Tôi biết rõ, đối với cha tôi, việc bắt bầy cá rèo rèo kia chẳng phải là điều khó khăn chi. Điều ông đang phân vân là có nên hớt cả bọn cá nhỏ tí tẹo kia về xào một bữa hay không mà thôi. Chắc là cha tôi đang tìm kế hoãn binh với chính lương tâm của mình, nhưng ông cũng đang hoang mang với nỗi xót xa khi thấy thằng Út đang thiếu miếng ăn, môi nó tái thâm lại ngó rất thảm. Cả đêm hôm đó, tôi biết cha tôi thức trắng...

oOo

Sáng hôm sau, khi thức dậy, bầu trời đã ánh lên màu hồng tía đằng sau bụi tre nhà chú Kế. Bầu trời trên đầu không còn xám chịch như mọi khi, đang dần dần chuyển sang màu xanh xám, để lộ ra ngôi sao mai lấp ló.

Cha tôi mừng rỡ gọi cả nhà:

- Dậy! Dậy đi tụi bay ơi! Trời sắp nắng rồi đó.

- Thiệt không cha con Thái? Răng tối qua tui còn thấy lạnh ghê lắm mà!

- Kêu mấy đứa dậy nấu nồi cơm, tui với mạ hắn đi ít triên* (gánh) củi về mà bán! Dặn mấy đứa trời hén lên thì mang đồ ra bàu mà giặt!

Cả nhà rộn ràng thức giấc, loay hoay với nhiều việc trước mắt.

Từ ngày hôm đó, thôn xóm tưng bừng ánh mặt trời, tràn trề sức sống. Cả làng quê bừng tỉnh giấc sau một giấc ngủ đông dài. Đầu làng cuối xóm, nhà nhà giặt giũ phơi phóng quần áo mùng mền, giăng đầy khắp ngõ.

Đợt nắng ấm kéo dài cho đến hai mươi lăm tháng chạp.

Mỗi ngày, cha mạ tôi kiếm được hai gánh củi sống* (củi còn tươi). Bốn gánh đầu tiên được mạ tôi sắp xếp bó lại cho thật đẹp, gánh xuống An Hòa bán, rồi mua về ôi thôi là thứ bấy nay chúng tôi thèm thuồng. Tôi thích nhất là những ổ bánh mì con xinh xinh, hơ lại cho nóng rồi cầm đi chơi, lâu lâu bẻ một chút xíu ăn cho lâu hết.

Còn hơn hai chục gánh củi dựng đứng chật cả vuông sân. Gần tết, trời giăng mưa trở lại nhưng không còn rét cóng như trước kia. Ngày nào không đi vô núi chặt củi được, mạ tôi lại sửa soạn một gánh, gánh về An Hòa. Quà tết, quần áo mới cũng từ những gánh củi đó mà mang niềm vui về nhà tôi những ngày giáp tết.

Bầy cá rèo rèo không còn được ai nhắc đến nữa.

oOo

Ra giêng, trời ấm, cha tôi cùng bạn vó lại rủ nhau vô bàu Đưng cất vó. Trên đường đi, Chú Xúy vui miệng kể :

- Trong năm, trời mới hơi hén hén, tui vác cần câu ống vô đay, tóm được con tràu mạ bự lắm!

Cha tôi giật mình, ngó chú Xúy chằm chằm, rồi lo sợ chú Xúy đã hớt luôn cả đám rèo con thì tội nghiệp quá. Cha tôi nóng lòng chạy nhanh tới nơi trước, rảo bước đi quanh bàu, nheo mắt nhìn xuống nước. Nước bàu vẫn trong leo lẻo.

Bên các đám lục bình, bên các đám cỏ năng lún phún ven bờ, lác đác có những chú lóc nhỏ bằng đầu mút đũa đang đứng yên, chăm chỉ rình mồi.

Cha tôi nói với bọn chúng :

- May phước cho tụi bay, chừ to khơ khớ rồi! Mà mạ bay bị thằng Xúy câu mất, không biết tụi bay còn sống được nhiều hay ít hè. Nhờ ôn trời thương ôn trời tha cho đó nghe! Không phải tau mô!

Nguyên Bình

2013

NGUYÊN CẨN

MẬN ĐẮNG

Trưa tháng sáu hầm hập nóng. Loan kéo Hà vào quán Swen trên phố Trần Nguyên Hãn. Vào đây kiếm mấy quả sấu. Mẹ kiếp Hà Nội tháng 6 nóng bở hơi tai. Tao nói mày nghe. Sau lưng một thằng đàn ông thất bại là con đàn bà xúi dại. Mày làm thằng Tùng sống dở chết dở với vợ nó vì mày xử lý không khéo. Hà yên lặng, gọi một ly trà Lipton. Hà giải thích. Tao cần tỉnh táo chiều nay. Thằng Tùng nó yếu bóng vía lắm! Nó sợ vợ nó không chia đôi tài sản mày hiểu không? Loan cười gằn. Cái ngữ ấy mà gặp tao là xong ngay. Mày thấy thằng Thắng chồng mới của tao không? Tao lấy công khai. Ông bà già nó điên máu lên chẳng làm gì? Ông ấy chửi tao, "Đồ loạn luân". Tao trả lời ngay luôn. "Loạn cái gì? Thời buổi này công nghệ 4.0 rồi thì thích ai thì lấy người ấy. Không thích thằng anh thì lấy thằng em, thế thôi. Còn nói nữa, tao điên tiết bảo. "Hàng" của thằng em tốt hơn thì tôi lấy nó. Làm gì nhau?

Loan, tóc cắt ngắn, tướng nhìn phía sau khó biết nam hay nữ, vai ngang, mặt xương xẩu, miệng hơi hô, nhưng là loại dám nói dám làm. Loan và Hà đều đang làm cho một công ty nước ngoài. Hà phụ trách mảng dệt nhuộm, Loan coi bộ phận dược phẩm. Hà cũng đang dây dưa tình cảm với Tùng, một anh chàng đồng nghiệp đã có gia đình, còn Loan thì tuyên chiến với gia đình chồng. Chả là có lần nàng đi công tác bên Đức khoảng tháng mười một, nhắn cậu em chồng, Thắng, đang lao động hợp tác đến để chị em gặp nhau. Và họ gặp nhau ở thành phố Siegen đáng mến, trong một quán bia, bên ngoài là trời đêm lạnh giá, sau một chầu nhậu bét nhè, chẳng hiểu sao khi dìu nhau ra khỏi quán, Loan lại rủ hắn vào khách sạn ngủ cho tiện. Đêm đó sự cô đơn và cơn mê xác thịt đã khiến lễ giáo vứt vào nhà tắm khi ranh giới chị dâu em chồng xóa bỏ. Họ bập vào nhau rồi say nhau như điếu đổ. Loan thấy Thắng có nhiều nét nam tính hơn ông chồng của mình, anh Quyết, hiền lành nhu mì quá. Thắng thì râu ria bặm trợn, vồ vập và sung mãn. Sau đó nàng thường xuyên tìm cách sang Đức, lúc thì cần bàn thêm với nhà cung cấp, lúc thì đưa khách hàng qua gặp đối tác mới và cuối cùng "cây kim giấu trong bọc cũng lòi ra". Đồng nghiệp xì xào, gia đình nghe phong phanh, nhưng Loan chẳng hề sợ. Nàng tuyên bố với chồng. Tôi với anh ly dị đi, tôi sẽ lấy Thắng. Chúng tôi hợp nhau hơn. Anh cù lần quá, không xứng với con này.

Quyết là kỹ sư cầu đường hay đi công tác xa lại nhu mì ít nói nên vợ chồng thường cảm thấy xa cách. Chàng cảm thấy tuyệt vọng, cố nài nỉ xin Loan một cơ hội hàn gắn và đồng ý bỏ qua mọi chuyện nhưng Loan tuyên bố dứt khoát. Hoặc anh tự nguyện chia tay thì anh được nuôi con, còn nếu tôi đưa anh ra tòa thì tôi sẽ giữ quyền nuôi con vì anh ít lương hơn tôi. Anh chọn đi. Quyết đành phải nghe theo vì không còn lối thoát cho cuộc hôn nhân bế tắc.

Rồi Loan và Thắng công khai mướn nhà ở với nhau khi Thắng về nước, mặc kệ bố mẹ chồng đến năn nỉ, thuyết phục, thậm chí hăm dọa đều không ăn thua. Chú em thì say bà chị như điếu đổ. Họ hòa hợp thân xác, say đắm nhau chả biết đến gia phong như ông cụ thân sinh nói. Tao đẻ chúng mày trong những năm khó khăn, chiến tranh đến cao trào nên tao mới đặt tên là Quyết Thắng. Bây giờ mày lấy con vợ thằng Quyết thì chòm xóm coi chúng tao ra cái gì. Tao đã dành cả đời tận tụy, lên đến bậc vụ trưởng đâu phải dễ. Bây giờ chúng mày coi khinh cái gia thế này quá! Hai ông bà từ đấy ngại ra chợ, tiếp xúc mọi người, mỗi lần họp tổ dân phố lại cử con cháu dưới quê lên giúp việc đi họp thay.

Loan vẫn thản nhiên, đạp lên dư luận mà sống dù công ty lắm đứa xì xào. Loan hăm. Tao cắt lưỡi thằng nào con nào nói sau lưng tao. Mẹ chúng mày, sống trên đời phải dám làm điều mình muốn mình thích. Chúng mày đạo đức giả. Tao khinh những đứa ra vẻ trí thức đạo mạo, thấy gái cũng sáng mắt lên mà cứ giả vờ như Đường Tăng. Thế thì cái đám doanh nhân đi tăng hai tăng ba ở đâu ra? Cái lũ đàn ông chơi golf lừa vợ đi với bồ nhí tao còn lạ gì. Mày muốn tao chỉ các đồng chí ở vụ này cục nọ ra không? Toàn cái loại đi massage từ 2 giờ đến 4 giờ chiều về đi đón con, ngoan lắm đấy! Tao nói thật tìm một thằng đàn ông không rung động trước phụ nữ ngoài vợ mình hơi bị khó ở đất Hà Nội này đấy hay cả Việt Nam cũng thế!

Quyết sau khi bị buộc phải ly dị đã sống lặng thầm như chiếc bóng. Anh không còn thiết tha gì, may còn bé Na, đứa con gái lên 5 đủ cho anh yêu thương và an ủi những buổi chiều đón về, cha con hủ hỉ. Anh không muốn gặp bạn bè vì xấu hổ, chẳng thể trò chuyện kể cả chuyện thế sự vì nhiều thằng nó hỗn xược nói kháy mình. Đầu thằng Quyết có cặp sừng tê giác quý hiếm lắm đấy!

Anh gần như trầm cảm nếu không có đứa con thân thương của anh. Cặp mắt xoe tròn luôn hỏi cha về mẹ nhưng anh không thể trả lời. Sao mẹ lại ở với chú Thắng hở bố?

Chiều tháng sáu hầm hập nóng. Quyết đi làm về, chàng nhìn những dãy nhà lụp xụp dưới chân cầu Thăng Long mà cảm thấy thương cho những phận người suốt ngày ngồi ngoài sân, tối vào nhà không sao ngủ được vì nóng vì ngộp, cầu xin một cơn mưa. Anh thấy mình cũng còn có phước vì vẫn ở trong một ngôi nhà khang trang nơi phố cổ mà bố mẹ anh đã chắt chiu gìn giữ đến nay. Chủ nhật anh đưa con về Hà Tây nơi bố anh có hai mẫu đất trồng cam ở đấy. Anh tự vui với công việc làm vườn. Anh nghe bố nói vui trời bắt Hà Nội nóng lại đền bù bằng những thức quà thời trân - các đặc sản chỉ xuất hiện trong một thời gian ngắn khiến người ta phải vui lòng "thỏa thuận" chung sống hòa bình. Ví dụ như sen tháng sáu. Anh để ý bàn thờ ngày nào mẹ cũng bày sen vì sen đầu tháng 6 đang vào cữ đẹp và rực rỡ nhất, có lẽ sắc hồng - trắng dịu dàng của những bó sen trong nhà khiến cái nóng bớt oi đi lòng người dịu lại. Lại nhớ những ngày còn Loan, đến tháng 6 thế nào ăn xong cũng có mận. Mận tháng 6 không giống những tháng khác, to đều, trái nào ra trái đấy, lớp vỏ đỏ căng mịn giấu sau đó là những thớ thịt căng mọng, vị ngọt xen lẫn vị chua hoàn hảo chứ không bị cảm giác chua gắt đến ê răng như đầu mùa. Bây giờ thì mẹ hay mua. Bà biết anh thích nên những xe trái cây đi ngang bà đều gọi vào mà không phải ra chợ. Cảm giác bị xoi mói vì gia phong suy đồi khiến bà ngần ngại. Người ta thì có 1001 lý do để ăn mận vào tháng 6 với đủ món mận dầm, mận xóc muối đường, làm ô mai, làm nước mận. Và thế nên mới có chuyện ở những văn phòng đông chị em, mận trở thành món ăn mỗi ngày. Công ty của Quyết cũng vậy và Ngọc cô bạn cùng phòng hiểu hoàn cảnh của anh ngày nào cũng đem vào phòng để trên bàn cho anh đủ loại.

Có ai đó nói. Tháng 6 quả khéo chiều lòng người, mùa mận chưa qua thì sấu và vải đã kịp xuất hiện. Quả sấu tháng sáu còn non khó mà chấm muối ăn vã như những thức quả chua khác, nhưng nếu chịu khó tỉ mẩn, các bà, các chị vẫn có lọ nước sấu đầu mùa nho nhỏ để uống dần để chờ đến khi sấu bánh tẻ thì tha hồ thưởng thức. Trong những bữa trưa ở công ty, Ngọc hay dùng vài quả sấu nấu canh chua, dầm nước rau mang vào cho anh cũng đủ khiến bữa ăn ngày nóng dễ trôi hơn rất nhiều.

Ngọc không đẹp nhưng dễ nhìn, thon nhỏ và gọn gàng, cô làm việc đã lâu với anh, từng ghé nhà anh chơi nhiều lần, hiểu tính anh và chăm chút mọi thứ cho anh như một đứa em gái hiểu chuyện. Sau cú shock ly dị, anh ngại phụ nữ nhưng gần Ngọc anh thấy như một người em dễ bảo. Bé Na cũng rất thích Ngọc vì cô chiều nó hết mức mỗi khi nó đến cơ quan với bố. Lúc trước, anh với Loan đã dự trù mua nhà riêng nhưng phần của Loan nhiều hơn. Họ đã đăng ký một căn hộ chung cư cuối năm giao nhà nhưng khi ly dị Loan chỉ trả anh một phần tượng trưng. Nàng bảo phần còn lại là phí "ăn nằm" bấy nhiêu năm, con này cũng mòn người vì anh, phải trừ khấu hao lại. Cô ta cũng chẳng cam kết đóng góp phần nuôi con dù Tòa có yêu cầu.

Nàng nói rằng lương anh đủ nuôi con còn mình dự tính vào Sài Gòn nên khó trợ cấp, sắp nghỉ làm ở công ty, thu nhập bấp bênh.

Chiều tháng sáu hầm hập nóng. Chuyến đi vào Sài Gòn của Loan phải hoãn lại bất ngờ do Thắng trên đường đi nhậu về đêm qua va phải xe bán tải do một tay tài xế ngủ gật lái. Anh bị thương khá nặng, dập hết đùi phải, đang phải vào Bệnh viện Thanh Nhàn điều trị. Loan lầm bầm chửi rủa. Đổ đốn đến thế là cùng. Chỉ có ăn với nhậu suốt ngày. Chẳng lo làm ăn gì sau khi từ Đức về, còn một ít tiền dành dụm xài mãi cũng có ngày cạn kiệt. Đã thế cha mẹ lại tuyên bố từ con do lên án anh "loạn luân", chẳng hy vọng gì xin tiền ông bà ấy. Bao nhiêu dự tính bỗng trở nên bấp bênh vô định khi Loan tính mở công ty kinh doanh dược phẩm trong Sài Gòn, làm đại lý cho mấy hãng lớn mà nàng quen biết. Bây giờ thì phải đình đốn hết vì anh chàng này. Chưa kể. Công ty nơi Loan làm hình như phát hiện "âm mưu" tách ra riêng làm ăn với đối tác của họ nên cũng đã siết chặt thông tin và cử người theo dõi mọi động tĩnh của nàng. Họ còn cử cả đoàn dược sĩ sang Đức làm việc lại với các nhà cung cấp với những điều kiện nhượng bộ ưu đãi hơn để tránh họ "thay lòng" chuyển sang làm với Loan. Tình cảnh hết sức ngặt nghèo mà lão Thắng còn lăn ra giữa bệnh viện thế này có chết không cơ chứ!

Vào Khoa Cấp cứu, nghe các bác sĩ chẩn đoán phải phẫu thuật xương đùi cho Thắng và thời gian phục hồi lên đến vài tháng thậm chí nửa năm, có khả năng chỉ đạt 70% như cũ. Loan ngao ngán rời Bệnh viện, hủy vé máy bay vì chẳng biết khi nào mới bay vào được, chưa kể tình hình "chiến sự" trở nên gay go với công ty khi họ biết Loan toan tính kế hoạch riêng. Hay giả vờ làm "bé ngoan" trở lại, Loan không muốn vì lỡ tuyên bố dao to bua lớn rồi, thối lui sao được. Đúng là "tiến thoái lưỡng nan". Loan quay về thăm mẹ, sẵn nghỉ mệt một chốc, nhờ bà nấu cho chén cháo chiều nay.

Căn nhà cấp 4 khiêm tốn nằm giữa khu Cầu Giấy im ắng vì em Loan đi làm chưa về. Mẹ lúi húi nhặt gạo, ngẩng lên, mừng rỡ. Sao hôm nay mày lại về nhà, chiều nay chắc mưa lớn đây! Bà không trách con gái mình vì biết tính nó ương ngạnh từ bé, muốn gì là làm bằng được, bất chấp. Bà nghe dị nghị nhiều rồi từ ngày nó bỏ thằng anh lấy thằng em. Bà cũng cay đắng lắm. Chồng chết sớm để lại hai đứa con gái. Con lớn khôn ngoan thì chọc trời khuấy nước, con bé lại quá hiền, đi học đâu cũng bị bắt nạt. Loan mệt mỏi nói, "Mẹ nấu cho con tô cháo. Con đuối quá, chắc ốm mất." Thấy trên bàn có một rổ mận. Loan cầm lên tính ăn thì bà nói. "Mày biết tin gì chưa? Ông bố thằng Quyết yếu lắm rồi, ông cụ nhập viện mấy ngày nay. Cụ buồn chuyện chúng mày đấy. Ông ấy viết di chúc để hết gia tài cho thằng Quyết rồi, một cái nhà phố cổ, mấy mẫu đất Hà Tây nữa. Thằng ấy lù đù mà may mắn. Nghe nói có con nào trong cơ quan chỗ nó làm cũng yêu nó lắm, không khéo sắp về làm mẹ kế con Na đấy." Loan toan cắn quả mận nhưng sao nghe đắng tê đầu lưỡi. Tính buột miệng chửi thề nhưng vì thấy mẹ ngồi đấy nên thôi, nuốt nước miếng xuống, cảm thấy khó thở.

Buổi chiều với những vệt nắng trải dài trước hiên nhà, dài thăm thẳm...

Nguyên Cẩn

NGUYÊN QUÂN

SÀI GÒN MƯA

Trở lại Sài Gòn lần này không còn gặp anh. Người đàn ông tử tế hình mẫu lý tưởng một thời, đã gần như bị tuyệt chủng, hiếm hoi trên cái thành phố chất chứa hàng chục triệu con người, chen lấn dẫm đạp trong cuộc mưu sinh đầy thực dụng. Cái chân ý thực dụng tất yếu của một xã hội toàn trị đào luyện khả năng vô cảm nhân tính.

Những cơn mưa buổi chiều ì ạch xuyên suốt qua đêm, để lại trên mặt đường vốn ngập ngụa người những vũng nước ố bẩn. Sự ố bẩn chẳng thể làm dịu xuống cơn nóng. Cơn nóng đặc hữu những ngày cuối tháng năm của thành phố cực nam.

Chẳng thể làm dịu cái nóng từ những ngọn khói còn ngún lên trên nền những nhà máy treo bảng hiệu bằng con chữ tượng hình, thứ khung vuông bành trướng bị cuồng đốt bởi lòng căm phẫn. Nước ố bẩn chẳng thể làm dịu cái nóng ngột ngạt từ vô số bộ sắc phục an ninh nêm chặt cứng trên những ngã tư đường phố. Cái nóng bong lóc hình hài từ những ánh mắt nghi ngại liếc nhìn nhau.

Tôi biết chẳng thể gặp được gì ngoài tấm chân dung hồn hậu bị niêm cứng sau tấm kính thủy tinh khô cứng như cuộc sống thực đang vần vũ chung quanh.

Sài Gòn bây giờ thật buồn!

Quán café trong con hẻm nhỏ, được mang tên Chậm. Cô nhà văn rất trẻ vẫn thả lòa nhòa khuôn mặt u buồn sau màn tóc nâu. Thẫn thờ nối dài từng điếu thuốc trên đôi môi nhờn nhợt màu son. Những dòng chữ khao khát tự do bản thể mang đầy nổi loạn đăng tải trên mạng cứ lẩn quất đâu đó trong ánh mắt rờn rợn man dại của loài mèo hoang.

Bất chợt tôi nhớ anh, người đàn ông tử tế vẫn thường ngồi trầm lặng với ảnh tượng ký ức treo ngược, như bầy dơi quá khứ từ tấm la phông kẻ từng vạch sơn trắng phân chia không theo thứ trật tự nào, những di ảnh cái thành phố thủ phủ của nhiều thập niên trước. Một ánh chói rực của Hòn Ngọc Viễn Đông. Anh vẫn thích ngồi đó trong hoài cảm thời hoàng kim của một đời người biến thể sát na.

Cô nhà văn vẫn như lẩn trốn ý niệm sống sau từng lọn khói trắng. Chiếc áo mỏng trễ tràng khoét rộng phần cổ, nhễu nhại vòm ngực nâu óng lên từng giọt mồ hôi. Tôi lại bất chợt quên dáng ngồi trầm lặng của anh dưới những bức ảnh Saigon xưa. Cảm giác muốn được úp mặt lên phần ngực trần âm ẩm những giọt mồ hôi trong suốt. Nỗi cô đơn trào chảy tinh thể mặn chát. Saigon bây giờ thật buồn.

Trưa đứng bong nhễ nhại, mồ hôi chảy thành dòng cuốn theo bao buồn tủi nhức nhối. Tôi vừa khóc cho người đàn ông đã bỏ ra đi, khóc cho sự thèm muốn bất lực vòm ngực nâu nâng cao ngang tầm mắt. Saigon những ngày cuối tháng 5 nóng không thể tả... Mai có đi biểu tình không anh? Đừng để bị rơi vào trạng thái khốn cùng... Tôi đang muốn bật khóc. Mai đi đòi quyền làm người không anh? Dĩ nhiên tôi phải đi một mình, sẽ đi qua những con đường bị phong tỏa, đôi chân trần không định hướng trên những vòng rào kẽm gai giữa giờ ngọ tròn bóng. Loại bóng đen được mặc định chỉ quẩn quanh những ngón chân giao nhau.

Hôm qua.

Ừ, chỉ mới chiều hôm qua, ở giữa ngã tư đường. Con bé bán vé số, chừng như cũng cỡ tuổi cháu ngoại tôi, chắc chỉ mới vừa biết đọc biết viết, đã hỏi: "Thống trị thế giới là gì..." Tôi hơi chững lại, nuốt vội ngụm khói cay đắng vào trong vòm họng, một chút suy nghiệm về câu chữ nào có thể giải thích cho một đứa bé con hiểu được, nôm na rằng là muốn vơ vét tất cả thiên hạ để nhét vào túi riêng. "Của ai?" Tôi xoa mái tóc lòa xòa hâm hấp nắng và gượng gạo cười.

Tôi không dám trả lời cho dù đó là một đứa bé bán vé số hay là đứa cháu ngoại. Tôi vẫn quá sợ! Nỗi sợ hãi thâm trầm ám ảnh hàng chục năm dài cơm không đủ ăn, áo không đủ mặc. Lê la cái tư duy khiếp nhược thời thượng trong thể trạng thừa mứa của thằng người thất nghiệp, thất cơ.

Saigon, những bức ảnh xưa treo ngược trên đầu đang dần bong lóc. Thật buồn. Cô nhà văn xòe bàn tay ngón thậm thượt dài vuốt mái tóc xòa ngang vành trán.

Con gái em... Con bé thật dễ thương hồn nhiên chưa biết nhìn vào túi quần người khác để định lượng quyền lực thống trị. Con bé giống em không?

Tôi lại sợ, không dám trả lời.

Cái bóng mặt trời ngoài hiên quán - Chậm - đã tròn xoe quanh chân lũ người qua lại. Một chốc nữa thôi tôi sẽ không còn quyền được nhớ anh. Người đàn ông tử tế hiếm hoi giữa hàng chục triệu người chen lấn chòi đạp mưu sinh.

Đồ điên, gã nhà thơ đi qua gần hết đoạn đường trần gian. Đang tủi hổ kể chuyện về mình, hình như mình có một thời ở trong nhúm ngợm người thích ôm hôn thắm thiết, thích vỗ tay tự sướng đỉnh cao "trí uế"! Lời thở than rơi chùng vào sự lặng im nóng bức. Gió vẫn đứng phắt, điện vẫn còn bị cắt trong ánh mắt của đứa bé gái phải gánh còm vai cái quyền lực thống trị mà không hiểu được nó. Giống mẹ. Tôi lại bất chợt thèm được úp khuôn mặt đờ đẫn dại ngây khiếp nhược lên vòm ngực nâu bóng, trút hết tận cùng sinh lực u ám còn sót lại sau hàng chục năm sống mỏi mòn chui rúc như lũ chuột.

Quán Chậm vẫn bị cúp điện. Biển đông giờ này chắc đang nổi sóng. Màn hài kịch với những chiếc loa vẫn ra rả thứ thanh âm đĩ bợm hữu nghị, ngữ ngôn của lũ ma cô, đã bán sạch thân xác, linh hồn.

Hãy cho tôi một cây súng, tôi sẽ tự bắn vào đầu, thứ não trạng hèn nhược nô dịch văng tung tóe với lúc nhúc giòi bọ.

Hình như không có giọt máu nào. Chắc chắn không có giọt máu nào trong cái màu đen nhờm tởm bốc mùi thum thủm.

Máu của em màu gì. Màu trắng... cô nhà văn thở từng ngụm khói trắng. Saigon bất chợt thật buồn.

Tôi lại nhớ anh, người đàn ông tử tế trong cái thành phố mất tên.

Ngoài ô cửa mặt trời vẫn đứng bóng. Từng bước chân người dở dang như tập bản thảo chưa hoàn chỉnh không còn ai kế tục. Anh đã viết những gì của những ngày cuối cuộc đời, viết... viết về cái thành phố bị ăn cắp tên. Viết về những tấm biểu ngữ uất hận, hay viết về cô nhà văn ngồi thở ra từng làn khói trắng. Tôi biết anh đã viết bằng sức lực cạn kiệt cơn đau bên trong và bên ngoài sự tồn vong bất thức.

Ngoài khung cửa quán. Mặt trời vẫn quay tròn hàng chục triệu đôi chân con người trong cơn nóng ngột ngạt.

Nước mắt. Không phải. Chỉ là những giọt nước mưa còn sót lại đêm qua. Tôi dụi đôi mắt cay xé. Cô nhà văn đều đặn thở khói, đều đặn thảy rừng hạt café đen đủi vào cái máy xay. Rào rạo rào rạo. thứ âm thanh vật thể bị nghiền nát trong một cỗ máy kim loại, chẳng khác gì thanh âm của óc não bị nghiền nát giữa chiều vận hành định hướng tập thể.

Anh có buồn không?

Không. Sự kiêu hãnh từ quá khứ không có nỗi buồn. Chỉ lũ mối mọt gặm nhấm xác thân quá khứ mới đáng buồn.

Quán café anh vẫn thích ngồi. Nhìn những gương mặt cũ, rất cũ trong nỗi niềm lưu vong ở mảnh phố hỗn độn không tưởng với hàng mớ người nhập cư từ phương bắc như loài chim trốn lạnh tìm đất lành ấm áp. Quê anh cũng ở đó. Sự hỗn độn phi lý, không lối thoát cứ kéo dài gần hết nửa cuộc đời sau của anh, của họ.

Nhiều khi anh nhếch mép cười thật buồn thảm. Bức di ảnh trong ngôi nhà tuềnh toàng bất cần thứ trật tự thường tình, cũng nhếch mép cười buồn thảm. Mấy cọng hương, dòng nước mắt thương tiếc và lời khấn nguyện của tôi có theo anh lên tận chốn thiên đường, hay sẽ truy đuổi tôi tới tận cùng địa ngục trần gian.

Tôi lại quay ngược về góc quán. Buổi sáng cúp điện. Thành phố đứng gió. Ok mai xuống đường. Mày thích gì? Tao muốn chửi bọn xâm lược. Rởm! Dư hơi, đằng nào cũng là chó mửa. Tốt hơn hết là ra bờ kênh nốc vài chai rồi nhảy chúi xuống cái dòng nước ố bẩn. Nước bẩn không thanh tẩy được sao gột rửa được tủi nhục hả mày. Kệ mẹ nó, cứ để cái đầu cắm thẳng trong bùn, may ra cũng còn hai cái chân hướng thẳng lên trời vùng vẫy ngọ nguậy chút ảo cảm tự do cho đỡ buồn. Mày nói cũng phải, thứ có mặt có mày mới bị phân biệt. Còn chỉ hai cái bàn chân giao chỉ... đứa nào cũng bị treo ngược... tha hồ vùng vẫy nha.

Bị cúp điện. Bị toát đầm đìa mồ hôi và bị mấy câu thoại rỗng tuếch, tôi cảm thấy mình quá thảm hại thừa mứa. Tôi ngửa mặt nhìn lên. Cái trần nhà dán kín chân dung Saigon. Bỗng nhiên tôi lại nhớ sự từ tốn của anh. Người đàn ông tử tế đích thực.

Mai em đóng quán. Lại xuống đường à. Ừ thì ngày mai những gã côn đồ sẽ kéo thép gai trước cửa quán.

Em sẽ vén cao váy nhảy qua đầu bọn chúng. Bọn nó chẳng thương tiếc gì dung nhan em đâu, sẽ đánh gãy tay, gãy chân « cho mày hết đi... » Bọn này nói tiếng gì vậy anh? Tiếng mẹ đẻ. Vậy thì em cóc sợ. Nhưng anh sợ, thà bị chết chìm giữa dòng nước bẩn. Có một vị vua trả lời « tay bẩn thì dùng nước rửa sạch. Vậy nước bẩn? Lấy máu mà rửa ». Những ngư dân chết vì bị tàu lạ đâm chìm, có phải là máu không anh?

Cô nhà văn vẫn thở ra từng ngụm khói trắng, đôi chân dưới chiếc váy thổ cẩm thon nuột dài ngoẵng. Cái đót dính chút son môi màu máu vừa bị cắm ngược trong chiếc gạt tàn đầy tro cốt. Tôi xót thương đôi chân sắp bị đánh gãy « để cho mày hết xuống đường... » Cái đót thuốc cắm ngược trong chiếc gạt tàn, không còn gợn làn khói trắng. Bất chợt tôi lại nhớ anh. Nhớ cái cọng nhang cắm xuôi trong cái bát chật cứng trước gương mặt hồn hậu của người đàn ông tử tế hiếm hoi sót lại trong thành phố bị mất tên.

Sài Gòn vẫn đang là mùa mưa. Café Sống Chậm. Tháng 5. Thật buồn...

Nguyên Quân

NGUYỄN AN BÌNH

TRÊN ĐỒI SƯƠNG

Bước thong thả ra khỏi phòng tranh đặt ở trung tâm triển lãm Hòa Bình, Miên đến hành lang bên ngoài phòng triển lãm đốt một điếu thuốc gắn lên môi, rít một hơi dài rồi nhả ra mấy vòng khói trắng bay lên không. Anh tì tay lên lan can, dựa vào cột tường, ngả người ra phía sau một chút và cảm thấy khoan khoái khi thưởng thức mùi thuốc lá thơm tỏa nhẹ nhàng trong không khí khô ráo trong lành của phố núi. Mùa đông ở cao nguyên năm nay không lạnh lắm, có lẽ cái không khí ồn ào, nhộn nhịp của thành phố càng ngày càng đông đúc làm cho anh có cảm giác không khí ấm áp lên hơn chăng? Nhìn vào phòng tranh còn lác đác vài vị khách đến thưởng ngoạn tranh. Họ dừng lại ở bức tranh này một chút rồi bước sang bức tranh khác săm soi ngắm nghía. Một vài bạn trẻ tụ lại ở bức tranh trừu tượng của một họa sĩ trẻ tranh luận với nhau một điều gì đó có vẻ thú vị lắm, cả nhóm bạn chợt phá lên cười rồi bước sang chiêm ngưỡng bức tranh khác. Miên chợt mỉm cười một mình, tuổi trẻ đáng yêu thật. Chắc họ đang tranh luận một đề tài nào đó mà bức tranh đã đem lại những hứng khởi bộc phát chăng? Ở thành phố này anh nhận thấy nhiều người trẻ vẫn còn giữ được cái không khí lãng mạn, yêu nghệ thuật dù đã mai một đi ít nhiều do sự phát triển nhiều mặt của xã hội và các thú vui khác về phim ảnh, ca hát hay các loại hình nghệ thuật khác nhưng họ vẫn dành cho hội họa một cảm tình, sự trân trọng nào đó. Điều này làm cho Miên thích thú, có cảm tình với thành phố đáng yêu này. Đây là lần thứ hai Miên tham gia triển lãm tranh theo lời mời của nhóm họa sĩ trẻ Đà Lạt "Những người bạn", "Sắc màu tháng mười" của thành phố ngàn hoa, lần trước cách đây đã hai năm rồi còn gì. Mới đây mà mau thật, anh tưởng như ngày hôm qua.

Trong đợt triển lãm này còn có ba người bạn họa sĩ trẻ của Đà Lạt cùng triển lãm chung: Trong ba người, anh thích nét cọ của anh bạn Đặng Hiền hơn cả. Tuy sống bằng nghề vẽ áp phích, tranh cổ động cho phòng văn hóa thông tin, Đặng Hiền lại rất say mê hội họa, các tác phẩm của anh tuyệt nhiên không có người chỉ có cỏ cây hoa lá, rừng núi sông hồ, nhưng dưới nét cọ của anh những đường nét, màu sắc của những vật thể vô tri đó trở nên có hồn, lung linh tươi đẹp và sống động vô cùng. Tranh phong cảnh của anh là màu hoa dã quỳ vàng mênh mông mờ ảo trong sương sớm, những góc núi mù sương lãng đãng dưới bóng chiều, những ngôi nhà mái ngói đỏ au chập chùng mây khói, một xóm nhỏ miền sơn cước in bóng dưới hồ nước trong xanh, những vạt đồi xanh thẫm, rừng cây buổi hoàng hôn, màu sương tím bên hồ bên cạnh những con thuyền đang yên nghỉ... tất cả gợi lên cho người xem một sự suy ngẫm về cái đẹp tĩnh lặng của phố núi mù sương.

Hôm nay đã là ngày cuối của đợt triển lãm tranh rồi, tranh của Miên cũng đã bán được một số bức, anh thầm nghĩ cũng không đến nỗi uổng phí thời gian mà mình bỏ ra. Ngoài việc trở lại triển lãm tranh của thành phố này, anh còn được trao đổi kinh nghiệm sáng tác với các bạn họa sĩ khắp nơi tụ họp về đây. Tham gia triển lãm lần này, anh còn có một mục đích khác, mong tìm được cô gái mà anh tình cờ gặp trên đồi sương dạo nọ nói một lời xin lỗi vì không giữ được lời hứa nhưng biết có tìm được không. Đà Lạt tuy nhỏ nhưng không phải muốn tìm người cần gặp là chuyện không thật dễ dàng chút nào.

Đưa mắt nhìn nhóm tranh của mình được treo ở một góc phòng, đứng vị trí này ngoài hành lang Miên có thể bao quát được cả phòng tranh nhất là góc trưng bày tranh của anh, anh để ý đến người đàn ông đang đứng trước bức tranh "Trên Đồi Sương" của mình. Ông ta đứng nhìn thật lâu như đang suy nghĩ điều gì đó. Miên nhớ không lầm hình như người đàn ông đến thăm phòng tranh lần này là lần thứ ba rồi thì phải. Những lần trước anh không thật chú ý lắm, một phần vì cuộc triển lãm mấy ngày đầu còn đông khách, phần trao đổi thông tin với các bạn đồng nghiệp, các bạn họa sĩ trẻ, tiếp các khách thân hữu, người hỏi mua tranh nên anh không để ý lắm nhưng biết người đàn ông này dừng lại khá lâu ở các bức tranh của anh nhất là ở bức "Trên Đồi Sương". Bức tranh vẽ một cô gái có mái tóc dài óng ả thả trôi theo bờ vai nhỏ được gió thổi tung về phía sau trên một nền đồi đầy màu vàng hoa dã quỳ chạy dài tít tắp tận phía chân trời trong một ánh sáng chiếu ngược từ phía sau làm nổi bật lên từng sợi tóc trong sương sớm. Đôi mắt mở to có vẻ ngạc nhiên như vừa khám phá ra điều gì mới mẻ làm gương mặt vừa lộ vẻ thơ ngây nhưng đầy thánh thiện.

Miên dụi tắt điếu thuốc, thong thả bước tới gần người đàn ông, nhã nhặn hỏi:

- Thưa ông, hình như ông rất thích bức tranh này thì phải.

Người đàn ông quay lại nhìn chàng như dò hỏi. Miên thấy gương mặt ông ta khá phúc hậu, nét mặt hơi khắc khổ, tóc đã có nhiều đốm bạc, ăn mặc gọn gàng thanh lịch, nhìn bề ngoài chắc có lẽ không dưới sáu mươi. Tự nhiên anh có cảm tình và hơi lúng túng mất tự nhiên trước người đàn ông đứng tuổi không quen biết:

- Thưa ông, cháu là người vẽ bức tranh này.

- Thế à. Tôi vô cùng vui sướng khi gặp được chủ nhân của bức tranh. Tôi tên Phúc, anh gọi tôi là ông Phúc được chứ? Điều làm tôi ngạc nhiên vì sao bức tranh không để giá bán trong khi các bức tranh khác đều có giá.

Miên không trả lời thẳng vào câu hỏi, anh nói hình như có ý thăm dò:

- Hình như ông có ý định mua bức tranh?

Ông Phúc nhìn anh gật đầu:

- Anh đoán đúng. Không phải là có ý định mà thực sự tôi muốn mua bức tranh này. Tôi đến đây là lần thứ ba rồi cũng chỉ để ngắm bức tranh này mà thôi.

- Ông có thể nói rõ nguyên nhân được không?

- Tôi muốn tặng cho cháu gái tôi nhân ngày sinh nhật của nó.

- Nhưng bức tranh này không bán được thưa ông.

Người đàn ông có vẻ thất vọng, giọng nói có vẻ hơi buồn:

- Anh có thể nói cho tôi biết vì sao anh không thể bán?

- Bức tranh tôi vẽ tặng một cô gái nhưng cô ấy không có mặt ở đây nên tôi chưa thể tặng được, có vậy thôi thưa ông.

- Nhưng bức tranh này tôi rất thích, tôi nghĩ cháu gái tôi cũng thích nó.

- Nó cũng như bao bức tranh vẽ thiếu nữ khác, chẳng hạn như bức tranh phía bên kia – vừa nói Miên vừa đưa tay chỉ về bức tranh đang treo về bên tay phải mấy bước – theo cháu nghĩ nó cũng đẹp như bức tranh ông đang cần.

- Ồ không. Tôi vẫn thích bức này hơn.

Miên tỏ vẻ bất lực:

- Nếu thế cháu chẳng giúp được gì cho ông hơn.

Đột nhiên Miên hỏi:

- Sao ông không mời cô cháu gái đến phòng triển lãm xem tranh cùng ông để xem ý kiến của cô ấy thế nào?

Ông Phúc lắc đầu tỏ vẻ không vui:

- Cám ơn anh đã nhắc tôi điều đó. Nhưng cháu tôi không thể đến đây được.

Miên im lặng tỏ vẻ không hiểu câu trả lời của ông. Như hiểu được thắc mắc trong đầu của chàng họa sĩ, ông già nói:

- Nó đang bị bệnh anh ạ.

- Thế thì đành chịu thưa ông.

Ông già im lặng giây lát rồi đột nhiên mở lời:

- Tôi có thể trả giá bức tranh cao hơn theo ý anh muốn, anh nghĩ thế nào về đề nghị này?

Miên nhìn người đàn ông tóc bạc đang đứng trước mặt mình nhẹ nhàng lắc đầu từ chối:

- Thưa ông,vấn đề ở đây không phải là tiền bạc mà là một lời hứa, như cháu đã nói cùng ông đây là món quà cháu dành tặng cho người con gái trong tranh hai năm trước khi cháu tình cờ quen và vẽ bức tranh cho cô ấy.

- Hai năm trước?

- Phải! Hai năm trước cháu tình cờ gặp cô gái khi cháu đang tìm phong cảnh vẽ trên đồi mọc đầy dã quỳ trong một ngày đầy sương sớm. Cô gái ấy tình cờ có mặt ở đấy, cháu nhìn thấy ở cô gái một sự hồn nhiên, ánh mắt trong sáng như một thiên thần, một người mẫu tuyệt hảo của tuổi thanh xuân nên cháu đã đề nghị cô ấy làm mẫu cho cháu vẽ và cháu đồng ý với yêu cầu sẽ tặng lại cô ấy sau khi vẽ xong.

Ông Phúc có vẻ ngạc nhiên:

- Bức tranh đã vẽ xong rồi sao nó vẫn ở đây?

- Cháu không gặp lại cô gái sau khi hoàn thành tác phẩm.

- Có chuyện gì đã xảy ra vậy?

Miên lắc đầu:

- Cháu không biết thưa ông. Hôm vẽ gần xong bức tranh thì trời lại đổ mưa. Cháu hẹn cô gái sáng hôm sau đến địa điểm cũ sẽ tặng tranh nhưng không thấy cô gái đến.

- Anh không tìm cô ấy à?

- Cháu quên hỏi nhà cô ấy.

- Thế thì tiếc thật. À! Mà anh có thể cho tôi biết tên cô gái ấy được không?

- Cháu chỉ biết cô gái tên Hạnh Dung và chỉ biết có vậy.

Ông già có vẻ thất vọng, giọng hơi nhỏ lại như nói với chính mình:

- Thế thì không phải rồi.

Miên tỏ vẻ không hiểu:

- Ông nói gì ạ.

Ông già vội vã lắc đầu;

- Ồ! Không có chuyện gì đâu anh.

Rồi ông già hỏi Miên:

- Chắc anh vẫn còn ý định tặng cô gái ấy khi gặp lại.

- Đúng thế. Cháu phải giữ lời hứa của mình.

- Tiếc quá. Tôi nghĩ nếu cháu gái tôi nếu nó thấy bức tranh chắc sẽ thích lắm, không chừng sẽ có kỳ tích cũng nên.

Miên lấy làm lạ trước câu nói của ông già nên cũng hơi tò mò, anh hỏi:

- Cháu hơi tò mò trước câu nói của ông, ông có thể nói rõ hơn một chút được không?

Ông Phúc nhìn Miên, giọng trầm buồn:

- Không biết tôi có lầm lẫn không nhưng bức tranh anh vẽ nhiều nét thấy giống cháu gái tôi quá. Cũng gương mặt này, mái tóc dài hơi ngả vàng, cái đầm màu ngọc thạch điểm xuyết những bông hoa tường vy đỏ, tất cả đều giống như thật nhưng lại không phải là nó. Cô gái trong tranh tên Hạnh Dung còn cháu gái tôi tên Nguyệt Cầm, có lẽ chỉ là sự giống nhau trùng hợp thôi. Nhưng dù sao tôi vẫn thích bức tranh này, không chừng khi nhìn nó cháu gái tôi có thể nhớ được điều gì đó trước khi gặp tai nạn hay không?

Miên an ủi ông già:

- Chắc người giống người thôi ông ạ, cách ăn mặc cũng là cái gu chung của các cô gái trẻ mà, nhưng chuyện gì đã xảy ra với cháu gái ông thế?

Giọng ông Phúc có vẻ đau khổ:

- Chuyện buồn tôi cũng không muốn nhắc lại, nhưng để anh hiểu vì sao tôi muốn mua bức tranh này vì nó có nhiều nét giống cháu gái tôi. Nó tên Nguyệt Cầm, ba mẹ và mấy anh em nó đều định cư ở Pháp cả. Tôi không có ý định sống ở nước ngoài, thành phố này nơi tôi sinh ra lớn lên và làm việc cả cuộc đời, tôi yêu quý nó biết bao, hơn nữa bà nhà tôi cũng nằm lại nơi này tôi không muốn bỏ đi sợ bà ấy cô đơn lạnh lẽo một mình. Ba mẹ Nguyệt Cầm thấy vậy nên không nài ép tôi đi nữa và sợ tôi tuổi già không ai chăm sóc nên để Nguyệt Cầm ở lại với tôi, được cái con bé rất yêu quý tôi nên tôi cũng được an ủi phần nào. Cách đây hai năm, một buổi sáng nó xin phép tôi ra ngoài gặp người bạn. Trên đường đi không may nó gặp tai nạn, một anh bạn trẻ chạy xe mô tô quá nhanh va phải nó. Nó té xuống đường bất tỉnh. Khi đưa vào bệnh viện chẩn đoán nó bị xuất huyết não. Cú va đập khá nặng nên mặc dù gia đình tôi tích cực điều trị nhưng trí nhớ của nó không được như xưa, lúc nhớ lúc quên. Đôi lúc tỉnh táo nó thường lẩm bẩm mấy tiếng bức tranh, họa sĩ gì đó. Tôi không biết nó đang nói đến bức tranh, ông họa sĩ nào nhưng chắc với nó mấy từ đó có ý nghĩa quan trọng lắm, nên tôi thường đến các gallery và các buổi triển lãm tranh để tìm xem có mối liên hệ nào đó có thể làm phục hồi trí nhớ của con bé hay không nhưng vẫn không thấy được mối liên hệ nào, cho đến hôm nay thấy bức tranh này tôi chợt nghĩ nếu nó nhìn thấy chắc vui lắm đây, còn việc phục hồi trí nhớ thì tôi không hy vọng lắm. Làm được điều gì cho đứa cháu tội nghiệp của tôi vui là tôi mừng rồi.

Miên thật sự xúc động trước tâm trạng của ông Phúc, hoàn cảnh của ông đáng thương thật, nếu giúp được gì cho ông chắc anh sẵn lòng giúp ngay, còn chuyện bức tranh làm anh khó nghĩ quá. Hai năm nay anh đã cố công tìm Hạnh Dung, nhờ bạn bè trong giới họa sĩ ở Đà Lạt, xem ai có đến tìm anh và hỏi họ về bức tranh nhờ họ báo về cho anh nhưng không hề có tin tức phản hồi, cô gái trong tranh biệt vô âm tín, giống như sương như khói, cô gái ấy nhất định không phải là cháu gái của ông già rồi. Cô gái tên Hạnh Dung còn cháu gái ông già tên Nguyệt Cầm làm sao là một người được. Nếu trao bức tranh cho ông già nếu sau này gặp lại Hạnh Dung anh biết ăn nói với nàng thế nào đây. Hai năm một khoảng thời gian khá dài để tìm và chờ đợi nhau, nhưng bóng chim tăm cá biền biệt biết làm thế nào. Đành vậy. Miên đột ngột đi đến quyết định:

- Thưa ông, nếu ông cho phép cháu xin được đến thăm cháu gái của ông, cô Nguyệt Cầm, cháu xin tặng bức tranh Trên Đồi Sương cho cô ấy. Hy vọng nó đem lại niềm vui nào đó cho Nguyệt Cầm trong những ngày còn bệnh.

- Ồ không! Tôi không thể nào nhận món quà quý báu của anh mà không trả tiền được đâu. Hơn nữa nếu cô gái trong tranh xuất hiện thì anh tính thế nào?

Miên trả lời:

- Không sao, ông đừng lo nghĩ chuyện của cháu làm gì, cháu có cách giải quyết mà. Đã hai năm rồi, thời gian cũng vừa đủ cho sự chờ đợi. Được giúp ông, giúp cháu gái ông có niềm vui trong cuộc đời họa sĩ của mình.

Lộ vẻ vui mừng, ông già gật đầu:

- Thế thì còn gì bằng, anh ghi địa chỉ nhé.

Miên lấy sổ tay ghi lại địa chỉ và số điện thoại của ông Phúc. Ông già bắt tay anh lắc nhẹ mấy cái như thầm cám ơn sự tốt bụng của anh trước khi ra về.

Người khách rời phòng triển lãm, Miên nhìn theo vừa cảm thấy tội nghiệp hoàn cảnh ông già vừa bâng khuâng trăn trở không biết quyết định của mình đúng hay sai, vừa lúc anh chàng họa sĩ Đặng Hiền thân quen đi ngang qua, nhìn Miên vui vẻ nói:

- Chiều nay xong buổi triển lãm, nhóm có tổ chức liên hoan ăn mừng, ông đi nhé.

Miên cũng vui vẻ vỗ vai, siết tay bạn:

- Tất nhiên rồi, phải ăn mừng chứ.

Đặng Hiền nheo nheo mắt nhìn bạn:

- Hình như ông đang có niềm vui?

- Ai nói vậy?

- Tôi trông sắc mặt là biết ngay thôi.

- Ông chỉ đoán mò.

Đoạn cả hai cùng cười một cách sảng khoái.

*

Đúng hẹn, sáng hôm sau Miên đón taxi đến địa chỉ đã được ghi trong giấy sau khi gói bức tranh Trên Đồi Sương lại cẩn thận đem theo để làm quà. Đêm qua anh đã đem bức tranh Trên Đồi Sương về để trên bàn và nhìn thật lâu, hai năm nó ở gần anh, hai năm hình ảnh Hạnh Dung vẫn sống trong lòng anh, có lẽ vừa đủ để giữ nó trong một ký ức nhỏ nhoi trong lòng, một kỷ niệm đáng yêu. Đã đến lúc phải chia tay với nhau rồi. Anh bọc gói cẩn thận bức tranh. Đây là bức tranh mà anh nguyện với lòng sẽ không bán cho ai dù họ trả giá cao đến đâu đi nữa vì đó là lời hứa với cô gái trẻ mà anh đến giờ vẫn chưa biết đang ở đâu. Có lẽ bây giờ anh thất hứa với Hạnh Dung rồi – người bạn gái trẻ mà anh mới gặp lần đầu, ít ra sự thất hứa đó cũng mang lại niềm vui cho một người khác hay to tát hơn là mang lại một kỳ tích nào đó như lời ông Phúc nói. Nghĩ đến đó tâm hồn anh bỗng trở nên thanh thản.

Chiếc taxi dừng lại trước cửa một ngôi biệt thự nhỏ xinh xắn ở đường Hai Bà Trưng. Ở cổng rào màu đỏ của hoa tường vy được trồng hai bên tường làm nổi bật màu sơn trắng của cổng rào. Miên tần ngần trước cửa một hồi lâu rồi bấm chuông. Ông Phúc xuất hiện ở cửa nhà nhanh nhẹn bước ra cổng đón anh như đã chờ đợi cú bấm chuông từ rất lâu rồi vậy. Anh khẽ chào người đàn ông và theo ông ta bước qua cái sân rộng vào phòng khách. Phòng khách trang trí cổ kính giản dị nhưng không kém phần sang trọng chứng tỏ chủ nhân là người có khiếu thẩm mỹ. Ông Phúc nhìn anh khẽ nói:

- Chào cháu, cháu thật đúng hẹn. Hôm qua về tôi sợ cháu sẽ đổi ý. Như vậy thì tốt rồi.

Miên cười nhẹ:

- Ồ! Thưa ông, cháu chưa hề thất hứa với ai bao giờ.

Ông già cười cởi mở:

- Cám ơn cháu rất nhiều. Nguyệt Cầm đang ở trên lầu cháu ạ. Mời cháu đi theo tôi.

Miên đi theo ông già. Phòng của Nguyệt Cầm ngay trên tầng một. Phòng của cô còn có cửa mở ra lan can bên ngoài. Từ nơi đây cô có thể ngắm nhìn bao quát cả cái sân rộng bên dưới trồng đầy hoa và cảnh sinh hoạt ở phía ngoài đường phố, chắc ông già cũng cố tình bố trí như thế để Nguyệt Cầm không nghĩ rằng cô bị tách biệt với thế giới bên ngoài và có thể lúc nào đó cô sẽ nhớ được tất cả nhưng hy vọng đó theo thời gian càng tỏ ra mỏng manh đối với người đàn ông tội nghiệp. Miên nhìn thấy cô gái đang đứng dựa vào vách tường nhìn xuống cái sân bên dưới. Màu nắng sớm chiếu vào làm ửng mái tóc dài của cô gái trông thật dễ thương. Miên không thấy được mặt nhưng nghĩ cô gái chắc đẹp lắm và cảm thấy tội nghiệp cho cô gái, tuổi đôi mươi trôi qua những ngày buồn bã lặng lẽ như thế. Anh quay lại ông Phúc hỏi ông già xem treo bức tranh chỗ nào cho phù hợp, ông chỉ cho anh chỗ cần treo rồi ông bước đến gần cô gái ân cần nói:

- Nguyệt Cầm, cháu xem ông tặng con món quà gì nè.

Cô gái quay lưng lại nhìn ông nở nụ cười, theo ông bước vào phòng. Miên đang lúi húi chỉnh sửa lại bức tranh cho ngay ngắn không để ý đến cô gái đang đến gần. Cô gái nhìn bức tranh hồi lâu, chớp chớp mắt tỏ vẻ xúc động sững sờ. Ông Phúc lên tiếng trước:

- Anh họa sĩ, đây là Nguyệt Cầm cháu gái của tôi.

Miên nghe ông Phúc nói, anh quay mặt lại nhìn cô gái:

- Chào cô Nguyệt...

Anh chợt ngẩn người, sự ngạc nhiên làm cho anh không nói hết câu. Người con gái mà anh gặp trên đồi sương năm nào đang hiển hiện trước mắt anh, không lẽ nào Nguyệt Cầm lại là Hạnh Dung?

- Hạnh Dung, có phải em không?

Cô gái cũng ngẩn người giây lát rồi khe khẽ gật đầu.

- Em cũng là Nguyệt Cầm?

Lại gật đầu. Miên không giữ được bình tĩnh nắm tay cô gái:

- Hạnh Dung có biết anh tìm em hai năm nay rồi không? Em hãy nhìn lên bức tranh này, đây là bức tranh anh hứa tặng Hạnh Dung hai năm trước đó, Em nhớ không?

Nguyệt Cầm chăm chú nhìn bức tranh, hình như bức tranh đã gợi cho cô những cảm xúc nào đó, mảng ký ức xa xăm hai năm về trước như một tia chớp chợt ùa về, cô khẽ nói:

- Đẹp và giống em lắm.

Ông Phúc đi từ ngạc nhiên này đến ngạc nhiên khác. Nhưng rồi ông chợt hiểu ra. Con bé Nguyệt Cầm của ông thật quá quắt lắm, tánh tinh nghịch lúc nào cũng ăn sâu vào đầu óc con bé. Hẳn con bé nghĩ ra cái tên Hạnh Dung bất chợt nào đó để đánh tráo cái tên cúng cơm của mình khi anh chàng họa sĩ hỏi tên làm quen nên khi ông nói cháu gái ông là Nguyệt Cầm anh chàng họa sĩ này không có một ấn tượng nào cả, suýt chút đánh mất cơ hội không dễ gì có được. Từ đầu sao mình không nghĩ đến điều ấy nhỉ? Ngay từ nhỏ con bé đã nhiều lần làm cả nhà nháo nhào lên vì những trò chơi nghịch ngợm, chọc phá của nó rồi mà, giấu cái này, phá cái kia không để ai trong nhà yên một giây phút nào. Âu là một dịp may, Trời Phật phù hộ độ trì. Hai bạn trẻ gặp nhau trong một hoàn cảnh bất ngờ, kỳ lạ cũng là duyên phận, ông nhẹ nhàng bước ra khỏi phòng, bên tai ông còn nghe tiếng của chàng họa sĩ:

- Nguyệt Cầm có cho phép anh luôn ở gần bên em, chăm sóc em được không?

Gian phòng chỉ còn lại sự im lặng đáng yêu.

Ngoài sân hình như có tiếng hót của đôi chim nào đó đang gọi nhau.

Nguyễn An Bình

NGUYỄN CHÂU

GIỌT NẮNG TRONG SƯƠNG

Cuối tháng lãnh lương dạy kèm, tôi được tặng thêm con chó Mi-lu. Mi-lu thuộc giống chó Nhật lai phốc, đôi tai dài cụp với bộ lông trắng tinh mượt mà. Em Mi-lu nhìn tôi không thân thiện nhưng nhẫn nhục nằm im trong chiếc giỏ gắn trước xe đạp, chiếc giỏ có em lắc lư theo tay lái quanh co tránh những vũng nước còn đọng lại trên con đường đất gồ ghề, sau cơn mưa đầu mùa.

Em ngoan ngoãn đứng yên cho tôi kỳ cọ, mẹ bê nồi nước bồ kết đã gội đầu còn lại bảo tắm cho em. Dòng nước màu nâu nhạt hương bồ kết lan tỏa khiến em ngạc nhiên đưa đôi mắt tròn vo ngây dại nhìn tôi. Mi-lu hích hích chiếc mũi xinh xinh đen bóng, liếm liếm tay tôi. Ôi! Khuôn mặt em thánh thiện làm sao…

Mẹ chỉ có mình tôi, cha đã chết – mẹ nói tôi giống cha, dù trên bàn thờ không có di ảnh của cha tôi. Tôi thi đỗ đại học Bách khoa, nhưng thành phần nhà ngoại tôi thuộc dòng khoa bảng quan lại, người ta nói tôi không cần đi học, địa phương không cắt chuyển hộ khẩu nên tôi không có giấy báo nhập trường.

Mẹ tôi tốt nghiệp đại học sư phạm nhưng không được lưu dung sau ngày đất nước hòa bình. Mẹ tần tảo ruộng vườn nuôi tôi khôn lớn, cậu Ban sau ngày đi "cải tạo" về được làm thư ký Đội A của hợp tác xã nông nghiệp, cậu chấm công điểm cho mẹ con tôi, mẹ được lãnh thêm sáu mươi ký lúa "điều hòa" nhờ dạy bổ túc văn hóa.

Cậu Ban nói:

- Nhà có con Ki-ki rồi, nuôi Mi-lu lại thêm miệng ăn hay là giảm bớt "cẩu khẩu"?

Ki-ki là con chó đực được nuôi ở nhà ngoại từ khi tôi còn bé, có lẽ Ki-ki bằng tuổi tôi không chừng.

- Nghĩa là sao hở cậu?

- Nhà không có gì để "cải thiện" cậu định thịt Ki-ki, luôn tiện đãi "quan viên", từ lúc cậu về chưa có...

Cậu dụ Ki-ki chạy ra ao làng đầy bông súng trắng lung linh viền cánh hoa tím ngát. Tôi theo sau Ki-ki, Ki-ki quay đầu nhìn tôi vẫy đuôi tíu tít, ghé chân đái vào lùm cỏ rồi hớn hở chạy theo chân cậu. Cậu Ban để nguyên áo quần lội nhanh xuống ao, Ki-ki không ngại ngần nhảy theo cậu, nó còn quay đầu đưa mắt nhìn tôi như thầm khuyến khích tôi bơi...

Cậu Ban quay lại kéo ghì hai chân sau Ki-ki, tiếng ặc ặc từ cổ họng Ki-ki nhỏ dần, bong bóng nước trồi lên đong đưa những cọng rong xanh...

Cậu và tôi ngồi bên thi thể Ki-ki, từng giọt nước mắt xót xa ứa ra chảy dài trên khuôn mặt khắc khổ của cậu. Chắc chắn Ki-ki không thể ngờ người mình tin yêu lại cố tình đưa mình sang bên kia thế giới trong tức tưởi đớn đau, đôi mắt Ki-ki trợn trừng nhìn vào cõi thinh không...

Chưa bao giờ tôi thấy mẹ giận dữ la mắng cậu như lần này, mẹ đấm ngực và gào lên rồi buông những lời bi thiết tắc nghẹn.

Cậu vun rơm bên bờ ruộng khô, ánh lửa bùng lên, màu lông vàng úa cháy nám khét lẹt, con Ki-ki nhe hàm răng trắng nhởn. Cậu sai tôi chạy đi mua hai lít rượu và bánh tráng nướng, khi về đã thấy các vị "chức sắc" của hợp tác xã đang ngồi vây quanh nồi thịt chó um với dầu phụng (lạc) bốc lên mùi thơm khó tả, nước miếng tôi ứa ra. Chiếc đầu con Ki-ki đã lìa thân nằm chơ vơ trên bờ ruộng mắt đã nhắm nghiền, mép nhếch lên nửa như giận dữ nửa như cam chịu cho số phận đời mình.

Ông Long ngửa cổ hớp tợp rượu, triết lý:

- Chó già cũng như thân phận lính già, buông tay súng trở về, đời sẽ lãng quên. Nhưng chó càng sống lâu với người nó càng có nghĩa, chẳng thà để chúng chết già…

Cậu Ban lặng thinh, tôi không nỡ trách cậu, nếu gia cảnh không nghèo túng có lẽ nào cậu hy sinh con Ki-ki, hay cậu cầu danh nhờ xác thân con chó?

- Lý sự đếch gì, "vật dưỡng nhơn"! Lão Dương chủ nhiệm không khá lên nhờ chó là gì, sân sau nhà lão đủ loại chó, chó nhớn chó bé, tiệc tùng trên chó dưới chó. Từ chó mà lão đi lên…

Trời đã sang đông, đêm nằm mẹ ho khúc khắc. Tôi thay mẹ đi dạy bổ túc văn hóa, các em học viên lẫn cán bộ xã, thôn từ xóm trên xóm dưới sau khi buông tay cái cuốc, cái liềm kéo nhau về trường học. Những cây đèn dầu hột vịt lập lòe như đom đóm, em Mi-lu chạy theo tôi và nằm nép dưới bàn nghếch mõm chờ tôi xong tiết dạy.

Cậu Ban dạy tôi đàn guitar, cậu càng tài hoa hơn với tiếng sáo dặt dìu trong những đêm khuya vắng. Những ngón tay trái bấm hợp âm ban đầu khiến tôi tê buốt khó chịu nhưng những nốt nhạc ngân vang và thánh thót khiến tôi say mê bên cung đàn huyền ảo. Tôi phát hiện ra em Mi-lu biết thưởng thức làn điệu du dương, đôi mắt em nhìn tôi không chớp. Một lần tôi mang đàn ra sau vườn ngồi dưới gốc ngọc lan già, Mi-lu lặng lẽ nằm mơ màng nghe tôi chơi bài Romance – Bản tình ca muôn thuở. Mi-lu cạ mõm vào tay tôi khi nốt nhạc cuối cùng lặng dần vào không gian tĩnh mịch của buổi trưa hè.

Mẹ giục cậu Ban lấy vợ, cậu hơn tôi mười tuổi nhưng không nhắc gì đến chuyện lứa đôi của tôi, dù tôi đã ngoài hai mươi. Người yêu của cậu đã xa vời, cô Nhung lạc mất cậu hay cậu đánh mất cô Nhung chỉ mình cậu biết.

Ngày ngoại còn sống đã tính chuyện trăm năm cùng cô Nhung với cậu, nhưng rồi cậu bị mất tích khi không còn bao nhiêu ngày nữa lịch sử sẽ sang trang.

Bên kia bờ đại dương, cô Nhung như bóng chim tăm cá chưa một lần về. Cậu gởi gắm vào phím đàn hay tiếng sáo nỗi niềm riêng trong nhiều đêm thanh vắng, để bay vào hư không.

Mẹ định mai mối chị Thuận với cậu, cậu cười khà khà:

- Thuận đáng thương, mồ côi cả cha lẫn mẹ nhưng nghèo quá mà chị, thân phận em lại có ra gì...

Nói thì nói vậy, nhưng đã nhiều lần tôi bắt gặp cậu đến nhà chị Thuận, lúc thì giúp chị đánh tranh lợp lại mái nhà, lúc cậu ngồi thừ tư lự...

Chị Thuận dạy học ở trường thôn, chị không đẹp nhưng nết na thuần hậu, nay đã lỡ thì quá lứa, chị học trên tôi ba lớp. Tôi tình cờ nghe lén mẹ ân cần khuyên cậu:

- Thôi đành vậy, tùy cậu. Ngày xưa chị không nghe lời mẹ, tuổi mới lớn yêu say đắm để rồi lỡ làng thân phận chị. Anh ấy cũng như Nhung, biệt vô âm tín...

Tôi giật mình, nghĩa là cha tôi chưa chết. Ông đang lẩn khuất đâu đó trong cuộc đời này, nhưng đã bao năm mẹ vẫn mãi ôm hình bóng cũ để ngậm ngùi hay ân hận vì mối tình đã lỡ?

Dù không "đăng ký" kết hôn nhưng cậu ra riêng, về sống với chị Thuận. Căn nhà ngói ba gian cũ kỹ và mảnh vườn của ngoại, cậu dành cho tôi.

Bỗng một hôm nghe tin cô Nhung về, mẹ mừng khôn xiết. Tôi ước mong những hình bóng thân yêu đã chìm vào quên lãng như ông bà ngoại, như cô Nhung, biết đâu cha tôi nữa, bỗng hiện về bằng xương bằng thịt, không phải là mơ.

Người đàn bà đài các ngày xưa nay đã thành nữ tu. Cô Nhung từ ngày thất lạc cậu, cô đã yêu người đàn ông khác và cô yêu say đắm. Người đàn ông thánh thiện mang tên Giê-su đã ban phép lành khoác lên cô tấm áo "ma soeur". Tràng chuỗi Mân Côi mang ơn cứu rỗi hay tràng xích buộc chặt đời mình để cô mong quên đi hình bóng cũ?

Nhưng không, cô vẫn để cậu Ban trong ngăn tim thầm kín của đời mình. Cách đây mười năm, từ nước ngoài về, cô đã thành lập trung tâm nuôi dạy trẻ mồ côi, cơ ngơi còn lại của cha mẹ cô ở Bình Dương. Cô chuyển giao cho cậu, ban đầu cậu không muốn tiếp nối những gì đã chìm vào quá khứ nhưng khi chứng kiến những em bé tật nguyền nhỏ dại được ân cần chăm sóc, lòng cậu dâng lên niềm cảm xúc và ngưỡng mộ vô biên tấm lòng của các Ma Soeur.

Mẹ cũng bỏ tôi ở lại một mình đi theo cậu, chị Thuận và Soeur Nhung. Mẹ được trở về nghề cũ, hạnh phúc dâng tràn trong đôi mắt mẹ...

Tôi vẫn mãi dõi tìm người đàn ông của đời mình. Một nơi nào đó trên thế gian này, cha có tình cờ đọc được những giòng chữ hẩm hiu này, cha hãy một lần tìm về.

Nhà vắng, Mi-lu nghếch mõm nhìn tôi, đôi mắt buồn rười rượi.

Nguyễn Châu

NGUYỄN ĐÌNH PHƯỢNG UYỂN
TẶNG PHẨM

1.

Tấm thân gầy guộc, mỏng manh đó ẩn chứa một nội lực dày cui.

Xưa Bố cao to hơn tôi nhiều lắm, to từ gương mặt vuông đến thân người, bàn tay, ngón chân... Đứng trước ông, tôi phải ngước lên nhìn. Mắt ông cười khi nhìn cây cỏ, trăng gió ngoài vườn, lim dim sau làn khói thuốc nhưng khi dạy con cái, không như mẹ, roi vọt, mắng mỏ, ông chỉ cần nghiêm mặt, quắc mắt là lũ con xếp re, cun cút rúc vào phòng.

Vậy mà...

Giờ, Bố nhỏ xíu, nhẹ như bông, một mình tôi đỡ Bố lên giường vẫn được. Mắt ông xưa tinh tường là thế, nay đục ngầu, bé tẹo, muốn liếc nhìn cũng phải gắng sức, đôi môi lập bập, thều thào không ra tiếng. Hỏi Bố nói gì? Ông nhìn tôi thở dài. Chắc ông đã nói to lắm, nói những điều dễ hiểu lắm, vậy mà các con cứ "Hả?" cứ "Sao?"

Đã không còn hơi sức mà phải chịu thêm đói khát, hành trình tới chín suối... kinh khủng! Nhà mình đã đói khổ nhiều, sao đến lúc này, ngay trên đất nước giàu có nhất nhì hành tinh này, Bố lại chết vì đói hở trời?

Tìm ra cách để Bố bớt sợ, bớt đau, bớt đói. Chuyện gì nói hoài cho có đầu có đuôi? Bố nghe, hiểu được đến đâu? Nhỡ Bố hỏi, mình lại "Hả?" lại "Sao?" à?

Tôi kéo ghế ngồi sát giường bệnh, rả rích hát những bài bố sáng tác, hát suốt. Dù tôi hát không hay nhưng chắc chắn Bố sẽ yêu giọng của con gái hơn bất cứ một ca sĩ thượng thặng nào. Cứ thử đi, ai chả thương con mình nhất thiên hạ? Giờ phút lâm chung, mình muốn gặp ai, nói với ai, nắm bàn tay ai nhất? Con muốn cõi Bố về có nắng vàng, hoa nở, có chim hót ríu rít chứ không ảm đạm, tối hù. Bố sẽ ngậm pipe trên môi, thong thả nhả khói, nghe gió đùa trong lá, nghe ong vo ve tìm mật như khi xưa, Bố hay nằm đòng đưa trên võng ngoài vườn, bên cạnh là ấm trà thơm...

Con thích những bài Valse, Slow Rock trong sáng, rộn ràng của Bố. Tấm thân mỏng te, bất động ấy bỗng run lên khi nghe:

♫ Yêu em khi tâm hồn
Còn như gương trăng tròn
Chưa vương áng mây buồn ♫
(Yêu Em Trăng Tròn)

Ông như tìm lại được đứa con đã mất tích lâu ngày. Ngoài con và Bố ra, đâu ai thuộc bài này. Từ từ nha Bố, con sẽ dắt từng đứa bị bỏ quên trong ngăn tủ về trình diện. Nó sẽ véo von, sẽ líu lo gọi "Bố. Bố. Con nè. Mang giày đẹp cho con. Dẫn con đi chơi nha. Cho con ăn kem nữa. Con đói lắm rồi." Bố sẽ chải tóc từng đứa, sờ mắt sờ mũi, bế lên tay, cọ râu vào cổ cho chúng cười khanh khách, dẫn chúng ra Givral ăn món kem mà chúng thích nhất. Mắt ông hấp háy nhìn lũ nhóc loi choi, chạy nhảy, những đứa con thất lạc mấy mươi năm nay gặp lại, vẫn trẻ trung, tươi tắn, đầy hy vọng.

♫ Như trong một giấc mơ anh nhìn thấy em
Có khói thiên đường trong mắt xinh
Dư hương trầm lan quanh làn khói biếc

Phút giây huy hoàng lòng ta thoáng êm
Trên dây đàn tháng năm đã tàn ý xuân
Dịu dàng một đóa hoa già hé rung ♫
(Như Trong Một Giấc Mơ)

Bố tôi bàng hoàng, mắt đứng tròng "Mày đi đâu mãi giờ mới về hả con?"

♫ Mẹ ơi hoàng tử đến đây
Xin mẹ giúp con
Son vàng điểm tô
Gương xinh hương thơm đâu
Áo tơ khăn điều
Cho con ra ven song
Đứng chờ một lần
Ôi xe loan vua đi
Sắp qua nhà mình ♫
(Hát Ru)

"Bố tưởng không bao giờ gặp lại các con nữa. Mỗi đứa đều là cục vàng của Bố. Bố cất chúng mày kỹ lắm, không muốn bàn tay thô nhám nào đụng vào. Ngày bố già, già đến mức hết bê nổi lũ trẻ ra tắm rửa sạch sẽ rồi khoe với bạn bè "Chào bác đi con", Bố để quên tụi bay trong tủ, yên tâm vì Bố đã đắp chăn, chèn gối kỹ lưỡng. Người già ngộ lắm. Ký ức của họ từ từ sẽ bị xóa sạch, ngay cả những thứ gần gụi với họ nhất, vợ con, tên tuổi, bóp ví... để nhẹ hai vai, chuẩn bị bước vào một kiếp sau mới toanh, không vương vấn. Bố may mắn đến cuối đời vẫn còn nhớ mặt mấy đứa con bằng xương bằng thịt, con tinh thần trong tủ chỉ nhớ mập mờ nhưng tụi bay lên tiếng là bố biết liền."

Tôi hát, hình ảnh cha mẹ anh em chùm dúm trong căn nhà ở Làng Báo Chí tràn về đầy ắp.

Gia đình tôi có cây guitar Gibson màu đen đỏ, tiếng ấm, do bác Sĩ Phú đem từ Mỹ về tặng từ năm sáu mươi mấy. Năm bố con vọc cây đàn tối ngày. Chúng tôi còn bé, biết khỉ gì mà giữ gìn, làm đàn trầy trụa tùm lum. Bao lần đàn đứt dây nằm xó, có lúc câm tiếng luôn.

Thuở tivi, radio, tủ lạnh đều biến thành cơm gạo, điện đóm bữa đực bữa cái, đêm tối nếu không tụ họp chòm xóm tán phét, chơi u chơi keng... thì chúng tôi chỉ có cây đàn để giết thì giờ. Bố thường đợi các con vào phòng yên ắng hết mới ôm đàn hát trong đêm. Bố thuộc rất nhiều nhạc Việt Nam. Ai hát sai một chữ, ông biết liền. Lâu lâu nghe cụ phân tích lời bài hát tại sao như vậy, như vậy... Thích lắm!

Lần tưởng được đi Pháp, bố viết cho bài "Lời chào" để tiễn biệt thầy cô:

♫ Em xin gửi lời chào thầy cô
Gửi lời chào bạn cũ trường xưa
Dù lòng như chim nhỏ
Cũng ước ngày bay xa
Nhưng dù sao chăng nữa
Cũng thấy lòng xót xa ♫

Biết con cái thích chơi Tango, Bố chế:

♫ Mưa trên cây Hoàng Lan
Thêm nhớ bước chân em
Chim thu mình đầu hiên
Nghe nước rơi bên thềm ♫
(Mưa Trên Cây Hoàng Lan)

Con chuyển tông, hát dân ca, Bố có ngay:

♫ Lưng trời có đám mây vàng
Dưới dòng sông có vầng trăng sáng
Yêu ai cơm chẳng buồn ăn
Cầm chén rồi cũng để lại mâm ♫
(Trăng Sao và Hoa)

Con, mắt nhắm mắt mở, chữ Bố nhỏ xíu, con hát sai thành "Bỏ lại mâm", thế là Bố sửa "để" thành "bỏ", Bố nói "Bỏ" hay hơn. Rất thường hai bố con ngồi chỗ cái bàn gỗ lung lay, trầy xước ngoài phòng khách, tập nhạc trải ra, bố con cùng hát, cùng ý kiến ý cò. Bố lúc nào cũng lom khom, còm cõi nhưng mắt luôn sáng, giọng nói luôn rõ ràng... không phải Bố lúc này, mắt xám đục, đờ đẫn, mở đấy nhưng có thấy gì đâu.

♫ Này hỡi người giam ta vào mắt xanh
Mở giùm ta đi cánh mi dài xinh xắn ♫
(Họa Mi)

"Giam" vì hàng lông mi giống song cửa tù, ông giải thích. Mắt long lanh nên bóng hình tôi đọng trong mắt nàng. Bố tả mắt người ta sống động thế, đa tình thế, sao chả còn gì đọng lại trong mắt Bố, ngay cả bóng hình con? Con tìm những đốm sáng, những thương yêu, trìu mến khi Bố nhận ra con, một đứa ở rất xa, bắt chuyến bay ngay hôm sau để về kịp bên Bố nhưng Bố nhìn mà không thấy... Thôi thì nghe tiếng con nha Bố. Con hát Bố nghe nè. Nắm tay Bố nè. Bố đừng sợ nha. Dẫu biết rằng Bố can trường lắm nhưng ở thế giới bên kia - khi mẹ mất, Bố bảo "Nó ghê gớm lắm"- nếu ai muốn ra tay, Bố làm sao chống đỡ với sức vóc tiều tụy, đầu óc mờ mịt thế kia? Có hơi ấm của người thân cũng an tâm phần nào phải không Bố?

♫ Xuân trên non cao tràn lan ra mênh mông
Khi sương nguyên trinh từ cõi biếc lắng xuống
Ngây ngất vây quanh làn phấn hương
Ôi đêm mong manh cửa thiên thu mê man
Nâng em bay lên bằng ước muốn thắm thiết
Thoát kén tơ êm mọc cánh mềm ♫
(Xuân Cõi Riêng)

"Trong tù kinh khủng lắm. Chúng nó sợ mình đưa tin ra ngoài nên cấm hết giấy bút. Mẹ con nhét ruột bút chì vào mấy quả chuối, Bố đâu biết, mời bạn tù ăn, họ nhè ra đưa lại cho Bố. Trong tù tối hù, nó lại không cho Bố đeo kính, đêm đến, Bố sinh chúng mày ra bằng cách cầm mẩu bút chì, nằm viết dưới chân tường, học thuộc rồi xóa. Các con ra đời không sữa sùng, chăn áo nhưng đứa nào cũng tròn trĩnh, lành lặn. Thiếu ăn, thiếu mặc, thiếu cả mẹ nữa nên tụi con buồn hiu, buồn như chính quê hương mình. Bố bù đắp bằng cách thổi vào hồn các con những mầm tươi, hy vọng vì Bố tin:

"Dẫu quê hương mình mỏi mệt"
"Sẽ có ngày nở hoa"
(Lời Chào)

"Em có một quê hương"
"Nghe kể lại"
"Đẹp như tranh Đông Hồ"
"Tình như câu Quan Họ"
(Quê hương kể lại)

"Không còn ai mong
"Mùa Xuân vẫn quay về"
"Bằng vai gió lạnh"
"Bằng bước sương mù"
"Em!"
"Hồn anh như mộ tối"
"Lắng nghe đời nổi trôi"
(Xuân Hy Vọng)

Tấm thân héo hon của ông run lên từng hồi khi nghe con hát rồi yên ắng, qua cơn xúc động, ông để cho những nốt nhạc mơn man da thịt, thính giác. Bố chìm dần, chìm dần vào cõi xa xăm... Cõi ấy có sâu mấy, Bố nhất định phải nghe tiếng con với theo nha Bố. Tiếng tôi ngắt quãng, nghẹn ngào rồi lại tiếp tục... May, chỉ có hai bố con, không người ta tưởng mình khùng.

♫ *Đời có còn dành cho ta*
Một ngày
Nhìn lại thấy nhau
Giọt nước để lại trên hoa
Lời giã từ yêu dấu
Nắng sẽ khô
Và buồn sẽ đưa
Ta sẽ gặp lại nhau
Trong cát bụi mù ♫

Bốn mươi mấy năm trước Bố tưởng mình đã chết trong tù, không gặp được mẹ và các con nữa. Đã đói khát lại còn bệnh tim, bệnh phổi hành hạ, Bố viết bài này như một lời trăng trối, chả dám mong các con và mẹ nhận được, tù Việt Cộng mà, sao biết ngày về.

Bố thương mẹ một mình gánh chịu giông gió nuôi con, nuôi tù, sợ giữa đường mẹ gục ngã, các con xoay sở cách nào...

2.

Tôi nắm chặt bàn tay lạnh dần của Bố, vuốt bộ ngực xương xẩu không còn thoi thóp, vuốt cả hai gò má nhô cao, bé tẻo để mai sau mình nhớ mãi cảm giác này, thì thầm "Tụi con có mặt đủ hết ở đây. Bố cứ yên tâm về với mẹ, tụi con lớn rồi, Bố đừng lo lắng gì cả."

Biết chứ. Biết tuổi già bệnh hoạn, hành Bố đủ kiểu. Bố từng nói, sống lâu là cực hình, Bố cũng chả còn bạn bè hàn huyên, cà phê cà pháo, chả ăn được những món Bố thích, hết viết lách, hết đọc sách, đời sống là chuỗi ngày lê thê, chán chường... vậy mà Bố lìa trần mình vẫn thương, vẫn tội quá chừng. Hình hài đó, gương mặt đó, vĩnh viễn tôi sẽ không còn trông thấy dù chỉ là trên màn hình điện thoại. Bật máy lên sẽ không nghe Bố hỏi "Khỏe không con?" nữa.

Cái gì đó rất đúng và cũng rất sai khi gọi Bố là "xác".

Người sống cũng gọi là "xác". "Mặc xác mày". "Vác xác đi rồi vác xác về" ... Bố mới mất mấy phút, "xác" thuộc về cõi âm, không còn liên hệ với mình nữa.

Nhà quàn nói phải chờ ít nhất ba bốn tuần. Tôi đành đổi vé máy bay lần thứ hai để kịp làm ma chay. Em hỏi, chị có bạn bè bên Mỹ để đi chơi không, lòng dạ nào mà chơi bời, còn tiền bạc nữa. Chị cứ đi, về kiếm lại mấy hồi. Ừ há, ngồi không ba tuần, chán chết. Bố cũng đâu muốn mình héo hon, ủ rũ, chi bằng bay đi thăm những người bạn thân, mấy chục năm chưa gặp lại. Nhưng ai rảnh tiếp mình? À la xô đến nhà người ta, dị hợm.

Rón rén nhắn tin "Weekday rảnh không, tao qua chơi vài bữa?"

Bạn im lặng.

Bèn quay qua bạn thứ hai. Bạn reo lên mừng rỡ, thế là hẹn hò, sắp đặt...

Lúc này bạn thứ nhất nhắn "Qua đi".

Úi chao, còn hơn trong mơ. "Mày trả lời trễ rồi. Tao đã hẹn với bên kia. Gặp mày sau, từ ngày... đến ngày... được không?"

"Mày hồi bên kia, qua tao trước đi vì mấy ngày sau ông xã không có nhà, không chở tụi mình đi chơi được.

Khoan... khoan... Sao anh? Được hả? OK. Qua tao sau cũng được. Chồng tao xin nghỉ thêm vài ngày".

Mừng khấp khởi. Biết dân Mỹ làm việc bù đầu rối óc, sợ mất job thấy mồ, lịch của ai cũng kín mít nhất là những ngày cuối năm, thế mà bạn hai đứa đều sẵn sàng đón mình, chắc Bố đãi con gái chứ chẳng chơi.

Qua Texas, đã được dặn trước là nóng lắm nhưng đến nơi, trời mát. Hôm sau dự báo mưa, hơi ngại nhưng đã lên lịch thăm thú Houston nên thẳng tiến, ai ngờ trời không nắng, không mưa, hên dễ sợ!

Kỳ lạ, bạn tiểu học tự nhiên gọi điện thoại chia buồn. Tôi nhanh chóng "Mày có biết tao đang ở Houston?" Bạn reo lên "Gần tao lắm. Mai tao cho mày gặp ba người nữa trong Làng Báo Chí." Thế là tay bắt mặt mừng, thế là bao thăng trầm trong bốn mươi năm xa cách của từng thành viên được dịp bung ra, tuôn trào.

Nghe đâu bác Duy Trác cũng ở Texas. Bố tôi và bác Trác là bạn mày tao với nhau từ nhỏ. Bác gái và mẹ cũng là bạn cùng trường Trưng Vương. Khi xưa bác hay chở con cái xuống nhà tôi chơi. Sau 75, hai gia đình càng thân hơn khi hai ông bố nằm tù, hai bà mẹ nhớn nhác bươn chải kiếm sống. Bác Trác giỏi hơn mẹ tôi vì bác làm cô giáo, mất nước, vẫn được trọng dụng. Bà cụ tôi là xướng ngôn viên Đài Quân Đội, sau này ai mà thuê. Mỗi lần bác ghé thăm, lại cứu đói nhà tôi bằng mấy ổ bánh mì, bịch đường, hộp sữa...

Tôi nhắn tin cho con gái út của bác, "Chị đang ở Houston. Gần em không? Chị muốn sang thăm hai bác."

Dễ đến ba mươi năm chúng tôi chưa gặp nhau. Thế là mừng rỡ. Thế là hẹn hò.

Hai bác không khác xưa nhiều. Như bao người bạn lâu ngày gặp lại, tôi ôm bác gái vào lòng. Tự nhiên giật mình. Hình ảnh mẹ và bác trộn lẫn vào nhau. Cũng mái tóc tém. Cũng thân hình mềm mại, ấm áp... tôi tưởng như đang ôm mẹ trong lòng. "Bác làm con nhớ mẹ con quá". Tự dưng mảnh đất dài dài cạnh dòng suối nhỏ trong nghĩa trang "Memorial Park" hiện ra mờ mờ, ảo ảo. Mẹ tôi đã ở đấy gần ngàn ngày rồi... Lúc mẹ sắp mất, nếu tôi qua Mỹ được, tôi đã ôm mẹ y chang như vầy. Mẹ chắc chờ tôi nhiều lắm, chờ đến quặn lòng... Bác vỗ lưng tôi nhè nhẹ "Con gái... Con gái..." Đúng mẹ tôi đây mà với cái giọng Bắc trong veo đó. Tôi muốn giữ mãi cảm giác này, cảm giác đang ôm mẹ mình, bù vào những ngày đã qua và những ngày sắp tới, tôi không còn dịp để bác thế chỗ mẹ lần nữa.

Tôi xoay sang bác trai. Bác ngồi ngẩn ngơ, mặt vô hồn, tay tẩn mẩn nồi niêu chén đĩa bằng nhựa, nhỏ xíu, đồ chơi con nít.

Tôi nhớ những đêm tụ họp ở nhà tôi, nhà bác Nghiêu Đề, nghe bác Trác, bố tôi, Trần Quang Lộc, chú Khoa và nhóm bạn hát, những bài mới ra lò còn nóng hổi. Có người khi ấy tóc đã nhuốm bạc, người còn đen nhánh nhưng ai cũng đủ khỏe để đạp xe tới thăm nhau. Cả nhóm đàn ông ấy, giờ đây, mỗi bác Trác còn sống trên thế gian này, sống lặng lẽ như một cái bóng.

Tôi vuốt bàn tay xương xẩu, vuốt vai, vuốt má ông. Ông ngồi bất động.

Chỉ vài ngày trước tôi cũng làm y chang động tác này với một người, thân thuộc lắm nhưng đã xa xôi lắm.

Bố tôi đâu?

Mẹ tôi đâu?

Phút chốc nhận ra mình đã mất cái gì to lớn lắm, mất mãi mãi... nhận ra người ta may mắn hơn mình khi còn bố, còn mẹ để nắm lấy tay, để ôm vào lòng hay chỉ để thấy họ ngồi ngẩn ngơ, nói những câu vô nghĩa nhưng họ vẫn là họ, không biến mất, không tan loãng vào trời đất, không chỉ còn là di ảnh sau bát nhang trắng khói bay bảng lảng...

Tôi ôm hai bác lâu thật lâu, nao lòng khi nghĩ đến một ngày không xa, bác sẽ...

3.

Sinh thời, Bố tôi rất thích câu của một nhà văn nước ngoài nào đó, đại khái "Khi Thần Chết đến, ta quyết không để người về tay không". Ngài đã định bắt ông đi nhiều lần, từ lúc ông còn rất trẻ cho đến khi ông nằm tù Cộng Sản. Bố tôi ương ngạnh, ngửng mặt thách thức, Thần Chết thoái lui.

Bố vào cấp cứu nhưng khi tôi sang, ông tỉnh lại, ban ngày bàn luận đủ chuyện văn chương, âm nhạc. Chiều tối, ông chìm đắm vào một thế giới khác.

Bác sĩ nói Bố không nuốt được, thế mà lâu lâu ông nhắc "Mua phở đi con", "Cho Bố ăn đi chứ". Tôi gọi y tá. Họ thử, ông ăn ngon ơ.

Bố khỏe, về nhà. Theo lời bác sĩ dặn, chúng tôi xay nhuyễn thức ăn cho ông. Được vài bữa, ông dặn "Để nguyên cục thịt, đừng băm ra".

Con trêu "Bố ráng mau khỏe, qua Úc chơi, thăm bác Phan Lạc Phúc há." Bố nhướng mắt, "Bác ấy chết rồi". " Hay Bố đi Việt Nam?", "Thôi. Chán!"

Rồi cổ họng thít lại, bốn ngày trời Bố không có hạt cơm hay giọt nước trong bụng, da lưỡi phồng rộp như vẩy cá. Sáng vừa mở mắt dậy là tôi bay tới giường ông thăm khám, nghĩ là ông đã tắt thở nhưng không.

Bác sĩ đưa Bố vào phòng mổ, đặt ống ăn.

Nhất chín nhì bù. Có thức ăn Bố sẽ khỏe lại hoặc chết trong cơn mê, cũng là cái chết nhẹ nhàng há Bố.

Và, bài của bố là con số 9. Bố trở nên hồng hào, má phính lên. Các con ngưỡng mộ tinh thần chiến đấu của Bố.

Cuộc chơi đã đủ dài, đủ hương vị, đủ gay cấn để Bố hài lòng "quyết không để Thần Chết về tay không" vào ngày 28/11/2023.

Mộ ông thành mộ hoa, chồng chất chân tình những người yêu mến mình. Các con không dâng hoa, hàng ngày nấu món gì, bưng lên cho ông món đó: ly cà phê, bát cơm, miếng thịt kho, rau xào... Bố ngồi cạnh đây với tụi con, ăn đi cho đỡ đói.

Hơi ấm của Bố vẫn còn quanh đây, này giày này áo, cặp kiếng trắng, rổ thuốc tây, chai dầu xanh... Bố ơi, con nhớ Bố.

Nguyễn Đình Phượng Uyển

9/01/24

NGUYỄN ĐỨC NAM

VAI PHỤ

Gửi Ca Sĩ Loan Châu, người đã hát bài "Vai Phụ"

Mẫn biết rõ là My không yêu Mẫn. Những lúc My nằm trong tay Mẫn, mắt nhắm nghiền, đôi môi run nhè nhẹ, thì thầm gọi tên Huỳnh, Mẫn hiểu ngay là nàng đang nhớ Huỳnh, đang tưởng-tượng nằm trong vòng tay thằng bạn thân của Mẫn.

Huỳnh hơn Mẫn một tuổi, học hơn Mẫn một lớp ở trường trung học Chu Văn An. Huỳnh lại đẹp trai, nhà không giàu nhưng khá giả, đủ để Huỳnh may mặc cho đúng thời trang. Cả trường, đứa nào cũng phải công nhận Huỳnh ăn mặc rất "chic". Nguy hiểm cho các cô gái mới lớn hơn nữa là Huỳnh làm thơ tình rất bay bướm. Những bài thơ của Huỳnh, một khi đã được đăng báo, là các cô đua nhau chép. Có những cô đã học thuộc lòng thơ của Huỳnh, thuộc còn hơn cả bài học ở trường.

Thú thật, Mẫn cũng là kẻ phục tài Huỳnh sát đất và có khi đã lượm một bài thơ bỏ quên của Huỳnh, chép lại cho sạch sẽ, ký tên

Mẫn để gửi tặng cô hàng xóm mà Mẫn mê như điên từ hồi học lớp Đệ Tứ trường Nguyễn Trãi.

Huỳnh có tật làm thơ bất cứ lúc nào hứng, viết lên bất cứ chỗ nào có thể viết được: bìa sách, bìa truyện, giấy học trò, tờ lịch, napkin, sau đó chắc chắn là bỏ quên, không tiếc nuối. Vì vậy, Mẫn mới có dịp để ăn cắp thơ của Huỳnh mà Huỳnh không nhớ gì cả.

Nhưng tai hại thay, cô hàng xóm của Mẫn, ngoài sự thích thơ thẩn ra, lại còn thích nhiều thứ khác nữa như: quần áo mới, nước hoa, nữ trang, v.v... những thứ ngoài khả năng của một tên học trò nghèo và ngoài trí tưởng tượng của một cậu trai vừa mới lớn. Và cô láng giềng - người tình đầu của Mẫn - chẳng cần kèn trống, chẳng đấm cũng chẳng đá, đi theo một chàng tóc chải đít vịt, mặt mày nhà quê, nhưng có chiếc Vespa Italie bóng loáng, để lại trong lòng Mẫn một vết thương rướm máu... trắng. Từ đó, Mẫn không thích ăn cắp thơ của Huỳnh nữa.

Mẫn không còn hy vọng là thơ thẩn sẽ mang lại tình yêu cho mình. Nhưng ngạc nhiên thay, Huỳnh vẫn ăn khách như thường, vẫn có các em mầm non văn-nghệ đến thăm nom, yêu đương tưng bừng. Nghệ sĩ chân chánh khác nghệ sĩ thuổng ở chỗ đó? Mẫn như tỉnh ngộ và bắt đầu tập tành sáng tác.

Trong số các mầm non văn nghệ của Huỳnh, có My là xinh đẹp, dễ thương và được Huỳnh để ý nâng đỡ hơn cả. My không những chỉ đẹp mà ăn nói còn dịu dàng nữa. Mẫn không rõ hai đứa quen nhau trong dịp nào, chỉ biết rằng hôm Nhóm Văn-Nghệ Lạc Việt tổ chức buổi họp mặt Tất Niên ở Câu Lạc Bộ Văn-Học & Nghệ-Thuật thì Huỳnh dẫn My tới và hai đứa là một cặp nổi nhất. Chúng nó vừa nổi vì đẹp, lại còn nổi vì danh nữa. Thành thật mà nói, Mẫn rất muốn có một người yêu như My và Mẫn đã ghen thầm với Huỳnh suốt buổi đó. Huỳnh ngồi trong đám đông, bên người đẹp, lại còn được bao nhiêu người xưng tụng, tưởng như nói với Huỳnh được một câu là hãnh diện lắm rồi.

Mẫn đứng trên sân khấu, làm bổn phận xướng-ngôn-viên, muốn gây được sự chú ý của khán-giả, đã bắt buộc phải khen tặng Huỳnh, đề cao Huỳnh bằng những lời lẽ thật rực rỡ, nhưng lòng đau như cắt vì Mẫn thấy rõ My âu yếm nhìn Huỳnh, cấu khẽ tay Huỳnh ra vẻ sung sướng được làm em gái văn nghệ của Huỳnh. Rồi theo lời mời mọc của Mẫn, Huỳnh lên ngâm thơ, một bài thơ của Huỳnh sáng tác, lấy đối tượng là tình yêu và mùa xuân, rất được khen thưởng. Tiếng vỗ tay tưởng như không dứt được. Trong lúc đó, Mẫn thấy Huỳnh cao quá. Đôi mắt kính trắng gọng đồi mồi làm cho khuôn mặt trái xoan, trắng trẻo của Huỳnh đẹp một cách rất trí thức. Chiếc sơ-mi trắng may bằng vải pích-kê và chiếc quần nhung đen của Huỳnh sao mà lịch sự quá. Huỳnh đi trong những âm thanh của vỗ tay và trong những ánh mắt thán phục. Rồi Mỵ của Huỳnh cũng lên sân khấu giúp vui bằng một bài hát ngoại quốc. Nàng hát hãy còn non lắm nhưng người ta vỗ tay như điên vì sắc đẹp của nàng và vì nàng là người đi cùng với Huỳnh, phải vỗ tay để làm đẹp lòng Huỳnh.

Như tất cả những người nổi tiếng khác trên thế giới này, Huỳnh dẫn Mỵ về sớm. Từ lúc Huỳnh đưa Mỵ về, Mẫn không thiết nói năng gì nữa và trao công tác điều khiển chương trình cho một tên đàn em rồi ngồi vào đám đông, tìm an ủi trong những nụ cười, những điệu bộ nũng nịu khác. Tuy thế Mẫn không tài nào quên được bóng hình Mỵ với nụ cười tươi, giọng nói ngọt ngào và khuôn mặt thiên-thần.

Sau một đêm không ngủ, vì nhớ, vì mê, sáng hôm sau, Mẫn đến nhà Huỳnh trong lúc Huỳnh còn đang ngủ. Mẫn phải lay Huỳnh dậy và mời Huỳnh đi ăn sáng. Huỳnh cho hay sáng nay Huỳnh có hẹn đi chơi với Mỵ. Mẫn hoan hỉ bảo Huỳnh rủ Mỵ đi ăn sáng luôn cho vui. Dĩ nhiên là Mẫn xin hân hạnh được mời hai người.

Mẫn quen Mỵ sau buổi đi chơi đó và dần dần thân với Mỵ. Đối với Mẫn, Mỵ không còn là một vật bất khả xâm phạm như Mẫn đã nghĩ trong buổi dạ hội nào. Nhưng, với Mẫn, Mỵ vẫn là Mỵ-của-Huỳnh, vẫn ôm ấp Huỳnh, nắm tay Huỳnh, hôn hít Huỳnh ngay cả trong những lần đi chơi chung; Và, Mẫn luôn luôn nghĩ rằng mình chỉ là một "**Vai Phụ**" trong vở kịch "Tay Ba" hoặc chẳng khác gì một khán giả coi Huỳnh và Mỵ đóng phim ái-tình.

Vào những ngày đầu Xuân năm đó, Mẫn thường đến nhà Mỵ, ăn cơm, nghe Mỵ hát, chuyện gẫu với Mỵ hoặc nghe Mỵ tâm sự về Huỳnh. Có một buổi tối, Huỳnh hẹn mà không đến, Mỵ đã đưa nhật ký cho Mẫn xem. Qua những trang nhật-ký, Mẫn thấy Mỵ yêu Huỳnh điên cuồng. Huỳnh là nguồn sống, Huỳnh là thần-tượng, Huỳnh là tất cả. Chỉ cần coi sức của một trong hai đối thủ, Mẫn biết chắc kẻ sẽ thắng trong trận giặc ái tình này là Huỳnh. Mẫn không hiểu trong những lúc My mong đợi sự có mặt của Huỳnh thì Huỳnh đi đâu, làm gì, nhưng Mẫn chắc chắn rằng Huỳnh sẽ không cô đơn như người con gái này. Trước kia, Mẫn phục Huỳnh bao nhiêu thì nay Mẫn ghen ghét Huỳnh bấy nhiêu. Từ đó, tình yêu nhiệt thành của Mẫn dành cho My lại có thêm một chút tình thương nữa.

Có những đêm, Mẫn ở lại nhà My đến nửa khuya, đàn cho My hát những khúc nhạc sầu. Mẫn đàn không hay cho lắm nhưng nhờ thuộc những ca khúc mà My thích nên tiếng đàn của Mẫn cũng khá ngọt nên nhiều đêm, My bắt Mẫn đàn cho My ngủ. Những lúc nhìn đôi mắt My khép lại, hai làn mi cong cong và đôi môi hé mở, rung động như bướm buổi sáng, Mẫn muốn đặt một nụ hôn lên đôi môi ấy vô cùng. Nhưng, còn Huỳnh, thằng bạn thân của Mẫn? Lỡ My không chịu, mách lại Huỳnh thì sao? Tình bạn giữa Mẫn và Huỳnh còn ra thế nào nữa?

Và Mẫn đã yêu My trong đau khổ, âm thầm. Trong khi Mẫn đau khổ thì My cũng không vui sướng gì vì Huỳnh lúc nào cũng có những người con gái xinh đẹp sẵn sàng đi vào con đường tình yêu với Huỳnh. Huỳnh đã có những dấu hiệu ngoại tình, bỏ rơi My. My lại viết nhật ký, lại khóc từng đêm, lại đưa cho Mẫn đọc, lại bắt Mẫn đàn ru nàng ngủ, lại bắt Mẫn an ủi nàng và vô tình, bắt Mẫn yêu nàng hơn. Nhưng Mẫn vẫn chưa dám tấn công vì không muốn lợi dụng lúc nàng đang đau khổ. Mẫn vẫn nhẫn nhục đóng Vai Phụ và quyết tâm đợi chờ.

Dịp may hiếm có tới với Mẫn: Huỳnh được học bổng đi du học. Ngày Huỳnh đi, My khóc hết nước mắt trong khi Mẫn mở cờ trong bụng. Mẫn cũng giả vờ bắt tay Huỳnh ra vẻ bùi ngùi nhưng chỉ muốn hét to lên, đuổi Huỳnh đi khuất mắt để Mẫn được gần gũi My sớm hơn. "Cái thằng trông đẹp trai, thông minh như vậy mà cũng ngu gớm", Mẫn thầm nghĩ khi Huỳnh cầm tay Mẫn ân cần nhờ Mẫn săn sóc My giùm trong bốn năm Huỳnh du-học.

Từ khi Huỳnh đi, Mẫn năng lui tới My hơn, thứ nhất là để làm tròn lời gửi gắm của Huỳnh và thứ nhì là an ủi My trong lúc nàng đang buồn. Mẫn và Mỵ bắt đầu thấy cần nhau, nhớ nhau. Có những buổi tối không lại Mỵ, tâm thần Mẫn không yên, không làm gì được. Mỵ cũng vậy: độ vài tối, Mẫn không tới là nàng kêu buồn và trách móc liền.

Mẫn và Mỵ thỉnh thoảng đi ăn, đi ciné. Nhưng trong tất cả những cuộc gần gũi đó, Mẫn đối với nàng vẫn hoàn toàn trong sạch. Không phải là Mẫn muốn vậy nhưng thật ra Mẫn là thằng chết nhát, chỉ sợ nàng cự tuyệt thì ê mặt.

Mỵ bắt đầu để ý nhiều đến Mẫn. Có lúc nàng khen Mẫn đẹp trai. Có lúc nàng khen bộ quần áo Mẫn mặc may khéo và nàng nhắc Mẫn những modes quần áo của Huỳnh, nhắc Mẫn lối nói chuyện của Huỳnh, nhắc Mẫn những thói quen của Huỳnh, những bài thơ tình ướt át của Huỳnh.

Để vừa lòng Mỵ, Mẫn cố-gắng thay đổi từ cách ăn mặc, cử chỉ, ngôn ngữ, tác phong, kiểu tóc, kiểu kính trắng, kiểu xe đến cách làm thơ và cả nội-dung của những bài thơ nữa. Chỉ trong một thời gian ngắn mà Mẫn đã hoàn toàn biến đổi. Mẫn đã giống Huỳnh hoàn toàn.

Một buổi sáng thật sớm, Mẫn đến Mỵ. Nàng còn đang ngủ nhưng vì người nhà đã quá quen biết Mẫn nên để Mẫn tự nhiên vào phòng nàng. Mỵ ngủ, không đắp chăn, bộ đồ ngủ mỏng không che đậy được những đường nét cần che đậy. Đôi môi mọng của nàng hé mở như sẵn sàng đợi một nụ hôn. Mẫn đứng ngắm nàng ngủ rất lâu và cuối cùng để xua đuổi những ý nghĩ đen tối đang cuồn cuộn dâng lên trong đầu. Mẫn đặt nhẹ tay lên vai thon của nàng và khẽ lay.

Mỵ mở mắt, kêu lên kinh ngạc: “Anh Huỳnh!”. Khuôn mặt Mỵ thật rạng rỡ. Rồi Mỵ kéo tay Mẫn, vòng tay lên cổ Mẫn ghì đầu Mẫn xuống, lẹ làng hôn lên môi Mẫn một nụ hôn nồng nàn. Mẫn tưởng như trời đất vừa sụp đổ. Tính sợ sệt e dè biến mất hết. Mẫn ghì lấy Mỵ... Đôi môi Mỵ ướt mềm, ngọt và mát như một miếng xu-xoa. Vòng tay con gái như con rắn quấn chặt cần cổ Mẫn. Thân thể Mỵ trong bộ quần áo ngủ mỏng, nằm gọn trong đôi tay điên dại của Mẫn. Bao nhiêu yêu đương âm thầm, bao nhiêu thèm khát giấu kín được dịp tung ra như trái bong bóng quá đầy hơi. Làm sao tả nổi những xúc cảm cuồng nhiệt của Mẫn lúc bấy giờ! Làm sao Mẫn có thể tách rời khỏi bản thể để ngó mình trong những động tác ấy? Bởi vậy, Mẫn không nhớ mình đã làm những gì và những gì đã xảy ra...

À thì ra My tưởng Mẫn là Huỳnh, giả vờ như không biết đến con người hiện thực của Mẫn. Điều ấy làm Mẫn hơi bất mãn trong vài giây của cuộc tình tự, nhưng sau vì xúc động quá, Mẫn cũng chả cần. Miễn là Mẫn được gần gũi nàng, nói rõ hơn là được làm chủ thân xác kiều diễm ấy trong ít phút, còn nàng muốn tưởng tượng Mẫn là ai thì điều ấy cũng chả có gì là quan trọng. Mẫn đã cố gắng, đã sung sướng làm tròn bổn phận của Huỳnh, của một người tình lý-tưởng.

Sau những phút biến động của tình cảm, Mẫn và My tách rời nhau. Một chút thẹn thùng hiện trong đôi mắt, trên khuôn mặt My. Cô bé cười nụ:

- Sáng nay anh đẹp quá, trông anh y như Huỳnh vậy, không khác tí nào. Lúc đầu em cứ tưởng Huỳnh tới với em như những buổi sáng ngày xưa.

"Ô, tôi mà giống Huỳnh, đẹp trai như Huỳnh sao? Huỳnh, tự thuở nào tới giờ vẫn là thần-tượng của tôi, mà ngày nay tôi ngang hàng với nó rồi ư?" Mẫn sung sướng quá, không biết nói gì nữa. Quen thói, Mẫn hôn lên môi My. My hưởng ứng, không một mảy may phản đối. Mẫn liền mang một chút hãnh diện trong lòng. Bây giờ, My đã biết rõ Mẫn là ai rồi mà My vẫn chấp-nhận tức là Mẫn cũng hiện-hữu. Mẫn muốn là người yêu thực sự của My. Mẫn chán đóng Vai Phụ rồi. Mẫn phải là Vai Chính mới được. Mẫn không thấy sợ sệt gì nữa. Mẫn như đang tiến dần đến thế chủ động. "Tôi muốn là người yêu thực sự của My, không phải núp dưới bóng thằng Huỳnh, cái bóng dáng ma quái đó, đã ám ảnh My bao lâu nay."

Mẫn hy vọng tràn trề. Mẫn xử sự như một người được yêu chính cống. Mẫn vứt bỏ những mặc cảm xấu trai, nghèo nàn, kém cỏi. Mẫn cố xoay sở để có chút tiền còm, đưa My đi ăn chơi, đến những nơi mà trước đây, Huỳnh đã từng dẫn nàng đi. Cuộc sống của Mẫn vì thế mà biến đổi hẳn. Trước đây, khi chưa quen My, Mẫn là một thằng đại cù-lần, chăm chỉ hạt bột, một đứa con ngoan trong gia đình, một học sinh chăm chỉ ở học đường. Bây giờ, mọi sự đã khác hẳn. Bây giờ, Mẫn ăn chơi lêu lổng và dưới những con mắt của gia đình, Mẫn là một thằng hư hỏng. Không còn ai có thiện cảm với Mẫn, kể cả mấy đứa em nhỏ vì chúng có bao nhiêu tiền, Mẫn cũng vay hết và không bao giờ trả. Nhưng biết làm sao hơn khi mà Mẫn phải tới My, phải dẫn My đi chơi để My khỏi buồn. My đang buồn lắm, buồn khủng khiếp vì Huỳnh đã thưa thư từ cho My và một người quen của My đang học cùng trường với Huỳnh, ở Mỹ, viết thư về cho My, báo tin cho My biết là Huỳnh đang say mê, theo đuổi một cô gái cùng lớp, con của một tỷ phú Huê Kỳ.

Có những đêm buồn, My tới nhà Mẫn, bắt Mẫn lái xe lang thang suốt đêm. Có những đêm, Mẫn và My ngồi đến hai, ba giờ sáng ở hè đường, nhìn phố khuya vắng tanh và lũ chó chạy rông. Có những buổi chiều Mẫn bỏ học, cùng My chui vào rạp ciné máy lạnh nào đó, coi lại mấy xuất cho hết một buổi chiều. Có những buổi sáng, Mẫn tới đón My ở cổng trường rồi phóng xe đi Thủ Đức, Biên Hòa, hoặc ghé vào một bóng mát, một quán giải khát nào bên xa lộ ngồi than dài với nhau.

Trong thời gian ấy, Mẫn có làm một vài bài thơ tình và được đăng trên báo, trong mục *"Thơ Bạn Trẻ"*. Mẫn tưởng Mẫn là một thi sĩ rồi nên chẳng thèm học nữa. Kết quả kỳ thi Tú-tài năm đó, Mẫn rớt ngay keo đầu. Dĩ nhiên là Mẫn buồn lắm. Mẫn cảm thấy tự ái bị thương tổn nặng. Thi sĩ mà thi Tú-tài ban C không xong thì còn gì nhục bằng. Thế là, không kèn không trống, Mẫn bỏ thành phố, bỏ những nơi chốn yêu đương, đầy kỷ niệm, trốn về một ngôi nhà thuộc vùng ngoại ô, học đêm, học ngày suốt ba tháng hè để dự thi lần thứ hai.

Mẫn đỗ kỳ thứ hai, ban Văn Chương, hạng Thứ. Với cái thân thể gầy còm, sau những đêm ngày học gấp rút, với bộ quần áo không vừa vặn như xưa, Mẫn mò đến nhà My, trước là để báo tin thi đỗ, sau là rủ My đi chơi. ***"Tội nghiệp My, Huỳnh đã bỏ My, tôi lại không tới My cả tháng nay, chắc cô bé nhớ tôi, chắc cô bé cô đơn lắm?"***

Quen như mọi lần, Mẫn đi lên gác và bước vào phòng My. Phòng My vắng tanh, chỉ có những đồ vật, những quần áo của My im lìm trước mắt Mẫn. Nhìn chiếc giường xinh, trải khăn hoa mà thân thể thơm tho của My đã từng nằm lên, lòng Mẫn thấy bồi-hồi, ngẩn ngơ. Kỷ niệm những ngày yêu đương còn đó, đang có mặt trong căn phòng nhỏ bé, ấm cúng này. Mẫn rời căn phòng đầy kỷ niệm ấy với nỗi sầu mênh mang. Không buồn hỏi chị người làm là My đi đâu, Mẫn gọi taxi ra trung-tâm thành phố.

Khi xe chạy qua hè đường Lê Lợi, Mẫn thấy My và một tên giống hệt Mẫn dung dăng dung dẻ như đôi chim non. Đó là hình ảnh Huỳnh-My thuở xưa, là hình ảnh My và Mẫn trong mấy tháng qua. Gã con trai giống Huỳnh và Mẫn từ dáng người, từ mái tóc, khuôn mặt tới cặp kính trắng, bộ quần áo và đôi giày.
My đã cấu tạo được một thằng Huỳnh thứ ba để thay thế thằng Huỳnh thứ nhất, thằng Huỳnh thứ hai (là Mẫn). Mẫn không còn lý do gì để đóng vai trò của một cái bóng trong cuộc đời tình ái của My nữa. Mẫn đã trở nên dư thừa rồi. Mẫn mỉm cười chua chát và nghĩ rằng đã đến lúc vai trò diễn viên phụ nên chấm dứt từ đây.

Mẫn không hiểu đến khi nào thì thằng Huỳnh thứ ba bị phế thải và trong tương lai, không biết sẽ còn bao nhiêu thằng Huỳnh nữa. Mẫn không ghét My, không giận My vì biết nàng làm thế chỉ vì yêu Huỳnh quá. Không ai có thể thay thế nổi bóng dáng người tình thứ nhất của My được. Người con gái khi yêu, còn có thể làm nhiều chuyện tày trời khác, chuyện biến đổi cá-thể của một người có gì là đáng trách móc đâu?!

"Dù sao, tôi cũng không thể là Huỳnh, vì ngoài những phút là Huỳnh, tôi còn phải là tôi. Theo như thuyết hiện sinh của Jean-Paul Sartre, Tôi hiện-hữu, Tôi phải trở về với bản thể, bản ngã. Tôi xin trả lại em cái Vai Phụ đó để em trao cho những người con trai khác."

Mẫn xa My hoàn toàn. Đã bao nhiêu mùa Xuân qua, Mẫn không có tin tức gì về My cả. Tuy nhiên, mỗi khi Xuân đến, Mẫn đều nhớ nàng, dù Mẫn chỉ được nàng yêu chưa đầy một mùa Xuân. Mẫn vẫn cho rằng : dù chỉ được yêu trong một mùa Xuân và được yêu qua hình bóng một kẻ khác nhưng thân xác trần tục, xấu xí này mà được gần gũi vóc dáng Tiên-Nga trong cả một mùa Xuân thì cũng đủ mãn-nguyện lắm rồi.

Nguyễn Đức Nam

NGUYỄN ĐỨC TÙNG

VỀ NƠI GIÓ CÁT

Gởi anh Nguyễn Văn Dũng

Thằng bé bước ra từ sau gốc cây vông đồng. Kiêm giật mình. Nhiều năm trước, ở chỗ này, trên đỉnh dốc gần cầu bắc qua sông Thạch Hãn, Kiêm nhìn thấy một con chim lớn bay về đậu trên ngọn cây. Cây vông đồng duy nhất trong thị xã bụi mù, tỉnh lỵ buồn hiu, địa đầu giới tuyến.

Anh không bao giờ nghĩ cái cây cao lớn ấy vẫn còn.

Nó vẫn còn.

Chào anh. Đừng sợ.

Tôi có sợ đâu?

Thế anh làm gì đây?

Tôi về thăm lại thị xã.

Trước anh ở đây à?

Tôi sinh ra ở đây. Lớn lên ở đây. Đi học ở đây.

Kiêm định nói thêm: nhưng tôi sẽ không chết ở đây đâu. Anh kịp dừng lại.

Chẳng có kẻ nào muốn chết ở đây cả, thằng bé nhận xét.

Kiêm giật mình. Nó đọc được ý nghĩ của người khác, anh tự hỏi.

Chà, anh ở đâu về?

Thằng bé gợi chuyện. Nó trạc tuổi mình vào năm ấy, Kiêm nghĩ, khoảng mười bốn.

Kiêm trả lời. Thằng bé tỏ ra lơ đãng. Im lặng một lúc, hỏi:

Từ đó về đây bao xa?

Xa. Không đi bộ được. Tôi bay qua biển Đông về Sài Gòn. Đáp xe hỏa ra Huế, từ Huế đi tàu chợ. Xuống nhà ga kia.

Anh vừa mới xuống chuyến tàu cuối?

Kiêm kể dự định. Thực ra anh chẳng có dự định nào cả. Anh không biết tại sao mình về đây.

Em tên gì? Anh hỏi.

Tháng Tư.

Không, tôi hỏi tên họ của chú mi kìa?

Tháng Tư.

Cái chi?

Anh đưa tay ra cho Tháng Tư, tự xưng tên mình, theo phép lịch sự. Anh muốn hỏi Tư có nhìn thấy con chim ấy không.

Anh chắc chắn đó là chim phượng hay chim hoàng bay về xây tổ, từ biển Đông. Từ một hòn đảo trong quần đảo giờ đã biến mất hoặc đã đổi tên. Bây giờ đứng đây, anh không nhìn thấy gì. Đó là đoạn dốc cao phần cầu Ga, gió thổi lồng lộng từ bên kia sông Thạch Hãn, kéo theo những đám lốc bụi đỏ mù mịt do các đoàn công-voa không ngớt chạy qua, những chiếc GMC mui hẹp bịt vải chở binh lính, những thiết giáp M113 màu xám, Jeep sơn xanh nhỏ và thấp, xe tải thương về từ mặt trận Hạ Lào. Bây giờ anh bắt đầu nhìn thấy hàng phượng vĩ đỏ rực. Bờ sông cỏ lau trắng cao che lấp, nhưng Kiêm biết phía dưới là bãi cát vàng mịn nơi anh từng chơi bóng đá ngày hè rực rỡ đó. Những người mơ mộng không được sinh ra như thế, họ được nuôi dạy như thế. Người nào cũng xứng đáng được trở thành người mơ mộng, nhưng không phải ai cũng có may mắn ấy. Thế giới là một dòng sông, nước luôn trôi chảy, nước thay đổi nhưng vẫn là nước, con người chết đi nhưng con người vẫn còn đó: chúng ta sống nhờ vào người khác. Giây phút này đây anh nghĩ tới đời sống như một trách nhiệm. Chính anh làm nên đời sống này. Kiêm hiểu anh đang thay đổi. Có những vỏ chai nước mắm và chai xì dầu, lon bia con cọp và bia 33 và lon Coca cola. Chúng bốc mùi vừa hôi vừa thơm, ngai ngái như mùi xác chết đã lâu, rã thành tro bụi.

Thượng đế đã chết. Đó chỉ là ý nghĩ, Kiêm không nói thành lời.

Tháng Tư biết, nó quay lại:

Không. Thượng đế không chết.

Tại sao chú mi biết?

Con người phải yêu những thứ tạo ra mình.

Kiêm đăm đăm nhìn Tháng Tư. Thằng này coi bộ thích triết lý như dân Quảng Trị. Nó gầy còm, xanh mét, môi khô, tóc vàng cháy, bên phải có lúm đồng tiền như anh ngày trước, nhưng của nó sâu hơn, vẻ mệt mỏi, lồng ngực xương sườn phập phồng. Một đứa trẻ kỳ quặc như tất cả những đứa trẻ của thị xã giới tuyến này, khó chịu nhưng tử tế, bất cần dửng dưng. Lực lượng Bắc quân, trong chiến dịch Xuân Hè 72, Easter Offensive, để chống lại kế hoạch Việt Nam hóa chiến tranh lợi hại của Tổng thống Richard Nixon, riêng ở Quảng Trị, giai đoạn đầu gồm ba sư đoàn và hai tiểu đoàn đặc công, với các đơn vị pháo binh và hỏa tiễn và yểm trợ mạnh: đó là sư đoàn 304, có ba trung đoàn, tấn công phía tây Quảng Trị, từ rừng núi; đó là sư 308, có ba trung đoàn, vào từ phía bắc, hai tiểu đoàn đặc công 31 và 25 vào phía đông Cửa Việt; đó là sư 324B di chuyển vào thung lũng Ashau gây áp lực lên Huế. Lực lượng Nam quân, không có sự tham chiến của quân Mỹ và đồng minh như trước, nhưng có sự yểm trợ mạnh của phi cơ và pháo từ Hạm đội 7, với các đơn vị: giai đoạn đầu, sư đoàn 3 đóng tại Ái Tử, do chuẩn tướng Vũ Văn Giai làm Tư lịnh, trung đoàn 56 đóng tại Tân Lâm là căn cứ hỏa lực lớn nhất vùng giới tuyến, và trung đoàn 57, các tiểu đoàn Biệt Động quân, về sau trong giai đoạn tái chiếm khi sư đoàn 3 đã bị giải tán, tướng Vũ Văn Giai bay về Sài Gòn và bị quân cảnh còng tay ngay ở phi trường Tân Sơn

Nhứt vì tội chưa đánh đã chạy, trong giai đoạn tái chiếm 81 ngày, từ ngày 28 tháng 6 đến ngày 16 tháng 9 năm 1972, ngày Bắc quân rút khỏi thành Đinh Công Tráng về phía bắc sông Thạch Hãn, miền Nam ném vào lần lượt hai sư đoàn thiện chiến của họ, là sư đoàn Nhảy dù của tướng Dư Quốc Đống, với ba lữ đoàn, về sau được thay thế bởi sư đoàn Thủy quân lục chiến của tướng Bùi Thế Lân, cũng với ba lữ đoàn.

Một đứa trẻ làm cho chiều sâu của sự vật trở nên sâu thẳm hơn.

Một đứa trẻ như một quê hương.

Nuôi sống một đứa trẻ thật không dễ dàng. Kiêm lặp lại Tháng Tư: con người phải yêu những thứ tạo ra mình. Sông suối, chim muông, gió cát, đồi sim. Thị xã nằm ở giữa huyện Hải Lăng phía nam, huyện Triệu Phong phía bắc, diện tích tám ngàn hecta, dân số ba mươi ngàn người, phía tây là đồi núi, phía đông là bờ biển đẹp tuyệt, nhiều tôm cá, nước mắm Mỹ Thủy ngon nổi tiếng, phía bắc là đồng bằng có nhiều vườn thanh trà và đồng lúa. Thị xã có đường thủy là sông Vĩnh Định và Thạch Hãn, vào Thuận An ra Đông Hà đều tiện. Nhờ hai con sông này mà thời tiết mát mẻ. Trận đánh kéo dài tám mươi mốt ngày đêm, giữa Quân lực Việt Nam Cộng Hòa, tấn công, và Quân đội Nhân Dân Việt Nam, quyết phòng thủ để giữ lấy Quảng Trị làm thủ đô của Chính phủ Cách mạng Lâm thời miền Nam Việt Nam, nhưng về sau phải dời ra Đông Hà, là trận đánh lớn nhất của cuộc chiến tranh hai mươi năm, và không có quân Mỹ và quân đồng minh tham dự trực tiếp.

Chỉ có người Việt mình chia phe đánh nhau. Thằng bé bỗng nói.

Kiêm nhìn nó. Lần này anh không ngạc nhiên, anh chỉ cảm thấy tức ngực khó thở. Không phải khi nào bạn đi xuống, đất cũng mở ra, có khi càng đi xuống, chỉ toàn gặp bóng tối. Ngực ép lại. Không khí càng lúc càng thiếu, bạn ngất đi. Kiêm muốn đi xuống.

Anh hỏi Tháng Tư có thể để làm người dẫn đường cho anh không.

Trước đây thì không.

Vì sao?

Vì em phải về nhà trước khi mẹ em nấu cơm tối và cho bọn gà vào chuồng. Nhưng bây giờ em ở một mình, tha hồ đây đó. Nó cười, khoái chí. Thằng bé dẫn anh đi. Anh đi bên nó như thế, cả hai im lặng, bây giờ anh nhìn thấy khuôn viên trường trung học Bồ Đề, tường xây cao, những dãy lầu có cầu thang xây bên ngoài trời, uốn lượn duyên dáng. Cỏ cao che lấp bức tượng trắng trong sân. Tháp nước vẫn còn, những hành lang gạch đá loang lở vì bom đạn. Kiêm muốn bước vào cổng trường, nơi ba anh từng dạy học ở đó. Trời sắp tối, mặt trời xuống thấp bên kia sông Thạch Hãn. Nhìn phía sau lưng trường Bồ Đề, dòng sông chảy êm đềm, mùa này nước cạn, những gò cát vàng nổi lên. Anh nhớ thời bé, những lúc bơi qua sông, đứng trên đó, quần xà lỏn, mình trần gió mát rượi, trong ngực anh niềm hạnh phúc của quê hương tự do đang đập đều nhịp. Đi thêm một lát, Kiêm gặp ngã rẽ, anh lúng túng, quên đường. Kiêm đã đi qua một đoạn dài từ Gia Long qua Phan Chu Trinh nối vào Trần Hưng Đạo, đi qua đường Nguyễn Hoàng ngắn và thơ mộng, dọc theo Quang Trung chạy thẳng góc với Gia Long. Trong lịch sử hai vị vua vĩ đại này chưa bao giờ gặp nhau nhưng họ căm ghét nhau và trả thù hèn mọn, bây giờ gặp nhau ở chỗ bờ sông mát mẻ, trong hòa bình, sau hiệp định Genève.

Hãy tha thứ cho cha ông chúng ta: những kẻ vĩ đại và hèn mọn.

Tất cả chúng ta đều hy vọng rằng thế giới sẽ thương xót chúng ta. Chúng ta hy vọng rằng một ngày kia câu chuyện của chúng ta sẽ được kể lại, sự thật sẽ được chạm tới, tro tàn của những người lính từ hai phía đã chết, vùi sâu dưới đất đá, sẽ được mang lên, về quê cũ, để những người sinh ra trên cánh đồng, trong khu vườn, trong ngõ hẻm, sẽ được trở về an nghỉ trên cánh đồng của họ, khu vườn của họ, ngõ thân yêu của họ. Chúng ta hy vọng những người mà chúng ta thương yêu sẽ nhìn thấy cuộc tìm kiếm của chúng ta. Trước hay sau gì lịch sử cũng nẩy tung tóe ra, sự thật chói lòa mặt đất chiếu sáng khuôn mặt chúng ta. Những người nghèo khổ nhất không phải là những người nghèo khổ. Những người nghèo khổ nhất là những kẻ không có tình yêu trong đời.

Bây giờ thằng bé dẫn Kiêm tới sân vận động phía sau lưng trường Nguyễn Hoàng. Anh lắng nghe tiếng động của trực thăng lên xuống không ngớt chở lính bộ binh, biệt động, thủy quân lục chiến đổ vào các trận đánh tết Mậu Thân xuân 1968, Khe Sanh hè 1968, Hạ Lào hè 1971. Từ ngày 30 tháng 3 năm 1972, các mặt trận lớn cùng lúc mở ra, hai bên đều muốn giành thế mạnh cho hòa đàm Paris: Quảng Trị, Bắc Tây Nguyên, miền Đông Nam Bộ, đồng bằng sông Cửu Long. Miền Bắc tung vào chiến trường những học sinh trẻ tuổi, những sinh viên năm cuối của ba mươi trường Đại học, Cao đẳng, miền Nam tổng động viên ngay những học sinh Tú tài mà trước đó được tạm hoãn dịch vì thi cử. Cả hai bên ném xuống chiếu những con bài cuối cùng, vét sạch túi cho cuộc đánh cược số phận giữa lý tưởng cộng sản và lý tưởng tự do mà người Việt được ủy nhiệm. Trên chiến trường, Bắc quân được trang bị thêm tên lửa phòng không cầm tay Strela 2 và tên lửa chống tăng AT-3 Sagger, uy lực mạnh. Họ có tất cả 14 sư đoàn và 26 trung đoàn độc lập, gồm 200 ngàn quân, 322 xe tăng. Nam quân có trong tay khoảng 350.000 quân chủ lực, với 2.090 xe tăng, 1.700 máy bay. Tuy nhiên tình báo Mỹ và miền Nam đã sai lầm khi nhận định, như trong một tài liệu, ngay trước tháng 3 năm 1972: *"cộng sản còn ở thế bị động về chiến lược chiến thuật và đang thiếu thốn trầm trọng, nhất là đạn dược, tinh thần cán binh giảm sút, tuyển mộ khó khăn, số hồi chánh tăng, mức độ hoạt động của cộng sản trong năm 1972 sẽ chỉ tương tự như 6 tháng cuối năm 1971."* Mở đầu, Bắc quân đánh vào trung đoàn 56 ở Quảng Trị. Trung tá Phạm Văn Đính, trung đoàn trưởng và trung tá Vĩnh Phong, trung đoàn phó, ra đầu hàng, mang theo 1.500 quân. Nam quân rút khỏi Mai Lộc, để hở hoàn toàn hướng Cam Lộ vào Đông Hà. Bắc quân lập tức bao vây Đông Hà, chiếm thị trấn này ngày 28 tháng 4 năm 1972. Ngày 29 tháng 4, Nam quân rút về phía nam sông Mỹ Chánh. Bốn ngày sau, ngày 2 tháng 5, Bắc quân vào thị xã Quảng Trị, không gặp kháng cự nào. Mười ngày sau, ngày 12 tháng 4, mặt trận Bắc Tây Nguyên bắt đầu.

Anh đứng hồi lâu trước ngã ba Duy Tân. Bên tay trái của anh cỏ lau mọc cao ngất, lờ mờ hiện ra bãi đất trống, Kiêm ngẫm nghĩ, anh nhận ra giữa hai con đường Lê Thái Tổ và Trần Cao Vân chạy song song nhau là Ty Thông tin. Ở đây, buổi chiều tan học, ra khỏi cổng trường Nguyễn Hoàng anh dừng lại, đứng bên đường nghe chương trình văn nghệ hồi chánh từ loa phóng thanh. Anh nhớ những người nói giọng Bắc hát rất hay như Đoàn Chính con trai Đoàn Chuẩn, giọng opera, nhớ Duy Khánh, lưu luyến, nhà cha mẹ của ca sĩ này chỉ cách đó vài khu phố, có tường gạch bao quanh, anh đi qua mỗi ngày. Một lần, năm mười ba tuổi, Khiêm đứng ở cột đèn ấy nghe Lệ Thu hát Ngậm Ngùi của Phạm Duy phổ thơ Huy Cận. Đó là lần đầu tiên một chú bé nghe Lệ Thu, biết đến bài thơ ấy.

Nắng chia nửa bãi chiều rồi
Vườn hoang trinh nữ xếp đôi lá rầu

Tình yêu xuất hiện cùng một lúc với cảm xúc. Không một người nào muốn khổ đau nhưng chúng ta mang hạt giống của khổ đau dân tộc trong trái tim mình, từ sinh ra. Chúng ta giữ thật chặt những người yêu dấu vào lòng vì sợ mất họ. Chúng ta giữ chặt tình yêu của chúng ta vì chúng ta sợ hãi cô độc. Nhưng rồi cuối một ngày, khi sự nắm giữ ấy trở nên quá nặng nề, con người đi vào giấc ngủ, buông tay. Có phải đến một lúc mà những người đánh mất tất cả như anh không nên sống lãng mạn, không nên mơ mộng nữa, và giã biệt giấc mơ đầu đời, đã từng có thật nhưng giờ đây vô vọng đến nỗi như không có thật, Kiêm tự hỏi. Anh dành hết cuộc đời để đuổi theo mọi thứ làm trái tim đau đớn của anh sôi nổi lên, làm tâm hồn đầy bóng tối của anh phát sáng lên. Thực ra, đó là hạnh phúc hay khổ đau, anh không biết. Kiêm nhìn thấy nó, cái thành cổ nổi tiếng, thành Đinh Công Tráng, một căn cứ quân sự vững chãi, xinh xắn, im lìm sau những bông sen nở đầu mùa hạ làm đỏ mặt nước, như những giọt máu báo hiệu. Quảng Trị nhập vào Việt Nam từ năm 1069, khi vua Lý Thánh Tôn thân chinh đánh Chiêm Thành bắt được vua Chế Củ; để chuộc mạng, vua dâng ba châu Địa Lý, Ma Linh, Bố Chánh, tức Quảng Bình và một phần Quảng Trị ngày nay. Hơn hai thế kỷ sau, năm 1306, Huyền Trân Công Chúa được gả cho vua Chế Mân, đem về hai châu Ô và Lý. Hai châu này sau được đổi thành Thuận Hóa. Các quận Triệu Phong, Mai Lĩnh và Hải Lăng là đất châu Hóa thời nhà Trần. Chúa Nguyễn Hoàng vào Thuận Hóa năm 1588, lập dinh tại Ái Tử. Quảng Trị có nhiều di tích như đền Trần Nhật Duật, thành Tân Sở của hịch Cần Vương 1885, nhà thờ La Vang, cổ thành Đinh Công

Tráng, ngọn núi bạt ngàn mai trắng được gọi là Mai Lĩnh. Thành cổ Đinh Công Tráng được xây từ năm 1823 thời vua Minh Mạng, chu vi 481 trượng 6 thước, cao 1 trượng, dày 3 trượng, có 4 cửa, chung quanh được bao bọc bởi vòng hào, rộng 4 thước, sâu 8 thước. Trước đây, thành cổ là doanh trại của sư đoàn 101 Kỵ binh bay của Mỹ. Từ năm 1972, quân Mỹ rút về nước, Bộ Tư lệnh Sư đoàn 3 đóng ở đây. Từ đường Trần Cao Vân, Kiêm rẽ vào ngôi chùa nhỏ, một cái am, trước sân có tượng Quán Thế Âm giữa những bụi hoa mộc, hương thơm lan mặt đất. Trở thành chính con người của chúng ta, sau khi bạn trải qua biết bao nhiêu mất mát, hối hận, nhầm lẫn, trở thành hôm nay, bạn thật may mắn xiết bao. Anh sẽ không tìm thấy một tình yêu toàn hảo nhưng anh sẽ tìm thấy một tình yêu có thật. Anh sẽ không tìm thấy một quê hương toàn hảo nhưng anh sẽ tìm thấy một quê hương bao dung, chờ đợi. Anh ngồi xuống đó, trên hàng hiên mát lạnh của chùa, ăn bữa trưa, ổ bánh mì xá xíu của ông già Tàu đẩy xe, gối đầu lên tập sách và ngủ một giấc trong tiếng chuông chùa gió mát, trong bài thơ của Tuệ Sỹ mở đầu tập sách.

Cười với nắng một ngày sao chóng thế
Mai mùa thu rồi mốt cũng mùa thu

Hãy tập tha thứ cho chính mình về những sai lầm không thể tha thứ được. Hãy tập tha thứ cho người khác về những lỗi lầm không thể giải thích được. Hãy tha thứ cho con người vì đã mang trên vai tình yêu nặng nhọc của họ, và đã đành đoạn đặt chúng xuống vì quên lời thề, đã ở lại, đã bỏ đi, đã quên, đã xóa bỏ như xóa một chữ trên trang viết. Kiêm hiểu anh đã từng bỏ đi, anh không thể sửa chữa được. Có những vết thương không bao giờ lành.

Đôi khi yêu một người, bạn phải yêu từ rất xa.

Tháng Tư im lặng đi theo anh như một cái bóng. Anh hỏi nó, vị sư trụ trì cái am ấy, mà mẹ anh gọi bằng cậu, số phận về sau ra sao? Thằng bé trả lời: sư ông ở lại, không vào Huế. Anh thầm nghĩ: và sư ông đã chết, nhưng không nói ra.

Tháng Tư nói: dạ, ôn đã chết.

Nỗi uất nghẹn trào lên. Nhưng anh giận ai? Anh chẳng giận ai cả. Anh biết con người cần phải chống lại sự đau khổ. Có hai cách để chống lại đau khổ: khóc và giận dữ. Từ mái hiên của cái am nhỏ, anh nhìn thấy những đứa học sinh trạc tuổi anh từ các trường ùa vào bàn bi da bên kia đường, những trái bóng xanh đỏ, cứng, đẹp, lăn đi trên thảm nhung. Một trái rơi xuống sàn nhà, lăn ra đường, trái bóng màu xanh, anh chạy theo nhưng không thể nào bắt kịp, nó lăn mãi, lăn mãi, lăn mãi. Giờ đây anh xuống chùa Tỉnh Hội, trên bờ sông, sau lưng chùa là xóm Âm Hồn, có những bãi tha ma nơi anh từng băng qua đó chiều tối vừa đi vừa chạy sau khi đến thăm nhà cô bạn gái ở Hạnh Hoa thôn. Con đường dài nhất, đường Gia Long ven bờ sông, chạy từ Như Lệ xuống cầu Ga, băng qua quốc lộ một, chạy song song với đường Trần Hưng Đạo, có những hàng cây cao lớn, cây sanh, cây trứng cá, dương liễu, hàng phượng vĩ đỏ rực đốt lửa cho mùa hè, cho con sông gió thổi miên man tung mù gió cát. Sông Thạch Hãn thật đẹp. Dù trên đời có những con sông đẹp hơn thế nữa, thì con sông quê hương anh vẫn đẹp nhất, đau đớn nhất, chết chóc nhất, rồi đây sẽ đầy máu, mặc cho tiếng chuông từ chùa Long An tả ngạn chùa Tỉnh Hội hữu ngạn ngân nga vọng lại. Dòng sông chạy vòng qua chợ Sãi một thời ríu rít nem bánh ướt, đổ vào sông Vĩnh Định để chạy vào Huế, mang theo chuyến đò dọc đêm trăng. Thị xã nhỏ xíu đi một hai giờ là hết, thế mà hai người đi mãi, lầm lũi trong đêm, Kiêm cố nhớ những tên đường cũ. Khi nào anh quên thì Tư nhớ, nó nhớ từng chi tiết. Đôi khi bạn cũng cần thu mình vào bóng tối, tránh mặt cuộc đời, đôi khi bạn cần nghỉ ngơi. Không phải chỉ là nghỉ ngơi từ công việc, mà nghỉ ngơi cả những xúc cảm: yêu thương và đau đớn, suy tư và kỳ vọng. Cần có dũng cảm để dừng lại. Con người thử dịu dàng với chính mình. Bây giờ trời đã tối, nhiều người đi ngủ sớm. Bọn trẻ học bài dưới bóng ngọn đèn dầu ở ngoại ô, ngọn đèn đường gần bờ sông. Trước hàng rào kẽm gai, một người lính mang súng đi đi lại lại, một đôi tình nhân đi chơi về muộn. Ngọn đèn hỏa châu sáng bừng góc trời một lát rồi tắt. Người yêu quê hương đã đi ra khỏi mảnh đất của những hận thù dai dẳng mà vẫn muốn trở về. Người nông dân muốn cày lại thửa ruộng của mình. Người thợ sửa đồng hồ muốn ngồi lại cái ghế vải nhỏ thấp của mình sau tủ kiếng bày đồng hồ cũ và mới. Lò bánh mì chiếu sáng nhấp nhô bóng những đứa trẻ bán bánh mì đứng trước cửa sổ với bao tải lớn đựng bánh nóng mới ra lò. Con chim về ngủ muộn biến mất trong bụi cây chỗ anh đứng. Có khi họ gặp khoảng sân lớn, cỏ mọc um tùm, đứng hồi lâu, Kiêm không nhận ra được là đâu. Nhiều năm sau, trong một giấc mơ, anh nhận ra đó là rạp Đại Chúng, nơi anh đến xem cuốn phim đầu tiên cùng với mọi người, ba anh đi trước, mẹ theo sau, mọi người vừa coi xong bộ phim Hai quả bom nguyên tử trên đất Nhật, ba anh bắt đầu nói về chiến tranh và hòa bình, mẹ anh kêu lên từ phía sau vì hai đứa con trai băng qua đường ngay trước mặt một chiếc xe cam nhông, những người chị nói về bè bạn của họ, đêm ấy trăng sáng gió thổi rờn rợn mặt nước. Thế rồi Tư nhìn thấy một góc tấm bảng bằng kẽm màu trắng hoen rỉ nhô lên trên mô đất phủ cỏ, nó kéo mạnh, cái bảng tuột ra dễ dàng. Kiêm lật mặt sau, thấy ghi dòng chữ sơn xanh:

Quán Văn
55B Quang Trung – Quảng Trị
nơi gặp gỡ của những người trẻ
chỗ ngồi của người thích nghe nhạc tiền chiến

Khi bạn đánh mất một điều gì, bạn lập tức nghĩ tới nó. Khi bạn nghĩ tới nó ngày này qua ngày khác, nó trở thành nỗi ám ảnh, nỗi ám ảnh cùng với thời gian trở thành âm nhạc, nhưng âm nhạc không phải là hiện thực. Lòng thương tiếc làm cho kẻ mất mát không sống với hiện thực. Những người ấy nghĩ đến sự ra đi, sự trở về, họ không sống với thực tại, như khi bạn sắp ra phi trường, bận nghĩ tới chuyến đi và để mặc những thứ còn lại nằm lăn lóc trên sàn nhà: áo quần, sách vở, giày dép.

Người ly hương sống với dự định.

Hai người đi thêm nữa, vượt qua cổng bệnh viện, một chiếc xe Jeep đậu bên đường không người. Kiêm rẽ phải, đi qua những đống rác cao ngang đầu, mùi cá tanh, hàng quán, mùi đậu hũ chiên, mùi cá nướng, anh biết đang đi vào chợ tỉnh. Anh nhìn thấy bảng hiệu nhỏ, bên kia đường, của ảnh hiệu Lido. Kiêm chụp một bức hình đen trắng ở đó, năm anh mười tuổi, trong dịp làm căn cước đi thi tiểu học. Thật đẹp, cái cách mà chúng ta xuất hiện trong đời. Một thằng bé xuất hiện trong cõi, mặt mũi xấu xí nhưng bụ bẫm, má lúm đồng tiền một bên, mặc áo sơ mi kẻ sọc, ghi dấu sự có mặt của mình với thẻ căn cước lớp Nhì. Đứng không chớp mắt trước nguồn sáng, rụt rè, nó nghĩ, thật đẹp cuộc đời chúng ta được sống một lần hư huyễn trên quê hương, được sống một đời sống mà nay kể lại không còn ai tin được vì họ chưa bao giờ thấy. Rồi ra, bạn cũng chẳng bao giờ tìm được một tình yêu toàn hảo, nhưng chắc chắn bạn đã có một tình yêu thực sự với đất Thuận Hóa. Châu Thuận là Quảng Trị, châu Hóa là Huế. Năm 1906, ở châu Thuận toàn quyền Pháp Jeanpeou thành lập thị xã Quảng Trị như ngày nay. Kiêm biết anh đang đứng ở vị trí kỳ lạ, điểm giao thoa của thời gian. Phía sau lưng anh muồng đen ra trái đầu mùa, ngắt thử một cái, còn chua loét, Kiêm nhắm mắt. Anh nằm xuống, trúng độc, thiếp đi. Nửa đêm, trăng sáng hơn, Kiêm thức dậy. Anh nhớ thằng bé. Bạn ở đâu? Kiêm hỏi lớn. Im lặng. Một cái bóng di chuyển phía trước. Kiêm sợ hãi, lùi lại, nhưng lưng anh chạm cột đèn. Cái bóng ấy không phải là người, chỉ là do ánh trăng chiếu xuống từ một cây sầu đông. Anh kể lại cho Tháng Tư khi nó từ xa trở lại. Không thể nào có được, thằng bé nhận xét. Không còn một cây cối nào sống sót trong thị xã. Kiêm nói thêm, anh còn nhìn thấy những hàng phượng vĩ. Đó là vì ánh trăng, mặt trăng ở đây đỏ như máu, thằng bé nhận xét. Họ đi qua một cái vòm cổng có hai cột lớn, quét vôi trắng, trên vòm cổng có dây leo vàng. Vừa bước qua cổng, Kiêm chạm phải đống gạch đá. Tháng Tư cúi xuống. Nó đi xuống. Nó tìm thấy dưới đống gạch đá mấy tờ tạp chí còn gần nguyên vẹn, chữ lờ mờ nhưng đọc được dưới ánh trăng. Trên một trang, có lời kêu gọi đóng khung hình chữ nhật trang trọng:

những người làm thơ sẽ
lại gặp nhau giữa mùa gió cát
trong
Tuyển Tập Thơ Mùa Hạ
Do ban báo chí Trung-học Nguyễn Hoàng thực hiện

Đôi khi bạn thất tình: bạn sống quá lâu trong tình yêu của mình khi lẽ ra bạn phải rời bỏ nó rồi. Đôi khi bạn đặt kỳ vọng quá nhiều vào một người nhưng người đó rời bỏ bạn. Đã chết. Đôi khi bạn sống quá lâu bên mộ người yêu dấu. Bây giờ, hãy buông ra. Kiêm biết, anh không làm được. Rồi cuối cùng của một ngày con người cần đến nhau. Bạn phải trở về căn nhà của mình, tiếng nói vang lên. Anh biết tiếng nói ấy đến từ phía Tháng Tư. Anh nhìn nó, nhưng thằng bé không ngoảnh mặt lại, ra vẻ chăm chú tìm kiếm thứ gì. Anh là người đáng yêu thế, anh hãy trở lại căn nhà của mình ở xứ tuyết, mùa hè này tuyết chưa tan và lắng nghe tiếng lạo xạo của những chú sóc trên cây sồi, khi ấy anh hãy nhớ đến em, Quyên nói. Anh nghe tiếng nói của người thiếu nữ. Tình yêu là một nụ cười thoáng qua trên khuôn mặt từ cuối phòng kia, giữa đám đông. Giờ đây anh muốn cô độc ôm lấy vết thương của mình. Khi bạn già đi, mọi thứ đều lắng xuống, những mối quan hệ. Kiêm nghĩ, anh xứng đáng hơn thế. Ý nghĩ của anh vang lên. Đây là ngôi trường cũ, Tháng Tư nói. Kiêm nhớ lại, đúng vậy, cái vòm cổng này. Sân trường. Sân bóng rổ. Nhưng sao có đống gạch đá? Anh nhìn quanh, ngẫm nghĩ, dưới ánh trăng bạc, những mái nhà thấp, mái ngói, mái tôn. Nếu là trường học sao những ngôi nhà thấp thế này, anh tự hỏi. Tháng Tư đi vòng quanh đống gạch đá, cỏ dại mọc cao, bông chúng trắng xóa lẫn vào ánh trăng. Anh đi xuyên qua phòng Tổng giám thị, vòng ra sau phòng Hiệu trưởng, nơi anh chưa bao giờ dám bước vào, trừ lần duy nhất khi thi đỗ Đệ Thất, được thầy hiệu trưởng gọi lên khen thưởng. Băng qua sân bóng rổ, cột cờ, có lá cờ vẫn còn bay phần phật, đỏ như máu, rách tươm, anh ngoái nhìn nó một lần nữa, lá cờ ấy bây giờ được gió thổi tung lên, căng phồng ra, bị gió xé rách thêm một lần nữa, rồi nó rũ hẳn xuống, rũ xuống nữa, như một giọt lệ. Anh thong thả bước qua bậc tam cấp vào dãy lầu có thư viện của lớp Đệ Tứ, cầm trên tay cuốn Cõi Thơ do Lá Bối in màu vàng trên giấy đẹp, đứng ghé đọc bên cửa sổ, và giáo sư quản thủ thư viện bước tới, liếc nhìn cuốn sách, thầy mỉm cười với anh, nụ cười trong suốt buồn buồn của một người biết mình sắp chết, mấy tháng sau. Dòng sông được nhớ lại bởi bầy cá, hay bầy cá được nhớ lại bởi dòng sông. Đôi khi trong đời bạn biết bạn cần sự giúp đỡ, sự giải thích, cần câu trả lời, nhưng bạn không nhớ câu hỏi. Xem xét một hồi, Tháng Tư bảo: ở đây người ta chôn cất những người chết.

Ai chết?

Lính của hai bên. Dân thường kẹt lại. Lính của sư đoàn Dù, sư đoàn Thủy quân lục chiến, liên đoàn Biệt động quân. Lính của trung đoàn Tam Đảo, của sư đoàn Sao Vàng. Sao người ta không mang xác của họ lên? Kiêm hỏi.

Em không biết. Em nghĩ người ta không biết điều ấy.

Người ta không biết có người chết chôn ở đây?

Không. Nếu biết, người ta đã mang đi.

Đúng rồi, đã gần một thế kỷ. Kiêm nghĩ đến một người lính từ miền Bắc đã đến đây, mùa hè ấy.

Thành cổ nát tan tành cùng hàng phượng dọc đường Nguyễn
Hoàng mà em vẫn hát Diễm xưa
Hương ơi! áo dài trắng cây ghi-ta bé bỏng
Chai la-de đầu tiên anh uống cùng đá lạnh tanh nồng mùi
máu, mùi xương

Em còn trên đời không hay đã nát tan cùng những mảng
tường
Trường Bồ Đề hay đã chết sập hầm trước tòa nhà tỉnh
trưởng
Cái giọng khàn khàn giai điệu lạ lẫm
Đã hòa em vào trong ký ức của anh

Hòa cả mùa hạ 72 cùng đồng đội trẻ măng
Những binh nhì hy sinh ngày lính mới
Mưa vẫn hay mưa nắm cơm thiu vắt vội
Diễm xưa Quảng Trị xưa mùa hạ xưa
Còn mất đến bao giờ?

Bài thơ Mùa Hạ Diễm của Nguyễn Thụy Kha. Anh nhớ đến cô gái học cùng lớp thời tiểu học, lên trung học hai đứa học cùng năm nhưng khác lớp, vẫn chơi với nhau. Anh nghĩ: nhà Quyên ở đâu?

Anh hỏi gì? Tháng Tư hỏi.

Nhà của Quyên?

Thằng bé im lặng. Vào lúc ấy, anh cảm thấy khát. Kiêm muốn tìm một cốc nước. Anh không nhìn thấy nước đâu cả. Anh hỏi Tháng Tư. Thằng bé ngần ngừ. Nó chưa trả lời. Thị xã bây giờ hiện rõ trong mắt hai người. Một thành phố xinh đẹp, hệt như trong trí tưởng tượng của anh. Một giấc mơ đầy màu sắc. Những con đường sạch đẹp nhưng giờ đây Kiêm nhìn thấy những chiếc xe đạp, xe Honda 67, Dame, GMC lớn, có thể chở cả một thiết giáp M113, đỗ trên đường, không ai lái. Cỏ dại mọc cao ngang đầu từ ngày 30 tháng 3 năm 1972, cho đến ngày 31 tháng 1 năm 1973, khi ký hiệp định Paris. Về phía Bắc quân, dù chịu tổn thất mỗi ngày một đại đội phải rút khỏi Thành cổ Quảng Trị để Nam quân tái chiếm, đã kiểm soát được rất nhiều vị trí chiến lược khác, ví dụ cảng Cửa Việt, nơi nhận viện trợ từ miền Bắc. Tuy nhiên, việc họ không chiếm được An Lộc và Kontum mùa hè ấy cũng khiến cho phái đoàn Hà Nội tại Paris phải nhượng bộ, rút lại yêu sách dứt khoát loại bỏ Tổng thống Nguyễn Văn Thiệu, chấp nhận trên nguyên tắc để ông tiếp tục nắm quyền, cho đến khi tổ chức tuyển cử thành lập chính phủ ba thành phần, theo hiệp định Paris. Việc miễn cưỡng để lại Tổng thống Thiệu hóa ra là một ván bài may mắn của Hà Nội, vì ba năm sau, chính vị tổng thống này đã liên tiếp đưa ra những mệnh lệnh rút quân quái gở hỗn loạn, trực tiếp dẫn đến sụp đổ.

Đã quá nửa đêm. Thư trả lại. Người nhận thư đã mất.

Anh ra hiệu cho Tư đi chậm. Anh quay lại, đi ngược con đường của mình. Rõ ràng anh vừa nhìn thấy hàng chữ ấy. Thư trả lại. Người nhận thư đã mất. Anh không nhìn thấy gì. Bên tay trái của anh có một bức tượng Đức Mẹ, màu trắng, bên tay phải, ở giữa vườn chuối, một bức tượng khác. Nhưng anh không thể tìm ra hàng chữ ấy nữa. Kiêm bỏ cuộc. Anh đã bỏ cuộc nhiều lần. Anh đã để Quyên ở lại. Ra đi một mình. Chạy trốn. Thật khủng khiếp. Làm sao anh có thể để cô ấy ở lại?

Sao không có người nào ở đây cả? Kiêm hỏi, nhìn vào mặt thằng bé. Tháng Tư quay đầu đi. Có nhiều người ở quanh đây, nó nói. Sao tôi không nhìn thấy họ, anh hỏi. Trăng sáng quá, Tư nói. Kiêm không biết đó là lời nhận xét hay câu trả lời. Anh lặng lẽ tìm cách tiến đến gần Tư, cố gắng chạm vào người nó. Anh chưa bao giờ làm thế cả. Có một con chim vừa bay ngang trời kêu thật gần, ngay trên đầu họ. Đó là con vạc ăn đêm. Không, là chim phượng hoàng. Không. Kiêm ngần ngừ một lúc, nhưng tiếng kêu của con chim lẻ loi bay qua làm anh trở nên bạo dạn. Tôi có một người bạn thời thơ ấu. Cô ấy nằm lại ở đây. Nó hỏi: tên gì? Kiêm nói: Quyên. Anh nói cả họ của cô. Tháng Tư im lặng một lúc. Em không biết. Nhưng họ biết. Họ là ai? Tư không trả lời. Nó dẫn anh đi thêm một đoạn đường nữa. Khi Kiêm cảm thấy bắp chân đau đớn, cảm thấy mình đã sống không xứng đáng, anh biết rằng anh đã đặt mình vào một hình ảnh lý tưởng, đôi khi từ một người khác. Nhưng Quyên có bao giờ muốn anh sống lý tưởng thế đâu, cô chỉ muốn anh hạnh phúc. Quyên nói: đừng bao giờ đặt hạnh phúc của anh vào tay kẻ khác. Đừng bao giờ sống trong kỳ vọng của người khác. Bạn xứng đáng được sống một cuộc đời khác biệt sau khi đã mất tất cả. Nhiều người làm được thế. Bạn xứng đáng có những giây phút trong sạch, vô tư, của chọn lựa. Nhưng bạn không bao giờ được quyền chọn lựa. Mặt khác, bạn đã sống một cuộc đời đầy cảm hứng. Cảm hứng ấy sinh ra từ đâu, nếu không phải là từ lòng hối hận, sự mất mát, thương xót. Quyên bảo anh: đừng đánh mất chính mình vì đem lòng yêu một người nào. Nhưng yêu một người nào là cách tồn tại duy nhất của một tâm hồn. Anh không biết có một cách tồn tại nào khác.

Đập Đá, ngày... tháng 4 năm 1972.

Quyên,

Anh vào đây được năm ngày. Anh đã nhận thư em, đóng con dấu bưu điện thị xã chỉ một ngày sau khi anh tới chào em và hai bác. Anh phải vào đây để tiếp tục việc học, chuẩn bị thi tú tài, nếu đậu sẽ được hoãn dịch. Anh không muốn đi lính.

Nhưng nếu anh bị gọi thì sao? Có lần Quyên hỏi, khi hai đứa ngồi bên nhau.

Nếu bị gọi thì anh sẽ nhập ngũ.

Sao anh không trốn lính?

Bằng cách nào?

Nhịn ăn, uống thuốc xổ, núp trên gác trần nhà, trốn vào tu trong chùa?

Anh không thể sống hèn nhát.

Thư viết tiếp: Anh ở Thành nội và Đập Đá, mấy dì và các em thương anh lắm, cho ăn uống đầy đủ, ngủ giường chiếu riêng, em không phải lo. Nhưng anh nhớ nhà, nhớ trường, bè bạn. Anh nhớ em.

Nghe nói chiến sự đang lắng dịu, anh sẽ trở lại thị xã khi nào tình hình cho phép, chắc là nội trong tháng Tư này mà thôi. Em nhớ giữ sức khỏe, học giỏi, ngoan. Tái bút: Anh để dành tiền mua cho em một cặp nón bài thơ thật đẹp có lồng hình sông Hương núi Ngự.
Vào những khoảnh khắc, đúng ra người ta phải đau khổ thì anh cảm thấy hạnh phúc. Anh biết những khoảnh khắc ấy: tựa như khi tới gần một cánh cửa. Nước mắt sẽ nhớ lại khuôn mặt em hay khuôn mặt em sẽ nhớ lại nước mắt. Có những mùa, khi thời gian dịch chuyển. Khi vật chất và tinh thần giao nhau, khi tình yêu quá lớn và anh không thể nào một mình ôm giữ nó, tình yêu sẽ bùng phát như hoa. Tình yêu mà bạn xứng đáng được nhận sẽ đi tìm bạn, chọn bạn, sẽ chiến đấu vì bạn. Tình yêu ấy đến mà không cần lời xin lỗi, lời tha thứ, đến trong khu vườn ấm áp, trong nghĩa địa băng tuyết. Đời sống thực lý thú hơn tiểu thuyết, phong phú hơn, đau đớn hơn, sảng khoái hơn. Kiêm không thể sống mà không có tiểu thuyết. Cuốn tiểu thuyết mà anh tự viết cho mình, là tác giả và là độc giả, không có một người đọc nào khác. Trong cuốn tiểu thuyết ấy, nhân vật chính của anh bao giờ cũng đáng yêu, bao giờ cũng là kẻ đánh mất, thua cuộc, đầu hàng, rời bỏ. Đời sống hôn lên trán anh trong khi anh đang ngủ, nhưng trong giấc ngủ, trong giấc mơ của nó, anh lại chạy đuổi theo một điều gì khác, ngoài đời sống thật. Trong khi đời sống lại ngồi chờ anh ở chân giường, kiên nhẫn và tha thứ, mang lại ý nghĩa cho tồn tại. Ý nghĩa của tồn tại mà nó mang lại cho anh là sự hòa giải đối với quá khứ, là tự do cho dân tộc trong tương lai. Chúng ta sống như những người nhận được lời ước về cuộc sống của mình, hữu hạn nhưng đầy ý nghĩa, độc lập nhưng nối kết, trong một tình yêu mà chúng ta tin là có thể kiểm soát được. Nhưng tình yêu không thể kiểm soát. Thứ mang lại cảm hứng cho đời sống mà Kiêm nhận được không bao giờ anh có thể kiểm soát. Tâm hồn anh không bao giờ im lặng, không nhỏ lại, không khôn khéo, nó lên tiếng vào những lúc bất ngờ. Nhưng nhờ nó mà mỗi ngày của anh là một quà tặng, sự nhớ lại của anh trở thành hiện hữu. Kiêm nghĩ: người mà anh để mất tới sẽ trở lại tìm anh, sao anh có thể gọi đó là mất mát. Tình yêu ấy đang ở bên anh, trong cuộc chiến đấu mỗi ngày trong ký ức và trong thực tại, dịu dàng, quyết liệt, đi cùng anh tới cuối đường. Ngay cả khi anh không xứng đáng

với nó, tình yêu ấy cũng trở lại. Bây giờ hai người vào trong sân trường, đi qua dãy nhà thấp, lợp tôn, rồi họ vượt qua hàng rào vỡ nát, dây bìm bìm giăng đầy, ra khỏi khuôn viên trường, băng lộ, bây giờ Kiêm nhìn thấy một nghĩa địa mênh mông. Những ngôi mộ màu trắng nằm chi chít bên nhau. Giữa chúng là những bụi rậm, trổ hoa nguyệt quế trắng, thơm. Kiêm cảm thấy mỏi chân, anh hỏi: em không mệt sao?

Không có tiếng trả lời. Anh quay lại.

Thằng bé biến mất. Giữa hai ngôi mộ.

Kiêm ngồi bệt xuống, người rũ liệt. Khoảng nửa đêm, anh giật mình thức dậy. Trong túi áo sơ mi của anh, bức thư viết cho Quyên chưa gởi đã ướt sương. Sương đêm hay là nước mắt từ ngày lưu lạc. Xung quanh anh những bông hoa nở trắng xóa rơi lả tả trên những ngôi mộ. Anh nghĩ anh đã chết, đã qua một thế giới khác. Có một hồi chuông lảnh lót từ tháp chuông nhà thờ. Nhớ ra Tháng Tư đã biến mất, anh đi quanh, cúi xuống nhìn thật kỹ. Có một vật màu xám đen nằm trên cỏ. Đó là chiếc áo sơ mi của Tư mặc hồi chiều, chiếc áo bỗng đổi màu từ xám đen trở nên trắng dần rồi trắng toát. Anh không tin ở mắt mình, cái áo di động chậm chạp, nhưng trời không có gió, nó cuộn lại như một bông hoa, nở ra như một bông hoa, bay lên như một bông hoa, anh biết Tháng Tư muốn từ biệt.

Anh nghĩ rằng nó sẽ trở lại.

Nguyễn Đức Tùng

NGUYỄN LÊ HỒNG HƯNG

THUYỀN NHÂN

Những ngày biển êm và trời trong, giữa đêm khuya trợt giấc, tôi có thói quen ra boong nhìn trời, ngắm trăng, ngắm sao và vài chòm đèn của những con tàu xa xa. Đêm nay trăng khuyết và trời trong quá, nên nhìn thấy những vì sao sáng tỏ. Vầng trăng già hơn nửa mảnh treo ngang vòm trời, tôi nghĩ tới một đời người có khác nào vầng trăng khi tròn, khi méo, thoáng chốc lụi tàn. Kiếp người ngắn ngủi, ấy vậy mà không biết bao nhiêu chuyện vui, chuyện buồn, chuyện suôn đuột, chuyện éo le xảy ra trong đời sống. Có chuyện tưởng chừng như theo thời gian quên lãng, nhưng rồi chỉ trong giây phút tâm trí bừng sáng và nhớ lại một cách rõ ràng.

Những tháng năm tập tễnh hải hành, tôi đi đi, lại lại hải cảng Belfast mỗi tuần một lần, cảnh vật nơi đây tôi cũng đã quen. Sau đó tôi đổi những tuyến đường xa, cho tới năm nay, hơn ba mươi năm rồi, tôi mới trở lại tuyến đường Belfast. Bao năm trôi qua, quang cảnh nơi này có nhiều thay đổi, hồi đó mùa đông tuyết rơi nhiều lắm nhưng bây giờ thì ít hơn, cây cối trụi lủi, trơ cành, những con đường trơn nhớt, ở đây ít khi trời trong và khô ráo, cảnh vật luôn mơ màng và thường mỗi sáng có sương mù, hiếm hoi lắm mới có ngày nắng đẹp. Trước kia khi tới một vùng đất mới, ban đêm tôi có thể đi lang thang nếu mệt thì vô quán ngồi. Nhứt là bên Nam Mỹ, ở những nước có khu ăn, uống bình dân mở cửa suốt đêm, tôi có thể vào đó ngồi uống bia tới sáng. Bây giờ đi mới nửa khu phố tự dưng tôi hổng muốn đi nữa, đúng là tâm trạng làm biếng của tuổi già, chớ hổng phải vì tuổi già sức yếu. Nghĩ tới tuổi tác, tôi mỉm cười một cái rồi quay gót giày đi trở về hội quán.

Vô hội quán tôi thường ngồi mình ên trong góc, uống nước lọc và nhìn người ta sinh hoạt. Đã qua hơn ba mươi năm rồi, nhân viên trong hội quán đã thay đổi hết, lớp nhân viên trẻ thay lớp già nên tôi hổng còn người quen trong hội quán nữa. Nhưng hổng sao, nhân viên hội quán luôn lúc nào cũng vui vẻ, thân thiện và rất tử tế, thủy thủ cần gì thì họ tận tình giúp đỡ. Tôi mới quen với Bryony, cô nhỏ là nhân viên tiếp thị của hội quán, cô thường xuyên xuống tàu nạp tài khoản internet và xem thủy thủ có cần giúp đỡ gì không. Nghe thủy thủ trên tàu gọi tôi là uncle, cô cũng bắt chước gọi tôi là uncle, tiếng Anh uncle nghĩa là chú. Chuyến trước Bryony xuống tàu trong lúc thủy thủ ra boong hết nên tôi ngồi tiếp cô nhỏ. Cô hỏi tôi:

– Chú có thường lên hội quán?

Tôi cười:

– Có chớ mỗi khi ghé đây là chú lên, hơn ba mươi năm trước, hội quán này là nhà của chú, dạo đó trong hội quán ai cũng biết chú.

– Ồ, chú còn nhớ ai không?

– Còn, còn nhớ ông John, vì ông ấy thương chú lắm.

– À, con biết ông John.

Nhắc tới ông John tôi nhớ lại, ông John là nhân viên hội quán, ông đứng quầy ba rót bia và rượu cho khách, tiếng Anh gọi là bartender. Lần đầu tôi mua bia, ông hỏi tôi:

– Bia gì?

Tôi nói:

– Bia gì cũng được miễn là của nước Anh.

Ông cười vui vẻ vừa đưa tay lấy ly và lon bia ông vừa nói:

– Ô kê, ô kê... When in Rome, do as the Romans do.

Thấy ông đưa cho tôi bia Guinness. Tôi nói:

– Guinness là bia của Ái Nhĩ Lan mà.

Ông nói:

– Đúng đúng, nhưng đây là hải đảo của Ái Nhĩ Lan.

– Cũng được, tôi nói, Guinness là bia đen của Dublin, nổi tiếng thế giới.

– Đúng đúng...

Từ đó tôi mới biết Belfast không phải là của Ireland mà là phần đất của Anh quốc nằm bên hải đảo Ái Nhĩ Lan và tôi thuộc luôn câu thành ngữ "When in Rome, do as the Romans do", nghĩa là "Nhập gia tùy tục". Ông John hỏi tôi là người gì. Tôi nói:

– Tôi là người Việt.

– Nam Việt hay Bắc Việt?

– Nam Việt.

– Oh! Southern Vietnamese, boat people!

Nghe ông hô lớn, nhân viên trên hội quán và nhiều thủy thủ hướng mắt về tôi. Khi tôi quay ra tìm chỗ ngồi thì nhiều thủy thủ ân cần mời tôi ngồi chung, mời tôi cụng ly, uống cạn bia họ mua thêm bia cho tôi uống. Có người hãnh diện khoe tàu họ đã từng vớt người tị nạn rồi đưa về trại Tân Gia Ba và nhiều người hỏi tôi về chuyện vượt biển. Lúc đó tôi nói tiếng Anh còn bập bẹ, phải chi dạo đó có điện thoại thông minh và Google dịch như bây giờ thì tôi đỡ mỏi tay, vì tôi nói chuyện bằng tay nhiều hơn bằng miệng. Tuy vậy mà mọi người vẫn chăm chú lắng nghe, có lẽ họ nghe bằng mắt nhiều hơn bằng tai. Hổng biết họ hiểu câu chuyện tôi kể được bao nhiêu, nhưng tôi cảm nhận được, trong mắt họ tôi là người đáng thương, cần được an ủi và giúp đỡ. Cũng từ đó trở đi nhân viên hội quán gặp tôi ai cũng vui vẻ đón chào và hổng gọi tên cúng cơm tôi mà gọi biệt danh tôi là Boat People.

Hổng riêng gì người Anh, nước Anh cư xử tử tế với thuyền nhân. Thời gian đó tôi ghé bất cứ những nước tự do nào trên thế giới, người ta nghe tôi giới thiệu: "I am Vietnamese." Tức thì có người hỏi: "Nam Việt hay Bắc Việt?". Khi biết tôi người miền Nam Việt Nam, nhiều người trố mắt ra vẻ cảm thông và kinh ngạc hô lên: "Oh! Boat people!" hoặc "Southern Vietnamese boat people!". Có người đưa ngón tay cái ra trước mặt tôi gặt gặt và có người thân thiện vỗ vai, nói:

– Southern Vietnamese people is good, very good.

Ông John là người ân cần và luôn giúp đỡ tôi, mặc dù tôi có việc làm và có tiền mua sắm, nhưng ông cũng chỉ cho tôi chỗ máng áo, quần, khăn, nón, đồ dùng cũ mà hội quán dành cho thủy thủ. Cũng từ đó tới nay, những ngày hải hành, ghé hội quán tôi thường tới chỗ máng áo quần cũ lựa cái nào vừa lấy về mặc. Ông John về nhà kể với vợ ông sao đó mà thỉnh thoảng bà mua kem đánh răng, bàn chải, xà bông gội đầu để sẵn trong bọc, nhờ ông đưa cho tôi.

Tôi hỏi Bryony:

– Ông John còn khỏe không?

Cô nhỏ đưa bàn tay ra lắc:

– Hông biết, lâu rồi con không gặp ông ta.

– Ồ, vậy con có biết địa chỉ của ông ấy không?

– Không, nhưng con tìm được.

Ngẫm nghĩ một chút, tôi lưỡng lự và nói với Bryony:

– Lâu quá rồi, hổng biết ông John còn nhớ chú không?

Bryony cười:

– Không thành vấn đề, chú còn nhớ ổng là tốt rồi.

Hôm kia tàu ghé bến tôi nhận tin nhắn của Bryony, cô nhỏ hẹn tôi tối lên hội quán, ông John sẽ xuống thăm. Trước kia, hội quán lúc nào cũng chật nứt người, bàn nào cũng đầy bia rượu, thủy thủ ăn to nói lớn ồn ào. Bên góc phòng đặt cả chục hộp điện thoại nhưng thủy thủ vẫn đứng dọc dài chờ để gọi về thăm nhà. Bây giờ những hộp điện thoại công cộng đã dẹp hết, thủy thủ nào cũng có điện thoại thông minh, họ ngồi chung nhau nhưng mắt chăm chú nhìn màn hình, ngón tay rà rà bấm bấm lên mặt điện thoại, người nào muốn nói chuyện với gia đình thì ra góc ngoài đứng tha hồ nói, không khí hiền hòa nhưng trông có vẻ lạnh lùng.

Hổng biết từ bao giờ, tôi quên bẵng cái quốc tịch và hổng màn tới mình là người gì nữa. Ai hỏi tôi phải là người In Đô không, tôi yes và hỏi có phải Phi Luật Tân không, tôi cũng yes. Lâu rồi tôi không nghe ai hỏi tôi câu: "Ông có phải người Việt không?" Nhưng tôi có nghe đầy tai về chuyện người Việt giết người, cướp của, trộm cắp, buôn người, trồng cần sa và bán ma túy xuyên quốc gia. Ở Anh quốc, trong những tiệm nails chứa chấp nhiều người ở lậu, trốn thuế và những trẻ em trong tuổi vị thành niên bị bóc lột sức lao động, những người làm việc bất hợp pháp bị bắt nhiều vô số, bắt hoài mà hổng hết. Không phải riêng nước Anh, mà khắp Âu Châu này, nhiều nhứt là nước Nga và những nước Đông Âu. Bọn buôn người như buôn bán thú vật chở trên những xe hàng, con người ta mà chúng coi như là heo, gà, vịt đem nhét đầy nhóc trong những containers chở xuyên qua nhiều biên giới. Khi bị cảnh sát phát hiện, moi ra thì người nào người nấy ngất ngư gần chết, cũng có khi khui container thấy có người ngộp thở chết bên trong, trong số đó nhiều nhứt là người ở Việt Nam. Cũng có người Việt tổ chức vượt biển đưa người vô nước Anh bằng ca nô bị cảnh sát biên phòng bắt. Những người Việt ngày nay tài giỏi thiệt, nước Việt Nam nằm xa mù chì bên kia bán cầu, phải qua hai đại dương, đi tàu buôn phải mất hơn hai tuần lễ, ấy vậy mà sao nhiều người Việt có mặt trong những containers và trên những chiếc ca nô nhỏ xíu bên tận trời Âu lạnh lẽo này.

Trong lúc tôi đang suy tư về quá khứ, chợt có một thủy thủ tới khèo vai và kề mặt sát vào mặt tôi, tôi nghe nực nồng mùi bia, ông hỏi:

– Ông có phải là ông Tấn đầu bếp không?

– Tôi ngước nhìn ông khách một cái, như một tia chớp trong đầu, tôi nhận ra ông ngay:

– Oh, Bobby!

Gặp lại đồng nghiệp cũ, giống như gặp hồn ma hiện về. Trong lòng tôi hổng mừng vui và cũng không vồn vã. Tôi chỉ chiếc ghế trước mặt nói:

– Ngồi xuống, ông khỏe không?

Vẫn thái độ giống như hơn hai mươi năm về trước, lè nhè khi say xỉn. Ông vừa ngồi xuống vừa nói:

– Khỏe khỏe... Ông vẫn còn làm cho công ty cũ à.

– Ờ, vẫn làm bình thường. Dạo này ông sao rồi?

– Vẫn vậy, vẫn làm thủy thủ.

Bobby và tôi quen nhau hồi còn trẻ, ông lớn hơn tôi vài ba tuổi gì đó, hồi đó tôi và ông đi chung tuyến đường từ Pháp sang Belfast này. Sau vài năm tàu hết hợp đồng tôi và ông cũng đổi tàu khác nhau và sau đó nghe có một đồng hương của ông nói ông đã chết rồi. Sống chung với dân In Đô đã lâu, tôi cũng biết cái tánh ba xạo nói láo của họ cũng hổng thua người Việt mình, nhưng với tánh hay say xỉn, lè nhè giống như Bobby, nghe nói ông chết, tôi tin ngay. Vì vậy hôm nay tình cờ gặp lại ông tôi có cảm giác như gặp một hồn ma. Tôi đứng lên đi lại quầy mua bưng lại cho ông ly bia. Bobby nhìn chai nước lọc trước mặt tôi, ông hỏi:

– Mày hổng uống bia sao?

– Uống, nhưng thỉnh thoảng thôi.

Lúc đó tôi thấy Bryony vô hội quán và đi lại phía bàn tôi, nhưng hổng hiểu sao cô nhỏ quẹo qua đi vô đứng trong quầy ba đưa tay ngoắt ngoắt tôi lại. Tôi đứng dậy đi tới hỏi chuyện gì. Bryony đứng phía trong quầy bar chồm ra nói với tôi:

– Ông John hổng tới được.

– Ô kê.

Tôi đi lại bàn vừa ngồi xuống thì Bobby đưa ngón tay ra dấu tục, và hất mặt về phía Bryony. À, tôi hiểu vì sao Bryony vừa thấy Bobby thì cô nhỏ quay gót đi vô trong. Tôi làm mặt nghiêm, nói với Bobby:

– Ở đây là Seamen's Mission ông à. Ông muốn đàn bà, con gái sao hổng ra quán Bar ngoài góc phố?

Ông lắc đầu:

– Ngoài đó cũng hổng còn đàn bà như trước nữa.

Tôi nhìn Bobby, ngoài sáu chục rồi, lại say xỉn như ông thì còn hơi sức đâu mà gái với gộc. Tôi nói:

– Tui quên, thời tui với ông còn trẻ, chưa ai biết virus HIV nên đàn bà con gái, tự do xuống tàu chơi với thủy thủ. À, mà ông già rồi còn chấm mút được mẹ gì mà đòi đàn bà?

Ông cười kha kha rồi đưa bia lên hớp một cái, nói:

– Có đàn bà nhìn cũng vui mắt, ông khoa tay một vòng nói, mày hổng thấy sao, toàn là đực rựa mà thằng nào thằng nấy giống như con gà chết. Nhìn gương mặt lừ đừ, hổng còn chút mùa xuân của ông, tôi hết muốn dây dưa. Tôi nói:

– Thời đại nào, cuộc sống đó. Tụi nhỏ là gà chết còn tui với ông thuộc loại gà già, hết gáy được rồi, nói chi chuyện đá, thôi cho qua chuyện đàn bà, con gái đi cha nội.

Bobby bưng ly bia lên uống, để ly xuống, hổng nói gì mà chỉ gừ gừ trong cổ họng. Nhìn tướng tá ốm nhom như con khô hố của ông và nghĩ tới một con người sống không chịu lập gia đình, chỉ biết có bia, rượu và gái giang hồ mà lây lất sống cho tới hôm nay thì cũng là lạ. Chợt nhiên tôi thốt lên bằng tiếng Anh.

– Oh, Ghosts!

Bobby giựt mình nhìn tôi, có lẽ ông tưởng tôi kêu Trời, ông hỏi:

– Chuyện gì?

Tôi mỉm cười:

– Không, hổng có gì hết.

Hẹn với ông John, ổng hổng tới được, coi như xong rồi. Mọi hôm thì Bryony thường lại ngồi nói chuyện chơi với tôi, hôm nay bị Bobby làm kỳ đà cản mũi, nên con nhỏ hổng tới được. Tôi thấy mình cũng không còn lý do gì ngồi nán lại đây nữa. Tôi đứng lên bắt tay từ giã Bobby:

– Ông ngồi chơi, tui phải xuống tàu.

Bobby đứng lên và ngập ngừng một chút rồi nói:

– Mày cho tao xin hai chục pounds.

– Để tui xem.

Tôi móc bóp, may cho ông, tôi còn một tờ hai chục và mớ tiền lẻ, tôi trút ra đưa hết qua cho ông:

– Ông ở lại chơi vui vẻ.

Tôi đi ngang qua bar, thấy Bryony đứng trong góc, tôi đưa tay chào. Cô nhỏ kêu tôi đứng lại, cô đi ra đưa cho tôi cái nón len.

– Cho chú nè.

Lần trước ghé hội quán tuyết rơi mà đầu tôi vừa mới cạo trọc và ngoài trời thì lạnh quá, tôi lại chỗ để đồ cũ vạch đống đồ ra tìm. Thấy tôi đứng vạch tìm hơi lâu, Bryony đi tới hỏi tôi tìm gì, tôi nói tìm nón len, cô nhỏ phụ tìm nhưng không có nón len. Đêm nay cầm cái nón len mới toanh, tôi nghĩ, có lẽ Bryony mua nón cho tôi. Tôi hôn phớt lên má cô nhỏ một cái và nói:

– Ồ, cám ơn.

– Không có chi.

Đêm nay không có sương mù, trời trong quá và trăng khuyết một bên, ánh sáng yếu ớt của vầng trăng làm cho ánh đèn những con tàu thêm rực rỡ. Lòng tôi chợt sáng và nghĩ ra, nếu hổng có chuyện xảy ra trong chuyến đi này thì tôi đã quên mất tiêu cái khoảng đời lẽ ra tôi hổng được quên. Trước kia gặp bạn đồng nghiệp trên những hội quán xa xôi, chúng tôi háo hức vui mừng cùng nhau ngồi uống bia và tán chuyện cho tới khi hội quán đóng cửa chưa thôi. Nhưng lần này tôi gặp Bobby tôi có cảm giác như gặp lại con người cũ kỹ xa xôi nào và tôi mới nhận ra Bobby là cột mốc cho một lớp người thay đổi và tốc độ của cả một thế giới đổi thay. Thân thể và tâm hồn tôi cũng bị thời gian làm cho chai sạn. Cũng ngay bây giờ, trong đêm nay, tôi mới nhận ra một điều là những người đồng hương cùng thời tị nạn với tôi ai cũng đã an cư lạc nghiệp ở một quốc gia tự do nào đó trên trái đất này. Riêng tôi thì ngót hơn bốn chục năm trôi qua, cho tới bây giờ, tôi vẫn còn là một Vietnamese boat people, nghĩa là một Thuyền Nhân người Việt và vẫn còn lênh đênh trên sóng nước.

Nguyễn Lê Hồng Hưng

Teesport, 20.3.2019

NGUYỄN MINH NỮU

MỘT THOÁNG MÂY PHIÊU BẠC

Tết năm đó, Nhự không về thăm nhà. Lý do thật dễ hiểu là còn nhà đâu nữa mà thăm. Di cư vào Nam, mẹ Nhự mướn một căn nhà nhỏ trong khu xóm lầy lội ở Sài Gòn làm chỗ thờ bố Nhự, đó cũng là cái tổ ấm duy nhất của Nhự, trong suốt tuổi ấu thời. Nhự là con trai út, đứa con tội nghiệp nhất. Nhự mất cha từ hồi còn bốn tuổi, cũng cái tuổi này, Nhự mất cả quê hương. Các anh các chị lần lượt lấy vợ lấy chồng. Căn nhà quạnh hiu còn lại hai mẹ con, kế tới khi Nhự thi rớt, đi lính, đồn trú ở một tỉnh xa trên cao nguyên. Gần tết, nhận được thư nhà: "Đẻ đã trả lại nhà cho bà Tư. Bàn thờ thầy để trên anh Thạch, còn Đẻ thì nay đây mai đó cũng được, kỳ này giỗ thầy cứ Đẻ ở đâu thì cúng thầy ở đó, mâm xôi hay con gà thì dẫu Sài Gòn hay Đà Lạt cũng được. Tết này Đẻ chưa định ở Sài Gòn với anh Du hay lên Đà Lạt với anh Thạch, nhưng thôi, tết này mày đừng về nữa."

Như đọc thư mà muốn khóc. Mới đầu còn tưởng vì nhớ tới bà con xóm giềng, nhớ tới những con trai con gái đã cùng Như một thời lăn lộn trên đất, chơi đùa, đã cùng Như đánh đáo, u mọi, bắn bi, tạt lon. Nhớ tới sân cỏ, nhớ tới cây trứng cá, cái giếng. Nhưng càng ngày, Như càng cảm thấy một thất thoát khác, chua xót hơn, man mác mà giày vò Như từng ngày từng đêm từng sớm từng chiều. Đó là chỗ trở về.

Như bỗng giật mình khi nghĩ đến một bất ngờ nào đó, thí dụ Như tử trận. Xác Như sẽ đưa về đâu. Không lẽ đem về nhà anh rể? Không lẽ đem về nhà chị dâu? Hay nhẹ nhàng hơn, suốt một năm có dăm ba ngày phép Như cũng chưa nghĩ ra mình sẽ đi đâu. Về Sài Gòn thăm anh rể hay lên Đà Lạt thăm chị dâu? Như nghĩ hoài mà không có câu trả lời.

Như biết mình hơn ai hết. Như biết rằng với số tuổi mình, với kinh nghiệm mình có, hơn nữa với thế đứng bèo bọt nổi trôi này làm sao dám nghĩ đến căn nhà của riêng, làm sao dám nghĩ đến chuyện đón mẹ về ở. Giữa những thảng thốt đó, nhiều khi trong cơn mê nào không rõ giật mình thức dậy, bỗng thấy mình nước mắt đầm đìa.

Như vẫn nói với một vài thân hữu rằng không phải là đùa, cũng không phải là hứng bất tử, nhưng xin tụi mày hiểu cho những u uất không tiện nói ra và chấp nhận giúp cho tao một điều là nếu bất ngờ nào đó lỡ tao có chết, chỉ xin một điều là chết đâu chôn đó.

Cơn gió mùa lập Đông trên cao nguyên lạnh se sắt da môi. Như bước ra ngoài nhìn bao quát chung quanh cái sân Tiểu đoàn rộng mênh mông. Buổi chiều, nắng sắp tắt, doanh trại buồn thiu. Tiểu đoàn hành quân đã ba lần tiếp tế. Ba lần tiếp tế là chín ngày, cộng năm ngày trên lưng là mười bốn ngày. Mười bốn ngày Như sống như một cái bóng. Cái bóng mờ nhạt của chuỗi ngày tác chiến cũ. Đó là thời của kiêu hùng chữ nghĩa, của hào khí men rượu, của hai mươi tám trên ba mươi ngày một tháng trong rừng. Khi đó, Như làm Tiểu đội trưởng Tiểu đội tác chiến sống lay lắt bên bờ rào các buôn ấp xa. Thường khi dành cho những bi-đông rượu đế, cho những con khô mực bằng ba ngón tay. Thường khi quay quắt, suốt ngày cho những nét bút chì xanh đỏ trên chiếc bản đồ xa lạ. Những nét bút ngắn mà đi suốt một ngày không tới. Cũng đôi khi, có khi được nằm một chỗ. Buồn bã suốt ngày, bất chợt bừng mắt dậy nghĩ ngợi vu vơ. Như muốn lấy vợ, muốn đào ngũ, muốn khóc. Nhưng rồi cũng quên đi khi nghĩ rằng đào ngũ là trốn tránh trách nhiệm, khóc hay cười cũng chẳng giải quyết được gì, và lấy vợ, lấy vợ cũng tựa hồ như đeo thêm trên lưng một cái ba-lô nữa, cái ba-lô quá nặng.

Đến khi đi hành quân ở Daksieng, Nhự bị sốt rét. Điều trị tại bệnh xá hành quân ba ngày, quá nặng phải chuyển về hậu cứ. Tại đây Nhự nằm thêm mười tám ngày nữa. Những con vi trùng sốt rét đã cho Nhự một thân thể xanh xao, thiếu máu. Nhưng bù lại đã tặng cho Nhự một món quà khá hấp dẫn hơn là làm việc tại hậu cứ, trong một công tác chưa bao giờ được ghi trong bảng cấp số. Sau khi xuất bệnh xá trở về trình diện Tiểu đoàn, Thiếu tá Tiểu đoàn trưởng hỏi Nhự trước khi đi lính cậu làm gì? Nhự nói và ông ta muốn xem giấy tờ chứng minh học lực. Nhự ngạc nhiên nhưng vẫn đưa. Sau đó, những tờ giấy đã trói cuộc đời Nhự vào những vòng quay khốn khó của cuộc sống, thì cũng chính nó được sử dụng để kèm bốn đứa con ông Tiểu đoàn trưởng.

– Đây là một công việc nhàn nhã, tôi sẽ chỉ thị cho ông Chỉ huy hậu cứ để cậu khỏi canh gác và cấp cho cậu một căn phòng riêng. Nhự cảm ơn và bắt đầu dạy. Bốn đứa con ông Thiếu tá Tiểu đoàn trưởng là bốn trình độ, bốn vẻ ngỗ nghịch khác nhau. Nhự là ông thầy tội nghiệp. Nhiều khi Nhự đã biến thành một trò chơi đầy thú vị của đám trẻ. Nhự không vừa ý chút nào về thế đứng cũ và cũng không hài lòng chút nào về vị thế mới. Nhưng Nhự tin mãnh liệt rằng cái chỗ đứng mình mong mỏi từ bấy lâu nay sắp tới. Đó là ngày nào cởi bỏ bộ đồ lính lại cho chính phủ, trở về vùng đèo heo hút gió nào đó khai khẩn dăm ba chục thước đất trồng rau nuôi gà sống cuộc đời bình dị. Nhự chỉ thấy mình được như vậy trong những cơn mơ. Nhưng cơn mơ đó chỉ có sau một ngày băng rừng lội suối.

Nhiều khi, Nhự cũng tự hỏi mình đang sống làm gì đây cái chuỗi ngày nhọc nhằn khốn đốn bất biến này. Sống cô đơn và bi thảm như một con chó đói. Bất ngờ sao, Nhự quen Thúy. Đó là cô giáo trường tiểu học tư rất tầm thường. Sau một vài lần gặp mặt Như đường đột tỏ tình, Thúy rất bất ngờ khi chấp nhận tình yêu này. Thúy mời Như lại nhà chơi cùng tiện dịp giới thiệu cùng gia đình. Như hoan hỉ nhận lời nhưng không tới được vì lệnh hành quân quá đỗi bất ngờ.

Nửa tháng sau, trở về thành phố, Như bất kể dù còn rất dơ dáy, bất kể bụi bặm bám đầy mình, Như cũng chạy đến Thúy ngay, xin lỗi về chuyện hôm trước. Thúy không trách móc, chỉ kín đáo cho Như biết hôm đó ngoài gia đình, Thúy còn mời thêm một số bạn nữa. Như rất ân hận và xin chuộc tội bằng cách sẽ đến đón Thúy đi chơi vào tối hôm đó, sau khi tắm rửa và thay quần áo xong.

Tối đó, Như không tới vì cơn say đã hạ chàng tại ngay trước cửa phòng chàng. Như mắc cỡ hết sức và toan sẽ không ra nhà Thúy nữa. Nhưng Thúy là mẫu người dịu dàng. Thúy nói Thúy thương Như nhiều hơn yêu Như và bày tỏ một cách bóng bẩy rằng sẽ chờ Như, nếu Như nghĩ đến chuyện lâu dài. Như xúc động tới muốn khóc. Không phải tại vì mới trải qua tình yêu đầu đời mà vì cảm thấy như mình trở lại tuổi bé thơ, sống tự nhiên và thanh thản bên người chị đôn hậu khoan dung. Như cũng không phải là người mơ mộng để tưởng mình là ông hoàng con đi chơi gặp công chúa trong rừng. Như cho rằng chàng đã tới tuổi nói thẳng với Thúy gia đình anh nghèo, rất nghèo. Anh chỉ có tình yêu cho em mà không còn một đảm bảo nào. Như cũng không giấu Thúy chuyện nhà, không giấu cả những xích mích nhỏ giữa chàng và gia đình. Khi Như nói, Như đã tính hoặc là sẽ yêu nhau hơn, hoặc là sẽ rời xa. Vậy mà Thúy vẫn yêu Như. Thúy nói anh làm em yêu anh hơn, yêu vì sự thành thật và cũng vì sự bất hạnh mà anh đã, đành phải gánh chịu.

Thúy quả là một bà tiên đầy quyền phép. Vòng đai quyền lực của Thúy với Như mới đầu chỉ như sợi tơ, dần dần đã nương vào sự vô tình của Như, vòng đai trói buộc Như mỗi lúc một chặt. Như vẫn tự nhủ lòng mình giữa trăm vạn vòng đai trá ngụy của đời sống, chẳng thà chàng chọn vòng đai này.

Người lính bước tới từ dãy nhà đặt làm văn phòng, nhìn Nhự cười.

– Không đi phố à?

– Hết tiền.

Người lính cười khan ờ ờ rồi ngồi xuống thềm xi-măng, bảo Nhự ngồi xuống đây chơi. Mấy cây khuynh diệp gió thổi lá rơi ào ào, Nhự lượm cành khuynh diệp phủi thềm, ngồi xuống.

– Ông bao nhiêu tuổi rồi hả?

– Hai mươi hai.

– Tuổi con cọp hả?

– Không, con trâu.

– Sao hai mươi hai?

– Bị cuối năm ta, đầu năm tây.

Người lính gục gặc vậy ông thua tui mười hai tuổi. Nhự móc gói thuốc.

– Vậy sao? Vậy mời ông anh điếu thuốc.

– Thôi, cái thứ này hành quân hút sướng hơn. Về đây phải hút thuốc thơm, nhả khói cho khoái lỗ mũi. Có Ruby nè, hút không?

Nhự cảm ơn không nhận, táy máy lại lượm hòn sỏi liệng ra sân. Đàn sẻ có cớ lượn lên cao bay vòng rồi lại tụ họp trên nóc một mái nhà: Nhà Vĩnh Biệt. Mắt Nhự cũng hoa lên và thấy đàn chim biến thành đàn quạ. Đàn quạ trên nóc nhà mồ.

– Bao giờ lấy vợ, ông?

– Lấy vợ? Chi vậy?

Người lính nhún vai, – để nó nấu cơm cho ăn, giặt đồ cho bận và chết có người khóc.

– Chắc không?

– Sao không?

Nhự bật cười lớn:

– Dóc tổ cha ơi, ăn cơm nhà bàn, bỏ đồ giặt mướn không hơn sao?

– Mình cần là cần có người thương kia chớ, chết có người thương khóc.

– Không tin, hay là có đứa cười?

– Chồng chết mà cười, sao cười?

– Mình chết rồi, tiền ta người lấy, ruộng ta người cày, vợ ta người cuỗm không phải là nó cười sao?

Người lính cười theo rồi đứng dậy, ông nói chi bá láp không, thôi tui về.

– Ủa, về sao?

Người lính quay lại nhìn Như nheo mắt cười, bỏ ra ngoài cửa trại. Như còn ngồi nán lại bên doanh trại buồn thiu. Heo hút mà mong được một chỗ trở về. Chỗ trở về dầu được ăn cơm uống nước hàng ngày hay chỉ là chỗ trở về khi vĩnh cửu, khi thịt nát xương tan.

Chiều hai mươi sáu tết, bà Tiểu đoàn trưởng gọi Như vào hỏi chú có muốn về thăm nhà và ăn tết thì tôi bảo ông Chỉ huy Hậu cứ cho chú mấy ngày.

Đây là một đặc ân lớn cho những người tác chiến, Như không khỏi thấy cảm ơn sự đãi ngộ của bà Tiểu đoàn trưởng.

Như mang mang nghĩ tới mẹ, nghĩ tới các anh các chị, nghĩ đến ngày mai ngày giỗ cha, nghĩ tới danh từ chú dành cho các người có chức vụ gọi kẻ thuộc quyền như chú bồi, chú bếp, chú tài xế, chú thầy giáo. Bất ngờ Như từ chối.

– Chú điên à? Bà Tiểu đoàn trưởng kêu lên.

– Thưa không, rồi Như trả lời vắn tắt và viện dẫn vài lý do tưởng tượng như muốn thử ăn tết xứ lạ một lần xem sao, như thấy thích thành phố này, như mới đi phép. Bà Tiểu đoàn trưởng bĩu môi, ờ cái đó tùy chú, nhưng tôi nói trước, không vui đâu.

Như cảm ơn, ra ngoài. Hôm đó dạy tụi nhỏ bài đức dục, Như muốn khóc khi giảng câu "Phải yêu thương và kính mến cha mẹ, sống thì thăm hỏi chết thì cúng giỗ". Đến tám giờ, chiếc đồng hồ treo tường gõ một tràng dài những tiếng động khô. Như đứng dậy bảo tụi nhỏ dẹp tập. Tụi nhỏ ồn ào mai có học không chú?

– Sao không?

– Mốt?

– Có.

– Vậy ba mươi, mồng một?

– Có.

Như cười chua chát tiếp, lính tráng mà, đâu có thằng lính nào nghỉ ngày tết đâu. Như nhìn đám nhỏ đang ngơ ngác rồi bật cười, nói vậy chớ mai nữa rồi nghỉ. Đám trẻ reo vui trong khi Như dời nhà ra lộ đón xe đi phố. Đến Thúy khi Thúy đang làm mứt. Gọi Thúy ra một góc vườn, Mai em đi chợ mua cho anh một thẻ hương, hai ngọn nến và nải chuối. Đem vào trại cho anh vào buổi sáng.

– Chi vậy?

– Em sẽ biết sau.

Đêm đó, Như thức đến khuya thu xếp tất cả những thứ gì lộn xộn vào cái va-ly. Cái bàn ọp ẹp bằng gỗ pháo binh được lau chùi lại, và kê vào chỗ trang trọng nhất trong phòng. Trải bàn bằng tờ nhật báo. Như tìm trong ví tấm ảnh nhàu nát của người cha già, dán trên bìa sau tấm lịch, rồi treo lên. Cái ly cũng được lau chùi đựng gạo để cắm nhang. Khi ngủ, Như nằm mơ thấy mình đi trên những con đường ngút ngàn, vừa đi vừa té mà đi hoài không tới. Hình như hai bên bờ mọc toàn cây khuynh diệp, những cây khuynh diệp lá sắc như dao, những con dao làm Như trầy da xước máu tay chân. Như mơ hồ thấy có đi ngang sông, có đi ngang đèo mà không rõ mình định đi đâu.

Thức dậy, Thúy đến, nụ cười đầu ngày rạng rỡ. Như mở cửa phòng nói với Thúy đây là lần giỗ thứ mười bảy của thầy anh, và là lần đầu tiên đứa con trai út giỗ bố. Như mang mang nghĩ đến mẹ. Người đàn bà gian khổ đó bây giờ ở một phương trời nào đó hẳn vừa cúng xong tuần nước trà đầu tiên. Thúy hỏi sao mắt anh đỏ vậy? Như giật mình.

– Em vào đây.

Như lục giỏ ra nải chuối, hai ngọn nến và thẻ hương. Bày trên bàn thờ. Như chỉ biết lễ mà không biết khấn. Rồi quay lại Thúy.

– Lần đầu tiên trong đời anh tự tổ chức một bàn thờ, lần đầu tiên anh giỗ cha, vui sao lại có em.

Như xúc động cứng lời. Khựng lại rồi hôn Thúy. Nụ hôn kéo dài như hứa hẹn mai sau. Mai sau thì vốn mịt mùng sương khói. Tới khi có bước chân người tới Thúy mới đẩy Như ra, bỏ xuống dưới nhà. Viên sĩ quan bước vào phòng.

– Làm gì đó mày?

Như lắc đầu không nói. Viên sĩ quan bước tới gần. Con Cá nào khá quá vậy mày?

– Không.

– Không C. Tính xài riêng sao? Cho anh em ké với chớ?

– Xin lỗi Thiếu úy, tôi nói chuyện với Thiếu úy đàng hoàng mà Thiếu úy mày tao với ai? Và Thiếu úy nói C. với ai?

Cơn nóng làm Như đứng dậy: "Tôi cấm Thiếu úy xưng hô mày tao với tôi, nếu không tôi sẽ dùng danh từ này với Thiếu úy".

Thúy cũng vừa chạy lên gì đó anh. Viên sĩ quan trố mắt nhìn Thúy bất chợt quay lại Như.

- Yêu cầu anh nói chuyện nhã nhặn lại. Tôi là Sĩ quan An ninh của Tiểu đoàn này. Ai cho phép anh đem gái vào trại? Tôi đủ quyền hạn giam anh vào chuồng cọp. Cái dành cho hạ sĩ quan vô lễ.

Như cười nhạt.

- Tôi chờ hình phạt của Thiếu úy, và chờ nghe quyết định của Thiếu tá về trường hợp một sĩ quan có lối nói nham nhở mất dạy với vợ lính như Thiếu úy.

Viên sĩ quan bỏ ra ngoài, mặt hầm hầm, tao sẽ trình Thiếu tá vụ này. Đ.m, đừng có cậy thế. Như nói vọng theo thưa Thiếu úy tôi chờ.

Những ngày sau đó Như luôn bị sự dòm ngó và trả thù nhỏ mọn của Sĩ quan An ninh. Kẹt cho hắn là Như tuy trẻ nhưng không phải thuộc loại ham chơi cà chớn. Hơn nữa, Như lại là nhân viên riêng và tín cẩn của ông Tiểu đoàn trưởng. Mà những kẻ hà hiếp cấp dưới lại là những kẻ khiếp hãi cấp trên. Sáng mồng một, Tiểu đoàn tập họp nghe thông điệp của vị nguyên thủ quốc gia và nhật lệnh đơn vị trưởng. Tiểu đoàn cấm trại và ứng chiến cho thị xã, ông Tiểu đoàn trưởng nhấn mạnh, tập họp bất thần vắng mặt sẽ bị nghiêm phạt. Trừ ông Trung sĩ Như có công tác riêng. Như được mời về nhà ông Tiểu đoàn trưởng "ăn tết với các cháu cho vui". Như thầm cám ơn sự trọng đãi của ông Tiểu đoàn trưởng cho Như – kẻ bất đắc chí về học vấn đã phùng thời về cái mình hèn kém – Nhưng lễ phép từ chối sau khi theo xe của ông ta ra nhà chúc tết. Như mừng tuổi bốn đứa nhỏ mỗi đứa một tờ hai chục mới tinh. Như cũng được vợ chồng Thiếu tá Tiểu đoàn trưởng lì xì khá trọng hậu so với số tiền Như mừng tuổi tụi nhỏ. Như dự tính sẽ mua cho Thúy một món quà, thật ngạc nhiên vào dịp đầu năm mới.

Như bỗng bàng hoàng thức dậy vì những tiếng la lớn quanh mình. Bóng tối kín như bưng. Có tiếng la lớn pháo kích, pháo kích. Như xô đống chăn màn qua một phía, chụp vội khẩu súng bước ra cửa. Tiếng nổ lớn đập mạnh vào tai. Như ù tai và té xuống.
Khi tỉnh dậy thấy chân tay mình trắng xóa. Cuối giường đứa con gái đang ngồi gọt trái cam.

– Thúy.

Thúy quay lại nhìn Như mỉm cười, tỉnh rồi hả?

Như cử động thử tay chân và nhắm mắt coi mình đau đớn ở đâu, chỉ thấy rêm rêm nhức nhức ở bắp đùi bên trái.

– Anh sao đó Thúy?

– Mảnh đạn vào đùi và trầy trụa sơ sơ.

– Nặng không?

– Năm mươi hai ký. Thúy cười, anh bị xoàng thôi mà làm em hết hồn.

– Hết hồn sao?

– Anh Dị ra báo tin anh bị pháo kích nằm Quân Y Viện. Mợ bảo em vào xem ngay. Sợ anh có bề gì.

Sự tỉnh táo và không quá đau nhức cho Như biết tình trạng mình không nguy hiểm. Có lẽ chàng bị bất tỉnh vì đứng quá gần chỗ viên đạn rơi xuống. Bất tỉnh vì tiếng động mạnh.

– Anh đưa cho em cái địa chỉ để đánh điện về nhà cho... bác lên thăm.

Như lúng búng miếng cam trong miệng im lặng, và lắc đầu:

– Không biết chỗ nào mẹ ở mà đánh điện về.

– Anh không có chỗ nào để trở về sao?

Như nuốt chửng miếng cam, lắc đầu.

– Ờ, mà có chứ.

– Đâu?

– Ở một khu vườn có trồng trăm thứ cây ăn trái, có hồ nuôi cá, có thân yêu, có ruột thịt, có tất cả những gì trên đời người ta cho là hạnh phúc. Với chuỗi ngày chỉ có hưởng nhàn, có sách, có kẻ lông mày cho ái thê. Là em đó, Thúy.

Như chống tay lên giường ngồi dậy. Toan choàng vai Thúy. Bỗng vết thương nhói đau làm chàng ngã xuống lại và lịm đi. Trong tiếng khóc của Thúy, Như mơ hồ thấy những đợt sóng biển, những dợn mây bay, thấy yêu dấu, thấy hạnh phúc. Thấy trong tầm tay của mình cả mảnh đất trở về. Chỗ trở về mơ ước, cầu khấn hoài hoài trên cái đất lạ quê người mà Như trôi giạt bấy lâu nay.

Nguyễn Minh Nữu

(MỘT THOÁNG MÂY PHIÊU BẠC là truyện ngắn đầu tay của Nguyễn Minh Nữu, đăng trên tạp chí VĂN – Sài Gòn, 1971)

NGUYỄN TÀI NGỌC
MỘT THOÁNG SUY TƯ

Chín giờ sáng mà trời đã nóng như thiêu đốt. Chung quanh vắng lặng không một bóng người. Thật là quái lạ vì đây là một cảnh trí không thể nào xảy ra ở Sài Gòn khi đường sá, người ngợm lúc nào cũng đông như mắc cửi, nhất là tôi đang ở một trong những nơi đông đúc nhất: Viện Hóa Đạo ở đường Trần Quốc Toản.

Tôi đã ở bên trong khuôn viên, bên trái là ngôi chùa, bên phải là một hai gian nhà lụp xụp. Ngày xưa khi tôi đến chỗ này thì đã thấy sư sãi đi ra vào, người làm việc này, kẻ làm việc khác, ấy thế mà sao bây giờ tôi lại chẳng thấy ai. Đi vào một tí nữa là một con đường đá nhỏ, với cánh đồng hai bên. Gọi nó là "cánh đồng" vì ngày xưa khi học Trung học nó trông quá lớn đối với tôi, bây giờ nhìn thì chỉ là một miếng đất nhỏ đầy cỏ dại. Xưa tôi có cảm tưởng cỏ cao đến đầu người, bây giờ nhìn chỉ đến đầu gối là cao lắm. Kế bên cánh đồng bên phải là một hồ nước khá to, vẫn còn đó, nước xanh rì với bèo nổi lềnh bềnh trên mặt nước. Cuối con đường là một tiền đường rộng lớn, mái tôn cũ kỹ. Cây cối trồng chung quanh che kín mít bốn bên, lá phủ đầy trên mái nhà. Tiền đường này không có tường bao bọc ba bên, cột trụ chống mái nhà xếp hàng ngay ngắn cách nhau bốn thước.

Không khí tĩnh mịch, gió hây hây thổi khô dần mồ hôi trên áo, tôi bước vào giữa bên trong gọi lớn:

- Hello.... Có ai ở đây không?

Tôi từ Mỹ về hôm kia. Ngày hôm qua tôi ghé lại khu xóm cũ tìm đến nhà một người bạn cũ là Hải nhưng nhà anh ta đã bán, dọn đi đâu làng xóm không ai biết tung tích. Ngày xưa lúc tôi 14 tuổi, Hải là người rủ tôi vào Viện Hóa Đạo học võ Taekwondo. Nhà chúng tôi ở Bàn Cờ, Viện Hóa Đạo là địa điểm học Taekwondo gần nhà nhất. Nếu Hải không rủ thì không thể nào tôi biết được trong Viện Hóa Đạo lại có trường dạy võ.

Trường dạy nằm trong tận cùng của khuôn viên, mỗi lần đi học võ, tôi đạp xe đạp lọc cọc qua ngôi chùa, qua những ông sư, chú tiểu đi qua lại trong sân rồi mới đến trường. Chung quanh sân dạy võ là cánh đồng và một hồ nước, thành thử cảm tưởng của võ sinh không thua gì học võ trong chùa Thiếu Lâm Tự của phim kiếm hiệp Trung Hoa. Ông cai quản võ đường này tên là Tòng, đai đen đệ tứ đẳng. Người ông tròn trịa, nhìn tướng đi hai hàng của ông ta từ xa một người sẽ biết ngay là cao thủ võ lâm Taekwondo: ông tập đá nhiều quá nên hai háng tách rời như Nam, Bắc Việt Nam.

Tôi học võ chỉ để tiêu khiển thì giờ vì dáng vóc thư sinh của tôi không thể nào phù hợp với màn đấm đá. Nhưng Hải thì khác. Hải vai u thịt bắp, tướng cô hồn các đảng, đánh nhau chỉ cần hét lên một tiếng là đối phương đã khiếp đảm, huống chi nghĩ đến chuyện nhào vào xáp lá cà. Hải học trước tôi hai năm, mỗi cú đấm hay cú đá của Hải mạnh như búa bổ đầu người, đứa nào không khéo đỡ chẳng may lãnh một chưởng vào thân thể thì khỏi cần nghĩ đến việc nằm ngủ với vợ trong mười tháng tới.

Lúc thi đai nâu, ngoài đi đường quyền và giao chiến với thí sinh mình không biết trước, mỗi người còn phải đấm vỡ một cục gạch đỏ. Ai nấy mang theo gạch từ nhà nên đứa nào đứa nấy cả ngày trước ngâm gạch cho mềm để khi đi thi, đấm thì gạch dễ vỡ. Hải thì không. Gạch có nung đỏ cho cứng, hay hai, ba cục chồng lên anh ta đấm cũng vỡ như thường.

Hải có cú đá cầu vòng liên cước không thằng nào đỡ nổi. Bắt đầu với chân phải trước đá cầu vòng hướng về bên trái, chân vừa hạ xuống, xoay người, chân trái đá ngược vòng ra phía trước rồi cứ thế tiếp tục hai chân tái diễn cùng kiểu đá. Hải đá liên tiếp xoáy như bông vụ, đà tiến không lùi, một khi bắt đầu thì như xe lửa trờ tới, chỉ có thằng nào ngu mới đứng trời trồng lãnh thẹo nên đứa nào đứa nấy phải lùi ra xa. Tôi chưa bao giờ bị Hải đá, nhưng khi tập võ trong giờ giao chiến, có một bạn tôi đã có kinh nghiệm bị một người khác đá ngay giữa ngực. Đau thấu trời xanh thì không nói gì rồi, nhưng trong rất nhiều giây tôi không thể nào mở mồm nói, một cảm giác kinh hoàng vì tôi tưởng đã bị câm không bao giờ nói được nữa.

- Hello... Có ai ở nhà không? Hello...

Không thấy ai trả lời, tôi lại hỏi một lần nữa. Lần này thì chưa dứt câu, một người trong võ phục trắng với đai đen từ sau bước ra:

- Hỏi ai vậy mày? Phải mày là Ngọc không?

Tôi nhìn người vừa mới trả lời câu hỏi của tôi. Đúng là Hải rồi, nhưng sao hắn ta trẻ quá, nhìn giống như ngày xưa khi đi học, không mấy thay đổi, khác với bao những người khác tôi gặp lại sau nhiều năm xa cách.

- Ừ tao nè. Tao ghé vào nhà tìm mày nhưng người ta nói nhà mày bán rồi, không ai biết mày ở đâu.

- Mày là thằng vong ân bội nghĩa, đi Mỹ được rồi là bỏ quên luôn anh em, không về thăm viếng.

Ngạc nhiên vừa mới gặp Hải đã trách, tôi lên tiếng:

- Hôm qua tao đến nhà mày thăm, không tìm ra mày nên hôm nay lặn lội đến đây.

- Thôi mày ơi, những hạng người quên bạn bè như mày tao không thèm chơi, cần dạy một bài học cho mày biết mùi...

Vừa nói dứt câu, Hải đã xông tới phùng mang trợn mắt với ý định đánh tôi. Bất ngờ vì hành động hung hãn của Hải, tôi lùi dần:

- Ê! Có gì thì nói chuyện bình thường, mình lớn rồi, đâu phải là con nít mà nói chuyện đấm đá.

- Nói với mày thì cũng như không, chỉ lãnh thoi vào mặt thì mày mới hiểu.

Với câu nói sau cùng, Hải tung quyền đấm đá tôi tới tấp. Tôi hoảng hốt vừa đỡ vừa lùi, nhưng chốc lát không thể nào lùi được nữa vì đã bị dồn vào góc tường. Chưa kịp lấy lại bình tĩnh thì Hải đã bắt đầu món liên cước độc chiêu. Tôi tránh được ngọn đá thứ nhất nhưng cú đá quẹt ngược người thứ hai của Hải làm tôi lãnh đủ ngay giữa ngực. Đau thấu trời đất, tắt cả tiếng nói, chưa bao giờ tim tôi đau nhức khủng khiếp như vậy, tôi ngã lăn ra bất tỉnh...

Mở mắt ra nhìn, tôi ngạc nhiên vì đang nằm ở một nơi không phải là võ đường dạy võ ở Viện Hóa Đạo, mà là trong một hộp gỗ. Trông lên trần nhà, tôi biết ngay là mình đang ở Mỹ, không phải ở Việt Nam. Có tiếng khóc thút thít của một người đàn bà, lắng nghe kỹ tôi mới biết đó là tiếng của vợ tôi, nàng đang nói chuyện với một người nào:

- Chuyện xảy ra đột ngột quá chị ơi, không ai ngờ hết. Sáng thứ Bảy nào em cũng đi bộ với cô bạn láng giềng, chồng cô ấy thì đi đánh tennis với anh Ngọc. Ảnh đánh tennis sớm hơn tụi em, 6:30 sáng đã đi rồi, trong khi 7:30 tụi em mới đi. Em đi chưa hết nửa đường thì chồng cô ấy gọi, nói là đánh vừa xong hết hai sets, anh Ngọc ngồi xuống ghế uống nước thì thình lình ngã ra bất tỉnh. Ảnh lay anh Ngọc mà anh Ngọc không dậy nên gọi 911 rồi gọi em. Xe cứu thương tới chở anh Ngọc đi nhà thương.

Khi em đến thì họ nói là không cứu anh Ngọc được nữa vì anh bị nhồi máu cơ tim, đã chết ở ngay trên sân tennis rồi. Anh ấy khỏe lắm, thể thao tối ngày, hàng năm vẫn đi bác sĩ khám tổng quát không bị gì, không phải uống thuốc gì hết mà bỗng dưng bị heart attack thì thật là chuyện bất ngờ em không đời nào nghĩ đến.

Nói xong thì vợ tôi òa lên khóc.

À ra thế. Cú đá của Hải vào ngực làm tôi lăn ra bất tỉnh chỉ là chuyện tưởng tượng trong đầu óc vì tôi bị *heart attack* ở bên Mỹ. Hèn gì trong giấc mơ tôi thấy lạ vì Hải trông trẻ quá, và Viện Hóa Đạo không một bóng người, đất vẫn còn rộng rãi. Sự thật thì bây giờ đất

Viện Hóa Đạo chỉ còn lại một tí, phần lớn khuôn viên đã đổi thành khu giải trí sầm uất và khách sạn Kỳ Hòa trên đường 3 tháng 2.

Bây giờ thì tôi nhớ ra hôm chơi tennis đó. Hùng, bạn đánh tennis với tôi trẻ hơn tôi tám tuổi nên mấy tháng gần đây tuần nào chơi tôi cũng thua. Không những chỉ thua thường mà thua đậm. Hôm đó Hùng thắng 6-0, 6-0, tôi tức *trào máu họng* nên bị heart attack chết mà tôi không biết. Chết thế mà hay, chơi tennis cứ thua mãi thì còn mặt mũi nào nữa. Tôi đã hơn 50, sống cũng quá đủ rồi.

Thay vì ở trong cơn mộng ảo về Viện Hóa Đạo tìm lại anh bạn cũ, tôi đã thăng thiên bên Mỹ, hiện thời nằm trong quan tài buồn ngó dáo dác lên trần nhà.

Tôi đã dặn vợ khi tôi chết thì thiêu ngay lập tức, đừng tổ chức lễ an táng hay gọi ông Bảy Thầy Chùa đến làm gì, thế mà nàng không nghe lời tôi vì hôm nay hiển nhiên là nàng tổ chức đám tang của tôi. Cái mình dặn không làm thì nàng lại làm, cái mình dặn theo kiểu Bắc Kỳ khách sáo đừng làm thì nàng lại không làm thật!

Tôi dặn là cứ mua cái quan tài rẻ tiền nhất, nàng mua cái quan tài rẻ tiền thật, thế có chết không chứ! Ván hòm trông như là gỗ mạt cưa, chẳng phải là gỗ lim đắt tiền. Thế thì còn gì là mặt mũi tôi khi quan khách đến thăm viếng. Ai cũng sẽ rù-rì bảo nhau: *"Tội cho cái ông Ngọc, không biết sống như thế nào nhưng chết thì nghèo rớt mồng tơi, phải nằm trong quan tài làm bằng mạt cưa!"*

Tôi bảo nàng theo kiểu Bắc Kỳ khách sáo, tôi là người xuề xòa về cách ăn diện. Bây giờ chết đi nàng cho tôi xuề xòa thật, chỉ mặc cho cái quần đùi và cái áo thun T-Shirt! Lương tôi có phải nào là nghèo khó chật vật gì đâu mà nàng không dám bỏ tiền mua cái hòm cao cấp, hay may cho tôi một bộ quần áo vest xịn mặc khi chết mà lại cho tôi mặc cái áo T-Shirt ba đô-la Việt-kiều-mang-về-Việt-Nam-cho-sẽ-bị-chổi-phang-lên-đầu như thế này? Đám cưới tôi không có limousine chẳng sao vì lúc ấy nghèo, sau này đi làm gây dựng sự nghiệp mình muốn đi limousine thì dễ thôi, thế nhưng đám ma thì là chấm hết, đâu còn đời sau gì nữa mà nàng lại nhẫn tâm cho tôi mặc quần xà lỏn với áo thun trắng như thế?

Bạn bè, người nhà thân thuộc ai cũng biết tôi đã nói là nếu tôi chết thì đừng gửi hoa làm gì cho tốn tiền nên đám ma của tôi chẳng thấy ai gửi hoa phúng điếu. Chung quanh chỗ tôi nằm không thấy một vòng hoa làm tôi cũng hơi... quê. À, không, ở góc tường bên phải có mỗi một vòng hoa duy nhất. Để tôi đọc xem ai gửi: *"Anh Ngọc, Thượng lộ bình an – MCDD"*. MCDD là chữ viết tắt của Mấy Cô Dữ Dữ, nhóm bạn Regina Pacis của vợ tôi. Đọc xong mà tôi thật cảm động. Mấy Cô Dữ Dữ thật sành tâm lý, biết tôi là Bắc Kỳ nói không là có, nói có là không nên họ đã mua hoa gửi đến. Một vòng hoa này có ý nghĩa hơn là cả nghìn vòng hoa thiên hạ gởi đến Michael Jackson. Michael Jackson làm gì được Mấy Cô Dữ Dữ gửi vòng hoa chia buồn ngày đi tàu bay giấy đâu? Mấy Cô Dữ Dữ chỉ gửi đến cho tôi thôi!

Chương trình bắt đầu 11 giờ. Đã 11 giờ hai phút mà phòng tang lễ nhỏ xíu chỉ đầy có phân nửa, chứng tỏ là khi còn sống tôi không được nhiều người thích cho lắm. Khác với đám cưới Việt Nam mời 6 giờ, 8 giờ mới bắt đầu buổi lễ vì khách đến luôn luôn trễ, một Chấp sự trong nhà thờ đến microphone bắt đầu buổi lễ. Tại sao đám tang Việt Nam ở hải ngoại bắt đầu đúng giờ mà đám cưới dân An Nam Mít lại cho khách ngồi đợi một, hai tiếng dài cả mõm? Vì có thể có một đám tang kế tiếp, hoặc nhân viên nhà quàn đợi sẵn, có giờ giấc hẳn hòi để làm nhiệm vụ của họ, chẳng hạn như 11 giờ bắt đầu thì nhân viên, máy móc đợi sẵn để 12:30 hạ huyệt, lấp đất. Trễ bao nhiêu giờ thì họ tính tiền bấy nhiêu, và tiền mình phải trả nhất định là không rẻ.

Tôi nghĩ khách đi dự đám cưới Việt Nam nên làm theo kiểu đám ma: đám cưới tổ chức trễ bao nhiêu thì mình trừ tiền cho đám cưới bằng ấy. Hai vợ chồng một giờ/ 40 đô-la, hai người là $80. Trễ hai giờ thì trừ $80 x 2 = $160. Nếu mình định cho $200 thì chỉ cho $200-$160 = $40. Nếu mình định cho $100 thì $100-$160 = -$60. Nói với cô dâu chú rể họ còn thiếu mình $60 đô-la. Viết rõ lý do bỏ vào phong thư. Nếu ai cũng làm như thế thì đám cưới bảo đảm sẽ tổ chức đúng giờ.

Ca đoàn của Hội Thánh lên hát, không phải bài "Tôi đưa anh sang sông" của Nhật Ngân, nhưng là bài Thánh ca "Xin anh đi luôn đừng trở lại". Hội Thánh Tin Lành Việt Nam nào cũng thế - và nhà thờ của tôi cũng không nằm trong trường hợp ngoại lệ -, ca sĩ gia nhập ca đoàn khi còn trẻ đẹp hai mươi tuổi. Năm mươi năm sau những ca sĩ thượng hạng này không từ bỏ ca đoàn, cứ như là Quốc Hội của bất cứ quốc gia nào trên thế giới: một khi đã thành dân biểu rồi thì sẽ mọc rễ, không bao giờ từ chức.

Một bà cụ năm mươi năm trước tôi nghe hát trật tông, bây giờ hát vẫn tông trật. Mỗi năm hát nhạc Giáng sinh cụ nhất quyết theo ca đoàn tập dợt chín tháng 10 ngày. Giọng cụ to mà lại hát cao lên thấp xuống theo ý muốn của mình nên không ca sĩ nào dám đứng gần cụ vì sợ bị hát sai theo. Nhà thờ đã ít người mà ai cũng muốn làm ca sĩ nên khi ca đoàn lên hát thì không còn người nào ngồi ở dưới nghe.

Tôi chỉ dám phê bình xây dựng có mỗi một điều ấy thôi, còn không thì tôi rất thán phục các ca sĩ trong ca đoàn vì có cả năm trăm bài Thánh ca mà ai nấy mở sách ra cũng đều biết hát. Chả bù cho tôi khi mới làm Trưởng ban Thanh niên, tôi chỉ biết điệu hát chừng ba bài, mà trong ba bài ấy thì có một bài tôi hát được nhất vì biết rõ tông điệu. Tuần nào thanh niên cũng nhóm họp lại học Kinh Thánh. Hai, ba người luân phiên thay nhau hướng dẫn. Chương trình luôn luôn bắt đầu bằng hát Thánh ca. Người hướng dẫn chỉ định bài hát và phải hát to lên để những người không biết hát hát theo. Hai người khác chọn đủ thứ bài Thánh ca khác nhau khi họ hướng dẫn nhưng đến phiên tôi thì trăm lần như một, tôi bảo tất cả mở Thánh ca hát bài tủ của tôi là bài *Tại Chốn Trận Tiền*:

Đời tôi nay đã tình nguyện ký tên gia nhập thập tự đoàn, Dù giao chiến còn trường kỳ, dù tranh đấu gay go, nguy nàn;

Mặc áo giáp nịt gọn gàng, tuốt gươm thần thẳng tiến, quyết chiến. Nếu anh tìm, ắt sẽ thấy tôi tại chốn trận tiền.

(Điệp khúc)

Tiếng chân rầm rập quân ta mạnh mẽ vô cùng, xua đối phương tan rồi, vang khúc thắng oai hùng;

Tiếng chân rầm rập quân ta mạnh mẽ vô cùng, trỗi khúc thắng ca nơi tận chung.

Vinh diệu thay tên tôi, thuộc hàng quân thánh đây! Giê-Hô-Va vạn năng giúp tôi mạnh mẽ đây!

Vinh diệu thay tên tôi liệt vào quân lính chiến! Muốn kiếm tôi, anh phải xông pha vào chốn trận tiền.

…………..

Bài này tiếng Anh là *At the Battle's Front,* nhạc Mỹ điệu nhạc dồn dập, biến đổi nhanh chóng như sắp sửa xông vào trận, phù hợp với lời nhạc, khá hay, dễ hát.

Vợ tôi lên nói đôi dòng về tôi rồi anh Duy lên hát solo một *biệt Thánh ca*. Không biết có phải số tôi là số con rận hay không: tôi không đi nhà thờ, nhưng lâu lâu tôi đi nhà thờ một lần thì quả y như rằng hôm đó anh Duy lên bục hát một *biệt Thánh ca* cho tất cả con chiên nghe. Ca sĩ chính hiệu con nai vàng nổi tiếng ở ngoài đời bạn bè rủ tôi còn không đi nghe, ấy thế mà đi nhà thờ thì tôi bị tra tấn ngồi nghe ca sĩ karaoke hát. Hôm nay chết tôi cũng không thoát được bài hát cuối cùng của anh Duy, thế có đau không chứ! Nào ai thấu hiểu cái cực hình ghê gớm, đau khổ, chịu trận ngồi nghe anh Duy hát biệt Thánh ca: đây là một trong những lý do tôi thà xuống địa ngục còn hơn là đi nhà thờ.

Phần chính của tang lễ nào cũng là Mục sư lên giảng. Tôi nằm lâu sốt ruột nên muốn ông Mục sư giảng ngắn gọn cho nhanh. Nhiều ông giảng lâu quá, tuần nào cũng là một bộ kiếm hiệp Kim Dung Thiên Long bát bộ, người nghe chưa được Chúa cứu rỗi linh hồn thì đã ngã lăn đùng ra chết vì ngồi lâu quá mệt mỏi. Rất hiếm người có tài ăn nói trước công chúng như Tổng Thống Ronald Reagan. Cử tọa thích nghe vì ông có đầu óc khôi hài, nghe không buồn ngủ. Tôi đã định nghiên cứu để phát minh ra một cái *microphone* có *sensor*: khi phát hiện được cử tọa bắt đầu ngáy khò khò thì nó tự động tắt, người đang nói có nói bao nhiêu cũng chẳng ai nghe hết. Bảo đảm tất cả bài giảng sẽ dài không quá mười phút, và tuổi thọ của con chiên sẽ tăng thêm ba năm.

Bài ông Mục sư giảng thì cũng nói chung chung, chẳng phật ý ai (chủ yếu là không phật ý người sống còn đi nhà thờ, chứ tôi thì chết ngắt, có phật ý cũng chẳng sao): tôi là người hiền lành (sự thật thì trái ngược), tôi đã sung sướng về gặp Chúa (không, tôi còn muốn sống ở trần gian, chỉ vì bực mình thua ván tennis mà tôi lên máu chết), và mỗi người chúng ta rồi cũng sẽ lên thiên đàng gặp Chúa (gặp ở nơi nào, Lò heo Chánh Hưng, Sài Gòn, Việt Nam, hay Niagara Falls, Buffalo, New York thì không nói rõ).

Lễ lộc xong hết, quan khách đến xem mặt tôi một lần cuối cùng trước khi tôi vĩnh viễn ra đi. Tôi nhận ra ông Kiệt mặt lúc nào cũng xanh như tàu lá, ra vào bệnh viện tối ngày. Mấy lần gặp ông ta ở nhà thờ, tôi chắc chắn là ông ta sẽ chết nay mai, thế mà tôi lại đi trước ông ấy, thật không công bằng một tí nào! Đây là một huyền bí của đời sống mà nhất định khi gặp Chúa tôi sẽ chất vấn để tìm hiểu nguyên do.

Bà Phan, tôi không gặp đã lâu lắm, lên thì thầm:

- Thầy Ngọc an nghỉ nơi nước Chúa. Ngày nào tui còn gặp mà bây giờ Thầy đã đi rồi. Lâu quá tui hổng thấy Thầy đi nhà thờ. Thầy còn nhớ ngày sinh nhật ông nhà tui 75 tuổi, Thầy viết một bài thơ vui cho ổng không? Ổng để bài thơ ở đầu giường, thỉnh thoảng tối trước khi đi ngủ ổng lấy ra đọc cho tui nghe, ổng với tui cười hoài. Tụi tui nhớ Thầy hết sức vậy đó. Bây giờ thì hy vọng là Thầy với ổng sẽ gặp nhau trong nước Chúa. Thôi tui đi nghe Thầy.

Ông Phan mất cách đây đã một năm. Trước đó, tôi thỉnh thoảng làm thơ chọc ghẹo mọi người, già trẻ lớn bé. Không ngờ chỉ có một bài thơ của tôi ông đọc mãi mà nó... giết ông ấy. Giời ơi, thơ tôi đọc một lần là đã rởn da gà, ông Phan đọc mỗi tối trước khi đi ngủ thảo nào nó giết ông ấy lần mòn cũng phải. May là cả hai vợ chồng không báo cảnh sát chứ không thì tôi đã mang tội ngộ sát, dùng thơ văn để giết người.

Ông Huỳnh chia buồn với vợ tôi, rồi nói lẩm bẩm cho tôi nghe:

- Lâu quá không thấy Thầy Ngọc đi nhà thờ...

Câu này tôi nghe rất nhiều người hỏi khi lâu lắm không gặp tôi nên lần nào có người hỏi, tôi đã chuẩn bị sẵn câu trả lời:

- Dạ, mấy năm nay tôi đã đổi đi chùa, sắp sửa được phong lên chức Thượng Tọa Thích Ở Nhà.

Một gương mặt quen thuộc rất vui tính, mang niềm vui đến mọi người, Thu Hương ở Texas, bạn Regina Pacis của Loan, đến nhìn thẳng vào tôi:

- Hương thật là thất vọng nơi anh, anh Ngọc. Anh hứa là sẽ mặc quần tắm Speedo khi chết mà sao Hương không thấy?

Hương nói làm tôi sực nhớ cách đây ba, bốn năm đi dự đám tang của một người bạn, tôi và Thu Hương đã thề non sông là khi chết, tôi sẽ mặc quần tắm Speedo và Thu Hương sẽ mặc bikini. Tôi nhớ rõ là vợ tôi cùng các cô bạn Regina Pacis khác đều có nghe cuộc đàm thoại này mà sao vợ tôi lại không mặc quần tắm Speedo cho tôi? Hay là nàng ghen tương những cụ bà 90 tuổi sẽ thấy thi hài tôi trong mảnh quần tắm hấp dẫn?

Ngày xưa mới lấy nhau trong một vài năm đầu, vợ tôi và vài người khuyến khích tôi đi học làm Mục sư. Dĩ nhiên là tôi không ngu dại gì gặp cô nào xinh đẹp mà không khen tặng, nên làm Mục sư là chuyện tôi không bao giờ nghĩ đến. Bây giờ nằm chèo queo nghe ông Mục sư giảng tôi mới biết rõ lý do tại sao tôi không muốn soạn bài mỗi Chủ Nhật một lần: tôi không thể nào giảng khách sáo cho con chiên nghe được. Tôi mà là Mục sư được mời đến giảng tang lễ của tôi thì tôi sẽ nói thẳng sự thật, ngắn gọn trong vài phút để mọi người còn kịp thì giờ đi ăn trưa ở nhà hàng Việt Nam đang quảng cáo đại hạ giá bớt 60% giá một tô phở (chỉ có bánh phở, khách muốn thịt thì tính tiền riêng hai đô-la một miếng): tôi chết thật đáng đời vì tính tình tôi khó chịu, Chúa cho tôi đi sớm để khỏi làm phiền lòng người khác đang cần sự yên lặng nghỉ ngơi. Người nào cà-chớn như tôi thì Chúa cho hui nhị tỳ sớm nên hãy xem gương của tôi mà sửa đổi tính tình ngay từ bây giờ.

Dĩ nhiên là sẽ có những người tôi khuyên răn đến đâu cũng vô ích vì họ không bao giờ chịu sửa đổi cuộc sống. Chúa sẽ cho họ đi chuyến xe lửa tốc hành xuống địa ngục một lèo không xì-tốp, không thương tiếc: những người khi đi dự đám tang chuyên môn đến trễ giờ.

Nguyễn Tài Ngọc

NGUYỄN THIÊN NGA

Cố Nhân Xa Rồi

Thụy Ngôn ngồi lên chiếc Honda Lead quen thuộc, chạy băng băng qua mấy con dốc dài. Sau lưng là nhỏ Thanh Thư mập tròn phúc hậu, có cái "tật" ngồi xe thay vì ôm eo tài xế cho chắc thì lại hay chống nạnh. Qua vài khúc quanh hay đôi khi gặp cái "ổ gà" nho nhỏ, Thụy Ngôn giật mình vì Thanh Thư lại ngã chúi vào bờ vai thanh mảnh của mình. Tiếng cười giòn tan thả vào không gian...

Sau khi thưởng thức những món ăn thanh đạm mà cũng ngon tuyệt ở nhà hàng chay Từ Hạnh, Thụy Ngôn không nói không rằng, chở Thanh Thư đi một hơi đến một nơi thật gần đó: thác Cam Ly.

Thanh Thư giật mình:

- Răng mi chở tau tới chỗ ni?

- Răng lợi chi? Tiện đường, tau muốn thăm lại dòng Cam Ly một chút xíu.

- Uhm... - Thư ngần ngừ.

- Với lại, tau muốn đưa mi đi gặp "cố nhưn".

Thụy Ngôn chợt nhớ ra rồi thản nhiên, cười cười tiếp:*"Bao nhiêu năm rồi còn mãi ra đi..."*

Thanh Thư đập vai Thụy Ngôn đau điếng:

- Thôi mi, mi chở tau ra Hòa Bình đi! Tau gặp chừ cũng chẳng biết nói chi. Mấy chục năm rồi...

- Nếu gặp thì mi cứ coi như gặp lại một người bạn cũ thôi. Hỏi thăm này nọ...

Thanh Thư nhún vai, cười chịu trận.

Nhà của Hoàng, chàng đẹp trai của nhỏ Thanh Thư mấy mươi năm trước, ở ngay bên cạnh cổng vào thác Cam Ly. Nghe nói bây giờ nhà chàng vẫn còn chỗ cũ và chàng đã trở về trạng thái độc thân. Thanh Thư cũng vậy, chồng của bạn mất đã trên hai mươi năm. Lâu quá rồi không gặp lại, Thụy Ngôn cũng tình cờ mà đưa Thanh Thư đến đây vào sáng hôm nay.

Dựng xe sát cổng, Thụy Ngôn nháy mắt với Thanh Thư :

- Hồi hộp không mi?

- Răng không? – Thư cười cười, hình như có chút bối rối.

Thụy Ngôn đưa tay vuốt lại mái tóc cho cô bạn, vừa vu vơ vài câu của nhạc sĩ Cung Tiến:

"Chờ nhau hoài cố nhân ơi
Sương buồn che kín nguồn đời
Hẹn nhau một kiếp xa xôi
Nhớ nhau muôn đời mà thôi."

- Nhớ mô mà nhớ muôn đời. Mi nghe...

Thanh Thư lúng túng, chống chế với giọng Huế dễ thương. Lúc này, hai má cô nàng bắt đầu hồng hồng. Ui chao, cô bạn sắp già của tôi như hồi mới lớn vậy nè!

Thụy Ngôn chọc ghẹo thêm một chút trước khi vào gõ cửa:

- Bình tĩnh mi hỉ? Mi mà xỉu thi tau không đỡ nổi mô nờ!

Sau khi Ngôn cất tiếng hỏi thăm, người nhà cho biết Hoàng đang ở chơi phía ngoài thác. Thụy Ngôn kéo tay Thanh Thư đi theo hướng được chỉ, hăm hở làm như được gặp cố nhân của chính mình vậy.

Nhìn từ xa, Ngôn và Thư đều nhận ra ngay Hoàng. Anh chàng đang đứng trò chuyện với một nhóm du khách; vẫn dáng cao cao gầy gầy, phong trần, lãng tử. Bất giác, Hoàng quay người lại. Hai người nhận ra nhau sau thoáng ngỡ ngàng.

Lúc này, Thanh Thư đã lộ rõ sự bối rối. Thụy Ngôn đẩy nhẹ bạn sau khi gật đầu chào nhẹ Hoàng từ xa:

- Mi tới nói chuyện với Hoàng đi. Tau qua bên kia chụp mấy cái hình, chứ lâu quá rồi tau cũng không ghé đây.

Hoàng đang bước vội tới. Bây giờ thì có ngại ngùng đến mấy thì Thanh Thư vẫn phải đối diện người xưa rồi.

oOo

Thụy Ngôn lững thững bước qua những tảng đá lớn nằm trơ bên thác. Trong mắt Ngôn, Cam Ly không còn thơ mộng như xưa. Dòng nước đục ngầu và lòng hồ dưới chân thác khá nhiều rác đổ về từ nguồn suối đi vòng vèo hơn 10 km qua các khu dân cư. Thụy Ngôn bật cười khi nhớ một nhà báo đã viết cách đây chưa lâu: "*Đến với thác Cam Ly, du khách sẽ nghe được tiếng róc rách của dòng suối hòa cùng tiếng chim hót líu lo tạo nên một bản giao hưởng thú vị mà chỉ có ở nơi đây. Khoảnh khắc thả mình vào khoảng không bao la khiến con người ta cảm thấy như được chở che, bao bọc bởi thiên nhiên hùng vĩ...*"

Đoạn viết này có lẽ được sao chép một bài tập làm văn mẫu từ thế kỷ trước, hiện vẫn được sử dụng cho khá nhiều trang quảng bá du lịch. Có một chút xót xa, bởi điều đó đã lùi vào Miền Hoài Niệm. Trong ký ức của Thụy Ngôn, Cam Ly là một dòng thác xinh đẹp, nước tung bọt trắng xóa, làm say lòng biết bao du khách và trở thành nguồn cảm hứng bất tận cho các thi sĩ, nhạc sĩ.

Ừ thôi, dẫu trong hay đục, Cam Ly vẫn cứ *"vô tư lên tiếng ca muôn đời..."* (*) để lữ khách mãi bâng khuâng, thương nhớ về một Đà Lạt mơ, Đà Lạt thơ.

Đang miên man theo câu hát quen thuộc, Thụy Ngôn giật mình bởi tiếng gọi của Thanh Thư. Ngoái lại, Thụy Ngôn thoáng ngạc nhiên khi bắt gặp vẻ hấp tấp của cô bạn duyên dáng.

- Răng gặp mà nói chuyện ít rứa mi?

Thanh Thư xua tay:

- Thôi ra lấy xe về đi mi, rồi tau kể...

- Nhưng tau vẫn chưa nói câu nào với Hoàng, cũng chưa chào...

- Khỏi, khỏi... Tau chào giùm mi luôn rồi!

Thụy Ngôn im lặng làm theo. Lên xe ngồi, Thanh Thư vòng tay giữ eo Thụy Ngôn thủ thỉ:

- Giá như đừng gặp lại mi à! Tau thất vọng quá chừng!

Hai đứa ra Thủy Tạ. Bên ly cà phê sóng sánh, Thanh Thư kể tỉ mỉ về cuộc hội ngộ khá bất ngờ giữa mình và người xưa, cũng như nỗi "thất vọng" như hồi nãy cô nàng vừa nói.

Ngôn im lặng lắng nghe, đồng cảm và thỉnh thoảng buông vài câu triết lý vụn (cũng ra vẻ mình hiểu chuyện đời lắm).

Ngày ấy, Thanh Thư và Hoàng có một mối tình dễ thương và trong veo. Cuối tuần, nơi cả nhóm bạn hay dừng chân là Đồi Cù lộng gió và Hoàng luôn trổ tài chụp hình rất đẹp. Thụy Ngôn vẫn giữ được một tấm chụp chung cùng cả nhóm với mái tóc demi-garçon ngắn đến mức không sợi nào có thể bay bay dù gió trời lồng lộng...

Có lẽ tình yêu thời thanh xuân đầy mộng mơ ấy của đôi bạn chưa đủ vững nên sau khi Thư ra trường được một năm thì họ cũng lặng lẽ chia tay. Mỗi người đều có một cuộc sống êm ấm riêng mình.

Sau nhiều năm, Thư – Hoàng gặp lại nhau, ngỡ ngàng là đúng, ngạc nhiên là đúng. Thời gian đã trượt dài trên phận người với bao cảm xúc vui buồn, đắng cay... Làm sao mỗi chúng ta có thể giữ được nét hình hài tươi xinh tuổi mười tám đôi mươi; làm sao sau mỗi mất mát mà không hư hao; làm sao "*em vui khi đời già thêm tuổi/ những đợi chờ liệu đủ tháng năm không?*" (Thơ Trần Dạ Từ)...

oOo

Chiều cuối đông lành lạnh.

Ngôn vẫn cùng Thanh Thư lạc vào "Vườn Xưa". Lâu lắm rồi, hai đứa mới có thời gian nhiều hơn dành để tâm sự với nhau như thế này.

Gió nhè nhẹ cho mặt hồ Xuân Hương lao xao. Ngôn cũng nghe hồn mình thoáng bâng khuâng bởi kỷ niệm, rồi chạnh nhớ đến "cố nhân" của mình khi nghe Thư hỏi.

Lục tìm trong ký ức, bỗng trở về một vóc dáng, một khuôn mặt thân quen, thật gần và thật xa. Ngôn nhẹ nhàng nhớ từng trang lưu bút với dòng mực tím nghiêng nghiêng đã phai màu thời gian...

"... Lớn lên bỏ tóc đuôi gà
Làm cô giáo nhỏ thật là dễ thương
Hàng thông xanh mát bên đường
Cho em trẻ mãi với gương mặt này..."

Vẫn thoảng nghe đâu đây một giọng Huế ấm trầm dịu ngọt:

- Chúc cô giáo nhỏ của anh thành công và hạnh phúc!" - Mắt anh nheo nheo, lấp lánh ánh trăng phố núi.

Ngôn nghẹn ngào:

- Dạ, em sẽ cố gắng...

Con đường Bá Đa Lộc, vòng qua Yersin mỗi sáng chủ nhật reo vui theo bước chân Ngôn và anh cùng đến giáo đường, bây giờ sao trở nên đìu hiu, buồn bã.

- Tại sao anh phải chuyển đi xa vậy nhỉ?

- Mọi việc xảy ra đều có lý do của nó, bé à! Nhưng bé hãy tin anh, chúng ta sẽ vượt qua. Bé ở lại, nhớ siêng năng học hành...

Ngày anh đi, Ngôn không đưa tiễn. Ngồi bệt dưới gốc thông già trước khu nội trú, Ngôn lặng lẽ khóc. Những giọt nước mắt mặn chát hòa vào mưa cao nguyên tháng mười. Mưa lạnh mà sao Ngôn bỏng rát trái tim đau.

Những lá thư được dán tem bay tới bay lui, có những lá thư bị mất gây những hiểu lầm không đáng có. Khoảng cách của không gian, sự nghiệt ngã của lòng người, rào cản của tôn giáo, ... rồi chuyện gì phải đến đã đến.

Kể vắn tắt cho Thư nghe, Ngôn hài hước xen lẫn chua chát:

- Hồi đó, Ngôn giống thất tình, Thư hỉ?

- Răng nữa? Có lần, tụi tau tìm mi bắt mỏi chân. Cuối cùng mới thấy mi đang ngồi trên Đồi Cù. Lúc đó trời đã chập choạng...

- Ừ, may mà mình còn có bạn bè. Nhưng cuối cùng vẫn bị lỡ mất một năm học mi à!

Ngôn xót xa, thoáng hối tiếc.

Xa thật rồi, Ngôn đã mòn chân trên con đường vạn dặm... Bao nhiêu năm rồi nhỉ, kể từ ngày Ngôn và người ấy chia tay – một cuộc chia tay khá nhẹ nhàng. Có gì đâu, Ngôn và người ấy chẳng kịp có nhiều thời gian để cùng dệt thêu kỷ niệm, để cùng ước mơ và có lẽ ước mơ của hai người chắc phải khác xa nhau lắm!

Thanh Thư choàng tay ôm bờ vai Ngôn đang rung lên vì xúc động, thủ thỉ:

- Mi ra trường lại về dạy tận vùng sâu vùng xa nữa. Tụi mình cứ bặt tin nhau. Buồn thiệt.

- Một quãng thời gian đáng nhớ đó Thư! Nơi núi rừng Đam Rông hun hút ngày ấy, chỉ mình Ngôn – cô giáo trẻ với tuổi hai mươi đầy ước mơ và khát vọng – vật vã với những cơn sốt rét rừng ác tính, với những bữa cơm thiếu cả rau rừng khi mùa đông về; cũng chỉ mình Ngôn vật vã với kỷ niệm, vật vã với từng khúc quanh đáng nhớ của đời người...

- Thương mi quá, Ngôn ơi! – Thanh Thư lại thổn thức.

- Bây giờ thì cũng ổn rồi Thư. Cứ sống an vui cùng hiện tại thôi.

- Rồi sau này mi đã gặp lại người ấy lần nào chưa? – Thanh Thư lại hỏi.

- Cũng khá nhiều lần Thư à! Đó là cuộc gặp gỡ trong các chuyến công tác, trong các buổi họp khi cùng hoạt động trong mạng lưới chuyên môn của ngành. Chỉ có các câu xã giao, tau không còn cảm xúc hồi hộp như xưa...

"... Kỷ niệm như rêu em níu vào chợt ngã. Tình yêu giờ quá xa..."

Ngôn cất tiếng hát và cười khẽ, vỗ nhẹ tay Thư:

- Bỗng nhiên đưa mi về thăm "cố nhưn" rồi kể chuyện về "cố nhưn" cho nhau nghe. Mắc mệt cho hai bà cô sắp già này ghê Thư ha!

- Già mô mà già! - Thư cười phá lên.

Ngôn khều nhẹ tay Thư:

- Thư nè, chẳng lẽ Hoàng thay đổi nhiều đến vậy sao?

- Lợi thì có lợi nhưng răng chẳng còn, mi tưởng tượng đi...

- Hic. Tóm lại, đừng nên gặp lại cố nhân vì biết cả hai không còn như xưa nữa. Thời gian, cuộc sống, bệnh tật, ... bào mòn con người dữ lắm!

Ngôn trầm ngâm.

Anh Thái của Ngôn cũng từng nói: "Khi nghĩ về cố nhân cũng có nghĩa là nghĩ về một quãng đời đã xa hun hút, một vùng ký ức đã phủ rêu phong. Mới đấy mà đã xa thế ư? Khái niệm thời gian vốn luôn là một khái niệm vô cùng chủ quan và cảm tính. Có khi đã xa nhau biết bao mùa lá úa mà tưởng chừng như chỉ vừa mới xa cách hôm qua. Cũng có khi chỉ vừa chia tay nhau trong khoảnh khắc mà lại tưởng như đã là... thiên thu. Tất cả chỉ là cảm giác – những cảm giác đôi khi không dễ để lý giải."

Nếu lý giải được, những suy nghĩ, cảm giác trong câu chuyện hôm nay giữa Thụy Ngôn và Thanh Thư cũng chỉ là chút dư âm ngày cũ. Còn chút gì quan tâm và nhớ về nhau thì đó đều chỉ là sự mong muốn cho cố nhân an lành, hạnh phúc.

Hoàng hôn đã buông rèm.

Ngôn và Thư đứng dậy ngắm mặt hồ lao xao, hồn bình yên.

Ngôn nheo nheo mắt nhìn Thư:

- *Delete* "cố nhưn" ra khỏi đầu, về ăn cơm chiều mi hỉ?

Thư cười xòa, ngồi lên xe và lần này thì ôm chặt eo Ngôn, vui vẻ:

- Ừa... ừa...

Ngôn nhấn nhẹ tay ga, không quên buông vào trong gió:

"Cố nhân xa rồi, có ai về lối xưa?"

Đúng vậy, cố nhân xa rồi...

Nguyễn Thiên Nga

Tháng 01/2025

(*) Ca từ trong nhạc phẩm Đà Lạt Hoàng Hôn – NS Minh Kỳ và Dạ Cầm

NGUYỄN THỊ KHÁNH MINH

Lần Theo Mộng Ảo Mà Về

Ai đó đã nói, có rất nhiều nơi để đến, nhưng dường như chỉ có một chốn để quay về..., ba dấu chấm này để bạn điền vào nơi chốn của riêng bạn. Để tôi đoán xem, có thể là, gia đình, quê nhà, một nơi ước hẹn..., ngay cả, một giấc mơ, nơi này coi bộ quyến rũ nhất, đối với tôi...

Về, là về lại một nơi mình đã chia xa, một chốn cũ, nơi mình được ngồi yên lặng để bầu thân thuộc truyền cho mình những dưỡng chất đã tiêu hao theo những dặm dài, để được nhìn thấy mình cùng không khí ấy mới mẻ thế nào, cũ kỹ ra sao. Hẳn sẽ là bước về nôn nao hối hả.

Về, là về cõi thời gian, một dòng chảy mơ không bờ bến, nếu không dành tâm tới lui với nó, khuấy lên hiện tiền một tiếng gọi, vén chút mù sương của ký ức, dợm một bước những phút giây sẽ tới, thì dòng chảy ấy sẽ hư vô. Nên bước về như thước phim quay chậm.

Và sẽ chập chùng trên đó những bước chân của xác phàm lẫn tâm thức. Nơi chốn ấy là Sài Gòn, thời gian ấy là Sài Gòn. Vâng, Sài Gòn.

... Dạo tôi còn học lớp ESL tại Santa Ana College, thầy Lewis cho viết một bài văn tự do, tôi đã viết một đoạn ngắn về Sài Gòn, với những quán ăn khuya và mưa đêm. Nhân lúc nói chuyện ngoài giờ học, thầy nói một ngày nào ông sẽ đi Sài Gòn để thưởng thức trời mưa trong không khí ăn đêm. Tôi đã phải nói rõ thêm với ông rằng, Sài Gòn đã là tên xưa, và tại sao nó trở thành tên xưa. Điều này làm tôi xót như động phải vết thương, vì cái tên ấy nó đã là một phần của thân-thể-ký-ức tôi, là một dòng chảy cảm xúc trong huyết quản tôi. Những nốt nhạc ký ức tôi gảy lên hôm nay, ước sao là một tiếng đàn hòa trong bản giao hưởng hồi ức của những tâm hồn đồng điệu, một thời, như tôi, lớn lên từ lòng con phố mang một tên đã thành xưa này. Đó là âm những con chữ cho tôi lần về, và bạn thân ơi, dường như tôi chỉ đang quyến luyến nơi này qua đường tơ kỷ niệm.

... Tôi bước lên những bậc thềm mịn rêu, bước chậm, sợ mình sẽ bị trượt ra sau, cái ngã ngửa chẳng khác nào cái rớt xuống trần gian đầy ngỡ ngàng của hai chàng Lưu Nguyễn. Tôi chưa muốn thế, tôi đang muốn sống cõi phi thực kia với từng rung động e dè chậm chậm, để nghe chạm vào cánh cổng tháng năm hoen rỉ, và dù nhẹ nhàng đến thế nào cũng sẽ ghê răng bởi tiếng rít của một cánh cửa lâu ngày không mở. Hồi hộp, nên tim tôi đập khác thường.

Ngôi nhà ba mẹ tôi ngày trước, có hàng tràm bông vàng bên kia vệ đường, tới mùa hoa gieo phấn thì bụi vàng xác hoa li ti đầy trước ngõ, nếu tôi bắt chước thiền sư Cảnh Sầm theo cánh hoa rụng mà về (Hựu trục lạc hoa hồi) thì hẳn không thể nào tới được nhà, vì hàng cây giờ đã không còn. Đây là nơi tôi luôn mong để trở về. Thật ra, tôi đã biết ngôi nhà đã khác hẳn ngày xưa lúc còn là biệt thự nhỏ, tường sần sùi màu hồng nâu ẩn hiện sau rặng tre tàn mận (dưới gốc mận này là nơi chôn nhau con trai đầu lòng của tôi) và hoa hồng tầm xuân lòa xòa trước cổng, nhưng sao lòng vẫn buồn buồn khi nhìn nó bây giờ, lồ lộ phô những cửa kiếng ra mặt đường, và cũng chỉ còn non một nửa căn.

Tôi đứng yên trước cổng, nếu có bấm chuông thì cũng sẽ không có ai mở cửa, tần ngần cầm chiếc chìa khóa, tôi mở, tiếng lách cách nghe lạ như lâu lắm chưa từng. Từ ngày cha tôi mất, từ ngày mẹ tôi rời khỏi đây, giờ nhà không ai ở, tôi nhìn những đốm sáng chập chờn trên chiếc ghế dài, lòng bỗng như một vạt nắng xa vắng, cũng may là Hương, cô em dâu, đã qua lau chùi trước chứ nếu bây giờ nhìn thấy lớp bụi đóng trên bàn ghế nữa thì chắc tâm hồn tôi sẽ bị niêm phong luôn với nỗi cô quạnh. Tôi đi thẳng lên lầu nơi có bàn thờ, mùi gỗ cầu thang âm ẩm, tôi nhìn hình cha, một chút sợ sợ, không biết vì sao, có lẽ tại âm dương nghìn trùng trong căn phòng thờ im lặng, tôi đặt tay lên khuôn hình, ba ơi, con về với ba đây. Anh Khải dặn nhớ thắp nhang, nhưng chắc gì đường đi của khói đến được cha hơn hơi ấm của bàn tay?

Phất phơ màu áo lụa mỡ gà bộ bà ba xô giạt tôi. A, tôi đã theo màu áo này mà về.

... Màu áo tôi không quên cha tôi mặc tối hôm ấy. Buổi tối, như vậy thôi, đừng nhớ thêm gì nữa về thời gian..., một toán lính xông vào nhà tôi như một trận bão, túa lên những phòng và dồn 8 người gia đình tôi xuống phòng khách. Một tờ giấy được giơ lên, một lời được đọc. Đêm đóng lại theo từng bước chân của mỗi người được gọi lên phòng của mình. Chắc ba mẹ và các em cũng mang tâm trạng như tôi, khi lên phòng mình, có hai người lính, tôi thấy sách vở, cùng những lá thư nháo nhào trên sàn. Rồi Tagore, Mozart, Khánh Ly, Lệ Thu... tất cả bị tóm lại trong một cái bao lớn, tôi phản xạ giựt lại đĩa nhạc Mozart, vì tôi chợt nghĩ sao Mozart lại là điều có thể bị tịch thu, người lính hất tôi ra, mất thăng bằng tôi ngã đập vào thành giường, cú đau điếng khiến tôi biết rằng phải im lặng, tôi đã lén nhét một lá thư của người yêu vào túi áo, như muốn tìm một sức mạnh, nhưng nó lại làm tôi ứa nước mắt.

Tất cả phòng đều bị niêm phong. Có ai nghe tiếng một chùm chìa khóa quăng mạnh xuống mặt bàn gỗ như thế nào không, có thể không là gì nhưng đêm đó âm thanh ấy đã làm cả nhà tôi giật nẩy người. Đó là chùm khóa nhà. Và sau đó là tiếng loảng xoảng của những chiếc còng tay. Ba tôi đi, hai em trai tôi đi, bước lên một cái xe bít bùng. Họ đang bước vào bóng tối. Cùng đi là tất cả sách vở trong nhà. Tiếng những chiếc xe nhà binh như tiếng rú.

Còn lại mẹ và chị em tôi, 5 người, co cụm nơi phòng khách, nơi có để hai cái chiếu và một cái màn. Ở ngoài cổng có hai người lính gác. Mẹ và tôi nắm tay nhau, tôi còn nhớ rất đậm cái run lẩy bẩy, bần bật của hai bàn tay nắm lại với nhau, vai mẹ rung nhưng mắt mẹ khô lạnh, cô em nhỏ thút thít khóc, cậu em kế thì đanh mặt lại ngồi cúi đầu, cậu bé út thì giương hai con mắt trẻ thơ rất buồn, ngơ ngác, nó không khóc, chỉ nhìn mẹ và chị rồi nằm xuống cong người lại trên chiếu.

Mẹ tôi nói như thầm, Khánh ạ, mẹ con mình phải chết thôi. Nhà mình còn hai bình gas. Tôi giật thót mình, nhưng má ơi, hai bình có đủ chết không hay là chỉ làm mình ngắc ngoải thì có nước chết với họ – Mình sẽ vào bếp đóng kín cửa lại con ạ. Mẹ bỗng quay sang em gái tôi, 17 tuổi, giọng bà nhỏ, quyết liệt, Chết không con, Khanh – Chết! Con bé gật phăng cái đầu dập dềnh mái tóc mây. Mẹ lại hỏi cậu em 16 tuổi, giọng có vẻ như bà đã quyết định, Chết nhé Khiết – Dạ, Chết! Thằng bé nói với vẻ lì cố hữu của nó. Rồi tới cậu em út, 11 tuổi, giọng mẹ nhẹ nhàng, Chết không con, Khiêm? – Chết! Tôi rúng động hồn phách, nó nói chết nhanh như thể mẹ hỏi ăn không con - Ăn! Mẹ không hỏi tôi, vì bà biết tôi sẽ là đứa nói không. Tôi kéo mẹ nằm xuống chiếu, thì thầm, má không nghĩ là sẽ làm vậy, đúng không? Mình phải sống má ạ, anh Khải còn mất tích chưa biết sao, còn Khương làm việc ở xa nữa, mình có những 6 người, còn lo cho 3 người vừa bị bắt nữa, mình dư sức sống mà má.

Chúng tôi đã đủ sức sống để lội qua những tháng ngày nước ngược ấy, có cả những tiễn đưa âm thầm trong tâm trạng một đi là có thể vĩnh viễn không gặp lại.

Cha tôi trở về sau đó 7 năm, gầy guộc, ốm đau, ngày qua ngày, lặng lẽ làm tiếp cuốn tự điển đang làm dở. Lần sau cha lại rời nhà ra đi một lần nữa, lần này thì không có ngày trở lại để làm tiếp cuốn sách vẫn chưa xong. Tôi quên chưa hỏi mẹ lúc mất cha có đang mặc bộ bà ba lụa màu mỡ gà không. Tôi nhìn những cây viết và sách để trên bàn thờ cha mà thấy cô liêu quá, cuộc đời, con đường nào bây giờ cây cô độc ấy đang đi. Có bạn bè chứ, ba ơi... Hình cha mờ như có hơi nước, dường như vừa sóng sánh trên vô chung thời gian, tôi tin thêm một lần này, dòng chảy buồn ấy sẽ không gợn sóng nữa, nó sẽ yên, chảy tận lòng sâu.

Tấp vào bến nhà ba mẹ tôi chuyến này, có vợ chồng cậu em út ở Úc về, cậu em năm nào gật đầu đồng ý chết một cách vô tư bây giờ đã là một người đàn ông đang mon men tới gần cái tuổi tri thiên mệnh. Về cùng là một anh bạn thân của em, Quỳnh, người đã nấu những bữa cơm rất ngon cho 6 người, và mỗi sáng vẫn làm cho tôi một ly cà phê thật đậm tình bè bạn. Còn có vợ chồng con trai lớn của tôi cùng cháu bé gái Khánh Chi.

A, tôi biết rồi, tiếng gọi tôi về chính là âm thanh ban sơ của tiếng khóc, là mùi sữa thơm từ khóe miệng bé, và khanh khách tiếng cười đang rù quyến mọi cảm xúc tôi. Nếu tôi không về để mà hít hà cái mùi da thịt thơm non này thì hẳn là tôi cứ ngồi đó mà nói về mùi lavender...

... Buổi sáng, tôi đón ly cà phê từ tay Quỳnh, nắng chiếu ấm trên bàn, ra cổng lại thấy một gói na treo toòng teng, chắc chị Liên đã tạt qua từ sớm, cắn một miếng na nghe tan trong miệng chút lòng chắt chiu.

Tôi đứng trước hiên phòng nhỏ của mẹ, nắng sáng mà nóng ướt da, đang tưới cây, bỗng nghe vọng lên từ cổng dưới "có thư đây!" Trái tim tôi như nhảy ra ngoài, cây sứ như có con gió nào tới khua tàn lá và hương hoa rộn rã, tôi nhẹ như mây lướt qua những bậc thang gỗ mầu nhiệm... hóa thành cô gái nhỏ... thân quen cổng nhà cũ, người đưa thư năm xưa "con gái có thư con đây," cô vội vàng, thò tay qua cổng, rối rít, "đưa con mau lên!" và khi những lá thư với những sọc xanh đỏ trắng viền quanh phong bì nằm gọn trong tay thì cô lại thưởng cho bác ít tiền, bác đi chiếc xe Honda Dame màu xanh lá chuối, hằng tuần đem đến cho cô những lá thư thơm mùi biển xa, nỗi nhớ nhung theo nửa vòng trái đất buộc thành lời hò hẹn dài..., cô không biết sẽ dài một đời...

A, tôi biết rồi, chính sợi tơ hẹn ước lênh đênh trên đường mộng ảo này dẫn tôi về, thành phố mang tên Sài Gòn, nơi tôi đã lớn lên, chỉ nơi này tôi mới lọt được vào nếp gấp xô lệch của thời gian, trở lại mọi thứ, như cũ, thời hai mươi vàng mười, lời tình tự mưa đêm thơm mùi hoa sứ, mùa hạ ướt những cơn mưa mà cho dù bao nhiêu lần được làm người nữa, nếu còn là mình, tôi còn nghe tiếng rất trong của nó rơi trước hiên nhà che chắn cho tôi một giấc mơ. Một nhịp chảy diễm ảo đang đồng hóa tôi, tôi có đang trôi đi hay mãi mộng mơ đứng bên cổng cổ tích nhìn cánh bồ câu ngậm thư đưa tin yêu về?

... Một hôm, tôi gọi taxi lên phố. Cô đi đâu? - Cho tôi tới trường Luật, đường Duy Tân - Dạ đâu cô? Tôi mỉm cười thích thú, vậy là mình đã nói ra được câu như lúc nào đó trong quá khứ rồi. - À xin lỗi, cho tôi tới trường Kinh Tế đường Phạm Ngọc Thạch. Đấy vật đổi sao dời. Tự hỏi, Duy Tân là tên một vì vua yêu nước, tại sao phải bị đổi tên. Cái tên quen thuộc đến nỗi chỉ cần nói Duy Tân là mặc nhiên động đậy đến kỷ niệm thời sinh viên Luật, và Kiến Trúc của ai nữa chăng, dù trường này có cổng ở đường khác nhưng sát hông trường Luật nên kỷ niệm chắc cũng có chút bà con.

Một thời sinh viên chúi đầu vào sách vở, cho đến một ngày, đến trường bỗng ngỡ ngàng, bọn con gái chúng tôi hỏi nhau với giọng thảng thốt, sao lớp vắng thế này, bọn con trai đâu cả? Ra năm đó nếu tôi nhớ đúng, 1972, vừa có một luật động viên đôn quân, bọn chúng tôi lúc đó như bị va đầu vào tường, cú đập choáng người.

Đã từ bao lâu sinh viên Sài Gòn -như tôi- lúc đó đi bên lề cuộc chiến? Đã bao lâu rồi? Dân Sài Gòn luôn tin rằng Sài Gòn là một ốc đảo mà con sóng của chiến tranh không thể đổ vào bờ. Đã bao nhiêu người tin rằng Sài Gòn là biên giới dừng lại của đường đi súng đạn chủ nghĩa? Tôi mắc cỡ và cảm thấy như có tội... Dường như một số trong chúng tôi đã không ý thức sáng tỏ về cuộc chiến đang xảy ra trên quê hương. Chúng tôi như những viên gạch lát ngô nghê. Chỉ biết nghêu ngao những điều vô nghĩa trước một thực tế, máu của người dân hai miền đã đổ và thanh niên không ngớt bị tung ra chiến trường.

Bây giờ tôi đang đứng đây, nơi ngày trước là lối cổng nhỏ khiêm cung trầm lắng màu gỗ hai cánh cửa nhỏ, trên là bảng Luật Khoa Đại Học Đường, như nghe được hơi lạnh tiếng gió thổi vào lớp học khua buồn những hàng ghế trống buổi chiều xưa, có bao nhiêu bạn bè từ chỗ ngồi ấy ra đi không về nữa? Tôi thấy qua nắng muộn ánh mắt của những cô gái hai mươi, Châu Tỷ, Liêm, Liên, Gấm, Hoa, Xuân... và tôi, nhìn nhau, biết rằng, từ hôm ấy, tin chiến sự là vết mực đen phết trên từng trang sách học...

Tôi đi bộ bên vệ đường-Duy-Tân, đã mất rồi lối đi đất nhỏ với hàng cây dầu, nơi tôi lộng gió tà áo vàng trong tấm hình gửi người vạn dặm, thôi hãy dùng ký ức mà đi để lọt vào không khí Saigon thời yêu người thiết tha...

Hồ Con Rùa, cây đa cổ thụ trước Viện Đại Học Saigon có tôi, Huệ, Thôi "Oanh Oanh" thấp thoáng những tà áo dài trong nắng... Chập chờn những cánh bướm trên con đường rộng thênh thang băng qua ngôi rừng nhỏ trước Dinh Độc Lập, nhà thờ Đức Bà, và kìa một con bướm vàng bay vội vã qua những bậc cấp bưu điện rồi chui vào thùng thư, ngày mai người ta sẽ lấy thư...

A, tôi lần về theo dòng máu đẩy của nhịp đập, hồng hào lại nơi nương náu của kỷ niệm, trái tim Sài Gòn ưng ức hoài nơi ngực trái... Nơi ấy bây giờ, người đông hơn nên đường chật đi, nhà nhiều hơn, cao hơn, nên đất trời trong tầm mắt bị nhỏ lại. Tôi như cái bóng câm đi giữa muôn âm thanh hình ảnh ồn ào của một thế giới khác.

Có phải đã muôn trùng thời gian đi qua nơi này, và tôi thấy mình buồn tẻ, lạc lõng, cũ xưa. Tôi đã nói với bạn Vỵ như thế, trong một quán cà phê, dưới bóng một cây trứng cá, có một trái nhỏ rụng đúng vào ly cà phê của tôi. Tôi cũng đang rơi một cách lạc điệu, như thế chăng. Bạn đọc cho tôi nghe... *những gương mặt lặng lẽ / treo trên hai sợi dây điện song song / vắt ngang cành trứng cá*... tôi hỏi, thơ ai mà lọt hẳn vào tàn cây trứng cá này vậy. Vỵ đưa cho tôi tập thơ, thơ Đoàn Minh Châu. Tôi giở ra ngẫu nhiên, những câu thơ, *kỷ niệm vẹn nguyên mỗi năm... / em vẫn là người hoài cổ / sống bằng nhớ nhung ngày sắp tới...*

Tôi đang được sống thực một nỗi nhớ. Nó đang dắt tôi về.

... Rồi cũng được nghe lại tiếng biển. Ngôi nhà Hoa Sứ của anh chị Khoa-Geneviève, trong một xóm chài, nằm gần góc cong của bờ biển kéo ra Long Hải. Chị nói chị sẽ đổi tên nhà là Sao Biển.

Buổi sáng tôi xuống bãi xem ghe đánh cá về, cá đánh bắt ven bờ chỉ toàn là cá nhỏ. Xóm chài rất nghèo. Chiều chiều trẻ con đi đầy trên bãi để bắt còng hay cào nghêu. Bờ biển ứ rác và phế thải của người. Nước biển đục ngầu. Nhưng nhạc sóng vẫn trong. Gió biển thổi mặn môi. Cát biển bay xót mắt. Đêm ở đó tôi ngủ trong tiếng mưa, rơi tong tong trước thềm gạch tàu. Tiếng sóng rì rầm xa xa gần

gần, không còn là tiếng u u mường tượng trong vỏ ốc, tôi choàng dậy đứng bên của sổ, nhìn và nghe, biển kia, mưa kia, thân thiết lắm với mùi hương ký ức...

Bao giờ nữa anh em mình lại được quây quần bên một bàn ăn dài, ăn những món hải sản thơm mùi biển của chúng ta kết với rượu vang quê hương chị Geneviève?

Những cánh hoa giấy đỏ buông xuống vẫy tiễn tôi, ánh mắt nâu hạt dẻ của chị nhìn theo, nụ cười hiền của anh Khoa như cánh thuyền nhỏ, bập bềnh trên sóng. Tôi khép mắt để nghe rưng một hạt lệ, tiếng rơi trong trên mặt hồ thời gian để hiện ra những ảnh hình tưởng đã quên dưới dòng phẳng lặng...

... Lại một buổi cả nhà leo lên xe, lòng ai cũng vui vì nơi tới là Đà Lạt. Ôi Đà Lạt một thời là ước mơ của tôi, đi Đà Lạt hồi đó bao giờ cũng là một phần thưởng khi học hành có kết quả tốt, vì thế ngày đó tôi đi Đà Lạt không quá ba lần. Tôi không về ký ức mà đi đến một nơi giấc mơ chưa thành.

Đến Đà Lạt vào tối, trời mưa. Tôi ngồi co trong chiếc ghế cạnh chỗ Khánh Chương lái xe, nhìn mưa rơi hối hả rồi tan trên mặt kính, tôi thoát ra cơn mỏi mắt buồn ngủ vì nhìn mãi vào chiếc cần gạt nước, quay ra phía cửa sổ. Phố lóa xóa mặt gương, đèn xe xanh đỏ lập lòa như những ánh lân tinh ở một phố âm, cậu em ngồi hàng ghế sau vừa nói, không biết đêm Đà Lạt còn chợ âm phủ không, tối nay tụi mình đi nhen. Giọng cậu không có vẻ chi là phấn khởi mà rù rì như nói trong lúc đang ngủ, tôi cười, nếu hết mưa Khiêm à, giọng tôi cũng nhỏ, tại không khí dào dạt mưa chăng.

Tôi chợt bấm kính cửa xe xuống, mưa hắt lạnh, và tôi giật mình vì tiếng còi xe quá lớn, vội bấm kính lên. Hình như có cả tiếng nói nữa, không phải âm của Đà Lạt, hồi trước, khi tới đây, tôi gặp rất nhiều tiếng Huế. Cảm giác lúc chạm vào gió vào mưa Đà Lạt thế nào nhỉ, giật mình vì tiếng còi xe, vì âm giọng nói quá lạ, chỉ vậy thôi.

Khi đi ngang khách sạn Anh Đào, tôi mơ màng thấy mình cùng các bạn đang đứng dán những tờ cổ động cho liên danh ứng cử dân biểu của cha tôi năm nào...

Lần đầu, vừa xong năm thứ nhất Luật, cha thưởng cho một chuyến đi Đà Lạt, thật đáng nhớ, tới nơi người lớn ngồi nhà đánh bài, để ba con nhỏ là tôi, em Khanh và Bích, con bác Chi, ngồi chèo queo nơi phòng khách có ngọn lửa nhịp nhàng trong lò sưởi, tôi thì không sao (vì có một nỗi nhớ cặp kè, đâu có một mình). Kỳ đó Đà Lạt chỉ là Hồ Xuân Hương và quán cơm Như Ý. Hết. A quên, còn có một con dốc nằm thơ dại đẫm ánh trăng cùng Bích và một chàng sinh viên trường Chính Trị Kinh Doanh nữa.

Lần thứ hai vui hơn vì đông bạn bè, lại được đi chơi thoải mái, nhớ những hạt mưa hắt ngược trên đỉnh LangBiang, có Hà cầm đàn ngồi hát cho một cô gái Đà Lạt, đưa em về dưới mưa nói năng chi cũng thừa... (Nguyễn Tất Nhiên, Phạm Duy) trời lạnh giọng chàng run hay tại người đẹp như mơ? có Tiến với giọng Bắc trầm, vừa hát ta nghe nghìn sợi nhỏ rớt xuống đời... (TCS) vừa bấm máy chụp hình, có Khương điều động việc dán bích chương, kỳ đó liên danh cha tôi thất cử nhưng chúng tôi được no nê Đà Lạt gần một tuần, có Thanh giọng như tiếng gió thổi qua tua lá thông, có Tính đọc thơ giọng Bắc nũng nịu, kéo đêm Đà Lạt nhẹ lơi như khúc nhạc dạo đầu, trời mưa nho nhỏ, vạt áo em xưa, anh giữ trong tay, lời tình chợt ngỏ, em khóc bất ngờ, đêm run bóng lá, nho nhỏ trời mưa... thơ tôi viết cho ai vậy Thanh?

Có người ở xa nhờ tôi chuyển lời chào đến quỳ vàng, nhưng đi trên đường không thấy một mắt quỳ nào dòm ngó, quỳ ơi, người đã muốn một cây quỳ vàng trên mộ cỏ mốt mai đấy, lãng mạn quá tình yêu dã quỳ... Và cũng chẳng có một cánh én nào dưới mái lầu Hotel du Parc như người kể, chỉ chênh vênh con gà trên đỉnh nhà thờ có lẽ là chứng nhân chung thủy của thời gian và gìn giữ kỷ niệm của người dân Đà Lạt, của người yêu Đà Lạt nay đã tản mạn những phương trời.

Đến tối, đi dạo Đà Lạt đêm, thì tôi thật sự thất vọng, không còn một Đà Lạt trong trầm lặng rét nữa, những người trẻ đi thành nhóm đông la hét ồn ào, đứng trên bậc thềm cao ngó xuống khu chợ Hòa Bình chỉ thấy người, nườm nượp bát nháo. Bên lề thì la liệt những đống quần áo cũ bán mua tấp nập. Ôi, muốn lãng mạn một chút với Đà Lạt cũng không xong rồi.

Tôi nhớ đến tiếc con đường dốc trong đêm bập bùng ánh lửa của người dân tộc bán ngo và thổ sản của họ. Ánh lửa khơi động một ấm áp thổi Đà Lạt hun hút vào ký ức. Đâu rồi, đâu rồi cái khí hiu hắt lạnh thơ mộng ấy? Đà Lạt như cô gái thức dậy, cắt phăng mớ tóc dài mơ, mặc quần jean áo thun nhún nhảy vào nhịp dồn dập sống còn của khúc ca hiện đại.

Thúy Anh nói, chắc dưới kia là chợ Âm Phủ. Khiêm cười, lúc nhúc ồn như kia chỉ có chợ dương phủ thôi em, quả thật là tôi cũng không đủ can đảm để bước xuống những bậc thang đi tìm chợ âm phủ trong biển người dương thế kia, cho dù rất nhớ ly sữa đậu phộng bên hông chợ. Quỳnh thì sau đó nhất định phải đến "quán chè khép một bên cửa" không biết nghe ở đâu, cửa quán chỉ mở già nửa, không phải để ngăn ngừa cái huyên náo bên ngoài mà là nhét vào những lộn xộn nhất có thể của một quán chè đêm... Tôi cùng các em vội vã ăn và vội vã quay về.

Thế là không sữa đậu phộng nóng, không hạt dẻ ấm trong túi áo, và tiếc thay tôi cũng không có kỷ niệm nhiều với Đà Lạt để đưa mình vào Đà Lạt sang trọng trầm lặng ngày cũ. Cứ thế mà phơi mình giữa một không khí Đà Lạt bị cày xới thô bạo bởi những mỹ quan kiểu mới. Muốn nhắn nhủ với những ai yêu Đà Lạt, có về hãy trang bị cho đủ đầy nỗi nhớ và chiếc áo giáp của kỷ niệm để chống đỡ với những bất ngờ của Đà Lạt.

Ngày về lại Sài Gòn, khi đi qua đèo gió Bảo Lộc, tự nhiên nhớ lời dặn dò cột tóc của nhạc sĩ họ Trịnh với hồng nhan tri kỷ... Trong tôi không có một lời hẹn nào để trở lại Đà Lạt. Coi như vẫn còn đó, một giấc mơ dang dở.

... Một đêm, tôi nói, mai mẹ về lại Mỹ rồi (nhớ hôm ở Mỹ, cũng nói với Bảo Chương, mai mẹ về Sài Gòn rồi, hai nơi đều là về cả, là sao?) Khánh Chương ôm vai, ngập ngừng, bây giờ cho mẹ bịnh đi, cũng được, để mẹ ở lại thêm nữa nhen mẹ... Hạnh nói, con trai nhớ mẹ rồi đấy mẹ ơi. Như đêm đang ngừng trôi, phải không, những giọt đêm khẽ khàng ru tôi từng nhịp ấm của hạt lệ.

A, tôi biết rồi tôi đã lần theo nhịp đập trái tim hai đứa con yêu dấu này để về. Về đây, và đang nằm ngủ nơi góc phòng cha đã ngủ năm nào. Nghe dòng sông thế hệ nhịp nhàng từ ba mẹ tôi đến tôi, rồi các con tôi, và kia bùng reo, cô cháu nhỏ. Trôi đi, dịu dàng.

oOo

... Hôm rời Sài Gòn, đang kéo hành lý ra cổng, chị Liên nhắc, thắp nhang ba chưa? Tôi vội lên lầu, là để cho chị vui thôi, chứ ngày nào tôi chẳng lên nhìn và nói gì đó với cha. Nhưng cha đâu riêng ở đây, nơi nào mà trái tim các con ông còn đập, thì ông ở đó.

Và Sài Gòn, mãi mãi là một hơi thở, của tôi. Những kỷ niệm thuộc về Sài Gòn như một tấm khiên che chắn cho tôi bớt hụt hẫng về tốc độ những đổi thay, hóa ra tôi chẳng phút giây nào nhìn thành phố này bằng con mắt xác phàm, chẳng thấy gì cả ngoài một Sài Gòn đầm đìa kỷ niệm.

A, tôi lần theo hoa rụng tuổi thanh xuân mộng ảo mà về đấy thôi.

Tới đây thì bạn biết cái một nơi để quay về của tôi rồi, đúng không, những sợi tơ ấy chỉ có một mối... bạn ơi.

Có một chỗ ở Sài Gòn bây giờ tôi bước đi không bằng ký ức, đó là con đường bờ kè kênh Nhiêu Lộc. Tôi bước dọc theo con đường mới mẻ, cái nhìn mở ra vui như nắng đang xiên qua những hàng liễu rủ, gió thổi thốc tới từ phía ngôi chùa xa cạnh Viện Đại Học Vạn Hạnh xưa làm tóc tôi bay, tôi không thể tưởng là mình đang đứng bên dòng kênh khẳm đen nhếch nhác khi xưa.

... có lẽ lần sau Khánh về thì nước kênh sẽ trong.

Giọng anh tôi nhỏ nhưng có vẻ như anh đang nói về một công trình của mình. Điều ấy làm tôi vui. Tôi đang nghĩ đến chuyện cổ tích, soi xuống dòng trong để tỏ mặt mày... Tất cả sẽ đổi thay như kênh Nhiêu Lộc này, những vẩn đục sẽ lắng xuống để dòng trong.

... nhớ nói cho Khánh biết khi nước kênh Nhiêu Lộc trong nhé, anh Khải.

Vậy là tôi có một lời hẹn với Sài Gòn rồi. Và, nếu có, thì tôi cũng sẽ về vào mùa mưa tháng 9 để tiếng mưa trả lại cho tôi những lời tình tự thơm hoa sứ, thêm một lần nữa, sống với giấc mơ.

Nguyễn Thị Khánh Minh

Santa Ana, ngày 16 tháng 9 năm 2012

NGUYỄN THỊ THANH BÌNH

Những Khúc Đoạn Của Dòng Sông

Khúc Đầu:

Xưa kia cô đã từng yêu biển bao nhiêu thì bây giờ cô lại yêu sông bấy nhiêu. Mắt biển xanh, hơi thở biển nồng mặn, và môi biển biết nhả nhạc ru mê. Còn nữa, trên đầu biển lúc nào cũng lấp lánh những vương miện sóng làm cô vẫn thấy lao đao những bước chân trần trên cát. Nơi cô ở lúc này phải đi xa lắm mới được thấy biển, không như thuở đó chỉ cần một vài buổi chiều buồn buồn trốn học là cô đã được gặp biển. Thôi thì chỉ cần cô biết lắng nghe một chút, cô cũng sẽ tìm thấy những tiếng ầm ì thì thầm, thao thức của mặt sông. Biển vốn cuồng nộ và sông bao giờ cũng hiền dịu hơn.

Có điều cô chẳng hiểu sao cô rất yêu những con nước chảy. Cô nghĩ biết đâu đó là điềm gở như dòng sông nào rồi cũng rẽ ra trăm nhánh chia phôi. Đời cô lẽ nào rồi cũng ròng rã những gặp gỡ và chia ly như thế; trăm nhánh sông chia. Cô có cảm giác một người cứ yêu sông yêu biển thì thể nào rồi cũng phải gắn liền với những con tàu của những chuyến đi số phận - Những chuyến đi thì có thể bình an mà cũng có thể bất trắc, ai mà biết được.

Lần đó cô không chủ ý gặp hắn. Cô chỉ tình cờ đụng thấy một sinh vật kỳ quái cứ lảng vảng quanh quẩn dưới một gầm cầu, như đang tìm kiếm một vật gì hay một cái gì cô không rõ. Lâu lâu sau khi dõi theo dòng sông miên man chảy một hồi, cô lại đảo mắt ngu ngơ để phải khựng lại ít là vài giây trước một dáng dấp quái đản bất động dưới một góc cầu rất vắng người qua lại. Hắn đó, với tóc dài rũ xuống "hippy" trong thứ ánh sáng méo mó của một dòng trăng vừa quệt xuống dòng sông. Chỗ hắn ngồi có lúc chợt như bốc khói vì những lóng lánh rớt tõm trên mặt sông. Cô bỗng thấy động lòng vì những vệt sao điệu đàng lả lướt bay xẹt qua bãi cỏ quanh hắn.

Hoàng hôn tím bầm trong hai con mắt rất đen, rất đẹp và rất buồn của hắn. Số là cô tình cờ ném đại một viên sỏi thật mạnh vào khoảng không. Con nước tung tóe như muốn rỉa dòng sông ra từng mảnh. Cô giật mình nhận ra có một "mảnh" nào đó vừa văng trúng hắn nên vội tức tốc đi dọc xuống gầm cầu. Hắn ngồi yên, bó hai tay vào nhau và chẳng buồn cất đầu lên. Cô nói: "Xin lỗi, tôi không cố ý làm nước văng trúng ông. Tại ông ngồi quá sát bờ sông..." Hắn ngẩng đầu lên nhìn cô nhưng cũng chẳng phác ra một cử chỉ gì để cô biết rằng hắn vẫn còn thở. Hình như hắn có vẻ tuyệt vọng vì một điều gì đó và người cô bỗng run lên, rợn ngợp. Thế giới dưới gầm cầu lẽ nào chỉ có sự luân lưu của những linh hồn gió và lau sậy. Hắn đã chết tự lúc nào và cô tự nhiên chui xuống đây để mở "cửa mả" mời hắn dậy để làm gì không biết. Cô nhìn khuôn mặt huyễn hoặc xanh, ma mị xanh của hắn: "Ông không sao chứ? Nếu ông OK thì tôi đi đây." Hắn lắc đầu. Cô cũng không hiểu đó là dấu hiệu bất ổn hoặc không. Lắc đầu nghĩa là "tôi không sao" hay cô cũng có thể phiên dịch là hắn không muốn cô bỏ đi hoặc là hắn không muốn gì hết và như thế hắn không OK.

Tự dưng cô bỗng trở nên kiên nhẫn lạ lùng. Có lẽ cô vừa đọc thấy vẻ tuyệt vọng ngập ngụa, tràn lan trong mắt hắn. Cô tội nghiệp hắn hay cô đang tội nghiệp chính mình. Một buổi chiều cuối năm. Nơi đây vẫn còn tắm lạnh bởi những cơn gió mùa đông. Thành phố thiên hạ đang nao nao chuẩn bị "count down" từng giây phút chuyển đổi đón mừng năm mới. Trên những nhà hàng gần bến sông này, nến và nhạc và những ly rượu nồng nàn vẫn thắp lên gọi mời những tình nhân. Xa xa đâu đó là những con tàu, những "love boat" tưng bừng đèn đuốc với ngập tràn những vòng tay ôm của hò hẹn và những khởi sự hồi sinh của một đêm mới, một tháng ngày mới... Cuối năm, cô một nơi và người chồng trên danh nghĩa một nơi thì cũng đâu phải là chuyện đáng nói. Chỉ hơi kỳ quặc một điều là dạo sau này cô rất thích kết thân với những ghềnh đá, những bến sông cô quạnh. Cô có thể đến đó, ngồi lặng yên hàng giờ, và đôi khi lảm nhảm một mình như một kẻ mắc bệnh tâm thần. Cô ngờ những tay thi sĩ vặt cũng thường bị những cơn chấn động tâm thần như thế, nên cũng chẳng có chi phải lo lắng nhiều. Nhất là một khi chồng cô chẳng hề màng đến sự có mặt của cô ở trong căn nhà ấy. Anh ta đã có một nơi chốn dù xa xôi tới nửa vòng trái đất, nhưng vẫn có thể đi đi về về những khi anh ta muốn, với một hay những khuôn mặt trẻ trung xinh đẹp hơn cô gấp bội mà lại luôn luôn toét môi cười như những con búp bê bằng máy, chuyển động bằng loại chìa khóa kim bạc, kim tiền. Đã quá lâu cô đánh mất nỗi chiều chuộng chồng mình từ một đêm nào mênh mông, cô khám phá và anh ta thú nhận đã dan díu khá lâu với một cô nhỏ chỉ trạc tuổi con gái mình trong chuyến thương vụ về lại quê nhà. Đêm đó cô khao khát mình được dọn ra khỏi nơi chốn nào có cô và anh ta ngay lập tức. Vậy mà rốt cuộc cô vẫn chết cứng lại nơi đây. Ngôi biệt thự hai người ở đã có lúc treo giá bán một triệu đô-la, nhưng cuối cùng cô đồng ý đi đến sự thỏa thuận mỗi người ở mỗi tầng với hai lối đi riêng. Hai lối đi riêng theo nghĩa thực là không hề đụng mặt nhau vì mỗi người có mỗi cửa ngõ khác nhau, nhưng cũng theo một nghĩa bóng là sẵn sàng trả tự do cho nhau trong đời sống. Cô ở lại chịu đựng thứ hạnh phúc cơm nguội trong căn nhà nhìn bề ngoài vốn bề thế đồ sộ tưởng là một điều tương phản nực cười và đau đớn. Trong cơn váng vất, cô vẫn tự nhủ mình sẽ chịu đựng cho đến lúc không còn chịu đựng được nữa. Dần dà cô như con thú tự liếm láp và tự lấy tay bưng bít vết thương của mình. Cô chưa muốn thiên hạ xung quanh có cơ hội dè bỉu hay mở lòng thương hại. Không ai được quyền tội nghiệp cô, ngoài chính cô. Bởi cũng chính cô tự nguyện vác cây thập tự giá này, với thứ tình yêu đầy gai đâm như chiếc mũ gai mà Chúa đã vì loài người mà chảy máu. Không, cô chỉ vì một vài sinh mệnh là con cái mà phải vét đi vét lại bát cơm nguội tình nghĩa. Thật ra đã có lúc cô lẩn thẩn tìm đủ mọi lý do để khỏi thương xót mình. Thương xót chỉ tổ làm chân cô ngã quỵ xuống, ích gì! Cô chỉ muốn đứng dậy, ngẩng mặt lên nhìn trời đất vẫn có nắng đẹp huy hoàng xung quanh, và hất tung những tảng đá trên ngực mình xuống vực thẳm, ghềnh đá và dòng sông... Vậy mà bây giờ cô lại tội nghiệp hắn. Hắn ngồi đó như một đống bùng nhùng và chắc hồn cũng âm u như đêm ba mươi ở quê nhà, chờ cho xong một kiếp người chán ngắt nào. Bây giờ là một ngày cuối năm của Mỹ, và hắn là người gì, gốc gác ở đâu cô cũng không được rõ. Nhưng điều đó cũng đâu có gì quan trọng, ngoài thái độ im sửng như đóng đinh của hắn.

Cô đứng dậy và lần đầu tiên thấy mình đang tỉnh dần vì những hạt sương mỏng vừa hắt ra từ đôi mắt của một người đàn ông xa lạ. Hắn đẹp đầy chất đàn ông đến nỗi bất cứ một người đàn bà lạnh cảm nào cũng phải mở mắt nhìn hắn ít là một lần.

Còn cô, cô không biết có lần thứ hai nào được gặp lại hắn, khi hắn tỉnh táo hơn và không giả câm.

Khúc Giữa:

Cô trở về và mất ngủ suốt mấy đêm liền. Hình như cô bị ám ảnh vì đôi mắt lạnh lẽo, u uẩn của hắn. Không lẽ vì hắn quá tăm tối, mà lòng cô bỗng nhen nhúm một chút ánh sáng của riêng mình để san sẻ cho hắn. Đành rằng đàn bà vốn có trái tim đa cảm và hết sức phung phá lòng bác ái, nhưng cô đang thù hận đàn ông đến tận xương tủy cơ mà. Chuyện của hắn, cơn đau của hắn, việc gì can dự đến cô chứ.

Ba ngày rồi cô không tìm lại ghềnh đá cũ. Đứa con nhỏ nhít nhất của cô bị sốt nhẹ, nhưng người cô thì nóng bừng lên mỗi lần thoáng hiện ra nét mặt nhầu nhầu có mùi đêm, mùi sông và mùi hắn. Đã quá lâu không một tên đàn ông nào điểm huyệt một góc tối nhầy nhụa hiểm hóc của cô. Cô cứ tưởng mình sẽ chẳng bao giờ bị trúng huyệt lần nữa. Vậy mà tình cờ mở được một tần số có cuốn phim hay, cô bỗng thấy sóng ngực mình căng ra và những mớ gân mớ tủy bỗng run lên từng nốt nhạc kỳ lạ. Thịt da cô tuôn chảy và hang động cô lửa ngút. Hơi thở hắn theo cô vào tận trong giấc mơ cuối đêm. Cô thấy mình vẫn còn một khát khao để sống và để yêu. Cô thèm rớt xuống địa ngục với hắn, cô thèm được cùng hắn bốc cháy như hỏa diệm sơn. Hắn và chỉ có hắn là người đã đến đúng lúc với nỗi thèm khát đòi hỏi thanh xuân của cô. Hắn và chỉ có hắn mới đủ lãng mạn để biết yêu những dòng sông như cô. Hắn và vẻ bất cần đời đã khiến cô muốn đánh thức hắn dậy. Ít ra là cô cũng muốn cứu vớt một sinh linh trước khi cứu vớt lấy mình.

Cô nghĩ thật nhiều và thật vớ vẩn trong những cơn chập chờn tỉnh tỉnh mê mê, nhưng đến khi cô bỗng thấy lại hắn ngồi thù lù cùng một vạt cỏ hôm nào thì cô lại chùn chân không dám lại gần. Cô sợ cô hay cô sợ hắn? Có điều cô cũng mừng ra mặt khi biết hắn vẫn còn sống. Một người đàn ông chui xuống một gầm cầu, ngồi đăm đăm nhìn những con nước chảy và im lặng không thèm lên tiếng trước một bóng người thì coi bộ là hắn ta đã hết muốn sống. Dĩ nhiên một người như hắn sẽ không chọn cái chết đập đầu vô một ghềnh đá (dù biết đâu). Hắn cũng sẽ không tự hủy bằng cách nhảy ùm xuống sông để cho những con nước định đoạt số phận mình. Có lẽ hắn chỉ muốn đày đọa mình tí thôi hoặc biết đâu hắn có đạo nên chỉ có thể ngồi yên chờ chết mà không thể tự mình lết tới thăm bác tử thần. Có gì cô cũng muốn gặp hắn để hỏi cho ra lẽ: tiếng thở dài hôm ấy là vì đâu, tự đâu? Sao hắn chỉ lắc đầu và thở dài. Nếu cô đẩy giùm cái xác hắn xuống dòng sông, hắn có rẽ nước mà lên lại trên bờ không, hay hắn sẽ có cơ hội lặn sâu, lặn sâu xuống nữa... trầm tích mà không tài nào còn đủ hơi sức để trồi lên được nữa (ngoài một cách đợi đến ba ngày mới tha hồ lềnh bềnh như những cánh lục bình).

Kể ra cái đầu của cô hay chạy lằng nhằng chệch lệch dữ quá. Chỉ cần một chút nhạc vẳng ra từ những quán cóc bên kia sông là cô và hắn tỉnh người ngay. Hắn phải trở lại với thực tế để sống, dù là sống lê sống lết. Cũng như cô cũng phải tập lại cảm giác rung động vì một dáng dấp bảo bọc của đàn ông. Hắn và vầng trăng khuyết trong cô bỗng dậy lên những giọt lưu ly cuối cùng. Gặp hắn, cô chỉ khựng lại nhưng không thể lùi lại được nữa. Cô tiến tới phía hắn với một quả quyết nhất định phải làm hắn mở miệng ra hôm nay. Quả thật hắn đang quá mải mê với một hình ảnh nào đó dưới mặt sông mà không hề để ý những tiếng động của những bước chân cô. Cô nói khi cô vẫn còn ở sau lưng hắn một khoảng nhỏ: "Lại ông nữa. Sao cứ xuất hiện ở đây hoài vậy." Hắn từ từ quay đầu lại và hình như cũng hơi ngạc nhiên khi nhìn thấy cô lần nữa. Vậy mà hắn vẫn tiết kiệm lời nói, như thể cô vừa đến phá tan thế giới riêng tư của hắn. Hai mắt hắn vẫn đăm đăm khó thương, nhưng được cái là hàng mi cong vút đến âm u buồn bã nên người vô tình nhất đời cũng phải mủi lòng và nao lòng. Cô ngồi xuống, nhưng hắn cố tình không để ý đến cô. Hắn chỉ muốn đơn độc một mình. Tại sao cô cứ muốn chia sẻ với hắn? Cô hỏi thầm thì, như gió: "Sao ông cứ thích ngồi đây để làm gì vậy?" Hắn bỗng cười rộ và dĩ nhiên là cô thừa biết cuống họng hắn chưa bị cắt đứt. Hắn vụt nhìn cô, mắt buồn như dọ hỏi: "Sao cô cứ đoái mắt đến một tên chết bầm này để làm gì?" Cô nhún vai ra vẻ lạnh lùng: "Có lẽ tại tôi điên và thấy ông cũng có vẻ điên điên nên thắc mắc thế thôi." Hắn tròn mắt: "Không lẽ hễ ra ghềnh đá hoặc bờ sông là có điều gì không ổn cả sao?" Cô chun mũi: "Hình như là vậy, hay ít ra cũng có vẻ như vậy. Nếu không, sao lại đi kiếm một chỗ vắng vẻ hiu quạnh thế này để làm thơ à." Hắn nhẹ giọng: "Có thể cô nói đúng một phần. Tôi đang nghe thiên nhiên đọc thơ đó chứ, ra rả như những tiếng lá rơi. Tôi ghét ồn ào và đám đông ở ngoài kia thì lại quá ồn ào." Cô mỉm cười thú vị: "Hóa ra ông trốn vào đây để không bị loài người quấy rầy. Vậy mà tôi cứ tưởng ông có điều gì không ổn." Hắn ngả người xuống, chống hai tay ra phía sau gáy: "Có chứ, nhiều thứ lắm. Nhiều lúc tôi cũng đã ngước mắt lên trời tự hỏi: tại sao cái đầu tôi không ổn, gia đình tôi không ổn và đời tôi không ổn..."

Hình như chiều đổ xuống thật bất thần, như những hạt bụi mưa cũng vừa rủ nhau thả rấm rắc trên mặt sông mơ màng. Cô nhận ra những điều cô nghĩ về hắn quả thật không sai. Ngồi đây với hắn một hồi thể nào câu chuyện cũng cuốn cô theo những con nước chảy của dòng sông trước mặt. Rồi cô sẽ tan loãng cùng sông cùng nước và cơn thác lũ của lòng hắn sẽ lôi cô ra biển ra sông. "Tôi tưởng ông là người không thích tâm sự", cô nửa đùa nửa thật. Hắn đưa tay ngáp dài: "Vẫn có lúc những người hàng xóm tưởng tôi câm đó chứ. Gặp tôi, họ ra dấu chào bằng những điệu tay. Tôi phải nín cười để khỏi bật thành tiếng và như thế là ổn, không phải chuyện trò với ai cả." Cô hỏi hắn cắc cớ: "Nhưng tại sao cuối cùng ông lại nói chuyện với tôi? Có phải vì tôi cứ nhất định không để ông yên?" Hắn cười méo xệch: "Tôi là một kẻ vô gia đình và lâu lắm mới có một người ghé tới hỏi thăm, sao tôi không khỏi hoài nghi Thượng Đế đang chọc ghẹo tôi chứ. Tôi xin lỗi nếu đã lỡ làm một kẻ mất lịch sự." Cô chớp mắt, mơ hồ thấy những giọt nến trong mắt hắn đốt ấm từng tia nhìn tỏa lan phía cô: "Không sao. Tôi cũng như ông thôi, cũng chẳng vui thú gì. Có điều nếu ông muốn kể hết cho tôi nghe, tôi sẽ sẵn sàng và biết đâu lòng ông sẽ thanh thản hơn."

Rồi thì hắn kể hết cho cô nghe mà không hề đá động đến vết thương của cô. Hắn đã từng làm chồng, làm bố. Nhưng khúc sông xưa đã đoạn rời. Vợ hắn gặp lại cố nhân và trong phút giây đã nhận thấy lầm lỡ đã có với hắn một mặt con. Cô ta bỏ đi tháng trước, thì tháng sau chiều nào tan sở hắn cũng đèo con ra sông than vãn cùng trời đất và gắn mồi cho con hắn vốn thích câu cá. Cũng trong một lần đi câu, con hắn không còn trở về với hắn được nữa. Hắn nguyền rủa dòng thác cuốn con hắn đi thì ít, mà tự nguyền rủa sự lơ đễnh của mình thì quá nhiều. Con hắn té và một người nào đó nhảy xuống cứu con hắn cũng đã đi luôn theo dòng thác dữ. Từ đó hắn không còn gì nữa cả và câu chuyện của một người hay lảm nhảm ở những bờ sông bắt đầu từ nửa năm về trước.

Khi cô gặp hắn thì cuộc đời của hắn cũng sắp đến khúc sông cuối.

Khúc cuối:

Sau lần gặp hắn, tự nhiên cô tỉnh lại. Cô thấy mình không thể tiếp tục sống vật vờ như những cô hồn các đảng, để tiễn đưa miếng thanh xuân nhỏ bé còn lại cho một niềm đau phi lý. Cô tìm thấy hắn nhưng hắn chẳng bao giờ còn tìm thấy một ai và chẳng bao giờ có thể tỉnh ra được. Hắn đến với cô vì vậy cũng hệt như lụn đèn bỗng lóe sáng rồi vụt tắt. Gần hắn, cô ngửi thấy mùi tử khí và những ngày đời cho nhau thật ngắn ngủi. Gần cô, hắn ngỡ như mộng du vì tỉnh giấc, hắn hiện nguyên hình là vì sao hôm cô độc mọc lẻ loi dưới chân trời. Cô không trách hắn, ngược lại cô cũng không cần những di sản cuối cùng của đời hắn để hết lại cho tên cô. Hắn buôn bán đấu thầu nhà cửa và tiền bạc có lúc nhiều quá làm hắn chóng mặt với những tính toán con số, nhưng chính hắn cũng đâu có một "mái ấm" nào ra hồn. Vợ hắn bỏ đi, con hắn cũng bỏ đi thì nóc nhà kể như bị thổi như đám tóc ngược chiều gió. Có lần hắn ôm chặt lấy cô, giữa một không gian tím lịm trước nhà hàng của một bến sông đối diện với chỗ hắn ngồi hôm đầu tiên cô gặp. Nụ cười như trăng vỡ của hắn, lấp lánh từng mảnh rồi ngậm tròn lại: "Tại sao mình lại đến với nhau làm gì cho khổ đời em mai sau? Cô ấy đã về lại Ý với thằng bồ cũ, nhưng từ hôm đó đến giờ, anh cũng đang loay hoay không biết có nên báo cho cô ấy biết về tin buồn của đứa con. Em nghĩ sao?" Cô giật nẩy người: "Chết chửa. Anh phải nói ngay cho cô ấy biết chứ. Nó chết vì tai nạn chứ có phải anh giết đâu mà sợ. Anh không nói sớm, bây giờ lại có bồ mới, như thế cô ấy tha hồ nghĩ khác đi được rồi." Hắn ôm mặt: "Cô ấy là cơn ác mộng. Anh không muốn nói chuyện hoặc dính dáng bất kỳ điều gì đến cô ấy. Anh chỉ muốn yên mà nào có được đâu. Anh chết mất, anh phải làm sao bây giờ." "Thì gọi cho cô ấy ngay đêm nay đi. Cô ta cũng phải biết nó là đứa con trai mà anh yêu quý nhất trên đời, dù anh và cô ấy đã hết. Sự thật là sự thật, anh sợ gì chứ. Sợ cô ta đau lòng phải không?"

Hắn rơm rớm nước mắt và buổi tối khi trở về từ nhà hàng, cô cũng đã gạt lòng để nói thẳng với chồng cô (cũng với một chút rơm rớm nước mắt). Cô nói rằng cô cũng đã quá ngột ngạt trong căn nhà cô đang sống, dù là nó rộng rãi sang trọng biết bao. Cô muốn được chính thức chia tay một nơi mà cô đã sống lặng lờ như một chiếc bóng.

Mảnh giấy vừa được ký xong và chồng cô tự ý ra khỏi nhà bằng tay trắng (ngoại trừ một vài túi hành lý lổn ngổn giấy tờ và áo quần nhưng rớt rơi vợ con). Thật tình cô cũng không biết mình đang vui hay đang buồn, có điều cô thấy lòng mình nhẹ tênh như vừa rũ bỏ được một cơn ác mộng (như hắn vẫn nói thế về cô vợ cũ). Cô định bụng buổi chiều sẽ gây ngạc nhiên khi ghé qua văn phòng hắn bất ngờ và với một cái tin cũng bất ngờ không kém. Hắn thì lúc nào cũng luôn miệng đạo đức: "Dù gì đi nữa, em cũng ráng giả câm để sống với chồng con. Biết đâu một ngày nào đó ông ấy sẽ hồi tâm trở về và coi cuộc vụng trộm kia chỉ là một thứ giải trí không hơn không kém. Đừng đánh mất một gia đình có cha có mẹ có con, em biết không."

Buổi chiều gởi hai đứa con tới nhà một người bạn có con nít đồng tuổi để chơi chung cho vui, cô yên lòng nhún nha nhún nhảy như một cô gái dậy thì hiếu động. Xe vừa chạy vào cổng cầu, gió dưới sông bỗng tốc ngược lên và thổi mạnh như muốn gây người. Chiều tan sở thiên hạ vẫn kẹt xe là chuyện thường, nhưng tự dưng cô lại thấy lạnh dọc theo sóng lưng. Gió lạnh, cầu kẹt xe ứ đọng lại thành từng hàng từng lớp khiến cô khó chịu như bị dòng xe cộ và tiếng còi xe bát nháo làm bứt óc. Nhiều người mở cửa xe xuống nhốn nháo bảo nhau về một tại nạn trước mặt. Trời ạ, đụng xe vào giờ thiên hạ tan sở thì chỉ có nước chết. Cô lẩm nhẩm: "Vậy thì xui quá rồi, khi không lại đi qua cái cầu này."

Hóa ra tin đồn lúc nãy không đúng. Những chiếc còi hụ của xe cứu thương, xe cảnh sát... vang ầm vào tai cô, nhưng cũng đủ để cô nghe thấy một người lách bộ từng kẽ xe xuống và hét to: "Một tên đàn ông chán sống đòi nhảy xuống sông tự vẫn và đòi được nói chuyện thẳng với cô vợ cũ lần cuối gì đó. Nghe thảm quá, điệu này chắc chờ cảnh sát thương lượng đến tối mịt mù mới xong." Thật ra cô không phải chờ đến tối mịt như một sự phỏng đoán. Cô tưởng tượng khuôn mặt của người đàn ông hết sức thiểu não, với tóc tai rũ thảm xuống như lúc nào cũng vò đầu. Những cuộc ly dị đắng cay vẫn thường dẫn đến những bi kịch, chẳng hạn như chàng vác súng đến lăm le và giết chết vợ cũ rồi quay súng vào đầu mình vẫn xảy ra khá thường xuyên ở cuộc đời thật chứ không phải cuộc đời phim ảnh, sân khấu. Hoặc giả chàng giết tình nhân mới của vợ cũ xong và đến bót tự thú, v.v...

Còn bây giờ thì sao? Người đàn ông không còn thiết sống hay chỉ dọa dẫm đâm đầu xuống sông để có dịp thổ lộ hoặc đánh động vào lòng thương hại của cô vợ cũ. Điều gì sẽ xảy ra khi cảnh sát mời cô vợ đến trong vai sứ giả xuống nước năn nỉ người chồng hãy trở về với cuộc đời (dù cô đơn nhưng là đời thật của mình). Người chồng sẽ cảm kích, gạt nước mắt và kể lể ân tình một hồi rồi sau cùng đổ lỗi cho sự bội bạc của một người bỏ đi nên một người không còn muốn sống. Dù sao vai trò của cô vợ lúc này cũng có vẻ quan trọng hơn vai trò của mấy nhà tâm lý mà sở cảnh sát mượn đến để vỗ về con bệnh.

Điều bất ngờ, con bệnh ấy không ai khác hơn là hắn. Sự dằn vặt của lương tâm là kẻ sát nhân âm ỉ lần mòn nhất. Hắn nhảy xuống sông để xẻ nước đi tìm con hay vì sự tàn nhẫn thô bạo của người đàn bà ấy?

Khi dòng xe cộ được giải thoát thì ngàn đời cô cũng không thể tin được người vừa nhảy tõm xuống sông kia chính là hắn. Hôm sau một mẩu báo ghi lại hình ảnh vừa bi hùng vừa bi lụy của hắn có đoạn đáng chú ý nhất như sau: "... Ông ta bảo với người vợ cũ là chính ông ta cũng đã quá đau khổ về cái chết rủi ro của giọt máu mình. Người vợ cũ nhất định quy tội cho người chồng và cuối cùng chính bà ta đã ra lệnh cho ông ta phải chết: "Anh không nhận lỗi bất cứ một điều gì thật sao, kể cả một điều lơ đễnh không trông kỹ con mình cũng đủ đáng chết rồi. Anh phải đi theo nó và anh xứng đáng phải chết, vậy thì còn chần chừ gì nữa mà không nhảy xuống. Rồi bà ta hét lên thật lớn: "*Nhảy thì nhảy đi*!" giữa con mắt ngỡ ngàng của toán cảnh sát. Cho đến bây giờ người ta cũng không rõ là ông cảnh sát trưởng có định truy tố người đàn bà này về tội vô tình hay cố sát không nữa."

Hắn đã nhảy xuống và cô vẫn chưa thoát khỏi những bàng hoàng: ơi khúc sông nào đã cuốn tình nhân của cô đi? Hắn đã bị cuốn đi thật rồi sao?

Từ đây mỗi lần về qua cây cầu hay bất cứ lúc nào đụng phải một dòng sông, cô biết rằng mình sẽ phải mường tượng ra những khúc sông đời của hắn. Còn cô, nếu bảo là: "Sông có khúc, đời có lúc," vậy khúc sông nào sẽ mang đến cho cô những bình yên?!

Nguyễn Thị Thanh Bình

NGUYỄN VĂN SÂM

BÀ THŨNG Ở CHỢ CÂY ĐIỆP

Thiệt tình thì tôi không muốn nhắc/kể lại những chuyện xưa mà mình chứng kiến khi còn nhỏ sống ở đất Sài Gòn nay đã trở thành thứ gì mờ nhạt trong ký ức của người già.

Thế nhưng một nhà văn trẻ thân tình đã gợi ý rằng thầy mà không viết thì chẳng ai biết những chuyện xa xưa đó - đã trên ¾ thế kỷ rồi, người chứng kiến chắc cũng chẳng còn ai. Vả lại thầy có lợi thế là cường ký và khả năng viết lách trơn tru, kể lại từng chuyện nho nhỏ trên FB chắc sẽ là rất ích lợi cho một số người muốn biết về dật sử của Hòn Ngọc Viễn Đông ngày trước.

Thôi thì tôi tà tà kể lại những gì mình có thể nhớ – thêm thắt chút đỉnh dĩ nhiên, đó là cái bịnh của người 'cầm bút' –

Bắt đầu bằng chuyện ở Chợ Cây Điệp.

Nhưng mà cái chợ này còn mất và trước đó ở đâu? Chợ này nay đã không còn.

Xưa nó ở giữa khúc đường Bà Hạt trước khi đâm ra khúc Lacaze, tức Nguyễn Tri Phương ngày nay.

Phải nói chợ này tự phát, nó có cái tên đó là vì chợ nhóm gần một cây điệp lớn mọc bên mé một khuôn đất rộng. Chợ Cây Điệp thì cũng như thể Xóm Nhà Thờ ở chỗ nào có nhà thờ hay Xóm Gò Dưa, Xóm Gò Dừa của Thủ Đức, hoặc là Xóm Mả ở nhiều chỗ rải rác trong Sài Gòn mà thôi. Chợ nhóm mỗi sáng sớm tới chừng độ trưa trưa, lúc hơi đứng bóng thì tan, chỉ còn lác đác vài ba người hơi đứng tuổi với mớ rau héo héo cố ngồi nán thêm chút đỉnh để vớt vát vài ba đồng bạc lẻ về mua thứ gì đó cho con cháu bỏ bụng. Những người này thường bợ ngợ khi có ai hỏi mua vì họ không phải là người chuyên bán buôn mỗi ngày.

Và lúc đó là lúc xuất hiện bà Thũng.

Bà Thũng không ai biết tên, người ta kêu bằng Bà Thũng thét rồi thành tên vì mặt bà bủng rệu, đen sạm của người bị bịnh gan tới thời kỳ phát tán, tay chưn bà đều sưng tròn lẳn mà lâu lâu để dọa con nít bu quanh chọc ghẹo bà lấy ngón tay trỏ của bàn tay này nhấn lên cánh tay kia, hay mặt mày chưn cẳng – phải nói rằng bà Thũng bận quần cụt quanh năm để lộ ra hai cẳng bự như chưn voi - để biểu diễn rằng thịt của mình ngoan cố, hay là đặc biệt, không chịu trồi lên. Bị ấn chỗ nào thì bao nhiêu thịt chỗ đó lún xuống lâu lắm mới trồi lên. Con nít, học trò lúc đó đã tan giờ học buổi trưa về nhà ăn cơm để hai giờ rưỡi vô học lại buổi chiều, bu quanh hít hà hoặc cười nói, chỉ chỏ. Đó là bọn con trai, tụi con gái thì mắt lấm lét, mặt xanh như tàu lá, chùm nhum lại với nhau nhưng cũng trố mắt ngó.

Người lớn thì la rầy tụi nhỏ:

"Ối, ngộ nghiệt gì mà coi như coi hát bội vậy bây! Ngày nào bà ta cũng biểu diễn bao nhiêu đó, bộ mấy đứa bây coi không chán mắt sao mà bữa nào cũng bu quanh. Thôi dìa đi ăn cơm trưa để còn chiều đi học."

Lũ trẻ con chán chê tản lần lần. Thế rồi cuối cùng cũng có người đem tới đổ vô cái ca nhôm mà bà treo lủng lẳng ở lưng chừng quần chút cơm, chút cá, chút canh. Loại cơm thừa canh cặn nhưng bà ngó người cho bằng cặp mắt biết ơn dầu rằng không nói gì. Bà Thũng cũng móc từ trong túi ở trước ngực lấy ra một cái muỗng thiếc trộn trộn món quà vừa mới nhận được, nhón một muỗng bỏ vô miệng nhai nuốt ngon lành.

Người này cho chút ít, kẻ khác cho chút ít... Có người lại tử tế dặn:

'Bà ăn từ từ thôi, coi chừng mắc xương, đồ 'xà bần' này coi vậy mà xương nhiều lắm.

Hai ba con chó ở đâu bu tới, ý chừng chúng nói tại sao bà dám giành đồ ăn của tụi tui. Bà Thũng lấy một chưn quơ quơ đuổi tụi chó đi rồi kiếm một cái sạp trống nào đó ngồi thưởng thức bữa tiệc của mình.

Tụi nhỏ cũng từ từ tan, chỉ còn lại một mình bà Thũng chậm chậm múc từng muỗng một cho vô miệng, ngậm lại hồi lâu mới nuốt để thưởng thức hương vị của món ăn.

Tôi bữa nào cũng dự phần vô hoạt cảnh đó, thở dài buông ra hai tiếng tội nghiệp... Và cảnh tượng bà Thũng ngồi một mình, ăn dè sẻn từng muỗng cơm bố thí ám ảnh tôi suốt trên đường về bữa nào cũng vậy.

oOo

Xóm chợ Cây Điệp sáng Chủ Nhựt nào cũng có nhiều người gầy sòng bầu cua cá cọp để lột áo những người máu me cờ bạc. Lũ trẻ, ôi thôi thấy bầu cua thì a thần phù vô bất kể giờ giấc, đặt đặt, tả tả, mấy tiếng quen thuộc lấy cái tay, ba con nai vang lên in ỏi. Bà Thũng quanh quẩn ở đó lầm bầm, chỉ chỏ: Cộ lương, cộ lương. Lắc cọp, lắc cọp. Dĩ nhiên là bà bị mấy tên chủ sòng đuổi đi sau khi dọa là sẽ đánh nếu còn lẩn quẩn phá nồi cơm của chúng.

Rồi thì tôi cũng hiểu cộ lương là gì khi vô nhà thương Sàigòn thăm bà Thũng nằm để các bà Phước phụ trách ở đây săn sóc sau khi bà bị một trận đòn oan quá mạng. Tất cả điều bí mật nằm trong cái nắp hộp để lắc bầu cua, tụi gian làm một miếng giấy xếp thành nửa hình lập thể, dán phía trong hộp. Khi đậy hộp để lắc, chúng cố ý cho cái cộ lương này chụp lên một hột nào đó mà chúng nhớ, chẳng hạn như con nai. Khi tay con đặt ít hay không đặt cửa con nai thì anh ta giở lên nhẹ nhàng, hột con nai vẫn nằm yên và thế là chủ sòng chỉ cần tính toán ăn thua với hai hột kia. Nếu tay con đặt nhiều ở cửa con nai thì khi giở hộp lên anh ta đẩy nhẹ tay cho cái hột ở trong cộ lương lăn đi và vậy thì xác suất ra con nai rất ít.

Người nào phát kiến cái cộ lương trong trò chơi Bầu Cua Cá Cọp thiệt là thông minh... vặt. Sau khi nghe Bà Thũng cắt nghĩa tôi thầm nghĩ như vậy, nhưng cũng không thắc mắc thêm là nhờ đâu bà ta biết cái trò gian lận này.

Còn trò *lắc cọp* nữa. Nhà cái xếp ba con nào đó lên trên mặt trên, thí dụ như ba trái bầu, cố không xếp ba con giống nhau ở mặt nhà con và lắc gần một cái kêu là lắc cọp, để cho thiên hạ đặt. Dĩ nhiên là có khi thì còn một con, khi thì đi hết không còn trái bầu nào. Thủ pháp lắc cọp kết hợp với thủ thuật cộ lương dĩ nhiên tụi nhỏ và cả người lớn cũng cháy túi.

Tôi ở trong số nạn nhơn đó. Tuổi trẻ mà, loại bài bạc nào cũng hấp dẫn, nhứt là khi có nhiều thời giờ lang thang trước khi về nhà.

Bà Thũng xáp vô gần sòng miệng láp dáp *cộ lương, cộ lương, lắc cọp, lắc cọp* thì dĩ nhiên bị chủ sòng ghét, đuổi đi.

Có lần tôi chứng kiến sự trả thù của một tên anh chị ăn tiền do lãnh việc canh lính cho mấy chủ sòng bầu cua. Trả thù cũng đơn giản nhưng kết quả hơi nặng cho Bà Thũng.

Nguyên do là bà Thũng thường mót tàn thuốc của thiên hạ quăng ra hít hít vài ba hơi cho đỡ thèm. Hễ bà thấy tàn thuốc lá đen rẻ tiền như MIC, Bastos, Melia đen thì bà lầm bầm nho nhỏ trong cổ họng *dế nhũi* rồi lượm lên, nếu thấy tàn thuốc kia còn le lói chút khói cuối cùng thì bà hít lấy hít để, mũi phồng lên xọp xuống thoải mái. Nếu thấy tàn thuốc đầu lọc như Golden Club, Melia vàng, Craven 'A' hay Capstan thì bà lượm cất bỏ cùng vô cái túi chứa chiếc muỗng thiếc cũng là với một cử chỉ từ tốn, không lộ vẻ gì mừng rỡ khi cúi xuống lượm lên, miệng đếm một hai ba con dế cơm mập quá! Trong cả hai trường hợp nếu tàn thuốc đã tắt thì bà lận lưng để dành.

Mấy tên anh chị chủ sòng bầu cua bàn nhau hạ độc thủ với Bà Thũng. Một tên lượm tàn thuốc, đốt cho cháy từ từ rồi lấy thuốc dán Con Rắn vốn là thứ xức lên mụt ghẻ để cho ung mủ, rất dính, trét lên đầu kia của tàn thuốc rồi lừa dịp gắn vô bắp vế non của một đứa nhỏ nào đó đương được chị nó ẵm mà không chú ý. Lửa ngún từ từ tới cuối tàn làm phỏng da non đứa nhỏ, nó khóc ré lên. Chị nó lật đật phủi thì càng phủi càng dính vô da do thuốc dán nóng chảy, đứa nhỏ càng khóc ré.

Cả bọn lắc bầu cua hùa lại đổ thừa cho Bà Thũng và còn quả quyết rằng mình thấy chính tay bà ta chơi dại gắn vô đùi đứa nhỏ. Bà Thũng ít oi, chỉ ú ớ nói không phải mình...

Ba của đứa nhỏ, vốn là người của Bảy Viễn làm trong lực lượng Công An Xung Phong nên rất ỷ quyền lại nóng ruột con nên chỉ nghe lời của mấy tên lớn họng nói rằng biết bao nhiêu người, sao họ không chỉ ai mà xúm lại chỉ bà.... Và bà Thũng đã bị tên này đánh nhừ tử tới nỗi phải nằm lăn ra đất chết giấc...

Sau sự kiện đau lòng đó chừng độ một tuần, nhơn chiều Thứ Năm nghỉ học, tôi lại lang thang ra chợ Cây Điệp để thăm thú cảnh mình quen thuộc bao nhiêu ngày trước, tháng trước vì bó chưn nằm nhà thì quá nóng với lại chồn chưn chồn cẳng không đi chịu không được. Phải nói thêm là tôi thèm hoạt cảnh của chợ Cây Điệp. Đứng coi bà bán mắm tráo tráo, trộn trộn những con mắm no tròn đầy thịt thấy mà thèm. Bà thỉnh thoảng vớt lên những miếng dưa chuột dài mập ú được nhận chìm trong hủ mắm mấy ngày trước, coi chừng đã thấm mắm để lên mặt.

Thấy tôi đứng ngó sửng bà nói, giọng giải thích:

'Ém dưới lớp mắm để dưa chuột trở mình thấm mắm thành dưa mắm, trộn hễ có ai mua thì mình khỏi bới lên tìm kiếm hư hũ mắm của mình.'

Dòm mắm thì thấy thèm nhưng khi bà ta đứng dậy thì áo quần bay ra một thứ mùi không dễ chịu chút nào! Nó như là mùi lâu ngày không tắm của Bà Thũng. Tôi bước qua sạp kế bên. Bà bán thịt heo.

Sáng sớm bà ta đã cắt ra từng cục lớn đâu chừng nửa kí-lô bày lên trên từng miếng lá chuối để trên sạp cây, không đậy điệm gì. Thấy thịt mà phơi bày trần trụi như vậy tôi nghĩ thầm, cũng là theo ý của thầy giáo năm rồi: Hóng bụi đất, rước ruồi nhặng như vậy thì thịt đâu còn ngon bổ gì nữa. Ai mua về rửa không sạch ăn thì phải biết, bịnh tiềm phục trong mình!

Lúc đó thì trên không, khỏi đầu người chừng một thước tây, cả bầy nhặng bay vo ve như biểu diễn một điệu luân vũ. Tôi ngước lên, lấy tay đuổi mấy con bay thấp rà rà gần đầu mình.

Bỗng có tiếng bà bán bánh canh chỏ miệng qua nói với:

'Không biết Bà Thũng bây giờ ra sao rồi! Tôi nghe nói bà ta được chở vô nhà thương Hui Bòn Hỏa, ở đây họ săn sóc cái xương chậu bị đánh gãy.'

Tiếp theo là cái chép miệng:

'Tội nghiệp quá, đã thũng mà còn bị gãy xương chậu nữa, đi đứng đâu có được. Nằm một chỗ ai mà săn sóc, rồi làm sao xin ăn. Thằng cha Tư Bình Xuyên ỷ thế lực, ác thiệt tình, tin lời tụi cờ gian bạc lận chỉ chỏ ẩu, a thần phù vô mà đánh người ta...'

'Hay là tụi mình cùng nhau đi thăm bà ta!'

Một bà bán hàng bông ngồi xa xa lên tiếng.

Chỉ cần bao nhiêu tin tức đó, tôi đi mau cho hết con đường Bà Hạt, ra tới đường Pierre Pasquier, đón xe buýt ra chợ Mới Bến Thành. Thường thì đi xe buýt tôi hay bị chóng mặt, nhức đầu, muốn ói do mùi dầu của nó vì không quen đi xe, nhưng bữa nay thì những cảm giác trên không có, nhường chỗ cho những dự kiến mình phải làm gì khi tới nhà thương Hui Bòn Hỏa để thăm một bà già bịnh hoạn mà mình không liên quan họ hàng gì.

Rồi thì xe cũng ngừng ở trạm chót: Ga Cuniac, trước bùng binh chợ. Tôi băng qua con đường lớn bước lên lề thềm tòa nhà cao ngất ngưởng có một hàng chữ Tây: Chemin de Fer, rồi đi vòng qua trước mặt nó để tới nhà thương...

Thằng nhỏ là tôi hơi e ngại khi tới trước cửa vô, bèn cà rà bên ngoài. Sẵn thấy có cái khung dán tin tức của Phòng Thông Tin Anh Quốc tôi tò mò đọc rồi tin này kéo tin kia, tôi coi hết những hình ảnh trên đó.

Nào là công chúa Margaret đương ngồi trên ngựa, có anh chàng Townsend nắm dây cương. Lúc đó nghe đồn hai người này có tình ý với nhau nhưng Nữ Hoàng không khứng, bây giờ tôi mới thấy hình của họ. Coi cũng xứng đôi vừa lứa quá! Chàng cao lớn điển trai, nàng đẹp gái, thanh tú.

Nào là Thái Tử Charles, chừng 4, 5 tuổi, bận một bộ đồ quá đẹp, có viền vàng, có nút vàng lấp lánh đương đứng nói chuyện gì đó trong khuôn viên rộng lớn với người chăm sóc mình. Một hình khác là Nữ Hoàng tay dắt cháu nội, cả hai cười tươi sửa bộ trước ống kiếng của máy chụp hình.

Tôi ngó xuống chưn mình, không dép giày gì hết, quần xà lỏn, đầu trần, áo cũng đã phai màu, sờn vai. Mình lớn hơn Thái tử này cỡ 7, 8 tuổi nhưng quá cách biệt. Sau lưng cậu ta là cung điện đồ sộ, trước mặt là khuôn viên minh mông, còn mình thì chui rúc trong căn nhà lá ọp ẹp, túi lại không bao giờ có tiền tới một đồng...

Tôi quay lại, không nghĩ thêm, rồi lấy hết can đảm bước vô cửa nhà thương. Mấy bà phước đầu ai nấy đều đội cái lúp trắng hình mỏ quạ, áo chùng đen dài phết gót, người đi tới người đi lui lo công chuyện của mình. Họ thấy tôi nhưng đương bận rộn, không hỏi han cũng không ngạc nhiên gì hết.

Đây là nhà thương thí, thầy lớp Ba của tôi ở trường Hãng Đinh năm ngoái cắt nghĩa là chỗ này người ta đem tình thương mà săn sóc người bịnh không lấy tiền, thương ở đây là tình thương dịch từ chữ hôpital, gốc từ hospitalité gì đó có nghĩa là tình thương, không phải là nơi chữa trị những người bị thương tật cho nên mấy bà phước vô làm việc không lấy tiền. Họ vui vẻ, thân thiện và đầy lòng nhơn ái.

Rồi thì tôi cũng lên được phòng của bà Thũng, lầu 3, phòng ở kế bên cầu thang.

Bà Thũng ngó ra, ngạc nhiên khi thấy có người lấp ló trước cửa phòng. Thâm tâm bà nghĩ rằng chẳng bao giờ có ai tới thăm mình. Quá sững sờ khi nghe tôi lặn lội tới đây chỉ để coi tình trạng của bà ra sao. Bà quen mặt thằng nhỏ này là tôi, nhưng chưa bao giờ nghe tên, tuy vậy sự thân thiện đã có ngay từ phút đầu. Trong bộ đồ nhà thương sạch sẽ và rộng thùng thình coi bộ bà Thũng khác lạ hơn những lúc ở chợ Cây Điệp: Mặt mày sáng sủa, tươm tất tóc tai.

Bà ngồi dậy, từ tốn chỉ cho tôi ngồi trên giường kế bên bà, hào hứng hỏi thăm về những người đã tử tế với mình cũng như những bạn hàng quen mặt nhưng chưa từng cho bà chút quà mọn nào. Trong cuộc nói chuyện tôi cảm giác lờ mờ rằng bà Thũng từng là người có học...

'... Gia đình tôi đương êm ấm ở Vĩnh Long, Thiềng Đức, nhưng rồi chiến tranh tràn tới, nhà cháy, người thân lớp bị chết, lớp bị bắt, không biết bao giờ mới được thả về. Vợ chồng cô em chồng thấy anh của họ bị Tây bắn chết, tôi một thân cô độc đã không cưu mang thì chớ lại đành lòng giành gia tài đuổi tôi ra khỏi nhà cha mẹ chồng. Tay trắng, cô đơn tuyệt cùng, tôi bươn chải kiếm sống trong cực khổ rồi lần lần lên Sàigòn. Nhà cửa không có, bà con cũng không ngó, nghề nghiệp thì... đàn bà mà đâu làm nặng nhọc được, tôi thức khuya dậy sớm, buông đầu này bắt đầu kia kiếm sống qua ngày nhưng cũng không đủ ăn. Rồi cái... cả chục năm nay do ăn uống sống sít, dơ dáy, bữa có bữa không, chịu đói uống nước lạnh thường xuyên để no bụng, tôi mắc chứng bịnh ung thư gan này khiến thành... Bà Thũng.

Bà ta chấm dứt câu với cái cười nhẹ trong nước mắt, kéo vạt áo nhà thương lên lau mắt... nói như ngâm thơ, theo giọng đọc ca dao mà ông thầy Tế lớp Nhì của tôi thường biểu diễn:

Ông Trời thiệt ở bất công, kẻ ăn khôn hết người lần không ra.

Khi bà nói câu này thì tôi nhớ tới hình ảnh hình Thái Tử Charles trong khuôn viên cung điện mà mình mới vừa coi hồi nãy rồi nhớ tới thân phận nghèo hèn của mình. Cũng buồn theo câu chuyện của bà Thũng.

Bà Thũng nuốt nước miếng như cố gắng nuốt cục nghẹn đời mình rồi nói như than: Làm người khổ thiệt tình. Trời sanh con người ra để đày dọa thôi chớ đâu có làm ơn làm phước gì cho con người.

Ngồi hơi lâu, coi bộ mệt, bà Thũng cài cái gối sau lưng, dựa vô vách, chép miệng:

'Không biết sau khi ra nhà thương thì tôi sống cách nào nữa. Lúc trước thì còn lê lết được, bây giờ hễ nhúc nhích thì đau thấy ba bốn ông Trời. Chắc phải giải quyết đời mình thôi, cách nào thì chưa biết!'

Tôi ra về với nỗi xót xa cho một cảnh đời, mang trong trí chút sự oán than trời đất đã bất công khi tạo ra con người dưới ngôi sao xấu là bà Thũng và bất cứ ai ở trong cảnh quá nghèo mà không có người thân thích để dựa nương.

Tuổi trẻ dễ quên và tôi đã quên lửng chuyện bà Thũng nếu chừng hai tuần sau đó không tình cờ nghe được bạn hàng ở chợ Cây Điệp bàn tán rằng bà Thũng đã nhảy cầu Bình Lợi tự tử khi họ nói về những người đàn bà ham đánh tài xỉu ở sòng bạc Đại Thế Giới phá hết gia tài của chồng, cùng đường đành mượn dòng nước bỏ đời...

Nguyễn Văn Sâm

(Victorville, CA, 18/1/2025)

NGUYỄN VIỆN

BẮT RỒNG

Những vòi nước bất ngờ đồng loạt phun tung tóe đầy khắp trên mặt cỏ. Cô gái không thể từ chối cơn cám dỗ lao mình vào làn nước ngọt ngào đó và cô chạy vào đám cỏ mặc cho nước phun tràn lên người cô. Một cơn cám dỗ khác tiếp theo và cô cũng không thể từ chối. Cô cởi phăng quần áo vất dưới gốc cây. Người cô tràn trề nước. Cô cũng tràn trề sự hưng phấn mà cô không biết rõ nó là gì và cô chạy lăng quăng dưới làn nước giống như một đứa bé tắm mưa.

Phải có một đôi mắt rất tinh người ta mới nhìn thấy ngay giữa khe đít cô có hình xăm một con rồng. Khi cô chạy, con rồng oằn oại cử động.

Một con rồng chỉ có thể bay lên từ lỗ đít.

Đó là sự khả ngộ về cái hữu hạn khi người ta thực chứng được nó cũng chính là cái vô hạn. Tôi không biết khoa học có chứng minh được vô cực thì bằng không ($\infty = 0$) hay không, nhưng tôi biết huyền thoại thì vừa có thể là tất cả, vừa có thể là không gì hết.

Như con rồng.

Và tôi không thể nào từ chối được cơn cám dỗ đi bắt rồng. Tôi chạy đến chỗ cô gái chạy vào trong làn nước. Tôi ôm lấy cô và nói: “Tôi đã bắt được rồng.” Cô gái bảo: “Buông tôi ra. Tôi không phải là rồng.” Tôi nói: “Cô là rồng.” Cô gái cãi: “Không phải. Tôi không là rồng.” Tôi vẫn nói: “Cô là rồng” và tiếp tục ôm lấy cô.
Một con rồng không bay thì không phải là rồng.

Tôi hỏi cô gái: “Tại sao cô lại xăm hình con rồng mà không phải cái gì khác?” Cô gái nói: “Tôi thích.” Một câu trả lời không trả lời gì cả. “Tại sao cô thích?” Cô gái bảo: “Đi mà hỏi rồng.” Tôi muốn banh đít cô ra để hỏi, nhưng cô đang đối diện với tôi. Có nghĩa là tôi đang đối diện với cái điều “hữu hạn thì hư ảo mà cái vô hạn thì bất khả tri.”

Khi cô quay lưng và bước đi, con rồng ở khe đít cô nhúc nhích. Tôi bị kích động kịch liệt. Nếu tôi đâm vào lỗ đít cô thì hẳn nhiên con rồng sẽ bay. Thế là tôi chạy đến và đè sấp cô xuống. Tôi nói: “Tôi muốn bắt rồng.” Cô bảo: “Anh không thể bắt được rồng.” “Nhưng ít ra tôi có thể nhìn thấy nó bay,” tôi nói. Cô bảo: “Điều đó không dành cho anh.” Tôi nói: “Tôi muốn nhìn thấy rồng bay”, và cô không thể cưỡng được sức mạnh và lòng ham muốn của tôi. Tôi ấn lưng cô xuống và đút con đại bàng vào đít cô. Con đại bàng vỗ cánh mặt trời thực chứng cho sự huy hoàng của mặt đất. Cô nhổng mông lên. Tôi đã ở tư thế quỳ và thúc cho con đại bàng bay về phía vô hạn.

Và cũng tới lúc sự hữu hạn đã bằng với sự vô hạn. Tôi nhìn thấy con rồng bay.

Sự sống hay sự chết và ý nghĩa của cuộc tồn sinh này chỉ là sự hãm hiếp của cái hữu hạn với vô hạn. Đôi khi dồn dập đôi khi buông lơi như một cơn gió thoảng.

Người ướt đẫm.

Đấy là một số phận nhưng làm thế nào để có thể chấp nhận số phận? Chẳng phải là chúng ta vẫn luôn luôn cúi đầu đi vào địa ngục? Chúng ta vẫn để cho người khác quất lên lưng mình?

Triết lý không đi đến đâu và cũng không giải quyết được bất cứ điều gì cho con người. Cô gái vẫn ngồi trên hai chân dưới làn nước. Tôi không thể biết được cô đã hài lòng với ân sủng của trời đất hay cô đang khóc. Nhưng dù cô đang khóc hay cô đang nhận mưa ân sủng thì hình ảnh cô ướt đẫm dưới làn nước đang phun tung tóe vẫn là một cái đẹp vĩnh cửu.

Cái vô hạn hãm hiếp cái hữu hạn.

Tôi muốn nhìn ngắm cô mãi. Nhìn ngắm sự xung đột trong cô. Nhìn thấy cô vỡ nát đau đớn. Tôi nói: "Cô không thể dùng con rồng để bay ra khỏi mặt đất này." Cô gái bảo: "Tôi không có ý định bay đi đâu. Mà thực ra làm gì có chỗ nào khác."

Cuộc sống chỉ là sự triển hạn.

Cô gái nói: "Tôi chỉ là cái căn nguyên của chính tôi, bởi thế tôi không thể ra đi cũng như không thể quay về."

Nước đầm đìa.

"Đừng tìm cách gặp lại tôi nhé," cô gái bảo. Tôi gật đầu. Cô nói tiếp: "Vả lại, tôi chưa bao giờ hiện hữu." Và khi bước đi, cô nói lời cuối cùng: "Chỉ là những ước muốn của tôi lởn vởn trên mặt đất này."

Nguyễn Viện

13.4.2011

NGỰ THUYẾT

QUA TRUNG ĐÔNG

Tôi nghĩ nếu hoàn cảnh cho phép thì mỗi năm phải một lần đi. Đi xa. Đến một nơi mình chưa hề biết càng tốt. Thế giới này là của loài người, hay nói rộng ra, của muôn loài trong đó loài người đứng đầu. Và các dân tộc khác nhau đều là bạn bè -- rất nên thăm viếng nhau. Ở yên mãi một chỗ sẽ dễ trở thành ù lì, nặng nề, thể xác lẫn tinh thần. Đi, coi như "sạc bình". Sau một chuyến đi, bình ắc-quy được nạp điện trở lại. Cứ thế cho đến khi nào cái bình quá cũ, hết "sạc" được nữa, thì hết đi vậy.

Một hôm, con tôi gọi điện thoại:

"Có chuyến du lịch này hay lắm, bố mẹ đi nhé."

"Đi đâu?"

"Đi Ai Cập, Jordan, Do Thái."

"Trong bao lâu?"

"Trên nửa tháng."

Những địa danh này quả là có sức lôi cuốn vô cùng, và tôi mong trong đời mình phải được một lần đến đó. Nhưng tôi cũng ngần ngại. Độ này không được khỏe, đành trả lời:

"Bố già yếu rồi. Đi lâu quá, xa quá. Để bố nghĩ lại xem sao."

"Vậy con cứ mua vé máy bay ngay bây giờ cho rẻ. Ba tháng nữa mới đi. Và con sẽ mua bảo hiểm nữa. Lỡ bố mẹ đổi ý, hay vì lý do nào khác, thì có thể trả vé lại, chỉ trả một ít tiền thôi. Nhưng con nghĩ không sao đâu. Khi nào mệt, bố mẹ ngồi nghỉ trên xe, hoặc ở lại trong khách sạn chờ."

Tôi vẫn ngần ngại. Ở tại nhà, ngồi lâu mệt mỏi đã đành, nằm lâu cũng không yên. Ban đêm thì giấc ngủ trằn trọc. Đi xa có nổi không?

Ba tháng qua nhanh. Thôi, đừng vờ dùng dằng nữa. Đi vậy.

Chúng tôi ở Nam Cali. Con chúng tôi ở Bắc sẽ đi từ phi trường San Francisco. Thoạt tiên chúng tôi định đi xe đò Hoàng lên đấy trước vài ba ngày rồi cùng đi với chúng nó cho tiện. Nhưng lần này chuyến đi kéo dài lâu quá. Để tiết kiệm vài ngày và bớt nhọc nhằn, chúng tôi sẽ khởi hành từ phi trường Los Angeles, rồi bay qua Dubai gặp chúng nó. Dubai là một thành phố lớn thuộc các Tiểu Vương Quốc Ả Rập Thống Nhất (The United Arab Emirates - UAE), nơi có tòa nhà cao nhất thế giới The Burj Khalifa, cao đến 829.8 mét. Chúng tôi đã đến đó cách đây mấy năm trong chuyến đi trước. Tiếp đến sẽ cùng nhau bay ngược về Ai Cập theo chương trình.

Cũng không nhờ đứa con gái ở gần xin nghỉ việc nửa ngày đưa chúng tôi lên phi trường LAX như mỗi lần chúng tôi đi xa. Chúng tôi liên lạc với ban tổ chức chuyến đi có văn phòng tại Garden Grove, Nam Cali, yêu cầu cho xe đến đón chúng tôi tại nhà. Tất nhiên phải trả thêm chút tiền.

Ngồi trên xe đến phi trường, hỏi ra tôi mới biết rằng công ty du lịch này đã quy tụ được nhiều nhóm tham gia chuyến đi xuất phát từ những địa điểm Santa Ana, Los Angeles, San Jose, San Francisco, Texas, Miến Điện, với tổng số gần 30 người.

Máy bay vừa cất cánh, tôi đem tấm bản đồ mang theo ra xem, và nhẩm tính. Los Angeles nằm bên trên vĩ tuyến 34 Bắc, Dubai bên trên vỹ tuyến 25 Bắc, nghĩa là cách nhau không xa, tính theo chiều dọc của quả đất. Như vậy, nếu từ Los Angeles bay ngang từ tây sang đông theo vỹ tuyến 30 Bắc chẳng hạn, thì sẽ qua khỏi lục địa nước Mỹ, rồi vượt qua Đại Tây Dương, tiếp đến bay qua khỏi các nước Bắc Phi là sẽ đến gần Dubai. Mặt khác, Dubai cách Los Angeles 11 múi giờ. Do đó thời gian bay có thể khoảng 10 tiếng đồng hồ là cùng. Thế là mình sẽ ngồi trên máy bay không lâu lắm. Khi nào mệt mỏi thì đứng dậy, đi vài vòng quanh quẩn các hàng ghế đầy nhóc người. Không có gì đáng lo nữa.

Khoảng nửa tiếng sau, tôi mở màn hình của *computer* gắn tại lưng ghế hành khách ngồi trước, nghĩa là ở ngay trước mặt tôi, theo dõi biểu đồ hình ảnh chiếc máy bay đang di chuyển, để lại sau đuôi một vạch dài cho ta thấy chiếc máy bay đã vượt qua những nơi nào của hành tinh này trên đường đi đến Dubai.

Thoạt tiên máy bay di chuyển ngược lên hướng bắc, và tôi nghĩ rằng sau một đoạn đường bay rời phi đạo, nó sẽ xoay mình quay qua hướng đông. Nhưng không, chiếc máy bay vẫn giữ hướng bắc, và cứ thế bay mãi, chứ không bay theo chiều ngang của quả đất cho mau tới đích như tôi đã đoán. Vậy là những tính toán của tôi hoàn toàn sai lạc. Máy bay chở hành khách có đường bay riêng chứ đâu có thể bay dọc bay ngang hoặc bay xéo tùy tiện. Từ đấy trở đi, thỉnh thoảng tôi lại mở màn hình xem thử chiếc máy bay đã qua những nơi nào. Và chắc chắn thời gian bay sẽ kéo dài hơn nhiều.

Lấy sách ra đọc. Đèn không đủ sáng, mỏi mắt, chán. Mở máy xem những phim câm đen trắng của vua hề Charlie Chaplin mà tôi đã xem nhiều lần. Rồi những phim hành động, trinh thám, hình sự, v.v... hoặc những đoạn phim tranh giải bóng tròn, quần vợt, quyền Anh, thể thao quá cũ. Ngồi xem mãi, quá mệt, đứng dậy, đi quanh cho giãn tay chân và bớt đau lưng. Rồi trở về chỗ ngồi cũ cố ngủ nhưng không tài nào chợp mắt nổi. Lại bấm máy tìm một chương trình nào khác có thể lấp kín thì giờ trống trải. Chẳng có cái gì đáng coi cả. Lại đứng dậy, đi quanh. Cứ thế nhiều lần. Khi gặp xe mang thức ăn tới thì tôi trở lui, ngồi trở lại ghế cũ, chờ ăn. Hết ăn tối đến ăn sáng, rồi ăn trưa. Điều đó chứng tỏ rằng chiếc máy bay này đã bay rất lâu rồi. Tôi cũng không quên chốc chốc bấm máy xem máy bay đã bay qua những nơi nào.

Thoạt tiên nó bay về hướng bắc đến Canada. Rồi đông bắc, vượt qua khỏi Vòng Bắc Cực (Arctic Circle). Tiến gần đến Bắc Băng Dương (Arctic Ocean), máy bay chuyển qua hướng đông. Rời khỏi các vùng biển Bắc của Greenland, qua vùng biển Bắc của Na Uy, Phần Lan, máy bay tiến vào lãnh thổ mênh mông của Liên Bang Nga. Rồi bay chênh chếch về hướng đông nam, gặp Azerbaijan, biển Caspian, và bay tiếp trên không phận của Iran. Cuối cùng máy bay đáp xuống Dubai nằm trên vịnh Ba Tư.

Trên biểu đồ đường bay cũng có hiện lên giờ máy bay lúc cất cánh từ Los Angeles, giờ lúc đang bay, và giờ sẽ đến Dubai. Tính ra tổng cộng thời gian bay là 19 giờ. Quá kéo dài ngoài hẳn dự đoán của tôi. Tôi mệt lả.

Đúng như chương trình, các toán xuất phát từ những địa điểm khác Los Angeles cũng đã đến Dubai trước chúng tôi mươi phút. Chúng tôi gặp lại vợ chồng đứa con trai, và những người quen biết từ những chuyến đi trước, trong đó có vợ chồng anh Trần Kiêm Đoàn, và con cháu – ba thế hệ cùng đi.

Anh Trần Kiêm Đoàn là em họ của Trần Kiêm Tịnh, Trần Thị Lục Hà (Hà Thanh), v.v... mà tôi có quen biết. Anh viết nhiều bài giá trị về Phật Giáo, và cũng là một nhà thơ có tài. Anh từng dạy môn Triết tại một Đại Học tại Bắc Cali.

Ngồi chờ tại phi trường Dubai độ nửa tiếng, hành khách lên máy bay bay ngược về hướng tây bắc để đến Cairo, thủ đô của Ai Cập. Lại phải mất khoảng 3 giờ bay trên không phận của nước Saudi Arabia. Đến Cairo lúc gần nửa đêm, xe đưa về khách sạn Cairo Triumph Luxury khá xa trung tâm thành phố. Tới nơi, nhìn vào đồng hồ, gần 2 giờ sáng. Được thông báo sẽ ăn sáng lúc 6 giờ, và rời khỏi khách sạn lúc 7 giờ để đi thăm Kim Tự Tháp. Thế là không được nghỉ ngơi chút nào sau chuyến bay dài.

Tôi xin mạn phép không thuật lại mọi chi tiết trong chuyến đi rất lôi cuốn nhưng cũng quá mệt nhọc này. Kể sao cho hết nổi. Chỉ xin kể lại một số sự kiện tôi cho là đáng nhớ, và có khi không ghi chép theo thứ tự thời gian.

Sau bữa ăn sáng vội vàng, mọi người lên xe. Bên ngoài khá lạnh. Trời sáng dần. Xe không chạy gần những khu đô thị. Cảnh vật hai bên đường hiện lờ mờ dưới cặp mắt nặng trĩu vì buồn ngủ của tôi. Nổi bật nhất là những dải đất mênh mông chạy theo xa lộ trên đó có hàng chục nghìn tòa nhà xây lỡ dở không người ở. Tiếp đến là vùng đất hoang rộng lớn bị đào xới ngổn ngang thành từng gò đống trải rộng ra rất xa từ con đường xe chạy. Tại sao có cảnh tượng này? Phải chăng người Ai Cập ngày nay vẫn còn sục sạo tìm kiếm thêm những dấu tích của một nền văn minh cổ trên năm nghìn năm đã chìm sâu dưới bao nhiêu lớp đất, đá, cát, bụi? Như tìm về một quá khứ bị cắt lìa đứt đoạn. Quả thế, ta khó nhận ra sự liên tục giữa nền văn minh Kim Tự Tháp với sinh hoạt hiện đại của Ai Cập ngày nay.

Hai bên đường là một màu vàng nâu của cát, đá. Lâu lắm mới gặp những chấm màu xanh của cây chà là. Xa tận chân trời thấp thoáng Kim Tự Tháp.

Xế trưa, xe đến cao nguyên Giza. Quần thể Kim Tự Tháp xuất hiện. Đây là những Kim Tự Tháp được xây cất cách nay gần 5 nghìn năm. Tượng Sphinx (Tượng Nhân Sư, đầu người mình sư tử) đứng ngay kế con đường. Tháp lớn tháp nhỏ nằm rải rác gần, xa, trong đó Kim Tự Tháp Cheops vĩ đại nhất đứng sừng sững dưới bầu trời mây bàng bạc mùa xuân.

Tôi đã nhiều lần nhìn Kim Tự Tháp Cheops này qua sách vở, phim ảnh, từ thuở còn bé tí cho đến lúc đầu bạc. Nay được thấy tận mắt. Trông vừa quen, vừa lạ. Và bỗng thấy dâng lên trong lòng một tình cảm khó tả như khi tình cờ tại một nơi rất xa xôi gặp lại thằng bạn của thời thơ ấu. Và cũng từ trong lòng những khối đá chồng chất cao ngất đó dường như vang lên lời đáp lại, "Mệt lắm sao? Bước gần thêm ít bước nữa đi." Quả tôi đã mệt nhừ, do ngồi lâu trên máy bay và mất ngủ. Thôi đứng xa xa vậy, lại được thấy tổng quát. Rồi tôi chăm chú nhìn theo một cạnh của ngôi tháp từ chân, dần dần phải ngửa mặt lên nhìn cho tới đỉnh. Nó thẳng băng như thước kẻ tuy có chỗ bị khuyết mòn, đổ nát với thời gian. Cái đỉnh nhọn đâm thẳng vào không gian lồng lộng đã gây xúc động nơi tôi khác hẳn khi nhìn những tòa nhà chọc trời tại nước Mỹ, hay tại nhiều nơi khác. Tôi mong, nhưng không còn hơi sức, đi theo nhóm trẻ lội trong cát, đá, một lần mà thôi, để tiến đến thật gần xem thử có gì khác lạ nào không, hoặc đưa tay sờ mó những tảng đá bí ẩn của mấy ngàn năm ấy. Nhưng có thông báo cấm đụng chạm vào ngôi tháp.

Sau đấy, tôi lên xe ngồi nghỉ, và giấc ngủ ập tới.

Tiếng gọi của một cháu bé, thế hệ thứ ba, "Ông, ông, dậy đi *camel.*" Tiếng nói trọ trẹ. Tôi mệt, lắc đầu từ chối. Nhưng tôi không ngủ được nữa. Một vài người lớn tuổi như tôi cũng không xuống xe. Có lẽ họ cũng bị thiếu ngủ và mệt nhọc.

Những xe đò khác lần lượt tới.

Trên một bãi đất rộng lớn không xa Kim Tự Tháp Cheops, mấy mươi con lạc đà to cao cỡ 2,5 mét trở lên, yên cương, cờ quạt lộng lẫy, cùng chủ của chúng đứng chờ dưới cơn nắng bắt đầu gay gắt. Du khách đến, những con vật ngoan ngoãn quỳ hai chân trước xuống sát đất, và chủ của chúng giúp đưa du khách lên lưng chúng. Rồi những người chủ dẫn đoàn lạc đà rảo bước đi, theo sau là mấy người chụp hình chạy lúp xúp.

Trong khi đó, một vài người mang quà lưu niệm đến bán. Tôi chọn ba cái tượng nhỏ bằng đá: một tượng bán thân người đẹp nhất cổ đại của Ai Cập[1], một ngôi Kim Tự Tháp, và một tượng con vật giống như con chó rừng có hai tai dài, nhọn, và đứng. Hay là con mèo?

---

[1] Đó không phải là Nữ Hoàng Cleopatra, mà là Hoàng Hậu Nefertari, vợ của vua Ramesses II, hơn 3000 năm trước, một tuyệt thế giai nhân, đẹp về nhan sắc lẫn đức hạnh.

"Bao nhiêu?"

"100 đô-la."

"Đắt quá."

"Thì 80 đô-la."

Ngay lúc đó xe bấm còi ra hiệu lên đường. Tôi nói đại:

"20 đô-la thôi."

Nói cho xong chuyện để có thể lên xe ngay. Không ngờ anh chàng bán hàng bằng lòng. Tôi rút ví ra, chỉ còn 15 đô-la lẻ. Anh ta cũng chịu luôn.

Người bình dân Ai Cập rất thích đô-la, tờ đô-la mệnh giá càng lớn càng tốt. Tờ 100 đô được quý đã đành. Có người còn năn nỉ xin đổi 20 tờ đô-la 1 đồng để lấy 1 tờ 20, hay ngay cả 5 tờ lẻ để lấy 1 tờ 5 đồng.

Hôm sau chúng tôi đáp máy bay đến thành phố Aswan trên bờ sông Nile.

Sông Nile là một trong những con sông dài nhất thế giới, 6,600 cây số (4,100 miles), chảy theo hướng nam bắc, bắt nguồn từ hồ Victoria mênh mông nằm giữa ba nước Uganda, Tanzania, và Kenya, và vượt qua thêm 7 nước khác thuộc Đông Phi, cuối cùng đến Ai Cập trước khi đổ ra biển Địa Trung Hải qua thành phố cảng Alexandria của Ai Cập.

Sông Nile vô cùng quan trọng, đặc biệt là đối với Ai Cập. Nó là huyết mạch, là nguồn sống. Nông nghiệp, ngư nghiệp, đường giao thông vận tải thủy lộ, thủy lợi, thủy điện (đập thủy điện Aswan lớn nhất nhì thế giới) đều nhờ cậy vào con sông huyền diệu này. Hai bên bờ sông, cây cối, đồng lúa, đồng cỏ... xanh tươi bát ngát. Càng xa con sông, cảnh tượng của trên 10 nước Châu Phi đó càng tiêu điều, xơ xác, cằn cỗi. Trên một bản đồ lớn, sông Nile trông như một con rắn thần khổng lồ uốn éo giữa hai viền cỏ xanh chạy dài trên một vùng đất bao la vàng úa.

Du khách được ở trên chiếc du thuyền lớn 5 sao, 4 tầng, neo tại thành phố Aswan. Qua hôm sau thuyền rời bến chạy trên sông Nile. Hai bên bờ sông chốc chốc hiện lên những ngôi nhà thấp mái ngói hay mái lá bao quanh bởi những khóm chà là xanh tươi chẳng khác gì tại vùng quê miền Trung Việt Nam xưa kia với những mái tranh nép trong những vườn cau "xanh như ngọc". Nhớ những hàng cau Việt Nam vươn lên trời, đứng thẳng nên song song với nhau. Có loại cây nào trên quả đất này như cây cau đứng thẳng như thế không nhỉ?

Rồi thuyền chạy qua nhiều thị trấn, nhiều hòn đảo -- Agilkia, Elephantine, Kitchener v.v --- và ghé lại vài nơi để cho du khách lên thăm những đền đài cổ kính. Buổi chiều hành khách được ngồi trên chiếc thuyền buồm nhỏ trôi nhẹ trên mặt sông. Phải chi có thêm những con đò vung mái chèo lướt sóng. Trên dòng sông, thuyền bè ngược xuôi khá tấp nập.

Hoàng hôn xuống, trời đất bỗng trở nên ẩm ướt, và lạnh. Ráng chiều sót lại kéo thành một vệt đỏ dài như dòng máu. Thấp thoáng cạnh đấy ẩn hiện chiếc cầu vồng mờ ảo.

Du khách trở lại tàu, lên trên tầng cao lộ thiên, ăn uống, nhảy múa, khiêu vũ hóa trang.

Những ngày lưu lại Ai Cập, chúng tôi được đi xe ngựa hai lần.

Mỗi xe chở hai người ngồi ở ghế sau, và người xà ích (người điều khiển xe ngựa) ngồi ghế trước. Hầu hết là ngựa già yếu, rệu rạc. Có lẽ trước kia đấy cũng là những con tuấn mã, nay hết thời, bị sử dụng vào việc kéo xe. Người xà ích nói được tiếng Anh đôi chút, tay cầm con roi cán ngắn cột vào sợi dây dài có nhiều nút thắt cách nhau khoảng một gang tay. Tôi nghĩ dây có nút thắt đánh ngựa mới đau. Tuy thế ít khi thấy anh ta quất vào ngựa, trái lại quất ngược lên mái che nghe rẹt rẹt để giục ngựa chạy mau hơn.

Con ngựa kéo xe cho tôi và vợ tôi trở chứng, không chịu chạy. Anh xà ích nhảy xuống xe cầm dây cương ở đầu ngựa vừa kéo mạnh vừa hét lớn, tay kia quất lia lịa vào mông ngựa. Cuối cùng con ngựa chịu thua, lóc cóc chạy ngả nghiêng một chốc, rồi qua mặt một con ngựa khác đã quỵ hai chân trước xuống đất. Anh xà ích của xe đó không nhảy xuống xe, trái lại quất mạnh vào hông con ngựa đang nằm dài trên mặt đất. Nó cố đứng dậy đi được mấy bước, lại quỵ xuống lần thứ hai. May thay, không chờ bị đánh tiếp, nó đứng dậy được, gượng chạy. Khi đã có đà, xe đó chạy nhanh theo kịp xe chạy trước. Cái thú đi xe ngựa là thế đấy.

Đoàn xe ngựa gần 20 chiếc nối đuôi nhau chạy qua nhiều đường phố tràn ngập người đi bộ lẫn đi xe hơi bóp còi inh ỏi. Xe cộ chạy khá lộn xộn, thấy có chỗ trống là qua mặt bất kể bên phải hay bên trái. Nhiều lúc tôi tưởng mũi xe húc vào những đôi chân khẳng kheo của con ngựa. Nếu tai nạn xảy ra, chúng tôi ngồi trên xe sẽ bị té ngã là cùng, nhưng con ngựa thì sao? Biến thành ngựa què?

Hôm kế tiếp, theo chương trình, sẽ dậy thật sớm đáp máy bay đến Amman, thủ đô của Jordan.

Hai nơi đáng nhớ nhất của nước Jordan là thành phố cổ đại Petra và Biển Chết.

Petra thuộc miền Nam của Jordan ra đời cách đây hơn 2000 năm, và vừa được bầu chọn là 1 trong 7 Tân Kỳ Quan của Thế Giới. Đường vào một trong những hang núi của Petra khá dài, vượt qua những đoạn dốc lên xuống gập ghềnh, bên trên là vòm đá che kín. May thay, có nhiều xe điện, loại xe thấp bánh nhỏ dành cho người già yếu, mệt mỏi, trong đó có tôi. Tất nhiên nếu có sức mà đi bộ vẫn hơn, được thong thả dừng lại ngắm những cảnh tượng kỳ lạ, những vách đá màu đỏ hồng rực lửa chạm trổ tinh vi, ghi dấu một nền văn minh lâu đời.

Xe dừng lại tại một hang núi rộng lớn, có những khoảng lộ thiên, vách đá bao quanh là những công trình điêu khắc cổ xưa, công phu, lạ lùng, tuyệt đẹp.

Trong khi chờ đợi đoàn người đi bộ – hơn một giờ sau họ đến – chúng tôi tha hồ nghỉ ngơi, chụp ảnh, cưỡi lạc đà. Mười mấy con lạc đà nằm chờ. Chúng nằm song song bên nhau, bốn chân co lại giấu kín trọn dưới bụng, cái đầu trên cái cổ dài thỉnh thoảng ngoảnh qua ngoảnh lại, đưa miệng cạp nhẹ vào nhau đùa giỡn. Và những con mắt thật hiền từ, vui vẻ, thân thiện. Tôi liên tưởng đến vài con vật khác cũng gần gũi và giúp đỡ loài người đắc lực như lạc đà, đó là ngựa, lừa và trâu. Mắt ngựa thay đổi tùy hoàn cảnh, lúc lờ đờ, lúc nhanh nhẹn, lúc tóe lửa; mắt lừa thì vô tư và thỉnh thoảng nổi cơn lì lợm. Nhưng mắt trâu to, đẹp, ướt át, và đầy vẻ nhẫn nhục. Dường như luôn luôn mang một nỗi buồn xa xôi, âm thầm, khôn nguôi.

Tôi ra dấu muốn cưỡi lạc đà. Anh nài giúp tôi leo lên lưng một con lạc đà to cao quá cỡ. Hai chân sau của nó từ từ nâng cái thân to lớn của nó lên, rồi hai chân trước từ từ nhổm dậy theo từng lóng của cái cẳng dài. Người tôi chúi ngã về phía trước. Hai tay tôi cố giữ chặt thanh gỗ ràng cứng vào cái bướu lạc đà. Nhưng tôi không còn mạnh khỏe như xưa, hai cánh tay coi bộ không chịu nổi thân hình mất thăng bằng, tôi chột dạ. May quá, ngay lúc đó, con lạc đà đứng thẳng bốn chân lên, tôi ngồi yên. Con lạc đà cao gần 3 mét. Ngồi trên lưng lạc đà thấy ngất nga ngất ngưởng. Nó đi một đoạn ngắn, đứng lại một chốc, rồi trở lại chỗ cũ. Xuống từ lưng của nó cũng phải đề phòng như khi lên. Nó quỳ hai chân trước, co vó lại, chờ tôi xuống, xong nó quỳ hai chân sau, chuồi vào dưới bụng, nằm yên. Không còn thấy bốn chân của nó đâu nữa. Nó tiếp tục trò chơi, ngo ngoe cái đầu đùa giỡn với con nằm bên cạnh.

Khoảng vài mươi phút sau, du khách rời nơi đây tiếp tục theo một lối đi lộ thiên đến một quán ăn khá lớn, và khá xa. Người già yếu thuê lừa mà cưỡi. Vừa cưỡi lạc đà xong, bây giờ cưỡi lừa. Lên voi xuống chó?

Hồi còn trẻ, tôi có dịp cưỡi ngựa trên Đồi Cù Đà Lạt chạy nhanh trên những vùng cỏ xanh qua những chòm thông mọc lác đác reo vi vu trong gió. Nay ngồi co ro trên lưng con lừa nhỏ bé, chậm chạp, có người dẫn đi từng bước một. Nhóm người không cưỡi lừa đi mau hơn, bỏ chúng tôi lại đằng sau cùng với tiếng chân lừa giẫm trên con đường đá, không phải đường lát đá, nghe cộp cộp, đều đều, buồn buồn. Làm tôi liên tưởng đến tiếng mõ tại những ngôi chùa của những làng xa ngày xưa. Không, liên tưởng thế thôi. Thật ra tiếng mõ nhanh hơn, đều hơn, và dồn dập hơn.

Rồi từ đó đầu óc đi lang thang. Những hình ảnh của quê hương cũ chập chờn. Nhiều lần tại ngã ba Cái Bè buổi chiều vắng teo đứng bên này đường quốc lộ đón xe đò Lục Tỉnh đưa về Sài Gòn. Sài Gòn rực rỡ. Sài Gòn buồn thảm. Ôi, mấy câu thơ khôn xiết của Thanh

Nam trong Đất Khách: *Ghé thân lữ thứ trăm miền/ Nỗi buồn nào cũng mang tên Sài Gòn*. Hay có khi bước qua bên kia đường, thay vì về Sài Gòn, đón xe chạy xuống Bắc Mỹ Thuận ghé vào quán nhỏ chờ phà qua sông Tiền, sông Hậu mênh mông phù sa, hun hút lục bình. Hoặc trên đường lái xe ra Trung, dừng xe tại ngã ba Dầu Giây, Xuân Lộc, quay nhìn mút mắt con đường rẽ lên Gia Kiệm, uốn quanh đến Túc Trưng, Phương Lâm, dần dần bò lên vùng cao Bảo Lộc, rồi bâng khuâng đi lẩn khuất vào Đà Lạt mơ màng trong sương mù đang ôm lấy ngàn thông trùng trùng điệp điệp.

Lại tiếng chân lừa lộp cộp kéo tôi trở về thực tại. Trước mặt tôi, một chiếc cầu nhỏ, chiếc cầu đá. Người dẫn lừa quay mặt nhìn tôi tay chỉ dòng nước dưới cầu, miệng nói bô bô. Tôi khua tay tỏ ý không hiểu gì cả. Ngồi trên lưng lừa, nhìn chiếc cầu, bỗng nhiên tôi nhớ hai câu thơ của Khổng Minh đời Tam Quốc bên Tàu:

Cưỡi lừa qua cầu nhỏ
Thương tiếc khóm mai gầy
(Kỵ lư quá tiểu kiều
Độc thán mai hoa sấu)

Xưa, Khổng Minh lúc ấy còn trẻ lắm, sống trên quê hương của ông tại vùng Long Trung, Nam Dương, địa linh nhân kiệt, ôm gối ngồi cao chờ ngày xoay chuyển vận nước. Có lẽ vị danh tướng này biết mình sắp lên đường làm chuyện nghiêng trời lệch đất, cho nên cố ghi nhớ vài ba hình ảnh thân thuộc của quê nhà yêu dấu -- con lừa, chiếc cầu, khóm mai. Nay, tôi thử nhìn lại tôi. Quê hương cách xa ngàn vạn dặm. Một kẻ già yếu gàn dở sống lưu vong tại xứ người đã mấy mươi năm trời rồi, và còn lưu vong cho đến bao giờ nữa? Liệu cuối đời sẽ được thấy chuyển biến nơi quê hương cũ? Hay phải chờ qua kiếp sau nếu có tái sinh?

Hôm sau, rời khỏi Amman, chúng tôi đến Biển Chết.

Biển Chết nằm giữa Jordan và Do Thái. Tôi hỏi Trưởng Toán tại sao gọi là Biển Chết? Trả lời: "Sinh vật, tôm cá, không thể sống nơi đấy vì nước quá mặn, mặn nhất thế giới." Quả thật độ mặn lên đến 34%, gấp gần 10 lần độ mặn của các đại dương là 3,5%. Cũng mặn hơn hồ Great Salt Lake của Salt Lake City thuộc tiểu bang Utah nhiều. Tại cái hồ nước mặn Great Salt Lake, chỉ một loại tôm đỏ hồng nhỏ bằng đầu cây tăm xỉa răng, ngắn bằng một lóng tay, và vỏ dày, cứng, là có thể sinh sống. Tôi đến đó mấy lần[2].

---

[2] Xin trích một đoạn trong *Dài Thế Kỷ* của Ngự Thuyết.

"Khổ thân tôi quá! Lúc nãy tôi không chịu nói cho rõ ràng, thưa ông. Xin lỗi ông. Tôi cũng biết rằng không có xe đi Green River, nhưng người nhà có dặn cứ đến Salt Lake City rồi xe nhà sẽ đến đón về. Vậy phiền ông một lần nữa nhé. Nhờ ông hỏi xem còn chuyến đi Salt Lake City vào buổi chiều hay không. Làm phiền ông nhiều quá, tôi vô cùng áy náy, thưa ông."

A, cái cô này ăn nói lễ phép một cách quá đáng, nhưng bù lại, giọng nói nghe hay quá, khiến tôi cũng muốn bắt chuyện để được nghe thêm. Tôi vốn thích nghe giọng nói của phái nữ.

Salt Lake City tôi có đến một lần. Đó là thành phố thủ phủ của tiểu bang Utah, nằm gần cái hồ rộng mênh mông, hơn 500 ngàn mẫu tây, cao hơn một cây số so với mực nước biển, nước hồ mặn chát, mặn gấp ba, gấp bốn lần nước biển, mặn đến nỗi cá không sinh sống nổi. Chỉ có một loại tôm vỏ cứng nhỏ tí tẹo, màu đỏ hồng, nhỏ bằng đầu cây tăm xỉa răng và dài cũng chỉ bằng một lóng tay thôi, là có thể tồn tại nơi đó. Nhờ có loại tôm ấy mà bầu trời của vùng hồ nước mặn và những thành phố lân cận sinh động hẳn lên vào mùa xuân và mùa thu.

Tôi nói lên cái chi tiết đó. Người đàn bà trố mắt nhìn có lẽ nghĩ tôi có tính ưa đùa cợt, khẽ đáp:

"Tôm sống dưới nước mà làm vui cho bầu trời! Sao có chuyện lạ thế, thưa ông."

"Nhưng tôi chưa nói hết mà. Vâng, những loài chim di điểu ở miền Bắc nước Mỹ, ở Canada, ở gần Bắc cực, từ mùa thu đã lo bay về nam tránh cái rét của mùa đông trên đó. Bay xa lắm, hàng ngàn dặm, hàng chục ngàn con, thường ghé lại vùng hồ ấy cho đôi cánh được nghỉ ngơi năm bảy tiếng đồng hồ. Rồi bay tiếp. Trước khi dừng cánh, chúng sà xuống mặt hồ săn đuổi những con tôm bé nhỏ đó đang lặn lội nhởn nhơ, gọi là kiếm chút thức ăn độ đường. Đến mùa xuân ấm áp năm sau lại bay về tổ cũ -- vâng có nhiều con chim bay về đúng tổ cũ của nó – lại ghé xuống mặt hồ. Cả một vùng sinh động hẳn lên. Năm nào cũng thế, từ xa xưa cho đến bây giờ".

Sau bữa ăn trưa tại khách sạn, chúng tôi đến Biển Chết gần đấy. Nhiều người đi bộ, nhưng tôi chờ chiếc xe nhỏ của khách sạn chạy trên những con đường hẹp và dốc đưa tới biển. Chỉ 5 phút xe tới bãi đậu. Biển Chết nằm ngay dưới một triền đất cao, dài. Có những lối đi tam cấp dẫn xuống biển. Xe không đi được, tôi đành phải đi lần từng bước, tay vịn lan can, theo sát cạnh là con tôi hay một cháu nào đó. Mấy người trẻ tuổi đó sợ tôi té ngã. Các cháu thuộc thế hệ thứ ba nói tiếng Việt bập bẹ pha lẫn tiếng Anh nhưng rất niềm nở và lễ phép với người già cả.

Tôi đánh trần, mặc quần *short* định xuống biển thì được anh chị Trần Kiêm Đoàn cho biết dưới biển có nhiều đá nhọn lởm chởm, và anh cho mượn đôi giày lội nước mang vào cho khỏi đau chân. Anh, chị, các cháu và nhiều người khác đã tắm xong.

Nước lạnh quá, trong xanh. Tôi lần bước đi thật chậm, chưa dám ngửa người nằm trên mặt nước như những người khác. Không được nằm sấp vì nước sẽ vào tai, vào mắt, nguy hiểm. Một cháu khoát nước vào tôi, có lẽ muốn tôi mau quen cái lạnh, nhưng có người ngăn cản ngay, sợ nước lọt vào mắt sẽ đau buốt. Khi nằm ngửa ra được, người tôi nổi lềnh bềnh như khúc củi khô. Tôi thử đưa hai tay, hai chân lên cao, người vẫn nổi. Tôi hạ hai tay xuống, vẫy vẫy, bơi ngửa ra xa. "Ông ơi, đừng bơi xa." (Tiếng cô bé khoát nước hồi nãy). Tôi cười thầm. Dù mình không biết bơi cũng không chìm, huống là mình bơi khá giỏi. Sợ gì. Sau đó tôi mới biết Biển Chết này có nhiều luồng nước ngầm chảy xiết, nguy hiểm chết người.

Mấy người cùng đi chụp nhiều tấm hình tôi nằm ngửa trên Biển Chết. Nhìn hình, tôi thấy tôi trông giống như cái xác chết trôi sau 3 ngày nổi lên mặt nước.

Trước khi rời Jordan, tôi phải kể lại câu chuyện này. Anh chị Trần Kiêm Đoàn cho hay trong chuyến đi có mấy người con

---

Nói xong, tôi cười thầm. Thế ra mình đã bị lây cái lối nói kiểu cách của thiếu phụ. Con gái Bắc kiểu cách một cách thật duyên dáng, mình đâu bắt chước nổi!

của nhà thơ lớn Tô Thuỳ Yên mà tôi rất ngưỡng mộ. Nhà thơ ở tù cộng sản đến 13 năm trời, vừa qua đời tại Texas ngày 21/5/2019 trong sự thương tiếc của mọi người. Chúng tôi liền gặp gia đình con của nhà thơ gồm cậu con trai, cô con gái và chồng. Trong câu chuyện vui vẻ và cảm động, cậu con trai, một kỹ sư, nói:

"Ba cháu làm thơ nhiều nhưng không quan tâm lắm đến những đứa con tinh thần của mình, cho nên nó thất lạc hết cả. Về sau bạn bè, bạn đọc quý mến gom lại in thành sách."

Cô con gái, bác sĩ Quỳnh Giao, trả lời câu hỏi chắc là cô thuộc hết thơ của ba cô phải không, đã đáp:

"Thơ của ba con nhiều và thất lạc như cậu em con vừa nói, cho nên con không thuộc đâu. Nhưng gặp bất cứ bài thơ nào mà là của ba con, con nhận ra ngay."[3]

Hôm sau đoàn du khách lên xe qua chiếc cầu Allenby nối Jordan với Do Thái. Bắt đầu từ đây, cái không khí buông thả, cười đùa trở nên có phần giảm đi. Mọi người lắng tai nghe Trưởng Toán. Anh dặn kỹ rằng không được chụp hình khi qua biên giới, gặp người kiểm soát giấy tờ thì tốt hơn hết là giữ im lặng, không nên có ý kiến về chính trị hay tôn giáo này nọ, v.v... và sẽ có người hướng dẫn du lịch Do Thái lên xe thay cho người hướng dẫn cũ.

Tôi có cảm tưởng rằng sau những trái đồi hai bên đường tròn trĩnh, xanh tươi, là những ụ đại pháo, hỏa tiễn hờm sẵn. Và trong lòng đồi núi, bên dưới mặt đất, chen chúc xe tăng, thiết giáp, súng, đạn, và cả máy bay. Nước Do Thái nhỏ bé, diện tích khoảng 21, 640 cây số vuông, dân số khoảng 9 triệu 73 nghìn người, nằm gọn lỏn giữa khối Ả Rập mênh mông về dân số cũng như lãnh thổ, chắc chắn phải luôn luôn cảnh giác nếu không muốn bị xóa sạch khỏi bản đồ thế giới. Nếu có xung đột hoặc chiến tranh với những nước láng

---

[3] Tôi liên tưởng đến truyện ngắn nổi tiếng *The Jade Goddess* của Lin Yutang (Lâm Ngữ Đường). Chàng, một người sống ngoài vòng pháp luật, một nghệ sĩ tạc tượng thiên tài, dù cố tình tạc xấu bớt đi để hành tung khỏi bại lộ, nhưng vô ích. Bất cứ người sành điệu nào, nhất là nàng -- người vợ về sau bị tách rời khỏi đời chàng -- hễ gặp tượng ngọc do chàng tạc, là nhận ra ngay. Do đó quân triều đình cũng có thể truy lùng ra tung tích của chàng.

giềng Ả Rập, Do Thái lâm vào cái thế bắt buộc phải thắng hoặc hòa. Thua là diệt vong. Do Thái không có hậu phương, không có đường rút lui. Hay nói đúng hơn, rút lui sẽ bị Địa Trung Hải chận lại, trừ phi hải quân Do Thái làm chủ trên biển. Nhưng một nước không thể tồn tại mãi trên mặt biển.

Lại gặp chà là, nghe nói trái nơi này ngon tuyệt. Được biết trước kia đấy là những vườn cam, cũng tuyệt ngon, xuất cảng nhiều nơi trên thế giới. Nhưng cây cam tiêu thụ nhiều nước quá, nên người Do Thái chuyển qua trồng chà là hoặc hạnh nhân. Đại khái như thế với nhiều loại cây khác.

Khoảng một giờ sau, xe chạy đến Cổ Thành Jerusalem. Xe chạy êm êm -- đường tốt -- nhịp theo tiếng nói giọng Anh của người hướng dẫn viên Do Thái, trong khi Địa Trung Hải khi ẩn khi hiện đằng xa. Cả ba nước Ai Cập, Jordan, Do Thái đều thiếu nước ngọt để uống và dùng trong nông nghiệp, lâm nghiệp. Tuy thế, Do Thái trông xanh tươi hơn, có lẽ nhờ những phương thức xử lý với nước một cách hữu hiệu hơn.

Jerusalem nằm giữa Địa Trung Hải và Biển Chết. Cổ Thành Jerusalem là Thánh Địa của ba tôn giáo: Do Thái Giáo, Cơ Đốc Giáo, và Hồi Giáo, đã có mặt cách đây hơn 5000 năm.

Trong Cổ Thành Jerusalem có 4 khu vực chính: Khu vực Cơ Đốc Giáo, Do Thái Giáo, Hồi Giáo, và khu dành cho người Armenia. Cổ Thành trông thật cao lớn (chiều cao từ 10 mét đến 20 mét), kiên cố, hùng vĩ, đẹp đẽ, xây bằng những phiến đá to lớn chồng chất lên nhau, chứ không phải xây bằng gạch như Thành Huế, và có các cổng thành để vào, ra.

Cổ Thành chiếm khoảng 1 cây số vuông nằm trong Jerusalem rộng trên 125 cây số vuông. Chúng tôi vào Cổ Thành qua Cổng Sư Tử (Lions' Gate) để đến Khu Cơ Đốc Giáo, thăm nhiều thánh đường, đền đài, được xây dựng từ cả nghìn năm trước.

Rời Cổ Thành, chúng tôi thăm Bethlehem ở Tây Ngạn (West Bank) cách đấy khoảng 10 cây số, thuộc lãnh địa của Palestine. Hướng dẫn viên người Palestine lên xe thay thế hướng dẫn viên Do Thái. Cũng nói tiếng Anh lưu loát.

Bethlehem là nơi Đức Chúa Giê Su ra đời. Một số khá đông du khách ngồi kín hết ghế trong một vườn hoa nhỏ lâm râm cầu nguyện. Những lối đi quanh đấy được lát bằng đá tảng. Nhiều tảng đá lớn phẳng phiu, trơn láng, hoặc trũng xuống. Biết bao nhiêu bàn chân của những người mộ đạo, của du khách đã bước lên đó trong suốt hơn 2 nghìn năm lịch sử của nơi này.

Những xung đột giữa Do Thái và Palestine vẫn thường xảy ra kể từ sau Thế Chiến II cho đến bây giờ, đó là chưa nói đến những trận chiến gay go giữa Do Thái và các nước Ả Rập bao quanh.

Chúng tôi có gặp mấy đoàn quân Do Thái, nam lẫn nữ, đi hàng một trên một con đường lớn, hai bên đường là những hàng cây xanh, song song với dãy tường cao lớn của Cổ Thành. Có tin về đụng độ, hoặc pháo kích chăng? Họ không to con như người Mỹ, Anh, hay Đức. Da trắng, da nâu, da sạm đen, kẻ để râu xồm xoàm, người mặt trắng thư sinh, không đội nón sắt, nhưng vai mang súng, lưng đeo đạn đầy đủ. Có người trông nho nhã, gầy gầy, cao cao, đeo kính trắng. Một ít nữ quân nhân trong đoàn quân, quân phục hoàn toàn giống bên nam, cũng súng ống "rất ngầu", hầu hết nhỏ nhắn, xinh đẹp. Tôi nghĩ đến lịch sử đầy đau thương và vinh quang của họ. Những chiến sĩ này hẳn rất gan dạ, và thiện chiến.

Một lần chúng tôi đi từ khách sạn qua Nghĩa Trang Do Thái Cổ Đại để lên đồi Olives (Har Hazeitim), ngắm toàn cảnh Jerusalem, thì gặp một đoàn biểu tình. Có người trong đoàn lo lắng hỏi:

"Hình như ở vùng này người ta thường hay đánh nhau, pháo kích nhau. Lại còn biểu tình, phô trương lực lượng. Tự nhiên mình qua đây, có sao không?"

"Không sao đâu, mình là du khách từ nước ngoài tới mà." Trưởng Toán đáp. "Nhưng xe phải đổi lộ trình tránh họ. Cho chắc ăn."

Một câu hỏi khác:

"Hiện đang đánh nhau dữ dội ở Ukraine, lỡ bị đạn lạc?"

"Đạn đâu bay xa thế. Ukraine cách đây trên ba nghìn cây số."

Đúng thế, du lịch là nguồn thu nhập rất lớn của những nước Trung Đông này, cho nên du khách rất được "cưng chiều và che chở". Nơi nào có thể gây nguy hiểm, hay có giao tranh, đụng độ, du khách được thông báo, hoặc bảo vệ ngay. Xin nêu một dẫn chứng. Tại Ai Cập, có lần xe chúng tôi được xe cảnh sát hay quân đội súng ống đầy mình đi theo hộ tống trên mấy quãng đường.

Đoàn du khách lại hướng về phía đông bắc thăm thung lũng Jordan. Rồi di chuyển lên hướng bắc, xuống dưới xa đi thuyền một đoạn trên biển Galilee. Thật ra Galilee là cái hồ lớn (Lake Tiberias) nằm trong lãnh thổ của Do Thái. Mưa nhẹ nhưng gió lớn, lạnh se se. Sau đó chúng tôi quay về hướng tây thăm Nazareth. Nazareth nằm giữa biển Galilee và thành phố cảng Halfa nằm trên bờ Địa Trung Hải. Tại Narareth du khách được thăm vùng Megiddo, nơi những nhà khảo cổ đã khai quật được 26 tầng lớp của nhiều nền văn minh xa xưa, trong đó có thành lũy thời vua Solomon. Mải đi theo đoàn người ngắm những cảnh tượng kỳ lạ dưới cơn mưa lất phất, bỗng một chiếc dù từ phía sau chen vào giữa che mưa cho vợ tôi và tôi. Chúng tôi quay nhìn. Quỳnh Giao. Cô mỉm cười nói: "Mưa ướt hai bác hết."

Chúng tôi đến thành phố Halfa, rồi men theo bờ biển Địa Trung Hải, hướng về nam xuống Tel Aviv, cựu đô của Do Thái. Dọc theo bờ biển, các thành phố lớn nối tiếp nhau san sát. Do Thái thiếu đất, cho nên bên trong nội đia, trên những miền đất bằng phẳng, cây nông nghiệp mọc xanh um. Trên nhiều ngọn đồi cao thấp nhà cửa chen nhau từ chân đồi cho đến đỉnh đồi. Nhà cửa trùm kín.

Hôm cuối cùng tại Tel Aviv, chúng tôi được nhà hàng cho ăn cá, mỗi người nguyên một con cá nướng to đầy kín dĩa bàn lớn. Ngon lắm. Được biết ngày xưa Thánh Peter đã đến đây ăn cá, và chỉ cá mà thôi. Nay giữ lại truyền thống đó.

Ngày hôm sau chúng tôi giã từ Trung Đông. Đoàn người sẽ rời phi trường Tel Aviv bay qua Dubai, rồi từ đó, bay về Mỹ. Đường bay rất dài, nghĩ đến mà ngao ngán.

Tôi lên máy bay ngồi yên, chuẩn bị tinh thần chờ những cơn đau hành hạ, nhất là đau lưng. Nhưng tinh thần có hạn, cái đau toàn thắng. Hết đứng, lại ngồi, lại lê gót đi. Khi đi, hai tay vịn vào chỗ tựa tay của các dãy ghế hành khách hai bên. Nhiều vòng như thế. Có người nhìn tôi thông cảm, có người tỏ ý khó chịu. Phải chi được nằm dài xuống trong chốc lát thôi. Hay cứ liều mạng nằm xuống trên một lối đi nào đó, thế nào tiếp viên hàng không cũng sẽ đến "giải cứu". Nhưng nói là một chuyện, làm là chuyện khác. Tôi rán chịu đựng.

Cuối cùng máy bay đáp xuống phi trường LAX. Tôi như người chết đi sống lại.

Tôi nghĩ rằng tôi sẽ lâm bệnh, hay phải mất cả tháng mới hồi phục. May thay, sau hơn một tuần, tôi khỏe dần.

Vậy nếu có chuyến đi nào khác "hấp dẫn", tôi sẽ tham dự hay không? Có lẽ tôi rất phân vân, rồi lại đi. Tới đâu hay đấy. Liều mạng là đắc sách. Vâng, phải đi. Đi cho đến khi nào bước đi không nổi. Câu nói của một triết gia thường được nhắc tới: "Tôi suy tưởng, ấy là tôi hiện hữu."[4] Một kẻ ham chơi đi lông bông suốt đời này cũng bắt chước nói: Tôi đi, ấy là tôi hiện hữu. Nhưng nghĩ lại, nói khác đi một chút e đúng với cái suy nghĩ tầm phào của hắn hơn: Tôi còn sống, ấy là tôi còn đi.

Ngự Thuyết
7/2023

---

[4] Je pense, donc je suis. René Descartes.

NHƯ KHÔNG

CÁI XÁC TRÔI NGƯỢC

Khi vợ chồng ông Nhân về định cư ở ngôi làng xa xôi này, dân làng không có thái độ gì. Đó là một làng chài ven biển sát chân núi, xế trên thượng nguồn có một dòng sông lớn đổ ra biển. Cả đời dân làng chài đầu sóng ngọn gió dựa lưng vào núi vào biển để sống, nhất phá sơn lâm nhì đâm hà bá có đủ, họ toàn là những người chơn chất, nai lưng đối chọi với thiên nhiên để kiếm cái ăn. Những người lương thiện và chất phác nhưng dũng cảm đó sống với nhau rộng lượng và nghĩa tình, trong số đó đã nhiều người từng trải sóng gió của biển khơi và cũng từng đương đầu với cọp dữ. Họ sống hồn nhiên và giản dị, hiếu khách và sẵn lòng giúp đỡ người khác. Vì thế mà khi vợ chồng ông Nhân và hai đứa con nhỏ một trai một gái đùm túm về đây, họ đã kéo nhau đến, tò mò hỏi han và tỏ ý giúp ông trong việc vào rừng đốn cây cất nhà. Nhưng rồi tất cả đàn ông – những người từng vào sinh ra tử - đều chờn chợn trước đôi mắt lạnh như băng của ông Nhân.

Ông vẫn tươi cười cảm ơn họ nhưng từ chối tất cả mọi giúp đỡ. Miệng ông cười nhưng mắt không cười, cặp mắt lạnh băng lừ lừ của ông không hứa hẹn điều gì tốt đẹp cả. Cặp mắt của một người mà có lẽ trong quá khứ đã từng làm nhiều điều ác và không quen sống hòa thuận với người khác. Thằng con trai mười mấy tuổi mới lớn của ông – thằng Cộng – cũng có cách nhìn y như vậy. Con mắt của nó toát ra sự nghi ngờ, rất thiếu thiện chí và có vẻ ang ác. Dân làng kéo nhau ra về nhưng tất cả đều cảm thấy có một cái gì đó rất không ổn về những người mới đến này. Không muốn giúp thì thôi. Nhưng sự tò mò của dân làng ngày càng lớn khi hơn tháng sau, một căn nhà lợp cỏ tranh, rui kèo bằng những thân cây rừng bề thế đã được dựng lên. Sức một người và một thằng bé mới lớn không thể làm được chuyện đó trong thời gian ngắn như vậy. Họ ngạc nhiên bàn tán với nhau nhưng tới hỏi ông thì họ lại ngài ngại, cái vồng ngực nổi lên những múi thịt rắn chắc và hai cánh tay cuồn cuộn cơ bắp xăm rồng phượng, nhất là đôi mắt lạnh như mắt rắn của ông không hứa hẹn sự thân thiện nào.

Ngôi làng đó ngay chân núi có một khu mả Chệt, nó đã có ở đó từ bao giờ cũng không ai biết. Các cụ cao niên ngày trước cho con cháu họ hay rằng đó là khu mả của bọn quân tướng Chệt ngày xưa bị đánh bại và ngay nơi này thuở xa xưa là chiến trường với vô số người chết. Các cụ ngày còn sống và ngay cả khi qua đời vẫn dặn dò con cháu nhang khói cho họ, thôi thì nghĩa tử là nghĩa tận, nó sang cướp nước mình thì mình cũng đánh bại nó rồi, giờ xác chúng nó nằm ở đây thì cũng nên thơm thảo với lũ chúng nó, người Việt bao đời nay vẫn thế. Những ngày rằm tháng Bảy âm lịch hàng năm người làng vẫn nấu chén cơm quả trứng ra cúng bái, cái nhân cái nghĩa của con người chứ có phải là cầm thú đâu mà mang mãi thù hận trong lòng?

Thế rồi sau đó không lâu, người xóm Chài nhìn thấy những đêm trăng ông Nhân dẫn thằng con ra đó luyện võ. Thằng con còn nhỏ nhưng chắc người, hai cánh tay cầm cây trường côn múa vun vút toàn những miếng hiểm hóc. Dân làng có nhiều người cũng am hiểu chút võ nghệ cứ ngây người ra nhìn, đường côn đi mãnh liệt như bão toàn những đòn sát thủ. Ông Nhân lờ đi, làm như không thấy họ. Ông chỉ im lặng đứng nhìn thằng con đang luyện võ, chốc chốc lại gằn một tiếng: "Sai rồi. Mũi côn phải thấp một chút mới đâm đúng vào tử huyệt được". Khi ông quay lại nhìn, tự dưng đám đông dân làng đâm ra chờn chợn rồi họ lặng lẽ lảng đi nơi khác. Cứ thế, gia đình ông Nhân không kết thân với ai mà cũng không ai giao du với họ. Những ngày mưa to gió lớn ông Nhân và thằng con lại ra biển, hai cha con ngụp lặn với sóng dữ cho đến tối mịt mới trở về. Bà Dân vợ của ông và con bé gái thì tối ngày ru rú trong nhà không nghe tiếng nói.

Có một lần nhà ông Nhân có khách và đó cũng là lần mà dân làng hiểu thêm về ông đôi chút. Một bọn non chục người không biết từ đâu đến thăm ông, chỉ nhìn thoáng qua cũng biết không hiền lành tử tế gì, ở họ toát ra một vẻ gì của những con người quen với phong sương, quen kiểu sống đầu sóng ngọn gió. Thế nhưng tất cả đều tỏ ra kính nể ông Nhân dù có người lực lưỡng hơn ông và cao hơn ông cả cái đầu. Buổi chiều hôm đó khi cơm no rượu say, có một người trong bọn ra ngoài thăm khu xóm Chài. Không biết có chuyện gì xích mích mà có một gia đình trong làng Chài kéo nhau cả bốn anh em ra đòi ăn thua đủ với người khách của ông Nhân. Cả bọn hùng hổ vây người lạ vào giữa và cuộc ẩu đả coi bộ khó tránh. Người khách lạ thản nhiên cười nhạt đứng giữa vòng vây, khoanh tay trước ngực thách thức cho đến khi có người chạy đến báo cho ông Nhân biết. Ông thong thả đi ra nơi đám đông đang chuẩn bị đánh nhau rồi điềm đạm cất tiếng nói với người khách của mình:

"Này. Thôi đi."

Rồi ông quay lưng ra về. Vẻ hung dữ của người khách lạ biến mất, y vội vã theo chân ông Nhân như con chó cụp đuôi theo chủ khi bị mắng. Đám đông dân làng cũng tưng hửng quay về. Và họ lại xầm xì bàn tán với nhau về ông Nhân, về lai lịch con người bí ẩn này. Ngày hôm sau thì đám khách đã kéo nhau đi, cũng đột ngột và lặng lẽ như lúc họ đến. Vẫn không ai biết thêm gì về họ cho đến ngày thằng Cộng con ông Nhân đột nhiên mất tích. Trước đó khá lâu, dân làng đã thấy thằng Cộng suốt ngày ở trong khu mả Chệt. Lúc thì nó luyện võ, lúc lại xì xụp khấn vái cả ngày, lại có đêm nó thắp đuốc ngồi một mình ở đó. Chẳng ai hiểu có mối liên quan nào giữa nó và những cái xác chết của bọn giặc đã chết từ cả hàng trăm năm trước. Nó như người điên, suốt ngày lang thang ngoài khu mả Chệt kéo dài đến tận chân núi, trên nữa là rừng già trải dài bất tận về phương Bắc. Nó thì thầm xì xụp với hết ngôi mộ này lại đến khu mộ khác, khi có những người dân làng nào đi săn về tình cờ nhìn thấy là mắt nó lại long sòng sọc nhìn họ, cái nhìn dài dại, hung dữ như loài ác thú tình cờ bắt gặp con người giữa rừng già. Toán thợ săn lặng lẽ bỏ đi vì cũng chẳng ai muốn dây vào cái gia đình quái đản này. Nhiều ngày sau khi thằng Cộng bỏ đi mất tích vào rừng, lần đầu tiên người ta thấy ông Nhân như có vẻ đổi khác. Ông đã nhiều ngày một mình đeo dao lặn lội vào rừng tìm thằng Cộng nhưng núi rừng mù mịt biết đâu mà tìm? Khi ông thất thểu quay về, người làng cám cảnh đến hỏi thăm ông và ngỏ ý muốn giúp đỡ cho ông. Và đó cũng là lần đầu tiên họ thấy ông đã đổi khác, một ông già sắc diện thất thần, tiều tụy. Ông lễ phép cảm ơn những người dân làng Chài tốt bụng khi đứng lên tiễn họ ra về:

"Tôi xin cảm ơn các ông nhưng các ông không giúp gì được tôi đâu!"

Rồi ông hạ giọng: "Quả báo... quả báo cả!" Ông lẩm bẩm như ông đang nói với chính mình. Nhiều năm lặng lẽ trôi qua nhưng thằng Cộng con ông Nhân vẫn biệt vô âm tín. Ông Nhân có khi bỏ cả tháng vào rừng tìm con nhưng lại về không. Trong xóm Chài, cuộc sống vẫn êm đềm trôi qua. Ông Nhân vẫn sống chừng mực, gặp ai cũng chào hỏi nhưng thân tình thì tuyệt đối không. Trong xóm có đám ma thì ông đến, ân cần thăm hỏi và ngày đưa đám thì ông đi theo, thắp cho người chết một nén nhang rồi lại quay về. Nhưng đám cưới thì không. Ông đến chúc mừng gia chủ, trao một món tiền mừng hậu hĩnh nhưng ở lại chè chén thì không bao giờ. Gần đây lại thấy ông lang thang nhiều ngày trong khu mả Chệt, săm soi từng tấm bia, từng viên gạch như tìm một điều gì đó, nét mặt lúc nào cũng ưu uất. Mấy hôm nay dân làng Chài lo âu xôn xao bàn tán về sự mất tích của cha con ông An. Trước đó gần tuần lễ hai cha con ông An chuẩn bị gạo mắm, dao mác để đi rừng. Theo lời họ hàng của ông kể lại thì ông đã tìm được một thân trầm lớn và trở về gọi con đi theo để mang về nhưng ông trễ hẹn đã mấy hôm. Vợ con ông nóng ruột gọi trai tráng trong xóm Chài vào rừng tìm hai cha con. Tình làng nghĩa xóm, họ vâng lời bà vào rừng tìm ông dẫu họ tin rằng một người như ông An, một người đi rừng lâu năm, võ nghệ đầy mình, đến con heo độc[*] đánh nhau với ông còn phải bỏ chạy, dễ gì thú dữ hại ông được? Cả đoàn trai tráng mang dao mác vào rừng như đi chơi, họ nghĩ rằng cha con ông sẽ ngược chiều gặp họ trên đường trở về xóm Chài. Đến một cái trảng lớn cây cối thưa thớt họ bỗng nghe mùi thối xộc vào mũi. Cả đoàn người thận trọng dò dẫm từng bước tiến lên và kinh hoàng phát hiện ra xác chết của cả hai cha con. Ông Việt nằm ngửa, mặt hướng lên trời giữa ngực có một vết thủng sâu hoắm dưới xương ức, vết thương trên ngực là một lỗ thủng tròn lớn như bị một vật giống như một cành cây đâm vào bằng một lực rất mạnh. Xác con ông nằm sấp gần đó, xương cổ gãy đôi. Chung quanh không có dấu máu trừ chỗ vạt cỏ nơi ông Việt nằm, máu thấm ướt qua lớp áo chảy tràn xuống cỏ từ vết thương trên ngực nơi xác ông nằm. Ông mở mắt trừng trừng nhìn trời như có vẻ kinh ngạc tột độ trước khi chết. Dao mác của hai cha con rơi gần hai cái xác nhưng các bịch lương thực mang theo mất sạch. Đoàn người đi tìm cho người về làng chài báo tin, cắt cử người canh gác và qua đêm trong rừng. Hôm đó là một đêm trăng tròn, giữa khuya họ nghe tiếng hú rợn người từ trong rừng sâu vọng lại. Tiếng hú mơ hồ giữa khuya trong đêm rừng nghe nửa như tiếng người nửa như tiếng thú. Người lớn tuổi nhất trong bọn họ ghé tai người khác thì thầm: "Con Xà Niên! Con Xà Niên!" (**). Cả bọn chong trắng mắt tới sáng rồi đẵn cây làm thành hai cái cáng khiêng xác hai cha con ông Việt về làng. Đêm đó cũng không ai ngủ được. Khi tắm rửa cho cái xác của ông Việt, họ đã thấy rõ vết thương trí mạng dưới xương ức ông có hình tròn, lỗ thủng xuyên suốt vào bên trong đến gần xương sống. Con vật gì mà có thể gây ra một vết thương như vậy? Xác con ông cũng thế, xương cổ gãy đôi như có một lực rất mạnh đánh vào. Không có vết cắn, cũng không có dấu cào cấu nào do thú dữ gây ra và rất ít máu. Trăn rừng thì không thể. Quấn được mồi, chúng chỉ siết chặt cho đến chết rồi nuốt chửng. Beo hay cọp thì chúng đã tha đi mất xác. Cũng không phải là heo độc. Vết nanh do heo độc gây ra phải thấp hơn và không bao giờ chúng chỉ húc nạn nhân một lần. Vậy thì con vật nào đã gây ra những cái chết này? Rồi gạo mắm hai người mang theo mất đi đâu? Khi họ đang bàn tán cùng nhau thì ông Nhân bước vào. Ông cúi chào mọi người rồi bước lại gần hai xác chết còn chưa kịp tẩm liệm. Khi đang cúi người xem xét vết thương trên hai cái xác đột nhiên ông tái mặt lùi lại, kêu Trời một tiếng rồi sắc mặt trắng bệch hẳn đi. Ông cứ thế lùi mãi ra cửa như chạy trốn rồi lảo đảo một mạch trở về. Dân xóm Chài không thấy mặt ông trong ngày đưa hai cha con ra nghĩa địa. Họ chôn xác hai người chết nơi khác vì người Việt làm sao mà nằm trong khu mả Chệt cho được?

Nhiều ngày sau lại có một chuyện động trời khác. Một chiếc ghe chài ra khơi dài ngày, một đêm tối trời bỗng dưng có một con quái lông lá bù xù không rõ hình dạng bỗng từ dưới biển xốc lên, quắp lấy ông Nam là chủ chiếc ghe chài rồi lao xuống biển mất tích. Cái xác ông Nam sau khi được tìm thấy không có dấu vết gì, người bị con vật lông lá lôi xuống biển chết vì đuối nước. Người chết là người đi biển hàng chục năm nay, bơi lội như rái dễ gì rớt xuống biển mà chết được? Bên hông ông Nam lưỡi dao nhọn mang theo đã mất, chỉ còn lại cái bao bằng da thú rừng. Khi đưa xác về, cả làng Chài co cụm lại hoang mang lo sợ như có giặc. Kiếm ăn trên rừng không yên, xuống biển cũng chết làm sao mà sống ? Khu mả Chệt dạo này nhiều đêm bỗng có tiếng hú rợn người vọng về, tiếng hú giống y như tiếng hú mà đám thợ rừng đã nghe giữa đêm khuya trong lần vào rừng tìm hai cha con ông An. Cả tháng nay không ai thấy mặt ông Nhân, có lẽ ông đã lại vào rừng tìm thằng con mất tích. Cuộc sống bình dị của làng Chài không còn yên ổn nữa từ ngày cha con thằng Cộng về đây, từ ngày nó ra ăn dầm nằm dề ngoài khu mả Chệt rồi mất tích trên rừng là cái làng nhỏ bé này liên tiếp xảy ra thảm họa. Mới hôm kia thôi, căn lều của hai mẹ con bà Năm gần khu mả Chệt bỗng dưng phát hỏa, may mà hai mẹ con chạy thoát được. Bà mẹ kể lại rằng nửa đêm bỗng nghe tiếng hú, tiếng cười sằng sặc hoang dại rồi cả căn nhà bỗng dưng phát cháy rừng rực. Bà chỉ kịp lôi đứa con gái nhỏ rồi chạy một mạch về làng, tiếng hú rợn người cứ đuổi theo sau lưng. Từ đó, bà con trong xóm Chài giúp bà làm một cái chòi lá nhỏ để ở vì bà không dám ở xa một mình như trước.

Vào một buổi chiều mặt trời đỏ rực sắp lặn trên ngọn những bóng cây rừng xa vươn lên bầu trời, người trong xóm Chài thấy ông Nhân trở về, một tay cầm cây mác, tay kia cầm một thanh dây mây già buộc vào cổ một con quái vật nửa người nửa thú trở về. Con vật như bị thương, khập khiễng vừa đi vừa bò theo chân ông. Gần đến làng bỗng dưng con vật lồng lên, quay đầu chạy về phía rừng. Ông Nhân quát lên một tiếng dữ dội, tay vẫn lăm lăm ngọn mác: "Nghe!" Tay ông giật mạnh sợi dây mây rừng, con vật văng bắn trở lại. Con quái lông lá nhũn người theo ông về nhà. Khi ông Nhân lấy ra một sợi xích sắt xích chân con vật vào một cây cột to tướng trong nhà gần bàn thờ, con vật bỗng vùng lên, vung mười ngón tay chụp vào mặt ông. Ông Nhân khoát cánh tay trái nửa vòng tránh cú chụp chết người, tay phải hất một cái, cú hất nương tình vừa đủ để con quái ngã ngửa ra sau. Ông lại quát lên một tiếng đanh như tiếng súng: "Nghe!" Người trong xóm Chài xúm đen xúm đỏ chen chúc nhau đến xem, ai cũng ngờ ngợ cho rằng đó là con xà niên, một loại nửa người nửa thú mà từ cả trăm năm nay không còn nghe ai nói tới. Khi ông Nhân quay lại, lời nói vẫn lễ độ nhưng cái ánh mắt lại lạnh như thép y như ngày ông mới đến: "Xin các ông bà về cho. Chuyện của tôi, hãy để cho tôi tính". Mà đúng là chuyện của ông thật, mấy ngày sau khi có người đi ngang qua nhà ông, họ đã nhìn thấy con xà niên sau khi được ông Nhân cắt bỏ lớp lông lá đã hiện ra một khuôn mặt người nhưng cũng không còn là người. Thằng Cộng !

oOo

Vậy là từ hơn mười năm nay, vì một lý do bí ẩn nào đó không ai biết - kể cả ông Nhân – thằng Cộng vẫn còn sống trong rừng. Nó sống bằng cách nào không rõ nhưng nó đã dần dần thích ứng với cuộc sống mới. Lông lá mọc đầy trên người, nó sùi bọt mép ra khi nhìn thấy người lạ, dùng tay bốc thức ăn bỏ vào miệng như loài dã nhân. Thỉnh thoảng ông Nhân vào rừng săn thú, lúc ông về lủng lẳng con mang con chồn trên vai thì thằng Cộng như phát cuồng. Nó phóng vút người vồ lấy con thú còn dính đầy máu tươi trên vai ông rồi với một cú xé mãnh liệt, nó đã xé con vật ra làm hai rồi ngốn ngấu những mảng thịt tươi đầy máu. Ông Nhân tuyệt vọng nhìn thằng con. Nó không còn là người, là con của ông nữa. Nó là người rừng, nó phải thuộc về rừng. Loài người không phải là đồng loại của nó. Sợi xích sắt to và nặng buộc nó vào cái cột gỗ rừng kiên cố trong nhà và với bản năng của một con thú, nó biết rằng nó đang bị khuất phục bởi một con vật mạnh hơn nó: Ông Nhân. Lờ mờ trong ký ức còn sót lại, nó hiểu rằng người đàn ông vạm vỡ kia có gì đó liên quan đến nó và chắc chắn mạnh hơn nó. Nó tin rằng ông là người duy nhất sẽ không làm hại đến nó. Nhưng nó nhớ rừng. Hễ cứ những đêm trăng tròn là nó lại bò ra cửa, ngồi nhìn trăng rồi hú lên những tiếng thảm thiết. Nó nhớ rừng, nhớ sự hoang vu bí ẩn trong cánh rừng đại ngàn đầy thú dữ phía xa, nhớ những lần đi săn mồi, nhớ mùi máu tươi của những con vật mà nó đã giết để sống. Dân xóm Chài giờ đã biết nó chính là con vật kỳ lạ có tiếng hú lanh lảnh rợn người trong rừng đêm. Ông Nhân già đi thấy rõ. Trong lòng ông chất chứa một điều bí mật khủng khiếp mà chẳng ai hay. Ông sinh đẻ ra nó, thả nó về rừng thì lòng ông không nỡ mà mối nguy hiểm thực sự khi nó lại trở về rừng mới là mối lo tâm huyết của ông. Mà để nó trong nhà thì cũng không ổn, tiếng hú kinh hoàng của nó vào những đêm trăng tròn làm những người dân xóm Chài hiền lành mất ăn mất ngủ. Họ sợ. Nó mà xổng ra thì ai trị được nó ? Ai biết nó sẽ làm những gì ? Vợ con ông Nhân thì như người chết rồi, bà Dân chúi trong nhà, không dám nhìn mặt ai, con em gái của thằng Cộng cũng vậy. Cái tai họa ập đến cho gia đình ông lớn quá, kinh khủng quá, kỳ dị quá. Dân xóm Chài dạo này đâm ra thương hại ông, nhiều ông già trong xóm đánh bạo lân la đến trò chuyện với ông, người bày món lá rừng này, người chỉ món thuốc kia chữa trị cho thằng Cộng. Ông Nhân là ai, từ đâu đến, lai lịch ra sao chẳng ai biết. Nhưng rất rõ ông là người hiền lành, ăn nói chừng mực dù hoàn toàn không thân thiện. Với họ như thế cũng đủ rồi. Tính tình họ chất phác, chín bỏ làm mười, bao đời nay vẫn vậy. Họ thương ông và muốn giúp đỡ cho ông nhưng cũng bất lực. Ngày ngày, con xà niên – thằng Cộng – vẫn ủ rũ ngồi đó. Đôi lúc lên cơn nó

vồ xé cả ông Nhân. Ông chỉ tránh những cú vồ của nó rồi quát lên một tiếng là nó lại chạy trốn ra sau chiếc cột. Nó sợ ông.
Một ngày khi ông Nhân đi rừng, đang lần dò theo dấu một con thú lớn thì có hai cậu trai làng hào hển thở chạy đến tìm ông. Họ cho ông hay rằng thằng Cộng đã sổng dây xích, đã phá tan hoang nhà cửa và hình như vợ và con gái ông đã chết. Ông Nhân điếng người, băng rừng lao về. Từ xa ông đã nhìn thấy dân làng lăm lăm gậy gộc dao mác đang vây lấy nhà ông nhưng chẳng ai dám xông vào. Phía trong nhà ông là thằng Cộng, trên tay nó cầm cây côn của ông bằng một gốc mây già đã lên nước bóng loáng đang chân trước chân sau đứng gườm gườm thủ thế. Bàn thờ ông bà, bài vị và bát nhang trên bàn thờ rơi xuống đổ vỡ tan tành, giữa đống trái cây thờ cúng đầy những dấu răng gặm nham nhở. Xác bà Dân vợ ông ngồi dựa đầu vào một thân cột gỗ gần bàn thờ nơi sợi xích thằng Cộng nằm lăn lóc, từ miệng bà một dòng máu tươi chảy xuống ướt áo. Ông Nhân gầm lên, nhảy vào, vung tay chộp lấy thanh tre đực vẫn dùng để gài cửa mỗi đêm. Thằng Cộng lùi lại một bước rồi chờn vờn nhìn thẳng vào mặt ông. Nó không còn là con ông nữa rồi. Nó là một con ác thú và bây giờ, ngay ở đây là một trận chiến sinh tử. Ông dạy võ cho nó từ nhỏ nên nó chỉ nhích chân là ông đã biết nó sẽ ra đòn như thế nào. Nhưng từ ngày nó vào ở trong khu mả Chệt, không biết vì sao, học ở đâu mà nó có những thế võ rất lạ. Ông hỏi thì nó ậm ừ không nói. Bây giờ thì hai cha con, một người một thú đấu với nhau một trận cuối cùng. Ông sống thì nó phải chết và ngược lại. Rất nhanh, ông Nhân hiểu ngay cái trách nhiệm mà ông có bổn phận phải gánh vác. Ông đã đưa nó về đây, về ngôi làng hiền hòa yên ả này và nó đã gây ra những cái chết mà chỉ có mình ông biết. Bây giờ thì nó đập phá bàn thờ nhà ông tan tành. Nó đã giết chính mẹ đẻ ra nó. Xác em gái nó treo lửng lơ trên xà nhà sau dưới một sợi dây thừng, nửa thân trên gần như trần truồng, chiếc áo đang mặc bị xé tan nát đang mở mắt trừng trừng. Vụt một cái, ông Nhân hiểu hết sự việc. Không biết bằng cách nào đó thằng Cộng đã vuột khỏi sợi xích. Nó nhảy lên bàn thờ, hất văng những thứ trên đó xuống và lúc nó đang ngấu nghiến những thứ trái cây trên đó thì Mẹ và em gái nó chạy ra. Chắn chắn nó đã lao xuống,

đẩy bắn bà vào thân cột và bà chết vì vỡ sọ. Rồi khi nhìn thấy em gái nó, - một con cái trong mắt nó - thì nó lao vào đè nghiến cô xuống. Cô đã vùng vẫy chống cự lại nhưng làm sao mà chống được ? Rồi khi đã thỏa mãn thú tính, nó lại quay về với đống trái cây trên bàn thờ rơi xuống. Có lẽ dân làng thấy động đã chạy đến đúng vào lúc đó. Cô gái nhục nhã, uất ức và xấu hổ, chỉ kịp mặc lại cái quần đã chạy vào treo cổ lên xà nhà.

Ông Nhân quát lên một tiếng, mắt đỏ ngầu: "Buông!"

Thằng Cộng đã nhìn thấy ông bước vào. Nó nghiêng người, vụt vào đỉnh đầu ông Nhân một ngọn côn sấm sét. Nhanh như chớp, ông lạng người về bên trái một bước. Ngọn côn xé gió vút ngang qua vai ông. Khi đầu ngọn côn đập vào nền gạch một tiếng chát chúa thì ông đảo người, chân phải đạp lên thân côn bằng mây dẻo lấy đà, ông bung chân trái tạt ngang một cú đá như trời giáng vào cổ thằng Cộng. Nó lảo đảo lùi lại rồi hộc lên một tiếng, ngọn côn từ bên mé trái vụt thẳng vào mặt ông. Ông Nhân cúi người xuống tránh rồi tay phải bật vút lên, tay trái vẫn giữ đầu cây tre gài cửa trả đòn. Dân xóm Chài lớp trong lớp ngoài đứng xem trận quyết đấu giữa hai cha con, một người một thú. Họ không dám vào giúp ông vì biết chỉ làm ông vướng tay vướng chân. Mà họ cũng đã từng nhìn thấy thằng Cộng luyện võ, cỡ như họ cũng chẳng ăn thua gì. Hai người càng say đòn, càng lúc càng ra giữa sân. Hôm đó là một đêm trăng tròn. Trong đời những người dân xóm Chài, họ chưa từng thấy một trận đấu nào như vậy, chưa từng chứng kiến một điều gì như vậy. Một trận đấu sống chết giữa người và thú nhưng lại là hai cha con.

Ông Nhân hình như đã đuối sức. Thằng Cộng càng đánh càng hăng, nó đang sức trai, lại nhiều năm sống trong rừng già. Nó phải giết để sống. Nó đã sống trong rừng già nhiều năm, từng vượt thác băng ghềnh mỗi ngày nên nó có cái dẻo dai của một con thú dữ. Võ nghệ ông Nhân đã dạy cho nó giúp nó sống được giữa rừng già. Và bây giờ, sau những điều kinh thiên nghịch địa mà nó đã gây ra, nó lại dùng chính những ngón võ ông dạy để giết ông. Nó không còn là người, nó không phải là con ông Nhân, lại càng không phải là cư dân của cái xóm Chài hiền lành này. Nó đã chứng minh cái bản năng thú dữ của nó. Bản năng của nó là giết, là đốt, là phá. Ông Nhân càng lúc càng lui về phía sau. Cái thanh tre cài cửa ông cầm trên tay như càng lúc càng chậm. Thằng Cộng hộc lên một tiếng, mũi côn hướng về phía ngực ông Nhân đâm thẳng tới một đòn sấm sét. Ông Nhân cũng bước lên một bước, mũi cây tre gài cửa cũng hướng thẳng về phía ngực thằng Công. Đột nhiên ông nghiêng người một chút, thanh trường côn của thằng Công sượt qua da xé rách toang cái áo bằng da thú để đi rừng ông đang mặc nhưng thanh tre ngắn hơn nhiều của ông đang run run trên tay đã đâm vỡ xương ức của thằng Cộng. Nó rú lên một tiếng rồi ngã vật ra đất, một vòi máu vọt thẳng lên trời rồi nằm lịm đi.

Ngay trong đêm hôm đó, bà con ở khu xóm Chài đã chung tay lo hậu sự cho vợ con ông Nhân. Thằng Cộng bị một đòn chết người từ chính tay cha mình được ông Nhân bế vào buồng mẹ nó, không biết còn sống hay đã chết.

Sau ngày chôn cất vợ và con gái, mấy hôm sau ông Nhân làm một tiệc rượu mời các vị cao niên và các gia đình trai tráng trong khu xóm Chài đến dự. Ông ăn mặc gọn ghẽ như sắp đi xa, con dao đi rừng dắt bên hông. Sau khi các người tham dự tiệc rượu đã an vị, ông Nhân bước ra, cung kính cúi người vái chào. Ông Nhân cất tiếng, giọng ông như lạc hẳn đi, đôi mắt đỏ ngầu vì đau thương và vì nhiều đêm không ngủ như từ cõi nào vọng về.

« Tôi xin cung kính cảm ơn các ông bà đã vì tôi mà chịu thiệt thòi cho đến hôm nay. Tôi cúi đầu cảm ơn các ông bà đã giúp tôi lo cho chuyện tang lễ của vợ con tôi. Tôi cũng xin các ông bà muốn xử tôi thế nào cũng được qua những việc tày trời mà thằng Cộng đã làm. Khi đưa xác cha con ông An chết trong rừng về, nhìn vết thương của hai người tôi đã biết là do chính thằng Cộng gây ra. Đó là một thế đánh rất hiểm độc, chỉ sử dụng khi chính bản thân người ra đòn đang gặp hung hiểm. Tôi cho rằng vì ông An cũng là người giỏi võ nên thằng Cộng phải ra đòn này, ngón đòn sinh tử do chính tôi dạy nó. Nhưng tiếc vì ông An còn non tay nên mất mạng. Còn con ông An chết vì bị gãy cổ chỉ bằng một đòn đánh cũng do thằng Cộng gây ra. Tôi biết là thằng Cộng còn sống trong rừng nhưng vì đâu nó lại giết hai người này là điều tôi không tài nào hiểu nổi. »

Ông Nhân đứng lặng một chút rồi tiếp lời:

« Có thể vì nó đã sống trong khu mả Chệt. Về sau này, tôi thấy nó có những ngón đánh rất lạ. Hỏi thì nó không nói. Hóa ra những ngày nó ở lì trong khu mả, bằng cách thức nào đó thì tôi không rõ, nó đã học những thứ ác độc và đem những ngón đòn ác độc đó hạ thủ chính những người dân mà nó đang sống chung. Ông Nam chết ngoài biển cũng do chính nó ra tay. Tôi dạy nó từ nhỏ, thằng Cộng xuống biển thì không khác gì con cá mập cá xà. Nhưng sao nó lại ra tay giết ông Nam thì tôi không biết. Tại sao nó lại đem lòng thù hận những người từng cưu mang nó khi cha con chúng tôi chân ướt chân ráo mới đến đây? Rồi nửa đêm nó ở trên rừng xuống đốt nhà bà Năm. Đến lúc đó thì tôi quyết phải mang nó về. Giết nó thì tôi không nỡ vì chính nó là hòn máu của tôi. Nhưng không thể dung nó được nữa ».

Ông Nhân bước tới bàn, rót một bát rượu đầy mời mọi người rồi ngẩng cổ nốc cạn bát rượu. Ông rút phắt con dao rừng đang đeo trên thắt lưng đặt lên bàn rượu:

«Hôm nay tôi xin đền tội. Xin các vị cứ ra tay. Nhân này đầu đội trời chân đạp đất quyết không chống lại «

Ông ngồi xuống một chiếc ghế rồi nhắm mắt lại. Mọi người chung quanh ông Nhân ngồi im như tượng, thân nhân của những người chết dưới tay thằng Cộng cũng ngồi bất động. Mấy cụ già thầm thì bàn tán với nhau rồi một ông tiến lại chỗ ông Nhân đang ngồi đặt tay lên vai ông nghẹn ngào:

«Ông cũng đã đau khổ lắm rồi. Chúng tôi hiểu và tha thứ cho ông. Nhà ông cũng đã ba người chết. Chúng tôi còn hạch tội ông thế nào được ? Xin ông đứng lên. Quên hết đi thôi mà sống với nhau»

Một hồi lâu ông Nhân lại đứng lên:

«Xin cảm tạ các ông bà đã tha mạng. Trước đây đã lâu, chắc các ông bà còn nhớ có một bọn người đến đây thăm tôi. Họ đều là những người sống trong giang hồ, giết người không chớp mắt.Tất cả họ trước đây đều là thủ hạ của tôi cả. Họ đến nhờ tôi ra tay giúp họ trong một chuyện làm ăn lớn nhưng tôi đã từ chối. Khi đến nơi này, tôi đã nguyện trong lòng sẽ không bao giờ để tay dính máu nữa. Tôi biết là từ chối họ sẽ rất nguy hiểm cho bản thân, họ có thể tìm cách giết tôi nhưng thà rằng tôi chết chứ không thể nhúng tay vào việc ác nữa. Cho đến ngày con tôi, thằng Cộng gây ra những cái chết thảm khốc cho gia đình các ông bà. Xin nhận cho tôi ba lạy về những điều đã xảy ra và xin cung kính xin ông bà cho tôi chuộc lỗi. »

Ông Nhân bước vào nhà trong rồi lại bước ra với một cái túi bằng da hổ nặng trĩu. Ông đặt trên bàn trước mặt mọi người rồi từ tốn nói:

«Thưa các ông bà, trong này có rất nhiều vàng bạc. Tôi có được chúng từ những kẻ độc ác ăn tàn phá hại xứ sở này, những tên quan cướp bóc của những người hiền lành lương thiện và tôi cũng phải trả giá bằng máu mới lấy được những của cải này. Nhưng bây giờ tôi không cần đến nữa. Tôi xin hoàn trả số vàng ngọc này lại cho những người lương thiện. Các ông bà đã mất ba người vì chết dưới tay thằng Cộng. Tôi cũng mất ba người. Vợ và con gái tôi đã chết. Thằng Cộng cũng sắp chết rồi, lúc nó dùng ngón đòn chết người để giết tôi, tôi cũng dùng chính ngón đòn đó để giết nó. Nhưng trước lúc đâm ngọn côn tre vào ngực nó tôi bỗng run tay. Vì nó là con tôi. Nên cú đâm đã chệch đi không trúng vào tử huyệt. Nếu tôi không run tay thì nó đã chết. Đó cũng chính là ngọn đòn nó đã dùng để giết ông An trong rừng. Nhưng nó cũng không còn sống được nữa. Xin các vị hãy nhận số vàng bạc này. Ân oán đã sòng phẳng. Tôi sẽ ra đi sau khi thằng Cộng chết vì tôi không thể nào sống ở đây được nữa. Căn nhà của bà Năm thằng Cộng đã đốt cháy, xin các ông bà giúp tôi chuyển hai mẹ con về đây ở. Một lần nữa xin cúi đầu trước ông bà và xin thứ lỗi cho tôi. »

oOo

Hai ngày sau khi ông Nhân vào thăm con thì thằng Cộng đột nhiên tỉnh lại. Nó nằm trên chiếc chõng tre nhìn ông chăm chú rồi đột nhiên cất tiếng:

« Cha! »

Đó là tiếng người đầu tiên mà nó nói từ khi đi biệt vào rừng. Ông Nhân ngồi xuống bên con, ông biết rằng nó sắp chết. Bàn tay xanh xao vì mất nhiều máu của nó lần dò tìm nắm lấy tay ông. Nó thều thào:

« Lạy Cha... tha lỗi cho con. Con sắp chết rồi. »

Một giọt nước mắt lăn xuống má ông Nhân.

« Con chết nhưng không dám gặp mặt Mẹ... không dám gặp em được nữa. Cha cứ cho con về rừng. Xin Cha mang con ra sông rồi thả con xuống đó... Con xin lỗi Cha. Cha... tha thứ cho con. »

Nó thở hắt ra hơi cuối cùng. Cặp mắt đã đứng tròng, cái đầu ngoẹo sang một bên. Ngay chiều hôm đó ông Nhân chèo một con thuyền nhỏ mang xác con ra sông. Đó là một dòng chảy dữ dội từ những con suối trên núi xuống tạo thành một con sông lớn chảy men theo xóm Chài từ bao đời nay. Ông Nhân một mình ẵm xác con trên tay. Đầu nó rúc vào nách ông y như ngày xưa khi nó còn nhỏ. Mặt trời đã xuống thấp, hắt một vùng lửa đỏ rực trên những con sóng nhỏ. Chung quanh không một bóng người. Trên cao, bầu trời đầy mây đỏ hạ thấp xuống những cánh rừng đang dần dần tối lại. Cả một con sông đỏ quạch như một dòng lửa đang cuồn cuộn chảy về xuôi. Một cánh chim về muộn bay về phía rừng buông những tiếng kêu ảm đạm.

Thằng Cộng không phải là người dù nó từng đã là người. Khi sống nó đã bỏ vào rừng thì chết đi nó phải về rừng. Đó mới là nơi thực sự của nó, nơi loài thú dữ sẵn sàng xé xác nhau để sống. Ông Nhân chèo mãi ra xa, gần đến nơi mà nước từ trên nguồn đang cuồn cuộn chảy xuống, xác đứa con ông vẫn nằm trên tay. Ông thả xác thằng con duy nhất của ông xuống sông khi trời đã sắp tối. Cái xác thằng Cộng cứ bập bềnh, xoay xoay chung quanh ông mấy vòng. Rồi cái xác bỗng trôi ngược dòng, vun vút về phía thượng nguồn. Nó trôi ngược dòng nước đỏ như máu và biến mất dưới những đám bọt trắng xóa nơi cửa rừng, xa tít phía trên kia là dãy Trường Sơn.

Ông Nhân quay mũi thuyền thả trôi về xuôi. Trời tối dần. Ông đứng một mình trên thuyền giữa con sông giờ đã tối đen. Đêm nay cũng là đêm đen tối nhất trong đời ông. Bóng ông đã chìm hẳn vào trong bóng đêm. Phía sau xa tít là những ánh lửa từ xóm Chài. Với ông đêm vẫn còn dài nhưng với họ, với những người dân xóm Chài hiền lành vào ngày mai trời lại sáng.

Chắc chắn như thế.

Như Không
6/2019

Chú thích:
** Heo độc là loại heo rừng rất lớn và rất hung dữ, chỉ sống một mình không theo bầy đàn và hay tấn công người nhờ vào cặp nanh rất lớn và nhọn hoắt như lưỡi dao.*

*** Con Xà Niên là tên gọi những người đi tìm trầm bị lạc vào rừng sâu vào khoảng những năm đầu thế kỷ 19. Lâu ngày sống trong rừng, họ dần dần quên mất tiếng người.*

NP PHAN

Người Con Dâu Nhà Họ Phan

1.

Thuở nhỏ, tôi cứ đinh ninh họ Phan nhà tôi toàn là người bên lương, không có ai và không có nhà nào theo đạo Thiên chúa. Đối với tôi, những người bên đạo rất xa lạ bởi không cùng tín ngưỡng thờ cúng ông bà tổ tiên như mình, mặc dù làng tôi rất gần hai giáo xứ lớn của tổng Trung Châu, phủ Diên Khánh xưa: Giáo xứ Đại Điền và giáo xứ Cây Vông.

Vậy mà, có đôi lần, cha tôi đã dẫn tôi đi thăm những người (bà con) bên đạo ở làng Đại Điền Nam, thuộc xã Diên Sơn, nơi tọa lạc nhà thờ Cây Vông. Tôi chỉ còn nhớ hai người. Một người là một phụ nữ lớn tuổi mà cha tôi gọi là cô Ba (tôi gọi là bà Ba) và một người đàn ông cao lớn, mặt rỗ mà cha tôi gọi là anh Tư (tôi gọi là bác Tư). Bác Tư là một viên chức cảnh sát của chính quyền VNCH, mà hình như cha tôi đang có việc nhờ che chở. Ở cả hai nhà, tôi chỉ nhớ mang máng là có bàn thờ chúa Jesus rất trang trọng.

Tôi chỉ nhớ có vậy, không hề nghĩ là có mối liên hệ gì giữa họ Phan nhà tôi và những người bà con ấy. Tuổi còn nhỏ, chỉ lo học và chơi nên tôi chẳng quan tâm hay hỏi cha tôi về mối quan hệ này.

Bẵng đi hàng chục năm, tôi cũng quên đi những chuyến viếng thăm của hai cha con tôi thuở nào.

Mãi hơn hai mươi năm sau ngày thống nhất, qua lời kể của cha tôi và những câu chuyện góp nhặt từ những người lớn tuổi, tôi mới biết được mối liên hệ giữa họ Phan nhà tôi và những người bà con bên đạo kia.

Họ vốn là những người cháu của bà cao tổ (bà sơ) họ Phan nhà tôi, một tín đồ Thiên chúa giáo ngoan đạo.

2.

Ông bà cao cao tổ (trên ông bà sơ) chỉ sinh hạ hai người con. Người con trai đầu là ông cao tổ (ông sơ) Phan Văn Huân. Người con thứ hai là gái, mất sớm, không có chồng con.

Như vậy, ông sơ tôi là con trai duy nhất của người đứng đầu chi nhất của họ Phan.

Có lẽ đó là vào những năm giữa thế kỷ 19, dưới triều Nguyễn.

Dưới thời nhà Nguyễn, việc cấm đạo Gia tô (Thiên chúa giáo) bắt đầu từ thời vua Minh Mạng (1791 - 1841) với các chỉ dụ cấm đạo năm 1833 và năm 1836 rất khốc liệt. Đến thời vua Tự Đức (1829 - 1883) việc cấm đạo, diệt đạo càng khốc liệt hơn. Năm 1851, nhà vua tiếp tục ban hành dụ cấm đạo trên cả nước, ngay trước mối nguy ngoại xâm của phương Tây.

Bà sơ tôi là con trong một gia đình theo đạo Thiên chúa ở thôn Phú Ân Bắc, xã Diên Phú, phủ Diên Khánh. Trước sự truy nã gắt gao và bức hại khốc liệt của triều đình, giáo xứ Đại Điền mới hình thành không lâu hầu như bị xóa sổ: nhà nguyện bị đốt, người bị cột đá thả xuống sông, nhiều người bị giết, trong đó có mẹ con bà Nguyễn Thị Phiên bị đập đầu bằng đá đến chết rồi vùi lấp xuống cái giếng lạng ngay trong nhà thờ. Hiện nay trong nhà thờ vẫn còn ngôi mộ ngay trên cái giếng lạng xưa nơi hai mẹ con bà tử đạo, đã được xây dựng, có khắc bia đàng hoàng.

Bà sơ tôi là người sống cùng thời với bà Nguyễn Thị Phiên. Để tránh sự bắt bớ, giết hại của quân lính triều đình, bà phải trốn vào vùng Đại Điền, giáp với vùng núi Đại An. Chính tại nơi đây, bà đã gặp ông sơ tôi. Và cũng chính gia đình ông sơ tôi đã cưu mang, che giấu bà sơ tôi thoát khỏi sự truy đuổi của lính triều đình. Và, hai người, một lương một giáo đã nên vợ nên chồng.

Cho đến tận bây giờ, tôi cũng vẫn không hiểu được là tại sao, vào thời ấy, ông bà cao cao tổ nhà tôi lại có thể bao dung, che chở cho một người con gái bên đạo đang bị truy cùng giết tận bởi triều đình mà không sợ bị liên lụy và chấp thuận cho làm con dâu nhà họ Phan, làm vợ người con trai duy nhất của mình? Mãi mãi, đó là câu hỏi không có câu trả lời.

Cũng vì lấy vợ là một người có đạo mà ông sơ tôi suýt bị truất mất vị trí đích tôn của chi nhất họ Phan và suýt mất quyền thừa kế do âm mưu của những người đứng đầu của chi nhì đầy thế lực. May mà nhờ một tay bà sơ chống chọi, "dẹp loạn" nên ông sơ tôi vẫn đường hoàng giữ được từ đường hương hỏa của tổ tiên truyền lại từ mấy đời trước.

Tôi cũng nghe kể lại rằng, mỗi khi có cúng giỗ trong nhà, trong họ, bà sơ đã chuẩn bị chu đáo hết mọi thứ, giao lại cho ông tôi và con cái rồi lánh sang nhà hàng xóm chứ không ở nhà.

Bà đã sinh hạ cho ông sơ tôi tám người con: ba người con trai và năm người con gái.

Bà sống đến 75 tuổi, tuổi thọ hiếm hoi vào thời ấy.

3.

Trong khu mộ của gia tộc Phan (do cha tôi cải táng và sau đó tôi cùng với mấy anh em tôi trùng tu), có gần đầy đủ mộ của tổ tiên, từ ông sơ, ông bà cố, ông bà nội, ông ngoại tôi, bà cô tổ... Nhưng tuyệt nhiên tôi không thấy có mộ của bà cao tổ.

Hỏi ra tôi mới biết là trước khi bà sơ tôi mất thì bà có di nguyện để lại là muốn được trở về bên Chúa, nơi quê hương bản quán, bên người thân của bà. Bà được an táng ở khu nghĩa trang của giáo xứ.

Khi biết được điều này, tôi nảy sinh ý định là phải đi tìm thăm mộ bà cao tổ.

4.

Trong ngôi nhà từ đường, nơi tôi sinh ra và lớn lên có mấy đồ vật có từ nhiều đời trước, cứ ghi mãi trong ký ức tuổi thơ tôi.

Thứ nhất là bộ hoành phi gồm ba bức treo ở ba gian chính của ngôi nhà. Cả ba bức hoành viết bằng chữ Nho nên lúc đó tôi không hiểu gì. Chỉ duy bức ở giữa thì tôi có nghe một ông khách đến chơi đã đọc to lên khi đến thăm cha tôi và trầm trồ là chữ viết quá đẹp. Đó là ba chữ PHAN 潘 TỪ 祠 ĐƯỜNG 堂. Chính bức này, sau đó đã bị một mảnh bom từ trên mái nhà xuyên thủng, rách bươm.

Cả ba bức hoành sau đó đã bị gỡ xuống hết, phá bỏ hay đem đi đâu tôi không rõ.

Thứ hai là bộ ván ngựa kê ngay bên phải gian thờ. Bộ ván ngựa dày hơn nửa tấc, gồm 4 tấm, kê trên hai "con ngựa" cũng bằng gỗ. Bộ ván ngựa, chẳng có gì đặc biệt ngoài công dụng là chỗ ngủ, nghỉ ngơi của người lớn. Chỉ có chi tiết này: nó rất "linh", không được phép bất kính. Nghe nói rằng chính ông bác ruột của tôi, trong một lần nằm ngủ đã bị quăng xuống đất. Và, chính tôi, tôi chứ không phải ai khác, lúc còn nhỏ khoảng bảy tám tuổi, trong một đêm cùng ngủ với cha tôi trên bộ ván ngựa này, cũng đã bị té lăn xuống đất, đau điếng, khóc bù lu bù loa. May mà không việc gì. Cha tôi phải dỗ dành mãi.

Thứ ba là những đồ tằm tang. Cho đến khi hơn mười tuổi, tôi vẫn thấy bỏ ngổn ngang phía sau chái nhà. Ban đầu, tôi chẳng biết là những vật này dùng để làm gì. Sau mới biết đó là những vật dụng cho nghề nuôi tằm, dệt vải. Nghề này của nhà họ Phan có từ bao giờ? Có mối liên hệ gì với bà sơ tôi không?

Cuối cùng là một cái rương gỗ to lớn, cao đến ngang ngực tôi, chiều dài khoảng mét rưỡi, rộng khoảng sáu tấc, màu xam xám, có bốn bánh xe bằng gỗ, cái khóa sắt rất lạ và chắc chắn. Đây là một cái rương đựng đồ đạc, của cải của những nhà có "của ăn của để" thời xưa. Chính cái rương này là nơi ông sơ đã giấu bà sơ tôi mỗi khi lính triều đình đi lùng sục bắt người có đạo.

Cái rương này cho đến bây giờ vẫn còn nhưng đã được di chuyển đến một nơi khác, không còn ở vị trí trang trọng như trước.

5.

Trời đã về chiều.

Nắng vẫn còn rát mặt.

Sau khi về thăm nhà từ đường thắp nhang cho tổ tiên, tôi đến thẳng nhà thờ Đại Điền.

Nhà thờ vắng vẻ vì là ngày thường. Tiếp tôi là vị linh mục của giáo xứ. Tôi lên tiếng chào hỏi và nói mục đích chuyến viếng thăm của mình:

- Thưa cha, con muốn thăm mộ của bà cao tổ nhà con. Bà là người Thiên chúa giáo, mất cách đã lâu, có thể đã trên trăm năm rồi ạ.

Ông nhìn tôi dò xét rồi hỏi:

- Mộ bà chôn ở đâu?

Tôi mạnh dạn trả lời:

- Dạ, thưa cha, con nghe nói ở ngay phía sau nhà thờ này ạ!

Ông hơi xẵng giọng:

- Không có mồ mả gì trong nhà thờ này hết!

Tôi hơi bất ngờ về thái độ của vị linh mục nhưng vẫn nhã nhặn hỏi lại:

- Thưa cha, có thực là không có ngôi mộ nào trong khuôn viên nhà thờ này ạ?

Ông trả lời ngay:

- Không có. Anh không tin tôi sao?

Ngưng một lúc, ông nói thêm, giọng có vẻ bực tức:

- Nếu anh muốn tìm mồ mả thì hãy tới nghĩa trang công giáo phía sau nhà thờ một quãng.

Ông đứng lên, có vẻ như không muốn tiếp vị khách bất đắc dĩ đến làm phiền mình không phải lúc.

Tôi lễ phép cám ơn vị linh mục và chạy xe ra khỏi cổng, theo con đường bên hông nhà thờ, tìm nghĩa trang công giáo.

Thì ra nghĩa trang chỉ cách nhà thờ một quãng ngắn.

Nghĩa trang không lớn, có vẻ như mới tạo lập khoảng vài chục năm trở lại. Cỏ dại mọc đầy, có vẻ ít được chăm sóc.

Tôi hầu như bỏ cả thời gian còn lại của buổi chiều để tìm mộ bà cao tổ. Tôi đã đọc những tấm bia của hầu hết các ngôi mộ cũ mới, lớn nhỏ, mộ chung hay riêng... trong nghĩa trang mà không hề có tấm bia nào mang tên bà NGUYỄN THỊ HUỆ, nhũ danh của bà cao tổ nhà tôi, mất vào khoảng những năm đầu thế kỷ hai mươi.

Trong khuôn viên nhà thờ không có.

Ở nghĩa trang công giáo không có.

Vậy thì mộ của bà sơ tôi ở đâu?

Tôi cảm thấy hơi thất vọng.

6.

Có tiếng điện thoại reo. Tôi bắt máy.

Đó là cuộc điện thoại của đứa em, con ông chú họ, cùng chung ông cố với tôi.

- Anh Hai ơi, em Thuận con chú Năm Hòa đây.

- Thuận hả? Lâu quá không gặp em. Có việc gì không em?

- Em báo cho anh Hai tin này: Đứa em gái út của em lấy chồng theo đạo ở Diên Phú. Vừa rồi nó gọi cho em nói rằng nhà thờ Đại Điền đang chuẩn bị cải táng mồ mả phía sau nhà thờ để xây dựng nghĩa đường gì đó. Nghe nói rằng họ Phan mình có một ngôi mộ của bà tổ cao đời. Họ yêu cầu phải cải táng để đưa vô nghĩa đường. Anh về gấp để coi sự thể ra sao nha anh. Em bận lắm, không đi cùng với anh Hai được.

- Cám ơn em đã báo tin. Anh sẽ thu xếp về ngay.

Tôi rất mừng khi biết tin này.

Sáng hôm sau, tôi vội vàng về quê và đến ngay nhà thờ.

Tôi vào thẳng khu nhà khách và gặp ngay người phụ trách công việc của họ đạo đang ngồi ghi chép gì đó, chứ không phải vị cha xứ hôm trước. Tôi chào hỏi và biết được chú tên Thiền và là người quản lý công việc họ đạo. Ông rất niềm nở khi biết được mục đích của tôi. Ông đưa tôi ra khu đất phía sau nhà thờ rồi nói:

- Chỉ còn vài ngôi mộ ở đây. Anh ra xem, tìm ngôi mộ của bà và chuẩn bị cho công việc cải táng. Khu này sẽ xây dựng một nghĩa đường cho toàn giáo xứ và cho những gia đình nào có nhu cầu đưa tro cốt người thân đã mất của mình về yên nghỉ ở đây, bên Chúa.

Tôi cám ơn ông rồi bước ra khu mộ.

Quả thật, cả khu đất chỉ còn lại hai ba ngôi mộ, trong đó có ngôi mộ của bà cao tổ nhà tôi.

Ngôi mộ không có hình thù gì. Chỉ là mặt đất phẳng, cỏ mọc lưa thưa, trên có đặt một tấm bia đá màu vàng nhạt, cỡ 40 x 60 cm. Trên tấm bia ghi tên thánh MARIA và tên người mất là NGUYỄN THỊ CÚC.

Tôi bất giác hoang mang. Trong gia phả, tên của bà sơ tôi là NGUYỄN THỊ HUỆ. Sao tên trên tấm bia này lại là một tên khác. Sực nhớ lại, lúc nhỏ, cha tôi có lần nói ông phải xin một người không đặt tên CÚC cho con gái của họ vì đó là tên của bà cố (tức là bà sơ tôi). Tôi nhìn xuống các hàng dưới ghi quê quán, ngày mất theo âm lịch, (không có ngày sinh và năm sinh, năm mất), tuổi thọ và dòng cuối cùng: "Phan tộc đồng phụng lập" và khẳng định: Chính xác đây là mộ của bà sơ nhà tôi!

Thì ra, bà tôi ngoài tên thánh MARIA, bà có hai tên là NGUYỄN THỊ HUỆ và NGUYỄN THỊ CÚC, đều là tên hai loài hoa đẹp và ý nghĩa.

Tôi cũng có nghe kể lại rằng: họ Phan cũng đã có lần định cải táng mộ bà nhưng các ông em của ông nội tôi (nội tổ thúc) không dám tiến hành, chẳng hiểu vì sao.

Sau khi thăm mộ xong, tôi vào bàn với ông Thiền về việc cải táng bà tôi để đưa bà vô nghĩa đường.

Tôi báo cho người chú họ, đại diện cho họ Phan, chọn ngày giờ tốt để về nhà từ đường thắp nhang, xin phép tổ tiên cho chúng tôi được phép đưa bà về nơi an nghỉ mới.

Mọi công việc đều tiến hành thuận đối với anh em tôi, cho đến khi bà tôi được an vị nơi nghĩa đường vừa được xây dựng rất đẹp và trang trọng ở khu vực phía sau nhà thờ, nơi khu mộ cũ, trong một thánh lễ hết sức trang nghiêm và xúc động.

Tôi cũng không có ý định tìm gặp vị linh mục mà tôi đã gặp lần trước, khi tôi về nhà thờ để tìm mộ bà tôi.

Vợ chồng tôi, khi về quê vào dịp Tết mỗi năm, vẫn viếng thăm nơi an nghỉ của bà, cầu nguyện cho linh hồn bà mãi mãi bên Chúa và phù hộ cho con cháu họ Phan.

7.

Một buổi trưa, trong giấc ngủ chập chờn, tôi có một giấc mơ kỳ lạ.

Một người phụ nữ đã già, mặc một bộ đồ trắng, khuôn mặt phúc hậu, tay cầm thánh giá màu đen, nói với tôi bằng một giọng ôn tồn:

- Ta là bà sơ của con. Cám ơn con đã đưa ta về yên nghỉ nơi ngôi nhà của Chúa một cách đàng hoàng trong một thánh lễ trang trọng của giáo xứ. Cháu yêu của ta, cháu là đích tôn của chi trưởng họ Phan. Ta đã bỏ ra cả một đời để cố giữ cho được mồ mả tổ tiên, mảnh đất hương hỏa, từ đường của dòng họ thì con phải có trách nhiệm giữ gìn để dòng họ Phan vẫn giữ được gốc tích, không để rơi vào tay người ngoại tộc. Ta nghe có người còn mưu toan dời mồ mả tổ tiên, hạ giải nhà từ đường, phân chia đất đai hương hỏa làm của riêng. Họ không biết làm như vậy là có tội lớn với vong linh tiên tổ hay sao?

Tôi định cất tiếng trả lời thì bất giác giật mình tỉnh dậy, mồ hôi đầm đìa, bên tai vẫn văng vẳng lời dặn dò của bà cao tổ.

NP Phan

PHẠM NGA
HỒN MA ÔNG TƯỚNG CỤT ĐẦU

1.

Hiền bỏ việc ở một tổ hợp sản xuất xà-bông gần phá sản ở Sài Gòn, mò xuống Bà Rịa thử thời vận. Cạn sạch tiền bạc, việc nặng nhọc thì không hợp sức, run rủi thế nào đó anh đến xin việc ở một nhà giàu có tiếng trong vùng từ trước 75. Đó là bà Tư. Ngoài vựa hải sản ở chợ cá, bà còn nhiều ruộng đất và mấy con bò kéo xe. Khi nói mình biết nghề mộc, Hiền được chủ nhà dẫn tới cái chuồng bò trong sân vườn, cạnh một cái kho chứa đủ thứ đồ phế thải. Tại "nhiệm sở" này, anh có nhiệm vụ là sửa chữa lặt vặt, dọn dẹp mấy cái gọng ách bò, bồ lúa, bánh xe chở lúa, bàn ghế hư, xe đạp cũ, v.v...

Chủ nhà căn dặn kỹ lưỡng, lặp đi lặp lại nhiều lần với Hiền là không được phép tự ý lên nhà trên, tức căn phòng lớn cách chuồng bò một cái sân lát gạch tàu rộng minh mông. Không nghĩ ngợi gì về điều cấm ấy nhưng vài lúc nhìn về phía nhà trên hay khi được gọi lên khiêng đi sửa mấy thứ bàn ghế hư hỏng, Hiền loáng thoáng thấy cô Sáu, con gái thứ của bà Tư. Cô gái có khuôn mặt khá xinh xắn nhưng nghe nói đang bị một căn bệnh gì lạ lắm nên cô càng trầm lặng ít nói và rất ít khi đi ra ngoài. Không biết có phải vì lý do quá ít giao du, gặp gỡ với người ngoài nên đến nay cô vẫn chưa có người yêu, ý trung nhân gì. Xinh xắn, con nhà giàu - một *đám* quá tốt cho thanh niên trong vùng - nhưng chờ hoài duyên số không tới, tuổi càng chất chồng, chuyện hôn nhân của cô lại càng khó khăn thêm, lại còn bị thiên hạ cho là "làm cao" nữa. *Bệnh cũng phải*, Hiền nghĩ thầm và trong lòng anh nhen nhóm một niềm thương cảm mơ hồ nào đó.

Cả năm qua, cô Sáu cứ chán ăn, mất ngủ, mặt mũi thẫn thờ. Thuốc thang vô hiệu. Đêm nào cũng vậy, sau khi nuốt viên thuốc ngủ thì cô cũng dần thiếp đi nhưng chỉ lát sau lại mở trừng mắt, rên rỉ, nói lẩm bẩm, có khi lại hét lên những câu vô nghĩa.

Cao trào của vở diễn đã đến. Theo lời than thở, thố lộ - rất kín kẽ, nhưng không biết sao lại lọt ra ngoài - của ông bà Tư với một vài người lớn tuổi, có vai có vế trong xóm, cô Sáu đã bị *nhập*. Số là một buổi tối - năm đó vùng này còn bị cúp điện liên miên - đang ngồi ủ rũ trước mặt cha mẹ, bỗng nhiên cô Sáu ngã ra bất tỉnh. Ông bà già chưa kịp có phản ứng gì thì cô đã ngồi phắt dậy, tỉnh khô như không có gì xảy ra nhưng giọng nói bỗng ồ ề lạ thường. Cô gái xưng mình là một chiến sĩ cụt đầu, tử trận đã mấy trăm năm rồi tại cái cầu gần nhà. Và nay "*... ta muốn lấy con nữ này làm vợ vì nàng rất đẹp người đẹp nết. Nàng không cần phải sống ở cõi hồng trần nữa mà chuẩn bị về cõi âm làm vợ ta*!"

Cái tin cô Sáu bị người cõi âm hiện về đòi cưới làm vợ chẳng bao lâu đã lan truyền khắp xóm, khắp vùng. Tuy chỉ là những lời "tam sao thất bản" thầm lén sau lưng ông bà Tư - người giàu luôn luôn được nể trọng, chuyện nhà-người-ta mà nói oang oang ra là bất kính - nhưng hình như cũng do cả nể nhà giàu, hệ thống những lời đồn đại trong dân gian đã dần hồi nâng chàng-rể-nhà-giàu khuất mày khuất mặt kia từ một 'chiến sĩ cụt đầu' lên thành 'ông tướng cụt đầu'. Dù muốn giữ cho kín đáo chuyện không ổn trong nhà nhưng khi bà Tư xuống bãi sông gần nhà, bên dưới dạ cầu, trình mâm quả thịnh soạn để cúng cầu ông tướng thì không khác gì một đám rước lễ thật sự rình rang, rất đông người theo coi. Bà Tư đã van xin ông tướng cõi âm miễn cho mình cái tước vị vô cùng danh giá là mẹ vợ của một quí-ông trong cõi hư ảo nên không thể thấy dung mạo tướng tá ra sao, nhưng như lời ông ta tự giới thiệu qua miệng cô Sáu, nguyên đây là một vị tướng của triều đình, tức nhân vật có chức vị cao trọng một thời rất xa xưa trên trần gian... Buổi chiều trên sông buồn vời vợi. Gió lạnh chợt thổi chợt dừng, như thương xót, ngậm ngùi cho biết bao vong linh, cả lính tráng lẫn thường dân, xưa nay đã mất mạng tại khúc sông này bởi đủ thứ lý do, như chiến tranh, tai nạn, cướp bóc... Vậy mà khi bày ra mâm cúng thịnh soạn kia, bà Tư không hề van vái đến toàn thể mọi *cô hồn các bác* mà chỉ van cầu một hồn ma một chiến sĩ/ ông tướng vô danh nào đó tử trận đã mấy trăm năm trước. Nhân tiện cần xem lại trường hợp cái hồn tự phong rồi được 'nâng cấp' thành ông tướng cụt đầu. Hoàn toàn từ miệng của cô Sáu mà xuất hiện và vỗ ngực xưng tên, hồn ma này có lý do gì trọng đại để cần phải trở lại nhân gian, tái xuất giang hồ sau mấy trăm năm ngủ yên trong bóng tối cõi âm? Cần làm rể cửa nhà giàu ư? Hay chính nhà giàu đang cần chú rể, do hoàn cảnh không có gã trai tráng nào - thuộc bất cứ tầng lớp, giai cấp nào - ở quanh đây đến xin ngỏ lời cầu hôn? Đáng chú ý là khi tình cờ một nhà tâm lý học kiêm phân tâm học biết chuyện, ông đã lạnh lùng phân tích, rằng: "*Chẳng có hồn ma nào cả. Chẳng qua là, sau bao nhiêu tháng năm cô đơn, cô độc, khát vọng chính đáng là được yêu/ được làm vợ đã không được một người đàn ông nào thỏa đáp, cô gái tuyệt vọng chỉ còn biết sống bằng hoang tưởng nên lần hồi cô phóng rọi hình ảnh người đàn ông trong mộng thành một người có thật, nhưng chỉ là có thật trong mộng ảo, tưởng tượng mà thôi! Không có một gã trai bằng xương bằng thịt nào đến cầu hôn thì cô dựng lên một hồn ma để làm công việc đó. Và để cho bọn trai tráng vô dụng trong làng phải kính nể, không thể là một hồn ma bình thường, xoàng xĩnh mà phải cao ngạo, kỳ quái cỡ tử sĩ cụt đầu, chết đã trăm năm mới được.*"

Rồi, như người Mỹ nói "*The show must go on*!", tiếp theo là một chuỗi những đợt thỉnh thầy về chữa bịnh 'mắc đàng dưới' của cô Sáu. Liên tiếp nhiều đợt lễ cúng vang inh tiếng nhạc cổ lóc cóc leng keng, tàn nhang nước thải vung vẩy, khói đốt thuốc xông trừ tà cứ từ trong nhà trên tuôn ra mù mịt. Không kể đến những ông bà thầy bói quanh vùng chỉ làm công việc thu tiền quẻ mà mách nước chỉ đường, hay vài ông thầy pháp trong vùng đã bán ra vô số bùa Lỗ Ban về dán vách, đáng chú ý nhất là có hai đoàn – có vài người dám gọi mỉa mai là *gánh*, cứ như gánh hát, một là *xác cậu* Hoàng Hai ở miệt núi xa, hai là *xác cậu* Hoàng Yến ở một xã gần - toàn là cấp bậc ông hoàng, bà chúa cả - đã lần lượt được gia đình bà Tư rước về. Nên nhớ, trổ tài đối đầu với ông tướng cụt đầu thì phải tính là công lao trừ yêu hay trừ tinh, là sứ mạng nguy hiểm, khó khăn hơn trừ ma rất nhiều.

Đoàn *cậu* Hoàng Hai trổ tài trước. Khi *xác* nữ - bình thường là một bà nội trợ - được *cậu* nhập xong xuôi, giọng nói đã đổi khác, *cậu* dõng dạc ra lịnh âm binh âm tướng triệu hồi ác linh, tức ông tướng cụt đầu phải xuất đầu lộ diện, nghĩa là phải nhập vô cô Sáu. Kìa, cô Sáu cứ tỉnh như không, chỉ ngồi yên, rầu rĩ nhìn *xác cậu* Hoàng Hai. Lễ trừ tà của 'gánh' Hoàng Hai bị coi là thất bại bởi hồn ông tướng không nhập *xác*. Đến lượt đoàn *xác cậu* Hoàng Yến thì có vẻ màu mè hơn bởi *xác* là một cô thợ may trẻ, cũng trắng trẻo đẹp gái, nghe nói cứ còn đồng trinh dù đã có chồng, do người ta tin rằng *cậu* Yến nguyên là một hoàng tử chết lúc còn là hài nhi thì theo lý, *xác* mà *cậu* chọn để nhập nhất định phải còn hoàn toàn trong sạch. Khi đã nhập vô cô thợ may xong xuôi, *cậu* ra lịnh cho ông tướng nhập cô Sáu để hai bên nói chuyện thì cũng... êm re. Chỉ thấy cô Sáu người-phàm ngước lên cười gằn, khinh bỉ nhìn thẳng vô mắt cô thợ may người-phàm.

Vậy là, trong cả hai trường hợp, cứ cho là hai phe cõi âm và cõi dương đã tiếp cận nhau nhưng *hồn* không nhập *xác* – nói theo điện toán là không on-line. Nhất định phải thông qua *xác* cái đã rồi người cõi âm, cõi trên gì đó mới 'nối mạng' được mà lên tiếng với người cõi dương. Do đó, với cả hai đoàn là *cậu* Hoàng Hai và *cậu* Hoàng Yến, đã không hề có những màn đánh bùa, đấu phép, hô phong hoán vũ y như trong phim kiếm hiệp Hồng Kông diễn ra thiệt hay như lòng mong mỏi, háo hức của đám dân hiếu kỳ đang bu coi ngoài cổng. Sau khi cô Sáu – coi như *xác* của ông tướng – không lên tiếng, các màn độc diễn lần lượt của hai *xác* của hai *cậu* Hoàng tới lui chỉ còn là đọc thần chú tiếng Phạn, tiếng Cam Bốt gì đó hay hớp rượu đế có pha tro đốt mấy lá bùa mà phun phèo phèo..., tất cả có lẽ chỉ cốt đuổi hồn ông tướng ra khỏi cô Sáu. Có người kính tin, bênh vực các 'gánh' trừ tà này đã thuyết minh rằng dù sao thì các thủ pháp cao tay, ghê gớm này rất cần thiết vì dù bữa nay ông tướng không về nhập cô Sáu - chắc là do *ổng* mắc công chuyện ở đâu đó - nên không trực tiếp bị *cậu* Hoàng này hay *cậu* Hoàng kia, cậu-nào-cũng-linh, trục xuất đồng thời trừng phạt ra trò trước mặt gia chủ, chớ đến lúc khác, ông tướng rảnh, quay lại thì đã có mấy lá bùa, tức lịnh trục xuất do hai *cậu* Hoàng ban ra sẵn đâu đó hết rồi.

Hai đoàn trừ tà trừ yêu lặng lẽ rút lui. Có điều là dù đã làm ăn kiểu bà con gọi là 'trớt quớt' nhưng cả hai đoàn vẫn nhận thù lao mà gia chủ nói tránh đi cho lịch sự, rằng "*chút tiền nhang đèn kính gởi thầy*". Sau đó, không biết có được ghi chép thành kinh nghiệm cay đắng trong nghề nghiệp của cả hai nhóm trừ yêu hay không mà lần nào cũng vậy, khi họ đã ra về thì chốc lát sau, y như có hẹn với *xác* của mình, ông tướng nhập cô Sáu, mắng bà Tư: "*Tưởng rước mấy gánh cúng rẻ tiền đó về là ta phải ra đi hả? Còn lâu! Bà cốc mà còn làm trò này nữa thì ta sẽ rước dâu, đưa vợ ta đi sớm đó*!".

2.

Nhang đèn tốn đã nhiều, cô Sáu ngày càng gầy xọp đi. Đến mức này thì bà Tư người-phàm càng nóng ruột, tìm cho ra "đối tác" quyền lực nhất để "hầu" ông tướng cõi-âm. Lực lượng dồn cho trận chiến cuối cùng mà bà Tư cầu viện được là một vị cao nhân tu ở tận trên núi Thất Sơn miền Tây do đích thân bà đi thỉnh về. Lão đạo sĩ có dáng vẻ rất tiên phong đạo cốt, râu tóc bạc như cước, y như nhân vật trong phim võ hiệp đánh phép Hồng Kông. Lão còn dắt theo bốn, năm nữ đệ tử mặt lạnh như tiền. Hỏi chuyện hồi lâu, ông đạo quyết định làm lễ trị tà vào đúng 12 giờ đêm, trong phòng kín hoàn toàn, chỉ có thêm sự hiện diện của mẹ bệnh nhân mà thôi, tất cả người khác trong nhà phải lui ra ngoài, càng xa càng tốt. Khu nhà trên biến thành một ngôi đền thiêng biệt lập. Tất cả gia nhân được cho về từ sẩm tối, cửa khóa then cài. Chỉ có Hiền là được phép ngủ lại trong chuồng bò vì ngẫu nhiên lúc này có một con bò cái đang chuyển dạ và anh đã từng phụ ông Tư đỡ đẻ cho bò.

Hình như đã gần sát 12 giờ. Nhằm đêm cúp điện, toàn khu nhà bà Tư tối đen, cửa lớn và cửa sổ nhà trên đều đóng kín mít, chỉ có mơ hồ vài mảng ánh sáng hiu hắt của đèn cầy, đèn dầu từ trong nhà hắt ra ngoài sân. Không thể biết điều gì đang diễn ra bên trong... Ngồi trong bóng tối, Hiền nghĩ ngợi mông lung, cảm thấy tội nghiệp cô chủ bệnh hoạn kéo dài và anh thật tình mong mỏi ông đạo kia, không như hai 'gánh' trừ tà kia mà sẽ thành công, đêm nay sẽ cứu được cô Sáu.

Thấy con bò cái vẫn bình thường, Hiền đứng dậy lấy cái áo mắc trên cột định mặc vào vì quá nhiều muỗi. Thình lình anh nghe tiếng la hét, kêu trời ở nhà trên. Quên hết mọi cấm điều nhà chủ quy định, anh lập tức chạy băng qua cái sân gạch tàu, cái áo vẫn còn cầm trên tay. Đạp bật cánh cửa vô nhà trên, Hiền thấy trước gian thờ trống trơn không có một ai. Té ra, lễ trừ tà được làm trong phòng riêng của cô chủ, ở ngay bên cạnh gian thờ. Xô đại cửa phòng, anh xông vào thì thấy ngay một cảnh tượng vừa kinh hoàng vừa lạ lùng. Cô Sáu đang nằm ngửa trên giường, trần trụi thân trên, vừa ú ớ giãy giụa, uốn éo mình mẩy vừa đang dùng hai bàn tay cố gắng dập tắt một đám lửa nhỏ đang cháy ngon lành trên cặp vú son. Bà Sáu thì đứng khóc la bên thành giường, một tay cầm một cái ly không, một tay cầm cây bông huệ, không biết để làm gì. Còn tệ hơn là ông đạo, ông đứng chết trân như tượng đá bên cạnh cái bàn bày lễ vật, tay còn cầm cây kiếm gỗ. Mấy nữ đệ tử của ông thì hoàn toàn vô dụng cho việc làm cần kíp nhất lúc này là dập tắt lửa cứu con bệnh, bởi họ đang bối rối bu lại cứu một đồng đạo cũng đang bị cháy ở vạt đạo bào.

Kể lại thì dài dòng nhưng theo lời Hiền sau này, lúc ấy anh chỉ còn biết nhào ngay đến giường cô Sáu, đắp luôn cái áo hôi hám mà tình cờ anh đang cầm trên tay lên bộ ngực bốc lửa - xin hiểu theo nghĩa bị lửa đốt chớ không phải là khêu gợi - của người con gái. Lại quên luôn mọi thứ thân phận, giai cấp, vị thế xã hội, v.v..., Hiền đã phóng mình luôn lên giường, dùng cái thân mình cũng trần trụi của mình nằm phủ lên thân thể người con gái.

Mặt anh áp sát vào mặt cô Sáu và nhìn thấy rất rõ đôi mắt thất thần của cô.

Thời khắc kéo dài bao lâu không biết, chỉ biết lúc bà Tư kéo vai anh thì tình hình chắc đã tốt tức lửa đã tắt... Anh vội vã trỗi dậy, rời khỏi giường – cũng là rời khỏi thân thể người con gái. Anh định thò tay lấy cái áo của mình thì bà Sáu ngăn anh lại. Bà giở cái áo, xem xét bộ ngực con gái mình, rồi tiếp tục đắp áo lên người cô. Bà quay lại nhìn Hiền và gật gật đầu, mấp máy nói gì đó. Không hề nghe rõ được bà chủ ra lịnh gì với mình nhưng anh dư hiểu là đã đến lúc vai trò của mình ở đây/ ở chuyện xảy ra lúc này đã kết thúc. Hiền bước ra khỏi phòng. Anh có lén nhìn người con gái thì thấy cô đang nằm yên, rên khe khẽ, hai mắt nhắm nghiền. Cô Sáu lập tức được đưa đi nhà thương cấp cứu...

Lần hồi diễn tiến vụ hỏa hoạn được kể lại rõ ràng hơn. Với lý lẽ là phải trục ông tướng không đầu ra khỏi chỗ trái tim của "cô dâu", nơi ông tướng đang *đóng đô* chờ ngày cưới, ông đạo đã buộc cô Sáu phải ở trần để ông dán bùa và làm phép ở vùng ngực cô. Rồi vì trong phòng quá thiếu ánh sáng, một nữ đệ tử đã cầm một cây đèn dầu hôi soi thêm cho thầy mình thấy đường quơ kiếm trừ tà. Chẳng may bị lưỡi kiếm chạm phải, cây đèn dầu rơi xuống mình cô Sáu - đang nửa mê nửa tỉnh sau khi bị thầy ép uống một chén không rõ thứ gì, dầu và lửa văng tung tóe, bắt cháy miếng giấy bùa dán trên ngực cô và văng tàn cháy luôn vạt đạo bào của một cô đệ tử. Không hề là một vụ hỏa hoạn lớn nhưng phản ứng của mọi người có mặt lúc đó đều quá chậm chạp và không phù hợp, cho tới khi Hiền chạy vô phòng...

Vào gần ngày xuất viện, cô Sáu có ý muốn gặp người cứu mình kịp thời trong tai nạn, khiến độ phỏng không đến nỗi hủy hoại bộ ngực của cô, còn về khuôn mặt thì cô chỉ bị phỏng nhẹ ở cằm. Dù đã xảy ra chuyện không hay là dung nhan, mình mẩy cô Sáu do bị cháy mà bị thương tổn, ít nhiều không được toàn vẹn như trước đây, nhưng rất hay là sau chính cái tai nạn ngoài ý muốn này, cô lại lành hẳn chứng bệnh bị "*đàng dưới nhập*", tưởng đã vô phương cứu chữa.

Còn hay ho hơn nữa là từ nay cô gái cô đơn dài hạn này đã có bạn trai. Điều sốt dẻo, không-ai-ngờ-được anh chàng tốt số này chỉ là một người làm công hèn mọn trong nhà cô bấy lâu nay, nhưng chính anh ta đã cứu cô kịp thời trong lúc hiểm nghèo.

Về phần lão đạo sĩ thì khách quan mà nói, tuy lão ta đã hoàn toàn thất bại trong việc chữa bệnh '*mắc đàng dưới*' cho cô Sáu, tệ hơn nữa là sự vụng về trật-bài-vị của lão còn gây vụ cháy làm tổn thương bộ ngực trinh nguyên của cô gái con nhà đại phú này, nhưng vô hình trung lão ta lại chữa lành được cho cô căn bệnh trầm kha - bệnh cô đơn, ế chồng. Thành ra, đối với cô Sáu, trong cái rủi lại có cái may. Do đó, nhà bà Tư đã giàu đến mức có "vàng ô, vàng hộp" như bà con thường nói thì sau vụ việc nên công bằng là tìm cách tạ ơn, thưởng thật hậu cho lão đạo sĩ. Tội nghiệp, trong cái đêm khủng khiếp ấy, 'gánh' cúng trừ yêu trừ tà của lão đã lẳng lặng rút êm không kèn không trống, cũng không hề dám hỏi tiền công trừ tà, trị bệnh, mà gia chủ cũng vì giận cái vụ đám cháy trời-ơi-đất-hỡi, đã không thèm ngỏ ý cho chút tiền nhang đèn như đối với hai 'gánh' trừ tà cũng vô tích sự trước đây...

3.

Phần còn lại của câu chuyện thì dễ đoán thôi: một đám cưới.

Vậy là có nhiều thứ trên đời này đã bị cái đám cưới gọn nhẹ nhưng nặng mang một tình yêu chân thực này vượt qua: quan niệm môn đăng hộ đối, mặc cảm tự tôn của dân giàu, cảm giác tự ti của kẻ nghèo, v.v... Dĩ nhiên chú rể nhất định không phải là ông tướng của cõi âm hay cõi hoang tưởng của cô dâu. Hiền, chú rể nghèo mạt của chúng ta, vốn rất tin vào những chuyện siêu hình, đã thầm mang ơn lão đạo sĩ vì cái rủi của lão lại là cái may cho anh: cưới được vợ giàu, đặc biệt đây chính là cô dâu 'hụt' của ông tướng cụt đầu.

Đám cưới thật vui vẻ, ai nấy đều phấn khởi, mãn nguyện, cùng gật gù bảo nhau đúng là duyên số Trời định cho đôi lứa.

Chẳng là trong phim võ hiệp Hồng Kông đã thường có một motif rất lãng mạn trữ tình, một lệ luật rất thú vị - đó là hễ một chàng trai tình cờ nhìn thấy thân thể của một cô gái - dù chỉ thấy được một phần đại khái, chẳng *đã* con mắt, chẳng *bõ bèn* gì, thì nhất định đó vẫn là do duyên số, nên chàng trai và cô gái phải kết duyên vợ chồng đấy sao?

Phạm Nga

(Sydney, cuối hạ 2024)

PHẠM NGỌC DŨ

NỤ HÔN CỦA NGỖNG

Ông giáo già Thành Tâm quyết không bán cuốn sách ĐẮC NHÂN TÂM - CẨM NANG GỐI ĐẦU GIƯỜNG của Dale Carnegie, nhà văn Nguyễn Hiến Lê dịch sang tiếng Việt một thời hình như mọi trí thức miền Nam đều có trong tủ sách gia đình.

Ngày ông bà sắp cưới nhau, bà tặng ông cuốn sách ấy, lòng chân thành như gửi thông điệp cho ông với dòng chữ: "Tặng anh sách này, hãy vui sống với nhau khi còn có thể... Em, Thanh Liên".

Ông nói với vợ khi nghe tiếng rên khẽ, hình như yếu ớt lắm và có lẽ như sự chịu đựng của bà cũng đã đến cùng tận sự đau đớn thể xác:

- Hay là bán con ngỗng trống lấy ít tiền mua thuốc cho bà chặn lại cơn hành hạ thể xác. Tôi xót quá.

Vợ ông nằm tiều tụy, thiêm thiếp trầm ngâm không nói gì... chỉ lắc đầu. Nước mắt chảy xuống len qua đôi gò má xương xẩu, hốc hác đến tội nghiệp, thảm thê. Dường như bà biết cũng vì căn bệnh quái ác này của bà mà mọi thứ trong nhà không cánh lần lượt bay đi. Lúc đầu mấy chỉ vàng cố gắng còn giữ lại sau biến cố nước nhà, sau là vài bộ ly tách Nhật Bản, những bộ đồ lễ veston khi chào cờ... cho đến cả tủ sách ông bà tích cóp từ lúc đi dạy... chỉ còn vài cuốn giáo khoa khi ông đi dạy một thời chẳng đáng giá là bao. Tất cả các sách quý đều được chuyển ra hiệu bán sách cũ của thị trấn, mà mỗi lần chia tay là cả sự ngậm ngùi.

Căn bệnh ung thư của bà đã làm khánh tận tài sản trong nhà.

Ông bà giáo thương yêu nhau lắm, ngặt nỗi gia đình không có con. Ông bà vẫn chung thủy đến giờ. Suốt cả đời dạy học của đôi vợ chồng mải mê truyền trao, đem lại kiến thức cho bọn nhỏ – thế hệ tương lai cho đất nước mai sau. Biết bao thế hệ chim non bay khắp mọi miền, kể cả vượt trùng dương qua Âu Tây và Mỹ Quốc. Kể từ ông bà về dạy cùng trường tiểu học đầu thập niên 60 của thế kỷ trước....

Thời thế đổi thay, ông bà không dạy nữa về quê cũ ở trong vườn nhà cha mẹ ông để lại. Vốn chỉ biết cầm phấn, không biết làm ruộng vườn từ lúc trẻ nên về vườn tất cả đều thuê mướn, chủ yếu sinh kế là nuôi heo, gà, vịt, ngỗng cùng với miếng ruộng cho người làm lại để có gạo lần hồi cũng qua ngày, đoạn tháng.

Đùng một cái, bà đi khám bệnh tại bệnh viện tỉnh, bác sĩ bảo rằng: - Bà bị chứng ung thư.

Trên đường về nhà ông vặn hỏi nhưng bà trả lời chắc nịch:

- Bị mãn tính phổi thôi, ông à.

Ông cũng nghĩ rằng: Có lẽ nhiều năm miệt mài trên bục giảng nên chắc vậy.

Trời đất như sụp đổ trước bà, nỗi nhà chỉ có đôi vợ chồng già, anh em cật ruột thì xa. Tiền bạc vốn túng quẫn càng thêm túng quẫn. Sợ làm khổ ông nhà, bà quyết định nằm chờ ngày tử thần gọi tên, tuyệt đối không cho ông biết. Bà hứa với lòng cắn răng chịu đựng cho đến phút cuối lìa đời.

Căn bệnh bà càng ngày càng nặng thêm, có lẽ không qua khỏi. Ông quyết định không bán quyển sách quý vì kỷ niệm một thời vang bóng của ông bà. Trong chuồng ngỗng còn hai cặp, ông nghĩ bán một con ngỗng trống, hai con mái cũng có thể đẻ trứng giúp bồi bổ, tăng sinh lực cho bà và cả ông. Cuối cùng ông quyết định bán con ngỗng trống.

Người mua rất điệu nghệ, khi đến bắt dù ba con ngỗng còn lại oang oang tiếng la, khi chú đến gần chúng, chúng lủi đầu xông ra tấn công, nhưng với chú có cái giỏ sắt trên tay vững chãi đã chặn đứng sự tấn công vô vọng của bọn ngỗng và tách được chú ngỗng trống ra. Bắt gọn mặc các con ngỗng còn lại la inh ỏi làm kinh động một vùng quê không gian tịch mịch.

Một chú ngỗng trống đã vào lồng sắt đặt trên xe, ràng thận trọng.

Trước khi giao tiền cho ông giáo già, bất chợt ông giáo thấy con ngỗng mái đã đọ mỏ hôn nhau. Con trống trong giỏ trên xe và con mái dưới đất tự do như buồn nỗi buồn ly biệt. Ông xúc động đến nghẹn lòng. Thì ra loài vật cũng có cảm xúc, nhất là loài ngỗng tỏ lòng buồn rầu khi người bạn đời chia xa không biết số phận sẽ ra sao? Ông cầm tiền mà nước mắt ông nhỏ xuống.

Ông lẩm nhẩm:

- Ngỗng ơi, giải pháp cuối cùng cho cô chủ mi đỡ cơn đau kéo dài mấy tháng trời. Lòng tao chua xót quá, mi hiểu giùm tao nhé. Lòng ông buồn rười rượi.

Người khách chở ngỗng đi rồi, ông lấy tay áo lau vội nước mắt. Rồi vội vàng ra tiệm thuốc tây mua thuốc giảm đau, xong, lập tức đạp xe về nhà.

- Bà à, uống thuốc cho đỡ cơn đau hành hạ, phải chi tôi chia sẻ được...

Ông đến bên lay bà. Tất cả đã dừng lại. Hỡi ơi, bà đã nằm bất động, nhịp thở không còn nữa. Ông gục đầu trên thân bà nằm bẹp dí, mỏng tanh trên cái giường cưới thuở trước của vợ chồng ông.

Gọi điện cho đứa em ruột rà duy nhất của ông ở tận Bình Tuy.

- Trời đất, chị mất rồi sao anh, xa xôi quá em chẳng giúp được gì anh. Anh bình tĩnh để lo cho chị nhé.

Buổi chiều vùng quê ảm đạm, mịt mờ không tiếng động. Im lặng đến lạ thường. Ông trở lại bên bà, nắm tay bà khóc rằng: "Vật còn xem trọng ơn sâu/ Làm người ta có lẽ nào vong ân". Một bài học thuộc lòng trong sách Quốc Văn giáo khoa thư mà ông rất nhiều lần giảng cho các thế hệ học trò nghe về đạo nghĩa làm người trong xã hội đương thời.

Chẳng lẽ đời một bà giáo thanh bần đến khi lìa đời, xa cõi tạm đến thế này sao?

Ông bước đi lảo đảo như kẻ vô hồn.

Cơn gió nhẹ buổi chiều xạc xào bên ngoài làm rơi cành cau khô, giật mình, mấy con ngỗng kêu lên như khúc nhạc buồn tiễn biệt bà chủ về với cõi vô cùng.

Buổi lễ tiễn đưa linh cữu bà, chỉ có trống, hai người khiêng, người đi sau cầm dùi, qua mỗi đoạn đường cứ đánh 3 tiếng một: Thùng, thùng, thùng... Nghe buồn thê thiết. Đi sau chỉ có ông giáo chít khăn tang bưng bát nhang cùng đứa cháu trai bưng bài vị và dăm bảy người hàng xóm tiễn đưa ra gò nghĩa trang của làng.

Đàn ngỗng còn ba con xếp hàng một theo sau đoàn người đưa tiễn đến tận ngoài đường.

Ánh nắng xuyên qua quãng đường tre rậm rạp, um tùm che phủ, rọi ánh sáng yếu ớt trên quan tài người quá cố như không thoát nỗi sự u buồn trong lòng ông giáo một đời hiền lành, nhân từ và chân chính.

Phạm Ngọc Dũ/ SG

PHAN NI TẤN

THẰNG BỌ CỦA TÔI

Đang tợp một ngụm rượu, thấy tôi tới cúi đầu mở miệng "Con chào Bố" lập tức cha vợ tôi dằn ly xuống bàn một cái "cộp", lườm tôi muốn rớt con mắt ra ngoài, nhăn mặt càu nhàu, thuyết cho một trận:

- Tau đã nói với mi bao nhiêu lần rồi. Bố với con cái chi. Mi dẹp ba cái trò lăng nhăng khách sáo của mi đi. Mà mi bị... Bắc kỳ hóa hồi mô rứa? "Bố bố con con" nghe bắt mệt. Hừ! Ngồi đi.

Tôi kéo ghế ngồi xuống, lừng khừng chống chế:

- Dà. Biết rứa, nhưng...

- Nhưng với nhị cái chi. Cha vợ tôi cự liền. Mi với tau là bạn từ cái thời còn ở lỗ tắm mương, ngày nào mà không mi mi tau tau. Chừ nghe mi xưng "bố với con" tau thấy nực gà quá. Mà răng mi tới một mình rứa? Còn mụ o của mi mô?

Người xưng "tau" dĩ nhiên là nhạc phụ của tôi; còn "mụ o của mi mô" là vợ tôi cũng là con gái rượu duy nhất của ông bà Bộ. Nhạc phụ tôi tên Bộ, Tôn Thất Bộ, hồi nhỏ tôi quen miệng gọi là Bọ, thằng

Bọ. Trong đám bạn chơi với nhau chỉ có thằng Bọ là tôi thân nhất, đi đâu hai đứa cũng cặp kè ôm eo ếch, khoác vai nhau mà đi cà nhỗng ngoài đường. Tụi tôi khắng khít như đỉa cho tới cồ đầu ông trời mới bắt xa nhau. Đó là ngày "ông Bộ" lễ mễ áo dài khăn xếp đi đò lên làng Truồi hỏi vợ đúng lúc tôi xếp bút nghiên lên đường nhập ngũ tòng chinh. Lúc mãn khóa tôi đinh ninh sẽ chọn miền Trung để chiến đấu cho gần nhà, rứa mà ai ngờ đường binh nghiệp đã đẩy tôi trôi giạt xuống tận mũi Cà Mau xa mịt xa mờ xứ Huế của tôi.

Đời người như con sông trôi hoài trôi mãi, trôi tôi xa quê ngót mười lăm năm không ngừng. Trong suốt thời gian hành quân mút mùa Lệ Thủy, thỉnh thoảng được ba ngày phép tôi vội vàng bay về Huế thăm gia đình, nhân tiện hỏi thăm "thằng Bọ" từ ngày lấy vợ, con cái chi chưa, sống chết ra răng v.v..., rứa mà tuyệt không ai biết. Huế trầm mặc, dân tình hiền hòa có lúc cũng... vô tình rứa thê.

Lặn lội ở miền Tây gần như hết đất, cho tới một ngày tôi được thuyên chuyển ngược về vùng 1, dải đất miền Trung thân yêu của tôi. Điều kỳ ngộ nhất là sau gần một tháng hồi hương tôi cố dò la tin tức thằng Bọ thì tình cờ lại ngộ cố tri hắn đang đạp xe đạp ngang qua ngã ba Sình. Gặp lại nhau hai thằng bạn già mừng quýnh, bá vai bá cổ kéo nhau vô quán nước gần đó, bô lô ba la hỏi han nhau tận tình rồi chặp lâu cái ba hắn hẹn tôi về làng Truồi của nó chơi. Lúc lên yên đạp xe đi hắn còn ngoái cổ cười hề hề nói: "Mi chưa từng đặt chân lên Truồi thì quăng cái gốc Sịa của mi đi hỉ". Ở Huế ai mà không biết làng Truồi thuộc huyện Phú Lộc có núi Truồi, sông Truồi, hồ Truồi. Tôi biết nhưng chưa có dịp tới Truồi lần mô.

Một buổi trưa trời trong mây trắng, gió hiu hiu, chim kêu lít chít, tôi đi đò lên Truồi mới biết vợ chồng thằng Bọ còn có một cô con gái rượu tên Phượng, ở tuổi đôi mươi, thanh khiết như sen vừa hé. Ca dao xứ Truồi thật chí lý:

Nước sông Truồi vừa trong vừa mát
Gái sông Truồi vừa đẹp vừa ngoan

Đánh giặc nhiều năm tưởng hồn mình đã thâm căn khú đế, ngọn lửa hùng xưa dầu cạn ngỡ trụi mầm, ai ngờ duyên ngộ tình cờ tôi chỉ chộ hình chộ dạng con gái hắn có một bận mà răng về nhà tôi "cực" luôn ba bốn ngày. "Cực" đây không phải là tôi có ý lụy tình lụy ái chi mà ngay lần đầu gặp mặt con gái thằng Bọ bụng dạ tôi ước chi cũng có một gia đình vợ con đề huề, dễ thương như hắn.

Ngặt một nỗi lính chiến sa trường bụi bặm như tôi lâu lâu về ghé thăm lần nào cũng bị thằng Bọ rầy rà: "Ôn mệ ơi! Áo quần với râu tóc bệt bạc rứa thê. Răng mi không nhuộm cho thanh thanh một chút, sạt lại cho xôm cái tuổi thâm trầm giùm tau cái".

Rồi hắn chắp tay sau đít, mặt hất lên trời triết lý cuộc đời qua một nhành mai: "Trên đầu già đến rồi..." (thơ thiền sư Mãn Giác).

Mệ Xoa, vợ thằng Bọ cũng không vừa chi, mệ tận tình sửa lưng:

- Anh Bộ nói đúng đó anh Hòa nờ. Lính bụi có ma nó mê. Mà anh có còn trẻ chi mô. Rán chải chuốt ra chút lắm cô theo, anh chiến binh hỉ.

Tôi biết vợ chồng thằng Bọ "giũa" tôi với ý tốt nhưng ngặt một nỗi con gái tụi nó mỗi lần thấy "lính rần ri" từ ngoài cổng xăm xăm bước vô là cô mặt sa mày sỉa, quẩy đít lủi vô buồng.

Rồi mất nước, tôi đi tù từ Nam ra Bắc hết mười ba năm vì "có nợ máu với nhân dân". Khi được tha về tôi mới biết bọ mạ tôi mất đã lâu, nhà cửa cũng không còn, tôi quyết định bỏ Huế về Sài Gòn sống đời trôi sông lạc chợ. Ban ngày tôi làm nghề bốc vác hàng hóa dưới bến Hàm Tử. Ban đêm ngủ bờ ngủ bụi sống qua ngày.

Một hôm buồn tình tôi ghé vô một tiệm sách trên đường Nguyễn Trãi coi giá tiền cuốn The Call of the Wild của nhà văn Jack London để mua thì cô gái trong tiệm tới gần ấp úng hỏi: "Dạ... Chú? Chú Ho... à. Chú Hòa phải không?" Tôi chưa kịp nhận ra cô là ai thì cô nhìn vết sẹo trên cằm tôi òa lên: "Đúng là chú Hòa rồi" xong cô day mặt hướng vô nhà sau la: "Cha Mạ ơi! Chú Hòa! Chú Hòa!" Lúc đó tôi mới nhận ra Phượng, con gái của vợ chồng thằng Bọ, đã khác xưa rất nhiều, đẹp hơn, chững chạc hơn.

Sau cuộc tái ngộ ly kỳ đó, một buổi chiều cuối tuần, thằng Bọ và tôi ngồi sau hè nhâm nhi ly rượu đế thì mệ Xoa và cô Phượng mang ra một dĩa gỏi xoài khô cá lóc và dĩa mực nướng đưa cay. Phượng vui vẻ chào chú Hòa xong trở vô nhà. Nhìn đôi mắt tha thiết và biết cười của Phượng, "Chú Hòa" nhận thấy có sự khác biệt rõ ràng so với ngày xưa mỗi lần thấy "lính rằn ri" tới thăm là cô nguýt háy, cố tình tránh mặt. Mệ Xoa kéo ghế ngồi nhìn tôi, ôn tồn hỏi: "Anh Hòa nì. Răng anh không lấy vợ đi". Nhìn Xoa rồi nhìn thằng Bọ, tôi nói nhỏ: "Già rồi, hơn nữa gia cảnh như ri ai chịu lấy tôi chừ?" Chợt thằng Bọ nói một câu làm tôi sững sờ, lặng người đi như không tin vào tai mình:

- Mấy hôm ni, vợ chồng tau đã bàn kỹ lắm rồi. Giữa cái xã hội hỗn độn như ri, cả nước đều chìm hết vào bia rượu, con trai cờ bạc, con gái thì mánh mung, con Phượng biết tìm ai vừa ý để lấy làm chồng". Tợp một ngụm rượu xong thằng Bọ để ly xuống, giọng chắc nịch: "Con Phượng cũng đồng ý để vợ chồng tau gả hắn cho mi".

Sau một hồi bàn cãi gay go cuộc tranh luận dịu đi, chúng tôi ngồi im lặng, trong đầu lan man nhiều ý tưởng. Phượng và tôi nên sống ra sao – cố gắng chế ngự sự cách biệt về tuổi tác và nếp sống khác nhau bằng sức mạnh của lý trí, lòng tin tưởng và tính khiêm nhường để đắm mình vào cuộc sống sâu hơn, chân tình hơn. Cuối cùng chúng tôi cũng hiểu ý nghĩa chân thực, nỗi niềm thầm kín của nhau để rồi sẵn sàng chấp nhận mối lương duyên tiền định mà tôi và cả Phượng cũng không kịp nghĩ tới.

Phan Ni Tấn

PHAN TRANG HY
CHUYỂN KIẾP

Từ ngày Hân nhận chức trưởng phòng kinh doanh, cuộc sống của anh có phần lạ, không như trước đây. Giờ, nhiều đêm anh phải thức khuya, đọc sách tìm hiểu những quy luật về kinh tế. Anh đọc ngấu nghiến như sợ rằng không còn thời gian để đọc.

Và rồi, anh tự mâu thuẫn với chính mình. Anh mâu thuẫn trong cách nghĩ suy, trong vai trò nhiệm vụ của mình. Khi còn là nhân viên, anh đâu có nghe những lời nói có hơi hướm lấy lòng anh từ những người khác. Nhưng, giờ lại khác. Những kẻ dưới quyền luôn lấy lòng anh, không dám làm anh bực dọc. Hân tự hỏi: Cũng là thằng Hân, sao trước khác, giờ khác. Có gì thay đổi đến vậy? Không lẽ chỉ có cái nhãn mác trưởng phòng mà anh trở thành người khác?

Anh cảm thấy đầu óc nặng. Anh mơ màng trong những nghĩ suy. Không đâu vào đâu. Anh không thể ngờ, mới đây thôi, trong một cuộc họp với những người dưới quyền, anh đã phát biểu những gì anh cũng không nhớ nổi, để rồi đây anh phải chịu tiếng thị phi. Mà sự đời là vậy. Có phải tất cả kẻ dưới quyền đều ưa anh? Có phải anh là người hoàn thiện đến mức mọi người phải noi gương theo anh?

Anh không hiểu tại sao có tờ báo đăng đời tư của anh, nêu cung cách làm việc của anh. Không lẽ đó là tự do báo chí, tự do ngôn luận? Anh mệt mỏi vì có kẻ cho rằng anh bất tài vô tướng, chỉ nhờ thời mà anh được lên trưởng phòng. Anh ngẫm lại, những kẻ dưới quyền, kẻ nào tọc mạch, dùi thọc anh? Anh thấy ai cũng vậy. Cũng cung cách nhỏ nhẹ. Khi anh đưa ra ý kiến gì, ai cũng cho là sáng suốt. Và họ chỉ có làm theo. Anh ngẫm lại, khi còn là nhân viên, anh cũng thế. Tội gì góp ý cho mệt sức. Vả lại, mấy lãnh đạo lắng nghe kẻ dưới quyền một cách chân tình. Đôi khi lãnh đạo cho kẻ góp ý ấy là thế này thế nọ, là nhiều chuyện. Có khi quy chụp là đầu mối gây bất an trong nội bộ. Anh không biết ai là kẻ nói xấu mình. Anh tự hỏi sao có người thích nói xấu người khác?

Anh chỉ biết có kẻ giấu mặt nào đó đã bêu xấu anh. Thậm chí đồn thổi công việc của anh. Anh lấy làm buồn. Mà đời này vui được mấy chốc, dù anh là kẻ có chức quyền, giàu có. Anh không buồn sao được khi ai đó chỉ biết nói xấu anh mà anh không biết hắn là ai. Thà rằng góp ý phê bình chân thật mà anh biết mặt, biết tên thì đỡ biết mấy. Biết để yên tâm rằng mình có lỗi thì người ta mới góp ý. Biết để tin tưởng rằng trên đời này còn có người chân thực với mình vì họ dám chịu trách nhiệm về lời nói của họ. Anh đâu có cần khen kiểu bầy đàn, kiểu những fan cuồng mê thần tượng. Anh đọc ở đâu đó, hay cả trong kinh nghiệm sống, đã cho anh nghĩ suy về cuộc đời, rằng khen chê dễ lây lan bầy đàn như dịch cúm. Miệng lưỡi thế gian mà! Hơi đâu anh nghĩ về nó cho mất công, cho mệt sức.

Chiều nay, sau khi làm việc xong, anh ghé quán ngồi một mình. Ít khi anh ngồi một mình trong quán cà phê này. Ánh nắng còn sót lại trên đường không níu được chút vàng tươi của những bông hoa cúc cuối mùa. Những bông hoa như tâm trạng anh lúc này. Ngồi một mình, nhìn người qua lại lúc nhanh, lúc chậm, anh cảm thấy cuộc đời từng con người có khác chi con kiến ngược xuôi. Đi đi. Về về. Mang những cục buồn, mảnh vui. Tha những hạt no, mầm đói... Để rồi, trong giấc ngủ chập chờn, thao thức với những thức buồn vui no đói ấy. Rồi sáng ra, chưa kịp mở mắt, lại vội vã, cuống cuồng giành giật lấy từng giây phút buổi bình minh, rồi lại lên đường, lại trở về cái nghiệp của kiếp người, kiếp kiến, kiếp chúng sinh.

Nhiều đêm anh mơ. Và giấc mơ ấy cứ lặp đi lặp lại. Trở thành nỗi ám ảnh trong anh. Anh cùng đồng loại giành giật nhau bát cháo lú. Cũng từng ấy lời nói, cũng chừng ấy sự việc, chỉ có đồng loại là ngày càng đông...

- Cháo này là của tao! Bọn bay không được đụng vào.
- Của tao. Mày xê ra!
- Của bà đấy! Bọn bay cút xéo đi!
- Của ông! Của ông!
- Bọn chó cút đi!
- Chúng mày là rắn rết. Là bọn HIV. Là bọn...
- Tao là rồng, là phượng đây! Bọn bay để cháo cho tao.

Đủ âm thanh hỗn độn. Thế nhưng, chẳng một ai, kể cả anh, húp được miếng cháo nào cả. Cơn đói hành cái bụng anh. Mọi người, sau khi giành giật, ai ai cũng thè lưỡi thở. Chỉ là hơi thở của người đói lâu ngày. Đôi mắt mọi người ánh lên cái đói, nỗi thèm ăn. Anh và đồng loại đói trong mơ là cớ làm sao? Anh thèm giấc ngủ an lành. Nhưng giấc ngủ ấy dễ gì có được. Trong anh, khi đêm về, lại hiện lên những giấc mơ cháo lú.

Sự tỉnh thức, sự khôn ngoan chẳng là gì cả trước cuộc đời này. Càng tỉnh thức, càng khôn ngoan thì con người vẫn cảm thấy cô đơn, thấy cuộc đời càng vô vị. Anh cũng thế. Anh thèm ăn dù là thức ăn chứa sự lú lẫn để quên đi cái khổ, cái nhọc nhằn, buồn lo. Đang trong vòng tử sinh của cuộc đời, ước gì anh quên hết mọi thứ. Chỉ cần có nụ cười, dù là nụ cười hoang sơ, nụ cười của người tiền sử cũng hơn là cái cười gượng gạo mang nghiệp của kẻ nhân danh văn minh, đạo đức, độc lập, tự do.

Nhiều đêm không ngủ, nếu không mơ giành cháo lú thì anh lại mơ dữ khác. Anh thấy mình rơi xuống hố thẳm. Đen. Rồi đỏ. Rồi đủ màu sắc. Anh chơi vơi cùng đồng loại. Rồi cơn mơ cháo lú cũng lại hiện về. Đồng loại cùng anh đói trong cơn mơ. Anh thấy trong mơ hồ, có ai đó đang nấu cháo lú, đang phân phát cháo lú cho anh và đồng loại anh. Nhưng cơn đói vẫn hành hạ mọi người vì chẳng ai chịu nhường cho ai. Anh thấy những kẻ trước đây vai mang chủ thuyết này, chủ trương nọ mà vẫn bị đói. Lại có kẻ mang vàng bạc tiền của từ những vụ làm ăn kiểu mafia mà chẳng húp được hớp cháo nào.

Cũng may cho Hân. Anh được tách ra khỏi đám đông đói cháo ấy. Anh đi qua chiếc cầu. Có phải là cầu Nại Hà trong tâm tưởng? Những cô gái cười chọc ghẹo anh khi anh trần truồng, tồng ngồng bước qua cầu. Họ cũng chọc cười những tên đàn ông khác. Còn đằng xa kia, các chàng trai đẹp như thiên thần đang hát những câu hát vu vơ về vóc dáng của những phụ nữ đang bước qua một chiếc cầu khác. Họ hát về các bộ phận tạo thành vóc dáng ngọc ngà của phụ nữ. Nếu để riêng các bộ phận ấy ra khỏi cơ thể, chắc các bạn sẽ có tâm trạng như một học sinh đang xem mô hình cơ thể người trong giờ sinh vật.

Bỗng Hân hét lên. Thì ra anh mơ. Một giấc mơ khó hiểu. Cũng biết bao chuyện khó hiểu trên đời này đang xảy ra. Khó phân tích, lý giải không phải vì con người không có tri thức, kiến thức hay không có sự khôn ngoan. Có lẽ khó hiểu vì con người tự ma mị với những lý luận tưởng chừng là khoa học biện chứng của mình. Dẫu Einstein có sống lại, chắc ông cũng không hiểu hết sự phức tạp của cá nhân con người dù ông vĩ đại bởi thuyết tương đối. Mọi sự việc, hiện tượng đối với ông là tương đối nên ông vĩ đại. Ông không có cái vĩ đại của sự bách chiến, bách thắng, của kiểu muôn năm. Bộ óc kỳ dị của ông so với các bộ óc của bọn chính trị, bọn phát xít, độc tài, bọn bồi bút, xử án thì ai dị kỳ hơn ai? Và anh thầm nghĩ không biết trong bọn họ có ai thèm cháo lú? Có ai muốn thoát khỏi sự khôn ngoan không? Anh lại thèm quên. Mong được chút cháo lú để quên cái kiếp người vớ vẩn bởi ước mơ viển vông, chủ thuyết không tưởng.

Sự dằn vặt làm anh tức thở. Như có ai bóp nghẹt đường dẫn khí quản. Cổ họng anh vừa rát vừa tưng tức. Anh lấy sức hít mạnh như muốn đem dưỡng khí vào lồng ngực của mình. Rồi anh thở ra thật mạnh, tống khứ thán khí ra khỏi cổ họng. Dẫu anh hít vào, thở ra thật mạnh, y như người luyện thể dục, nhưng cổ họng anh vẫn khó chịu. Như có kiến bò trong cổ họng, như có gai cào cấu vùng thanh quản của anh. Anh ao ước quên tất cả, mọi thứ, kể cả cái đau mà anh chịu đựng.

Mỗi khi ốm, anh hay nghĩ về thân phận con người. Anh đã tự răn mình như con chiên tự răn mình trước Chúa Trời, đã nghĩ suy về kiếp người trong cuộc sống như Phật tử tu tập trước kiếp nạn luân hồi. Anh thương anh, rồi thương những người thân, thương luôn bà con hàng xóm và cả đồng bào anh, rồi cả nhân loại nữa. Anh ước ao ai cũng hiểu nhau, thương nhau thì cuộc đời đẹp biết mấy, đáng yêu biết mấy. Anh nhớ lại có lúc anh làm phật lòng cha mẹ. Anh nhớ có lúc mình hơn thua với vợ con. Có lúc, anh không vừa ý, bằng lòng với hàng xóm như việc họ lấn đất của nhà anh, như họ để chó ỉa trước cổng nhà anh, như đốt vàng mã, quăng gạo muối, hột nổ trước nhà anh... Đủ thứ họ gây phiền cho anh trước đây. Nhưng giờ trong giây phút chống chọi với căn bệnh, anh như muốn nói với mọi người là anh chẳng phiền ai cả. Hơn thua làm gì ở đời này? Được mất, có chăng chỉ là thứ tức thời. Dẫu đang chống lại từng con virus dữ dằn của căn bệnh, anh thấy mình vẫn còn may mắn hơn một số người khác. Anh như được ai đó nhắc nhở trong cơn đau rằng, sự sống là quý nhất. Rằng sự sống là sự vận động trong suy nghĩ, trong chuỗi thời gian, không gian của ánh sáng. Anh như thấy sự sống trong trục Ox, Oy, Oz..., On... ám ảnh anh. Cái khổ nhất khi bệnh hoạn, ốm đau là sự tỉnh thức hay là sự mê man? Anh không xác định được. Anh chỉ thấy rằng còn cảm giác, còn suy nghĩ thì anh còn tồn tại. Mà sự tồn tại đó, nhiều khi anh lại chán chường, lại thấy vô nghĩa. Dẫu anh đọc ở đâu đó rằng con người được sinh ra là ân phước của chính bản thân họ, là niềm vui của người thân, rằng trời sinh ra có ý, nhưng anh vẫn thấy phân vân không đâu vào đâu cái khái niệm làm người. Có phải bát cháo lú trong tiền kiếp bắt anh giải mã nỗi trở trăn của kiếp người? Có phải bát cháo lú ở tận đâu đâu bắt anh sợ những thứ chẳng thuộc về anh? Kể cả cái sống, cái chết của anh, đôi lúc anh cũng sợ vì cũng chỉ là sự tồn tại của dạng này, dạng khác.

Anh hít thở mạnh. Anh thèm thông cái cổ họng đau rát, tắc nghẽn. Cả ngày nay anh uống không biết bao nhiêu nước là nước mà vẫn cảm thấy khô cả người. Cả cơ thể anh khó chịu. Nhiều khi anh nghĩ về cái chết trong tương lai. Anh nghĩ chỉ để mà nghĩ, để chứng tỏ rằng anh còn tồn tại. Để thấy rằng anh cũng biết lẽ đời, biết quy luật của tạo hóa, để sống sao cho bình an, không vướng bận những vẩn vơ suy nghĩ bất thường.

Có tiếng la hét ngoài đường. Bọn con nít hò reo. Anh nghe rõ tiếng trống bọn trẻ đang tập múa lân. Trung thu gần đến. Trăng rồi sẽ tròn. Bài hát tuổi thơ năm nào lại trỗi dậy trong anh. *Bóng trăng trắng ngà, có cây đa to, có thằng Cuội già ôm một giấc mơ...* Thằng Cuội năm nảo năm nao vẫn vậy, vẫn cứ mơ giấc mơ cung Quảng. Và anh, suốt cả hành trình kiếp người vẫn mơ những giấc mơ cháo lú. Anh thấy bát cháo lú đang được các hồn người húp vội trước lúc đầu thai, cho quên cái kiếp người khốn khổ trong cái bể khổ ở cõi ta bà, để nhận cái kiếp khổ khác. Rồi anh lại thấy biết bao người trước mắt anh đang giành nhau từng hớp cháo lú. Đó là bọn chính trị muốn quên thủ đoạn giành giật quyền lực một thời, muốn quên bàn tay đầy máu của mình đã từng giết cha mẹ, anh em, đồng bào để bước vinh quang lên vũ đài chính trị. Đó là bọn buôn bán vũ khí, ma túy muốn quên những phi vụ không có tình người, miễn chỉ cần có tiền, vàng, kim cương. Đó là bọn phát xít, độc tài muốn quên những năm tháng dân chúng rên xiết dưới ách cai trị hà khắc, vô nhân đạo của bọn chúng. Đó là bọn bồi bút, giờ ngồi nhớ lại những con chữ đầy oán thù, đầy sự ma mị, lừa bịp người đọc, người nghe. Chúng ôm đầu rên xiết bởi những con chữ hành hạ chúng. Đó là bọn xử án, với cái lưỡi uốn thẳng thành cong, uốn cong thành thẳng, xử oan kẻ thiện lương, người vô tội, giờ muốn chuộc lỗi cũng đã muộn rồi... Và còn biết bao kẻ khác muốn quên tội lỗi của mình!

Anh, người thân của anh, cả bọn chúng, tất cả như muốn quên đi cái kiếp khổ của mình. Ai cũng muốn quên đi nghiệp duyên mà mình đã gây ra trong tiền kiếp. Ai cũng biết rõ, chỉ cần một hớp cháo lú là sẽ quên hết mọi điều, quên tất cả, để rồi hóa thân thành kiếp khác, như con người hiện tại luôn tự an ủi sẽ làm lại cuộc đời.

Tất cả như hiểu ra một quy luật là ai cũng giành giật thì chẳng ai được thứ gì cả dù đó là một tí cháo lú. Như có sự sắp đặt diệu kỳ của tạo hóa, ai cũng tự nhìn lại mình. Tất cả xếp hàng chờ đợi đến phiên mình chuyển kiếp.

Trước mắt mọi người là nồi cháo lú nhỏ như nồi cơm Thạch Sanh. Bên cạnh đó, một sinh vật, xin được gọi như thế chứ không biết đặt tên gì, đang đợi từng người đi qua, lấy muỗng múc thứ nước sền sệt trong nồi đút vào miệng từng người.

Tới lượt, Hân đứng trước nồi cháo, há miệng. Một thứ chất nhão nhoẹt, tanh tưởi chạy xuống cổ họng. Anh đang chuyển kiếp làm lại cuộc đời.

Phan Trang Hy

Tháng Ba, 2014

PHƯƠNG TẤN
TRỜI ĐẤT MANG MANG AI NGƯỜI TRI KỶ

1. RỪNG CỌP FINOM

Một hôm, tôi tạt qua bìa rừng Finom Đà Lạt, bỗng thấy một đám trai trẻ gần chục đứa đang vây đánh một ông lão say rượu để cướp bộ da cọp của ông mang bên mình. Ông lão ngoài 70, người quắc thước, râu tóc bạc phơ, tay chân quờ quạng. Có điều lạ, cả đám trai trẻ hung hãn vẫn không hạ được, trái lại còn bị té ngã khi chạm vào tay chân ông. Dưới mắt nhà võ, tôi chợt nhận ra ông lão là một bậc cao thủ. Mỗi bước chân, mỗi đường tay đều là những chiêu thức kỳ ảo tạo thành một màn thép vừa che kín thân vừa làm đối thủ bị quật té khi chạm vào.

Tôi hiểu, ông lão đang đùa giỡn với đám trẻ và nhủ thầm: "Thật là dịp may cho mình được diện kiến một bậc cao minh." Tôi liền nhảy vào, đánh giạt cả đám trẻ làm chúng hoảng sợ bỏ chạy. Ông lão vắt bộ da cọp trên vai, khập khễnh đi sâu vào rừng Finom không nhìn, cũng không một lời với tôi.

Đứng ngẩn ngơ một hồi, tôi vụt chạy theo ông lão. Hơn 10 km đường rừng quanh co, heo hút, khó đi. Bóng tối đang đổ dần xuống, khu rừng càng trở lên hoang vu, rợn người. Cơ ngơi của ông lão là căn chòi trống trơ, hiu quạnh nằm cạnh một cái rẫy bắp còm cõi gần như phó thác cho trời đất trông coi. Tôi nhặt chiếc đèn dầu nằm chỏng chơ trên nền đất. Đèn đã cạn sạch dầu từ bao giờ. Tôi chạy ra ngoài nhặt một mớ củi khô nhúm lửa. Ánh sáng lập lòe, xua tan phần nào sự âm u đang đè nặng cảnh đời ông lão lẫn tâm hồn tôi. Tôi ngồi xuống "chiếc giường" bằng mấy khúc cây rừng xù xì ghép lại. Ông lão lấy chai rượu trắng ở góc chòi ngửa cổ uống một hơi rồi ném về phía tôi:

- Uống đi!

Tôi đưa tay bắt lấy, lòng chạnh đau:

- Thưa cụ, cháu không biết uống.

Ông lão gật gù, một lát lại hỏi:

- Có hạ được cọp không?

- Dạ không ạ.

- Nếu không thì về ngay đi. Cọp sắp đến rồi đấy.

Tôi nhìn ra khu rừng. Ngoài chút ánh sáng nhòe nhoẹt nhờ mấy cành củi khô cháy dở, biến mọi vật quanh tôi kể cả ông lão chập chờn như những bóng ma, còn lại chỉ là một bóng đen dày đặc cùng với những âm thanh ghê rợn của khu rừng nổi tiếng nhiều thú dữ. Bất chợt tôi lạnh người và trái tim thắt lại khi nghĩ mình phải trở ra khu rừng giờ này, còn ông lão thì chống chọi với thú dữ trong cảnh cô đơn tuyệt cùng của trời đất và con người.

Đột nhiên những tiếng gầm gừ đâu đây mỗi lúc một rõ. Và bất chợt một con cọp từ bên ngoài nhảy chồm vào căn chòi, nhanh như chớp ông lão ngồi sụp xuống thủ thế. Con cọp vừa từ trên cao hạ mình, ông lẹ làng tung một đấm tay mặt, bồi tiếp cú đấm tay trái vào thân cọp và quất thêm một đòn chân vào ngay hạ bộ của nó. Con vật chỉ còn là một đống thịt mềm nhũn trước mặt tôi. Ông lão rút cặp song phủ nơi liếp chòi, lấp loáng qua ánh lửa, đập lên mình cọp cho tỉnh dậy và nói như người cha dạy con:

- Tại sao con không thương già. Đây là lần thứ ba, già tha mạng. Một lần nữa, con chỉ còn là một bộ da khô.

Ông lão vừa nói vừa chỉ bộ da cọp đang nằm chơ vơ dưới đất mà sáng nay ông đã mang theo bên mình. Con cọp nằm rạp đầu như lạy tạ rồi nặng nề vươn mình kéo lê bốn chân rời khỏi căn chòi và mất hút trong đêm. Đêm đó, tôi ngủ cùng ông lão. Ông không hề nhắc lại chuyện hạ cọp.

2. MỘT NHÀ HÀNH ĐẠO ĐÃ CHỨNG NGỘ VỀ CUỘC ĐỜI

Từ đấy, tôi xin phép cha tôi được vào rừng Finom sống và học võ bên ông. Ông tên Lê Sáng, quê Lái Thiêu, lên rừng Finom cất chòi, làm rẫy ẩn cư. Ông ít nói, không hề nhắc về đời riêng và chỉ truyền dạy cho tôi khi đã mềm người vì rượu. Những lúc đó dưới mắt thường, ông là người "nát rượu" nhưng với tôi mỗi lời nói, mỗi hành động của ông đều mang tính ẩn dụ, hàm chứa ý nghĩa của một con người tự do, khinh thường số phận. Sống mỗi mình giữa khu rừng Finom như ông, phải chăng là cách sống của một nhà hành đạo đã chứng ngộ về cuộc đời?

Sau gần bốn năm bên ông, tôi đã học được biết bao điều vô giá, từ những nguyên lý của võ đạo, cho đến những công phu đặc dị của võ học như Liên hoàn tam cước pháp, Nhất bộ tam mã phi tiễn cước, Liên hoàn nhất thủ giải pháp công, Liên hoàn thối thủ giải pháp mã công, Di ảnh kỳ hình liên bộ pháp thân... Đặc biệt, tôi còn học được phần nào cách khuất phục cọp bằng tay không, và biết chút ít khôi hài hóa võ công bằng những chiêu thức hoạt kê, ngay ở những tình huống chết người - vừa như để đùa giỡn với cuộc đời vừa như thể hiện cái phong thái ung dung, điềm thị của bậc võ công thượng thừa, không hề chấp chi đến trạng tướng bên ngoài.

3. DÕI MẮT VÀO BÓNG TỐI

Một hôm, tôi từ nhà vào lại rừng Finom, đem thật nhiều rượu cho ông. Căn nhà và cái rẫy còm cõi vẫn nằm đó trơ trọi cùng những con cọp đêm đêm vẫn rạp mình khi qua lại nơi đây, nhưng ông thì không còn. Rừng Finom chắc hẳn không lạnh lẽo và hoang vu bằng tâm hồn tôi lúc này. Tôi đã nằm một mình trên "chiếc giường" ghép bằng mấy khúc cây rừng xù xì của ông, suốt nhiều đêm dõi mắt vào bóng tối cầu mong ông trở về. Tôi khao khát được nhìn đôi mắt rực sáng đôn hậu, giọng nói trầm trầm u uẩn cho đến tiếng rượu chảy buồn buồn mỗi lần ông nâng chai mà uống. Tất cả đã cho tôi sự sống, và hình như đã làm cho cây rừng xanh hơn, suối rừng trong hơn và thú rừng hiền hơn...

4. VUNG CHÉN TIÊU SẦU CÀNG SẦU THÊM

14 năm sau, tôi về Lái Thiêu dò tìm tông tích người thầy năm xưa. Mừng thay, ông vẫn còn sống, nhưng đau lòng thay, ông không còn nhận ra tôi, vì nay ông đã là một người... điên. Ông không còn thích uống rượu, chỉ thích nhịn đói và chạy bằng chân không suốt ngày đêm ngoài đường như cố đuổi theo ai đó và giỡn chơi chính mình. Nhiều ngày tôi phải chạy theo "dỗ dành" để đút được miếng cơm cho ông.

Và, một ngày kia ông cũng chạy nhưng mãi mãi không còn ai nhìn thấy ông trở về. Nghe đâu, ông điên đến chết vì quá nhớ thương người con gái duy nhất của ông đã bị bắn chết trong chiến tranh:

"Vỗ gươm mà hát, nghiêng bầu mà hỏi. Trời đất mang mang ai người tri kỷ. Lại đây cùng ta cạn một hồ trường. Hồ trường, Hồ trường, ta biết rót về đâu? Rót về Đông phương, nước biển Đông chảy xiết sinh cuồng loạn. Rót về Tây phương, mưa phương Tây từng trận chứa chan. Rót về Bắc phương, ngọn Bắc phong vi vút, đá chạy cát dương. Rót về Nam phương, trời Nam mù mịt. Có người quá chén như điên như cuồng. Nào ai tỉnh, nào ai say. Chí ta, ta biết. Lòng ta, ta hay. Nam nhi sự nghiệp ư hồ thỉ. Hà tất cùng sầu đối cỏ cây"...

Bất chợt tôi nhớ đến bài thơ Hồ Trường của Nguyễn Bá Trác mà ông đã đọc sang sảng trong một đêm giữa rừng cọp Finom khi ông đã thấm đậm những rượu và trăng. Bài thơ hay một dòng đời điên đảo của một người chí lớn ngàn năm chưa trọn, và tôi đã khóc hồn nhiên như trẻ thơ trong đêm trăng ấy...

Phương Tấn

(Trích tập truyện: "Những Ngọn Nến Trong Cõi Ta Bà")

SONG THAO
Nhà Nằm Trong Hẻm

1.

Hẻm nằm trên đường Công Lý. Tiếng là hẻm nhưng con hẻm này được tráng nhựa phẳng phiu, rộng dư sức cho hai chiếc xe nhỏ cỡ xe Simca 1000 của Hoàng đi ngược chiều nhau một cách thoải mái. Nhưng Hoàng vẫn đậu xe ngoài đường Công Lý. Cho chắc ăn. Cười. Hoàng khéo lo xa. Căn nhà hai tầng lầu nằm chung với những căn nhà lầu thẳng tắp dọc theo hai bên hẻm, nếu không phải là tay chơi cỡ Hoàng, thì chẳng ai biết đó là một ổ điếm. Gọi là ổ điếm nghe như có điều xúc phạm tới nơi ăn chơi bề thế và sang trọng này. Hoàng gọi đây là nhà chị Marie.

Nhà đúc bê tông, cửa sắt kín mít, lưới chống lựu đạn giăng thoai thoải từ trên lầu xuống hàng rào gạch có những thanh sắt nhọn tua tủa chĩa lên trời như một bàn chông. Trông như nhà của một ông lớn nào đó. Mà quả thực cả con hẻm này hầu như toàn là nhà các ông lớn không. Bốn tên đực áo bỏ trong quần, giày da bóng loáng, tụm nhau trước cửa. Hoàng giơ tay bấm chuông. Hai tiếng dài, ba tiếng ngắn. Nghỉ vài giây. Hai tiếng dài nữa. Đúng mật hiệu. Một đôi mắt hiện ra nơi chiếc lỗ vuông bằng bao thuốc lá vừa được kéo cạch ra. Nhận ra đúng người quen, cửa mở. Một nụ cười và một câu trách nhẹ.

"Chào các anh. Các anh kéo nhau tới như đi hành quân không bằng. Lần sau các anh nhớ tách ra, hai người vào một lần thôi. Chịu khó giúp em một chút! Cẩn thận vẫn hơn!"

Marie đưa bàn tay ra bắt tay từng người, kiểu cách như một mệnh phụ. Bộ đồ thêu mỏng màu kem không che giấu chi mấy hai mảnh đồ lót hồng ở bên trong. Phòng khách rộng rãi, mờ dưới ánh đèn vàng, có hai bộ xa-lông nằm ở hai đầu, được bài trí sang trọng. Bốn tên chia với chị Marie một bộ. Bộ kia, sáu em gái ngồi đánh bài với nhau. Tiếng con gái tranh cãi chí chóe như đang diễn kịch. Chị Marie quay sang nạt.

"Mấy em ồn quá vậy! Em nào rảnh ra rót nước mời khách đi chứ!"

Mấy em ôm miệng, lè lưỡi làm điệu. Em nào mặt mũi trông cũng sáng sủa, thân hình trắng trẻo đầy đặn, chỗ nào ra chỗ nấy, mỗi em hớ hênh một cách. Em đứng dậy rót nước mời khách mặc một chiếc *robe* cũn cỡn khá xa trên đầu gối. Ngực vun cao nằm lộ liễu dưới làn áo mỏng. Đầu vú hằn lên mặt vải hai chấm tròn lẳn duyên dáng. Đằng hấp háy cặp mắt sau tròng kiếng trắng.

"Em ngồi đây chơi."

Em bé sà vào ngồi bên cạnh Đằng. Chị Marie vội giới thiệu.

"Em Mai, mới lên chơi được một tuần."

Đằng, lúc nào cũng nhanh nhẹn, một tay vắt trên vai Mai, bóp bóp nắn nắn, tay kia đặt hờ trên bắp đùi trắng mịn thon thả.

"Xin phép các anh. Tính tôi hay làm sớm nghỉ sớm."

Tiếng cười hề hề rơi lại khi Đằng kéo em Mai đứng dậy leo lên thang lầu. Chị Marie mời khéo.

"Các anh qua đánh bài với mấy em cho vui."

Hoàng và Khoa đứng dậy. Còn trơ lại Thạch với chị Marie. Thạch nhìn chăm chăm vào người thiếu phụ đối diện. Anh đang cố gắng lắp khuôn mặt quen quen này vào một nơi chốn nào đó trong ký ức. Chị Marie ngượng ngập sửa lại cổ áo.

"Anh là bạn anh Hoàng?"

"Phải, bạn từ nhỏ cho tới giờ. Có thể nói là bạn nối khố được đấy."

Marie cười. Miệng chỉ hơi nhếch lên, nhưng người vặn vẹo thì nhiều.

"Thời bây giờ có ai xài khố nữa đâu anh!"

Thạch cười lớn. Người đổ về phía trước.

"Vậy thì phải nói sao cho hợp thời bây giờ?"

Marie vặn vẹo tiếp, mặt ánh hồng.

"Em nghĩ, chắc phải gọi là bạn nối xi-líp!"

Mặt Thạch nở ra, miệng hấp tấp.

"Ai mà nối xi-líp với nó. Chán phèo!"

"Anh tìm người khác mà nối đi."

Marie hất mặt qua bộ xa-lông bên kia. Thạch nhìn sang. Hai tên bạn đã biến mất với hai em. Còn ba em đang nhấp nhổm liếc mắt qua. Thạch chậm rãi châm điếu thuốc, ngả người ra, tay dang thẳng nằm dài trên lưng ghế, mắt vẫn dán vào Marie. Marie ngồi chịu trận trước ông khách kỳ quái. Thạch rít từng hơi thuốc.

"Anh qua chơi với mấy em cho vui. Bài còn thiếu một chân đấy."

Marie nhắc khéo Thạch. Thạch lững lờ.

"Tôi đánh bài dở lắm. Sợ mấy em lột tới xi-líp thì lấy gì mà nối. Đang tính kiếm cái gì để nối đây."

"Thì anh kiếm nhanh lên. Cái đỏ, cái xanh, cái tím đó. Anh thích nối với màu nào?"

Thạch vẫn chậm rãi hút thuốc, ỡm ờ.

"Tính tôi không thích màu gắt. Marie có cái nào màu dịu dịu hơn không? Màu hồng chẳng hạn!"

Mặt Marie sững sờ.

"Anh đừng giỡn chứ! Em già rồi!"

Thạch vẫn khệnh khạng từ tốn.

"Già thì chơi theo già. Vả lại, đã già đâu mà vội xưng ra. Mình lên lầu đi!"

Căn phòng được thắp sáng bằng một ngọn đèn chắc không quá *20 watts*. Chiếc giường lớn trải khăn màu vàng nhạt có những nụ hoa hồng rải rác. Cùng màu với bộ quần áo của Marie đang nằm chờ. Thạch treo quần áo lên chiếc móc gắn trên tường. Những chấm xi-măng nhám trên bức tường nâu nhạt cọ vào tay anh nhột nhột. Marie vừa cởi quần vừa khẽ trách yêu.

"Anh thật là! Sao anh lại thích em?"

Chiếc quần xi-líp hồng vồng lên giữa cặp đùi đầy đặn. Thạch vuốt tay dài theo cặp chân trần. Marie co người lại.

"Nhột em!"

"Nhột chi nữa!"

"Em nhột thiệt đấy. Lâu rồi em có đi đâu. Chỉ có anh cắc cớ!"

Thạch không nói. Anh lần từng chiếc khuy áo trên người Marie. Marie giữ tay anh lại.

"Cởi làm chi anh. Chơi chỗ nào mở chỗ đó thôi chứ!"

Thạch kéo tay Marie đặt xuống giường.

"Chắc lâu ngày em quên thật rồi! Nằm ngoan đi."

Thạch phăng ngực áo Marie, nhẹ nhàng luồn qua người nhấc thân hình trần lên, vứt chiếc áo sang một bên. Chiếc nịt ngực hồng phơi ra nửa phần đôi vú đầy đặn. Anh hấp tấp kéo chiếc nịt xuống thấp. Đôi vú bật ra. Anh nhìn chăm chăm vào bên vú phải. Hai hạt nốt ruồi đen nhánh phơi ra sát bên dưới quầng vú. Cặp nốt ruồi lớn hơn ngày xưa nhiều.

Marie thả lỏng người, tay úp lên mặt. Thạch ngồi lặng ngắm cặp nốt ruồi trên vú phải của người đàn bà giang hồ. Thân người anh như chìm xuống trong tiếng máy lạnh rì rì âm ỉ. Giọng anh lạc đi.

"Xoan phải không?"

Marie giật bắn người, vơ vội chiếc áo phủ lên ngực. Mắt giương lớn. Miệng run run.

"Anh là ai vậy?"

2.

Chiếc tăng-xê sâu chừng một thước được phủ kín bằng những chiếc phên tre xen lẫn với từng lớp đất dày cỡ gang tay. Thạch không nhớ có bao nhiêu lớp phên và đất tất cả nhưng chúng được đắp rất dày. Phía trên cùng trồng những bụi cây leo rậm rạp. Cửa xuống tăng-xê được che bằng một miếng ván gỗ dày kéo ra kéo vào được. Lòng tăng-xê rộng đủ cho bốn người ngồi thoải mái bây giờ là nhà của một gia đình gồm hai người. Thạch và Xoan. Xoan làm mẹ. Thạch làm con. Mẹ con cách nhau năm tuổi. Ba gia đình khác chiếm ba chiếc tăng-xê khác nằm rải rác trên một thửa vườn rộng trồng nhiều loại cây ăn trái xen lẫn với những luống rau nằm dài song song với nhau. Gia đình nào cũng toàn những đứa xấp xỉ tuổi nhau. Lúc có báo động, tăng-xê là chỗ trú an toàn tránh bom đạn từ trên máy bay oanh tạc. Lúc bình thường, tăng-xê là trò chơi lý thú cho đám trẻ tản cư từ Hà Nội về toa rập với lũ trẻ nhà quê biết bày ra nhiều trò chơi rất lạ với đám trẻ thành thị. Chúng chia nhau ra ghép thành từng gia đình vừa quê vừa tỉnh bắt chước sinh hoạt như một xóm làng người lớn. Cũng chợ búa, cũng trồng trọt, cũng nuôi gia súc, cũng thăm viếng, cũng cãi cọ. Xoan mười ba tuổi, dân quê, với Thạch, tám tuổi, dân Hà Nội thành một gia đình hai mẹ con. Xoan loay hoay cắt lá, cắt hoa làm cơm. Thạch nằm ngửa trên mấy tàu lá chuối ghép lại làm con nhỏ. Thỉnh thoảng Thạch phải è è khóc cho đúng vai trò đang đóng. Xoan, dáng người phổng phao trước tuổi, vừa vuốt mắt giả bộ che khói, vừa luôn miệng dỗ con.

"Nằm ngoan nghe con! Mẹ sắp xong rồi. Buồn ngủ phải không? Chờ chút mẹ ru cho ngủ."

Thạch đập chân đập tay, miệng nhè nhè. Xoan quơ tay xếp những khoanh lá đã thái nhỏ lên những chiếc đĩa làm bằng mo cau khô, chùi đôi tay vào quần, lết tới bên con.

"Con tôi hư quá đi! Nào mẹ ru cho ngủ nghe."

Xoan bế thốc Thạch cho nằm trên đùi, đầu Thạch ngả trên cánh tay Xoan lắc lư với tiếng ru ngọt ngào của Xoan. Thạch nằm nghe mùi mộc mạc toát ra từ người Xoan che lấp mùi ngai ngái ẩm thấp của vách đất. Xoan nhìn xuống. Mắt Thạch mở thao láo. Tay Xoan đập vào mông Thạch.

"Nhắm mắt ngủ đi cho mẹ phải ra làm vườn kẻo trễ."

Thạch cựa quậy trong lòng Xoan. Xoan vén áo.

"Cho bú một tí rồi ngủ nghe!"

Đôi vú nhỏ trắng mềm trật ra trước mắt Thạch. Đầu vú nhỏ bằng hột đậu hồng đỏ cương lên. Thạch đê mê ngậm róc rách, tay siết nhẹ trên cặp nốt ruồi xinh xinh nằm dưới quầng vú gọn nhỏ chấm li ti những hạt hồng thẫm.

3.

"Anh đừng kêu em bằng Xoan nữa. Ở đây, em là Marie!"

Marie ngồi khoanh hai tay trước ngực, dựa người vào tường, mắt buồn bã nhìn thẳng về phía trước, nơi có chiếc cửa phòng tắm mở hé hắt ra chút ánh sáng trắng như sữa của đèn ống.

"Anh cũng đừng gọi em là chị, xưng tôi nữa. Em không quen. Mọi người tới đây đều là khách của em. Em quen gọi tất cả là anh rồi. Anh cũng như mọi người thôi. Không có gì khác cả!"

Thạch ngồi bên cạnh Marie. Bộ ngực vun đầy của Marie như một ám ảnh kỳ quái kéo mắt anh liếc nhìn từng chặp.

"Em không coi anh khác mọi người sao?"

Marie vẫn bướng bỉnh, bất động như một bức tượng.

"Không! Cái tên Xoan chết rồi! Chết từ lâu lắm rồi."

Hai giọt nước mắt lăn dài trên khuôn mặt hóa đá. Marie chẳng buồn chùi. Những giọt lệ tiếp tục túa ra chảy ngoằn ngoèo trên mặt, rớt từ cằm xuống đôi bầu vú lạnh tanh.

4.

Chiều chủ nhật, sau buổi chầu trong nhà thờ, cả làng đều ở lại sinh hoạt văn nghệ trên khu đất trống trước cửa thánh đường. Một chiếc bục gỗ ghép bằng những mảnh ván thu góp được của dân làng nằm mé bên chiếc ao nhà chung làm sân khấu. Không màn, không phông, không trang trí. Cách mạng cần giản dị. Đám nhi đồng đánh trống ếch đứng bên sân khấu cũng quần áo giản dị lôi thôi có chi mặc nấy. Tiếng trống rào rào một nhịp thúc hối quy lại hầu hết dân làng đứng lố nhố chờ giờ khai mạc. Họ nán lại coi văn nghệ vì thích thú cũng có, vì sợ không giống những người khác nếu không tham dự cũng có, vì ngại những anh cán bộ đi từng nhà hỏi han mời ra cũng có. Cán bộ văn nghệ là Bách, từ trên huyện xuống, phụ trách chương trình. Cũng đơn sơ chẳng có gì. Chào cờ, thông cáo, đơn ca, độc tấu măng cầm, hợp ca. Xoan là một giọng hát nổi trong ban hợp ca. Mục độc tấu măng cầm của Bách luôn luôn gây hào hứng cho dân làng. Những bản nhạc cách mạng hùng tráng được tiếng đàn chắc nịch gửi đến khán giả qua chiếc máy khuếch âm cổ lỗ chạy bằng pin có âm điệu rộn ràng thúc hối. Xoan mê tiếng đàn. Bách ưa cô gái quê trắng trẻo duyên dáng. Chẳng là trai tài gái sắc thì cũng là một cặp ra dáng một cặp đẹp đôi vừa lứa.

Chiến tranh có cặp chân biết leo thang rất tài. Súng đạn ráo riết đẩy cách mạng leo cao không kém. Tận núi rừng Việt Bắc, nơi an toàn cho kháng chiến. Bách ôm đàn đi lên vùng cao. Xoan hụt hẫng ở lại. Nhớ quay nhớ quắt người tình. Nỗi nhớ nhấc bổng bước chân quờ quạng. Xoan khăn gói bỏ nhà đi tìm Bách. Thân gái trong súng đạn được tình yêu nuôi cho vững vàng cất bước. Hỏi thăm, tìm kiếm riết rồi cũng gặp. Bách sững sờ nhìn Xoan lếch thếch vì mình. Anh cảm động nhưng nhiệm vụ cách mạng vẫn cố thủ trong đầu anh. Cách mạng còn gian nan lắm nhưng rồi cũng sẽ có ngày thành công. Anh không muốn Xoan cản trở bước chân hăm hở phá rừng bạt núi để hoàn thành nhiệm vụ cao quý của anh. Anh bắt Xoan quay trở về làng chờ anh trong ngày chiến thắng.

Xoan thẫn thờ quay lui. Tình cảm cá nhân phải nhường bước cho tình yêu cách mạng. Đường về gian nan hơn đường đi. Chẳng vì sức nặng của cõi lòng buồn thảm mà vì tiếng súng đạn rền vang hơn. Làng Xoan đã thuộc vùng tề, khá sâu trong đường ranh giới đổi thay mỗi ngày giữa bên này và bên kia. Vượt qua đường ranh giới không phải là chuyện dễ. Xoan đã tới cận kề. Phải chờ tới đêm mới có cơ hội băng qua giữa hai làn đạn mà còn giữ được mạng sống. Nàng hồi hộp chờ màn đêm buông xuống. Nước mắt lã chã tuôn rơi.

5.

Marie ngồi bất động. Quá khứ tưởng đã chôn chặt giờ như gượng dậy kiếm thêm ít nước mắt của nàng.

"Lúc đó em đã tính khi qua được vùng tề, em sẽ không trở về làng nữa. Phần vì ngại cha mẹ, phần vì ngại tiếng dị nghị của làng nước, phần vì con người em đã rã rời chán nản. Anh biết không, em đã tính sẽ lên Hà Nội tìm tới gia đình anh xin tá túc. Gái quê như em hồi đó đâu có biết Hà Nội rộng lớn ra sao nên nghĩ là cứ tới nơi hỏi thăm người ta khắc tìm thấy nhà anh."

Marie vừa cười vừa lấy tay quệt nước mắt. Thạch cười theo.

"May cho em chứ tới Hà Nội chắc em sẽ phải khóc ròng. Nhà anh đâu có nổi tiếng đến nỗi cả Hà Nội phải biết!"

"Vậy mới tức cười chứ! Lúc đó em còn ngờ nghệch chẳng làm sao tưởng tượng được Hà Nội lớn hơn cái làng của em nhiều đến thế. Buổi chiều hôm đó, trong vườn nhà trọ, em ngồi dựa gốc cây âm thầm khóc. Vừa giận Bách, vừa giận mình, vừa lo sợ cho cuộc vượt tuyến buổi tối. Một anh bộ đội sà xuống nói chuyện hỏi han. Em cứ tình thật kể hết mọi chuyện. Anh ta bảo Bách đuổi em về là không đúng chính sách. Cách mạng cần sự đóng góp của mọi người không kể già trẻ, lớn bé, nam nữ. Em còn trẻ, lanh lợi, khỏe mạnh là vốn quý của cách mạng. Anh ta hứa sẽ đưa em trở lại với Bách và thuyết phục Bách vì đơn vị của anh cũng sắp sửa rút lên vùng đó. Em đang bơ vơ lại lo sợ cuộc vượt tuyến nên nghe anh ta nói, em mừng như mở cờ trong bụng. Khuya đó, anh ta mò vào chỗ em ngủ, đòi em ủng hộ. Em chống cự nhưng không dám la to. Anh ta vừa dùng sức mạnh, vừa nhỏ nhẹ dụ dỗ chiếm đoạt được em. Em tỉ tê khóc đau đớn cho thân phận mình. Lúc đó, em nghĩ rất đơn sơ. Em đã ra nông nỗi như thế thì sao mà nhìn lại được Bách. Thôi thì người ta đã lấy đời con gái của mình thì mình đành phải lấy người ta. Xong việc, anh ta vội chuồn về chỗ ngủ của anh ta vì sợ anh em trong toán biết. Anh ta hứa sẽ quay lại vào sáng hôm sau. Cho tới bây giờ, em cũng chẳng biết tên anh ta là gì!"

Thạch nhoài người ra mép giường, lục túi lấy bao thuốc lá hút. Marie giơ tay.

"Cho em xin một điếu. Em ít hút nhưng khi có chuyện xúc động em phải kiếm được điếu thuốc gắn lên miệng. Đó cũng là một cái tật phải không anh?"

Thạch quẹt lửa châm thuốc cho Marie.

"Nếu đó là một cái tật thì cái tật này cũng không đến nỗi tệ lắm. Em cứ thoải mái hút đi rồi kể tiếp cho anh nghe."

Marie rít một hơi thuốc, lơ đãng thả khói.

"Coi bộ anh cũng khoái nghe chuyện lâm ly bi đát nhỉ?"

"Em làm như đang kể chuyện tiểu thuyết cho anh nghe không bằng!"

"Chuyện đời em có khác gì tiểu thuyết đâu? Em đã cố quên từ lâu nhưng không hiểu sao hôm nay em lại ưa kể với anh mới chết chứ! Em thích kể đấy, nhưng anh có dám khóc với em không? Hay lại mắc cỡ?"

Thạch bẹo má Marie.

"Cứ giỡn cho thoải mái đi. Đời em khổ đã nhiều rồi!"

Marie trở lại giọng rầu rầu.

"Khổ thật đấy anh ạ! Em tưởng đã yên bề với anh bộ đội đòi ủng hộ nhưng tờ mờ sáng hôm sau, giữa lúc em đang mơ mơ màng màng thì nghe thấy tiếng xe gầm rú ầm ĩ mỗi lúc mỗi gần hơn. Làng xóm tán loạn bảo nhau là Tây về càn. Người thì lo núp, người thì chạy. Em tất tả đi kiếm anh bộ đội nhưng chẳng thấy đâu. Rồi lính Tây tràn lan khắp nơi lùa dân làng lên xe cam nhông chở về trại của họ. Lần đầu tiên trông thấy lính Tây em sợ run người. Họ bắt ngồi ngoài sân trại để phân loại. Em thuộc loại bị tình nghi và bị giam giữ. Tối đó tên quan tư trưởng trại cho dẫn em lên phòng hắn. Em khóc như cha chết ngồi co quắp dưới sàn nhà. Hắn dỗ dành, rót nước cam cho em uống. Em thấy hắn cũng tử tế nên bình tĩnh lại dần. Đêm đó, em làm vợ hắn. Hắn thích em nên giữ em luôn bên hắn. Em trở thành bà trưởng trại bất đắc dĩ với cái tên Marie hắn đặt cho. Được ăn uống phủ phê, cuộc sống cũng không đến nỗi nào, nên người em càng ngày càng mượt mà ra. Jean mê em như chết. Đâu được chừng sáu bảy tháng thì nó phải đổi về nước bàn giao chức vụ cho tên sĩ quan mới tới. Nó bàn giao luôn cả em! Thân em đã lún rồi kể làm chi nữa. Jean vẫn còn say mê em nên đêm cuối cùng hắn gỡ gạc em phờ cả người. Được cái trước khi chia tay, hắn cho em một số tiền khá lớn. Cầm tiền trong tay em nảy sinh trong đầu ý tưởng phải thu vén được nhiều tiền để thủ thân. Em say mê kiếm tiền bất kể mọi sự. Tiền từ tên trưởng trại mới và tiền của bất cứ đứa nào chịu chi. Khi quân Pháp rút vào Saigon sau hiệp định Genève thì em cũng vào theo. Hết Pháp đến Mỹ, em còn kiếm tiền bạo hơn. Anh bảo là đến rác mà còn ra tiền thì ở địa vị em, được chiến tranh dạy cho mở mắt ra lại sẵn nằm trong lòng Mỹ thì tiền vào trong tay biết đâu mà kể."

Điếu thuốc đã tàn trên tay Marie. Nàng dụi đầu thuốc, hỏi.

"Cho em xin điếu nữa đi. Mà thôi, hút chung với anh cho tình!"

Thạch đưa điếu thuốc đang hút dở cho Marie. Nàng rít một hơi rồi đưa lại cho Thạch.

"Vậy thì em giàu sụ rồi còn gì nữa."

"Giàu chứ sao không. Nhưng tiền nó biết đi vào thì cũng biết đi ra anh ạ. Em đổ đốn sa chân vào cờ bạc, lên chức bác thằng bần ngay."

Thạch lắc đầu nhìn Marie. Khói thuốc bốc nhẹ lên che mờ tầm mắt anh.

"Cũng may là em đã mua được căn nhà này làm kế sinh nhai chứ không lại đứng đường rồi. Mà cũng nhờ vậy mới gặp lại được anh. Anh hay đi chơi lắm hả?"

Marie ngước nhìn Thạch. Thạch thấy lại được đôi mắt Xoan xưa. Mùi ngai ngái ẩm ướt dưới lòng tăng-xê như lởn vởn trước mũi anh. Anh cúi xuống trên cặp nốt ruồi.

"Thỉnh thoảng. Khi nào vui anh em mới đi."

"Sao hồi nãy anh chọn em? Khách của em toàn thích những cô trẻ, có ai thích chơi đồ cổ như anh đâu!"

"Đồ cổ cũng có năm bảy đường đồ cổ chứ!"

Marie đập vào vai Thạch.

"Anh cũng tay tổ nhỉ!"

"Nói giỡn chơi vậy thôi, chứ hồi nãy thấy mặt em quen quen, anh có linh tính đúng là em."

"Vậy mà em chẳng mảy may nhận ra anh. Em tệ thật!"

Marie co người lại.

"Anh Thạch, ôm em đi!"

Thạch ôm chặt thân hình Marie. Nàng bật khóc, tay vuốt ve ngực Thạch.

"Em cô đơn quá!"

Marie rút người trong vòng tay Thạch, mắt nhắm nghiền, đầu ngả vào ngực Thạch. Thạch bóp nhẹ đôi vai trần. Marie kéo tay Thạch đặt lên vú.

"Đời em chưa một lần được ngủ với người mình chọn. Khốn nạn đời em quá! Anh Thạch, em van anh, đi em đi!"

Song Thao

THÁI NC

TÂM KIẾM

Trời gần về chiều, nhưng cơn nắng gay gắt vẫn bao trùm vạn vật. Dưới sức cuồng nộ của thần Mặt Trời, ngọn Hồng Lĩnh nằm yên chịu đựng. Thoai thoải ven sườn núi đến con đường mòn tận đằng xa, cả rừng cây rậm rạp bị ngự trị và khuất phục trước uy vũ thiên nhiên lặng yên không di động; ngoại trừ một bóng trắng đang di chuyển an nhiên trên con đường.

Khách bộ hành là một người đàn ông đứng tuổi. Chiếc áo choàng màu trắng dính đầy bụi đường vì quãng đường dài trước khi đến đây. Vầng trán rộng dưới chiếc nón rộng vành lấm tấm vài hạt mồ hôi, nhưng đôi mắt sáng không tỏ vẻ gì nhọc mệt, chân vẫn nhịp bước tiến về phía trước.

Khi đã đến chân núi, khách dừng lại quan sát địa thế. Có hai con đường đi lên núi. Một ở phía đông, và một ở phía tây. Tây lộ thẳng tắp và đầy dốc đá hiểm trở. Đông lộ thoai thoải và ngoằn ngoèo như con rắn uốn mình lên núi. Cả hai đường đều rất hẹp chỉ đủ một người lách qua. Khách dợm mình định lên tây lộ để rút ngắn quãng đường. Bỗng ông chú ý thấy bên đông lộ một làn khói bốc quyện lên. Phía dưới thấp thoáng một mái tranh ẩn mình trong lùm cây sum suê. Té ra ở ngọn núi trơ trọi giữa một vùng hoang vu này cũng có người cư ngụ. Có lẽ gia đình của tiều phu hay thợ săn chi đây. Khách chợt cảm thấy một niềm vui nho nhỏ lóe lên trong lòng. Nhìn về phía mặt trời nhẩm tính thời gian vẫn còn rộng rãi, ông quyết định đi con đường phía đông.

Người áo trắng khoan thai tiến lên. Càng về phía trên, ông nhận thấy những cụm hoa rừng mọc thành từng hàng thẳng thớm. Đi thêm đoạn nữa, quả nhiên có một căn nhà tranh gọn ghẽ xuất hiện trong tầm mắt. Ông tiến đến đưa tay gõ cửa.

Đợi một chút, đột nhiên cánh cửa bật mở. Một người đàn ông đứng sừng sững bên trong.

Người áo trắng chắp tay nói:

- Đại huynh, tôi có việc lên đỉnh núi đi ngang đây, có thể xin chén nước?

Người đàn ông ngần ngừ trong giây lát, rồi né sang một bên nhường lối:

- Được, mời ông vào nhà nghỉ mệt.

Khách theo gia chủ bước vào trong. Đây là một căn nhà nhỏ ba gian. Phòng ngoài có chiếc bàn gỗ và bốn cái ghế đẩu để tiếp khách, mặc dù ở chốn hoang dã này chắc khách của gia chủ cũng rất hiếm hoi. Chung quanh phòng thật đơn sơ, vài bộ da thú và đôi sừng hươu khá lớn tại góc phòng. Phía bên kia tường treo một chiếc cung sắt và ống tre chứa đầy tên. Sự bày biện trong nhà khiến khách đoán chừng gia chủ sinh sống bằng nghề săn bắn. Không biết ông ta sống một mình hay có gia đình? Khách đang suy nghĩ, gia chủ đã trở ra kéo ghế ngồi đối diện.

- Mời ông đợi trong giây lát. Tiện nội đang châm trà.

Té ra ông ta còn có vợ ở đây.

- Không dám làm phiền nhiều. Xin đại huynh chén nước mưa là đủ rồi.

Chủ mỉm cười thân mật:

- Chúng tôi ở đây chẳng mấy khi được tiếp khách. Nhưng dù sao cũng cho phải phép, Chẳng hay... đại hiệp có việc gì phải lên núi? Từ đây lên đến ngọn còn khá xa, đường đi rất hiểm trở.

Chủ nhà tinh ý đoán được khách phải là một bậc kiếm khách giang hồ qua dáng cách khoan thai, thái độ trầm hùng, và nhất là thanh kiếm gác bên cạnh.

Khách trả lời:

- Tôi có hẹn cùng người bạn trên đỉnh núi đêm nay.

Chủ nhà khá ngạc nhiên khi nghe khách nói. Kể cũng kỳ lạ. Thiên hạ thiếu chi chỗ ấm cúng thoải mái, lại cùng nhau hò hẹn lên ngọn núi trơ trọi. Nhưng nghĩ lại khách giang hồ thường có những hành động mà người thường không thể hiểu được nên cũng không hỏi gì thêm.

Giữa lúc đó, người vợ của gia chủ đã mang trà lên, rót đầy hai chén.

- Mời đại hiệp dùng trà.

- Cám ơn đại tẩu. Khách đáp lễ.

Chủ và khách cùng bưng chén nhắp vài ngụm nhỏ.

Khách bắt chuyện:

- Thật không ngờ giữa chốn núi non hoang dã như vầy lại có gia đình huynh cư ngụ. Cảnh trí thật hùng vĩ. Đúng là một nơi lý tưởng.

- Đại hiệp nhận xét đúng đó. Chỉ có điều hơi bất tiện là mỗi lần xuống làng giao dịch đổi chác phải nửa ngày đường. Nhưng rồi cũng quen...

- Đại huynh làm nghề săn bắn ở đây?

Chủ gật đầu:

- Đúng vậy. Gia đình tôi mấy đời đều lấy nghề săn bắn làm kế sinh nhai. Đó là lý do chúng tôi phải làm nhà ở đây, cách biệt với xóm làng chung quanh.

- Vậy chẳng hay huynh đã có cháu để nối nghiệp?

Nghe hỏi, gia chủ lộ vẻ phiền muộn, trả lời:

- Không giấu gì đại hiệp. Tôi cùng nhà tôi chung sống đã lâu nhưng chỉ có một mụn con trai. Năm nay nó mười tuổi. Kể cũng là hiếm muộn, nhưng nghĩ lại thì dù sao có được đứa con nối dõi tông đường thì cũng mãn nguyện rồi. Vậy mà... Chủ nói tới đây bỗng dừng lại, lặng lẽ lắc đầu:

- Chuyện gì xảy ra cho cháu? Khách hỏi.

Chủ buồn bã:

- Tôi cũng không rõ lắm. Cách đây mấy bữa, tôi dẫn nó vào rừng tập bắn, về nhà bỗng lâm bệnh nặng.

- Bệnh gì? Chắc là huynh đã mời thầy thuốc?

- Dĩ nhiên. Chỉ một đúa con thôi nên chúng tôi lo lắm. Tôi đã mời hai thầy lang nổi tiếng nhất của hai làng gần đây về chẩn mạch. Vậy mà cả hai đều không rõ bệnh gì. Họ có cho toa hốt thuốc, nhưng vẫn không thấy hiệu nghiệm gì cả. Hà...

Khách lộ vẻ ngạc nhiên:

- Bệnh cháu làm sao?

Chủ rầu rĩ nói:

- Căn bệnh rất lạ đời. Như tôi nói hôm vào rừng tập bắn cung xong về nhà, nó bỗng than lạnh. Đại hiệp thấy lạ lùng không? Giữa trời đang nóng bức như vầy... Càng lúc cơn lạnh càng tăng, hành hạ nó đến chết giấc dù tôi đã đắp chăn ấm và đốt lò sưởi chung quanh cách mấy cũng không giảm.Tội nghiệp, cũng có lúc tỉnh dậy muốn nói gì đó mà không thành lời. Khi tỉnh khi mê. Có lẽ... không qua khỏi. Hà....

Chủ nhà dứt câu, thở dài ảo não làm khách ái ngại. Quả là một điều bất hạnh. Hai vợ chồng đều đứng tuổi, chỉ có một mụn con an ủi lúc về già và để nối dõi. Vậy mà đứa con đó đang bị tử thần đe dọa bằng căn bệnh kỳ lạ...

Một ý nghĩ thoáng qua, khách nói:

- Tôi tuy không phải là thầy thuốc, nhưng cũng biết chút ít về y lý. Huynh có thể để tôi xem qua cháu được không?

Chủ nhìn khách nghi ngờ. Bệnh tình của con ông đến thầy lang nổi tiếng còn đành bó tay, huống chi... Nhưng càng nhìn khách, thấy đôi mắt sáng cương nghị, dáng cách ung dung, gia chủ bỗng thấy một niềm hy vọng lóe sáng. Nói cho cùng, gia đình ông đang lúc tuyệt vọng. Đâu còn gì có thể tệ hơn nữa?

Ông phấn khởi:

- Thật là may mắn. Nếu đại hiệp chữa được cho cháu thì ơn này chúng tôi không bao giờ dám quên. Mời đại hiệp.

Nói xong, gia chủ đứng dậy dẫn lối cho khách vô phòng bên trong.

Vừa bước vào, khách đã thấy luồng hơi nóng hừng hực từ hai lò sưởi đang đỏ chói than hồng. Trên giường, một thằng bé đang thiu thiu ngủ dưới tấm chăn dày cộm trùm kín từ cổ tới chân, chỉ chừa khuôn mặt trắng bệch. Bên cạnh giường, mẹ đứa bé ngồi yên lặng nhìn con buồn bã. Thấy khách bước vào, bà đứng dậy lùi lại phía sau nhường lối.

Khách áo trắng ngồi xuống. Ông luồn tay dưới chăn nắm lấy cổ tay thằng bé để xem mạch. Trong khi đó, hai vợ chồng người thợ săn tựa cửa nhìn vào dáng diệu hồi hộp. Họ đang tuyệt vọng nên hễ có cơ may nào cứu vãn tình thế đều cố nắm lấy, dù tia hy vọng đó có mong manh.

Cả bốn người, kể cả đứa bé mắc bệnh mê man trên giường đều bất động. Độ chừng tàn nửa nén nhang, khách buông tay chậm chạp đứng dậy. Chủ nhà tiến đến run run hỏi:

- Đại hiệp thấy thế nào?

Khách trầm ngâm chưa trả lời, vợ gia chủ đã quỳ xuống khóc thút thít:

- Đại hiệp, xin cứu độ. Chúng tôi nhớ ơn suốt đời.

Khách ngưng luồng tư tưởng đang tranh đấu dữ dội trong đầu, cúi xuống nâng người mẹ đau khổ lên

- Đại tẩu, đừng làm vậy. Tôi sẽ cố gắng.Tôi đang suy nghĩ về bệnh tình của cháu đây mà.

Người chồng dù sao cũng còn bình tĩnh hơn, nắm áo vợ kéo ra ngoài, “Để cho đại hiệp suy nghĩ.” Ông thì thầm.

Còn lại một mình khách áo trắng trong phòng. Ông chắp tay sau lưng, trán cau lại, nhìn đứa bé. Nó thật đáng thương. Giữa trời mùa Hạ, lại thêm hai lò sưởi chung quanh, vậy mà thỉnh thoảng răng nó đánh vào nhau nghe cồm cộp.

Mình có nên chữa cho nó không?

Thì ra khách đã rõ nguyên nhân gây ra căn bệnh, và biết mình có thể cứu đứa bé thoát khỏi vòng tay tử thần. Điều làm ông suy nghĩ là có nên ra tay chữa trị đứa bé lúc này hay không mà thôi.

Tại sao?

Khách vốn là một bậc đại hiệp nức tiếng võ lâm, luôn cứu khổn phò nguy. Vậy hôm nay vì cớ gì ngần ngại với đứa bé tội nghiệp này. Muốn biết rõ nguyên nhân, chúng ta phải ngược dòng thời gian khoảng mười năm về trước.

...

Mười năm trước, chốn giang hồ bỗng xuất hiện hai tay đại cao thủ. Một người hành hiệp ở phương Bắc, người kia ở phương Nam. Cả hai cùng khá trẻ trên dưới ba mươi, và võ công của họ thật cao cường không ai chống nổi. Lấy con sông Trường Giang làm ranh giới, mọi người gọi họ là Nam Kiếm và Bắc Kiếm, vì cả hai đều lấy kiếm làm binh khí. Tất cả mọi phái võ thời bấy giờ đều công nhận hai người có võ công cao nhất. Nhưng ai là người giỏi hơn trong hai người là một câu hỏi không thể trả lời. Cả Nam lẫn Bắc Kiếm đều thuộc giới hiệp nghĩa, chung mục đích trừ gian diệt bạo, nên họ chưa bao giờ giao chiến cùng nhau. Thậm chí cũng chưa có kẻ nào được dịp giao đấu với cả hai người để mà bình phẩm, ngoại trừ vài tên đại đạo, nhưng chúng đều đã ra... người thiên cổ. Vì vậy, ngôi vị đệ nhất kiếm võ lâm hơn mươi năm qua vẫn còn để trống.

Đó là những điều giang hồ đồn đãi. Một sự thực mà chỉ có hai người biết rõ, đó là họ đã bí mật thử tài nhau hai lần, và không ai thắng được ai. Mỗi lần thủ huề như vậy, họ đã hẹn thời hạn năm năm cùng nhau tái đấu để quyết định ngôi vị tay kiếm đệ nhất. Hôm nay là ngày hẹn lần đấu thứ ba của họ. Nơi định là đỉnh núi Hồng Lĩnh hoang vu không ai qua lại này. Và khách áo trắng chính là Nam Kiếm trên đường đến nơi quyết đấu.

Chính vì tầm quan trọng của cuộc so tài đêm nay đã làm khách áo trắng suy nghĩ mãnh liệt. Lúc bắt mạch đứa bé xong, ông biết nó bị gió ma xâm nhập. Gió Ma chỉ là tiếng gọi của dân gian chứ thật ra chỉ là một luồng gió chướng cực hàn thỉnh thoảng thổi qua những vùng núi hoang vu và dễ dàng giết hại những ai chẳng may bị nó thổi qua. Vì nguồn gốc hiếm hoi của nó mà những đại phu thường tình của dân gian ít ai rõ căn nguyên, nguồn gốc, và do đó không thể chữa trị bằng những phương thuốc thông thường được. Tuy nhiên đây không phải là căn bệnh bất trị. Những đại phu giỏi và hiểu căn nguyên có thể đặc chế những toa thuốc cực nhiệt và từ từ có thể chữa được. Nhưng ở nơi hoang vu này làm sao có được đại phu giỏi? Hơn nữa bệnh tình thằng bé này đã đến hồi nguy kịch, không còn thì giờ nữa. Ông thấy là nó đã không thể cầm cự được nữa rồi.

Thật là khó nghĩ. Khách áo trắng biết rằng phương pháp duy nhứt ngay bây giờ để cứu sống đứa bé là ông phải dùng công lực bản thân của ông biến thành nhiệt khí thay thế cho thuốc truyền vào đứa bé thì mới có thể hoá giải làn gió ma trong người nó. Dĩ nhiên cứu chữa xong, ông sẽ bị tổn hao công lực nghiêm trọng cần tịnh dưỡng một thời gian dài để phục hồi.

Nếu là ngày khác, ông nào có sá chi, và sẽ không ngần ngại ra tay ngay. Nhưng hôm nay lại khác. Trước đối thủ đồng sức đồng tài, ông cần bảo tồn chân lực để chiến đấu. Điều khó khăn là không thể để đến ngày mai. Mạch của thằng bé quá yếu ớt. Khó lòng qua khỏi đêm nay. Ông cũng không thể dời lại cuộc chiến. Quân tử nhất ngôn. Một lời hứa nặng tựa Thái Sơn.

Ông phải quyết định. Danh dự hay lương tâm? Hơn mười năm ngang dọc, khách áo trắng chưa bao giờ phải đứng trước tình thế nan giải.

" Cạch… Cạạch..."

Đứa bé đang lên cơn lạnh, răng đánh vào nhau làm tim ông đau nhói. Ông bỗng nhớ lại lúc mẹ nó quỳ xuống van nài. Đôi mắt bà đầy vẻ thiết tha cầu khẩn. Ôi lòng mẹ thương con vô bờ bến. Ông cũng nhớ ánh mắt người cha rực niềm hy vọng khi đưa ông vào chẩn mạch. Ngày xưa ông chỉ là đứa con mồ côi được thầy nuôi nấng dậy dỗ từ thuở ấu thơ, chưa một lần được hưởng tình mẫu tử thiêng liêng. Khi trưởng thành xuống núi, ông là kiếm sĩ cô đơn sống với tha nhân, không có gia đình để được hân hạnh làm cha...

"Cạach... Caạach..."

Cơn lạnh đang hành hạ đứa bé mãnh liệt. Ông thấy từ khóe mắt nó hai giọt nước mắt chảy xuống gò má. Hình như nó đang tỉnh, muốn kêu cha kêu mẹ mà không thành tiếng. Hơi thở của nó trở nên mạnh hơn và khò khè dồn dập. Nó đang hấp hối.

Khách áo trắng tuốt kiếm ra khỏi vỏ nâng ngang mày. Mười năm qua thanh kiêm này chưa bao giờ thua. Tuy hai lần nó không thể chiến thắng trước Bắc Kiếm, nhưng nó cũng chưa thua.

Kiếm trong tay, kiếm sĩ quay lại nhìn đứa bé. Ông cảm thấy như người nằm kia không phải là thằng bé con ông thợ săn nữa. Ông thấy rõ ràng là người thầy năm xưa của ông đang hấp hối trên giường bệnh, nói với ông câu sau cùng: "Kiếm để cứu, không phải để thắng. Kiếm có thể giết, nhưng là giết một để cứu mười." Mười năm qua ông đã luôn luôn vâng lời thầy dạy. Tay kiếm của ông cứu khổn phò nguy. Kiếm của ông đã từng nhúng máu không biết bao nhiêu cường hào ác bá... trừ hại cho nhân gian. Thầy của ông chưa bao giờ dạy ông trở thành đệ nhất kiếm sĩ. Chưa bao giờ.

Ông bừng tỉnh. Là đệ nhất, hay đệ nhị kiếm, hay thậm chí đệ thập kiếm thì ông vẫn là ông, vẫn là một kiếm sĩ trừ gian diệt bạo theo đúng lời thầy dạy. Nhưng nếu bây giờ ông quay lưng thì mạng sống thằng bé chắc chắn sẽ bị tử thần cướp đi, và cuộc đời còn lại của vợ chồng người thợ săn tốt bụng này sẽ là những ngày dài cô quạnh.

Không suy nghĩ gì thêm, khách nhảy phóc lên giường. Một tay đỡ đứa bé dậy, tay kia ấn vào huyệt Mệnh môn, ông tập trung tất cả tinh thần và công lực bắt đầu cuộc chữa trị...

Hai vợ chồng thợ săn kiên nhẫn đợi bên ngoài.

Không biết thời gian là bao lâu, cửa phòng bật mở. Khách áo trắng chậm chạp bước ra, dáng điệu mệt mỏi.

Người chồng đưa tay đỡ khách, run giọng hỏi

- Đại hiệp, ông... không sao chứ?

Người vợ vùng chạy vào bên trong.

Trên giường, đứa con của bà đang thiêm thiếp. Khuôn mặt trắng bệch lúc nãy nay đã ửng hiện vài nét hồng hào. Rõ ràng nhất là nhịp thở. Nhịp thở đều đặn và thông suốt. Trên người nó chỉ còn tấm chăn nhẹ đắp đến ngực. Hai lò sưởi đã tắt tự hồi nào. Làn sinh khí hiện rõ mồn một trên nét mặt đứa bé cho bà biết rằng, nó đã qua cơn bão dữ. Bà muốn chạy lại ôm con nhưng cố dằn, vội chạy ra ngoài hướng về khách áo trắng quỳ lạy liên hồi. Bà muốn nói muôn ngàn tiếng cám ơn nhưng không thể thốt nên lời, chỉ để hai dòng nước mắt tuôn tầm tã. Người chồng tuy chưa vào thăm con, nhưng thấy hành động của vợ cũng đủ hiểu. Bất giác, ông cũng quỳ xuống bên vợ...

Khách áo trắng ngồi xếp bàn yên lặng, không hề biết đến những gì trước mặt mình. Ông đang đi tới cảnh giới vô ngã để phục hồi chân lực đã thất thoát.

Một lúc khá lâu, khách mở bừng mắt. Bên ngoài trời đã tối, chỉ còn ánh nến leo lét duy nhất trong căn nhà. Người chồng mừng rỡ.

- Đại hiệp đã tỉnh.

Khách nhìn ra bên ngoài hỏi:

- Bây giờ là canh mấy?

Người chồng trả lời:

- Độ chừng tàn canh một, sắp sang canh hai.

Khách lẩm nhẩm gật đầu, hỏi tiếp:

- Cháu đã tỉnh chưa?

- Thưa, nó vẫn còn ngủ. Để tôi kêu nó dậy tạ ơn đại hiệp.

Khách xua tay đứng dậy

- Đừng. Cứ để cho cháu ngủ càng nhiều càng tốt. Khí lạnh không còn nữa, nhưng nó vẫn còn yếu. Khi nào cháu dậy, ông anh cứ cho nó ăn cháo loãng, đợi ngày mai vào làng bổ vài thang thuốc bổ. Tịnh dưỡng khoảng nửa tháng là không còn lo gì nữa.Tôi phải đi ngay bây giờ để kịp giờ hẹn cùng người bạn.

Người vợ chủ nhà mới từ phòng con bước ra bỗng lên tiếng,

- Trời đã tối, đường lên núi hiểm trở, đại hiệp lại không quen lối. Hay để ông nhà tôi lên núi mời bạn đại hiệp xuống đây hội ngộ có nên chăng?

Khách mỉm cười

- Cám ơn hai vị. Người bạn tôi tính tình kỳ quái. Ngoài tôi ra không chịu gặp ai đâu.

Nói xong ông cương quyết đi về chiếc bàn nhỏ, cầm thanh cổ kiếm đeo lên lưng. Hai vợ chồng chủ nhà thấy khách đã quyết, không dám ngăn trở, cùng nhau vái vị ân nhân.

- Đại hiệp nhất định phải đi, chúng tôi không dám cản. Ơn cứu mạng cháu chưa có gì đền đáp. Khi xong việc, mời đại hiệp ghé lại đây lần nữa để cháu có dịp bái tạ.

- Xin vâng. Khi trở về tôi sẽ ghé lại thăm cháu, và hai vị.

Đoạn khách chậm rãi bước ra khỏi nhà, tiếp tục trên con đường ngoằn ngoèo dẫn lên đỉnh núi. Hai vợ chồng thợ săn cùng nhìn theo ân nhân cho đến khi bóng ông khuất hẳn trong tầm mắt.

oOo

Khách áo trắng lầm lũi tiến lên ngọn Hồng Lĩnh. Giờ hẹn với tay kiếm phương Bắc là canh ba. Có lẽ y đã đến và đang chờ. Đêm nay trăng sáng ngời đỉnh núi. Không khí ban đêm mát dịu và tĩnh lặng. Khách áo trắng bước đều trong một tâm hồn thanh thản. Ông nhớ lại lúc dùng dằng chưa dứt khoát chịu cứu trị cho đứa bé. Chỉ chậm trễ chút nữa, ông có thể ân hận suốt đời. Lương tâm đã bình yên, ông trở lại là một kiếm sĩ. Danh dự không cho phép ông hủy bỏ cuộc tranh tài đêm nay dù biết phen này nắm chắc phần thua. Ông sẽ ra tay quyết đấu. Dù đây chỉ là ấn chứng võ học, không phải hận thù quyết tử, nhưng ông cũng hiểu rằng khi đã đến chỗ quyết định tối hậu làm sao tránh khỏi sơ xẩy, mà đao kiếm thì vô tình… Nếu ông có gục ngã, xuống suối vàng cũng không hổ thẹn gặp lại thầy, vì ông đã sống và chết như một kiếm sĩ chân chính.

Chân vẫn nhịp bước chẳng mấy chốc đã lên tới đỉnh. Dưới ánh trăng, một bóng người đứng chờ sẵn. Bắc Kiếm. Áo choàng đen phất phới. Chòm râu quai nón trên gương mặt phong trần, oai vĩ. Người áo đen đứng đó trầm hùng, vững chãi như ngọn Hồng Lĩnh, tựa hồ như không có gió bão nào, không có sức mạnh nào có thể lay chuyển được. Đằng kia, khách áo trắng điềm tĩnh tiến lên. Bước chân ông siêu thoát như nước chảy mây trôi, tưởng chừng không gì trên đời có thể cản được bước tiến của ông. Hai kiếm sĩ, kiếm chưa ra khỏi bao mà khí thế đã đối chọi nhau mãnh liệt bao trùm cả một góc trời.

Hai đối thủ cuối cùng đã đứng đối diện. Họ kính cẩn chào nhau. Người áo đen lên tiếng trước.

- Năm năm cách biệt, bạn vẫn như xưa.

- Bạn cũng vậy. Khách áo trắng cười nhẹ.

- Hai lần trước, chúng ta đều không phân thắng bại. Năm năm trôi qua, sức thành tựu của mỗi người không thể bằng nhau mãi. Đêm nay tôi nghĩ rằng chúng ta sẽ quyết định được. Nếu còn huề nữa, lời hẹn năm năm xin hủy bỏ, vì ta sẽ vĩnh viễn không thắng được bạn.

Khách áo trắng mỉm cười một mình. Chính ông cũng có ý định như trên trước khi đến đây. Nhưng bây giờ đã khác.

- Bạn yên tâm. Đêm nay chúng ta nhứt định sẽ phân thắng bại.

Người áo đen ngạc nhiên:

- Bạn tin tưởng sẽ thắng ta như vậy ư?

Khách áo trắng cười lớn:

- Không phải. Ta nói sẽ phân thắng bại, nhưng không có nghĩa là ta sẽ thắng và bạn sẽ bại.

- Hay lắm, vậy chúng ta bắt đầu là vừa.

- Được. Lần trước tôi ra chiêu trước. Lần này mời bạn.

Người áo đen cười sảng khoái

- Được lắm. Công bằng lắm. Ta ra tay đây!

Câu nói vừa dứt, thanh thiết kiếm đã nằm trong tay. Người và kiếm từ từ tiến lại. Khách áo trắng cũng đã hoành thanh cổ kiếm màu bạc chờ đợi. Khi khoảng cách giữa hai người vừa thu ngắn một nửa, người áo đen dừng lại cất tiếng.

- Khoan. Ta có điều muốn hỏi.

- Điều gì?

- Bạn đã lên núi bằng con đường phía Đông hay con đường phía Tây?

- Con đường phía... Tây. Sao?

Người áo đen lắc đầu.

- Bạn đi bằng đường phía Tây thì ta không có điều gì phải nói nữa. Chú ý! Ta ra chiêu đây!

- Sẵn sàng.

Sau một tiếng quát dài, người áo đen và kiếm đã nhập thành một khối, bắn về phía trước. Cùng lúc, vầng sáng bạc trong tay người áo trắng cũng trỗi dậy thành một vòng cầu đón tiếp khối kiếm đen.

Tiếng binh khí bắt đầu chạm nhau dữ dội trong đêm trường. Hai thanh kiếm một trắng một đen xoắn tít lấy nhau. Kiếm khí mịt mù bao phủ cả một góc núi.

Đây là lần giao chiến thứ ba. Họ đã biết tài nhau từ mười năm trước. Mỗi chiêu kiếm đưa ra là một tuyệt học được khổ luyện công phu. Hai đấu thủ lúc thì quấn lấy nhau như nhập thành một, lúc thì người này bị tay kiếm người kia đẩy lùi phía sau. Có khi di chuyển nhịp nhàng dưới đất, có khi lại phi hành qua các tàn cây... Hai thanh kiếm luôn chĩa thẳng vào nhau.

Đang giao đấu kịch liệt, người áo đen Bắc Kiếm bỗng thét to.

- Ngừng tay!

Và kiếm sĩ áo đen vội vàng tháo lui.

- Chuyện gì? Người áo trắng hỏi.

- Bạn có bệnh gì trong người không?

- Không. Khách áo trắng cười dài.

- Hay là bạn đã cùng tay cao thủ nào giao chiến trước khi lên đây?

- Cũng không nốt. Tại sao bạn hỏi?

Người áo đen trả lời:

- Chưa đến một trăm hiệp mà ta thấy tay kiếm của bạn không còn vững vàng nữa.

- Bạn chỉ tưởng tượng. Ta nhớ nãy giờ bạn chưa thắng ta một chiêu nào cả.

- Đúng vậy. Nhưng tiếp tục thêm một trăm hiệp nữa, có lẽ bạn sẽ thua đó.

- Chưa chắc đâu. Tiếp tục đi. Đừng nhiều lời.

Khách áo trắng nói xong vung kiếm tấn công liền tức khắc không để cho người áo đen suy nghĩ gì thêm. Cuộc chiến lại tiếp tục.

Hai thanh trường kiếm vun vút dưới ánh trăng như hai con mãng xà quyện vào nhau kêu thét giữa không trung.

Bỗng cả hai cùng thét lớn và dừng tay lại. Kiếm khí tắt hẳn. Hai đối thủ đứng đối diện nhau bất động. Thanh kiếm đen chĩa thẳng vào cổ khách áo trắng, và thanh kiếm bạc cũng chĩa vào người áo đen, cùng vị trí.

Người áo đen nói trước:

- Đây là chiêu thứ mấy?

- Thứ 199.

- Đúng vậy. Năm năm trước đây, ta với bạn cũng dừng lại ở đây. Ta nhớ là đã quá 200 hiệp.

- 208 hiệp. Ta và bạn cùng cách một ly, nên lấy đó làm hòa. Khách áo trắng tiếp lời

- Bây giờ thì sao? Người áo đen hỏi

Hai thanh kiếm vẫn bất động nguyên vị trí khi nó dừng lại. Nhìn kỹ thì thanh kiếm màu đen cách người áo trắng nửa ly. Thanh kiếm bạc cách xa người áo đen... một ly rưỡi.

Khách áo trắng chậm rãi thu kiếm về.

- Ta thua rồi. Từ nay bạn là Đệ nhất kiếm.

Người áo đen cũng thu kiếm lại bật tràng cười dài.

- Đệ nhất kiếm... Ha ha ha. Ta là đệ nhất kiếm rồi sao?

Sau tràng cười sảng khoái, người áo đen bỗng ngưng bặt, mắt loang loáng nhìn khách áo trắng.

- Kỳ lạ. Thật là kỳ lạ. Năm năm trôi qua, kiếm của bạn không tiến lên mà hình như sút giảm? Tại sao? Bạn có gì giấu ta chăng?

- Không có gì cả. Ta vẫn vậy. Chỉ vì bạn tiến bộ vượt bực mà thôi.

Người áo đen lắc đầu

- Bạn đừng giấu ta nữa. Tài nghệ của bạn ta đã rõ. Bạn yếu đi so với năm năm trước nên ta mới có thể thắng một cách dễ dàng như vậy.

Người áo đen nói xong lộ vẻ đăm chiêu suy nghĩ trong thoáng chốc, bỗng mắt ngời sáng

- À ! Ta biết rồi! Ta biết rồi...

- Bạn biết gì?

- Thực ra bạn không lên đây bằng con đường phía Tây. Bạn đã lên bằng con đường phía Đông.

- Có gì khác biệt đâu.

Người áo đen nói

- Khác chứ. Trên con đường phía Đông có gian nhà tranh của gã thợ săn. Lúc ta đi ngang qua đó sáng nay đã biết đứa nhỏ con của họ trúng phải âm hàn phong cực độc, bệnh tình trầm trọng. Ta đã định ra tay cứu chữa...

Ông dừng lại, thanh âm trầm xuống

- Nhưng nếu chữa cho nó, công lực sẽ bị hao tổn. Ta nghĩ đến cuộc chiến đấu cùng bạn tối nay nên dùng dằng không định. Cuộc đấu này quyết định danh dự đệ nhất kiếm. Ôi cái danh hiệu này đối với ta quan trọng quá, nên cuối cùng ta quyết định bảo tồn chân lực để chiến đấu trước. Ta định sau trận đấu ta sẽ trở lại cứu trị cho nó sau, mặc dù ta biết mạng nó mong manh chưa chắc đã qua khỏi khi ta trở lại. Bạn cũng lên đây bằng con đường đó, đã gặp đứa bé và đã chữa trị cho nó. Ta biết chắc như vậy vì tay kiếm của bạn không nhanh như xưa nữa. Người luyện võ chúng ta nếu không tiến thì cũng không thể lùi. Thần sắc của bạn an nhiên như vậy chắc không bệnh tật gì. Vùng này hoang vu nghèo nàn, không có đại đạo cao thủ nào khiến cho bạn phải tổn sức. Vậy thì chuyện gì khiến bạn phải hao tổn công lực cho tay kiếm phải chậm đi? Chỉ có thằng bé bị âm hàn cần cứu chữa mà thôi. Bạn đã chữa trị cho nó dù bạn biết rằng như vậy là sẽ thất bại dưới tay ta.

Ta cũng là kiếm sĩ. Ta cũng hiểu rằng kiếm pháp hay thanh danh chỉ là ngoại thân. Cái "TÂM KIẾM" kia mới là cốt tủy của một chân kiếm sĩ. Bạn lấy CỨU làm trọng, lấy THẮNG làm khinh, là kiếm thuật chân chính. Ta lấy CỨU làm khinh lấy THẮNG làm trọng, chẳng mấy chốc sẽ đi vào con đường tà kiếm. Hỡi ơi, trận chiến này thật ra không cần phải đấu. Bạn đã thắng ta tại căn nhà đó rồi. Cái vinh dự Thiên Hạ Đệ Nhất Kiếm này ngoài bạn ra không còn ai xứng đáng hơn. Ta thành thật bái phục... Xin giã biệt.

Khách áo trắng im lặng. Ông không thể nói gì hơn, ngay cả vài lời khiêm tốn cũng là thừa thãi khi mà người đối diện đang cởi mở tấm lòng. Ông hỏi:

- Sao không chờ đến sáng mà bạn phải vội vã đi?

Người áo đen tiến về con đường mé Đông chậm rãi xuống núi.

- Ta xuống nhà thợ săn giúp cho thằng bé chóng phục hồi. Âu cũng là duyên. Bạn đã cứu nó, bây giờ tới phiên ta phải đền bồi. Đợi nó lành bệnh, ta sẽ xin cha mẹ nó thu làm đồ đệ. Mười năm sau sẽ thay ta hành hiệp giang hồ. Nó sẽ sử dụng kiếm của ta, và cái tâm của bạn. Nó sẽ là một kiếm sĩ chân chính... Hahaha!

Người áo đen bỗng trở nên sảng khoái trở lại. Ông đã tìm lại được chân lý, và hài lòng với giải pháp của mình.

Tiếng cười nhỏ dần về phía dưới để lại khách áo trắng một mình trên ngọn Hồng Lĩnh. Vầng thái dương lấp ló từ đằng xa báo hiệu một ngày mới. Vài cơn gió nhẹ ban mai thổi tung chiếc áo choàng trắng phất phơ.

Thai NC

THÁI THỊ LÝ

CÔ BẢY

Ông bà tôi chỉ có hai cô con gái, cô thứ 7 và thứ 9, đó cũng là cô Út! Như bà kể, nhà nghèo khó lắm, nhưng từ khi sinh được cô Út thì như cuộc "hồi sinh", gia đình phát đạt hẳn, bà nói theo tử vi tính tuổi thì nhờ bà sinh được liên tiếp ba người con thứ 7, 8, 9 lấy được Tam Hạp "Thân–Tý–Thìn" nên gặp được vận may! Như vậy theo lẽ, phải thương hết... ba người, đàng này không phải vậy, chỉ cô Chín là được ưu ái, được ăn học đàng hoàng, tới nơi, tới chốn, còn cô Bảy và chú Tám thì... không hiểu sao ông chẳng những ít thương mà hình như có sự hà khắc; cô và chú sợ, rất sợ ông! Chú đỡ hơn vì có nghề hớt tóc, thường ở bên ngoài, chỉ tội cô Bảy quanh quẩn trong nhà nên rất dễ bị la mắng...

Các cô cũng rất thương tôi, đi học má tôi hầu như không phải lo cho tôi mà chính hai cô là người "tô vẽ" cho tôi khá là tươm tất, xinh xẻo! Chải đầu, kẹp tóc, thắt bím, cột nơ... đủ kiểu và đủ màu, mỗi sáng đi học tôi tung tăng đến trường trong những ánh mắt "nhìn theo trìu mến, yêu thương" ra đường thì bao lời trầm trồ, khen ngợi, tôi ý thức được điều đó nên có chút... kênh kiệu và đầy kiêu hãnh, có điều cũng có những ngày đi học về nước mắt ngắn dài, rền rĩ vì bị bạn ăn hiếp, tống tiền, khi ấy Ông liền lên tiếng:

- Không tô vẽ cho nó thái quá! Sạch sẽ, tươm tất là được rồi! Càng nổi bật càng làm cho người ta ganh tỵ, ghen ghét, chẳng ích chi!

Một bài học nhỏ cho con về sự khiêm nhường và... hãy giấu cái tôi!

Phải nói là cô Bảy và má tôi là hai người phụ nữ bên bà như hai cánh tay phải, trái... nên không thể không nói đến hai từ "vất vả". Mỗi người một cảnh ngộ, một sắc thái riêng và chuyện chị dâu em chồng vẫn là chuyện muôn thuở nhưng dẫu sao trong chừng mực nào đó vẫn có những điều tâm sự riêng tư mà chỉ những người cùng trang lứa mới có thể tâm tình cặn kẽ được... Ngày ấy, cô chỉ có má tôi bên cạnh mà thôi. Tâm sự được ký gởi! Tâm sự một đời người!

Cô sống trong gia đình như một chiếc bóng. Cặm cụi làm việc, hết chuyện nọ đến chuyện kia, xoay vòng... bè bạn cũng chỉ đôi ba người cùng trang lứa chỉ gặp gỡ trò chuyện vào buổi tối, chứ có ai là người rảnh rỗi đâu! Những đêm trăng thì chỉ biết xuống cầu Đạo Long hóng gió, ngắm trăng tâm tình... và chỉ vậy! Cô không biết gì nhiều ngoài xã hội! Má tôi tuy vậy còn biết đến phim ảnh, cải lương, tuồng nào cũng biết, đào kép nào chỉ cần cất tiếng là biết ngay tên! Bà cũng khen:

- Nó giỏi thiệt! Chẳng đi đâu, cũng không đi xem hát mà đào kép nào cũng biết!

Bà có biết đâu, đó là vốn liếng của một thời xuân sắc, là của hồi môn ít ỏi má mang về nhà chồng để rồi yên phận trong xó bếp! Cả cái tư duy về cuộc đời của cô cũng rất đơn giản: Cô không mơ cho mình cuộc sống riêng tư, độc lập, cô đã quen lối sống quây quần, lệ thuộc. Cô chỉ nghĩ đơn giản suốt đời cô sẽ sống với anh em, chỉ mong anh em mình giàu có để cô được lo lắng được nhờ vả, bởi vì, ngay lúc nhỏ, cô có bệnh về mắt, ông lại quá nghiêm khắc với cô, các anh thương, thường che chở, bảo bọc nên cô luôn nghĩ... suốt đời sẽ luôn như vậy!

Các anh rất sợ cô khóc, khóc sẽ hại mắt nên thi nhau mà dỗ dành... thế là cô đem "đôi mắt" ra làm áp lực, khóc thì ít, mà "dụi" thì nhiều... Khi tôi có tí trí khôn thì cô cũng đã ngoài 25-27 tuổi, cô vẫn thui thủi trong nhà, không bè bạn, các bạn cô cũng lần lượt về quê hoặc theo chồng... bạn cô, giờ chỉ còn người chị dâu kém cô một tuổi, là má tôi! Cũng lầm lũi trong góc nhà, xó bếp, lại luôn ủ dột... Cô cũng có chút thu nhập từ những món đồ bán được do bà cho, nhờ đó, cô đã san sẻ cho má tôi những manh quần, tấm áo mà người chồng là ba tôi chẳng bao giờ... nhớ, nhưng lại luôn nhắc: nâu hoặc đen thôi!

Ngay từ thời thơ dại, chú Tám và cô không được ông yêu thương! Cô là người chịu khổ nhất! Những món ăn ông thích, cô phụ bà! Tôi nhớ có lần chứng kiến cảnh cô làm món "lươn" mà tôi hãi hùng đến tận bây giờ! Thường, nhà có chú Mấu, là người luôn giúp đỡ cô những việc khó khăn nặng nhọc, trong đó có việc làm thịt lươn. Lần này, chú đã đi quân dịch, thế là cô phải tự mà làm! Có ai biết được cô sợ nó như thế nào đâu? Mà có biết thì "ai có việc nấy nên việc ai nấy lo"! Cô sợ, nên lo chuẩn bị một đống tro khá lớn, như mọi khi chú Mấu làm, thì chú nắm tro đầy hai tay, rồi nắm con lươn tuốt mạnh, vừa sạch chất nhờn, vừa làm giãn các đốt xương sống nên nó chịu chết hoặc nằm yên để chú làm các việc tiếp theo... Đàng này, cô sợ quá, mang nguyên cái thau đựng lươn, hắt vào đống tro! Tai họa... tro thì trôi hết, lươn bò lổn ngổn, quần quại chạy tứ phương... cô hoảng kinh hồn vía, nó bò đi hết thì làm sao với ông? Bắt nó thì cô cũng như ôm lấy thần chết mà có khi thần chết cũng không sợ bằng (vì tôi cùng chung nỗi sợ hãi như cô nên rất hiểu), nhưng cái uy của "cha" đã lấn át tất cả, cô chụp vội nắm tro, chụp lấy con gần nhất, tuốt mạnh, do sợ nên... nắm không chặt, không đủ lực nên nó không nằm yên mà lại bò tiếp; cô, cứ nắm tuốt một cái vội buông ra, khóc thét lên từng hồi... loay hoay một hồi, cô cũng chỉ làm được duy nhất một con! Còn lại chẳng biết nó bò đi đâu? Một con lươn đem vào, cô đánh đổi cả 10 năm tuổi thọ cho sự hãi hùng, và giờ thì thêm nỗi sợ: mất những 4 con! Sao đây? Tôi làm nhân chứng, tôi tả tỉ mỉ cảnh khổ của cô! Bà im lặng nhưng đầy vẻ lo lắng, bâng khuâng, bà thương cô nhưng sợ không can nổi cơn sấm sét của ông! Bà lo chế biến món ăn, thường những món ông thích đều do bà trực tiếp nấu. Cơm được dọn lên, cũng do cô bưng mâm lên. Cô đi mà người run lẩy bẩy, mọi ngày cô cũng chẳng dám nhìn lên, hôm nay hình như cô còn cúi thấp hơn. Thật ra, ông cũng chẳng biết gì chuyện nhà bếp, miễn có món ông thích thì thôi, nên ông không hỏi ít hay nhiều, chẳng qua vì "quá sợ" nên thần hồn nát thần tính. Mọi chuyện kể như xong nhưng với tôi thì nó "không xong"! Hôm ấy, ông ép tôi ăn món lươn xào kim chi, bún tàu, nấm mèo, theo ông rất bổ mà tôi thì ốm yếu, cần tẩm bổ, mọi ngày tôi vẫn ăn và biết là rất ngon, những món bà làm thì chẳng chê vào đâu được nhưng hôm nay... khác rồi! Khác lắm rồi ông à! Con không thể ăn được nữa! Cái cảnh cô hãi hùng, khóc thét sau mỗi cái tuốt, mặt cô tái xanh, nước mắt đầm đìa, mồ hôi thấm đẫm... cô sợ, mà vẫn phải lăn lộn trong cái đống lổn ngổn, nhầy nhụa đó để có được món ăn... những con vật cũng sợ chết, tìm đường thoát thân... Tất cả phơi bày trước mắt con, và con cũng rất sợ... Rồi tình cờ, trong một tập truyện hình như "Truyện cổ Nước Nam" hay... gì đó mà lâu rồi tôi quên mất... lại có chuyện "Sự Tích Con Lươn", hóa ra "Con lươn là hóa thân từ Bà Vãi"; vậy là tôi nghỉ luôn chuyện ăn Lươn! Cái hình ảnh ấy ám ảnh tôi đến tận bây giờ, cho nên trong chuyện ăn uống tôi không thích vật vã vì miếng ăn, cũng không muốn làm phiền ai để được món ngon cho mình; ăn đơn giản, gọn, nhẹ còn muốn cầu kỳ thì... ra tiệm. Họ kinh doanh, chuyện ấy rõ ràng là vậy, không gì phải ngại.

Kể dài dòng như vậy, chẳng qua tôi muốn nói đến sự ỷ lại, thiếu tự tin và không nhìn ra cuộc đời của cô, cái áp lực mà cô luôn nếm trải trong gia đình nhưng tuyệt nhiên không gợi cho cô cái ý chí quật cường, tự giải thoát mà vẫn cam tâm chấp nhận, luôn tin và một lòng sống nương tựa vào gia đình...

Năm ấy, sức khoẻ ông yếu dần, ông hay mệt, tôi cứ ba hôm lại ra hiệu thuốc bắc Tế An Đường (là hiệu thuốc lớn và uy tín thời ấy) bốc thuốc cho ông, về cô và bà sắc cho ông uống! Ông thật tinh vi! Thuốc đem lên đúng lửa đúng lượng ông biết đã đành, hôm nào chưa đúng mà sợ cháy thuốc nên rót sớm tí, nếm vào ông hỏi ngay, lỡ 7 phân mà để cạn còn 5 phân, nước sau dư chút bù cho đủ, ông cũng phát hiện... Rồi, do đâu không rõ có một vị khách, mỗi sáng đều ân cần đến vấn an ông, còn mang đến khi thì cà phê, khi thì cái bánh bao... Vị khách cũng khá lớn tuổi, sáng nào cũng trò chuyện râm ran... ai cũng lạ, cũng thắc mắc nhưng đố ai dám hỏi. Bà thì càng kín tiếng hơn. Không phải chờ lâu, chuyện rồi cũng rõ! Ông ấy đến, đặt vấn đề xin... cưới cô Bảy! Ông bà bàn bạc, cuối cùng chính bà là người thông báo cho cô. Thông báo chứ không phải hỏi ý kiến!

Được biết, nhà ông ấy chỉ ở bên kia đường, hơi xeo xéo với nhà mình, ông đã có một đời vợ, một con gái đã có chồng, sinh cơ lập nghiệp ở Đà Lạt nên không lệ thuộc gì, cô về chỉ ở với ông, quản lý cửa hàng bi- da, cơm nước, vậy thôi! Cô buồn, nhưng không phản đối hay không dám phản đối, không ai rõ! Chỉ vắn tắt cái ưu điểm duy nhất cô chấp nhận là: Được sống gần nhà về thăm mẹ lúc nào cũng được, gần gũi anh em, con cháu cô đỡ buồn, lại không phải cảnh "làm dâu", với cô vậy là đủ! Ngày cưới sẽ do ông quyết định.

Những ngày tiếp theo, cô buồn hẳn vẻ trầm tư, công việc thì vẫn đều đều nhưng cô càng trở nên thầm lặng. Thỉnh thoảng cô và má tôi to nhỏ trò chuyện và có khi cô khóc! Khoảng thời gian đó tôi cũng buồn lây, tuy tôi không biết gì chuyện tâm tình của cô. Tôi buồn vì cô trầm mặc trong nỗi buồn, tâm trí cô để tận đâu đâu, cô quên hẳn mấy đứa cháu đang hóng cô từng chiều bởi vì trước đây chiều nào mấy đứa cũng rộn ràng khăn áo, hào hứng xách một giỏ thức ăn do cô và chú Mấu chuẩn bị cho từ buổi trưa, lúc gần đây chú Mấu đã đi quân dịch, thì chú Cựu thay giúp. Đó là những mo cơm vắt từ cái mo cau hoặc trong chiếc khăn trắng, dày mà khi ăn, nó được cắt thành từng miếng, trắng phau, mịn màng, dẻo thơm được ăn với "thịt hon", do cô làm, nhìn đã rệu nước miếng, thịt được cắt nhỏ, thường là thịt nạc nhưng có dính theo tí mỡ, cô khử tỏi thơm phức, hon ráo rẻ, vàng ươm màu cánh gián, vừa đủ mặn vừa đủ ngọt, nước keo sền sệt mà khi chấm ăn kèm với cơm vắt thì không còn gì mê tơi bằng. Những món này, tụi tôi cùng nhau xách đi xuống sông, để trên bờ cỏ xanh mượt, rồi hè nhau xuống tắm, tắm thỏa thích mới lên thay áo, bày mâm... Tuổi thơ tụi tôi nhờ vậy thêm nhiều kỷ niệm, dòng sông quê hương, chắc ai cũng có, nên mỗi khi nghe đâu đó cụm từ "dòng sông tuổi thơ" hay đại loại như vậy thì kỷ niệm xưa lại tràn về trong ký ức của tôi với những chiều yên ả, nên thơ bên dòng sông hiền hòa, thật đẹp với đôi bờ xanh ngát màu tre, màu keo trải dài xa tận cuối trời, cửa biển. Bây giờ, thì tất cả chỉ còn trong ký ức, bờ bãi xưa vẫn bên lở bên bồi nhưng những vạt cỏ năm xưa không còn nữa, bờ cát cũng mất dần theo những xe cát đi xây cửa, xây nhà, giờ bờ sông lồi lõm thật vô duyên, dòng sông nhiều khi trơ đáy thật nhớp nháp... Ôi! Kỷ niệm về những chiều vui êm, hạnh phúc đã không còn nữa, không chỉ với bây giờ mà hầu như nó mất cùng với tin "Cô lấy chồng"!

Dượng Bảy, ông bà bảo tụi tôi gọi chồng sắp cưới của cô như vậy, thường qua nhà, bàn bạc với ông bà chứ cô ít gặp. Để chuẩn bị cho ngày cưới, cô được quyền "nói cô thích gì để ông ấy lo sính lễ", chuyện này ông bà để cô quyết định! Cô lại khóc, chỉ nói được một câu: "Người ta sao tui vậy"! Sau này lớn lên nhớ lại tôi mới buồn cười chứ lúc ấy thì có biết gì? Như đã chuẩn bị từ trước, hỏi là hỏi vậy thôi! Ông ấy ôn tồn nói, giọng Huế rặt ri:

- Tui lo cho Bảy đủ bông tai, nhẫn, cặp áo cưới theo phong tục, cả đôi xuyến vàng. Giờ Bảy xem, có thích cái này không? Không thích thì tui đi đổi."

Ông ấy đưa ra cho cô xem 3 mặt cẩm thạch tiền điếu, hai mặt làm bông tai một làm mặt nhẫn để đeo kèm với chiếc nhẫn trơn, ông bảo:

- Nhẫn cũng làm thành đôi.

Cuối cùng là một xâu chuỗi cẩm thạch thật đẹp, màu xanh nho... "Sở dĩ tôi được biết tỉ mỉ vậy là vì ngày ấy chẳng hiểu sao tôi luôn giữ vai trò quân sư, quân sư chỉ có nghĩa bóng là "người được đi kèm để trấn an đương sự" thôi! Cô kéo tôi ngồi với cô cho có bạn. Vừa thấy xâu chuỗi ngọc thạch tôi mê tơi, buột miệng, "đẹp quá"! Cô ký nhẹ lên đầu tôi rồi cũng mắc cười luôn! Vậy là xong màn "sính lễ"! Ông ấy còn đưa cô cái phong bì, dặn "đây là tiền Bảy đi mua cặp áo cưới, thích gì thì mua nấy. Ôn với Mạ biểu tui cứ đưa cho Bảy, Ôn Mạ không nhận gì cả.

Ông ấy ra về, thật vui vẻ. Còn cô, xuống nhà lại khóc... Đêm ấy cô trải lòng với má tôi. À! Hóa ra là vậy! Nghe cô nói, tôi mới nhớ...

Đời người con gái, dù sang dù hèn, dù đẹp hay xấu, dù được học hành nhiều chữ nghĩa hay u mê trong mớ bòng bong, xó nhà thì vẫn có một tình yêu, vẫn được sống qua cái tuổi hoa niên đầy thơ mộng, và mộng mơ được chắp cánh, hạt giống yêu thương vẫn nẩy mầm còn có đơm hoa kết trái hay không lại là cơ duyên khác... Cô không ngoại lệ! Tình yêu đầu của cô đã trao cho chú Mấu! Người làm công được bà đem từ ngoài quê vào. Chú cũng được người, chân thật, siêng năng, tận tụy với công việc mà có lẽ cũng xuất phát từ tình yêu với cô, chú sẵn sàng làm giúp cô mọi việc ngoài công việc của mình. Thảo nào, ngày chú đi quân dịch, trước khi được chuyển ra quân trường, cô và má tôi có đi thăm chú, tôi cũng được đi, lên tận Tháp Chàm, đến nơi, chờ chú ra, hỏi thăm qua loa, rồi má dẫn tôi đi mua quà, chỉ còn cô Bảy và chú... Vậy là, ngay từ đầu, má đã biết chuyện hai người. Giờ thì lời tâm sự của cô chỉ để trút nỗi lòng và lời dặn dò sau cuối, "Tui đã hứa, chờ ngày Nó??? (Trời ơi, cô có cái cách gọi thật kỳ khôi, mà có lẽ nhờ vậy cô thoát khỏi tai nàn ở phần sau) mãn quân dịch sẽ lấy nhau, mà giờ chuyện như vầy tui không biết sao nữa, thôi thì sau này nó về chị nói giùm, biểu đừng giận tui, tui không có ý phụ bạc nhưng ba khó quá, sao tui dám cãi... Và cô cứ khóc, chuyện yêu đương của cô hầu như chỉ má tôi biết... và chuyện cưới chồng của cô cũng chỉ má tôi phù trợ vì ngày ấy cô Chín đi học xa nhà, thím Tám cũng mới bỏ nhà ra đi, thế nên má là người dẫn cô đi đo tay làm nhẫn, làm xuyến, chọn kiểu bông tai, đi chọn áo cô dâu... Cô chọn mua ở tiệm vải "sang chảnh" ngày ấy! Một đôi áo, một hồng có hoa, lá cùng màu nhưng nhạt hơn thật đẹp, một áo màu xanh nho, có những hoa nhẹ màu vàng nhạt, xanh đậm, dệt kim tuyến... quá là đẹp! Nhìn vào, rõ ràng đám cưới cô quá là sang trọng. Nhưng cô vẫn không nguôi nỗi buồn... Ngày cưới sắp đến.

*** Cô Bảy: Làm sao cho vẹn?**

Xem ra, ngày vui của cô mà chẳng có... ai vui! Một không khí trầm lắng, nặng nề lảng vảng, cô với má tôi thường chuyện trò hơn, trong câu chuyện thường xen lẫn tiếng nghẹn ngào, nức nở của cô... Bà cũng đôi lần an ủi cô, tôi nhớ mãi câu nói của bà:

- Thôi, tao thấy cũng có cái tốt! Lão tuy già, (chỉ dượng Bảy, hình như dượng chỉ thua bà 7-8 tuổi gì đó), nhưng mày được an nhàn tấm thân, gần nhà, không phải cảnh dâu gia, nó "điếc điếc, lác lác" lỡ mày ăn nói không phải nó cũng chẳng nghe mà lỗi phải, cái tật mày lại hay... nói chùng! Mà nó cũng là dân giang hồ tứ chiếng, sành đời, cũng không sợ ai ăn hiếp!

Ba tôi và chú Sáu thì không tán thành nhưng chẳng dám lên tiếng... Nhà buồn tênh...

Cho đến một tối nọ, cô đang buồn và có vẻ rất bồn chồn, hoang mang, đang rù rì với má tôi, hai người có ý đuổi con nhỏ "lanh chanh" nên tôi yên phận ở ngoài sân, chợt dượng Bảy qua, thường giờ này dượng không qua, vẻ thất sắc và thật vội vàng... dượng gần như "một bước... ba bậc thang" leo lên gác để đến chỗ ông, dượng phải đi ngang qua chỗ bà Nội tôi, không dừng bước, vừa đi dượng vừa nói nhanh "Mạ, mạ lên gác luôn!". Chuyện người lớn, không nghe được, nhưng tôi cảm giác "chuyện chẳng lành!", tôi "hỏa tốc" vào nhà sau báo cáo với má và cô:

- Con thấy dượng Bảy qua, vẻ mặt sao sao đó, rồi bà Nội cũng theo dượng lên gác với ông rồi!

Cô gần như... ngã quỵ níu chặt tay má tôi, nói chẳng ra hơi:

- Chết tui rồi chị Tư ơi! Sao đây? Chắc tui chết quá!

Và cô nức nở... nhưng chỉ là khóc... nghẹn mà thôi! Tôi chơi vơi giữa hoàn cảnh này, chẳng biết ất giáp gì nhưng thương cô lắm! Tôi lại lăng xăng chạy lên nhà trên... hóng... Tôi nghe tiếng dượng Bảy:

- Giờ Ôn, Mạ tính sao?

Tiếng ông nói:

- Bà kêu nó lên đây!

Tiếng bà thở dài! Bà bước xuống vài bậc thang, thấy tôi liền biểu:

- Mi kêu cô Bảy lên đây cái!

Tôi lãnh lệnh thật nhanh! Xuống nhà dưới, tôi thông báo lệnh "triệu tập khẩn", cô... tái xanh, run rẩy toàn thân, lại tiếng than quen thuộc:

- Chết tui rồi chị Tư ơi!

Vừa nói, cô vừa dúi nhanh vào tay má tôi một mảnh giấy nhỏ vừa dặn, cũng nhanh không kém:

- Chị giấu giùm tui!

rồi cô nắm vội tay tôi kéo đi, miệng nói nhỏ:

- Con đi lên với cô con ơi!

Trong đầu óc trẻ thơ của tôi, thật tình tôi chẳng hiểu "mình sẽ đảm đương vai trò gì trong cái mớ bòng bong này. Nhưng đi cùng cô có nghĩa là "tôi sẽ được biết chuyện gì đang xảy ra", đơn thuần là vì tò mò hơn là sự sẻ chia! Ôi, tôi giật mình, bàn tay cô lạnh ngắt, nhơm nhớp mồ hôi, bất giác tôi "rùng mình"! Chuyện gì mà khủng khiếp đến vậy? Mà hầu như chỉ cô mới là nhân vật chính!

Hình như Ông, Bà đang rất nóng lòng chờ cô nhưng xem ra người đang bị "thiêu sống" lại là dượng Bảy... Mọi người có lẽ không thấy tôi cùng lên với cô, có thể không ai quan tâm! Ông quăng trước mặt cô "một tấm ảnh", phải! Chỉ mỗi một tấm ảnh mà sao lại kinh hoàng đến vậy? Cô gần như "ngất xỉu", khuỵu người xuống trong nỗi kinh hoàng đã vượt quá ngưỡng chịu đựng, sức lực hầu như cạn kiệt... có lẽ cô chẳng còn nghe được câu hỏi của ông:

- Ở đâu ra? Mi với hắn dám chụp cả hình?

Tôi ghé mắt nhìn "Đó là tấm ảnh của cô và chú Mấu chụp chung, chỉ hai khuôn mặt với hai mái đầu kề cận!" Vậy là đủ chết rồi! Bà nhắc lại câu hỏi của ông trong nỗi phập phồng:

- Mi nói đi! Sao lại có nó?

Cô nói trong tiếng nấc và hầu như chỉ bằng hơi thở:

- Con không biết! Con không có chụp với Nó, ở đâu Nó có con không biết!

Rồi chuyện cũng qua trong cơn giận dữ của ông, sau lời phán:

- Mọi việc vẫn tiến hành không gì thay đổi, Lão yên tâm đi về (dượng Bảy) còn Bà từ giờ, không cho nó ra khỏi cửa! Đi hết đi!

Cô đi xuống nhà mà... quên luôn tôi! Cô khá vội vàng, hoặc là có chuyện gì còn gấp và đáng sợ hơn chăng?

Ông mệt cần nghỉ ngơi, bà xuống nhà, mắt bà ngấn lệ! Tôi cũng rất gần gũi với bà nên thương bà lắm! Tôi ngồi một bên nhìn bà ái ngại! Hình như bà muốn nói gì đó! Nhưng có lẽ... tôi chưa đủ tuổi để nghe và hiểu, bà têm trầu, cái động tác chầm chậm, mệt mỏi làm sao! Một giọt nước mắt rơi trên tay bà... không nhìn lên, bà nói nhỏ:

- Bây xuống chơi với cô bây, biểu má bây canh chừng nó! Tôi lãnh lệnh... đi xuống!

Ở dưới nhà cô Bảy đang khóc, từng cơn nức nghẹn, hình như cô khóc đã lâu rồi, má tôi ngồi bên cô cũng rớm nước mắt, tôi không dặn má tôi nữa vì rõ ràng trước sau gì má tôi cũng có rời cô đâu! Tôi bị... đuổi lên ngủ! Hình như cô và má đang có chuyện gì đó rất nghiêm trọng mà một đứa nhỏ "lanh chanh và xí xọn" như tôi không được nghe!

*** Lễ cưới.**

Vậy là tôi đi ngủ, thường là có bà vào cùng nhưng hôm nay bà vẫn ngồi nhai trầu, hút thuốc... tôi chờ, chờ khá lâu vì theo thói quen tôi phải "măng tay bà, còn bà thì nhổ lông lưng cho tôi" tôi mới ngủ được... Cuối cùng thì giấc ngủ cũng đến trước... Mãi lâu sau, có lẽ là khuya lắm, tôi trở mình và tỉnh hẳn khi nghe tiếng bà sụt sùi và tiếng ông nói khe khẽ:

- Bà không nói nhiều nữa, chuyện đã xong rồi! Được chỗ này là yên phận nó, hắn tuy già nhưng là người tốt, nó không phải khổ, may ra bà có phần nhờ chứ tui thì chẳng còn bao lâu đâu!

Bà lại:

- Tui không biết chuyện nớ, nếu biết thì chắc cũng tác hợp cho tụi nó chứ không để đến giờ mà chịu dang dở... cũng tội cho tụi nó!

Giọng ông cương quyết:

- Không bao giờ, thằng nớ thì được gì? Thân nó còn chưa biết ra sao?

Sáng ngày, dượng Bảy qua sớm, lên gặp ông, ý rằng "muốn cưới sớm vì có câu: Cưới vợ là cưới liền tay chớ để lâu ngày lắm kẻ dèm pha!" Nhưng ông vẫn giữ lập trường, đúng ngày sẽ tiến hành hôn lễ, chẳng cần mai mối, chỉ những người trong gia đình của hai bên, thêm ít khách mời là chỗ thân quen... Ông "dứt khoát" sẽ chẳng gì thay đổi. Trong khi ấy, cô vẫn chìm trong sự bồn chồn, thất thần lo lắng không yên! Ba tôi, chú Sáu tuy không tán thành cuộc hôn nhân này nhưng cũng không đồng tình với vụ "tấm ảnh chụp chung kia" nên cũng ra mặt ghẻ lạnh với cô, chỉ má tôi và bà là xót xa, ái ngại... Rồi bà cũng gặp riêng cô để mà an ủi, bà muốn biết chuyện tình cảm của hai người là từ bao giờ, bà cũng không giấu giếm suy nghĩ của mình, rằng:

- Tao tối tăm, chỉ lo việc làm ăn không để ý, mà con Tư (má của tôi) cũng thiệt kín miệng (chẳng biết bà trách hay khen?) chứ biết thì đâu để đến giờ, tuổi mày cũng đâu còn nhỏ nữa... Thôi, coi như tụi mày không duyên nợ, đây cũng là chuyện "tham vàng bỏ ngãi", nhưng tao cũng chẳng thể thay đổi được... cũng tội cho nó, đi lính đi tráng, sống chết sao biết được... Thôi, mày yên phận đi!... Sau này, tôi biết được đêm qua là một đêm "bão tố" với cô, má tôi cũng không yên lòng cứ trông chừng cô mãi! Cô vốn là người con gái chân chất, ít học, quen nếp sống, nếp nghĩ giản đơn, sống lặng lẽ trong góc nhà, yên phận thủ thường, run rủi có người trai kề cận, tình cảm nảy nở một cách tự nhiên nhưng sâu đậm, chuyện trái duyên đưa đến, cô theo lệnh mẹ cha đã chấp nhận mối duyên. Vậy rồi, tối qua, trước khi dượng Bảy mang tấm ảnh chụp chung kia đến trình báo thì hầu như cùng lúc cô cũng nhận được "một bức mật thơ", trong ấy chú Mấu hẹn cô "ngay trong đêm, thu xếp đi khỏi gia đình, chú sẽ chờ cô tại... cho đến 11g đêm, nếu cô không đến cùng đi thì xem như trọn đời vĩnh biệt!" Cô đang ở giữa tâm bão, thảo nào cô không kinh hoàng đến vậy? Thảo nào mà má chẳng dám rời cô... giờ tôi mới nhớ, trước lúc lên gặp ông, cô đã dúi vội vào tay má tôi mảnh giấy với lời dặn dò "chị giấu giùm tui"! Cuối cùng, cô đành "phụ bỏ người tình", ở lại nhà, chờ ngày theo chồng... chuyện hẹn hò này chỉ má tôi, cô và sau này thêm tôi nữa biết mà thôi! Để rồi, lý trí lấn át tình cảm, cô chẳng thể theo tiếng gọi tình yêu mà bỏ khổ cho gia đình! Cô cũng thừa biết không ai tha thứ cho cô nếu cô trốn chạy và bà, nhất là bà không thể nào đương đầu nổi với cơn thịnh nộ của ông, rồi còn tai tiếng với bên ngoài, dù gì sau cô, cũng còn em gái... Thế là, cô chờ đợi điều cô chẳng những không muốn mà còn rất sợ, cô đếm từng ngày....

Ngày cưới rồi cũng đến, cô Chín từ Sài Gòn về, bác Ba từ Đà Lạt cũng có mặt... xem ra chẳng ai vui! Dượng cũng lo tươm tất lễ vật, mâm quả không nhiều nhưng rất sang trọng. Cô, mặc áo cô dâu, mang đầy đủ sính lễ, cũng trang điểm môi son má phấn, nhìn xinh xắn hẳn, hóa ra, tại mình lu lấp chứ cô gái nào cũng có nét đẹp riêng nhất là khi mặc áo cô dâu! Cô Chín cũng chuẩn bị cho cô bó hoa, lễ rước dâu diễn ra gọn nhẹ vì nhà chú rể chỉ ở "bên kia đường" chưa đầy năm mươi mét....gần vậy, mà cô cũng nước mắt ngắn dài, bà và cô Chín cũng rưng rưng, má tôi thì nhìn cô ái ngại, bởi, trước khi về nhà chồng cô tâm sự với má tôi "nỗi lo" nóng rát ruột gan là "chẳng biết chuyện tấm hình kia, chồng sẽ xử trí ra sao? Dẫu rằng, qua sự bàn tán, sự phủ nhận của cô thì tạm cho "đó là do kỹ thuật ghép ảnh mà thôi"! nhưng... liệu "ổng" có tin không? Cô theo chồng mà lòng ngổn ngang trăm mối!

*** Cuộc sống lặng thầm.**

Đâu chừng hai năm sau; một chiều kia nhà có khách! Chẳng ai xa lạ là chú Thơ hàng xóm, người cùng nhập ngũ với chú Mấu được phép về chơi. Chú ghé thăm nhà, trước vì tình lân bang hàng xóm, sau để báo tin buồn về người bạn chiến đấu của mình rằng:

- Anh Mấu đã tử trận! Một trận chiến thật gay go ở Bồng Sơn! Chú cũng thú thật: người mang "bức thư hò hẹn" kia chính là chú! Chú biết và thương bạn, nên đã nhận lời, việc không thành đã làm cho chú Mấu thất điên bát đảo trong thời gian khá dài...

Nhận tin, cô chìm trong nỗi đau thầm kín. Bà cũng trăn trở không yên, thỉnh thoảng bà ngồi trầm tư, nhai trầu trong cái dáng điệu buồn bã, suy nghĩ mông lung kèm những tiếng thở dài não nuột... Cũng phải thôi ngoài chuyện tình dang dở, chú cũng đã nhiều năm sống trong gia đình mà mọi người xem như thân thuộc, giờ chú lại vĩnh viễn ra đi, không lần gặp mặt, không kẻ tiễn đưa, không lời từ tạ... Sao khỏi xót xa, trăn trở...

Cô vẫn thường về nhà chơi, nhiều hôm, bà cất lời an ủi:

- Thôi, duyên phận đã vậy, bây đừng tơ tưởng nữa! Kiếm mụn con an ủi tuổi già, gái trai không kể!

Những khi ấy, cô chỉ cúi đầu, rồi nhìn xa vời, đầy vẻ ưu tư, áo não nhưng tuyệt nhiên không nói gì... Cho mãi đến sau này, sự thật được cô tiết lộ với má tôi: Từ khi về nhà chồng, tuy dượng rất tốt, lo lắng chăm sóc cho cô, mua sắm không tiếc, ân cần trên mọi phương diện nhưng chuyện "vợ chồng" lại "chung giường riêng mộng"! Dượng cũng thẳng thắn thú nhận với cô ngay đêm đầu "hợp cẩn" rằng: Thời trai trẻ đã quá trác táng, nên khi lớn tuổi đã không còn khả năng..., tui cũng sẽ cố bù đắp cho Bảy nhưng chuyện con cái thì không thể! Thảo nào nhìn cô mới buồn thảm làm sao! Ánh mắt cô luôn ưu tư, tuyệt vọng, cô đã giấu nỗi buồn quá lâu!

Thường, mỗi tối, cô hay về nhà, nằm trên chiếc giường thời "con gái", lũ cháu vây quanh trò chuyện, có lẽ đó là nguồn an ủi, những lúc có thể vui của cô...

Biết được hoàn cảnh của cô, bà lại thở dài thương cảm, khuyên xin đứa con nuôi, nhưng cô không đồng ý. Dượng cũng nghĩ đến điều này đã khuyên cô:

- Để tui xin cho Bảy đứa con, con gái sau Bảy nhờ khi tuổi già, tui tuy vậy cũng có đứa con chứ Bảy chỉ một mình!

Có lần, dượng cất công đi xin về thật, mẹ cháu mang đến tận nhà, cô một mực không nhận, chỉ cho ít tiền... Lại khuyên, cháu đông, thôi thì chọn một cháu làm con vậy! Cô cũng không nhận... Vậy là cô sống chỉ một mình cho đến khi dượng mất. Sau 1975 cô thu vén, bán nhà, gom vốn đem gửi ngân hàng và về ở nhà Ông Bà để gần gũi các cháu... Được cái nhà sống cũng "quây quần" nên cô cũng đỡ lẻ loi. Niềm vui của cô lúc ấy là đi qua hàng xóm, nhất là nhà của chú Thơ, người đã đem thông tin của chú Mấu về, chơi với các cháu trong nhà, nghe cải lương... có nhiều hôm tôi thật thương cô, tôi biết cô vẫn đang hoài tưởng về cuộc tình tan vỡ, về số phận hẩm hiu của mình... Đó là những lúc, nghe xong một tuồng cải lương, cô lặng lẽ hồi lâu trong suy niệm rồi cất tiếng:

- Cô thấy cải lương tuồng nào cũng vậy, lúc đầu nó thương mà không ưng được rồi cuối cùng nó cũng được lấy nhau con hơ!

Tôi biết, biết tâm trạng cô, biết rằng cô vẫn luôn mơ tưởng, tiếc thương chuyện cũ nhưng liệu ích gì?! Nên cũng nói cho qua chuyện "vậy mới là cải lương, mới là truyện chớ cô, ngoài đời là theo số chớ không theo ý"!

Những ngày cuối đời, cô sống trong bệnh tật, cô buồn nhiều và lo nghĩ đến "cái chết"! Tôi cũng chẳng biết làm sao, đó là cái tâm lý chung của người già mà! Chỉ khuyên cô: Cái chết không gì phải sợ, chỉ cần cô giữ cái tâm an lành, thanh thản, sống mình làm việc tốt thì sẽ thanh thản ra đi! Cô cũng chân thành tâm sự "Cô không làm điều gì ác, không tham lam của ai, chỉ có cô... hung dữ lắm, mắng chửi hơi nhiều, cái chỗ cô mà không vậy thì hết vốn"! Tội cô quá! Tôi cũng chỉ biết khuyên: Nếu có đức tin, cô niệm Phật xin sám hối là... không sao! Cô gặn lại: Thiệt không con! Ôi, thiệt hay không tôi cũng không biết nữa vì... tôi đã trải qua đâu, nhưng vẫn phải gật đầu xác định "Thiệt mà, cô không nghe Chùa thường nói tiếng Sám hối đó"! Tôi còn "dỗ dành và dụ cô": Cô ráng "cà lết" đến ngày giỗ ba con rồi "thăng thiên", anh em giỗ chung cho ấm áp, khỏi sợ... quên, không ai nhang khói nhen! Cũng kiếm chuyện nói cho cô vui nhưng cô cũng thật thà, than:

- Cô cũng muốn vậy nhưng sợ không ráng nổi! Cô mệt lắm rồi... Thật vậy, chỉ còn 1 tuần nữa là đến giỗ ba tôi cô đã xuôi tay, nhằm ngày 30.10 âm lịch.

Đám tang cô rất ấm cúng, đầy đủ nghi lễ, mồ cao mả đẹp, đầu gối núi, chân gác biển, ở đó cô sẽ được nhìn trời biển bao la hưởng khí trời mát mẻ, trong lành, một sự tự do trong thênh thang... Chỉ mỗi một điều: Cô chỉ có một mình trên cõi thênh thang này vì tất cả mộ của Ông Bà, ba tôi, chú Tám, các cháu nhỏ lại ở một nơi khác, nơi ấy không cho đến chôn cất nữa... Vậy là cái phận "cô đơn" vẫn theo cô đến chết, đúng như lời Ông tiên tri "Số cô là số Canh Cô Mồ Quả"!

Cuối tháng là đến giỗ của Cô, bài viết này phần để kỷ niệm, phần để con cháu biết về cô. Bà Tổ Cô có số phận hẩm hiu, sống cuộc sống vợ chồng nhưng đã thật cô đơn và đến chết vẫn là một Trinh Nữ.

Thái Thị Lý

TIỂU LỤC THẦN PHONG
Gã Khách Làng Chơi Thanh Lịch

Ánh đèn vàng vọt nhợt nhạt tỏa ra từ góc phòng chỉ đủ nhận dạng chứ không thể nhìn rõ chi tiết đường nét. Ánh sáng dường như cũng uể oải hắt hiu một cách miễn cưỡng. Mùi bồ đà nồng nồng khét khét nhưng dư vị ngọt đặc quánh trong phòng. Ryan ngồi như bất động trên chiếc ghế bành, ánh mắt vô hồn lạc trong một cảnh giới nào đó phi thực tại, cánh tay hắn đầy những vết rạch, có dấu thì đã lành hẳn kéo dài thành sẹo, có dấu còn đỏ tươi. Thời gian ngưng đọng, tất cả lặng im không một âm thanh nào. Một lát sau Ryan khe khẽ cất lời:

- Xin lỗi em, tôi đã làm em đau!

Không gian vẫn im ắng. Con Christina không thể trả lời hay nói năng chi vì miệng nó bị nhét cứng cái quần lót, hai tay bị khóa và hai chân trói chặt vào góc giường, mắt bị bịt bằng mảnh vải đen. Thân thể Christina nõn nà trắng muốt, lấm tấm những vệt sáp và hằn vết roi da. Thằng Ryan bò lên giường, nó vỗ vỗ vào má, bóp cằm con Christina:

- Xin lỗi em, tôi làm em đau, tôi thích em!

Con Chritina giãy giụa cố tránh nhưng làm sao tránh được khi mà bị trói như thế. Thằng Ryan lại vỗ về vồ vập hôn lên tấm thân trần đầy sức quyến rũ. Nó bóp cổ, nó liếm láp những vết đỏ trên thân Christina do chính tay nó gây ra. Nó làm cho con Christina bã ra, mềm oặt như tàu lá chuối hơ lửa. Không biết vì sao mà nó sung mãn đến thế, chẳng biết sức lực ở đâu ra mà nó dập như chưa từng biết mệt. Nó vốn mình dây chứ chẳng phải cơ bắp cuồn cuộn chi! Con Christina ban đầu thấy sung sướng ngất ngây nhưng chẳng mấy chốc thì căng mình chịu trận. Christina đã lầm, ban đầu nó tưởng vớ được khách sộp, hào hoa, phong độ có gương mặt thiên thần, nào ngờ gã khách này là một hung thần. Christina ngỡ vô tình vào vườn địa đàng với chàng thơ nhưng chỉ phút chốc là rơi ngay vào địa ngục với hung thần.

oOo

Quán bar Enchanted vào tối thứ bảy vô cùng sôi động, rượu chảy tràn, nhạc dậm dật kích động vào tận tâm can của mọi người. Khách làng chơi dập dìu, những cô gái ăn sương quây quanh bên quầy rượu tăm tia săn mồi. Christina là một cô gái nhan sắc nổi bật trong đám, cô là gái nhảy nổi tiếng của bar và cả vùng Metropolitan này. Khách làng chơi ai cũng nghe danh tiếng của cô. Christina đang trò chuyện với con Elizabeth thì chợt thấy một gã khách lạ nhìn mình, cô chột dạ như có luồng điện xuyên qua. Trong đầu cô lập tức có những phán xét về gã khách lạ kia. Hắn trông thanh lịch, quần áo đúng mốt, thân hình săn chắc chứ không thô lỗ vai u thịt bắp. Ánh mắt hắn sâu và cái nhìn như xoáy vào tim kẻ đối diện. Christina còn đang quan sát thì hắn mang một ly cocktail Moonlight đến bên cô:

- Chào cô em xinh đẹp, mời cô ly này!

- Chào anh chàng đẹp trai, cảm ơn anh.

- Tôi tên Ryan, còn cô?

- Em là Christina, có phải lần đầu anh đến bar này?

- Có lẽ vậy, nhưng chắc chắn không phải là lần cuối.

Christina cười, xìa tay bắt lấy tay hắn ta, cô vui vẻ nói huyên thuyên với hắn nhưng ánh mắt thì không rời khỏi hắn và hắn ta cũng thế. Khi hắn hỏi cô về đâu đêm nay thì cô bảo cho hắn biết cô là người tự do. Khi cô ra giá thì hắn gật đầu ngay mà không hề trả treo như những tay khách mà cô đã từng. Thật tình cô thấy thích hắn ta, nếu hắn có mặc cả giá nào cô cũng chịu. Cô kết cái lối trò chuyện duyên dáng và cử chỉ lịch lãm của hắn. Cô nghĩ đêm nay cô may mắn vì được khách hào hoa lại đẹp trai. Làm gái bao lâu nay, với Christina và những cô gái làng chơi khác thì tiền là số một, còn khách thế nào chẳng là vấn đề. Ấy vậy mà đêm nay gặp tay khách này thì Christina thấy xao xuyến, giả sử hắn có trùm sò trả nửa giá cô cũng sẵn sàng đi.

Đêm quá khuya, khách làng chơi và những cô gái khác lần lượt đi về nơi dệt mộng đêm. Hắn ta bảo với Christina:

- Về thôi em, tôi đưa em về đêm nay.

Christian nhanh nhẹn theo y, về đến nơi hắn ở, cửa phòng vừa đóng ập lại Ryan lập tức vồ lấy Christina như con hổ đói. Hắn lột hết quần áo cô ra. Christian cũng rần rật hưởng ứng cơn cuồng nhiệt của hắn. Cô ngỡ hắn ta thèm khát đàn bà đã lâu nên cuồng lên như thế, trong thâm tâm cô lấy làm hạnh phúc vì vừa có tiền lại được trai đẹp đưa lên đỉnh vu sơn. Cô đâu có biết rằng thiên đường mà cô đang hưởng, chỉ giây phút đây thôi thì cô sẽ biến thành cảnh tượng địa ngục ở trong căn phòng này. Bộ mặt thiên thần của gã khách làng chơi sẽ lộ ra là một hung thần.

Ryan quật Christina trên giường, lần tay xuống góc nệm móc ra cái khóa và bập vào cổ tay cô một cách điêu luyện nhanh đến nỗi cô chưa kịp phản ứng. Christian vẫn tưởng làm thế để thêm kích thích tình trường trong đêm nay, cho đến khi Ryan trói hai chân cô vào góc giường thì bấy giờ Christina hơi sợ, cô phản đối:

- Dừng lại, em không thích kiểu này đâu!

Lời nói chưa dứt câu thì hắn ta nhét vào miệng cô cái quần lót của chính hắn, hắn bịt mắt cô lại và bắt đầu dùng roi da quật. Christina biết mình đã sập bẫy gã khách bạo lực, cô run sợ đến toàn thân run rẩy, muốn mở miệng van xin nhưng không sao nói được. Cô nức nở không ra tiếng, chỉ có âm thanh ú ớ và thân thể oằn oại, dường như điều ấy lại làm cho hắn ta thích thú. Hắn hôn khắp người cô, đoạn gỡ cái quần lót ra khỏi miệng cô. Hắn nhỏ những giọt sáp nóng bỏng lên thân thể cô. Hắn nói:

- Hãy tận hưởng lạc thú em nhé! Đêm nay tôi sẽ đưa em lên đỉnh, sẽ làm cho em nhớ mãi về tôi!

Christina van vỉ:

- Anh làm ơn thả tôi ra, tha cho tôi. Anh không cần phải trả tiền!

Dường như Chritian đã phạm lỗi, khi hắn nghe chữ "không phải trả tiền" thì lập tức giận dữ. Hắn chụp dây thắt lưng vừa quật lên người cô vừa hét:

- Tiền này, tiền này! Con đà bà thối tha! Tao sẽ cho mày thật nhiều tiền!

Christian quần quại, khóc lóc:

- Anh tha cho tôi, làm ơn đi mà!

Quất một hồi hắn nhảy lên giường, ngồi trên ngực cô, bóp cổ, vỗ vỗ má:

- Mày đã làm cho tao đau khổ khốn cùng bao nhiêu năm nay. Tao đã uổng phí một phần đời với mày. Mày phải trả giá!

- Ryan, em chỉ mới gặp anh lần đầu trong đêm nay ở quán bar Enchanted. Em chưa hề biết anh trước kia làm sao có thể làm anh đau khổ? Anh lầm ai đó rồi! Anh tha cho em đi!

- Tao không có lầm lẫn. Mày làm tao đau khổ khốn đốn thì mày phải trả giá! Chính mày chứ không còn ai khác!

- Không, anh lầm rồi! Em chưa từng gặp anh, chưa quen anh trước đây bao giờ!

Christina van xin trong nước mắt, thể xác đau đớn, tinh thần hoảng sợ. Cô không biết gã khách này có uẩn khúc chi đó hay là thần kinh hắn ta không bình thường. Hắn lầm cô với một người đàn bà nào đó đã làm cho hắn khổ. Cô ý thức được phải làm sao tránh kích thích hắn ta, kẻo không hắn có thể giết chết cô. Tay chân bị trói chặt, căn phòng kín mít dù có la to cũng chẳng ai nghe. Cô đang tìm mọi cách để thoát nhưng không làm sao thoát được. Bất chợt gã khách làng chơi sụp xuống, hắn ôm ấp lấy cô, hắn vỗ về vuốt ve:

- Anh yêu em, anh sống không thể thiếu em, đời anh sẽ vô nghĩa nếu không có em! Brittaney, em là tất cả của đời anh.

Christina lờ mờ hiểu ra, gã khách này đã hoang tưởng nhìn thấy con bồ hay vợ của hắn ở nơi cô. Christian cố trấn tĩnh, dùng lời nhẹ nhàng:

- Em là Christina ở quán bar Enchanted, em không phải Brittaney của anh!

Gã khách làng chơi dường như chẳng nghe thấy gì. Hắn vẫm ôm lấy cô, hôn lên mắt và thì thầm:

- Anh yêu em nhiều lắm! Anh sẽ dâng hết cuộc đời anh cho em. Mùi hương của em làm hồn anh ngất ngây. Thân thể của em là ngôi đền thiêng trong hồn anh. Anh tôn thờ em như thánh nữ. Anh bảo vệ em, không cho bất cứ một kẻ nào được đến gần em. Em mãi mãi là của anh.

- Anh Ryan, Brittaney của anh rất xinh đẹp, cô ấy đang chờ anh, đừng bỏ phí thời gian ở đây vì em không phải Brittaney! Em là Christina ở quán bar.

Ryan vẫn không nghe Christina nói, hắn cứ độc thoại một mình, dường như sóng lòng của y đang dâng cao. Hắn phủ phục lên người Christina và đưa bộ phận quý của đàn ông vào âm hộ của cô. Hắn dập liên hồi, miệng rên rỉ và lảm nhảm yêu không ngừng. Hắn xoa bóp ngực cô một cách điên dại, cắn cổ cô như một con mãnh thú đói khát, mặc cho Christina khóc lóc van xin. Trong phút chốc thân thể và mặt mày hắn đỏ bừng lên, hắn dập như giã gạo vô cùng cục súc thô bạo. Hắn khỏe hơn cả những gã khách vai u thịt bắp, cơ bắp cuồn cuộn, một lát sau thì hắn thở hộc ra và đổ ập xuống. Christina khóc lóc van xin, thân thể rã rượi rũ ra. Đột nhiên hắn chồm dậy túm tóc cô ấn đầu xuống:

- Oan ức cho mày lắm hả? Tại sao khóc lóc? Mày phải nhận lấy những gì đã gây ra. Tao nhịn nhục mày bao nhiêu năm nay. Đời tao khốn nạn hơn con chó ghẻ bị xích cổ!

- Anh ơi, em là Christina chứ không phải Brittaney! Anh nhìn lại đi!

- Con đàn bà khốn nạn! Tao hận mày thấu xương, đời tao dở sống dở chết vì yêu mày! Tao ngậm đắng nuốt cay ôm hận trong lòng, nói không được không nói cũng không xong. Tao đã khóc thầm không ai biết vì những vết thương lòng do mày gây ra. Mày đã nhận tình yêu của tao vô điều kiện, giờ mày cũng xứng đáng nhận những gì tao trả cho mầy.

Hắn ngồi dậy rít một điếu cần sa, mùi khói hăng hắc khắp căn phòng, hắn mớm khói cho cô khiến cô ho sặc sụa, nước mắt giàn giụa. Hắn mở dây trói chân và xốc cô qua căn phòng kế bên. Mặc dù đã đuối và hoảng loạn nhưng Christina cũng nhận ra cảnh tượng dễ sợ của căn phòng này, trên tường treo lủng lẳng những dụng cụ kích dâm, tra tấn mà cô từng thấy qua phim ảnh. Hắn treo ngược cô lên và dùng dụng cụ kích dâm rà trên thân thể cô, đau đớn và nhục nhã ê chề nhưng Christina bất lực, cô thầm cầu nguyện ơn trên cứu rỗi, làm sao cho hắn tỉnh ra. Christina biết lúc này tính mạng cô rất mong manh, chỉ cần sơ suất kích động là hắn sẽ hành hạ nặng hơn, thậm chí có thể giết chết cô. Hắn đang loạn tưởng không còn phân biệt đâu là người đàn bà mà hắn yêu và hận, đâu là cô. Tâm trí hắn loạn động cực độ. Hắn lên cơn điên đấm vào cô, roi da vun vút ghê rợn, y thọc cả sinh thực khí vào miệng cô khiến cô ngạt thở vẫy vùng tuyệt vọng. Hắn hét lớn:

- Mày chết đi con đàn bà khốn kiếp! Tao không cần mày nữa. Đời tao bỏ đi rồi. Mày đã ám tao suốt một đời, tao hận không làm sao có thể giết được mày!

Hắn hạ cô xuống, xốc cổ cô:

- Mày hãy mở mắt ra nhìn vào mặt tao! Nhìn cho rõ, tao cả đời vì mày, đêm nay tao cũng sẽ vì mày!

Khi hắn buông tay ra thì Christina đổ rạp xuống sàn nhà như thể cây chuối phạt sát gốc. Dường như hắn cũng thấm mệt, hắn lại bế cô lên giường và nằm kế bên, Hắn lấy mũi cọ cọ vào thân thể cô, hít lấy mùi thân thể cô. Christina bất động, mềm nhũn như miếng giẻ, không còn nước mắt để khóc, hết hơi để van xin, mặc cho số phận.

Hắn vỗ về âu yếm cô như chưa từng có việc gì xảy ra. Hắn quỳ bên cô, cầm bàn tay Christina áp vào má hắn. Hắn khóc lóc nức nở như đứa trẻ:

- Anh xin lỗi em, anh đã làm em đau đớn, đã gây tổn thương tâm hồn em! Xin lỗi em, yêu em vô cùng! Anh quỳ dưới chân em, em là thánh nữ của lòng anh.

Hắn bóp chặt bàn tay Christina, hắn ôm hôn đôi chân mà miệng vẫn không ngớt lảm nhảm yêu đương thề thốt, nước mắt hắn rớt trên thân thể cô nóng hổi. Hắn lại phủ lên người cô lần nữa, thật không biết là thứ mấy rồi, tướng tá hắn dong dỏng gầy ấy vậy mà khỏe không tưởng nổi, chỉ trong vòng mấy giờ đồng hồ mà hắn quất đến năm phát liền. Giờ thì Christina buông xuôi, mặc cho hắn làm gì thì làm. Christina kiệt sức và từ từ rơi vào cơn ngủ như thể là lần ngủ cuối cùng.

oOo

Khi Chritian mở mắt ra thì thấy đang nằm ở căn phòng đầu của đêm qua. Gã khách làng chơi ngồi bên bàn cà phê, không biết hắn thức dậy lúc nào mà đã ăn mặc chỉnh chu trông thanh lịch y hệt như khi Christina gặp hắn ở quán Bar. Hắn bưng tách cà phê chiêu một ngụm và nói:

- Em đã dậy rồi à? Hãy tắm rửa và ăn điểm tâm nhé!

Christian không buồn trả lời. Christina vén chăn nhìn thân thể mình thì không còn thấy những vết sáp đêm qua. Có lẽ trong lúc cô ngủ hắn đã lau thân thể cô một cách sạch sẽ, duy những vết đỏ do roi da vẫn còn đấy. Christian mặc vội quần áo và nghe hắn nói:

- Tiền của em trên bàn.

Christina vơ vội những tờ giấy bạc màu xanh nhét vào bóp và đẩy cửa bước ra, tiếng hắn vọng sau lưng:

- Em vội thế, không ăn sáng à?

Christina xuống cầu thang như thể chạy trốn, vậy mà hình ảnh gã khách làng chơi thanh lịch hào phóng vẫn cứ như ám sau lưng.

Tiểu Lục Thần Phong

Ất Lăng thành, 0125

TIỂU NGUYỆT

CÔ BÉ CÓ MÁI TÓC Ổ CU

Hơn mười ngày nay, sáng chiều nào Hữu cũng cõng thằng Nhân chạy qua sân chùa Long Quang, bởi nó mê con nhỏ Lý có đôi mắt sáng, đen tròn và nhất là mái tóc "ổ cu" ngồ ngộ. Mẹ con của nhỏ Lý tản cư, ở nhờ phía sau chùa cùng dì Linh, người bà con của mẹ cô bé đang ở đây, coi ngó quét dọn tưới cây cho chùa. Cả làng cô bé Lý đã bỏ đi hết, không thể sống ở vùng "xôi đậu" được nữa; ngày ngày nghe tiếng súng đạn cứ cheo chéo, ầm ì, xuống hầm, lên hầm và chạy trốn.

Cô bé nhỏ người, nước da trắng, môi hay mím chặt, nhưng khi nhoẻn miệng cười trông xinh xắn, như thiên thần có đôi cánh mà Hữu rất thích trong truyện cổ tích. Cậu hay mang quà cho cô bé, khi thì củ khoai, khi cục đường đen, khi trái chuối chín; để nhìn cô bé ăn, nhìn cô bé cười với cái "đồng tiền" lúm trên má xinh xắn. Hữu thích nhất là mái tóc ổ cu của cô bé, trông ngồ ngộ, xinh xinh, tung lên như cái đuôi gà mỗi khi nhảy dây. Sợi dây thun dài thiệt dài của cậu, món quà dì Út tặng khi cậu về thăm ngoại hôm Tết, là vật bất ly thân, khó ai được đụng vào. Vậy mà với nhỏ Lý cậu không tiếc gì hết, ngày nào cũng mang qua sân chùa cột quay cho cô bé nhảy; để nhìn cái đuôi gà tung bay chấp chới, rồi mỉm cười, yêu quý.

Hữu cõng em bước vào phía sân sau đã thấy nhỏ Lý ngồi chơi dưới gốc đa già, vội chạy lại xòe nắm tay có cục đường đen, cười tít mắt:

- Của em nè!

Nhỏ Lý cười thật tươi:

- Bữa nào anh cũng cho em hết, anh có ăn chưa?

Hữu bỏ thằng Nhân xuống, hất hất cái đầu, mỉm cười:

- Anh ăn rồi. Nhà anh nhiều lắm. Em thích, ngày nào anh cũng mang cho em.

Cô bé nhìn Hữu cười, lộ hai cái lỗ trống hoác của chiếc răng cửa vừa mới thay, đưa tay nhận cục đường từ tay cậu bé cắn một miếng, hít hà:

- Ngon quá! Ăn "lã xăng" luôn!

Hữu ngơ ngác, không biết cô bé muốn nói gì, cậu ngập ngừng:

- Em nói gì? Lã xăng? Lã xăng là sao?

Cô bé không trả lời cậu, cắn một miếng nữa, chắp chắp cái miệng cười hồn nhiên:

- Thiệt là ngon! Ăn lã xăng luôn! Đã thiệt nghen!

Nhìn cô bé chắp hít khen ngon, cậu như đã hiểu ra lã xăng mà cô bé muốn nói là gì. Cậu bỗng cười lớn:

- Ừ! Em cứ ăn lã xăng đi. Còn nhiều lắm.

Cả hai cùng cười trong ánh nắng xế chiều hanh hao, có chút gió nồm thổi dạt dào từ biển mát rượi. Nụ cười hồn nhiên, tinh khôi, như tình cảm của hai đứa trẻ giữa sân chùa vắng lặng luôn là nỗi nhớ, nỗi ray rứt về sau, trong tâm hồn của cả hai. Dường như trong ai cũng in đậm hình ảnh của nhau, thánh thiện, ngây thơ mà da diết, hồn nhiên mà sâu đậm không phai phôi dù trải qua bao dâu bể, thăng trầm, giông tố. Nụ cười hiền, mái tóc ổ cu, cái hít hà lã xăng, cái lúm đồng tiền xinh xinh, luôn đi vào trong giấc ngủ của cậu bé Hữu; để cậu yêu vô cùng cái đuôi gà chấp chới ấy như dành riêng cho chính mình.

Cả hai lớn lên tự bao giờ, cái đuôi gà ổ cu luôn in đậm trong lòng người con trai, dù mái tóc cô bé đã để dài mượt mà, như một kỷ vật trân quý. Chiến tranh đã tạm lắng xuống. Mọi người tản cư lần lượt về lại làng xưa, Hữu đành chia tay người con gái mà anh gọi là tình đầu, dù chưa một lời ngỏ ý yêu thương.

Thời gian cứ trôi qua lặng lẽ, người con trai bấy giờ là một thiếu niên bước vào tuổi lớn. Anh dong dỏng cao, đôi mắt sâu lắng với cái nhìn đăm chiêu, xa xăm của người già giặn trước tuổi. Hình ảnh cô bé năm nào, với nụ cười hồn nhiên luôn nằm sâu trong góc khuất trái tim để anh yêu thương, nhớ nghĩ.

Hữu đã vào Trung học đệ nhị cấp, một buổi đạp xe xuống trường huyện học, một buổi phụ giúp cha mẹ công việc đồng áng. Anh thường mang máy ra ruộng chạy nước, bởi ruộng nhà anh gò cao, nước không dẫn vào ruộng được. Anh rất thích công việc này, có thể ngồi trong lùm chuối, bên cái giếng mát rượi, nhìn ngắm những đám mây nhởn nhơ trên bầu trời trong xanh; hoặc nhìn những sóng lúa nhấp nhô, rì rào theo làn gió, để tập làm thơ và suy tư. Thơ của anh hồn nhiên, giản dị như con người của anh vậy. Tâm hồn anh rung cảm theo áng mây bay, theo làn gió thoảng, theo khói lam chiều của bà mẹ quê chân chất, thiệt thà. Và cái đuôi gà ổ cu thường chập chờn tung bay trong những lúc suy tư, trầm lắng.

Chiều nay đi học về, vừa đạp xe ngang qua ngôi chùa, anh nghe tiếng dì Linh đang tưới nước, gọi với theo:

- Này Hữu! Cháu nghe tin gì chưa?

Anh dừng xe, hỏi vọng vào:

- Dạ! Nghe gì hở dì Linh?

Dì Linh ngoắt tay, gọi Hữu. Anh vội dắt xe vào sân chùa lại bên dì cúi đầu chào, giọng thắc mắc:

- Có gì hở dì Linh?

Giọng dì trầm xuống, thật nhỏ:

- Đêm hôm kia, mấy ổng về đưa con Lý lên núi rồi.

Hữu giật mình, thảng thốt:

- Thiệt hở dì? Sao dì biết, ai xuống nói hay dì... dì - giọng anh bỗng ngập ngừng, nghèn nghẹn.

- Dì báo cho cháu biết vậy thôi. Cháu về đi. Đừng thắc mắc!

Hữu bàng hoàng, một lúc sau mới bình tĩnh lại. Anh hiểu rằng, từ đây Lý sẽ không trở lại sân chùa và sẽ không bao giờ còn có thể gặp anh được nữa. Bất chợt nước mắt anh ứa ra, nghẹn ngào và đôi mắt đen tròn, long lanh ấy thoắt ẩn, thoắt hiện qua màn nước mắt. Hình ảnh cô bé lấp ló bên cánh cửa năm nào rõ dần với đôi mắt tròn xoe, nhắm mở theo cán chổi của cha anh hạ xuống, nhấc lên, trên chiếc mông bè bè, non nớt của anh; làm anh xấu hổ đến cả tuần không dám qua chùa.

Cũng tại con cá ồ trụng quá hấp dẫn, khiến anh không thể nào cưỡng nổi; mùi nó thơm phức làm cái bụng anh cứ sôi lên ùng ục sao mà lơ cho được. Anh cố nhịn không dám nhìn vào chiếc gióng mẹ treo trên bếp, nhưng nước bọt trong miệng cứ trào ra, rồi thầm nghĩ; mình nhón chân nhìn nó thôi cho đỡ thèm, có sao đâu nà. Nghĩ vậy, anh bước lại gần, mùi thơm càng phưng phức không thể nào nhịn được, liền nhón chân dòm vào chiếc gióng. Một con cá ồ trụng để trong cái tô tươi rói, xẻ hai, thịt nó lòi ra thơm lừng, trông hấp dẫn làm sao! Anh nuốt nước bọt cái ực nhìn qua, nhìn lại, không thấy ai vừa mừng vừa lo, muốn nhín một miếng nhưng không dám. Anh cố cưỡng lại mùi thơm hấp dẫn của cá, cưỡng lại sự thèm thuồng đang mỗi lúc một lớn dần trong anh, đi xuống rồi lại đi lên, mắt luôn liếc vào chiếc gióng. Và sự thèm muốn thử một miếng mỗi lúc một tăng thêm, anh bước thật khẽ lại bên chiếc gióng lần nữa, đưa tay nhón một chút đưa vào miệng, hít hà. - Trời! sao mà ngon dữ không biết!. Rồi anh nhón chút nữa, chút nữa, chút nữa, nhiều cái chút nữa vẫn còn thèm, cho đến khi con cá ồ trụng chỉ còn cái xương. Anh bắt đầu lo sợ, kỳ này bị đòn là cái chắc, liền nghĩ phải làm sao giấu nhẹm đi, coi như mèo ăn vụng, chắc không sao. Đang loay hoay không biết phải làm gì, anh chợt nhớ có lần thấy lon sữa đặc mẹ mua cho cha để trên bồ lúa khi ông bị bệnh, anh cũng thèm như hôm nay; đi qua đi lại, nghĩ rằng hút một miếng thôi chắc cha không biết; nhưng một miếng, rồi hai, ba miếng, cho đến khi hộp sữa hết sạch, anh giật mình hoảng sợ. Nghĩ tới nghĩ lui, liền đem đổ ít nước vào lon sữa, đặt lại chỗ cũ rồi cho nó ngã xuống. Cha anh về thấy không biết cha có biết anh ăn vụng không nhưng tiếc hùi hụi, cho là hộp sửa bị đổ. Anh nghĩ, lần ấy qua lần này chắc cũng qua, liền hất ngả cái tô nghiêng lại coi như bị mèo ăn vụng, rồi hồi hộp đi ra nhà sau.

Trưa mẹ dọn cơm, vào bưng tô cá chỉ còn cái xương, liền hỏi lớn:

- Đứa nào ăn vụng con cá rồi?

Anh nhanh nhẩu:

- Dạ! Mèo ăn vụng đó má!

- Sao mày biết mèo ăn vụng?

- Dạ! Nãy con nghe tiếng con mèo kêu.

Cha anh đưa tay ngoắt anh lại, biểu anh đưa tay cho ông xem, ngửi tay, ngửi miệng anh, rồi ra lệnh:

- Lại nằm sấp xuống phản cho cha!

Sẵn cán chổi, ông vung lên, đập xuống, miệng hét lên:

- Mèo ăn nè! Mèo đen đầu này nè! Cho chừa cái tật ăn vụng.

Mỗi cán chổi đập xuống là mỗi lần anh hít hà, hu hu đau quá, đau quá! Cha giận đập cán chổi, anh thì khóc hu hu đau quá. Bỗng anh nhìn thấy đôi mắt cô bé đen tròn nấp ngoài cửa cứ nhắm lại, mở ra rung lên theo làn roi của cha anh. Mắc cỡ quá, anh cắn chặt răng cố nằm im, không giật mình, không rung lên như nãy giờ, không dám la lên dù đau thấu xương.

Đôi mắt đen tròn ấy bỗng nhòa dần, nhòa dần rồi tan vào hư vô. Anh đưa tay lau giọt nước còn đọng trên khóe mắt cúi chào dì Linh và lầm lũi dắt chiếc xe đạp ra khỏi cổng chùa đạp về nhà trong nắng chiều sắp tắt.

oOo

Thời gian lặng lẽ trôi qua, mọi kỷ niệm về cô bé Lý cũng đã ngủ yên, Hữu dốc hết sức vào việc học, chuẩn bị cho kỳ thi tú tài mà anh mơ ước. Một buổi sáng, vừa qua khỏi khúc cua để ra đường lớn đến trường, Hữu gặp chú Ba Hân ở xóm trên. Vừa thấy anh, chú Ba liền đưa tay chặn anh lại, giọng thật nhỏ:

- Nói nghe này. Tao vừa ở trên ngã ba xóm Gò về. Con Lý chết rồi, đang nằm ở trển. Chính mắt tao thấy rõ ràng.

Hữu nhìn chú Ba chằm chằm, như không tin lời chú nói, ngơ ngác:

- Chú nói gì? Ai chết? Vì sao?

Chú Ba Hân nói lớn, giọng rõ ràng:

- Con Lý, con bà Lê lúc trước tản cư ở chùa đó. Nó chết rồi, nằm chỗ ngã ba, đường vô xóm Gò á. Không tin mày chạy lên đó mà coi.

Hữu sững người, hỏi lại chú Ba Hân lần nữa, không tin đó là sự thật. Anh nghe nghèn nghẹn ở cổ, dường như có gì chặn ngang làm anh khó thở. Toàn thân anh rung lên, run rẩy, ngực anh mỗi lúc một đau thêm, như có gì đó chặn ngang không thở nổi. Anh vội quay ngược chiếc xe về hướng phía xóm Gò, lên xe và đạp hết sức có thể, thật nhanh, để nhìn tận mắt những gì chú Ba nói. Anh cố đạp mà vẫn thấy chiếc xe như nhích từng chút một, thật chậm chạp thầm mong những lời chú Ba nói chỉ là một sự nhầm lẫn.

Nhưng không nhầm, anh đã nhìn tận mắt thật rõ ràng, người con gái có mái tóc dài, nước da trắng nhợt nhạt đang nằm lõa lồ giữa ngã ba đường vô xóm Gò. Gương mặt ấy, vầng trán, chiếc mũi thẳng ấy, không thể lầm lẫn được. Anh nghe trái tim mình thắt lại, mỗi lúc một nghẹn ngào, chua xót; thương em vì chết mà còn phải khổ sở, không có mảnh vải che thân. Người ta đã lột bỏ hết quần áo của em, có phải vì em có tội hay em đã làm việc người ta không thích em làm? Nước mắt anh ràn rụa, lần đầu tiên anh nhìn thấy một người con gái lõa lồ, trần trụi mà sao đau nhói tâm can?

Hình ảnh cô bé năm nào thơ ngây, hồn nhiên cứ xói trong anh, làm anh chới với, hụt hẫng. Anh bước lại bên em, cúi xuống nhìn sâu vào khuôn mặt xanh xao của em dường như còn phảng phất một nỗi niềm nào đó mà anh chưa hiểu được. Anh ngước nhìn lên, trước mặt anh là đồng lúa xanh mượt, gợn sóng trong nắng sớm và em nhấp nhô theo cơn sóng lúa rì rào như bước nhảy năm xưa, xa dần, xa dần về phía chân trời xa xăm, diệu vợi. Rồi như chợt nhận ra, mình phải làm gì đấy cho em. Anh nhìn trước nhìn sau, thấy một cây chuối nằm dưới bờ ruộng, vội nhảy xuống mang lên, lột từng bẹ tủ cho em và cả người bạn nằm bên cạnh, cũng như em lõa lồ, trần trụi.

Cánh đồng lúa xanh mượt, rì rào trong nắng sớm, như hát ru em vào giấc thiên thu, mịt mù xa cách. Những đám mây nhởn nhơ trên bầu trời xanh trong như đưa em vào cõi vô cùng nào đó; đâu hay biết rằng, có một người con trai, đang hát ru người con gái anh thương vào giấc miên trường, xa xăm diệu vợi. Anh đưa đôi tay về phía trước tiễn đưa em, gượng nở một nụ cười dẫu héo hắt.

Anh cúi xuống gương mặt trắng xanh, đưa tay luồn lên mái tóc em, vết sẹo dài vẫn còn đấy. Vết sẹo năm xưa bị té rách bởi do anh đã lành lặn, nhưng sao trong anh đau đớn thế kia? Thương em quá em ơi! Anh muốn nói lớn lên rằng, anh thương em dẫu muộn màng, em ạ! Hãy ngủ đi em một giấc ngủ miên trường.

Anh cởi chiếc quần tây xanh đang mặc, mặc vào cho em. Cúi xuống vuốt mắt em lần cuối:

- Vĩnh biệt em! Cô bé có mái tóc ổ cu!

Tiểu Nguyệt

Bên dòng sông Tắc

Những ngày cuối tháng 2.2021

TIỂU THU

HƯƠNG THỜI GIAN

Tiến, ông xã của Thơ có thói quen tối nào lên giường, trước khi chìm vào giấc ngủ, cũng phải bật máy lên nghe vài bản nhạc êm dịu. Loại nhạc cổ điển không lời với tiếng vĩ cầm hoặc dương cầm du dương réo rắt. Riêng Thơ lại đặc biệt thích Đại hồ cầm. Dù đang buồn bực, lo âu hay đang tarzan nổi giận mà nghe tiếng đàn đại hồ cầm là lòng nàng lại dịu đi... dịu đi. Bao nhiêu muộn phiền cũng bay theo tiếng nhạc... Trong một cuốn phim nào đó xem đã lâu lúc còn ở Sài Gòn, con tàu với những cánh buồm trắng bọc gió, nhẹ nhàng lướt đi trên mặt đại dương bao la, xanh thẳm. Tiếng đại hồ cầm trầm trầm đệm theo khiến lòng nàng thấy lâng lâng, bình an không sao tả được. Và có lẽ Thơ mê tiếng đại hồ cầm từ thuở ấy.

Dù bao năm dài đã trôi qua, thỉnh thoảng trong giấc mơ, Thơ vẫn thấy lại con tàu năm xưa và tiếng đại hồ cầm mơ hồ lãng đãng...

Nhưng người xem phim với Thơ ngày đó đã không còn hiện hữu trên thế gian này nữa. Người ấy đã bỏ nàng, ra đi vĩnh viễn trên một ngọn đồi trong dãy Trường Sơn bát ngát cây rừng, trong một cuộc chiến khốc liệt với quân thù từ miền Bắc tràn vào! Thơ nhớ lại những ngày còn mặc chiếc áo dài trắng của trường Bùi Thị Xuân Đà Lạt. Những hôm tan trường sớm, nàng theo đám bạn kéo nhau ra phố, vào chợ ăn chè đậu ván, khi thì ăn mì Quảng, bánh căn. Có khi lại kéo nhau đi hái trộm hoa Forget Me Not màu tím ngoài bùng binh, gần hồ Xuân Hương đem về ép sách. Với Thơ, đó là thời gian đẹp nhất của đời người con gái.

Thơ quen người ấy qua cô bạn thân. Chàng là anh họ của Ngân, bạn cùng lớp với nàng. Khi tụi Thơ học Đệ Nhị thì chàng đang học năm thứ ba phân khoa Luật dưới Sài Gòn. Giáng Sinh năm đó nhà Ngân mở "bum". Dĩ nhiên trong ngày, Thơ phải đến giúp bạn một tay trang hoàng cây Noel và sửa soạn vài món ăn nhẹ. Chàng từ Sài Gòn lên ở nhà Ngân chơi một tuần lễ. Chàng và Thơ thích nhau ngay từ ánh mắt đầu tiên. Vì sao ư? Ai mà giải thích được lý lẽ của con tim! Chàng, Ngân và Thơ hầu như ngày nào cũng gặp. Cùng nhau đi chơi thác Prenn, hồ Than Thở, Thung Lũng Tình yêu... Tối tối cùng nhau đi uống cà phê, đi nghe nhạc... Biết bao là kỷ niệm êm đềm. Chàng trở về Sài Gòn và gửi đi những cánh thư nhớ nhung dài bao nhiêu cũng không đủ. Cuối năm học, Ngân và Thơ cùng thi đậu. Trường không có Đệ Nhất nên hai cô về Sài Gòn tiếp tục học tú tài hai. Ngân ở nhà chàng (mẹ chàng là cô ruột của Ngân) và Thơ vào ký túc xá Régina Pacis. Cả ba người vẫn đều đặn gặp nhau. Cuối tuần Thơ thường ra nhà chàng chơi với Ngân. Mẹ chàng rất thương hoàn cảnh xa gia đình không có người thân của Thơ. Hơn nữa, thấy con trai và Thơ thương yêu, quấn quýt nhau bà rất vui và cũng ngầm xem Thơ như cô con dâu tương lai.

Ngân dự định nếu đậu sẽ thi vào Đại học Sư Phạm, phần Thơ thì mơ thành dược sĩ. Hè này Thơ sẽ giới thiệu chàng với gia đình. Sau khi hoàn tất chương trình Luật xong, cả hai sẽ tính đến tương lai dài lâu của hai đứa. Nhưng cuộc đời không phải lúc nào cũng màu hồng. Nào ai đoán được có những khúc quanh rất bi thảm đang đợi chờ phía trước. Vừa xong chương trình ở trường Luật cũng là lúc chàng nhận được giấy gọi nhập ngũ. Vì nhà có ba trai, hai gái nên Chàng không được miễn dịch. Mọi dự tính tương lai của hai đứa đành gác lại. Trai thời loạn, tổ quốc cần thì lên đường thôi. Chàng đã nói với Ngân và Thơ như vậy.

Lần đầu tiên cùng Ngân đi thăm chàng ở quân trường Thủ Đức, Thơ cảm thấy thật lạ lẫm trước chàng trai tóc húi cua với làn da rám nắng trong bộ quân phục màu vàng. Nhưng trông Chàng rắn rỏi và... quyến rũ hơn xưa. Thơ nói với Chàng như một lời... khích lệ. Rồi sau một năm học thật gian khổ trong quân trường Thủ Đức, không hề thố lộ cho Thơ biết trước, chàng chọn binh chủng Biệt Động Quân. Một binh chủng oai hùng nhưng thập phần nguy hiểm. Dù có lo lắng Thơ cũng giấu trong lòng, không như mẹ chàng đã khóc thật nhiều khi biết thằng con trai yêu quý chọn đầu quân vào binh chủng Biệt Động Quân. Thơ phải an ủi, nói với bà "con người có số bác ạ. Hàng ngày có biết bao người chết vì bệnh tật và tai nạn đủ loại. Không phải ai đi lính cũng chết đâu, v.v... và v.v...". Từ đó bà siêng năng đi chùa cầu phước cho con. Khi rảnh Ngân và Thơ cũng tháp tùng. Tuy nói mạnh miệng, nhưng trong thâm tâm Thơ lo ngay ngáy. Mỗi lần đi chùa, nàng thành khẩn cầu Bồ Tát phù hộ cho chàng. Nhưng, nếu những lời cầu nguyện linh thiêng thì làm sao có hàng ngàn quân nhân tử trận hằng ngày? Làm sao có những người vợ lính đầu đội khăn tang, tay ôm con thơ khóc vật vã trước những linh cữu xếp hàng nơi nhà quàn của đơn vị? Còn cảnh nào bi thảm hơn không hở trời?

Ngân đã vào Đại học Sư phạm và Thơ đậu vào trường Dược. Những lá thư đầy ắp nhớ nhung của Thơ chẳng khác nào những giọt nước cam lồ tưới vào tâm hồn chàng. Những lúc chàng theo đơn vị đi hành quân trong rừng sâu núi thẳm, cả tháng không có tin tức khiến Thơ cũng lo sốt vó. Ngân bây giờ có người yêu cùng lớp nên hai cô cũng ít gặp nhau hơn xưa. Trưa thứ Bảy hôm đó, Thơ ghé chợ Vườn Chuối mua chục cam rồi gọi xích lô đến nhà chàng. Thơ định hỏi tin tức vì cả tháng rồi không nhận được bức thư nào cả. Bức cuối cùng chàng gửi từ Pleiku. Vừa bước vào cổng đã nghe tiếng khóc nức nở từ trong nhà vọng ra. Thơ vội vàng đi vào thì một cảnh tượng kinh hoàng đập vào mắt: mẹ chàng đầu tóc rũ rượi đang gào khóc gọi tên chàng, Ngân và cô em út của chàng cũng vừa khóc vừa đỡ bà mẹ ngồi lên ghế. Thấy Thơ, bà càng khóc thảm thiết hơn. Trước gương mặt ngơ ngác của Thơ, Ngân vội vàng cầm tờ giấy báo tử do một người sĩ quan mang đến nhà lúc nãy. Thơ xem xong thì cảm thấy trời đất quay cuồng, loạng choạng muốn té. Ngân hốt hoảng đỡ thân hình mềm nhũn của Thơ, dìu bạn ngồi xuống ghế cạnh bà cô. Chuyện quá đột ngột khiến Thơ như tê dại, mất hết cảm giác. Nàng hết nhìn người nọ đến người kia như một kẻ mộng du. Nàng tự hỏi "chuyện này có thật không? có thật không?" hàng trăm lần. Nhưng tờ giấy báo tử là thật, mẹ chàng, em chàng và Ngân đang khóc bù lu bù loa kia là thật. Vậy thì chuyện chàng chôn thây trên ngọn đồi vùng Cao nguyên đất đỏ xa xăm đó không thể nào là giả được. Chàng bỏ Thơ luôn rồi sao? Thật vậy sao? Nghĩ đến đây cả người nàng run lên bần bật, hai dòng nước mắt bắt đầu tuôn như suối. Thơ khóc như chưa bao giờ được khóc. Lai láng!

Buổi chiều trở về ký túc xá, hai mắt sưng húp nên Thơ cáo bịnh không ăn cơm. Nàng nằm vùi cả ngày Chúa Nhật. Cứ nghĩ đến chàng là nước mắt lại rơi. May là ngày Chúa Nhật ký túc xá vắng tanh nên nàng tha hồ khóc không ai thấy. Lúc này sắp thi cuối năm nên Thơ phải gắng gượng đến trường với nét mặt buồn rười rượi. Nàng chỉ cho hai cô bạn cùng lớp khá thân biết thôi. Cũng nhờ hai người này hỗ trợ tinh thần và giúp bài vở nên Thơ cũng vượt qua được kỳ thi cuối năm. Nàng vẫn tiếp tục đến thăm mẹ và em chàng như trước. Tội nghiệp bà mẹ già đi thấy rõ. Nhưng dù có đau buồn cách mấy cũng phải tiếp tục sống. Đời là vạn ngày sầu... Ngân báo tin hè này ra trường sẽ làm đám cưới với người yêu. Thơ còn một năm nữa mới xong. Nàng nghĩ chắc sẽ cho mướn bằng thời gian đầu, sau đó sẽ tính tiếp. Đúng như dự định, sau khi ra trường ít tháng, qua một người bạn, Thơ cho một người "bạn của bạn" mướn bằng dược sĩ để mở nhà thuốc tây ở thị xã Sa Đéc. Mỗi tháng nàng chỉ cần xuống một lần là đủ. Thì giờ còn lại nàng xin vào làm việc cho một viện bào chế tên tuổi ở Sài Gòn.

Định mệnh luôn dành cho ta những bất ngờ, đôi khi rất thú vị. Tại Sa Đéc, một hôm Thơ ra chợ định mua ít trái cây làm quà trước khi trở về Sàigòn, bất ngờ gặp lại một cô bạn cũ ngồi cùng bàn khá thân thời còn học Trung học Bùi Thị Xuân. Cô này kết hôn với một bác sĩ và họ đổi về làm việc ở Sa Đéc đã hai năm. Đúng là tha hương ngộ cố tri. Hai cô mừng lắm, chuyện trò tíu tít. Nhân dịp này Thơ ở lại chơi với bạn ít hôm và nàng cũng kể chuyện tình của mình với chàng cho bạn nghe. Có ngờ đâu cô bạn lại nảy ra ý định giới thiệu một anh nha sĩ tên Tiến, làm cùng bệnh viện với chồng cô, để quen với Thơ. Tiến vẫn còn độc thân vui tính. Biết đâu lần này ông tơ bà nguyệt sẽ làm ăn nghiêm chỉnh hơn, giúp cho đôi trẻ nên duyên chồng vợ. Ban đầu Thơ cương quyết từ chối, nhưng cô bạn cố gắng thuyết phục, cuối cùng nàng cũng miễn cưỡng bằng lòng. Cô bạn mời vài cặp tới nhà ăn cơm, trong đó dĩ nhiên có Tiến. Dáng người chàng tầm thước, khỏe mạnh nhờ chơi thể thao đều đều. Lối nói chuyện hài hước của Tiến khiến Thơ cảm thấy thoải mái ngay từ đầu. Thơ nghĩ làm bạn với anh chàng cũng vui. Chàng của Thơ qua đời đã gần bốn năm. Ngân kết hôn cũng đã có một thằng cu tí vô cùng đáng yêu. Mỗi lần gặp nhau là Ngân lại giục Thơ có bạn trai mới. Thơ chỉ cười buồn và thở dài... Con tim nàng mặc dù đã bớt đau nhưng vẫn còn đầy ắp hình bóng chàng. Dù vẫn có vài người rắp ranh bắn sẻ, nhưng không ai có thể khiến con tim nàng sống lại. Lần này quen với Tiến, Thơ thấy anh chàng cũng thú vị, dễ mến. Tiến vui vẻ, hoạt bát nhưng không tán tỉnh vồ vập, lố lăng khiến Thơ rất an tâm. Chàng cũng chân thành kể cho Thơ nghe vài mối tình vụn vặt trước kia, nhưng không có mối tình nào đủ mạnh để chàng quyết định tiến tới hôn nhân. Thế rồi, tuổi xuân của người con gái qua mau, họ đều từ giã chàng để lên xe hoa về nhà người khác. Thơ cũng kể cho Tiến nghe chuyện tình dang dở của mình. Tiến chỉ nói "thật ra, những mối tình trong quá khứ của chàng, cũng như mối tình đầy nước mắt của Thơ, với thời gian cũng chỉ còn là những kỷ niệm. Chúng ta không quên kỷ niệm. Nhưng dù vui, dù buồn đến thế nào thì chúng ta cũng phải cố quên để mà sống. Cuộc đời có là bao mà cứ ôm mãi những kỷ niệm buồn." Ngẫm nghĩ lại, Thơ thấy những câu triết lý vụn của anh chàng cũng thật có lý. Hơn nữa ba mẹ luôn thúc giục nàng lập gia đình. Ngay cả đứa em gái kế Thơ cũng đã yên bề gia thất.

Những lần Tiến về Sài Gòn thăm gia đình, cả hai rất thoải mái đi ăn, đi ciné với nhau. Hay những lần Thơ xuống Sa Đéc thăm tiệm thuốc tây, Tiến đưa nàng đi viếng những thắng cảnh nổi tiếng trong vùng, hay tụ họp nơi nhà cô bạn của Thơ, trò chuyện rôm rả rất vui. Thế rồi, dần dần tình yêu cũng nở hoa. Lần này nó không mãnh liệt, say đắm như lần đầu với chàng, nhưng là một tình yêu nhẹ nhàng, đằm thắm. Tiến và Thơ thành hôn sau nửa năm yêu nhau. Thơ xuống Sa Đéc sống với chồng. Nhờ có bạn nên nàng cũng không bỡ ngỡ. Sau ba năm vợ chồng nàng có một trai, một gái rất kháu khỉnh. Dòng đời trôi êm đềm nếu như không có Tháng Tư Bảy Lăm! Gia đình bé nhỏ của Thơ may mắn thoát khỏi Việt Nam ngày 29-4 trong nỗi kinh hoàng của toàn dân miền Nam. Gia đình Tiến đã từ giã nơi chôn nhau cắt rốn một lần năm 54. Họ bỏ lại sau lưng tất cả sản nghiệp cả đời dành dụm, dắt díu nhau vào miền Nam tự do. Tưởng yên thân, ngờ đâu lại phải chạy lần nữa. Khi xưa, lúc bước chân xuống tàu họ còn biết mình sẽ đi đâu. Nhưng lần này, yên vị trên tàu rồi mà không một người nào biết con tàu sẽ đưa mình đến bến bờ nào? Tương lai sẽ ra sao khi trong túi chỉ có vài triệu đồng Việt Nam? Đành cúi đầu cầu nguyện xin ơn trên che chở…

Thế rồi đất nước Canada đã từ bi, hào phóng dang rộng vòng tay chào đón họ. Những năm đầu rất chật vật nơi xứ người rồi cũng qua. Vợ chồng Thơ và các con giờ đây sống bình yên, thoải mái ở tỉnh bang Québec đất rộng, người thưa và người dân bản xứ thì hiền lành, tử tế vô cùng. Nàng không biết phải cám ơn Thượng Đế và đất nước Lá Phong nổi tiếng là miền Đất Lạnh Tình Nồng này bao nhiêu mới là đủ! Dù rằng đã mấy mươi mùa Xuân, Hạ, Thu, Đông đã qua đi, dù mùa Đông với cái lạnh khắc nghiệt và những trận bão tuyết mịt mùng, Thơ vẫn một lòng yêu mến xứ Canada, quê hương thứ hai của gia đình nàng. Từ năm Bảy Lăm, khi lên tàu rời khỏi Việt Nam là nàng đã trở thành người vô tổ quốc. Rồi chỉ sau hai tuần tạm trú ở Đảo Guam, gia đình nàng được máy bay của Chính phủ Canada sang tận nơi đón về tỉnh bang Québec cùng với hàng trăm gia đình tị nạn Việt

Nam khác. Tuy rằng vẫn chưa chính thức được mang quốc tịch, nhưng gia đình Thơ vẫn được tất cả những quyền lợi mà người có quốc tịch Canada được hưởng. Chính phủ còn dành mọi sự dễ dàng cho Tiến và các bạn đồng nghiệp có thể trở lại hành nghề như xưa.

Nhớ những cái Tết đầu tiên nơi xứ lạ, dù rơi vào ngày nghỉ hay không, dân Việt Nam vẫn cố gắng giữ gìn lễ nghi phong tục của quê nhà. Ngày ba mươi vẫn rước Ông Bà. Đêm ba mươi vẫn bày cỗ cúng Giao thừa. Mồng một cũng gắng nấu nồi thịt kho, làm keo dưa giá, cuốn chả giò, thổi xôi cúng mừng năm mới. Vẫn lì xì cho trẻ nhỏ lấy hên, v.v... Ngày mồng ba vẫn luộc gà cúng tiễn đưa Ông Bà. Càng về sau Cộng Đồng Việt Nam được thành lập và bỏ tiền mướn hẳn một địa điểm khang trang để tất cả đồng hương đến cùng nhau ăn Tết vào ngày cuối tuần, thường thì trước Tết. Thôi thì các bà, các cô có dịp diện lại những tà áo dài thướt tha lộng lẫy. Bạn bè gặp lại nhau tay bắt mặt mừng, nói cười vui như...Tết, mặc cho bên ngoài tuyết rơi trắng cả đất trời! Nơi đây còn bày bán không thiếu một món ngon nào, cả ba miền Nam-Trung-Bắc.

Sáng nay Thơ còn nằm nướng trên giường, thả hồn lãng đãng về kỷ niệm xa mờ, vì không hiểu sao con tàu và tiếng đại hồ cầm năm xưa lại hiện về trong giấc mơ. Nàng vẫn yêu chồng với một tình yêu dịu dàng, đằm thắm như ngày đầu. Nhưng thỉnh thoảng vẫn nhớ về chàng với chút ngậm ngùi... Tiến mở cửa phòng ngủ, ló đầu vào:

- Cà phê đã pha xong. Kính mời bà chủ nhà ra ăn sáng, rồi còn đi chợ mua đồ về gói bánh chưng.

Mùi cà phê thơm lừng bay cả vào phòng khiến Thơ tỉnh hẳn. Chỉ còn ba hôm nữa là Tết. Năm nào vợ chồng nàng cũng gói vài cái bánh chưng, vì cô con gái rất thích ăn bánh chưng mẹ nấu với dưa món cũng mẹ làm. Tuy là gái Nam Kỳ, nhưng nhờ sánh duyên với ông Bắc Kỳ mà Thơ có thể nấu thành thạo những món Bắc ngon không thua một bà Bắc kỳ chính cống. Nào bún riêu cua, chả cá Hà Nội, phở, bánh cuốn, bún chả, cà bung... đôi khi còn nấu cả món giả cầy theo lời yêu cầu của nhóm bạn bè.

Thơ ngồi vào bàn ăn trong bếp. Căn bếp nhỏ xinh, ấm cúng. Tiến đã pha xong hai ly cà phê cappuccino và mỗi người một chiếc croissant vàng rụm. Thơ bưng ly cà phê hớp một ngụm, nhắm mắt để tận hưởng cái thơm ngon của ly cà phê đầu ngày. Sau vài giây, nàng mở mắt nhìn chồng rồi khen, "Ngon quá! Thơm quá!" Tiến hỏi, "Thơm như gì?" Thơ trả lời, "Thơm như Hương Thời Gian!" rồi cả hai phá ra cười. Đây là trò đùa giữa hai vợ chồng nàng. Không hiểu vì lý do thầm kín nào, một hôm Thơ vừa nhấp ngụm cà phê do Tiến pha, nàng buột miệng "thơm như hương thời gian". Tiến hỏi sao lại ví von như thế thì Thơ ngẩn người "Không biết nữa. Nhưng em thích ba chữ Hương Thời Gian. Nghe rất thơ". Và từ đó vợ chồng nàng thỉnh thoảng lại đem ra đùa với nhau.

Thơ vừa sửa soạn xong định ra xe thì điện thoại reo. Thì ra Huệ Khanh con gái nàng gọi từ sở:

- Mẹ ơi, Chúa nhật này tụi con qua ăn Tết suốt ngày với bố mẹ. Má chồng con qua Mỹ ăn Tết với vợ chồng anh Hai của ông xã con. Tụi con không cần về bên ảnh. Tụi nhỏ mong tiền lì xì của ông bà ngoại lắm đó. À, mẹ nhớ gói bánh chưng cho con đó nha. Con thèm lắm rồi.

Thơ vội cắt lời con gái:

- Vậy thì còn gì bằng. Mẹ cũng nhớ tụi nhỏ lắm. Gia đình anh con cũng về ăn Tết với mình. Thôi mẹ đi chợ mua nếp, lá, thịt về gói bánh chưng đây. Bố đã ra xe đợi mẹ rồi đó.

Thơ gác điện thoại lên giá, trong đầu hiện lên cảnh gia đình sum họp ăn Tết trong ba ngày nữa. Không gì vui hơn những tràng cười trong như pha lê của lũ cháu. Những đứa cháu nội, ngoại xinh xắn, đáng yêu. Nghĩ đến đây Thơ không thể ngăn được nụ cười hạnh phúc tươi như hoa nở trên môi. Trời lạnh dưới 0 độ, nhưng lòng nàng thấy ấm áp lạ lùng...

Tiểu Thu

Tháng 11-2021

TRANG CHÂU

BÓNG NGƯỜI TRONG HÀNH LANG

"Vì chậm trễ giấy tờ ở Bộ Nội Vụ nên khi tôi qua đến thành phố của xứ tuyết này, niên khóa ở Đại học Bách Khoa đã khai giảng được một tháng. Người quen, mà ba má tôi nhờ thuê giữ trước cho tôi một phòng nhỏ ở gần khu đại học, khi đón tôi ở phi trường mới cho tôi hay người chủ nhà đã cho sinh viên khác thuê vì đúng ngày hẹn tôi không có mặt để ký hợp đồng. Đã trễ niên học lại thêm chưa có chỗ ở chắc chắn nên đầu óc tôi khá căng thẳng. Tôi không mấy thoải mái được cho ở tạm nhà người quen của ba má tôi. Họ cho tôi ở một phòng ở tầng dưới nhà họ, nhà lại nằm xa khu đại học. Tôi phải dậy sớm, đổi hai chuyến buýt mới đến được trường. Nên ngoài việc phải bù đầu vào cập nhật bài vở của tháng trước, tôi còn phải dành thì giờ mua hai tờ nhật báo, đọc mục rao vặt, xem quanh khu đại học còn phòng nào trống để tìm thuê.

Sau cả tuần theo dõi, tìm kiếm, tôi thấy ở cuối con đường băng ngang lưng khu đại học còn một phòng cho thuê, tuy khá xa trường nhưng chỉ phải đi một chuyến buýt. Tôi gọi điện thoại lấy hẹn. Người gác dan, tên Luc, cho tôi một cái hẹn để gặp ông chủ nhà. Đúng hẹn tôi gặp ông André, chủ nhà, một người đàn ông đứng tuổi, lịch thiệp khiến tôi có cảm tình ngay. Ông André đưa tôi lên lầu trên xem phòng. Lên hết cầu thang gặp ngay phòng đầu tiên, là phòng ông André đăng báo cho mướn. Đi một khúc hành lang đến phòng thứ hai. Ông André nói phòng này dành cho con gái ông, hiện đang ở xa, thỉnh thoảng về thăm. Ở khoảng giữa hai phòng là một phòng toa lét nhỏ. Tôi hơi ngạc nhiên phòng cho thuê khá khang trang mà giá lại rẻ hơn so với căn phòng ba má tôi nhờ giữ trước đây. Tôi ký giấy mướn và chọn ngày dọn đến. Ra về tôi vui vì có được chỗ trọ tương đối dễ đi đến trường để yên tâm lo việc học. Tôi đón chiếc buýt chạy ngang lưng khu đại học đi thử, đi để tính xem mỗi bận đến trường mất bao nhiêu phút. Chiếc buýt ngừng sau lưng khu đại học ở trạm thứ năm. Mất 30 phút. Thời gian như thế sẽ vừa cho giờ đi đến trường hàng ngày suốt niên học của tôi.

Tôi chọn dọn đến ngày đầu tháng cho tiện việc trả tiền thuê hàng tháng. Dọn đến tôi mới biết ông André không ở ngôi nhà tôi thuê phòng. Vợ chồng ông và một người con trai ở một nơi khác. Ông chỉ đến nhà ban ngày vào một trong hai ngày cuối tuần. Anh Luc, người gác dan, là một thanh niên trẻ, ở một vuông nhà nhỏ phía sau ngôi nhà lớn. Ông André ăn nói nhỏ nhẹ, tính ân cần. Có lần ông ngỏ ý, nếu tôi muốn, buổi sáng tôi có thể ngồi uống cà phê ở phòng ăn thay vì uống ở trong phòng tôi. Khi có dịp gặp ông vào buổi sáng cuối tuần bao giờ ông cũng chào tôi bằng câu:

- Đêm qua cậu có ngủ ngon không?

Và lần nào cũng thế, tôi trả lời cám ơn và nói ngủ ngon. Nhưng thật tình khá nhiều đêm tôi trằn trọc. Tôi ra đi du học mà lòng rối bời vì tình hình bất ổn ở quê nhà. Gần cuối năm 1974, tin chiến sự ngày một bất lợi cho miền Nam. Ngoài lo lắng cho gia đình tôi, tôi còn lo lắng cho Cúc và gia đình nàng. Cúc là người yêu của tôi, vừa mới khăng khít nhau được hơn một năm. Mà vì tương lai sự nghiệp tôi đi du học với lời hứa hẹn, sau khi tốt nghiệp, sẽ về nước hỏi cưới nàng. Hình ảnh tôi mang theo trong mắt, trong tim là hình ảnh Cúc đứng dưới giàn hoa bí trong vườn nhà tôi, tay đưa ngang trán che chút nắng chiều còn đọng lại, mỉm cười nhìn tôi như chờ đợi sau khi tôi vụng về dứt lời tỏ tình. Nơi nụ cười hồn nhiên, dịu hiền ấy, nơi đôi môi tươi thắm ấy, tôi đã gởi nụ hôn nồng nàn nhất đời mình. Hương vị nụ hôn kia, giờ đây ngồi trong căn phòng nhỏ hẹp, vắng vẻ này tôi vẫn còn nghe thơm ấm ở đầu môi.

Tết năm đó gia đình tôi chuyển ngân thêm cho tôi khá nhiều tiền. Trong thư ba tôi dặn tôi gấp gấp gởi giấy bảo lãnh về cho gia đình phòng hờ cần đến khi có biến. Tôi cũng gởi thư cho Cúc dặn dò nàng gởi thư cho anh Kim, anh nàng đang du học ở Hoa Kỳ làm giấy bảo lãnh cho gia đình nàng. Nhưng ngày 30 tháng 4 năm 1975 ập đến quá nhanh. Mọi liên lạc bị cắt đứt. Trợ cấp học bổng của tôi cũng bị cúp. Tôi ngày đêm như ngồi trên đống lửa. Chỉ còn biết cầu nguyện cho mọi người được an lành dưới chế độ mới. Tôi gởi ba lá thư cho gia đình, hai lá cho Cúc. Không thấy bên nào hồi âm. Mãi đến sáu tháng sau tôi mới nhận được lá thư đầu tiên của ba tôi, vỏn vẹn có mấy dòng: "*Đất nước thống nhất rồi, cả nhà bình yên. Con lo học và ráng tự túc*". Nhận được thư nhà tôi vừa mừng vừa lo, mừng vì gia đình bình yên, lo vì biết từ nay tôi phải vừa kiếm sống vừa học. Số tiền gia đình tôi chuyển ngân trước đây chỉ có thể giúp tôi sống được một năm nếu tôi chỉ lo học mà không kiếm việc làm thêm. Rất may mắn tôi nhận được một công việc bán thời gian ở một phòng thí nghiệm. Nếu biết chắt chiu tôi sẽ đủ sống và tiếp tục học cho đến lúc ra trường.

Tôi vẫn không được tin tức gì về Cúc dù đã gởi thêm ba lá thư nữa về địa chỉ nhà nàng. Mãi đến đầu năm sau tôi mới nhận được thư Cúc. Cũng chỉ sơ lược mấy dòng: "*Anh yên tâm, đất nước thống nhất rồi. Gia đình em về quê góp tay sản xuất. Ba má em tính gởi em đến ở với anh Kim để đi học cho gần*". Ngoài phong bì có tên nhưng không có địa chỉ người gởi. Đọc câu cuối của Cúc tôi hiểu đó là câu mật báo gia đình nàng chuẩn bị cho nàng vượt biển. Tôi sống trong hy vọng lẫn phập phồng lo sợ cho ngày mai khi nghĩ đến dự định vượt biển của Cúc.

Làm trong phòng thí nghiệm tôi quen Daniel, anh học trên tôi một lớp. Khi biết chỗ ở của tôi một hôm Daniel bất ngờ hỏi tôi:

- Anh ở chỗ đó có nghe thấy gì lạ không?

Tôi trả lời không rồi thắc mắc với Daniel về câu hỏi của anh.

- Tôi nghe nói nhà đó có ma.

- Có ma?

- Ừ, từ khi cô con gái ông chủ nhà đó bị giết. Nghe nói cô ta hiện về hoài. Tôi có thằng bạn năm ngoái thuê ở đó, ở chưa được một tháng, bị quấy nhiễu, sợ quá phải dọn đi.

- Cô gái bị giết cách đây bao lâu?

- Hơn hai năm rồi.

- Bằng gì và ở đâu?

- Bằng súng, ở ngay trước nhà cô.

- Có bắt được thủ phạm không?

- Chưa. Cũng chưa có nghi phạm nào bị câu lưu để điều tra.

Cái tin Daniel cho biết nơi tôi đang ở có ma khiến tôi lấy làm lạ. Tôi ở đó hơn cả năm rồi mà có thấy gì khác thường đâu. Kể ra một đôi lần trong giấc ngủ chập chờn tôi có nghe vài ba tiếng động nhỏ ở phòng toa lét nhưng không hề thắc mắc. Có thể vì tâm trí tôi quá lo lắng chuyện bên nhà nên không chú ý gì khác. Từ khi nghe Daniel nói nhà tôi đang trọ có ma tôi đâm ra tò mò. Ý định đầu tiên của tôi là hỏi ông André, nhưng sau đó nghĩ lại tôi thấy hỏi như thế đường đột quá, không khéo làm mất lòng ông ấy. Ít nhất chính tôi phải có lý do để tin nhà có ma trước khi hỏi. Rồi tôi tự hỏi tôi có sợ ma không. Nói không sợ e không thật. Nhưng tôi rất muốn, dù hồi hộp, có dịp thấy ma để tin là có ma thật.

Một đêm, trong giấc ngủ chập chờn, tôi nghe tiếng động ở phòng toa lét. Tôi tỉnh giấc, rời giường ngủ, bước khẽ tới mở hé cửa phòng mình. Cửa phòng toa lét đóng kín nhưng bên trong tôi nghe một giọng đàn bà hát nho nhỏ: "*Que sera sera, what will be will be...*" Một bài hát xưa rất nổi tiếng của nữ danh ca Doris Day. Rồi một bóng trắng, không rõ mặt, thoát ra từ cửa phòng toa lét, xoay lưng đi về phía phòng mà ông André nói dành cho con gái ông. Bóng trắng đi xuyên qua cửa phòng và mất dạng. Tôi nghe tim mình đập mạnh nhưng đầu óc tôi tỉnh táo. Tôi có hồi hộp nhưng không sợ.

Tôi quyết định hỏi ông André để tìm hiểu thêm hiện tượng. Một sáng Chúa nhật, dậy muộn, vừa rời phòng xuống cầu thang, tôi gặp ông André cũng vừa mới tới. Vẫn lời hỏi thăm thường lệ của ông. Tôi chào lại ông rồi nói với vẻ mặt đăm chiêu:

- Tối hôm qua tôi nghe thấy một sự lạ.

Đang đi ông André khựng bước, mặt hơi tái đi. Ông không hỏi tôi sự lạ gì mà lại hỏi:

- Cậu nghe thấy mấy lần rồi?

- Dạ hai, cách nhau một tháng.

- Cậu có cảm thấy ái ngại không?

- Dạ không, nhưng tôi mong được biết rõ chuyện hơn.

- Ý của tôi là muốn biết những gì cậu nghe thấy có ảnh hưởng tới việc cậu ở đây không?

- Dạ không, tôi không có ý định thay đổi chỗ ở.

- Vậy tốt, mời cậu ra bàn ăn uống cà phê với tôi, ta sẽ nói chuyện tiếp. Vâng, con gái tôi hay hiện về nhà, nó nhớ phòng của nó.

Chờ cho tôi hớp xong hai ngụm cà phê, ông André mới cất tiếng, giọng từ tốn nhưng trầm buồn:

- Con gái tôi bị giết khi mới mười tám tuổi. Cho đến nay ban điều tra vẫn chưa tìm ra thủ phạm hay bắt giữ một nghi phạm nào. Vũ khí sát nhân cũng không tìm thấy. Họ chỉ có được đầu đạn đã phá nát mặt con gái tôi. Nó bị bắn ngay trước nhà mà người trong nhà lẫn hàng xóm không nghe tiếng súng. Hôm đó nó đi dự tiệc mừng sinh nhật của một cô bạn về, đậu xe trước nhà, vừa ra khỏi xe thì bị bắn. Ban điều tra nghi kẻ sát nhân đã dùng vũ khí có hãm thanh và phục sẵn đâu đó. Sự kiện tên sát nhân không bắn vào ngực hay bụng nạn nhân mà bắn vào mặt thể hiện sự hận thù cao độ. Ban điều tra nghiêng về một nguyên do tình cảm đã gây nên án mạng. Con gái tôi là đứa con ngoan, chăm học. Nó không có bạn trai, hay ít ra nó chưa cho tôi thấy nó có bạn trai. Con gái tôi tên Julie. Nay cậu biết chuyện mà vẫn không ái ngại, vẫn chọn tiếp tục ở lại thì tôi rất vui. Con gái tôi, bây giờ nó là gì đi nữa, tôi vẫn tin cái tâm nó tốt.

Thời gian tiếp theo, sau lần tâm sự của ông André, tôi tập dần cho tôi thói quen thôi không để ý đến tiếng động trong phòng toa lét nữa. Tôi nghĩ bóng ma đó không quấy phá, hăm dọa gì tôi. Nói như ông André nghĩ, con ông về vì nhớ phòng mình, thế thôi.

Thời tiết đang giữa hè, khí trời có ngày khá oi bức. Cái quạt máy nhỏ trong phòng, mở hết tốc lực cũng chỉ mang cho tôi một chút hơi mát. Ba đêm liền tôi nằm mơ thấy mình ngồi câu bên một bờ hồ nằm sát một sườn đồi thoai thoải. Chỗ tôi ngồi câu nằm dưới chân một cầu vồng cạn, bên kia cầu là một con suối khá rộng dốc nước, luồn qua vòm cầu, đổ vào hồ nằm phía bên này cầu. Hôm thứ Bảy ông André đến, tôi gặp ông, tả lại cái hồ, ngọn đồi và chiếc cầu vồng cạn rồi hỏi ông có biết tên hồ hay tên ngọn đồi không, và nếu có thì ở đâu, bao xa. Ông André nhìn tôi ngạc nhiên:

- Tôi nghĩ đó là hồ Sơn Thủy, lái xe chừng một tiếng là tới.

Rồi ông hạ giọng nói tiếp:

- Con Julie cũng hay đi câu cá. Đồ câu của nó tôi còn giữ trong kho. Cậu muốn đến đó câu cho biết thì lấy đồ câu của nó mà dùng. Hồ đó đặc biệt có cá chép, câu với mồi bắp chứ không bằng mồi giun như các thứ cá khác.

Nói xong, không cần biết tôi nhận lời hay thoái thác, ông André ra kho lục đem vào một hộp đồ câu và một cần câu.Rồi ông lấy giấy vẽ bảng chỉ đường đi đến hồ Sơn Thủy, chỉ chỗ vào mua giun và bắp hột nếu tôi muốn câu cá chép. Tôi chưa kịp trả lời là tôi không thể tới đó để câu, dù rất muốn, vì tôi không có xe hơi, thì ông André đã hỏi:

- Cậu có bằng lái xe không?

- Dạ có.

- Lấy xe của con Julie trong nhà xe mà lái, tôi cho mượn. Tôi giữ xe nó, để đó, làm kỷ niệm. Chìa khóa đây.

Quang cảnh hồ Sơn Thủy y hệt như tôi nhìn thấy trong ba giấc mơ. Nằm sát ở chân cầu vồng cạn có một tảng đá bằng, vuông vuông, khá tiện cho một hay hai người đứng hay ngồi câu.Tôi lách đám cỏ tới chiếm chỗ đó. Bây giờ khoảng hai giờ trưa. Chỉ có hai người ngồi câu dầm ở cái bến có một khúc cầu gỗ bắc ra. Nắng gay gắt nhưng có gió thoảng nên khí trời cũng dễ chịu. Tôi muốn câu cá chép nên lấy mấy hột bắp móc kín cả lưỡi câu rồi nhắm khoảng giữa mặt hồ, nơi tiếp giáp với dòng nước từ khe suối đổ ra, quăng mồi xong, ngồi đợi. Ông André cho biết muốn câu cá chép phải kiên nhẫn, có khi phải chờ cả tiếng cá mới cắn câu. Nhưng tôi không kiên nhẫn mấy, cứ mười lăm, hai mươi phút không thấy động tĩnh, tôi lại kéo mồi lên quăng đi nơi khác. Lần quăng cuối, vừa tung mồi thì một làn gió mạnh, bất thình lình thổi thốc từ lưng tôi ra phía trước, đẩy con mồi bay xa hơn chỗ tôi nhắm một chút. Một lát sau, cũng không thấy động tĩnh gì, tôi kéo mồi lên thì thấy khá nặng ở đầu cần. Nhưng tôi không nghĩ là cá cắn vì không nghe cá vùng vẫy. Tôi tiếp tục kéo, cho đến khi gần tới bờ thì thấy hiện ra một chùm rong lớn. Kéo chùm rong lên bờ, vừa mới bứt vất vài sợi, tôi khiếp hãi khi thấy lộ ra một khẩu súng ngắn có gắn ống hãm thanh dính đầy bùn. Tôi hoang mang tột độ. Sao lại có ba giấc mơ để đưa đến sự xuất hiện của khẩu súng này? Chợt nhớ đến cô gái tên Julie, tôi lạnh người khi nghĩ mình là người cô ấy chọn để giúp tìm kiếm hung thủ đã giết cô. Nhưng sao lại là tôi? Sao không phải là cha cô? Có phải tại tôi biết cô hiện về mà can đảm tiếp tục ở nên cô có cảm tình? Có phải cô không chọn cha cô vì ông bỏ cô đi ở nơi khác ? Và bây giờ tôi phải làm sao đây với khẩu súng "câu" được? Phải đem nộp cho sở cảnh sát để họ điều tra. Có thể đây là ý muốn của cô Julie. Nghĩ như thế tôi lấy lại được bình tĩnh. Tôi cắt dây câu, xách nguyên chùm rong cho vào túi plastic.

Viên cảnh sát tiếp tôi ban đầu cũng ngẩn ngơ rồi hoài nghi trước câu chuyện tôi "câu" được khẩu súng, tiếp sau đó biết thêm tôi đang ở trọ nhà của cô gái bị giết mà hồ sơ điều tra vẫn ở tình trạng mở. Tôi bỗng nhiên trở nên một đối tượng để họ chất vấn. Chỉ sau khi biết chắc tôi là một sinh viên du học mới sang họ mới tin lời tôi.

Họ cám ơn và để tôi ra về sau khi ghi hết chi tiết về tôi. Tôi chỉ xin họ đừng tiết lộ danh tánh tôi nếu cuộc điều tra có kết quả.

Báo chí và truyền hình của tỉnh bang dồn dập tin tức và hình ảnh về một thảm trạng mà thế giới vừa ngỡ ngàng nghe đến: Thảm trạng thuyền nhân. Tôi cũng lo lắng theo dõi và chờ đợi. Lo lắng cho gia đình, chờ đợi tin của Cúc. Thảm cảnh chìm ghe và nạn hải tặc làm tôi bồn chồn, ăn ngủ không yên. Một đài truyền hình tổ chức một buổi trực tuyến kéo dài 24 tiếng để gây quỹ giúp thành lập trại tị nạn đón thuyền nhân vào tỉnh bang. Tấm lòng nhân ái của người dân bản xứ khiến tôi xúc động đến nghẹn ngào. Tôi tích cực tham gia vào công việc tiếp đón và cứu trợ cùng với chút hy vọng mong manh biết thêm tin tức người thân của mình qua tiếp xúc với đồng bào tị nạn.

Một buổi sáng, mở cửa phòng, tôi thấy một chùm hoa cúc ai đặt ngay lối ra. Tôi run run cầm chùm hoa lên, những cánh hoa đã vàng héo. Ngoài anh gác dan Luc, người mà họa hoằn tôi mới gặp để chỉ đưa tay chào, đâu còn ai trong nhà này. Ông André thường cuối tuần mới tới. Hôm nay thứ ba. Dạo quanh vườn cũng không thấy nơi nào có trồng hoa cúc. Tôi vụt nghĩ người đem đặt hoa có lẽ là Julie, để báo tin trước, và với cánh hoa héo, có thể là một tin không vui. Thời gian tôi lo lắng không kéo dài vì trưa ngày hôm sau tôi nhận được điện tín của gia đình nàng: "*Em Cúc đã sum họp với anh Phú.*" Phú là viên đại úy, bạn của chú của Cúc, đã tử trận trong cuộc triệt thoái cao nguyên. Đọc qua dòng điện tín, tôi khuỵu người muốn xỉu, nước mắt ràn rụa. Như vậy Cúc đã chết trên đường vượt biển! Đắm ghe hay bị hải tặc giết? Với tôi bây giờ lý do cái chết đâu còn quan trọng, chỉ biết Cúc của tôi đã không đến được bờ tự do. Ước mong, chờ đợi một lá thư hay một điện tín của Cúc từ một trại tị nạn nào đó mà tôi ngày đêm trông ngóng sẽ không bao giờ có nữa! Tối hôm đó và còn bao nhiêu đêm khác, tôi đã ngồi hàng giờ nhìn ảnh Cúc, nước mắt chan hòa...

Sáu tháng sau lần tôi đến sở cảnh sát để nộp khẩu súng có hãm thanh, ban điều tra mở cuộc họp báo để thông báo bắt được thủ phạm giết cô Julie. Lý do hành động của hung thủ là để trả thù, anh ta cho đã bị Julie làm nhục trước đám đông khi bị Julie tát vào mặt trong đêm lửa trại của buổi họp mặt sinh viên liên tỉnh. Theo lời khai của hung thủ, y chỉ sơ ý chạm vào ngực Julie trong khi nhảy một vũ điệu tập thể. Tay sát thủ này ở một tỉnh bang khác. Ban điều tra chỉ tiết lộ nhờ tìm thấy vũ khí giết người nên lần ra được thủ phạm vụ án mạng. Ngay tối hôm đó tôi bị thức giấc vì tiếng động trong phòng toa lét. Tôi lại rời giường ngủ, hé cửa phòng, nhìn ra hành lang. Bên trong phòng toa lét có tiếng hát nho nhỏ: "*C'est ma vie, c'est ma vie, je n'y peux rien, c'est elle qui m'a choisi...*". Cũng một bài hát xưa nổi tiếng của Adamo. Rồi một cái bóng, không phải bóng trắng, mà là một bóng hồng, thoát ra đi dọc hành lang và biến qua cửa phòng của cô gái con ông André.

Sáng hôm sau, mở cửa phòng, tôi thấy một đóa hồng tươi nằm ngay cửa. Không còn nghi ngờ gì nữa, người gởi hoa cho tôi là Julie, hoa gởi như một lời cám ơn. Tôi còn năm cuối là ra trường. Dự tính ra trường, trở về nước hỏi cưới Cúc chỉ còn là mây khói; chờ đợi tin Cúc từ một trại tị nạn để tìm cách sum họp với nàng bây giờ là ảo tưởng. Sự nghiệp sắp thành nhưng hạnh phúc ước mơ tan biến.

Một sáng cuối tuần đầu thu, ông André ghé nhà, tay ôm một bó hoa. Ông mở cửa vào phòng của Julie. Chừng mười lăm phút sau ông trở ra. Ngang phòng tôi ông dừng lại, đúng lúc tôi cũng vừa từ phòng bước ra. Tôi chào ông, chờ đợi một câu hỏi.

- Chắc con Julie thôi không làm ông thức giấc nữa?

- Dạ, cũng hơn bốn tháng nay tôi ngủ yên.

- Tôi nghĩ Julie đã đổi chỗ ở. Tôi nghĩ nó đã quyết định đi xa, thật xa. Có thể nó sẽ không về lại nhà nữa.

- Sao ông nghĩ vậy?

- Tôi không thấy con gấu trắng để cạnh gối trên giường ngủ của nó nữa. Julie ngủ, lúc nào cũng ôm con gấu của nó. Nay nó mang con gấu đi tôi nghĩ nó muốn đổi chỗ ở. Tôi tin nó đã được toại nguyện. Nó không còn muốn vương víu gì đến người trần chúng ta nữa. Hôm nay sinh nhật ngày mất của nó, tôi đi thăm con tôi. Mộ nó ở nghĩa địa

Dốc Tuyết, cũng gần đây thôi, nằm cuối dãy B, cái bia màu xanh dương.

Đến khoảng trưa tự nhiên tôi nảy ra ý định đi thăm mộ Julie. Ý muốn gần như một thôi thúc khó hiểu. Chiếc buýt ngừng ở trạm dưới chân Dốc Tuyết.Trời hôm đó nắng dịu. Tôi ghé tiệm hoa mua một bó hoa cúc, lòng thầm nhủ vừa viếng mộ Julie vừa tưởng nhớ Cúc. Vào nghĩa địa tôi tìm dãy B, đi gần đến cuối đường thì nhận ra một bia mộ màu xanh dương. Đến nơi thấy một cô gái đứng trước mộ có vẻ như đang chờ ai. Tôi cất lời:

- Chào cô, tôi đến viếng mộ cô Julie Latendresse. Cô là...

Cô gái, tay che nắng, quay nhìn tôi, mỉm cười trả lời:

- Em là bạn thân của Julie.

Tôi sững sờ trước dung nhan cô bạn của Julie. Dù là người da trắng, cô gái có nét hao hao giống Cúc, giọng nói cũng hao hao giọng Cúc. Bàn tay che nắng, nụ cười mỉm sao giống hình ảnh Cúc hôm tôi tỏ tình với nàng. Tôi bạo dạn tự giới thiệu:

- Tôi là Vinh, sinh viên du học, tôi đang trọ ở nhà của Julie. Xin lỗi, quý danh cô là...

- Em tên Marguerite*"

Câu chuyện tình huyền bí của người đàn ông tên Vinh kể đến đây bất ngờ chấm dứt vì thình lình nhà bị cúp điện. Buổi họp mặt phải tan hàng sớm. Tôi không có dịp nghe anh Vinh kể tiếp câu chuyện về đời anh. Hay là anh kể một lần đó rồi thôi. Tôi chỉ nghe biết thêm, về sau ông André cho thuê luôn căn phòng dành cho con gái ông trước kia, người thuê không ai khác hơn là cô Marguerite. Sau khi ra trường, anh Vinh cưới cô Marguerite làm vợ. Một thời gian sau đó họ mua luôn ngôi nhà của ông André và sống với nhau rất hạnh phúc.

Trang Châu

Montréal 23/03/2021

*Marguerite= hoa Cúc

TRẦN C. TRÍ
GƯƠNG THỜI GIAN

"Có bao giờ anh đang ở một nơi mà không biết là mình đang ở đâu không?"–Em lơ đãng hỏi, tay vẫn thoăn thoắt xếp những cái áo, cái quần, nhét gọn gàng vào chiếc túi xách du lịch nhỏ. Anh không nói gì, vì biết đó là một câu hỏi không cần câu trả lời. Anh chỉ buồn buồn nhìn đôi bàn tay trắng nõn, mũm mĩm của em. Đôi bàn tay, và cả nguyên hình hài của em, mà anh lại sắp xa cách trong một tuần lễ tới. Đôi bàn tay không biết bao nhiêu lần anh đã đặt môi lên đó, rồi hít hà mùi thơm tự nhiên tỏa ra từ làn da mát rượi của em. Nhiều khi anh đã muốn đố em câu này, nhưng chưa bao giờ muốn nói ra, "Em có biết cái gì đã làm cho thân thể chúng ta tươi thắm và thơm ngát không?" Rồi anh tự thầm thì giải đáp, "Chính là linh hồn đó. Linh hồn đã tưới lên thân thể sự sống lung linh, và hương thơm ngào ngạt."

Và anh lẩn thẩn tự hỏi, không biết em đi nhiều hơn em về, hay em về nhiều hơn em đi. Anh cũng không biết ý nghĩ này làm anh nhớ tới hai câu hát, hay hai câu hát đó khiến anh có ý nghĩ này, *Em về với anh rồi mai lại đi, đường xa mang theo bao nhiêu tình ý.* Ồ, thật ra cách xưng hô trong bài hát đó là ngược lại, nhưng có hề gì, phải không? Vì có một nhạc sĩ nào đã viết *Nghìn thu anh là đã em rồi, và em trong muôn kiếp em đã ngồi ở anh.* Nếu em đã là anh, và anh đang là em, thì làm sao anh xa cách em được, làm sao anh mất em được. Phải không?

Anh thường nhắc nhở em điều này: Chúng mình đã dọn vào căn nhà này từ cuối thế kỷ trước. Anh thích cách suy nghĩ như vậy vì nó giúp khoác lên căn nhà một lớp áo cũ kỹ, nhưng óng ả, của thời gian. Anh thích ý nghĩ đó đến nỗi một hôm đã cặm cụi vẽ một bức tranh... không có hình ảnh, mà chỉ có bốn chữ thật lả lướt: *Căn Nhà Thời Gian*, với phông nhiều màu thật mờ nhạt, quyện vào nhau một cách hài hòa, nhuần nhuyễn. Rồi anh gắn vào bức tranh đó một cái cọc nhọn, đem ra cắm trước sân nhà, lẫn vào bụi hoa thạch thảo, vì lúc đó là mùa thu. Khi mùa đông đến, *Căn nhà Thời Gian* được bụi hoa thụy hương âu yếm vây quanh. Mùa xuân đến, bức tranh chữ của anh hân hoan khoác lên nét trẻ trung của bụi hoa anh thảo. Khi hạ về, hoa cẩm tú cầu mơn trớn bức tranh của anh. Em cũng thích bức tranh này như tác giả của nó. Em bảo nhờ nó mà em làm thêm một bài thơ mới về gương mặt của thời gian.

Có lần em đã hỏi anh, "Theo anh, khuôn mặt của thời gian là gì?" Như có một luồng điện êm dịu, tràn đầy cảm hứng chạy dài khắp cơ thể anh, anh khấp khởi đáp, "Ồ, nhiều lắm em ạ. Và tùy nơi, tùy lúc, tùy tâm trạng của mình nữa. Nhìn đâu chúng ta cũng thấy thời gian chung quanh ta đeo lên những khuôn mặt (hay mặt nạ?) thiên hình vạn trạng: cái đồng hồ, tấm lịch, nắng, mưa, hoa cỏ, bầu trời, những vì sao, và còn nhiều, nhiều nữa, phải không em?"
Cũng nhờ những bài thơ của em gợi hứng, anh đã vẽ nhiều bức tranh xuất thần. Anh bảo em, "Chắc chúng mình nên xuất bản một tuyển tập thi họa, trong đó mỗi bài thơ của em có kèm theo một bức tranh của anh, hẳn sẽ thích lắm, em há?" Em mỉm cười bảo, "Thơ em chỉ cần một độc giả, và tranh của anh cũng chỉ cần một khán giả, vậy là đủ rồi." Anh cũng cười theo, phụ họa, "Anh đâu có nói là mình sẽ in ra mấy trăm, mấy ngàn bản đâu. Mình chỉ in một bản duy nhất, theo kiểu POD đó mà. Anh thích cảm giác được cầm cuốn sách trong tay,

giở ra từng trang còn thơm mùi mực mới, và ngắm, nhìn, đọc, suy gẫm về từng bài thơ của em bên cạnh mỗi bức tranh của anh. Vậy thôi."

Xa lộ hôm nay khá vắng vẻ đối với ngày thứ Hai đầu tuần—"Chắc nhờ chúng ta đi sớm hơn thường lệ một tí,"—em bảo vậy. Đường đến phi trường sao mà ngắn ngủi. Một chốc nữa thôi, em sẽ lại ra khỏi xe, với tay lấy cái túi xách, vỗ nhẹ tay vào má anh một cái, dặn dò thật nhanh những câu mà anh đã nghe biết bao lần, "Thức ăn em đã xếp đâu đó vào tủ lạnh, anh nhớ lấy ra ăn. Buổi tối đừng thức khuya quá, và đừng quên uống sữa." Anh muốn khóc, nhưng cố làm ra vẻ can đảm, bặm môi lại. Tiếng Việt sao khó quá, anh không thể nói "Anh yêu em" một cách dễ dàng như câu "I love you." Thôi thì đành nói tiếng Anh vậy, rồi anh rồ máy cho xe chạy đi, trong lòng đã khắc khoải chờ lúc đón em về.

Xa lộ đã đông đúc hơn nhiều trên đường anh về lại nhà. Để hai tay hờ hững trên vô-lăng, anh bùi ngùi nhớ những lúc hỏi em, "Bộ em định tiếp tục công việc này hoài sao? Để cứ hai tuần ở nhà thì lại đi xa một tuần mãi như thế này hở?" Giữa hai chúng ta vẫn thường có những câu hỏi không có câu trả lời như thế. Những lúc đó, em thường hôn nhẹ lên tóc anh. Những nụ hôn của em thật hiếm hoi nên anh đã mềm lòng, quên mất mình vừa hỏi điều gì.

Cũng lạ, mỗi lần em vắng nhà, cố nhiên là anh nhớ em, nhưng đó cũng là những lúc anh cứ nghĩ đến Nam, một hình ảnh mà anh cố xua đuổi hoài không được. Mới đầu, Nam chỉ là một nhân vật qua những mẩu chuyện bất chợt em thường kể cho anh nghe. Không biết thật hư ra sao, nhưng dường như em cố tình thử xem anh có tí ti máu ghen tuông nào trong người anh hay không. Không bằng ngôn từ mà bằng cách khéo léo gợi trí tưởng tượng của anh—trí tưởng tượng của một họa sĩ—em làm cho anh có cảm tưởng là ngày xưa còn bé, giữa em với Nam có một mối tình thơ, rằng Nam thích em lắm, và em cũng có cảm tình với Nam không kém. Thế cũng có nghĩa rằng anh không phải là mối tình đầu của em. Vậy là anh quay quắt cả lên, và em phá ra cười thích thú. Mà anh cũng vô lý thật, vì trước khi gặp em, anh đã có một người khác. Cũng phải phục em vì cái tính "không thèm ghen." Em thường bảo, "Những người hay ghen tuông là thiếu tự tin. Ghen với quá khứ của một người là chuyện vô lý. Còn ghen với hiện tại thì... không sao, anh cứ thích ai khác đó thì thích, nhưng nhớ... đi luôn, đừng quay trở lại!" Vậy là đủ cho anh sợ, không dám nghĩ đến chuyện gì, chứ đừng nói tới là làm chuyện gì!

Nhưng một hôm, Nam đã bước ra khỏi những câu chuyện của em và trở thành một nhân vật ba chiều có thật, sống động hơn bao giờ. Bây giờ Nam đã có vợ con, sống ở một tiểu bang khác, và vừa nối lại liên lạc với hai cô bạn cũ ngày xưa cùng ở trong xóm. Một trong hai cô bạn đó là em. Thật ra, Nam liên lạc với cô này cốt để kết nối với cô kia, cho có vẻ tự nhiên một chút. Nam bảo là có dịp qua Cali, nhưng chỉ đi một mình vì vợ đang bận trông coi việc bán căn nhà bên New York để hai vợ chồng sẽ qua Colorado ở lúc về hưu. Anh chàng muốn gặp lại hai cô bạn cũ, nhưng anh biết rõ là để gặp lại em sau mấy mươi năm (và chắc cũng để biết mặt anh chàng nào đã có diễm phúc được hôn lên hai bàn tay thơm ngát của em, phải không?)

Ngày gặp mặt diễn ra tại nhà anh và em. Cô bạn đi với chồng, còn Nam solo đến với mọi người. Anh kín đáo quan sát người bạn cũ của em, thấy anh chàng này xúc động ra mặt, cứ luôn miệng nhắc mọi người phải chụp một tấm hình chung với nhau. Chắc anh chàng sợ quên chụp hình, về nhà không có gì xem lại, còn có hình thì mới có dịp close up đến người xưa, tha hồ ngắm nghía một mình mà không sợ ai dòm ngó.

Cả bọn nói chuyện rôm rả một lúc, chuyện cũ, chuyện mới, cũ nhiều hơn mới, vì càng ngày càng ít có chuyện gì mới. Rồi kéo nhau ra tiệm ăn. Không hiểu vì vô tình hay cố ý, anh được xếp ngồi cạnh Nam. Anh chàng này là nhạc sĩ dương cầm. Có đôi lần anh đã được em cho nghe vài bài của Nam thu lại. Anh chỉ là một học trò mới tập tễnh học đàn, nên anh chàng này chơi đàn thế nào cũng là quá hay đối với anh. Chuyện qua chuyện lại, anh thấy Nam cũng dễ mến. Chắc ngày xưa không có anh đến trong đời của em, chắc anh chàng này đã là anh. Và anh đã là anh của một em khác. Phải không?

Tại sao anh lại nghĩ đến Nam trong lúc này? Bây giờ em chắc đã ngồi trên máy bay, nhìn ra những tầng mây trắng nõn trên cao tít ngoài vuông cửa. Tim anh như thắt lại. Mắt anh cay cay, mũi anh cũng cay cay. Máy bay của em sẽ hạ cánh. Em sẽ rời khỏi phi trường trên một chiếc Uber. Em sẽ bước vào căn phòng khách sạn quen thuộc. Và em có sẽ nghĩ đến anh không? Hay là em sẽ quá bận bịu với những cuộc meeting, những presentation, những cú điện thoại, những giấy tờ, sổ sách? Đêm về em sẽ nằm trên chiếc giường trông ra những tòa building lung linh ánh đèn đêm của thành phố không bao giờ ngủ, không có anh hôn lên khắp người em, và thì thầm "Em thơm quá, em thơm quá!", để nhận ra rằng anh yêu em biết bao nhiêu. Tình yêu làm anh ứa nước mắt, chới với trong niềm tuyệt vọng không bao giờ thực sự sở hữu em, cũng như không bao giờ thực sự sở hữu bất cứ điều gì khác.

Anh sẽ về lại căn nhà thời gian của anh và em. Sẽ đi trên lối đi giữa hai bờ cỏ. Bây giờ là cuối thu. Những chùm thạch thảo cuối cùng vẫn tím ngắt theo hương thời gian. Rồi chúng sẽ nhường chỗ cho những đoá thụy hương màu hồng thắm khi mùa đông đến. Anh sẽ đẩy cánh cửa bước vào căn nhà giờ đây đã vắng lặng, rộng mênh mông vì em đi vắng. Nhưng mùi hương của em vẫn nồng nàn trong từng ngõ ngách của các căn phòng. Anh sẽ đi thẳng ra căn nhà nhỏ phía sau vườn, nơi anh dùng làm chỗ vẽ tranh. Anh sẽ bước vào căn phòng hăng hăng mùi sơn, lặng lẽ ngồi xuống trước bức tranh đang còn dở dang. Kỳ này anh vẽ thời gian với khuôn mặt của bốn mùa. Mỗi mùa được đánh dấu bằng một bụi hoa với sắc màu độc đáo. Anh Thảo. Cẩm Tú Cầu. Thạch Thảo. Thụy Hương. Mỗi loài hoa như một thiếu phụ yểu điệu thục nữ và thơm tho. Như em qua bốn mùa, cùng với mùi hương nồng bất tuyệt em dành cho riêng anh.

Anh sẽ châm một điếu thuốc bạc hà, rít một hơi thật sâu vào phổi, rồi phà khói ra, lại ứa nước mắt nhớ đến em. Điếu thuốc Kool phả vào trong anh một chút cay, một chút đắng, một chút mát lạnh, một chút ấm nồng. Rồi anh sẽ chợt nhớ đến những điếu thuốc sợi đen không đầu lọc, khói khét lẹt, xốc vào mũi, vào họng mà anh đã từng hút chung với đám bạn bè cách đây mấy mươi năm. Rồi anh lại nhớ đến mấy câu thơ tội nghiệp anh viết vào nhật ký:

những điếu thuốc Việt Nam
khói bám vàng hai phổi
cơn chán chường chín tới
mặt biển đục nỗi buồn

Thương những ngày ở Nha Trang quá đỗi. Những ngày anh đã có em. Hai đứa ngày nào cũng đi biển, vì em mê biển còn hơn mê anh. Cô con gái Sài Gòn ra Nha Trang đã phải lòng biển xanh và cát trắng. Có một hôm anh đang quay quắt trong cơn đau lịm người vì dời leo trên lưng; má bảo nếu dời chạy đúng một vòng trên người thì anh sẽ chết. Vậy mà anh vẫn cắn răng chở em trên chiếc xe đạp ra biển, ngồi trên bãi cát. Ngày đó chúng ta chưa nói yêu nhau, nhưng lúc nhờ một người chụp hình hai đứa, em đã âu yếm luồn tay em vào tay anh. Tấm hình hai đứa ngồi trên bãi biển, đến giờ anh vẫn còn giữ. Đố ai biết được lúc đó cơn đau đang hành hạ anh đến mức nào, vì anh vẫn mỉm cười bên em.

Nhưng anh chợt đổi ý, không đi ra nhà vẽ mà ghé vào phòng ngủ. Anh khựng lại ở khung cửa, trố mắt thấy em đang ngồi trên giường, đọc một cuốn sách. Anh lắp bắp, "Ủa, anh mới đưa em ra phi trường hồi nãy mà?" Em cười với anh, thật dịu dàng, rồi tiếp tục đọc. Anh để nguyên áo quần, ngả người xuống mặt nệm. Chiếc giường thêm êm ái vì có em bên cạnh. Anh không muốn thắc mắc gì nữa, lim dim hai mắt lại trong vài giây. Rồi anh mở choàng mắt, xoay qua em, giụi mặt vào vùng ngực mềm mại của em, háo hức tìm lại mùi hương quen thuộc. Em cũng hôn nhẹ lên tóc anh. Em biết không, lúc chúng ta thưởng thức mùi hương của nhau, chạm vào từng phân vuông da thịt tươi nồng của nhau, là lúc chúng ta nên hiểu rằng mình đang hôn lên linh hồn của nhau. Vì linh hồn vốn nuôi dưỡng thịt da. Và chúng ta phải cám ơn thời gian nữa. Vì ngay lúc này, và chỉ lúc này thôi, anh và em biết được rằng thời gian dành cho chúng ta vẫn còn đó. Khuôn mặt của thời gian trong khoảnh khắc này chính là khuôn mặt của mỗi chúng ta, đắm đuối nhìn nhau khi nào còn có thể.

Trần C. Trí

TRẦN GIA NAM
VÀO THÀNH

Chúng tôi vào đến ngã ba Cai Lang Đà Nẵng, đúng một giờ trưa, có lẽ không thừa, không thiếu phút nào. Cái đồng hồ một cửa sổ trên tay tôi, trơ mặt minh định nghiêm chỉnh như thế. Cái giờ lầm lỗi, vô trách nhiệm đó, nằm thiêm thiếp trong ngày hai mươi chín tháng ba, năm một ngàn chín trăm bảy mươi lăm. Một ngày có nắng rất mềm, có gió rất mỏng, nhưng bàng bạc trong không gian một mùi hương nước mắt. Cái ngày đã và sẽ có duyên với những dòng sử của địa phương Quảng Nam.

Ngồi trụ cứng trên đầu tăng T.54, mắt tôi lơ láo, dọc ngang nhìn. Một sợi bụi bay lồng lên, vô lối thoát, ngã ụp xuống vỡ vụn, lan tràn quanh chân trụ điện. Một luồng khói un nóng hai cánh mũi. Ủa không, hơi thở tôi. Sao thế này? Lòng tràn ứ những hồi hộp, lo sợ; những lâng lâng, lãng đãng; những nghẹn ngào bứt rứt, hồi hộp. Tâm dung tôi chẳng rõ nét nào. Vui, hình như có vui, buồn, hình như có buồn. Tôi sấp, tôi ngửa, tôi lửng lơ. Mắc xích của chiếc tăng nặng nề đè nghiến lên mặt đường, da thịt tôi như rách ra, rát rạt. Kéo lê từ ngã ba Cai Lang đổ vào Lý Thái Tổ, nối dài qua Hùng Vương, tôi tọa thiền với ngón tay trỏ phải nằm ngoan trên cò súng.

Nhạt nhòa, mơ hồ.

Hình như có rất nhiều tiếng gọi nhau. Tiếng còi thổi. Tiếng xe chạy. Phất phơ, trôi nổi những tảng màu đỏ ối; quàng quanh cổ, buộc ngang tay hồ hởi đến tội nghiệp. Tôi chợt nhớ trực quân ngụy đang tháo chạy. Chính quyền ngụy đang tan rã. Và trước mắt tôi, lạng quạng đám dân ngụy, đang kín đáo giấu nỗi run sợ, đang bày trò đón rước. Cuộc chiến dù trường kỳ đến đâu cũng phải có lúc tàn. Nhưng sao tàn lụn chớp nhoáng và tức tối đến thế này? Tôi là một người lính trong đoàn quân chiến thắng. Dẫu chiến thắng bằng cách nào cũng nên kiêu hãnh một chút, để trang điểm cho cái chính nghĩa, tuy có mà không, tuy không mà như có thật. Sao tôi bi quan? Rõ ràng cá nhân tôi, đang tiếp tục thua, thua to, thua đậm.

Tăng dừng giữa một ngã tư. Chợ Cồn trụi lủi đón chúng tôi bằng một xác người nằm trên hè phố. Ruồi nhặng, bã mía, rác rưới, tự do, ngổn ngang. Tăng đè lên một đoạn ngắn đường sắt, vượt chậm qua một quán sách, có lẽ. Bởi tôi thấy, sách báo bừa bãi, la liệt phơi trần từ mép lề đường vào sâu hút lòng nền nhà. Một luồng nhức nhối xốn xang khoan vào mắt tôi, nhói buốt vào tận mạch máu tim. Tưởng chừng như ngộp thở, tôi nín hơi, hít vào rồi thở ra. Đầu óc tôi nhốn nháo những nhân dạng đi, đứng, nói, cười, than thở. Tôi nghe rất rõ những tiếng khóc của hàng ngàn nhân vật đang bị bứng ra khỏi thế giới tri thức huyền nhiệm. Rồi đây tất cả sẽ bị hỏa thiêu cuồng bạo. Tôi xuôi tay bất lực, lòng nhão ra như lá cờ vàng ba sọc đỏ, đang nằm xụi lơ trên bậc thềm gạch hoa. Tôi không thể không xót xa nhìn. Màu vàng sang cả với gọi. Một tảng đất của quê hương với ba đường gân máu đỏ; giản dị nhưng đầy kỳ bí, đã thầm kín cù rủ tôi từ bao nhiêu năm nay. Cơ hội chờ đợi để xoay mình khi cuộc đời nhồi nặn đủ trí khôn, bỗng dưng không còn nữa. Có ân hận cũng muộn màng. Hình như tôi lại thở ra, rất nhẹ.

Đoàn T.54 của chúng tôi đè nghiến một con đường chạy song song với một dòng sông rộng. Bên kia sông lố nhố nóc nhà. Một dãy núi trải dài phía sau. Núi xanh lắm. Núi đang cõng một chùm mây trắng nõn trên lưng. Mây nhúc nhích dịu dàng, tượng hình đổi dạng. Đường chân trời bao bọc, bao dung. Có lắm con chim đang bay. Không biết có con nào đang hót không, nhưng rõ ràng tôi nghe thấy những liên khúc ngậm ngùi. Thêm một xác đàn ông nằm chỏng mặt lên trời. Đây là kho gạo đường Nguyễn Du. Rất vô tình, tôi ngước mặt nhìn lên. Vành nón tai bèo mềm xụi, đóng sập một ánh nhìn. Trời vẫn xanh. Một vệt khói của đường bay B52 đọng lại, xa cách nghìn trùng.

Mỏi tê một bên đùi, tôi đổi thế ngồi; nghe rất rõ nhịp máu chảy dưới mông. Với mười chín mùa xuân, da thịt tôi tươi mát dù chế độ bồi dưỡng có tằn tiện, khiêm nhường. Tôi nhìn bàn tay mình; nhìn từng ngón tay, suy nghĩ, hồi tưởng. Chắc chắn là chưa bắn ai. Nhưng chắc gì không có người ngã gục trong những lần tôi bóp cò loạn xạ, vô tri ngoài mặt trận? Tôi là một người lính, một người lính trận đàng hoàng, có súng, có dao, nhưng tâm phật, khẩu xà. Tôi thích văng tục, tôi thích chửi thề nhưng tôi hiền khô. Cái miệng của tôi dùng để cười nhiều hơn để nói. Nhưng cái buồn cứ ứ trong lòng ngày một đầy. Anh chưa thấy tôi cười? Dễ thôi, hãy nhìn tôi, đôi mắt dịu dàng một chút xíu. Thấy chưa, đâu phải cán binh nào cũng môi thâm răng vẩu. Một phần ngàn là cùng. Nhan sắc Việt Nam miền nào không na ná như nhau. Rào cản chính trị chẳng lẽ tồn tại mãi? Soi đi anh, lòng nhau. Yêu đất nước này, thương dân tộc mình. Tôi là một cán binh mang sao trên mũ, nhưng mang tình người trong trái tim. Anh tiến, tôi lùi. Anh lùi, tôi tiến. Đều nhận lệnh trên cả thôi. Giết nhau để cùng bảo vệ một sông núi?

Tôi xàm xàm suy tưởng, một lối chơi để tự đánh lừa mình trước những ngoại cảnh bất ưng. Nhưng bỗng một giọng nói đã đẩy tôi lại với cái xế chiều hăm chín tháng ba.

- Chú bộ đội, khát nước không? Uống lon đá lạnh cho mát nghe?

Thêm một bà mẹ của chiến khu? Tôi nhìn người đàn bà đang ở tuổi tứ tuần, có lẽ. Quân lệnh nghiêm cấm quan hệ linh tinh với dân ngụy. Tôi ngậm câm, lòng vô cùng áy náy trước sự hụt chân dù rất có thể chỉ đóng kịch của một người dân thuộc vùng vừa được "giải phóng".

Đêm bình yên đầu tiên ngủ trên đất địch, cũng là đất quê nhà, tôi không tài nào nhắm mắt. Chiến thắng của ba dòng thác cách mạng, hay mười đại dương cách mạng, đối với tôi đều vô nghĩa. Dù sao, tôi cũng cảm thấy mình chợt được thảnh thơi. Rồi đây tôi sẽ về thăm lại chị Cả, người thân duy nhất còn sót lại của tôi. Rồi lấy vợ, sinh con. Rồi nuôi gà, nuôi vịt. Hình ảnh một ngày mai tốt đẹp, sáng sủa cứ quẫy đạp trong lòng. Nằm gối tay, mở mắt chiêm bao để rồi ngậm ngùi nhớ thằng bạn vừa mới xuôi tay. Hắn quả là vô phúc, chết lãng xẹt, đúng vào cái thời điểm không giờ của ngày hăm chín tháng ba. Giá hắn đừng chột dạ bất ngờ, thì đâu có chuyện nửa đêm mò đi đại tiện để dẫm phải mìn của một đơn vị bạn di chuyển quên tháo gỡ. Giờ này, hậu cần đã giải quyết sạch sẽ phần thi thể còn sót lại của hắn. Không cha mẹ, anh em, không nhà cửa; Quách Đại Phúc, từ lâu đã cải tên mình thành Quách Vô Phúc. Với nhan sắc dưới trung bình chút đỉnh. Phúc chỉ có một nhúm kiến thức đủ để đọc những thông báo, nhật lệnh. Đánh giặc rần rần mấy năm liền mà chưa hề biết đến mùi đàn bà. Một lần nọ, lấp ló ở tuổi mười tám, nhân đóng chốt dưỡng quân ở một xóm mồ côi, Phúc hữu duyên được một em du kích địa phương động tình, sẵn sàng ủng hộ. Qua cái đêm nhớ đời, Phúc gặp tôi, không vui mà xụi lơ. Tôi đùa:

- Cu cậu khi hôm thu hoạch ra sao mà phờ người đến thế?

Phúc trề môi, ấm ức:

- Mẹ kiếp, xui thiệt. Đâu có mần ăn được cái chi.

Tôi ngạc nhiên, tò mò:

- Sao? Em đổi ý không chịu cho?

Phúc bực dọc lắc đầu:

- Đâu có, tại mình cả thôi.

Thì ra anh chàng bộp chộp, thiếu kinh nghiệm lại quá dồi dào tinh lực. Phúc kể:

- Ả nằm tênh hênh trong bóng đêm. Mu vun cả bụm tay, phải cái lông nhiều quá. Mình cứ thẳng góc 90 độ lui xuống, trúng phải lông, rát rạt, rồi thì ọc. Ả xô ra; đâu kịp thấy cửa mình cửa đầu gì đâu, bực thiệt.

Sau cái lần đã đời mà thật sự chưa mở mắt đó, Phúc như lớn vụt lên. Di chuyển, hành quân đến đâu, hắn cũng để tâm săn bắt. Tiếc rằng cho mãi đến ngày hy sinh, Phúc vẫn chưa được gặp thêm một em hảo tâm nào khác. Mấy chị hộ lý của đơn vị thì hầu hết đã quá lứa, không hạp nhãn của hắn. Tôi biết, thỉnh thoảng anh chàng có thủ dâm, nhờ một lần hắn vụng về, làm trầy cả da quy đầu, buộc phải tham khảo ý kiến của tôi.

Tình cảm và tình dục của bạn tôi đại khái như thế. Riêng tôi, khá hơn không? Một cái xao động bất ngờ rồi cũng qua theo mức độ gia tăng của cuộc chiến. May mắn tôi biết yêu và được yêu. Người yêu của tôi có đủ hồng diện lẫn trường túc, có cả tâm hồn ca dao. Ngồi bên em, tôi cứ tưởng mình là ông Xuân Diệu của thời tiền chiến. Đến nỗi có lần tôi đâm giận ông khan, bởi vì những gì tôi suy nghĩ, định viết tặng em, thì ông đều đã viết cả. Có lần tôi lại xót xa tiếc hộ cho ông đã bỏ qua con đường ông đã đi, quê cho tôi. Chẳng qua đều do thời thế cả. Người yêu của tôi còn thuộc được nhiều thơ, em đọc cho tôi nghe nhiều bài, nhưng tôi nhớ nhất mấy câu của Nguyễn Bính:

...

Sao đặc trời sao sáng suốt đêm
Sao đêm chung sáng chẳng chia miền

Trời còn có bữa sao quên mọc
Tôi chẳng đêm nào chẳng nhớ em.

Thơ nhờ thơ, những cuộc băng rừng vượt núi như có phần nhẹ ra. Đêm nay, nằm gối tay, gối phải vết cày thành sẹo trên da thịt mình, tôi chợt trôi nổi trong nhớ nhung. Những thôn làng đã đi qua. Những sườn đồi đã dừng lại. Những đôi mắt, những bàn tay, những nụ cười, những giọng nấc... Hình ảnh nào cũng mở ra những ngăn đầy ắp kỷ niệm buồn vui. Đời lính trận lộng lẫy giàu có. Anh chẳng tin sao? Anh đã có chưa những đêm mê man ngủ trong chuồng bò, chuồng trâu, quờ tay thăm chừng cây súng, đụng phải đống phân còn nóng hổi, để tình cờ nhận ra thêm một mùi hương trong cuộc sống. Anh đã có chưa bụm nước vốc lên từ một lòng khe đầy lá mục ? Nước quấn quíu trong lòng bàn tay như muốn tháo chạy lấp lánh những lân tinh. Anh đã thử qua chưa, nhoài tay bứt lá cỏ để cầm dòng máu mình mà phát hiện ra một tảng màu sắc mới. Còn biết bao nhiêu thứ hiếm quý khác. Nếu cứ vẩn vơ, vẽ vời, giới thiệu, chắc sẽ không cùng.

Đêm, đêm xám sạm mênh mông. Trời chợt vãi những hạt mưa. Trong hàng hiên của một dãy doanh trại quân ngụy bỏ lại, tôi lần tay mở một đầu buộc võng, để nhích vào bên trong, gió tạt ướt một đóm da, tôi rùng mình, tưởng như vừa trúng đạn, ngã chênh vênh trên cái buồn bao dung.

Thôi cũng qua một thời
Rồi cũng qua một đời
Tôi thở ra? đâu có
Đêm thở ra? đâu biết.
Mưa sợi ngắn, sợi dài, sợi mù rối, giăng giăng.

Trần Gia Nam

** truyện này đã được nhà văn Nguyễn Sao Mai chuyển sang Anh ngữ, đăng trên tạp chí The Writers Post năm 1999.*

TRẦN HẠ VI

LI LA DO

Như thông lệ, sau khi ăn sáng, nàng uống một ly trà sữa. Và năm viên thuốc màu trắng. Hai viên con nhộng nhỏ. Ba viên hình ngũ giác. Thuốc điều chỉnh tâm trạng. Thuốc chống trầm cảm. Thuốc ngăn chặn những xung động cảm xúc dẫn truyền qua những xì-náp thần kinh nhỏ li ti chi chít trong đại não. Hai viên Do. Ba viên La. Nàng cười cười, sáng nào cũng uống DoLa, cùng âm với Dollar, chỉ có điều những đồng Dollar Mỹ màu xanh biếc lấp lánh tỏa ra mùi tiền, mùi xa hoa hưởng thụ. Do-La của nàng màu trắng, không có mùi tiền, chúng lạnh lẽo vô hồn. Dollar mang đến cho người ta sự an tâm vật chất, Do-La mang đến cho nàng 'cuộc sống bình thường' và đồng thời, những cuộc phiêu lưu dài vô tận.

Nàng quen, và cần những viên thuốc điều chỉnh mood như thế. Để có thể hoạt động bình thường. Để có thể có cảm giác bình thường. Như bị ghiền. Không lên đồng bay bay như ma túy, nhưng riết róng trong máu không bỏ được. Như những người tình chung thủy, không thể vắng mặt, không thể đuổi xua. Mỗi lần thử từ bỏ chúng, cơn bất ổn đánh nàng gục ngay từ ngưỡng cửa, nàng bấn loạn, khóc như chưa bao giờ được khóc. Than trời trách đất, kề con dao lên cổ tay, mua một đống thuốc về phòng đóng cửa âm thầm lập mưu tự tử. Mọi người an ủi nàng. Vô dụng. Con gái van xin nàng. Vô dụng. Trong thẳm sâu tận cùng tuyệt vọng, nàng lết đến gần những người tình của mình. Và lần nào cũng thế, bằng đôi tay khi lạnh lùng hờ hững khi riết róng trườn trên thân thể nàng như những con rắn nước, xâm nhập lục phủ ngũ tạng và thẩm thấu giác quan nàng như mưa rả rích thấm vào lòng đất mềm, chúng dần dần mang trả lại cuộc sống bình ổn cho nàng. Với một cái giá phải trả, sự lệ thuộc, sự nô lệ, ở một mức độ nào đó. Và những đánh đổi khác. Nàng không lối thoát. Nàng hoang mang, tuyệt vọng. Nhưng nàng vẫn phải sống.

Trước đây, người tình chung thủy của nàng là Li, không phải La. Như số mệnh được vạch ra trong chỉ tay nàng là phải muôn đời thủy chung với màu bệnh viện, màu trắng, Li cũng màu trắng, viên tròn phốp pháp, có một gạch chia ở giữa bụng. Li hay dùng đôi bàn tay trắng nhợt, cũng phốp pháp mân mê xoa xoa lên bụng nàng, nhấn giữa cuống rún hõm sâu, quặn lên những cơn đau nho nhỏ, âm ỉ. "Anh đừng làm đau em!". Bác sĩ, sau khi biết chuyện, cho nàng những viên Li "slow release" (thuốc giải phóng chậm). Li không làm đau nàng nữa, âu yếm ôm hôn nàng, mỗi ngày hai lần, thành quen. Không thể thiếu. Li bọc nàng trong một cái màng mỏng, trong suốt, lờ mờ, lù mù. Một cái màng zombie-like, tức là, lọc đi rất nhiều cảm xúc, nàng trở nên lờ rờ chậm chạp như những xác chết biết đi trong những bộ phim kinh dị rất thường thấy của phương Tây. Li cho nàng cảm giác lơ mơ uể oải trễ nãi lười biếng. Li buộc trói cảm xúc nàng, và nàng gần như không bao giờ biết sợ. Ngày con nàng nổi mẩn đỏ đầy cánh tay chỉ sau khi sinh một tuần, chồng nàng hốt hoảng rụng rời, lái xe run tay trên đường chở con đến bệnh viện, nàng điềm tĩnh lạnh lùng dường như không chút cảm xúc. Li thầm thì vào tai nàng "Đừng lo! Không sao đâu!". Mỗi ngày, Li thích chơi đùa nói chuyện với nàng gần

3 đến 4 giờ, đưa nàng vào cảm giác mơ màng mụ mị rồi mới thả ra cho nàng làm việc. Còn chuyện yêu đương, Li thường đến với nàng mỗi tháng, sau này thường hơn, mỗi hai tuần một lần, thả đôi bàn tay trắng nhợt vào âm đạo nàng, lại quặn lên những cơn đau rát, sau một vài lần đê mê. Không hẳn là một người tình bạo lực, nhưng Li chưa bao giờ để ý đến cảm xúc của nàng. Có nhiều lần nàng thống thiết van cầu Li buông tha, Li không mủi lòng. Li sở hữu nàng trong những ngày đó, đẩy chồng nàng ra thật xa. Người chồng yêu thương vợ hết lòng và không bao giờ đủ can đảm nhìn nàng khóc chỉ có thể tự âm thầm thỏa mãn, để cô vợ ngủ yên sau những giờ vật vã với người tình. Họ vẫn sống, cuộc tình tay ba song song tồn tại trong ngôi nhà nhỏ.

Li, thích nàng phốp pháp giống như hắn, khuyến khích nàng ăn. Rất nhiều. Li giữ nước cho nàng, tiếp nước cho nàng. Và nàng mập lên nhanh chóng. "Không sao, anh vẫn yêu em mà!", Li thầm thì vào tai nàng. "Em mập lên càng có nhiều da thịt cho anh yêu". Mù mờ, mụ mị, nàng nghe lời, và dựa vào Li. Cũng không còn chọn lựa nào khác. Li cho nàng an ổn, cho nàng vô lo. Bỏ Li rồi, những cơn trầm cảm, những bấn loạn cảm xúc bộc phát bùng nổ và dữ dội sẽ trở lại. Nàng chấp nhận, một hiện thực không phải hoàn toàn tươi sáng nhưng khả dĩ.

Li, trong những phút rộng rãi của hắn, cũng cho nàng một chút ân huệ. Nàng thích viết, nàng thích văn thơ. Li cho nàng viết. Nàng thích phiêu lưu tình ái ảo tưởng. Li cho nàng phiêu lưu. Cái vòng bảo vệ của Li cho phép nàng chơi đùa với cảm xúc của mình vì tất cả những đau khổ đã được lọc bớt, giảm dần. Thậm chí, những giày vò của Li với nàng cũng giúp nàng viết được những bài thơ, khi thì đau đớn chịu đựng, khi thì sâu sắc bản lĩnh hơn người. Nàng mấp máy môi khi hôn hắn, say đắm: "Em yêu anh, Li. Anh cho em sự sống một lần nữa." Và nàng cứ nghĩ mình sẽ ở cạnh Li mãi mãi.

Nhưng bộ mặt thật của Li dần dần bộc lộ theo năm tháng. Ngoài việc hành hạ nàng mỗi tháng, mỗi hai tuần, mỗi tuần, Li còn muốn hủy diệt nàng, để nàng là của hắn, vĩnh viễn. Từ từ, chầm chậm, ngày qua ngày, những ngón tay uốn éo của Li mân mê vùng cổ nàng,

chui sâu qua lớp da nhợt mỏng manh vò nắn, bóp lấy cánh bướm nhỏ phập phồng giữa cổ, siết chặt. Tuyến giáp. Li thích nó. Hắn thích mang nó theo. Li cấy vào đó một cái mầm màu trắng. Từ đó, mọc ra K, vốn luôn là đại diện tử thần. K âm thầm lớn, âm thầm sinh sôi, âm thầm lan tỏa. Nàng không hay biết. Nàng cứ tưởng Li chỉ chơi đùa. Li không bao giờ nói gì về sở thích chết người của hắn. Khuôn mặt thật chết chóc ẩn tàng đằng sau vẻ ngoài phốp pháp ấm áp. Nếu không có một biến cố đột ngột trong đời, có lẽ Li đã thực sự đưa được nàng về cõi vĩnh hằng với hắn. Nhưng, nàng đã được cứu rỗi. Mình có tu, chỉ tay mình có sinh tạo đôi, nàng nghĩ.
Giãy được K ra, nàng cũng đánh mất đi cánh bướm đời mình. 21.3 gram. Cái giá phải trả cho một cuộc tình mười năm. Nàng khóc. Nước mắt. Như mưa. Đẫm ướt cuộc đời. Không vụng trộm như những ân ái với Li, nàng đã có một lý do rất chính đáng để khóc. Để than vãn. Và tiễn Li ra khỏi cửa, sau khi bộ mặt thật của hắn đã bộc lộ.

Vật vã. Đau đớn. Vật lộn trong những tháng ngày thiếu Li. Nàng nghĩ, giá mà mình có thể một lần nữa, được sờ vào khuôn ngực lạnh lẽo trắng như cẩm thạch ấy, cảm thấy những ngón tay trắng uốn éo như rắn ấy bò lên người, đê mê, bỏng rát, ngứa ngáy, rồi giải phóng, an ổn, ấm áp, yên lòng. Trong những đêm dài đau xót nàng sờ soạng khắp cơ thể mình, cảm thấy ngay cả một chút hứng khởi cũng không có. Trầm buồn. Một vòng xoáy trôn ốc kéo xuống vực. Lại muốn chết. Muốn tự tử. Và trong những ngày u ám đó, La mở vòng tay đón nàng.

La, ngay từ đầu, đã bảo "Anh chỉ làm cho em bớt buồn. Em điên lên thì liệu mà đi tìm người khác, anh không chứa". La, lạnh lùng và hờ hững, không hề giả vờ ấm nóng che chở. La, lúc mới đến, chỉ cho nàng từng chút nhỏ quan tâm, khi đã yên tâm nàng yêu hắn thật nhiều thì La mới che chở nàng. Hắn yêu nàng cũng nồng nàn hoang dại không kém Li. Vầy vò, đâm thọc. Những ngón tay gân guốc đầy móng sắc chạy khắp chiếc eo thon, bờ lưng nhỏ, cào cấu nàng trong những cơn mê đắm hoang dại. Lần nào ân ái với La, người nàng cũng sần sùi đỏ. Rash. La cười, hắn thích để lại dấu vết sở hữu trên những người yêu của hắn. Nhưng trong vòng ôm của La, nàng lại được là chính mình. La trả lại cho nàng những cảm xúc thật, điều mà nàng ngỡ đã vĩnh viễn mất đi với Li. Không màu mè, không có cái vòng mụ mị an toàn như Li. Rất sắc lạnh, đôi khi tàn nhẫn. Có lần nàng đang loay hoay làm việc bỗng nhận một cái tát như trời giáng của La vì đã quên hôn hắn. Nàng khóc, sướt mướt, đau đớn. Rồi phải đẩy cơn buồn bực đi, lại cố gắng làm việc. La cười trâng tráo "Thấy không, em đã tốt lên bao nhiêu. Chuyện gì em cũng chịu được. Anh phải tập cho em làm quen với cuộc sống thật như thế." La đổi tính luôn luôn luôn. Với La, nàng hoàn toàn không biết được ngày mai sẽ như thế nào. Cuộc sống của nàng, mood của nàng, bây giờ, được tính theo ngày. Theo buổi. Theo giờ. Vẫn không có cách nào khác, nàng tập thích ứng, tập chống chọi.

La ích kỷ hơn Li. Hắn không muốn nàng viết. "Văn chương chỉ tổ làm hư người, hãy quan tâm vào cuộc sống thực tế, đặt bát cơm lên bàn ăn mỗi ngày", hắn nói. Thấy nàng hăm hở chuyện trò với một đám văn sĩ, già có trẻ có, hắn nắm tóc xồng xộc kéo nàng về. "Không viết. Không thơ thẩn. Không chuyện trò với ai cả." La tống cho nàng một đống nghĩa vụ trong gia đình bên cạnh việc phải chăm sóc và phục vụ hắn. Bơ phờ, xác xơ, nàng vẫn phải ở bên cạnh hắn, đấng cứu rỗi của nàng. Nàng, cần lắm, những phút mê đắm. Nàng, cần lắm, những ổn định trong vòng tay che chở sắc lạnh của hắn. Thi thoảng, những khi La ngủ, nàng vẫn cầm bút, vụng trộm viết một cái gì đó, vụng trộm đi mua phong bì, dán tem, gửi đi, vụng trộm nhìn những bài viết của mình được đăng trên báo. Rồi cất vào ngăn kéo sâu nhất, tất tả khoác lên tấm áo hiền đức nội trợ chăm làm thường ngày của mình. Và yêu La.

Sẽ là thiếu sót nếu chúng ta không kể đến Do, người bạn thân thiết dài lâu của nàng. Do, có được định nghĩa là người tình không thì nàng không biết. Do thân với nàng hơn bạn, nhưng lại chưa đủ gần để được định nghĩa là người tình. Do chỉ hôn nàng, ve vuốt bộ ngực nàng, và say mê ngậm hai đầu vú nho nhỏ hồng hồng của nàng đến cương cứng. "Chúng ta chỉ là bạn", mỗi khi thỏa mãn, Do lại nói thế, và xoa đầu nàng. Do rất thích gặm mút ngón tay, ngón chân của nàng, nhưng không bao giờ chạm vào vùng kín của nàng. "Chúng ta chỉ là bạn", hắn nhắc lại. Rồi lại cắm cúi trên bộ ngực nàng. Nàng không sợ Do. Nàng không có ám ảnh với Do như với Li và La. Lúc nào nàng cũng có cảm giác Do giúp nàng. Do chinh phục nàng vì cái vẻ hiền lành dễ mến dễ gần của hắn. Đến gần Do, bao giờ nàng cũng cảm thấy tỉnh táo. An tâm. Không mụ mị. Hắn giúp nàng đọc những trang báo tiếng La-tinh, hắn giúp nàng giải những phương trình toán học rắc rối, hắn giúp nàng biết phải trả lời những câu hỏi hóc búa của sếp như thế nào. Hắn đến thăm nàng thường xuyên, nhưng không bao giờ ngủ lại. Có lẽ, hắn không muốn một cuộc chung đụng tay ba tay tư chăng. Nàng không rõ.

Li, ngày đó, và La, bây giờ, đều biết về sự hiện diện của Do. Li ghen tuông hơn, Li hay nói mát mẻ và tìm cớ kết thúc sớm cuộc viếng thăm của Do. La, ngược lại, còn hào hứng chào mừng Do đến chơi vì hai người có cùng sở thích và có thể hàn huyên mấy tiếng đồng hồ. Cũng có thể, vì Do đã là một mối quan hệ sâu sắc được thiết lập bền vững trong đời nàng khi La bước vào, nên hắn không hề đố kỵ và tìm cách xua đuổi Do.

Do, cũng không thích nàng quen thêm nhiều người khác. Hắn đồng ý với La là nàng không nên viết nhiều, không nên chơi với đám văn sĩ cò con vĩ cuồng kia. Do thích nàng có một bộ mặt lạnh lùng, một trái tim sắt đá và một đầu óc tinh tường. "Tính hiệu quả, là điều quan trọng nhất, trong tất cả những việc em làm." Do luôn nhắc đi nhắc lại với nàng như thế. Có những khi nàng hơi sợ Do. Nàng cảm thấy bên cạnh hắn, nàng như người máy. Những lúc đó nàng lại lẳng lặng trốn Do và không gặp mặt mỗi khi hắn tìm đến. Không có Do, nàng sẽ thả hồn mơ mộng. Không có Do, nàng sẽ ngập tràn cảm xúc, lãng mạn yêu đương. Không có Do. Không với Do.

Đêm nay, sau khi chồng con yên giấc ở phòng ngủ, tìm cho La một bộ phim trinh thám giết người như ý hắn, và biết chắc Do không ghé thăm, nàng háo hức giở một tờ tạp chí mới vừa nhận được. Một người bạn văn mới gởi cho nàng, trong một phong bì giấy cứng. Tờ tạp chí chưa ráo mực, nội dung rất mới, tân kỳ, sáng tạo. Trong lời tòa soạn, sau những phát biểu về tình hình khó khăn nhàm chán của văn giới hiện tại, tạp chí bày tỏ mong muốn tìm những tác phẩm "tràn viền", những sáng tác khi con người ta vô thức, chênh chao, bất ổn. Họ muốn những cuộc phiêu lưu, có thể là có thật, có thể là giữa cơn mơ, có thể là tưởng tượng. Những cơn điên ngắn. Chợt nàng cảm thấy buồn cười. Nàng không dám cười to, sợ chồng con thức giấc, sợ đánh động La ở phòng khách. Họ đi tìm ảo tưởng, tìm cơn điên ngắn ở những người bình thường. Còn nàng? Nàng có quá nhiều cơn điên dài. Có quá nhiều thuốc thang. Vô vàn phiêu lưu. Ngập tràn ảo tưởng. Con người nàng, lúc nào chẳng chực tràn viền. Và những cuộc phiêu lưu của nàng, có ai biết được, có ai dám nghĩ tới. Nàng nhắn tin cho Do "Tuần này em bận, tuần sau anh hãy ghé em". Rồi cầm lấy bút, và bắt đầu viết. À, nàng viết về ai trước nhỉ! Li, La, hay Do...

Trần Hạ Vi

31.10.2020/THV

TRẦN HỒNG GIANG

KÝ SINH

Thằng Mọc ngồi chênh vênh trên mặt cống thủy lợi vắt ngang con mương rộng chừng hai mét song song với đường làng. Hai bên cống có thành chắn cao lên đến gần một mét, và có một cái trụ tay quay để người ta đóng mở cánh cống mỗi khi lấy nước vào đồng. Phía dưới ruộng lúa, cách đó vài chục bước chân, bà Ngợi đang cắm cúi giặm lại đám lúa vừa bị chuột cắn phá đêm qua. Chốc lát bà lại ngước lên nhìn về phía thằng Mọc xem nó có an toàn không. Mặt cống láng xi măng sạch sẽ, nhưng bà Ngợi vẫn cẩn thận ngắt vài tàu lá chuối trải ra rồi đặt nó vào đấy. Thấy nó vẫn ngồi chơi tha thẩn ở đấy thì bà yên tâm, lại cúi xuống tiếp tục công việc của mình.

oOo

Bà Ngợi thương thằng Mọc lắm, bố mẹ nó sinh nó ra nhưng ông trời lại không cho nó làm thân con người. Chân tay nó quặt quẹo khô đét như cái cẳng gà luộc dở, còn mặt mũi cũng có đấy, nhưng chỉ là một đám da thịt nhăn nhúm bèo nhèo trông rất quái gở. Trí não cũng không có nên nó thỉnh thoảng ú ớ kêu lên vài tiếng chứ tịnh chẳng biết gì. Cũng bởi vậy mà bố mẹ thằng Mọc đâm ra buồn phiền, chán nản... xem nó như là món nợ phải gánh. Đi đâu ra đường hay hoặc có gặp anh em bạn bè gì thì cũng chỉ biết cúi mặt mà thương thân tủi phận cho mình. Sau đấy, cũng vì ức chế trong hoàn cảnh ấy nên hai vợ chồng quyết định để thằng Mọc ở nhà cho bà chăm cháu rồi dắt díu nhau ra ngoài khu Hòa Xá làm công nhân. Từ nhà ra tới chỗ làm cũng chỉ độ dăm chục cây số, thế nhưng đến cả vài tháng vợ chồng mới được một lần về ngó mặt con. Phần vì công nhân lao động theo ca theo kíp nên cũng bó buộc thời gian, phần vì có về nhìn thấy con như thế thì trong lòng cũng chả vui vẻ gì. Bà Ngợi biết thế nên cũng không nỡ trách mắng gì, cứ kệ thế mà nhận sự vất vả về cho mình. Các cụ chả bảo, "cá chuối đắm đuối vì con" là thế.

oOo

Một chiếc xe máy phân khối lớn đi lướt qua ngay cạnh chỗ thằng Mọc đang ngồi. Thằng Mọc phản ứng bằng cách đưa cánh tay khô nhẳng của nó lên khều khều vào không khí, miệng ú ớ kêu ré lên với cái thứ ngôn ngữ riêng của nó. Bà Ngợi vẫn biết thằng Mọc phản ứng với tiếng nổ của động cơ xe máy như thế là vì mỗi khi bố mẹ nó về nhà thì tiếng xe máy cũng nổ ran từ đầu ngõ, bởi vậy mỗi khi nghe tiếng xe máy là nó đều biểu lộ bằng cái cảm xúc ấy. Bà Ngợi ngẩng nhìn lên rồi cất tiếng dỗ dành thằng Mọc, bà bảo nó cứ ngồi yên ở đấy chơi ngoan rồi lát bà đưa đi đón bố mẹ. Rồi chả biết thằng Mọc có hiểu bà nói gì hay không mà nó cũng nín lặng ngồi yên không kêu gì nữa, bà Ngợi lại cúi xuống chăm chú với công việc dang dở của mình. Nhưng chiếc xe máy vượt đi một quãng xa rồi bỗng nó đột ngột quay vòng trở lại, phanh kít dừng ngay sát bên cạnh thằng Mọc. Giống như trước đó, thằng Mọc thấy cái xe máy thì lại ú ớ rú rít kêu lên. Bà Ngợi lại ngước lên nhìn, chả khó khăn gì để bà nhận ra một trong hai người đang ngồi trên xe là thằng Nam Anh con nhà Quýnh. Thằng này nổi danh trong làng ngoài xã về sự chơi bời lêu lổng. Gần ba mươi tuổi mà chả lo làm lo ăn gì, suốt ngày vè vè cái xe máy lượn lờ ngoài đường. Nhà Quýnh cũng bao phen khốn đốn vì thằng con quý tử này rồi. Lo lót chạy tội cho nó khỏi phải vào tù cũng có, trả nợ đậy cho hàng nọ quán kia cũng có, ... thôi thì đủ hình đủ vẻ, đủ văn đủ trò. Giờ đến nước bố mẹ nó tuyên bố từ mặt rồi thì có nhẽ cũng đã hết thuốc chữa. Vậy mà giờ thằng trời đánh này nó lại luẩn quẩn ở đây làm gì nhỉ? Còn cả thằng đi cùng kia nữa, mặt mũi nó nom lạ hoắc và bặm trợn rõ ra cái vẻ chả phải đứa tử tế ngoan hiền gì. Bà Ngợi nghĩ thế và chợt giật mình. Theo phản xạ tự nhiên, bà bước vội từ dưới ruộng lên trên mang cống để xem sự thể thế nào.

- Thằng Nam Anh, chúng mày định trêu chọc gì nó đấy?

Giọng bà Ngợi nghe hơi gay gắt khi đã đứng đối diện với hai gã trai. Thằng Nam Anh tỏ ra khó chịu và toan nói lại gì đó, nhưng thằng đi cùng đã nhanh hơn, nó đưa tay khẽ cấu vào mạng sườn thằng bạn rồi cười toe toét, ngọt nhạt với bà Ngợi:

- Chúng cháu đang rảnh, đi qua đây thấy em nó ngồi một mình tội quá nên dừng lại chơi với nó một lúc thôi chứ không có gì đâu bà ơi!

- Thật á?

Bà Ngợi ngờ vực hỏi lại và ngồi xuống quàng tay ôm lấy thằng Mọc với vẻ cảnh giác. Trong khi ấy, thằng Nam Anh cũng thay đổi luôn thái độ, nó nhăn nhở nói với bà Ngợi:

- Gớm nữa, bà cứ làm như thằng Mọc nó có vàng bạc gì để chúng cháu lấy mất không bằng ý. Thôi nào, bà cứ xuống dặm lúa đi kẻo trưa đến nơi rồi đấy, để chúng cháu trông thằng Mọc cho một lúc nhá. Hi hi...

Vừa luôn miệng cười nói, hai thằng vừa khoa tay múa chân làm trò khiến cho thằng Mọc thích thú cười méo xẹo cả mặt. Bà Ngợi thấy thế thì cũng yên tâm, ừ cũng phải, chúng nó gian manh lừa lọc ở đâu chứ bà cháu nhà bà chỉ có cái thân xác còn chẳng ra hồn người thế này thì có gì mà lo nhỉ? Bà thoáng nghĩ vậy rồi đứng dậy xăm xắn đi xuống ruộng lúa.

Nhưng rồi khi bà Ngợi còn chưa kịp lội xuống dưới ruộng thì đã lại nghe thằng Nam Anh gọi giật giọng:

- Bà Ngợi ơi, bà gượm tí đã nào!

- Làm sao, chúng mày còn muốn cái gì nữa thế? - Giọng bà Ngợi vẫn rất dè chừng.

- Ui, không có gì đâu bà ạ... Chả là anh em cháu có tí quà tặng cho em nó, bà cầm giúp chúng cháu bà nhá!

Vẫn là cái thằng đi cùng thằng Nam Anh mau mắn đáp lời và nhanh nhẹn bước xuống bờ ruộng. Hai tay nó cầm sẵn tờ tiền mệnh giá năm chục nghìn đưa ra trước mặt bà Ngợi với một vẻ trịnh trọng và thành tâm. Bà Ngợi vì bất ngờ nên cứ đứng ngẩn người ra không biết nên xử trí thế nào, bà bối rối lưỡng lự, nửa muốn cầm nửa lại ngần ngại. Cũng lúc ấy thì thằng Nam Anh đứng trên đường cười hềnh hệch bảo:

- Ôi giời... bà cứ cầm lấy đi! Là anh em cháu cho thằng Mọc chứ có cho bà đâu mà bà phải ngại?

Bà Ngợi nghe thằng Nam Anh nói thế thì nghĩ: Ừ thì chúng nó cho chứ mình có xin xỏ gì đâu, là chúng nó tự nguyện cơ mà, vả lại có dăm chục bạc chứ nhiều nhặn gì! À thôi, kệ... cứ cầm rồi lát ghé tạp hóa nhà Vinh Huê mua cho thằng Mọc lốc sữa vậy, thằng này là chỉ thích uống sữa hộp thôi. Nghĩ thế rồi bà Ngợi đưa tay ra đón lấy đồng tiền, thằng kia chầm chậm từ từ đặt đồng tiền vào tay bà. Xong đâu đấy thì nó quay người bước trở lại về phía đường, còn bà Ngợi đút vội đồng tiền vào túi áo rồi lội xuống ruộng tiếp tục dặm lúa. Phía trên đường, hai thằng vẫn tiếp tục đứng chơi với thằng Mọc. Chả biết chúng nó bày ra cái trò gì mà chốc chốc lại thấy thằng Mọc cười ré lên sằng sặc.

oOo

Bà Ngợi đang đổ thóc cho đàn gà ăn ở phía sau vườn thì bỗng lại nghe tiếng thằng Mọc ú ớ kêu ré lên từ trong nhà. Rồi ngay sau đó là tiếng xe rì rì đi vào trong sân. Bà Ngợi đoán có người lạ vào nhà, bà vội lật đật chạy về thì nhận ra là bố mẹ thằng Mọc. Quái, vợ chồng nhà nó mới về cách đây mươi hôm thôi chứ mấy? Mà thường thì có sớm lắm cũng phải vài tháng chúng mới về một lần. Hay là lại có công việc gì đột xuất? Thoáng một chút lo lắng gợn lên trong lòng bà Ngợi, bà hỏi:

- Sao mà đã lại về đấy hở?

Bố mẹ thằng Mọc không nói gì. Bố nó dựng xe rồi đi vào nhà, sau đó đặt đít ngồi khoan thai ngả lưng lên cái tràng kỷ đã cũ mọt kê ở giữa nhà. Mẹ nó cất túi xách xong thì xán luôn đến bên thằng con tật nguyền đang ngồi xệp trên nền nhà. Rồi vừa ôm bế ve vuốt thằng Mọc, mẹ nó vừa cưng nựng:

- Ôi thằng cún của mẹ, con ở nhà có ngoan không, có quấy bà không...

Bà Ngợi đứng trố mắt ra nhìn, cái cảnh này bà không quen lắm, mẹ con nhà nó có mấy khi quấn quýt nhau thế này. Thường mỗi khi ở nhà mẹ nó cũng chỉ làm cái việc tắm rửa vệ sinh rồi cơm nước cho con, thế thôi chấm hết. Và thường thì khi làm những công việc đó thì sắc mặt mẹ nó đều lộ vẻ quạu quọ, chứ làm gì mà có hớn hở thế kia!

- Thôi, để nó đấy rồi bảo bà đưa tiền ra chợ xem kiếm cái gì ngon ngon về đây. Nay nhà mình phải liên hoan một bữa cho ra trò chứ lị, để tao mời cả ông bà ngoại sang!

Bố thằng Mọc hăm hở đứng lên nói thế xong thì mẹ nó vâng dạ rát rạt rồi cun cút buông con đứng dậy.

- Mẹ xuất tạm cho con một ít để con đi chợ ạ?

Mẹ thằng Mọc chìa tay ra trước mặt bà Ngợi chờ đợi, trong khi bà cứ đứng ngây người ra chả hiểu đầu cua tai nheo như nào. Bà Ngợi ngơ ngác hỏi lại:

- Cái gì mà xuất với nhập?

- Tiền... Tiền đấy chứ còn cái gì nữa. Bà đưa tạm cho cho nó mấy trăm đi chợ nhanh không lại hết cả đồ ăn bây giờ! - Bố thằng Mọc nói tỉnh bơ.

- Tiền nào? Tao làm gì có tiền mà đưa?

- Ơ hay... Thế tiền người ta cho thằng Mọc bà để đâu?

- Người nào cho, từ bao giờ? - Bà Ngợi càng bối rối.

- Đây mẹ...

Mẹ thằng Mọc mở điện thoại lên rồi đưa sát mặt bà Ngợi. Bà nhìn vào đấy thì thấy hình ảnh chính bà đang đứng bên bờ ruộng, hai tay đang đưa ra nhận tiền từ tay đứa bạn thằng Nam Anh.

- Ôi dào, có năm chục bạc của cái đứa bạn con nhà Quýnh nó cho thằng Mọc, tao chả mua cho nó bộ quần áo phông từ hôm nọ rồi đấy gì.

- Năm chục nghìn á, người ta ghi rõ số tiền ủng hộ đến cả mấy chục triệu đã trao tận tay gia đình đây này bà ạ!

Đến lượt bố thằng Mọc chìa cái máy điện thoại vào tận mặt bà Ngợi, tay gạt gạt liên hồi trên màn hình. Bà Ngợi giật lấy cái điện thoại trên tay con trai, rồi bà nhìn vào đó, rồi bà cũng gạt, rồi lại nhìn lại gạt... Trên đó là cả loạt các bức ảnh thằng Mọc đang nằm ngồi lê lết trên mặt cống. Bức ảnh cuối cùng cũng là cái ảnh mẹ thằng Mọc vừa đưa cho bà xem. Bà cố nhìn thật kỹ vào bức ảnh ấy với ý định để thanh minh với vợ chồng nhà nó là bà chỉ nhận từ thằng kia có năm mươi nghìn đồng thôi. Nhưng không, trong bức ảnh thì hai tay bà lại đang cầm cả cục tiền to tướng, và toàn những tờ tiền năm trăm nghìn mới tinh. Bà Ngợi đổ khuỵu xuống đất. Bà khóc nấc lên nhưng tiếng khóc của bà chỉ kêu lên những tiếng e é đầy oan ức nghẹn trong cổ họng:

- Giời ơi,... làm gì nó có cho tôi nhiều tiền thế hở giời...!

Bố mẹ thằng Mọc đứng nhìn bà Ngợi khóc lóc rồi lại nhìn nhau, thế nhưng cả hai mặt đều lạnh tanh không có chút xúc động nào. Lát sau bố thằng Mọc khoát tay bảo:

- Thôi, bà bảo không có thì của bà tất, tôi cũng chả cần đâu!...

- Bố thằng Mọc hất cằm về phía mẹ nó: - Thôi nào, đi...!

Ngay lập tức, bố mẹ thằng Mọc lại ra lấy xe máy chở nhau phóng vèo ra ngõ. Phía trong nhà, thằng Mọc nhoài người với tay ra cửa, miệng nó lại ú ớ kêu ré lên những tiếng kêu quen thuộc. Còn bà Ngợi vẫn ngồi bó gối cùng những tiếng khóc nghẹn ngào, uất ức.

oOo

Trời trưa tháng sáu nắng như đổ lửa. Bà Ngợi nước mắt hai hàng, tay bế thằng Mọc ở bên hông, lếch thếch đi trên đường làng.

Một người đàn ông trong làng đạp xe đi ngang bên hai bà cháu cất tiếng chào:

- Hai bà cháu đi đâu mà giữa trưa nắng nôi thế này?

- Tôi lên công an xã chú ạ, phen này tôi phải cho thằng con nhà Quýnh rũ tù.

Người đàn ông còn đang ngơ ngác chưa hiểu chuyện gì thì bà Ngợi đã bế cháu bước vuột đi.

Trần Hồng Giang

TRẦN KIÊM TRINH TIÊN

TRONG KHU VƯỜN CHIM HÓT

Mười một giờ trưa, chuông điện thoại reo.

- Mẹ em đi Casablanca sáng sớm nay. Ông Ash bệnh nặng. Chiều anh qua nhà em, hôm nay giỗ ba em. Khuya em đưa anh ra phi trường.

Giải Ngữ nói xong, cúp máy. Tôi bâng khuâng ngồi bên mớ hành lý còn ngổn ngang. Đã hai mươi tám tết. Về tới quê nhà cũng vừa vặn ba mươi.

Lúc trả tiền cho người lái tắc xi, tôi hẹn ông mười giờ đêm quay lại. Đang tần ngần trước hai cánh cổng khép kín thì có tiếng lách cách ở bên trong. Dì Cầm đón tôi với nụ cười hiền từ của một bà mẹ.

Ngôi nhà ở lưng chừng đồi, sau hàng tùng xanh ẩn đầy gió. Dọc hai bên lối đi, giữa màu lục non của cỏ và đá cuội trắng, hoa riviera ngát một màu tím xanh. Từ thuở yêu em, tôi đã biết yêu loài hoa này, loài hoa có màu của bầu trời khuya đầy sao. Dì Cầm như đọc được tâm trạng của tôi:

- Thuở xưa ở Huế vườn nhà dì có nhiều hoa violette. Mùa đông violette lá vẫn xanh. Hoa lại ẩn trong lá. Tiết mưa lạnh càng làm cho màu hoa càng tím đượm hơn.

Thấp thoáng trong nụ cười của dì Cầm chút u hoài về một màu hoa không bao giờ cũ.

Giải Ngữ kể, mẹ dì Cầm là chị của bà ngoại em. Cha mẹ dì mất sớm. Ông bà ngoại đem dì về nuôi, thương như con gái. Năm mười tám, dì có hứa hôn với người cháu họ xa của ông ngoại. Ngày đất nước chia hai, họ chưa kịp cưới nhau thì bác Lĩnh bặt tăm. Dì ở vậy, phụng dưỡng ông bà. Lúc em ra đời, cũng một tay dì chăm sóc. Bây giờ, trên mảnh đất xa xôi này, dì như chiếc giếng cổ, sâu thẳm, ẩn chứa biết bao tâm sự của mẹ.

- Cháu vào nhà chơi. Giải Ngữ đang sửa soạn bàn thờ, chắc cũng gần xong.

Nhưng đã có em đứng chờ tôi trước thềm. Hai bím tóc đen thả dài, viên hạt trai, sợi dây chuyền trắng in trên nền áo len nhung màu đen cao cổ. Viên ngọc Mikimoto biếc lên màu của biển khơi khi em xoay nhẹ theo chiều ánh sáng. Tôi xao xuyến nhận ra món quà tôi tặng em hôm sinh nhật.

Dạo ấy, mỗi chiều sau giờ học, tôi đến săn sóc ông già Steve. Ông mất cả đôi mắt thời chiến tranh Việt Nam. Mỗi ngày ngoài công việc chính là mang ông đi tắm và dọn cho ông bữa ăn tối, tôi còn phải tả cho ông nghe màu hoa lá chung quanh khu vườn nhà ông.

Rằng "... Sáng nay thức dậy thoảng có mùi hương hoa hồng trong gió... Xin nhìn giúp hoa hồng đang nở là màu gì...".

Và không ngày nào ông không hỏi về sắc lá đỏ của cây maple ở cuối vườn. Hình như mối tình ông dành cho ai đó vẫn nồng ấm như màu của lá cây này. Ông hay nhờ tôi đẩy chiếc xe lăn đến bên cửa sổ, xoay mặt ra với bầu trời chiều. Ông run run đưa bàn tay lên như để đón hơi ấm của những giọt nắng muộn. Khuôn mặt ông trở nên mơ màng và ông thầm thì với chính ông về một điều gì đó...

Giải Ngữ đang cười tươi bỗng thoáng buồn ngang. Em nhận ra hành lý tôi đang xách trên tay.

- Thưa dì, con đã đốt trầm xong.

Lần thứ hai tôi bước vào phòng khách nhà Giải Ngữ.

Hôm đầu tiên là ngày em đưa tôi về giới thiệu với mẹ. Em giống mẹ ở đôi mắt. Đôi mắt lớn một mí có đuôi dài tôi đã nhìn thấy đâu đó trong một bức tranh cổ Nhật Bản. Bà tiếp tôi lịch sự và xa cách. Bà hỏi về mẹ tôi.

- Thưa, mẹ cháu đã qua đời trong chiến tranh.

Bỗng dưng tôi nhận ra trong đôi mắt của bà màu xám tối của biển trước phút giông gió. Từ đó đến khi tôi ra về, bà không nói gì thêm. Chiều hôm ấy có cả dì Cầm. Dì khơi chuyện rất khéo nên bữa cơm đỡ nhạt. Sau đó mẹ em vào nhà trong.

"Tôi đọc được vẻ lo âu trong đôi mắt con gái tôi.

Không như giọng nói có âm sắc cao của người cán bộ đến giao tờ biên bản tịch thu ngôi nhà của chúng tôi, người bạn trai của Giải Ngữ nói tiếng Hà Nội, trầm và ấm. Tôi biết con gái tôi cũng đang mang trái tim say đắm xưa cũ của tôi. Thuở ấy cuối năm, tôi theo đoàn văn nghệ của nhà trường đến tặng quà và hát ở các tiền đồn. Tiết tháng chạp trời lạnh như cắt da. Lúc đoàn sắp về lại thành phố, anh mang đến cho tôi một giò phong lan rừng. Cũng tiếng nói trầm và ấm trong buổi trưa đầy sương mù ở A Sao. Từ ấy, mỗi ngày sau giờ tan học, tôi bước vội về nhà để chờ thư anh. Tôi yêu nhạc Phạm Duy, yêu "Giọt mưa trên lá, cuống quýt dạt dào..."

Phan thường kể cho tôi về thời thơ ấu của anh ở Hà Nội. Anh luôn mang trong tim mình giấc mơ của ngày hồi hương. Anh sẽ đưa em về thăm quê anh. Mùa thu Hà Nội thật tuyệt. Anh yêu vô cùng sương mù trên Hồ Tây. Tôi chưa bao giờ biết Hồ Tây của anh nhưng tôi đưa anh ra thăm dòng sông của tôi. Nhìn từ trên đồi cao phía sau Dòng Thiên An, nước sông Hương lặng yên, xanh ngắt trong nắng sớm, tưởng như chẳng bao giờ con sông trôi. Trông qua dãy núi phía tây, đi dần lên hướng bắc là nơi anh đóng quân. Ngày ấy đối với tôi, màu xanh thẳm của núi mang đầy sự bí ẩn. Chiến tranh siết chặt vòng vây. Ngày không ngớt tiếng bom dội. Đêm không ngớt tiếng đại bác.

Tôi sống với trái tim bất an. Đơn vị anh rời A Sao, đi xuôi dần vào Nam. Hai năm sau chúng tôi thành hôn. Giải Ngữ ra đời lúc đơn vị anh đang ở Cổ Thành Quảng Trị ...".

Có lần Giải Ngữ nói:

- Nếu không hết chiến tranh, sẽ chẳng bao giờ em gặp được anh.

Cũng sẽ không bao giờ tôi gặp được em nếu tôi không đến dự buổi trình diễn nhạc thính phòng chiều hôm ấy. Tôi đã tình cờ dừng lại trước cái tên nghe rất lạ trên tấm biển giới thiệu của Phân viện Âm nhạc: "Domi Giải Ngữ". Sao không là "Kathy", "Lindsey" hay "Amy" như tên các cô gái Việt thường chọn mà chỉ đơn giản là "Domi"? Và Giải Ngữ, "con chim biết nói", là tên ông ngoại đặt cho từ thuở lọt lòng.

Ngày ấy, tôi bị cuốn hút bởi những âm thanh đầy biến hóa từ mười ngón tay thoăn thoắt trên phím đàn của em. Tiếng đất trời vần vũ gió mưa, với những tia chớp biếc xanh vạch ngang dọc. Âm thanh cuồng nộ của những cơn đau nhức trong đôi tai tật nguyền của người nhạc sĩ. Rồi bất chợt nhỏ xuống từ mười ngón tay em những tiết tấu cô đơn, sâu thẳm như ánh trăng chiếu qua thảo nguyên.

Cuối buổi diễn, tôi đã đến tìm gặp em. Em, hai bím tóc thả dài trên vai áo trắng, đường ngôi rẽ giữa cân đối trên khuôn mặt thuôn gầy. Ngày ấy, chúng tôi chào nhau ngập ngừng. Và cũng ngày ấy, tôi biết trái tim mình đã rơi vào một cõi khác.

Tôi theo dì Cầm và Giải Ngữ đi qua phòng bên. Giữa nghi ngút khói hương, tôi chú ý đến nụ cười hiền lành và đôi mắt thông minh pha chút hóm hỉnh của người đàn ông trong ảnh. Trên ve cổ áo của ông có thêu hai hoa mai màu trắng. Trung tá là cấp bậc cuối cùng của ông. Khi dì Cầm sửa soạn cúng trà, tôi xin phép dì cho tôi thắp lên ông một nén nhang.

"Ba tôi qua đời ngày ba mươi Tết ở một vùng núi đồi Việt Bắc. Tôi còn nhớ một mùa hè rất xưa, hai mẹ con lấy tàu đi dần lên phía bắc. Cùng đi còn có các bà bạn của mẹ. Sau mấy ngày đêm liền, ngủ gối đầu trên chân mẹ, chúng tôi đến một thành phố lạ. Rồi chuyển qua đi bằng xe. Trên chuyến xe cuối ngày, hành khách chen lấn đến ngạt

thở. Xe ì ạch chạy suốt đêm, gần sáng cũng đến nơi. Bến xe vắng hoe nằm sát chân núi. Lúc dỡ hàng xuống, người tài xế ái ngại nhắc chừng:

- Các bà đi thăm nuôi mà đồ đạc nhiều thế này không lên nổi mấy con dốc đâu. Lại quán nước chè đàng kia mà thuê chiếc xe thồ hàng, rồi các bà cùng đẩy. May ra trưa mới đến nơi. Mà ba giờ chiều là chuyến xe cuối về xuôi đấy!

Đúng như bác tài ấy nói, quanh đây chỉ độc một cái quán tranh bán nước chè. Ánh đèn tù mù hắt ra từ liếp cửa liêu xiêu, lắc lư theo từng đợt gió. Bên hông quán, vài chiếc xe bò buộc vào nhau bằng sợi dây thừng, khúc đuôi dài buộc vào một gốc cây cụt đầu.

Khi hàng chất lên xe sắp xong, trời đã sáng tỏ. Núi là những vách đá xanh đen, dựng đứng. Mẹ vội vàng vào quán mua năm hào nước sôi, kín đáo đổ vào lon Guigoz đã có sữa đặc với cà phê đen pha sẵn.

Không ai bảo ai, mẹ và các bác cùng nhìn lên con đường dốc cao dài phía trước. Họ im lặng đẩy xe, chia sẻ nhau từng bước chân đau. Những khuôn mặt đỏ au, bỏng rát mồ hôi muối mặn.

Đến khi mặt trời đứng bóng mới đến nơi ba ở. Các bác tuần tự được gọi qua dãy nhà phía bên kia đồi. Mẹ là người sau cùng. Khi lấy đôi quang, gánh mấy thùng thức ăn, thuốc bệnh và quần áo mang cho ba, mẹ nhắc tôi niệm Phật. Niệm Phật để được gặp ba. Đôi chân mẹ gan lì cố bám trên đồi cỏ gai. Mẹ nhắc chừng tôi bước dẫm lên dấu chân của mẹ mà đi.

- Mà nhớ gặp ba là không khóc nghe con.

Mới dặn tôi đừng khóc mà giọng mẹ đã nghẹn...

Cuối cùng, mẹ và tôi cũng được ngồi chờ ba trong dãy nhà trống lốc đầy gió. Buổi trưa có tiếng gà eo óc gáy. Ba tôi đến. Hình như ba đến từ phía khu rừng vừa có tiếng gà.

Trông thấy ba, mẹ níu chặt lấy hai vai tôi. Hai con mắt mẹ nhìn trân phía trước. Ba mẹ tôi im lặng nhìn nhau. Cùng đi với ba còn có một người, rất lặng lẽ. Ông ta lặng lẽ ngồi xuống ở mấy bậc cấp gần đó, quay mặt về phía khu rừng có tiếng gà. Bế tôi trong lòng, ba ngồi đối diện với mẹ, cách nhau một mặt bàn.

Ngày ấy, tôi không hiểu vì sao khuôn mặt ba tôi trắng và xanh đến thế mà da mặt của mẹ lại khô đen?

Lúc mẹ đưa cho ba lon Guigoz đầy ắp cà phê sữa, ba cầm lên nốc cạn. Mẹ cúi xuống gạt nước mắt trong tay áo.

Ba tôi bắt đầu húng hắng ho. Ông nói nhanh con sang ngồi với mẹ. Từ đó, ba tôi úp mặt ho từng cơn dài trong cánh tay áo nâu có một miếng vải đen bạc màu vá dài sau khuỷu tay. Tiếng ho khô, vang, như vọng ra từ buồng ngực rỗng không, như tiếng gió rít trong hang núi sâu hun hút.

Đôi lần ba tôi cố ghìm cơn ho. Nước mắt ông ràn rụa khi ngẩng lên nhìn mẹ. Cho đến khi người đàn ông đứng lên ngoài bậc thềm, ba tôi xoa vội đầu tôi, nhìn mẹ rồi quay đi.

Đứng yên như pho tượng, mẹ tôi không dám cắn vỡ tiếng nấc giữa hai dòng lệ chảy.

Như thế đó mà trên đường về, mẹ tôi khóc như chưa bao giờ được khóc. Hình như mẹ đã quên có tôi bên cạnh. Tiếng mẹ khóc nghe sao mà thảm sầu giống như lần dì Khang khóc chồng chết trận. Tiếng nấc của mẹ rơi xuống trên từng bụi cỏ gai nhuốm nắng chiều. Tôi quay lại nhìn hướng ngọn đồi nơi có ba tôi và tiếng gà trưa. Chỉ một màu sương loãng trong nắng yếu. Rồi sương mù đến thật nhanh. Mẹ thảng thốt níu chặt lấy tay tôi. Bận về nhẹ tênh, thế mà mẹ trượt chân không biết bao lần trên đồi cỏ gai.

Chỉ nửa năm sau lần gặp ấy, ba tôi qua đời. Sau này, các bác, bạn của ba, về kể lại trước lúc mất, ba chỉ thèm được ăn một viên kẹo.

Tin rỉ tai truyền đi trong lán: "Ai có kẹo xin hãy cho một người tù đang hấp hối ở bệnh xá".

Khi viên kẹo đến được trong tay thì ba tôi đã tắt hơi. Vì thế trong mâm cơm giỗ ba chiều cuối năm, mẹ tôi không quên cúng một hộp kẹo. Bao giờ cũng là chiếc hộp gói bằng giấy bạc, thắt dây nơ màu trắng. Khi tuần nhang sắp tàn, mẹ pha trà rồi cẩn thận mở hộp kẹo. Từ mấy mươi năm nay, tôi đã thuộc nằm lòng cách sắp xếp của từng viên chocolate xinh xắn màu nâu óng ấy ...".

Những ghi chép rời Giải Ngữ vừa đưa cho tôi đọc là chiếc chìa khóa. Cánh cửa của định mệnh đã mở tung và hất tôi xuống vực thẳm.

Tôi đã hiểu ra khoảng cách vô hình giữa gia đình em và tôi ngay từ buổi gặp đầu tiên.

Bên ngoài vuông cửa sổ rộng, cả một bầu trời chiều mênh mông buồn. Không hiểu vì sao và từ lúc nào, màu nắng vàng trên hàng cây bao giờ cũng khiến lòng tôi vừa xao xuyến, vừa thảng thốt như sắp mất đi một điều gì đó vô cùng yêu dấu.

Trên mảng nắng trải dưới thung xa kia, tôi như nhìn thấy lại bố tôi, người lính Trường Sơn trở về sau chiến tranh, một mảnh đạn còn nằm im trong thân thể. Những hôm sau lũ, bố thường rủ tôi đạp xe về phía con đê. Phơi trên bãi sông không biết cơ man nào là rác rưởi, củi và rễ cây khô. Dưới mắt bố, mỗi nhánh rễ khô cũng có đời riêng của nó.

- Này Duy, con có trông ra đây là hình dáng con nai đang ngước cổ nhìn trăng không?

Hay là:

- Khúc này bố sẽ làm "Cô Tấm đi hội làng". Gớm, cái đầu khúc gỗ này sao trời đất khéo tạc giống hình người chít khăn mỏ quạ thế không biết!

Bố tôi vui ra mặt. Thiên nhiên hào phóng đã mang lại cho ông niềm vui. Mỗi lần như thế, bố tôi thường hát khẽ "... Xuân đã đem mong nhớ trở về ..." (*). Giọng ông run khiến chữ "mong nhớ" bị tắc nghẽn lại. Tôi quay sang nhìn bố, chỉ thấy chiếc lưng còng của ông trong tấm áo bông xanh bạc sờn. Gió đông rồi cũng mang đi câu hát. Chỉ còn để lại nỗi mong nhớ cho ông.

Dọc hai bên tường căn hộ bé xíu của bố con chúng tôi, những bức tạo hình ghép bằng rễ cây của bố sắp đầy kín mấy hàng kệ gỗ. Nơi đó là thế giới riêng của bố. Kỷ niệm trong ông vang âm dạt dào như chiếc phong linh. Và trong ông, kỷ niệm cũng là mảnh đạn im lìm, biết trở đau vào mùa nổi gió.

Trong số tranh tạo hình của bố, tôi thích nhất bức "Mẹ và con". Bố chưng bức tranh ấy riêng, trên giá gỗ nâu bóng gần chiếc ghế mây bố thường ngồi đọc sách và uống trà. Tôi còn nhớ đã lâu lắm, bố bỏ cơm suốt gần cả tuần, miệt mài làm nên bức ấy. Sau này lớn lên, tôi mới nhận ra được cái thần của bức tranh. Cũng từ nhánh rễ khô, hình thành một nhân dáng. Người đàn bà cúi xuống đứa con mình đang bế trên tay. Những đường gân li ti của sứa gỗ làm tôi mường tượng ra những nếp nhăn trên tấm áo cũ của mẹ tôi.

Thuở ấy bố đi chiến trường. Ở nhà, tôi làm "cái đuôi" của mẹ. Chiến tranh đối với tôi ngày đó như trong chuyện cổ tích. Từ trong căn hầm trú bom nghe bên ngoài như có cả ngàn vạn chiếc tách vỡ. Rồi cả sấm chớp đánh ngang đầu. Tôi run như con dế trong lòng mẹ tôi. Cho đến một ngày, tôi chỉ còn nhớ tôi khóc thất thanh vì có một vật gì đó rất nặng đè lên người hai mẹ con tôi. Trời đất vần vũ như đang giông tố. Tôi ôm chặt lấy mẹ, gào lên mẹ ơi, nhưng sao lạ lùng thay, đó là lần đầu tiên mẹ không trả lời tôi.

Sau hôm ấy, tôi biết là không bao giờ tôi còn mẹ.

oOo

Hai ngày sau khi có tin nhắn về anh vừa qua đời, chưa kịp khóc anh, tôi bồng con ra đi.

Xuống chiếc xuồng con lúc trời còn tinh mơ phía sau chợ Rạch Giá, rồi sang qua con cá lớn ở rẻo đất tối mịt mù gần cửa biển. Từ đó đi hơn một ngày, chưa kịp mừng, tàu chưa tới SongKhla thì gặp bão. Con gái tôi nằm thiêm thiếp trên tay chị Cầm. Không còn nước uống. Con tàu như chiếc lá chơi vơi giữa cuồng phong. Chợt một tiếng thất thanh từ bóng đêm tuyệt vọng:

- Tuồng như có tàu... tui thấy đèn.

Giờ đây ánh đèn là niềm hy vọng, là sự sống.

Có tiếng nhao nhao từ dưới hầm tàu:

- Chắc là tàu Mỹ!

- Mỹ, hải tặc gì cũng được... miễn sống...!

- Lạy trời... Nam mô Quan Thế Âm Bồ Tát cứu nạn cứu khổ...!

- Chú Chín, nhá đèn lên cho nó thấy mình đi...!

Giữa giây phút hỗn mang của sự sống và sự chết, đám người từ chiếc tàu cứu tinh kia đổ xuống còn hơn bão biển. Chiếc tàu nhỏ tròng trành sắp chìm.

Vàng!

Dường như đã biết trước, chú Chín hét to:

- Bà con ai có gì thì lo bỏ ra... Tui nói rồi đó nghen...

Hai gã đàn ông nhảy xuống hầm tàu, một tên ném mạnh cái thùng sắt xuống gần chỗ chú Chín ngồi. Mỗi người trên tàu tự động moi ra từ dưới mấy lớp áo chút của nả mang theo, bò hối hả đến thả vào thùng, nhanh như những con gián. Không ai dám ngước mặt lên. Ánh đuốc đỏ rực trên tay gã đàn ông quấn khăn trên đầu khiến mọi người ngạt thở. Chị Cầm nhanh tay đẩy Giải Ngữ về phía tôi, nhẹ giằng lấy cái túi nhỏ nữ trang trong tay tôi rồi lết về phía chiếc thùng sắt. Nhưng không qua mặt được gã quấn khăn. Hắn ra hiệu cho tôi phải giao con lại cho chị Cầm.

Mai sau con gái tôi sẽ hiểu vì sao ông Ash có mặt trong cuộc đời của tôi.

Sau năm ngày neo tàu giữa biển, chúa đảng cho kéo tàu của chú Chín vào gần bờ SongKhla. Gã đàn ông kinh hoàng nhất thế gian không quên nhắc lại y sẽ vào trại tỵ nạn tìm tôi.

Tôi đã sống nửa mê nửa tỉnh như con giun khổ nạn co rúm trên sàn tàu nhầy nhụa, ướt lạnh. Năm lần trăng lên rồi trăng lặn, tôi thiếp đi giữa những cơn đau xé. Mơ hồ đâu đó trên thân thể tôi, nước biển vô tình xát muối thêm vào những vết thương rát buốt.

Giữa hai bờ sinh tử, tôi đi tìm anh. Tôi mơ mình về lại nơi thâm sơn cùng cốc ấy. Đi tìm anh mà vượt ngàn trùng vẫn không sao gặp. Bao giờ cũng chỉ thấy một mặt trời đỏ au đang rơi chầm chậm xuống triền núi. Trùng trùng điệp điệp cây rừng chĩa lên bầu trời màu da cam như những cây chông nhọn. Tôi mơ vừa đưa tay vốc nước lên mặt thì người dẫn đường đã hối hả giục đi. Vờ như không nghe, tôi vục đầu trong dòng nước chiều đã trở lạnh. Khuôn mặt tôi khô sạm vỡ vụn trong bóng suối. Rút chiếc khăn lau vội đầu tóc ướt, chiếc khăn bốc mùi như cơm thiu. Đằng trước, ông lão gầy gò bước đi thoăn thoắt.

Tỉnh giấc mơ, ông lão là tên chúa đảng đang nhìn tôi, nhăn nhở cười. Thì ra hắn đã tạt vào mặt mũi và người tôi thùng nước biển. Lạnh. Mặn chát.

Vào trại, tôi tìm đến văn phòng Cao Ủy. Ash đang làm việc ở đó. Ash, người gốc Ấn, đã trải qua thời tuổi trẻ của mình ở vùng chân núi Hy Mã, thọ giáo với một thiền sư. Sau khi thầy qua đời, Ash xin đến làm việc ở các trại tỵ nạn. Và nếu tên của Ash đồng nghĩa với tro bụi, thì cũng từ tro bụi ấy tôi tái sinh. Một con chim phượng mang đầy vết thương khô.

oOo

Sau buổi ăn tối, không khí bỗng dưng trầm xuống. Dì Cầm dọn mứt gừng, pha trà mời tôi.

Giải Ngữ đến bên đàn. Lòng tôi ở ngay mắt bão.

Những nốt nhạc đầu tiên, âm thanh đau buốt của cung C Sharp Minor đang nhẹ chạm dần vào từng nỗi đau. Đêm mùa đông mang gió về đầy trời. Gió mang về theo tiếng sóng biển, mang về theo hương trầm quyến luyến bao năm bên chiếc hộp chocolate có thắt dây nơ màu bạc. Bên đàn, em như chim thiên nga đang cúi nhìn bóng mình trên mặt hồ. Dáng em hiền như dáng mẹ đang ôm con trong căn hầm trú bom năm xưa.

Đúng mười giờ đêm, có tiếng chuông gọi cửa, nghe nhẹ như tiếng chuông gió. Người lái tắc xi ban sáng đã quay trở lại.

Hương đêm đẫm mùi cỏ ướt. Giải Ngữ và tôi im lặng bước theo sau dì Cầm, tay em ấm trong tay tôi.

Phải chi những phiến đá xanh cứ trải dài cho em và tôi đi bên nhau suốt trăm năm. Phải chi đêm chẳng bao giờ tàn và sáng mai mặt trời chìm tan trong biển khơi. Sẽ có thêm một lần nào tôi được nắm tay em, đưa em về thăm sương mù trên Hồ Tây?

Tôi cũng sẽ đưa em về lại nơi em chào đời, nơi có dòng sông nước đã xanh từ thiên cổ. Có bao giờ không em?

Lúc xe xuống tới chân đồi, tôi nhìn lên phía sau, chỉ âm u bóng đêm. Nơi ấy, trong khu vườn quạnh hiu, có con chim đang đứng hót một mình.

Trần Kiêm Trinh Tiên

(1998)

(*) Cô lái đò, thơ Nguyễn Bính, nhạc Nguyễn Đình Phúc.

(**) Chopin, Nocturne #20 in C sharp minor #

TRẦN KỲ TRUNG
TƯỢNG CON KHỈ

Ông là nghệ sĩ tạc tượng nổi tiếng, đặc biệt tạc tượng các con vật. Các con vật ông tạc trông sống động như thật. Cũng vì thế, người ta trông thấy những tượng con vật do ông tạc có khắp nơi: Trong phòng thí nghiệm, ngoài vườn hoa, ở lớp mẫu giáo, thậm chí... ở Viện bảo tàng động vật. Tượng tạc con vật do ông tạc trưng bày lẫn với những con thú nhồi bông... để trong Viện bảo tàng động vật, người xem, đến xem, không phân biệt được.

Tên tuổi ông tạc tượng con vật, cả nước biết, vang xa ra ngoài biên giới, nhiều tổ chức bảo vệ động vât thế giới, cả viện bảo tàng tự nhiên lớn ở nhiều nước... cũng biết.

Nhưng điều đó vẫn chưa làm ông vừa lòng, là nghệ sĩ, ông muốn khám phá, muốn đi trên con đường mới để biết khả năng của mình, để cho thiên hạ thấy rằng... sáng tạo không ngừng, luôn tìm tòi... đó là con đường phải có, duy nhất của người nghệ sĩ chân chính.

Vậy nên, khi có một cuộc thi tạc tượng "Biểu tượng của người trí thức Việt Nam", ông ghi tên dự thi.

Muốn tạc được một bức tượng thật đẹp, cần phải có cảm hứng. Thế là ông đi tìm chân dung của những vị giáo sư khả kính, những trí thức có tên tuổi thường thấy xuất hiện trên ti vi.... Ông còn đến nghe trực tiếp những buổi nói chuyện của một số ông giáo sư, trí thức "nổi tiếng" hay nói chuyện về lãnh tụ, rồi quan sát những buổi các ông ấy được lãnh đạo tiếp, thậm chí cả những buổi đàm đạo, trao đổi học thuật ông cũng cố dự để nghe, để nhìn.... Ông ghi chép thật tỉ mỉ, chụp ảnh chân dung các ông giáo sư, trí thức ấy đủ mọi góc cạnh....

Cẩn thận như thế, tỉ mỉ như thế, nhưng bức tượng "Biểu tượng của người trí thức Việt Nam" do ông tạc, trượt ngay từ vòng "mới định gửi xe" của cuộc thi.

Nhìn bức tượng bị trả về, ngồi ngẫm nghĩ, ông hiểu. Tạc tượng "Biểu tượng người trí thức Việt Nam" không phải lĩnh vực ông thông thạo mà ông tạc tượng con vật đã thành thói quen, thành nếp nghĩ, thành suy luận... Nên có thể ông tạc bức tượng "Biểu tượng người trí thức Việt Nam" không đúng, không chính xác đúng với tiêu chí của Ban tổ chức cuộc thi. Họ không chấp nhận, trượt là phải!

Ông giữ bức tượng "Biểu tượng người trí thức Việt Nam" đó lại, coi như đó là một bài học cho mình.

... Thì cũng vừa lúc có một tổ chức "Bảo vệ động vật hoang dã thế giới" có giấy mời ông gửi tượng con vật đến để dự thi với chủ đề "TƯỢNG CON KHỈ".

Thời gian quá gấp rút, tượng con khỉ trong phòng tạc tượng của ông không còn, chỉ còn bức tượng "Biểu tượng trí thức Việt Nam" để góc phòng.

Ông đến gần bức tượng đó đứng ngắm nghía một hồi, rồi chợt phát hiện... chỉ cần sửa đi một vài chi tiết nhỏ là có bức tượng "Con khỉ" để dự thi và ông liền thực hiện...

Rồi ông gửi bức tượng đó đi dự thi!

Gửi bức tượng đi rồi, thâm tâm ông cũng không hy vọng được giải. Họ trưng bày bức tượng cho thiên hạ xem, cũng là quý, cũng là hạnh phúc, ông không mong gì hơn!

Nhưng có ngờ đâu!

Bức tượng của ông được giải đặc biệt với lời nhận xét của ban tổ chức cuộc thi:

"***Bức tượng CON KHỈ của ông tạc rất sống động, thể hiện rất rõ bản chất của loài khỉ: Rất hèn, chỉ dám sống bầy đàn, nhưng đặc biệt hay tranh ăn, ưa nịnh, giỏi bắt chước, sống rất bẩn... Ban tổ chức nhất trí trao giải đặc biệt cho bức tượng này. Xin chúc mừng ông!***"

Trần Kỳ Trung

Hội An 3/1999

TRẦN THỊ NGUYỆT MAI

TẾT XƯA

Thời gian trôi đều đặn theo một chu kỳ. Hết Xuân, đến Hạ. Rồi Thu, tới Đông. Với khí trời mát mẻ mùa Xuân, chuyển sang oi bức mùa Hè, rồi dần mát lạnh vào mùa Thu. Đến khi Đông tới mang cái buốt cóng thấu xương cùng tuyết rơi khắp lối, vương vít đậu lại trên những bãi cỏ xanh thẫm ngày Hè và trên những nhánh cành trơ trụi cuối Thu. Trời xám xịt buồn bã như những ngày mưa dầm xứ Huế. Có hôm trời nắng, những tia thủy tinh trong veo nhảy múa, khiến người háo hức ra ngoài, để rồi nhận biết nắng nơi này không như nắng Sài Gòn, chẳng ấm áp chút nào. Vậy mà, diệu kỳ thay, khi Xuân tới, tuyết tan, bầu trời xanh lơ hiền dịu, cây cỏ đâm chồi nẩy lộc và các loài hoa thi nhau khoe đủ sắc màu rực rỡ của thiên nhiên. Tạo hóa xoay vần với bốn mùa nơi tôi đang ở, hết đêm tới ngày, thấm thoắt mà hiện giờ số năm tôi sinh sống nơi đây đã vượt khỏi thời gian nấn ná tại quê nhà.

Quê nhà. Có ai rời xa mà không thương nhớ? Nhạc sĩ Phạm Duy đã nói giùm chúng ta. *"Tình hoài hương. Khói lam vương tâm hồn chìm xuống... Người phiêu lãng. Nước mắt xuôi về miền quê lai láng. Xa quê hương. Yêu quê hương..."* [1] Những lúc nhìn tuyết rơi trắng xóa ngoài trời, tâm hồn chùng xuống, lại nhớ về những kỷ niệm của một thời. Mà đã là kỷ niệm thì có gì lại không đẹp, không nên thơ. *"Cho tôi lại ngày nào. Trăng lên bằng ngọn cau. Me tôi ngồi khâu áo. Bên cây đèn dầu hao. Cha tôi ngồi xem báo..."* [2] Còn với tôi, đó là khung cảnh hạnh phúc của những buổi tối gia đình đàn hát bên nhau.

Ba đàn cho me hát
Bầy con nhỏ hòa theo
Một khoảng đời tươi mát
Mở ra trong xóm nghèo

Ba chẳng là nhạc sĩ
(Ngày ngày đến sở làm)
Me chẳng là ca sĩ
(Việc nhà phải lo toan)

Nhưng em yêu buổi tối
Nhìn ba nắn phím đàn
Nhìn me lên tiếng hát
Chúng em cùng ca vang

Đi đâu em cũng nhớ
Cảnh sum họp gia đình
Bóng ba me, em nhỏ
Mái ấm đậm thân tình
(Mái ấm – TTNM)

Nhớ lại những ngày tháng thanh bình của miền Nam. Cứ vào mỗi dịp gần tết, để chuẩn bị gói bánh chưng, bà tôi đi chợ chọn mua nếp ngon, đậu xanh, lá dong và ống nứa xanh mướt, dài độ 75 – 80 cm. Khâu chuẩn bị cũng là cả một kỳ công: rửa lá, lau lá cho khô và chẻ nứa làm lạt. Bà ngâm ống nứa vào nước trước khi chẻ để có độ mềm. Đầu tiên là cạo sạch vỏ xanh bên ngoài. Sau đó dùng dao nhỏ sắc pha ra thành những thanh nhỏ và đều, rồi khía từng rãnh nhỏ, ngậm vào miệng, hai tay kéo xuống phía dưới, tách ra những chiếc lạt mỏng, đều. Lạt này được phơi khô để chống ẩm mốc và khi gói bánh sẽ chắc tay, mềm và dễ cột. Đậu xanh được ngâm vào đêm trước ngày gói để sáng thức dậy, bác gái tôi sẽ đãi vỏ sạch sẽ (ngày xưa không có bán loại đậu đã làm sạch vỏ như hiện nay). Bà cũng dặn hàng thịt, đến ngày gói bánh sẽ ra lấy thịt tươi, mang về rửa thật sạch, để ráo, thái và ướp với nước mắm ngon, muối và tiêu trong vài giờ. Bà gói bánh to rất khéo, chặt, đều tăm tắp, được tiếng là ngon, ai cũng khen. Gói xong những chiếc bánh lớn, còn thừa nếp và nhân, bà lại gói một ít bánh con con làm quà cho bọn trẻ nhỏ. Tôi vẫn nhớ những buổi tối đó, tôi hay sang nhà bác Hai xem nấu bánh trong một cái thùng phuy ở ngay gần cột đèn ngoài đường. Các anh lớn con bác lo việc thêm củi vào lò và nấu thêm nước sôi đổ vào thùng phuy để khỏi cạn nước sẽ cháy bánh... Trong khi canh lửa, các anh thường mang đàn ra hát, còn bọn trẻ chúng tôi thì chơi u mọi, nhảy dây... Nhưng chỉ được một hồi, tôi đã buồn ngủ và quay về nhà. Đến sáng thức dậy sang nhà bác thì bà đã vớt và dằn bánh cho ráo nước tự lúc nào...

Ngày tết bà cũng thường kho cá thu trong một nồi đất lớn bên dưới lót lớp trà xanh để át mùi tanh của cá và không bị dính nồi hay cháy khét. Bà nêm nếm tiêu, mắm, muối, đường, nước màu rất vừa, cộng thêm vị chát của trà làm cho cá có vị đặc trưng mà em tôi có lần chia sẻ chưa thấy ai kho cá giống và rất ngon như bà. Cũng nhờ nồi cá thu kho này mà sau tết Mậu Thân 1968 gia đình chúng tôi không chật vật với miếng ăn khi toàn thể chợ búa sinh hoạt thường nhật đều đóng cửa.

Nhớ Bác Hai với món chè kho đặc biệt, chỉ là đậu xanh nấu với đường nhưng phải quấy đều tay trên bếp đã được hạ bớt lửa, rất cực. Khi chè đã sánh đặc như ý, bác nhanh tay múc ra đĩa rồi rắc chút mè rang lên trên mặt. Bác làm rất khéo, thơm ngon. Năm nào Bác cũng dành riêng cho nhà tôi hai đĩa để bày bàn thờ.

Nhớ chợ hoa Nguyễn Huệ người mua kẻ bán tấp nập. Đây cũng là dịp để mọi người tha hồ chụp hình với đủ loại hoa nhiều màu sắc: mai, cúc, thược dược rực rỡ bên những chậu quất sai trái. Gần đó là chợ Bến Thành với những gian hàng bán tết nhộn nhịp đông vui. Nhớ nhất là hãng kem đánh răng Hynos với hình ảnh "anh Bảy Chà da đen" khoe hàm răng trắng tươi. Thêm những gian hàng trái cây, bánh mứt thật bắt mắt và ngon lành như mứt hạt sen, mứt dừa, mứt bí, mứt me, mứt khoai, hồng khô... bên cạnh hạt dưa đỏ thẫm tạo không khí ngày tết thêm rộn ràng. Năm nào mẹ tôi cũng chọn mua một cành mai để chưng bàn thờ và hai chậu cúc vàng để trước cửa nhà. Thẩu mứt thì đầy đủ các thứ mứt và hồng khô cùng các loại kẹo bánh cho trẻ nhỏ.

Sau khi cúng Trời Đất đêm giao thừa, gia đình tôi hay đi sang đền Đức Thánh Trần để lễ Ngài và hái lộc. Sáng mùng Một dậy sớm, chúng tôi xúng xính trong quần áo mới để chúc tết ông bà, cha mẹ, rồi sang các gia đình bà con cô bác... Bác Hai gái được bọn chúng tôi rất yêu quý vì bác nổi tiếng là "sộp", không phân biệt con hay cháu, nội hay ngoại, luôn cho chúng tôi tiền lì xì nhiều nhất. Những trò chơi được tổ chức trong gia đình như bầu cua cá cọp, ô ăn quan, cát-tê... tạo dịp cho những người thân cùng vui bên nhau và gắn kết hơn.

Những ngày tết đầm ấm ngày xưa ấy còn ở hoài trong tâm trí chẳng thể nào quên. Ước gì mỗi ngày trong cuộc sống của mỗi người chúng ta đều là ngày tết an lành no đủ trong tình thương yêu gia đình. Ước gì những người lãnh đạo ở tất cả các quốc gia trên thế giới đều có tâm lành, chấm dứt mọi cuộc chiến tranh, dành thời gian xây dựng đất nước, lo lắng cho dân chúng luôn được ấm no, hạnh phúc và được quyền sống với đủ phẩm cách con người thật sự thì cuộc sống này sẽ tốt đẹp biết bao!

Trần Thị Nguyệt Mai
16.11.2024

[1] Tình Hoài Hương – Phạm Duy
[2] Kỷ niệm – Phạm Duy

TRẦN THỊ TRÚC HẠ

CON SÔNG TUỔI NHỎ

Buổi chiều thả nắng xuống sân trường, những chiếc lá bàng úa đỏ lả tả rơi theo từng cơn gió, đám chồi non mới nhú lên đêm qua lóng lánh sau cơn mưa, bầu trời cao xanh ngát nhưng nắng vẫn u buồn. Thùy bỗng nhớ về con sông Thanh Thủy với rừng dương liễu bên kia bờ của quê ngoại, con sông tưởng chừng như với tay qua là tới, vậy mà chưa lần nào Thùy bơi qua khỏi bờ sông bên kia. Một vài chú chim sẻ lướt qua sân trường bồi hồi, những sợi tóc mai của Thùy lấm tấm mồ hôi sau một giờ giảng bài trên lớp, một câu hát nhói đau vọng về từ miền ký ức:

"Tóc mai sợi vắn sợi dài
Lấy nhau chẳng đặng thương hoài ngàn năm...."

Ngày xưa sao lại có những lời hát tha thiết quá?!... Dường như anh đã quên tất cả sau chuyến đi lênh đênh ngoài đại dương và những bến bờ tấp nập của thành phố nước ngoài đầy hoa lệ. Chỉ còn Thùy vẫn đứng đây với dòng sông, mái trường và những kỷ niệm đong đầy... Hằng ngày Thùy vẫn đến ngôi trường cũ dạy học cho những đứa trẻ nông thôn đầu trần chân đất để rồi miên man trong nỗi nhớ.

Ký ức vương vấn như mới hôm qua, dòng sông vẫn còn đó như một nhân chứng già nua cho tuổi nhỏ chúng ta. Dòng sông là bãi chiến trường cho Dũng, cho anh em Thùy và bọn nhóc xóm rừng, xóm chợ. Thùy đã ngồi đây suốt buổi chiều canh giữ áo quần cho bọn anh đánh giặc giả để rồi bật khóc ngon lành khi nhìn thấy phe anh thua trận bị bắt làm tù binh và bị bọn xóm rừng hành hạ. Thùy đã cứu bọn anh bằng cách chạy vào túp lều ở cuối rừng dương gọi ông Cửu Tín bụng phệ đến can thiệp. "Ông bắt chúng mày ông làm thịt hết". Tiếng hét của ông đã làm bọn xóm rừng phải dừng ngay những hình phạt man rợ để trốn thoát. Ánh mắt anh thật trìu mến nhìn em biết ơn, "Không có Thùy chắc bọn nó đánh bọn anh chết mất". Rồi những viên kẹo ngọt ngào anh đền công, những con thú bằng đất sét lấy từ trong lò gạch bên bờ sông, được chính đôi tay khéo léo của anh làm nên.

Dũng ơi! Có thể nào quên được, cũng trên dòng sông này, người ta đưa xác má anh từ bên kia bờ sông về chôn cất trong rừng dương liễu, làm sao có thể quên được dải khăn tang trên tóc và những giọt nước mắt đớn đau của người con trai khóc mẹ. Má của anh là người phụ nữ suốt đời tần tảo trên cánh đồng nuôi con và chung thủy đợi chờ chồng. Em vẫn còn nhớ bàn tay chai sạn rám nắng của má vuốt lên tóc em, "Làm con gái má nghe Thùy!" Điều đó đã không thực hiện được. Dũng ơi! Vì sao? Định mệnh-duyên số, em căm ghét những tiếng đó vì nó không nói lên điều gì ngoài sự bất lực. Không có duyên số, không có định mệnh mà chỉ có ý chí và sự tất yếu khắc nghiệt.

oOo

Chiều ngày ấy, một buổi chiều nhạt nắng, những giọt nắng vàng hiếm hoi còn rơi rớt lại trên những ngọn dừa cao ngất, nước sông dâng cao, những đợt sóng lăn tăn trôi giạt vào bờ, gió dịu dàng mơn man những khóm lục bình tím ngát. Anh vẫn ngồi lặng bên bờ sông, dải khăn tang trên tóc và nỗi đau mất mẹ dâng đầy trong đôi mắt đỏ hoe.

Thùy!... Sáng mai anh đi rồi.

Dạ...

Thùy cúi đầu di di những ngón chân trên cỏ. Sáng mai anh đi rồi, điệp khúc đó thật buồn, cứ như tiếng một tiếng khóc... Anh đi rồi sẽ không ai lang thang với Thùy trên cánh đồng đầy hoa dại, ai sẽ bênh vực Thùy mỗi khi bị anh trai ăn hiếp, ai sẽ giảng cho Thùy những bài toán khó... Rồi đây tất cả những nơi nào anh đi qua chỉ còn lại những dấu chân.

Bãi cỏ xanh còn đó.

Bầy chim sẻ đã bay về đâu?

Chiều tắt hẳn nắng, gió từ mặt sông thổi lên se lạnh, những chiếc thuyền nan xuôi nước trên sông, mắt Thùy ướt đẫm, bàn tay Thùy ấm mềm trong tay anh.

Chiều sắp tối rồi, để anh đưa Thùy về kẻo lạnh.

Thùy ngoan ngoãn đi theo anh, rừng dương liễu tối thẫm, gió thì thầm một âm điệu trầm buồn. Đến cổng nhà, Dũng dừng lại, anh cúi xuống nhìn sâu vào mắt Thùy.

Vào nhà đi Thùy, nhớ thắp nhang lên mộ má giúp anh nhé! Thùy ngước nhìn anh, đôi chân ngập ngừng, quyến luyến. Dũng vẫn đứng ở cổng, dáng cao gầy, ánh mắt thật buồn và quá đỗi thiết tha. Chính ánh mắt đó đã đi theo Thùy suốt cả cuộc đời sau này.

Dũng theo người chú về thành phố được một năm thì chiến tranh ập đến quê hương khốc liệt, trường học không thầy cô giáo, cổng trường im ỉm khóa, lớp học đổ nát chỉ còn bầy chim sẻ chiêm chiếp đếm sầu trên mái ngói loang lổ. Cây phượng ở cuối sân trường ghim đầy những mảnh đại bác, nhựa chảy ra như nhuốm máu. Đêm đêm trong giấc ngủ chập chờn, anh em Thùy bị đánh thức dậy núp hầm vì tiếng đại bác thật gần, ba me Thùy sợ con cái thất học nên gởi con cái về thành phố để học tiếp. Thế là anh em Thùy cũng giống như Dũng bỏ quê hương, bỏ mái trường, dòng sông, bạn bè và những người thân thuộc để đến thành phố đầy ánh sáng, nhưng thành phố không có dòng sông dâng nước lên mỗi chiều lộng gió, không có những con đường làng quanh co rợp bóng tre xanh, không có những sợi khói lam chiều lan tỏa trên cánh đồng trong bóng chiều hoàng hôn... Thùy nhớ quê nhà đến rát lòng và thường hay lén ra sau nhà ngồi khóc một mình. Những giọt nắng vàng lấp lánh trên tầng lầu cao ngất làm Thùy nhớ đến những giọt nắng rơi rớt trên hàng dừa ở quê nhà. Anh ở đâu rồi hở Dũng ? Chúng ta cùng ở trong một thành phố mà sao lạc mất nhau?!...

Đầu mùa thu năm đó, anh em Thùy xin vào học ở một trường trung học tư thục, điều diệu kỳ đã đến, Thùy đã gặp lại anh tại ngôi trường này, không thể nào tả hết niềm vui hạnh ngộ. Dũng bây giờ thật rắn rỏi, lịch thiệp và Thùy cũng dịu dàng trong áo dài lụa trắng và tiếng guốc khua vang... Rồi những chiều hẹn hò đưa đón, ánh mắt trao nhau trên lan can đầy nắng thiết tha, nồng nàn... Chúng ta đã có những ngày tháng tươi đẹp của thời học trò hoa mộng phải không anh?!... Những bức thư tình vội vàng trao nhau trong hoàng hôn tắt vội... và những dấu chân luống cuống anh theo em về trong giờ tan học... Cuộc sống có bao giờ dừng lại, dù chúng ta đang sống trong thời khắc đẹp nhất của đời người!...

Có ai ngờ ngày chấm dứt chiến tranh là ngày chúng ta mất nhau mãi mãi...

Ba anh trở về với chức vụ quan trọng ở thành phố. Niềm vui lớn làm anh hoàn toàn đổi khác, một khoảng cách mơ hồ nào đó làm anh cứ xa dần... Thùy nhớ anh từ lúc bình minh vừa thức giấc cho đến khi bóng tối của nỗi đợi chờ vây quanh. Thùy ngồi lặng trong những buổi sáng mùa đông mưa gió đầy trời và đi miên man trong ráng chiều tím thẫm với những bước chân hụt hẫng như cố tìm lại những dấu chân đã mất... Và cuối cùng cũng chẳng biết đi đâu về đâu, đành trở về trong căn phòng nhỏ đơn độc của mình úp mặt vào gối khóc lặng lẽ. Bức thư cuối cùng của anh là những giọt buồn cay đắng.

"Thùy yêu thương của anh!

Đêm nay anh cơ hồ như có sự biến động dữ dội nào đó làm cho đất trời nổi gió, đó là cơn gió chuyển mùa. Thùy ơi!... Làm sao nói hết được nỗi day dứt cũng như làm sao hiểu biển kia yên tĩnh mà ngăn cản đường về của những cơn sóng.

Anh dối Thùy rồi ư !... Anh muốn quên đi tất cả, nhưng chuyện bây giờ như sóng dội vào lòng, dữ dội, ồn ào và tan loãng... Biết nói sao đây?!... Nói gì rồi cũng buồn, cũng đau... Nhưng cũng đành phải nói, như có lần anh đã nói, "Hạnh phúc tôi, tôi lại đi tìm ở đâu ra, nếu không từ trong nỗi khổ đau và day dứt khôn nguôi."

Thùy! Tuổi thơ của anh và em đã đong đầy như ánh nắng trên cánh đồng bên con sông quê mình. Vậy mà giờ đây anh phải nói với em lời chia tay trong sự giày vò tâm can. "Lâu đài tình yêu tôi dựng trên mặt đất, nhưng riêng tôi phải ngủ bụi nằm bờ! Tôi bắc chiếc cầu của hồn tôi say đắm nhất, cầu gãy rồi tôi với đá chơ vơ".

Thùy yêu thương! Anh muốn gọi như thế thật nhiều và thật lâu... Nhưng Thùy ơi, hãy tha lỗi cho anh. Với anh, em luôn thành thật và yếu đuối. Sự thành thật để trân trọng và sự yếu đuối để yêu thương!... Vậy mà anh đã không xứng đáng với em, không vì em. Thùy ơi!... Hiểu cho anh, mỗi câu chuyện có một lịch sử của nó... Em biết rồi đó, anh là một đứa trẻ mồ côi, luôn khao khát một mái ấm gia đình có bóng dáng của người than. Má đã nằm xuống, anh trở thành kẻ ăn nhờ ở đậu. Ba trở về như một sự bù đắp... Thế nhưng bi kịch cũng bắt đầu từ đây...

Ba anh đã hứa với người đồng đội của mình trước khi nhắm mắt... cưu mang đứa con gái duy nhất của bác ấy như con gái và sẽ thành con dâu của ba... Chiến tranh đã đi qua mà nỗi đau của chiến tranh thì cứ mãi mãi ở lại... Thùy ơi!... Nếu còn sống má sẽ không bao giờ để anh mất em... Má đã yêu thương em biết dường nào!...

Hãy quên anh đi, nếu có thể thì em hãy xem như anh không còn tồn tại để em đỡ đau buồn nhưng anh xin em, đừng mất niềm tin vào cuộc sống, đó là ân huệ cuối cùng em dành cho anh..."

Thùy đã gục đầu khóc ướt đẫm vai áo của anh trai mình, anh đã xoa đầu vỗ về Thùy như những ngày Thùy còn bé dại.

- Đừng khóc nữa em gái của anh, con đường phía trước còn dài lắm, em phải đứng dậy đi tiếp...

Những ngày sau đó anh đưa đám bạn vui nhộn của anh về đàn hát trong khu vườn đầy tiếng chim. Thùy vẫn ngồi lặng lẽ, thờ ơ bên khung cửa sổ... Những người bạn của anh, ai cũng thương Thùy như em gái, họ cười đùa, trêu chọc Thùy, chỉ có một người rất ít nói, lặng lẽ nhìn Thùy với ánh mắt thật lạ

- Nếu anh có một người yêu như Thùy... anh hứa sẽ không bao giờ để người yêu khóc...

Và Thùy đã đau, cơn đau dữ dội lúc nửa đêm về sáng, phải đưa vào bệnh viện cấp cứu, rồi Thùy chìm vào cơn mê trong phẫu thuật... Khi Thùy chập chờn tỉnh dậy, thấy mình như bồng bềnh trong đám mây trắng xóa... nghe tiếng thầm thì: "Cô bé đã qua cơn nguy kịch, khoảng vài tiếng nữa sẽ tỉnh... nhưng có điều cũng cần nói cho gia đình biết... là cô bé sẽ không còn có khả năng làm mẹ... Khối u đã nhiễm trùng... phải cắt bỏ tất cả... Tội nghiệp cô bé xinh quá..."

Thùy mở choàng mắt trong tiếng khóc òa của mẹ... Ba đứng bên cạnh cầm tay Thùy, mắt đỏ hoe:

- Con đau lắm phải không con, có ba me bên cạnh con rồi, con đừng sợ gì hết nghe con...

Con hãy hít vào thật sâu và thở ra thật chậm.... Hít vào là đón nhận sự thanh thản, bình yên; thở ra là trút bỏ tất cả ưu phiền, đau đớn con à...

Thùy nhẹ như chiếc lá, tập chập chững đi lại trong nhà như đứa trẻ... Anh trai cũng không còn đưa bạn bè về đàn hát nữa. Khu vườn rợp bóng cây ủ rũ buồn trong nắng, đàn chim sẻ vẫn trở về ríu rít đếm sầu trên mái ngói... thỉnh thoảng tiếng đàn lạc lõng của anh trai vọng lại những âm điệu thật buồn... Một buổi trưa vắng, Thùy chập chờn trong giấc ngủ mê mệt của thuốc giảm đau, giật mình thức giấc vì tiếng anh trai thật gắt gỏng:

- Cậu về đi... Em gái mình đã đau nhiều rồi, mình không muốn ai làm em mình đau nữa...

- Cậu là bạn mình mà cậu không hiểu, mình yêu Thùy, mình không giống Dũng, mình chấp nhận tất cả và muốn đem lại hạnh phúc cho Thùy...

Mình hiểu và cám ơn cậu... Nhưng cậu phải nhớ cậu là con trai duy nhất của gia đình cậu, cậu không làm khổ Thùy thì gia đình cậu cũng làm khổ Thùy. Em gái mình không còn sức để chịu đựng thêm nỗi đau nào nữa, mình van cậu đấy...

Thùy ngồi lặng trong bóng chiều im vắng, vậy là hết, cuộc sống như đã chấm dứt rồi sao?...

Anh trai đem một đống sách vở luyện thi về dỗ dành Thùy.

- Anh sẽ cùng học với em để thi vào trường sư phạm. Ngày xưa em nói với anh, em thích làm cô giáo để dạy cho trẻ em nghèo thất học ở quê mình, em nhớ không?

Thùy cúi đầu rưng rưng

Thùy à, cuộc sống còn có nhiều niềm vui, nhiều hạnh phúc, nhiều mơ ước... ở phía trước... Em đừng ngoái đầu nhìn lại phía sau nữa nghe em...

Dạ... em sẽ nghe lời anh!...

Thùy đã đứng dậy và đi về phía trước.

Niềm vui của Thùy là bục giảng, giáo án, tiếng cười hồn nhiên và ánh mắt trong veo của học trò... Cuộc sống thật bình lặng đã đi qua mỗi ngày....

Vậy mà anh lại trở về.

Anh đứng trước cổng trường trong giờ tan học, không còn là anh ngày xưa nữa, mái tóc bồng bềnh như mây, dáng dấp lãng tử rắn rỏi đâu mất rồi. Chỉ còn lại ánh mắt mệt mỏi ưu phiền, làn da xanh như màu lá.

-Thùy!...

Thùy đứng lặng, tiếng ồn ào náo nhiệt của học trò trong giờ tan trường che giấu nỗi bối rối của Thùy. Có phải là anh không?!... Trong giấc mơ Thùy vẫn mơ thấy anh nhưng không giống như anh bây giờ.

- Sao anh trở về?

- Để gặp em... có thể là lần cuối cùng...

- Sao vậy hở anh?

- Sau đó anh sẽ vào lại đó để xạ trị... xin em tha thứ cho anh, anh chỉ có lỗi với mình em thôi.

Thùy òa khóc tức tưởi:

- Em có bao giờ giận hờn, oán trách gì anh đâu, đó là số phận mà, coi như chúng ta không có duyên nợ... Mà sao đến nỗi này hở anh? Em vẫn thường cầu mong cho anh bình an và hạnh phúc.

- Thời gian của anh còn lại ít lắm Thùy à, con anh còn nhỏ dại nhưng đã có ba và cô ấy chăm sóc, anh chỉ còn nợ em thôi, món nợ này anh không trả được cho em ở kiếp này.

- Anh đừng nói điều đó nữa... em không chịu nổi đâu...

- Hằng năm anh vẫn về trong ngày giỗ má, anh đã đứng trước ngôi trường này nhìn em từ xa không biết bao nhiêu lần, thấy em tươi cười với học trò lòng anh nhói buốt, nụ cười của em thật hiền nhưng vẫn đượm buồn...

Buổi chiều, anh đưa Thùy về thăm mộ má anh, ngôi mộ đầy cỏ may nằm bên sông, rừng dương liễu ngày xưa không còn nữa, người ta đã đốn sạch, chỉ còn trơ trụi những gốc dương già nhú lên những mầm non yếu ớt. Anh thắp nhang trên mộ và thì thầm trò chuyện cùng má.

Má ơi, con đưa Thùy đến thắp hương cho má lần cuối. Ngày xưa má đã yêu thương Thùy và mong Thùy lớn lên sẽ làm con gái má, vậy mà ba và con đã không làm theo lời ước nguyện của má. Bây giờ má đã nằm yên trong lòng đất, còn con và Thùy mỗi đứa một nơi. Con ao ước được về nằm cạnh má bên con sông này. Con sông đã chứng kiến những nhọc nhằn, vất vả của những năm tháng má vò võ nuôi con một mình và cũng chứng kiến tuổi thơ của con và Thùy. Dòng nước con và Thùy đã tắm thời thơ dại đó đã trôi về biển rồi má à... Cho nên con muốn về nằm lại đây cùng má để nhớ hoài về những ngày tháng cũ.

Anh cầm lấy bàn tay của Thùy, tay em vẫn mềm, mắt em vẫn ướt, nhưng tan nát hết rồi Thùy ơi, con người sinh ra là để nhận chịu thương đau, càng thương yêu bao nhiêu thì càng đau đớn bấy nhiêu.

Ngay trong sự sống con người đã phải chuẩn bị cho cái chết, anh không hề sợ cái chết, cái chết chỉ là sự trở về thôi em à... Cám ơn em đã tha thứ và trở về thăm má cùng anh, em bao giờ cũng hồn hậu, bao dung nhưng anh thì chưa bao giờ anh tha thứ cho chính anh...

Trần Thị Trúc Hạ

TRẦN TRUNG SÁNG

CHIẾC NHẪN CƯỚI

Bao năm qua, chỉ còn chiếc nhẫn này là kỷ vật duy nhất em còn giữ lại từ ngày cưới. Anh hãy đeo nó vào ngón tay vừa nhất, để sau này mỗi lần ra đường gặp ai khác... thì nhìn lấy nó, mà nhớ trở về. Tôi thở phào nhẹ nhõm, khi vợ nói ra câu ấy. Vậy là cuối cùng vợ đã tha thứ cho tôi, sau những tuần lễ dài gia đình tôi đắm chìm trong những xung đột dai dẳng, khi cô ấy phát hiện ra tôi có một vụ tình cảm lăng nhăng mà cô cho là "quá mức giới hạn".

Thôi thì, bây giờ khỏi phải phân trần dài dòng cái chuyện tình cảm ấy ra sao, người ấy là người thế nào. Vợ tôi chỉ buộc tội tôi bởi một ý ngắn gọn: "Em đã từng biết anh quen với rất nhiều người, gặp gỡ này kia với rất nhiều người, em vẫn chẳng hề gay gắt anh điều gì. Bởi công việc anh là vậy. Tính cách anh là vậy. Nhưng lần này hoàn toàn khác. Người này với anh không phải như những người trước kia. Họ đang sẵn sàng cuốn anh đi như một cơn lốc...". Mỗi lần nói đến chừng đó là vợ tôi nằm lăn lộn, vật vã suốt ngày đêm, chẳng thèm cơm nước, bỏ mặc con cái ai lo thì lo...Tôi dỗ dành thế nào cũng chẳng xong. Cha mẹ anh em hỏi han lại càng lặng thinh. Cho đến tận khi, bằng cách nào đó, cái người "không phải như những người trước kia" chuyển đến một thông điệp cho vợ tôi rằng, họ đã rút lui, họ đang chuẩn bị lên xe hoa cùng một anh chàng Việt kiều ở tận trời Tây... Sự việc từ đó mới lắng dịu trở lại. Và bây giờ tình huống căng thẳng của chúng tôi gần như đã qua đi...

Thế nhưng, nếu tôi nhớ không lầm, thì hồi ngày cưới chính tay tôi đã đeo khoen nhẫn vào ngón tay thuôn thả cho vợ. Còn những ngón tay thô vụng như tôi thật khó phù hợp. Tôi lẩm bẩm: "Nam tả, nữ hữu. Khó quá hè, ngón áp út không vừa, thì đeo vào ngón nào cho đúng?". Vợ tôi bảo: "Cứ ngón nào vừa là được, chẳng cần đúng. Chỉ có vậy mà không làm được. Không muốn đeo thì thôi". Tôi đáp lại: "Chỉ có ngón út là vừa, nhưng nó hơi lỏng". Vợ tôi cầm chiếc nhẫn thử tới thử lui vào ngón út tôi vài lần, rồi quấn thêm một khúc chỉ. Chúng tôi cùng cười đùa vui vẻ: "Được rồi, từ nay nó sẽ cột chặt anh lại!".

Mùa hè năm ấy, chúng tôi trở lại những ngày hạnh phúc như thuở ban đầu. Mỗi ngày cuối giờ làm việc, tôi đều về nhà sớm cùng vợ lăng xăng việc giặt giũ, bếp núc, việc chăm lo con cái học hành... Những ngày nghỉ, giao du tiệc tùng nơi đâu tôi và vợ cũng đều có cặp có đôi. Thú vị nhất là cứ mỗi sáng sớm, chúng tôi cùng chạy ra biển đùa vui cùng sóng nước. Cuộc đời thật êm đềm biết bao! Tôi cứ yên tâm, những vết tì tội lỗi của tôi đã được xóa sạch trong tâm trí vợ. Thế nhưng, bất chợt một ngày kia, đang bơi lội nửa chừng, vợ tôi gọi ngược: "Vào thôi anh, trời đang dông, sắp đổ mưa. Chạy về sớm kẻo không kịp!"

Vợ tôi níu lấy tay tôi vượt lên bãi cát trên bờ. Nửa chừng đột nhiên tôi thấy cô khựng lại, mèn vào ngón tay út của tôi, giọng thất thần: "Ủa, chiếc nhẫn đâu rồi?" Tôi cũng vừa kịp nhận ra sự trống trải nơi ngón tay mình. Thoáng trong vài giây, tôi lắp bắp: " Thôi chết rồi! Chiếc nhẫn... Nó đã tuột khỏi ngón tay... Đã rơi ngoài biển...". Tôi quay người toan chạy ra biển, nhưng vợ tôi giữ lại nói: "Thôi anh, lỡ rồi. Giữa sóng biển mênh mông ấy làm sao mà tìm. Mau về đi làm kẻo mưa..."

Suốt chặng đường về nhà, vợ tôi không buồn, không vui, không nhắc chuyện chiếc nhẫn. Nhiều ngày kế tiếp cũng vậy...

Tuy nhiên, một năm sau, vợ tôi bất ngờ bị cơn tai biến, bán thân tê bại. Trước lúc rơi vào hôn mê sâu, thỉnh thoảng cầm tay tôi, cô mân mê ngón út thì thầm hỏi: " Chiếc nhẫn... Chiếc nhẫn cưới của mình... Nó đâu rồi anh?". Tôi nói: "Nó vẫn có đó mà. Anh vừa đi rửa tay tí nửa lại đeo". Tôi âm thầm đi mua một chiếc nhẫn khác thay thế. Nhưng trong trạng thái mơ màng của bệnh tật, có vẻ như vợ tôi vẫn nhận ra: "Không phải. Chiếc nhẫn đây... khác. Chiếc nhẫn cưới... đâu rồi?"

oOo

Giờ đây, vợ tôi vẫn còn nằm đó. Không buồn. Không vui. Không hỏi han điều gì nữa. Những ngày hè, cứ mỗi lần ra biển, tôi vẫn thường nhảy ùm chúi sâu vào đáy nước và không ngớt khát khao: một lần nào đó mày mò tìm gặp được chiếc nhẫn cưới năm xưa, với hy vọng, điều kỳ diệu đó sẽ trả lại vợ tôi nụ cười và sức sống thuở thanh xuân!

Trần Trung Sáng

TRẦN YÊN HÒA

THỜI THƯỢNG

Anh muốn về thăm Việt Nam, chị cũng vậy.

Anh nói với chị:

- Em à, cũng hai năm rồi, tụi mình chưa về thăm Việt Nam. Anh thấy nhớ quá, nhớ hàng cây dâm bụt, gốc ổi, cây dâu đất ngoài quê anh. Nhất là ngôi nhà có bức tường thành và cái cổng bằng xi măng. Anh đã đem theo hình ảnh đó suốt mấy mươi năm rồi, nhưng lúc nào cũng nhớ nó. Mình đi về thăm một chuyến em hè.

Nàng có vẻ do dự:

- Em lo quá, nếu về, mình chỉ về dưới một tháng thôi, anh đi trên một tháng rất phiền phức về chuyện tiền hưu.

Anh trấn an nàng:

- Thì đi dưới một tháng là được rồi, thế cũng đủ để bù đắp cho vơi đi nỗi nhớ quê.

Nàng nói:

- Vậy thì em duyệt. Nhưng nhớ là anh về lúc nào em cũng kèm theo anh nghe, không rời xa nửa bước. Ai cũng nói, để đàn ông đi về Việt Nam là hư hết, hư ngay. Bên đó mấy cô có mắt xanh mỏ đỏ, năm đầu sáu tay, bu lại hút máu mấy ông liền.

Chàng trấn an:

- Em làm bộ như anh còn trẻ trung lắm, trả bài cho em còn chưa thuộc, một tuần một lần, nay lại khất hẹn em mười ngày, em không thấy sao?

Nàng:

- Thì ai cũng biết vậy, nhưng anh không biết câu người ta thường nói sao?

- Câu gì?

- Câu có bốn chữ thôi.

- Bốn chữ gì?

- 4 L.

Chàng cười xòa:

- Thì thiên hạ nói cũng đúng, nhưng anh thì khác.

- Anh cũng đàn ông mà.

- Anh hết xí quách rồi.

- Thiệt hông đó?

- Thiệt mà.

- Vậy thì cấm đừng nguậy ngọ chèo kéo em nữa nghe.

- Thôi mà, với em thì khác. Con mèo cưng của anh.

Chàng và nàng cười vui.

Chàng chém gió, quyết định:

- Vậy mai anh ra chỗ bán vé máy bay hỏi thử xem sao. Nghe nói mùa này vé đang *xeo* mà.

- Ừ mai anh đi đi.

Trong giấc ngủ, cả hai đều nhắm mắt mà không ngủ. Chàng có nhiều mộng tưởng và nàng cũng có nhiều mộng tưởng tương tự. Chàng nghĩ đến Tầm ngay. Thế là anh dù hứa với Tầm là anh sẽ về thăm em một ngày gần nhưng anh chưa chắc chắn lắm. Quyết định về Việt Nam không phải ở anh mà ở vợ. Người vợ nào cũng sợ chồng về Việt Nam quậy. Quậy ở đây có nghĩa là gái gú. Ở Việt Nam có hàng ngàn, hàng triệu cô gái hơ hớ tươi non mơn mởn, làm ở các quán bia ôm, quán nhậu, quán hớt tóc cạo mặt, quán hớt tóc máy lạnh không dao kéo, không tông đơ. Mà lời truyền miệng này là sự thật, qua những tấm gương tày líp trên báo chí, hay ngoài đời nói với nhau nhan nhản.

Mà cũng đúng thôi, Sài Gòn với gần mười triệu dân, con người chen chúc sống như con kiến, tiền ở đâu cung cấp nổi cho các cô gái mơn mởn vừa mới dậy thì. Thì các quán bar, bia ôm, quán nhậu... đủ mọi nơi mọi chốn, chỗ nào cũng được sắp sẵn để các cô làm việc. Các đại gia mới, các quan chức... nhất là các Việt kiều hồi hộp là miếng mồi ngon cho các cô nhắm đến, cho nên mấy bà vợ lo lắng là phải.

Nhưng nàng lo lắng trật lất, trật đường rầy. Chàng đâu có mơ màng đến những cô nàng mắt xanh mỏ đỏ đó, mà chàng mơ màng đến em Tầm, em Linh và em Mận thôi. Đó là những trang tình sử mà chàng cất giấu tận đáy lòng, quyết không hở môi cho ai biết. Vì chàng biết và kinh nghiệm đầy mình rồi, chuyện có kín đến đâu, có người thứ hai biết thì trước sau gì cũng lộ tẩy ngay.

Em Tầm là tầm ngắm thứ nhất.

Đó là những ngày chàng lê thê lếch thếch đi kinh tế mới bởi vì chàng mới đi tù về vì tội sĩ quan chế độ cũ. Vợ chàng bị ép đi kinh tế mới để chồng được thả ra, nhưng đó là lời đường mật của bọn công an dụ dỗ vợ chàng cùng với những người đàn bà nhẹ dạ. Nhưng phải đợi năm năm sau, chàng mới trở về bằng thân xác ma trơi. Chàng trở về ngày hôm trước, ngày hôm sau là chun vô rẫy ngay. Chàng trở thành người nông dân chính hiệu thật sự từ đấy.

Thời gian này, Tầm khoảng mười một, mười hai.

Lúc đó, gặp nhau, Tầm lúc nào cũng nhìn chàng lấm la lấm lét, một điều chú, hai điều chú.

Cho đến khi Tầm hăm mốt hăm hai, chàng vẫn còn ở kinh tế mới, vẫn chun vào rẫy sáng sớm, đến tối mịt mới về.

Tầm cũng bắt đầu đi làm rẫy từ tuổi mười lăm, mười sáu. Cha mẹ Tầm không có tiền của để cho Tầm tiếp tục học, mà con gái ở kinh tế mới học cao làm gì. Lớn lên cố kiếm một tấm chồng làm rẫy để nương tựa là được rồi. Sáng chun vô rẫy, tối mịt ra về. Cuộc đời có thể nói đó là trôi chảy, xuôi chèo mát mái.

Năm Tầm trên hai mươi, nàng đã qua tuổi dậy thì. Tuổi con gái lúc này là đẹp nhất. Tâm hồn phơi phới, thân thể nở nang. Với nước da rám nắng màu nâu sẫm, bầu ngực vun cao đầy sức sống, mái tóc dài, nàng mơ ước đến những chàng trai trẻ, nhưng ở kinh tế mới này nàng tìm đâu ra.

Một buổi trưa, Tầm ở trong rẫy, thì gặp chàng.

Chàng lúc này trên bốn mươi. Chàng vẫn còn những nét đẹp của chàng phi công thuở nào, dù bộ đồ bay màu cam ngày xưa bây giờ được thay bằng bộ đồ xám lao động. Hai người gặp nhau dưới tàn cây giăng bóng mát trong rẫy.

Chàng nói:

- Con Tầm vào rẫy làm việc một mình hả?

Tầm trả lời.

- Dạ, ba con chạy xe ôm suốt ngày. Mẹ đi chợ Tây Ninh bán nấm rơm. Con cũng thường vô rẫy một mình mà.

- Vậy hả? Con ăn cơm trưa chưa? Chưa ăn đem qua đây ăn luôn cho vui. Chú ăn một mình cũng buồn.

- Dạ.

Buổi trưa rẫy bái vắng hoe. Chỉ có tiếng chim hót trên những cành cao, chim trày trãy, chào mào, chắc quạch, chìa vôi, nghe vui tai lạ. Rẫy với rừng cây bạt ngàn, muốn tìm chỗ nào ngồi nghỉ mát, ăn cơm cũng được cả.

Chàng nói:

- Lại đây cháu, vào lùm cây này là mát nhứt.

Hai công đất rẫy của hai người gần sát nhau, chàng vẫn nghĩ, Tầm là đứa con nít, nên chàng chẳng để ý.

Sống chung trên kinh tế mới đã mười mấy năm, Tầm từ một đứa trẻ lần hồi lớn lên theo thời gian. Thời gian cũng làm cô bé trổ mã, cô bé lọ lem trở thành thiếu nữ lúc nào không hay.

Bây giờ ngồi đối diện ăn cơm với Tầm ở một nơi vắng vẻ, riêng biệt trong khu rừng bạt ngàn, chàng thấy lòng mình hơi xao động. Với lại khi Tầm cởi bỏ chiếc áo nhà binh dài tay màu cứt ngựa bạc màu ra khỏi người, nàng chỉ còn bên trong cái áo cánh bằng vải phin đen, trông nàng hấp dẫn lắm. Chàng tự nhiên hồi hộp và rung động.

- Chú ăn canh mướp không, con đem theo nhiều lắm, canh mướp ăn mát lắm chú.

Con Tầm choàng tay qua người chàng lấy cái tô của chàng đang ăn, dằng lấy và múc canh cho chàng. Cái choàng người qua như vậy, khiến làm chàng nghẹn thở. Hai thân thể khít rịt nhau, mùi mồ hôi, mùi da thịt của Tầm phả vào mũi chàng. Chàng để im cho Tầm múc canh.

Tầm đặt cái tô lên tay chàng, rồi nói:

- Chú ăn đi chứ, làm gì nhìn sững con vậy?

Chàng lính quýnh:

- Thì chú ăn đây.

Vừa húp tô canh của Tầm múc vào tô cho chàng, chàng thấy tim mình đập loạn nhịp. Tầm ngồi bên chàng hơi thở nàng có vẻ nặng hơn, chàng cũng cảm thấy vậy. Chàng nhìn chung quanh, ở đây chỉ có cây rừng giăng bóng mát, những con chim hót trên cao, không có ai, đúng là buổi trưa quá vắng vẻ, chỉ có hai người, đàn ông và đàn bà. Máu đàn ông nổi lên trong người chàng, sôi sục. Chàng nghĩ nhanh, dịp may đã tới, trong đời chắc chỉ có một lần. Tầm đã ăn xong, rót nước cho chàng uống, chàng thấy khô ở cổ.

Khi Tầm cầm chén nước đưa chàng với đôi mắt lúng liếng, mời gọi, giọng nói nũng nịu hơn:

- Chú uống nước đi chú, gì mà thừ người ra thế.

Chàng liền cầm tay nàng giật mạnh, kéo về phía mình, khiến chén nước sắp đổ. Chàng giằng lấy chén nước để xuống đất và kéo nàng ngã vào người chàng. Chàng chỉ kêu được một tiếng:

- Tầm ơi!

Và chàng cúi xuống khuôn mặt nàng, hôn tới tấp vào môi, vào mắt.

Cô gái trên hai mươi tuổi trong cơn háo hức đầu đời đã không giữ nổi mình và đã cho chàng trưa hôm ấy.

Cuộc tình kéo dài lén lút nhiều năm, trước mặt mọi người họ vẫn chú chú, cháu cháu, nhưng khi thì họ gặp ở Đồng Nai, Thủ Đức hay Sài Gòn, không ai biết chuyện này đến khi chàng xuất cảnh.

Với Tầm, chàng là người xuất hiện đầu đời trong trí óc non tơ của nàng, nhưng nàng vẫn biết rằng, chàng đã có vợ con, những đứa con chàng là bạn của nàng, nên chuyện hai người đến với nhau là chuyện không thể, chỉ phía sau thôi, lén lút. Lén lút cũng có cái hấp dẫn, thú vị riêng của nó.

Chàng đi Mỹ, Tầm ở nhà quen với một chàng thanh niên cùng xóm, hai người cưới nhau. Rồi có hai con, một gia đình nhìn bên ngoài rất hạnh phúc.

Nhưng nàng vẫn nhớ chàng, nhớ trong tâm tưởng, trong giấc mơ.

Chàng đi biền biệt, mười năm. Chàng nghĩ sẽ quên, hãy quên. Nhưng một hôm chàng nghe điện thoại reo, chàng bắt máy, tiếng bên kia là của Tầm:

- Anh đó phải không, em Tầm đây.

Chàng lặng người. Cũng may là người vợ đi làm, mấy đứa con không có ở nhà. Nhưng chàng vẫn ngó quanh quất, không có ai cả.

Chàng trả lời:

- Anh đây.

Tiếng bên kia:

- Em đây, anh khỏe không? Em nhớ anh quá.

Họ bây giờ không còn xưng là chú cháu nữa, mà là anh em, rất ngọt ngào như những cặp tình nhân khác.

- Anh khỏe, anh vẫn nhớ em, em khỏe không?

- Em khỏe. Cảm ơn anh.

- Sao em biết số phone của anh vậy?

- Thì em tìm mà, em hỏi cô Ngọc, em gái anh đó.

- Thế à.

Rồi họ ríu rít như chim. Nàng kể lể những ngày xa chàng, sống với chồng, cũng hạnh phúc. Người chồng tuổi bằng nàng, rất cưng chiều nàng, nhưng sao nàng vẫn đau đáu nghĩ về mối tình xưa. Nàng quay quắt, nên tìm mọi cách để liên lạc với chàng.

Chàng cũng kể những ngày anh xa em. Anh đang ở một nơi sáu tháng mưa sáu tháng nắng. Vào hãng làm việc như con bò kéo xe. Sống bên vợ nhưng anh vẫn nhớ em. Đó là sự thật, em tin không?

Họ nói chuyện qua điện thoại gần hai tiếng đồng hồ. Thời điểm này, các điện thoại thông minh có những chương trình gọi viễn liên không tốn tiền. Thế là khi người vợ lái xe đi làm, các con cũng đi làm, vì tụi nó đã lớn ngồng, có đứa có gia đình riêng, sống riêng, chàng và nàng tự do đấu hót.

Và đến hôm nay, người vợ duyệt chuyện về thăm Việt Nam, chàng mừng rơn trong bụng. Mình sẽ có những giờ phút tuyệt vời bên em. Em bốn mươi hai, còn sung độ chán.

Chuyện bình thường như bao chuyện bình thường khác.

Về VN, chàng nói với vợ:

- Em muốn đi Nha Trang nghỉ mát hả. Cho anh tháp tùng theo với nhe. Ngoài đó tắm biển, ăn cua luộc, uống bia là nhất.

Vợ chàng hơi bối rối:

- Em ra thăm con Trang, bạn cũ học ở Võ Tánh đấy mà. Cũng lâu quá tụi em không gặp nhau, tụi nó nói em về, sẽ tụ họp lớp em lại, điểm danh coi thử đứa nào còn đứa nào mất. Anh đòi theo làm chi. Bọn em mấy bà già quá đát hết rồi.

Chàng mừng thầm trong bụng vì kế hoạch sắp thành tựu. Chàng nói với vợ:

- Em không cho anh tháp tùng thì anh solo ở Sài Gòn, anh sẽ kêu thằng Nhu đi nhậu bia ôm đó.

Nàng:

- Cho anh tự do.

Nàng làm bộ nũng nịu:

- Nhưng em biết ông xã của em mà, trung thành với tổ quốc số một mà.

Chàng cười cầu tài:

- Anh trung thành số một, có giấy chứng nhận hẳn hoi.

Nàng:

- Em về sẽ khám điền thổ anh, mất dấu là chết với em đó nghe.

Chàng cũng vui mà nàng cũng vui. Nàng cũng sẽ đi gặp Hùng, người tình của nàng thuở mới lớn. Lần nào về hai người cũng gặp nhau ở Nha Trang hay Đà Lạt, chuyện tình kín bưng chả ai biết.

Người vợ lên máy bay đi Nha Trang, chàng bắt đầu chuẩn bị cho cuộc gặp gỡ với Tầm.

Hai người lại gặp nhau qua điện thoại thông minh. Trước khi đi Tầm thỏ thẻ với chồng:

- Anh cho em đi thành phố mấy ngày nhe. Em đi đến bịnh viện Hòa Hảo để siêu âm, sẵn dịp xuống Thanh Đa thăm chị Hoa, chị Bình. Hai chị này trước cũng ở đây. Lâu quá, từ ngày hai chỉ về Sài Gòn đến nay em chưa gặp lại.

Người chồng gật đầu đồng ý. Nàng nhảy cẫng lên, hôn đánh chụt lên má chồng, nhõng nhẽo:

- Chỉ có anh yêu em nhất thôi, chồng yêu quý của em.

Tầm xuống thành phố trên chiếc xe 7 chỗ ngồi, có máy lạnh. Trước tiên nàng đến thăm mấy người quen đã nói với người chồng như một thủ tục, để rủi người chồng có điện thoại hỏi, như chị Hoa ở Thanh Đa. Tầm có xuống nhà chị không? Chị Hoa sẽ trả lời, Ờ cô ấy mới ở đây ra. Hoặc hỏi chị Bình ở Phú Nhuận, chị cũng trả lời tương tự, còn nói thêm, tui cố nài cô Tầm ở lại chơi với tôi mấy bữa, chị em bạn bè lâu ngày mới gặp nhau, mà chị nói có chuyện gấp phải đi, rồi chiều sẽ trở lại. Nếu chiều cô Tầm trở lại, anh cho cô Tầm ở lại chơi với tôi vài hôm nghe.

Người chồng yên chí, nói Dạ. Chị Bình còn kể lể thêm, anh không biết chứ, hồi ở kinh tế mới tui với Tầm là đôi bạn thân nhứt, cũng mười mấy năm rồi, mỗi người một nơi.

Thế là Tầm yên tâm, mọi chuyện nàng đã chuẩn bị xong xuôi, trót lọt. Nàng kêu xe taxi chở nàng lên con đường ở quận Bình Tân, ở đây nàng nghĩ sẽ không gặp người quen. Nàng cũng biết "thủ" cho mình.

Và giờ sau thì chàng cũng đi taxi đến, nàng đã gọi chàng, cho biết địa chỉ khách sạn, số phòng. Chàng ung dung đi lên phòng số... và gõ cửa.

Sau ba ngày với em Tầm, cô nàng vẫn quấn quít bên anh, nhưng chàng thì đã chán. Người đàn bà bốn mươi hai tuổi, đã có những vết nhăn dưới đuôi mắt, vòng bụng thì đầy mỡ, nhũ hoa thâm. Dĩ nhiên chàng chỉ nghĩ trong bụng như vậy thôi, chứ trước mặt nàng, chàng vẫn xuýt xoa, em đẹp lắm.

Đến ngày thứ ba thì người chồng gọi điện thoại:

- Em về ngay nhe. Tiệm đông khách quá anh lo không xuể.

Nàng cũng nóng lòng về chuyện làm ăn, nên nói với anh.

- Mai mình về nhe anh.

Anh trố mắt:

- Mai sao?

- Dạ mai, em phải về để lo cửa hàng. Ông xã mới gọi cho em.

Chàng mở cờ trong bụng, thế cũng đủ rồi. Nhưng chàng cũng cố vớt vát:

- Em về anh sẽ nhớ em lắm. Em luôn nhớ anh nghe.

- Dạ, nhớ anh nhiều nhất.

- Vậy thì mai mình trả phòng.

Ngày mai hai người chia tay. Nàng kêu taxi chở về bến xe Tây Ninh, chàng kêu taxi về hướng Gò Vấp.

Trên đường về, chàng thở phào và nghĩ tiếp:

- Phải gấp rút gặp em Linh, rồi đến em Mận.

Mỗi cô gái này đều có một chuyện "tình sử" với chàng. Với chàng tất cả các cô gái qua đời, đều là một mối tình có nguồn có ngọn. Chàng đem những nguồn ngọn đó ra kể với mỗi em, làm cô nào cũng cảm động run rẩy quả tim.

Bà xã chàng nói, mười ngày nữa mới về. Thôi mình chia thời khóa biểu cho hai em này mỗi em năm ngày. Thế thì cũng OK.

oOo

Chàng về Mỹ, viết ngay một bản tường trình về xã hội VN. Chàng quảng cáo về bản tường trình sống của mình, vì chàng nói rằng, chàng đã đi thực tế, đã xâm nhập vào giới ăn chơi ở VN, nào nhà hàng, khách sạn, khiêu vũ trường. Những ngóc ngách riêng của đời sống con người dưới góc độ nhà biên khảo.

Chàng kết luận:

- Việt Nam hiện thời là một ổ điếm khổng lồ, bằng chứng tôi quen năm cô, mà khi nào "xong" tôi đều phải trả tiền và còn "bo" thêm nữa. Đó không phải là xã hội điếm sao?

Chàng dự định sẽ lên TV nữa. Giọng chàng nói cũng hay, vẫn còn sang sảng. Và gương mặt chàng vẫn còn hồng hào mà.

Chàng mới bảy mươi ba.

Trần Yên Hòa

TRƯƠNG VĂN DÂN

Những Sợi Tóc Bạc

Sáng hôm ấy Trung ra đón Thúy ở bến xe Quy Nhơn. Khi bước xuống xe nàng nhìn anh ngạc nhiên.

- Hôm nay là lần đầu tiên em thấy anh đội mũ.

Trung chỉ cười không đáp, nhưng khi hai người ngồi trong quán nước thì Thúy lặp lại câu nói lúc nãy.

- Ủa trời nóng sao anh không gỡ mũ?

- Em thấy anh thế nào?

- Bình thường thôi. Nóng, gỡ mũ đi anh!

Trung cười, nói thật tình:

- Kệ! Chiều hôm qua anh chưa đi nhuộm. Anh sợ mọi người thấy tóc anh bạc quá.

- Ui chao, sao anh ngốc thế? Ngốc! Ngốc! Ngốc!

Trung sững sờ nhìn Thúy. Giọng nói và nét mặt nàng nghiêm trang, không có chút gì đùa giỡn.

- Người ta nhìn thì mặc người ta, em không quan tâm! Vậy là anh chưa thật sự hiểu em. Có những lúc anh ngây ngô thấy ghét. Cũng may là em rất nhạy cảm với anh, em nhận ra liền những cảm xúc của anh... chứ anh ngốc lắm. Đấy, khi nói đến tóc bạc... anh đã vội giải thích cho em theo kiểu sợ em thấy anh già. Đó cũng là một trong những điều anh chưa hiểu. Anh đã chẳng nói với em rằng vẻ ngoài chỉ thu hút lúc ban đầu thôi sao? Chúng mình vẫn chỉ thích nhau ở vẻ ngoài thôi sao? Riêng em, dù anh có lớn hơn em ba con giáp hay có già hơn 100 tuổi nữa thì em vẫn yêu anh. Em chỉ muốn nhìn xem anh có phải vì nhớ thương em mà bạc tóc không. Nếu vì nhớ em thì một sợi bạc là một sợi tình. Biết chưa? Ngốc!

- Trời, em có nhiều ý lạ và hay lắm. Hơn cả nhà văn nữa!

- Anh đừng có đánh trống lảng! Từ giờ về sau anh đừng nhuộm tóc nữa. Nhuộm nhiều bị ung thư á. Để rứa cho tự nhiên như ba em ngày trước, ba không nhuộm tóc mà có xấu đi mô!

- Không phải xấu đẹp... mà vì tóc bạc không đều. Bên phải bạc nhiều... bên trái thì đen... buồn cười lắm.

- Điều anh nói chỉ đúng có một phần thôi. Nhưng... em thích kiểu bạc không đều, rứa... mới thích. Già đều... thì nói làm chi. Hihi

Nói xong Thúy gỡ mũ của anh xuống và vuốt ve những sợi tóc bạc của anh.

- Anh cứ để tóc vậy nhé! Đừng nhuộm, nhuộm nhiều không tốt anh à.

- Nhưng anh không muốn thấy mình già so với em đâu. Cho nó ngang lứa chút! Chứ thật lòng anh không có ý làm mình trẻ hơn.

- Để màu tóc vậy em càng thương anh nhiều hơn. Anh và em không yêu nhau bởi vẻ ngoài. Mà yêu tâm hồn của nhau. Em yêu chàng dù tóc không còn xanh. Yêu trái tim không tuổi. Yêu đôi mắt ẩn chứa cả một trời trăn trở. Yêu tất cả những gì thuộc về anh.

- Trong đời anh, chưa bao giờ được gặp một người như em cả! Quá hiếm hoi. Duy nhất! Và yêu thương anh bằng một tình yêu sâu thẳm.

- Em hạnh phúc khi nghe anh nói vậy. Trước đây em cũng không tin rằng trên đời lại có một người như anh. May mà mình gặp nhau chứ không thì em không thể nào biết tình yêu đẹp đến vậy, tưởng chỉ có trong tiểu thuyết. Nghĩ lại thì em đã không uổng phí mấy mươi năm chờ đợi.

Em yêu và tin anh nên em ban tặng hết những gì em có. Và em sẽ còn làm nhiều hơn nữa để anh không bao giờ hết yêu thương em, để anh không thể tìm được người thứ hai như em có thể hiến dâng tất cả miễn là được nhìn anh hạnh phúc.

- Mình sẽ ở bên nhau mãi nhé!

- Dạ! Em sẽ không bao giờ muốn rời xa anh. Trong lòng em chưa nửa lần có ý nghĩ sẽ xa anh nếu em còn sống. Hôm nay em còn nói thật với anh điều này nữa nè: Em thèm yêu anh và khao khát được anh yêu nhưng nếu không có anh, không còn anh thì em sẽ giết chết cảm xúc đó. Em quyết rồi. Em sẽ triệt tiêu cảm xúc đó.

- Trời, đừng em! Trung biến sắc và run giọng. Không thể xảy ra chuyện đó. Không!

- Em nói thật lòng! Từ lúc ân ái với anh em thề rằng từ nay sẽ không còn người đàn ông nào có thể chạm đến người em được nữa. Sự dâng hiến cùng anh đã làm cho thân thể em trở nên thiêng liêng thì làm sao em có thể chia sẻ với những kẻ khác được? Trước đây em cũng đã từng sống mà không cần nó. Em chỉ muốn dành cho anh và cho anh mà thôi. Nếu không có anh hay vì lý do gì mà mình không còn bên nhau nữa thì em cũng không cần giao thoa thân xác làm gì…

- Trời ơi em nói làm anh lạnh cả mình. Và yêu thương em mà không biết nói thế nào. Chỉ biết là tình yêu dành cho em choáng ngợp tim anh.

Sau một nụ hôn thật sâu, Trung run run nói:

- Cảm ơn em yêu! Cảm ơn em yêu! Chúng ta yêu nhau và không cần tuổi tác.

- Đúng rồi! Còn khi nào ai hỏi, em sẽ nói: Tuổi của em là của một người đàn bà từng trải mà vẫn cảm thấy mình như một cô gái, có lẽ "chớm già" để có thể lùi lại, nhưng vẫn còn "quá trẻ" để thôi mơ mộng!

Còn anh, với tính cách trẻ trung thì sẽ không bao giờ già được. Anh rất trí thức, dịu dàng, ân cần đối với em và đồng thời cũng hết sức say mê trong cách hưởng thụ cảm giác ái ân. Em nhận biết và rất yêu cái tính cách độc đáo đó trong anh: bên cạnh cái lý trí sáng suốt thông tuệ còn có một cảm xúc nhục cảm tràn trề. Có lẽ chưa mấy ai biết sống như anh, trong khi ân ái có thể bỏ quên hết hiện tại một cách tuyệt đối, dạt dào và say đắm như chạm vào đáy sâu bản thể. Anh mở tung hết mọi ngọn nguồn cảm xúc để tung tăng bơi lội trong đỉnh điểm hoan lạc của cõi người.

Tinh thần của anh trẻ trung như thế nên em tin là anh không thể nào già. Những nếp nhăn trên trán anh không phải là dấu hiệu của tuổi già mà chỉ là bằng chứng của kinh nghiệm, của nụ cười, nước mắt, của cuộc đời từng phấn đấu không ngừng nghỉ. Theo em, đó là một kho kinh nghiệm và những trang sách mở ra cho người đọc, nên từ nay em sẽ đọc nó với lòng khát khao hiểu biết và yêu thương.

- Hôm nay sao em nói hay một cách xuất thần thế? Em làm anh nhớ là có người nói về tuổi già, không biết đã đọc ở đâu. "Xin đừng ai xóa nếp nhăn trên trán tôi, để tôi còn được ngạc nhiên trước vẻ đẹp của cuộc sống, đừng xóa nếp gấp quanh miệng tôi, nó cho tôi thấy mình đã cười hay hôn bao nhiêu lần. Xin cũng đừng ai làm mờ túi mắt tôi vì nó cho tôi biết những lần mình đã khóc. Nó rất đẹp và là của tôi, chỉ có tôi mới có!"

Tuổi tác không quan trọng, vì tất cả những gì đã không xảy ra trong một đời đều có thể xảy ra trong một tích tắc.

Tuy nghĩ vậy nhưng mình cũng phải nhìn vào thực tế. Vì có lúc anh cũng lo sợ là thời gian trôi vùn vụt và sợ một đời cũng chưa đủ để yêu nhau!

- Không quan trọng dài ngắn bao nhiêu! Vì mỗi giây phút bên nhau đều có ý nghĩa. Nếu đời này chưa đủ, mình yêu thương sang cả kiếp sau... đời đời... kiếp kiếp.

Từ ngày quen anh em nhìn cuộc đời bằng đôi mắt lạc quan. Nhìn nhận mọi thứ xảy ra xung quanh mình cũng hiền hơn. Không tiêu cực, gay gắt như trước.Tình yêu của anh thay đổi em từ trong sâu thẳm.

- Khi hạnh phúc ta bao dung hơn. Trước đây anh cũng nhìn đời bi quan, cảm thấy như đi trong bóng tối, rồi khi gặp em thế giới này như đẹp lung linh. Anh vui vì thấy em vui. Em phải khỏe mạnh và tươi trẻ.

- Dạ, phải khỏe mới vui sống và có được hạnh phúc. Trước đây em chỉ làm việc và đi ngủ. Ngủ dậy làm việc tiếp vì quan niệm chiếc giường là nơi để chợp mắt lấy lại sức để mai làm việc. Em cứ tưởng sẽ phải sống cho đến hết đời, làm việc, ăn, ngủ, làm việc, ăn ngủ... mà không biết đó là sống mòn. Giống những người con gái ở quê em, con Quý, con Hồng, con Thu, con Nhạn… suốt đời lam lũ, quanh năm chỉ chừng ấy công việc. Lấy chồng qua mai mối, rồi sinh con, sinh cháu... mà chưa hề biết tình yêu là gì, không hiểu cảm xúc yêu thương là gì. Đời sống vợ chồng chỉ là một cách góp gạo thổi cơm chung, trong gia đình chỉ toàn là cam chịu, thực hiện cái nhiệm vụ truyền giống chứ không có quyền gì khác.

Tất cả đều chấp nhận cuộc sống buồn tẻ để chờ ngày nhắm mắt mà không ai dám nghĩ đến việc thoát ra.

Trong một bối cảnh như thế thì em có hy vọng gì gặp một người đàn ông nào đó yêu thương em và em cũng yêu thương người đó? Hồi đó em không có khái niệm về tình yêu. Hạnh phúc đối với em là điều xa xỉ. Em rất sợ người ta cưới về để vùi dập như các bạn ở quê. Sáng chồng say, chiều chồng xỉn.

- Cuộc sống giống như một dòng sông, có lúc êm đềm và cũng lắm khi ghềnh thác nhưng không bao giờ ngưng chảy em à... Nó có thể để lại trong ta nhiều nỗi đau và vết thẹo nhưng dù sao thì ta cũng cần phải sống.

- Vâng! Em đang sống và mỗi ngày em phát hiện ra ở anh nét duyên mới. Anh là người trí tuệ, nhưng quan trọng hơn anh có một trái tim nhân hậu và biết sống cho bản thân mình, biết đập nhịp cho tâm hồn mình mà không vì một ai hay một điều gì khác. Khi anh cảm thấy có đủ theo cách sống của mình là dừng, không tiếp tục bán sức khỏe kiếm tiền mà dành thời gian để làm những gì mình thích. Tiếp xúc với anh em được mở rộng tầm nhìn và con tim.

Trương Văn Dân

TRƯƠNG VŨ

NẮNG VÀNG TRONG RỪNG KHÔ

Cách đây hơn ba mươi năm, khi còn ở Philadelphia, mỗi lần đi bộ từ nhà trọ đến trường đại học, tôi thường đi ngang một khu townhouse thuộc giới nghèo trên đường Chestnut. Nếu đi vào buổi sáng, khoảng mười giờ, có nắng tốt, thế nào tôi cũng nhìn thấy một người đàn bà ngồi trước thềm nhà. Da trắng, khoảng sáu mươi, tóc trắng như bạch kim, chải sát vào đầu. Lúc nào cũng vậy, người đàn bà ngồi im lặng, bất động, mắt nhìn xa, đăm chiêu, trông như một pho tượng của Rodin. Có vẻ như với bà những gì đang xảy ra trước mặt không có nghĩa gì cả. Tôi không biết bà đang nhìn gì, thấy gì. Chỉ có cảm giác là vào lúc đó trong đầu bà chắc bao nhiêu hình ảnh của quá khứ đang trở về, bao nhiêu tâm tư từng lắng sâu vào tâm khảm đang sống lại. Khó ai biết. Chỉ biết nơi con người đang ngồi bất động đó hiển lộ một sự sống khác, dường như chứa chất một thảm kịch nào. Những lúc như vậy, tôi đều mơ có khả năng vẽ nên một chân dung đích thực, biểu hiện được những phức tạp của con người, những thứ phức tạp thường tạo nên một cái đẹp kinh hồn cho nghệ thuật. Giấc mơ đó không thực hiện được. Cũng có lúc, tôi muốn tìm hiểu hơn về bà, hoặc tìm cách nói chuyện với bà. Nhưng, tôi luôn ngần ngại, không biết làm cách nào và cũng không chịu khó suy nghĩ kỹ hơn phải làm cách nào.

Từ lúc rời Philadelphia đến nay, thỉnh thoảng tôi có trở về, có đi ngang con đường cũ, nhưng không bao giờ gặp lại con người đó. Hình ảnh người đàn bà ngồi như pho tượng trước thềm nhà vào mỗi sáng rất khó quên. Nó khiến tôi liên tưởng đến một vài hình ảnh khác, để viết ra những dòng sau đây.

Tôi có một người bạn trẻ, LLT, tốt nghiệp về phân tâm học ở đại học Johns Hopkins, Baltimore. Thời gian làm nghiên cứu sinh, T. tình nguyện vào làm trong một bệnh viện tâm thần ở Boston và tại một số tư gia do cơ quan tỵ nạn địa phương giới thiệu. Bệnh nhân của T. thuộc nhiều thành phần người Việt khác nhau, tuổi từ 15 đến 70. Ở đây, có những người đàn bà bị điên loạn sau khi trải qua những nỗi đau kinh hoàng trên biển, mất chồng, mất con, bị hãm hiếp... Ở đây, có những đứa trẻ mới trước đó sống êm ấm với gia đình bỗng chứng kiến những cảnh hãi hùng, rồi vụt cái, mất cha, mất mẹ, mất anh em, rồi ngơ ngơ ngác ngác trong một xã hội hoàn toàn xa lạ. Ở đây, có những người qua tuổi trung niên hoàn toàn mất định hướng, không đương đầu nổi với những đổi thay quá lớn, quá nhanh về hoàn cảnh, văn hóa, ngôn ngữ, xã hội. Ở đây, có những thanh niên mắc các loại bệnh về ảo giác, lúc nào cũng trông thấy những hình ảnh kỳ lạ, nghe những âm thanh ma quái luôn thúc giục mình làm những điều không phải, v.v...

T. làm việc với những bác sĩ, y tá, cán sự xã hội địa phương. Sau năm năm, vì nhu cầu hoàn thành luận án, T. phải về lại trường rồi sau đó đi kiếm việc làm. Lúc T. rời Boston, có khoảng 25% trong số bệnh nhân này hồi phục để có thể tiếp tục đời sống một cách tương đối bình thường như nhiều đồng bào khác của họ. Những người còn lại, theo hiểu biết của T., đa số sẽ không chữa trị được. Đời sống của họ như thế nào qua từng tháng ngày trong khu bệnh viện tâm thần, cho đến những giờ cuối cùng, ít ai biết. Đến nay, vì làm việc ở xa, T. không thể tình nguyện trở lại bệnh viện đó như trước, nhưng mỗi lần nói về những bệnh nhân cũ của mình, T. vẫn còn đầy xúc động như nói về những người thân bất hạnh.

Viết đến đây, tôi chợt nghĩ đến trường hợp một người đàn bà tôi có nghe đến. Đó là một phụ nữ trẻ đẹp khi cùng chồng và hai đứa con còn rất nhỏ vượt biển khoảng cuối thập niên 70. Trên đường vượt biển, thuyền họ gặp nạn, hai đứa con rớt xuống biển, người chồng vội nhảy xuống cứu và cả ba đều chết đuối. Thảm kịch xảy ra nhanh như chớp trước mắt chị. Chị và một số người khác được cứu sống. Chúng ta có thể mường tượng ra những gì xảy ra sau đó cho người đàn bà bất hạnh này. Sau một thời gian ở trại tỵ nạn, chị được đi định cư ở Mỹ, luôn giữ bên mình những kỷ vật của chồng và hai con, góp nhặt được sau tai nạn trên biển. Suốt gần mười năm kế tiếp, chị sống âm thầm với kỷ niệm lẫn với những ám ảnh kinh hoàng từ chuyến đi định mệnh đó. Không ai nghĩ rằng chị có thể trở lại đời sống bình thường. Cho đến khi có một người đàn ông khác đến. Tình thương, hiểu biết, kiên nhẫn, ân cần... đã mang lại cho chị một niềm an ủi. Họ thành vợ chồng. Trong nhà vẫn để bàn thờ của hai con và người chồng cũ, nhưng họ quyết định sống một đời mới. Không biết những năm tháng sau đó, những ám ảnh của quá khứ có thỉnh thoảng quay về, chen vào giữa họ, nhưng đây vẫn là một "happy ending". Chị may mắn hơn rất nhiều người đàn bà khác cùng cảnh ngộ, cùng là nạn nhân của thảm kịch trên biển Đông trong thập niên đầu sau khi chiến tranh chấm dứt. Có nhiều người còn trải qua những kinh nghiệm hãi hùng hơn.

Cuối năm rồi, tôi hân hạnh gặp một thanh niên đến từ Việt Nam, do các con tôi mời về dùng cơm tối với gia đình. Người thanh niên ở khoảng tuổi ba mươi, nói năng nhỏ nhẹ, ăn mặc và ứng xử như mọi thanh niên bình thường khác. Khi trò chuyện với tôi, lúc nào cũng xưng "con" nên lúc đầu tôi ngỡ là bạn của các con tôi. Sau vài câu thăm hỏi mới biết đó là một linh mục thụ phong chỉ được vài năm. Sau khi thụ phong, ông tình nguyện đến coi sóc một viện mồ côi nhỏ ở Sài Gòn, dành cho những trẻ em bị HIV. Trong số này có những em còn cha mẹ nhưng bị bỏ vào đó vì cha mẹ không đủ khả năng nuôi dưỡng. Tuổi thọ của các em thường không quá mười lăm. Một số bác sĩ gốc Việt ở Mỹ khi về Việt Nam làm thiện nguyện có đến thăm viện mồ côi này. Xúc động về hoàn cảnh của các em và cảm kích về những nỗ lực của ban điều hành và những người tình nguyện đến chăm sóc, cùng những khó khăn về nhiều phương diện, nhóm bác sĩ quyết định vận động giúp đỡ viện. Phần lớn sự trợ giúp đến từ các thân hữu Việt và Mỹ ở hải ngoại. Do đó, vị linh mục cùng với một em bị HIV với một y tá đi theo săn sóc được mời sang Mỹ gặp gỡ các thân hữu. Tôi có gặp bé gái đó. Xinh xắn, nói năng rất tự nhiên và lễ độ, dễ gây cảm tình của người đối diện. Mới nhìn tưởng chừng đó là một em bé khoảng mười tuổi nhưng thật ra em đã mười sáu tuổi, mà sức trưởng thành chỉ đến đó. Em nói năng rất tự chế, chấp nhận số phận mình một cách tự tại. Những người đã đến thăm viện mồ côi cho tôi biết các em ở viện không được trường học bên ngoài nhận nên viện tổ chức lớp học riêng cho các em. Các em được học hành và vui đùa như mọi trẻ em bình thường khác, mặc dầu tất cả đều biết mình sẽ rời cõi nhân gian này bất cứ lúc nào. Dĩ nhiên, thực hiện được điều đó không dễ. Vị linh mục cần sự hỗ trợ của rất nhiều người.

Nói đến những bác sĩ thích làm thiện nguyện, tôi nghĩ đến một người bạn trẻ khác, bác sĩ LTL, một chuyên gia về ruột. Ông thường mang sách vở về tặng và mời một số giáo sư y khoa Mỹ và Việt về giảng ở Đại học Y khoa Huế. Trong một chuyến đi như vậy cách đây khoảng mười năm, mỗi ngày ông đều thấy một bà cụ đẩy xe bán bánh mì đến chợ Bến Ngự, sáng đi chiều về, ngang qua nhà ông. Ông để ý thấy một chân của bà cụ đi đứng không được bình thường. Một hôm ông đến chợ, đến nơi bà cụ bán bánh mì, ngồi xuống xin phép xem chân bà, thấy ghẻ lở ăn sâu vào thịt. Sau đó, cứ hai ba ngày ông mang thuốc đến, tự tay chăm sóc vết thương. Khi vết thương gần lành hẳn, có thể tự chữa lấy được, cũng là lúc ông từ giã bà cụ về lại Mỹ. Bà ôm ông khóc. Ngày nay, LTL là một bác sĩ rất thành công ở Maryland. Ông có phòng mạch riêng, nhận làm chủ nhiệm khoa ruột của một bệnh viện quan trọng một thời gian, và là giáo sư thỉnh giảng ở một đại học y khoa lớn, nhà cửa sang trọng, gia đình hạnh phúc. Mới đây, ông kể cho tôi nghe, vài tháng trước ông có về lại Việt Nam. Người đồng nghiệp ở Y khoa Huế thường làm việc chung với ông trong những chuyến về thiện nguyện, trước đây khá nghèo, bây giờ lái một chiếc Mercedes mới toanh ra đón ông ở phi trường. Tôi thực sự mừng cho sự thành công của họ, mừng họ có nếp sống cao, vì họ xứng đáng được hưởng thành quả do tài năng và sức lao động của họ. Tuy nhiên, mỗi lần nghĩ đến LTL, hình ảnh đầu tiên hiện ra trong đầu tôi vẫn là hình ảnh một bác sĩ trẻ ngồi xuống chăm sóc ghẻ lở nơi bàn chân một bà cụ bán bánh mì ở chợ Bến Ngự.

Ở hải ngoại, chúng ta thường nói, thường ca ngợi những thành công cá nhân của người tỵ nạn hay con cháu những gia đình tỵ nạn. Nhưng, chắc chúng ta cũng biết bên cạnh đó có rất nhiều người không thành công. Đặc biệt, có nhiều người rất thiếu may mắn đang kéo lê cuộc đời của họ trong âm thầm. Với bề ngoài lặng lẽ, họ chứa chất bên trong một thế giới riêng, thường khó hiểu với người xung quanh. Những cái thế giới như thế chắc phải có một sức mạnh nào đó, một sự nặng nề nào đó để kéo họ thu mình vào, không tìm được lối ra, hay không muốn tìm một lối ra. Cũng có thể, thế giới đó rất đơn giản, chỉ dung chứa một số phận không may, không thể làm gì khác hơn là chấp nhận nó như một định mệnh nghiệt ngã. Như trường hợp các trẻ em mồ côi bị HIV, như trường hợp bà cụ bán bánh mì ở chợ Bến Ngự, v.v... Nếu may mắn, họ có thể gặp những người có một tâm lượng lớn hơn bình thường, một sự thông cảm lớn hơn bình thường, cũng bằng một cách lặng lẽ đến giúp đỡ, chia sẻ nỗi đau của họ. Như người tu sĩ, người chồng, và những người trẻ tuổi tôi đã kể trên. Và, còn bao nhiêu người khác nữa chúng ta không thể nói hết ở đây.

Những việc làm đầy tình người của họ, dù nhỏ hay lớn, như những tia nắng vàng trong rừng cây khô, đã làm cuộc đời có ý nghĩa hơn. Và, nếu những cố gắng đầy chân tình đó biến đổi được một số phận không may hay mang lại một niềm vui, một tia hy vọng về tương lai cho một người bất hạnh, tôi cho đó là một thành công lớn.

Một thứ thành công dễ khiến những người nghe đến trở nên thâm trầm hơn.

Trương Vũ

Maryland, tháng 5 năm 2010

UYÊN NGUYÊN

KÝ ỨC TRO TÀN

Minh ngồi lặng trong căn hộ nhỏ ở Santa Ana, mắt dán vào màn hình, nơi một đoạn video lờ mờ đang phát lại cảnh một căn nhà vừa trúng pháo kích ở ngoại ô Kharkiv. Đứa bé không rõ tuổi được kéo ra khỏi đống gạch vụn, tóc phủ đầy tro bụi và hai bàn tay thả xuôi như chưa kịp hiểu điều gì vừa xảy ra. Mỗi khung hình chậm rãi như một vết dao cắt vào ký ức. Không phải ký ức của cậu—mà là của cả một thời đại.

Ba mươi ba tuổi, mang quốc tịch Hoa Kỳ, từ di dân gốc Việt. Minh chưa từng cầm súng, cũng chưa từng đứng về phía một chiến tuyến. Nhưng ngày nào cũng sống trong chiến tranh—chiến tranh của hình ảnh, của dữ liệu, của lời nói dối bị hóa trang thành sự thật. Cậu là một chuyên viên phân tích truyền thông quốc tế, công việc nghe có vẻ trung lập: kiểm tra độ xác thực của các đoạn video, phân tích metadata, phân giải lời kể nhân chứng. Nhưng sau tám năm, Minh hiểu rõ mình là một trong những người đang cố tô son cho cái xác thế giới, đang tìm cách giữ cho những thi thể ảo kia "xác thực" hơn mà không ai thật sự quan tâm liệu chúng sống hay là chết.

Căn phòng nhỏ chỉ có tiếng quạt máy và tiếng chuông của một phần mềm phân tích tự động báo hiệu đã hoàn thành xác minh - video từ Kharkiv là thật, tọa độ trùng với vụ pháo kích ngày hôm qua. Một đứa trẻ đã chết. Lại một đứa trẻ nữa.

Minh đứng dậy, bước ra ban công nhìn xuống khu phố Việt lặng lẽ bên dưới. Những bảng hiệu màu vàng đỏ, tiệm phở, cửa hàng, tiệm thuốc Bắc... Đêm ở Little Saigon vẫn yên bình như thể thế giới chưa từng có vết nứt. Nhưng trong lòng cậu, cái yên bình này chẳng khác gì một lớp sơn trên bức tường mục ruỗng.

Cậu sinh ra ở California, nhưng quê cha là Quảng Trị—một địa danh mang dấu ấn chiến tranh như một vết sẹo ăn sâu vào lịch sử Việt Nam. Mẹ từng kể: "Năm Mậu Thân, đêm giao thừa mà cả nhà chui rúc dưới hầm. Trên trời pháo nổ, dưới đất người hét. Thân không kịp chôn, xác không kịp lạy." Ba thì chưa bao giờ kể nhiều. Ông từng là một sĩ quan, bị "học tập cải tạo" suốt mười năm, rồi định cư qua Mỹ theo diện HO. Cả đời chỉ nói với Minh một điều duy nhất về chiến tranh: "Con phải nhớ con là ai giữa biển người. Đừng để người ta đặt tên con rồi bắt con tin vào nó."

Câu nói ấy ám Minh như một kinh văn Hán cổ. Cái tên, cái căn cước, cái đau đớn của một dân tộc nhỏ bé bị xé toạc bởi những cơn mê sảng ý thức hệ. Chiến tranh không chỉ phá nát thể xác, nó còn ăn sâu vào ký ức đến mức mỗi lần xem tin tức Gaza, Ukraine, Sudan... Minh lại thấy như thể mình đang xem một bộ phim cũ của chính dân tộc mình, chỉ khác ngôn ngữ.

Năm hai mươi sáu tuổi, Minh từng yêu Miriam—một cô gái Do Thái thông minh và cứng cỏi. Họ gặp nhau ở đại học, học cùng ngành truyền thông quốc tế. Miriam biết về chiến tranh, biết về Holocaust, biết cả về nỗi đau của kẻ không được quyền kể câu chuyện của chính mình. Nhưng khi chiến sự bùng nổ ở Dải Gaza, Minh khóc khi thấy một đứa bé chết trên tay mẹ, còn Miriam thì im lặng. Không cãi vã, không nói chia tay, chỉ có một sự im lặng kéo dài mãi—một sự im lặng còn đau hơn mọi lời kết tội. Tình yêu ấy chết không phải vì khác biệt, mà vì thiếu lòng tin vào cùng một thực tại.

Sau mối tình đó, Minh dần mất niềm tin vào ngôn ngữ. Từng từ ngữ, từng thông cáo báo chí, từng bản tin quốc tế đều trở nên rỗng, như thể ai đó đã bóc hết phần ruột nhân đạo và chỉ còn giữ lại cái vỏ ngữ pháp. Cậu bắt đầu thấy chính công việc của mình là một vòng xoáy vô nghĩa: xác minh sự thật để làm gì, khi chẳng ai buồn nghe?

Rồi một ngày, Minh được cử sang Tokyo tham dự một hội nghị quốc tế về "Đạo đức trong công nghệ chiến tranh". Hội trường toàn những bộ vest đắt tiền, bài thuyết trình chiếu bằng màn hình LED khổng lồ, các nhà lãnh đạo nói về "AI nhân đạo" và "chiến tranh thông minh" bằng những biểu đồ màu sắc. Minh ngồi hàng ghế giữa, cảm thấy như mình đang xem một vở kịch được dựng công phu, mà khán giả đều biết rõ kết cục: cái chết của những người vô danh.

Đến lượt phát biểu, Minh không đọc bài tham luận. Cậu chỉ kể lại câu chuyện của mẹ mình: một người đàn bà chôn ba đứa con trong cùng một đêm năm 1972, không kịp khóc, không kịp đặt tên cho ngôi mộ. Phòng họp lặng như tờ. Không ai vỗ tay. Không ai hỏi gì. Và chính trong sự im lặng đó, Minh lần đầu tiên thấy một thứ chân thật. Một thứ không phải là dữ liệu. Một thứ gọi là "cõi lòng".

Sau hội nghị, Minh lạc bước trong khu phố Yanaka Ginza, nơi những mái ngói cũ và con hẻm hẹp khiến cậu nhớ đến Huế. Một ông lão đang vẽ tranh bằng than, tay run run, nhưng đường nét vẫn cẩn thận như người niệm chú. Minh hỏi: "Ông vẽ gì vậy?" Ông già đáp nhẹ: "Tôi vẽ những gì tôi sợ sẽ biến mất."

Lúc đó, Minh không hỏi thêm gì. Nhưng trong lòng bỗng hiểu: thế giới này, cái mất mát sâu sắc nhất không phải là sự thật, mà là khả năng đau lòng trước một điều đã mất.

oOo

Minh về lại Mỹ sau chuyến đi Tokyo, mang theo một cảm giác lạ lùng: như thể đã bước ra từ một nơi vừa tồn tại, vừa không. Những khuôn mặt trong hội nghị, những bài thuyết trình trơn tru, những tràng cười lịch thiệp... tất cả như một thế giới ảo được dựng lên để khỏa lấp khoảng trống thật sự — khoảng trống của một nền nhân đạo đã cạn.

Cậu quay trở lại với công việc thường nhật, nhưng tâm thế không còn như trước. Những đoạn video chiến tranh cứ hiện ra, từng khung hình, từng xác người, từng tiếng kêu cứu bị ngắt đoạn. Mỗi cái chết dường như không đủ để lay động ai. Và chính Minh cũng sợ hãi khi nhận ra mình đã dần quen với việc nhìn người ta chết qua màn hình.

Có một đoạn clip cậu nhận được từ Syria, quay bằng điện thoại: một người mẹ đang tìm xác con giữa bãi hoang, hai tay lật từng tấm vải bẩn, từng mảnh quần áo cháy dở, mắt không còn nước. Cậu tua đi, rồi dừng lại ở khung hình cuối: bà gục xuống, cắn vào vạt áo của chính mình như để câm tiếng gào. Minh đột nhiên bật khóc. Không phải vì sự kiện đó quá đặc biệt — mà vì cậu nhận ra mình đã lâu không khóc. Trái tim tưởng chừng đã chai lì ấy, vẫn còn nhói được.

Hôm đó, Minh đi bộ lang thang trong khu phố Westminster. Những sạp hàng, tiếng rao, mùi nướng lẫn mùi mồ hôi. Bỗng cậu thấy một cụ già ngồi bán sách cũ. Trên bìa một quyển in mờ là dòng chữ: "Việt Nam: Hồi ức của một thời chưa nguôi". Minh cầm lên, lật ra, thấy những dòng viết tay cũ kỹ, ký tên: Trần Văn Tĩnh — một người lính VNCH mất tích năm 1975, sau cùng được xác nhận chết trong một trại cải tạo. Cậu không biết vì sao mình mua quyển sách. Chỉ biết khi đem về, mở từng trang, mỗi câu chữ như đổ vào lòng một thứ gì rất âm thầm, một tiếng vọng từ những người chưa bao giờ có cơ hội kể lại chính mình.

Cậu bắt đầu suy nghĩ về việc quay về Việt Nam. Không phải để tìm nguồn cội — vì nguồn cội, với cậu, không phải là đất hay mồ mả, mà là tiếng nói. Cái tiếng nói từng bị cắt đứt, từng bị bóp méo, từng bị quên lãng.

Một tuần sau, Minh đặt vé. Chuyến bay quá cảnh qua Đài Bắc, chờ đợi giữa những tấm bảng quảng cáo điện tử và tin tức giật gân về căng thẳng trên Biển Đông. Tin đồn râm ran rằng có thể sắp xảy ra đối đầu giữa Mỹ và Trung Quốc, một "Taiwan Strait Crisis" phiên bản mới. Cậu cười buồn. Lịch sử, rốt cuộc, cũng chỉ là trò chơi đổi tên của cùng một thứ: lòng tham và sự quên lãng.

Về đến Việt Nam, Minh đứng trên bờ sông Thạch Hãn, nước trôi lặng lẽ như bao đời nay. Cậu đưa mắt nhìn quanh: một bên là những hàng dừa lặng im, một bên là cánh đồng lau lách hoang sơ. Gió thổi nhẹ, không lạnh nhưng đủ làm se lòng.

Người dẫn cậu đi là một anh thanh niên địa phương, tên Vỹ, làm trong nhóm thiện nguyện chuyên tìm hài cốt binh sĩ hai miền. Vỹ nói nhẹ: "Ở đây, có những người chưa từng được gọi tên lại, chưa từng có một nén nhang. Mình tìm họ không phải để biết ai đúng, ai sai. Chỉ để họ có nơi mà nằm xuống."

Minh gật đầu, không nói. Trong lòng cậu, có điều gì đó đang mở ra — không phải là sự hiểu, mà là một thứ gần với sám hối.

Vỹ kể thêm, mỗi khi đào lên một bộ xương, họ đều niệm Phật. Không phải vì tất cả đều theo đạo, mà vì "niệm cho người ấy có một tiếng nói cuối cùng". Cậu nghe và thầm nhắc lại câu kệ xưa mà ba mình từng đọc: Tâm bình thế giới bình. Tâm loạn thế giới loạn. Câu ấy nghe thật xưa, nhưng trong khoảnh khắc đó, lại vang như lời cảnh tỉnh hiện đại nhất.

Ngày hôm sau, Minh đến một trường học cũ nơi mẹ từng dạy. Trường đã đổi tên, xây lại, không còn dấu vết gì xưa. Nhưng dưới một gốc cây phượng già, cậu thấy một tấm bảng gỗ cũ ghi mờ dòng chữ: "Học để hiểu, sống để thương." Câu đó mẹ cậu từng viết lên bảng khi còn giảng dạy. Tự nhiên, nước mắt trào ra.

Minh ở lại Việt Nam hai tuần. Không làm gì lớn lao, chỉ đi bộ trong chợ, trò chuyện với người nghèo, thăm lại nghĩa trang, lắng nghe những chuyện không bao giờ lên báo: người mất tích khi vượt biển, người chết không mồ, người sống mà như đã chết. Và rồi, trong tất cả sự khổ ấy, cậu lại thấy... một thứ lấp lánh lạ lùng. Không phải hy vọng. Mà là niềm đau không từ bỏ. Một thứ tình cảm lặng lẽ nhưng bền bỉ, như ngọn lửa nhỏ cháy trong lòng bàn tay giữa bão gió.

Trở lại Mỹ, Minh nghỉ việc tại hãng truyền thông. Cậu xin làm cho một tổ chức thiện nguyện chuyên tìm người mất tích trong các cuộc chiến. Việc không lương, chỉ hỗ trợ chi phí điều tra và liên lạc. Minh không cần nhiều. Chỉ cần được làm điều gì đó không biến người chết thành một con số.

Một lần, Minh nhận hồ sơ một người phụ nữ tên Trần Thị Thu Hằng, mất tích năm 1982 khi vượt biển cùng con nhỏ. Người con giờ đã ngoài bốn mươi, vẫn đang đi tìm mẹ. Minh gọi cho người ấy — một phụ nữ ở Úc — và chỉ hỏi: "Chị có mong gì không?" Người kia nghẹn ngào: "Tôi chỉ mong ai đó còn nhớ bà đã từng tồn tại."

Câu trả lời khiến Minh im lặng rất lâu. Rồi cậu hiểu trong thế giới này, nơi mọi thứ bị xếp vào bản tin, chỉ riêng ký ức là không ai lưu giữ hộ ta. Ký ức nếu không được sống lại, thì chính là một lần chết thứ hai.

oOo

Minh sống chậm lại, từng ngày như đang học lại cách thở. Cậu không còn đọc quá nhiều tin tức quốc tế, không dán mắt vào những con số thương vong, không còn tìm kiếm "sự thật" như trước. Nhưng không vì thế mà cậu quay lưng với thế giới. Ngược lại, chính trong sự rời xa đó, cậu mới nghe được tiếng thở dài của thời đại.

Một sáng đầu đông năm 2029, tin tức thế giới tràn ngập những dòng chữ đỏ: Căng thẳng quân sự leo thang ở eo biển Đài Loan. Hạm đội Mỹ áp sát. Trung Quốc bắn cảnh báo. Nhật điều quân. Úc chuẩn bị khẩn cấp. Các hãng thông tấn gọi đây là cuộc khủng hoảng lớn nhất kể từ Thế Chiến Thứ Hai. Các chuyên gia tranh luận về "chiến tranh lạnh mới", "AI phòng thủ", "an ninh mạng toàn cầu". Người dân mua tích trữ đồ hộp, xăng, nước, vàng. Cơn sốt lan nhanh như một dịch bệnh không cần vi khuẩn.

Minh không hoảng loạn. Cậu không làm gì ngoài pha một ấm trà, mở cửa sổ, và viết email cho người bạn làm ở tổ chức nhân đạo ở Đài Bắc, hỏi thăm tình hình. Họ trả lời ngắn gọn: "Chúng tôi đang chuẩn bị sơ tán người già và trẻ nhỏ." Không có dấu chấm than. Không có tiếng khóc. Chỉ có sự im lặng như đã quen thuộc.

Trong một buổi tối, Minh đi bộ quanh hồ nhỏ phía sau thư viện. Trăng mờ, gió nhẹ. Một bà cụ đứng bên hàng rào sắt, tay run run cắm bó nhang vào một bồn đất khô. Cậu đến gần, hỏi: "Bà cúng ai vậy?"

Bà cụ cười nhạt: "Tôi cúng thằng em trai, mất tích hồi 75, không tìm được xác."

"Bà tin là cúng thế này thì hồn ảnh biết không?"

Bà nhìn xa xăm, giọng nhẹ như gió: "Không cần nó biết. Chỉ cần tôi còn nhớ nó là đủ."

Minh về nhà, ghi lại câu chuyện ấy trong cuốn sổ tay dày cộm. Trong những trang đó, cậu đã viết không biết bao nhiêu câu chuyện như thế. Không phải để in sách. Mà để giữ lại một điều đơn giản, ký ức là hình thức cuối cùng của lòng trung thành.

Dần dà, Minh nhận ra rằng điều khiến con người lâm vào vô vọng không phải là thế giới quá hỗn loạn, mà là vì không còn biết yêu thương gì trong thế giới ấy. Khi yêu thương bị rút đi, mọi lý tưởng đều rỗng. Mọi cuộc chiến đều vô nghĩa. Tình yêu, nếu còn, không phải là sự cứu rỗi. Nhưng nó là thứ duy nhất có thể ngăn con người trở thành kẻ đồng lõa với bóng tối.

Một lần, cậu mở lại đoạn video cũ ở Kharkiv – nơi đứa bé bị kéo ra khỏi đống đổ nát. Trước kia, cậu chỉ thấy một xác chết. Giờ đây, cậu nhìn lại và nhận ra: người mẹ trong khung hình, tay vẫn ôm đứa bé, đôi mắt mở trừng không phải vì kinh hoàng – mà là vì cố giữ lại chút gì đó cho sự sống. Một cái ôm cuối cùng. Một vòng tay không muốn buông. Chính cái ôm ấy mới là chân dung thật của nhân loại giữa lửa đạn.

Cậu nhớ một câu thơ của Trần Dần từng đọc: "Tôi bước đi / không thấy phố / không thấy nhà / chỉ thấy mưa sa trên màu cờ đỏ." Giờ đây, Minh bước đi, cũng không còn thấy quốc gia, tôn giáo, lý tưởng. Chỉ thấy ánh mắt người — khi họ mất đi người thân. Chỉ thấy một thế giới không ngừng lặp lại cùng một vết thương, nhưng vẫn có những bàn tay cố giữ cho vết thương ấy không lở loét thêm.

Có một lần, trong một cuộc phỏng vấn, người ta hỏi Minh:

"Anh có còn tin rằng con người có thể thay đổi thế giới không?"

Cậu đáp: "Không. Tôi không nghĩ thế giới sẽ thay đổi. Nhưng tôi tin, con người có thể không trở nên tệ hơn, nếu còn biết đau trước nỗi đau của người khác."

Người phỏng vấn nhìn cậu, như thể chờ một điều lớn lao hơn. Nhưng Minh chỉ mỉm cười, khẽ nói: "Sự tử tế âm thầm là một hình thức kháng cự. Một ngọn lửa nhỏ, nhưng không để gió tắt."

Câu chuyện của Minh không có một cái kết vĩ đại. Cậu không trở thành anh hùng. Không lật đổ gì. Không cứu ai. Nhưng cậu sống, mỗi ngày, bằng cách lặng lẽ từ chối trở thành kẻ thờ ơ.

Thế giới vẫn tiếp tục nổ tung từng phần. Tin tức vẫn đầy rẫy. Người ta vẫn chia phe. Nhưng ở đâu đó, có người thắp nhang cho người chết vô danh. Có người viết thư tay cho một bà mẹ chưa từng được nhìn mặt con mình lần cuối. Có người lặng lẽ rơi nước mắt trước một đoạn phim ngắn — không vì hiếu kỳ, mà vì mỗi con người, dù ra đi trong thầm lặng, vẫn xứng đáng được nhớ đến.

Bấy giờ vẫn có những người như Minh, bước từng bước trên nền đất của những cuộc chiến đã qua, mang theo trong lòng không phải vết thù, mà là nỗi buồn không ai đòi công lý, không ai cần phục hồi, nhưng vẫn phải được nhớ. Nhớ như một bổn phận. Nhớ như một nguyện lực.

Ký ức ấy, tuy tro tàn, vẫn còn hơi ấm. Chính hơi ấm ấy —là điều khiến loài người chưa tuyệt chủng giữa một thế giới tưởng như vô phương cứu chữa này ...

Uyên Nguyên

Yuma, ngày 8 tháng 4 năm 2025

VÕ KỲ ĐIỀN

MỘT THỜI ĐỂ YÊU

Năm vừa ra trường, Hưng được đổi về dạy ở trường trung học Hoàng Diệu, thuộc tỉnh Ba Xuyên. Cái vùng đất cuối cùng của đồng bằng miền Nam, lầy lội ẩm ướt vào mùa mưa, bụi cát nóng bức vào mùa nắng. Miền Hậu Giang do phù sa mới tạo thành, nền đất thịt không được vững chắc như các tỉnh miền Đông. Đường sá rất mau hư, chỉ cần trải qua một mùa mưa là phải tu bổ lại.

Trường cách chợ vài con đường nhỏ. Phía bên kia là ruộng nước đầy cóc nhái, ễnh ương, đêm đêm kêu vang đầy đồng, nghe buồn não nuột. Con đường Mạc Đĩnh Chi chạy ngang trước cổng trường được tráng nhựa từ những năm trước, bây giờ còn trơ lại mặt đường đá xanh lồi lõm với những ổ gà đầy sình nước. Trong sân trường thì tệ hơn nữa vì đất thấp hơn mặt lộ. Tuy nhà trường đã hết sức sửa sang, bồi đắp nhưng chỉ vài cơn mưa là bùn lầy phủ ngập lối đi. Cỏ ống xung quanh sân, mọc cao tới ngực. Các đường mương thoát nước ra ruộng sau hè, nhiều khi tụi học trò mò bắt được cá rô, cá lóc, cá sặc. Các giàn bông giấy lá mọc xanh rì, nhánh đâm tua tủa, chú lao công người Miên phải vất vả dùng rựa mé nhánh hoài nhưng đâu cũng vào đó.

Ngày mới đến trình diện ông Hiệu Trưởng để nhận việc, Hưng nhìn cái cái sân đầy cỏ xanh với mười sáu gốc còng to cỡ hai người ôm, tàn lá rậm rạp âm u mà buồn cho cái thân phận "Tầm Dương đất trích, gối sầu hôm mai." Năm đó Hưng mới có hai mươi ba, đen thui, ốm nhom nên cao nhòng. Ông Hiệu Trưởng thấy vẻ thất vọng của người thầy giáo mới lớn nên vỗ về an ủi:

- Đất này coi vậy chớ đi dễ khó về. Ở lâu thấy nó dễ thương lắm. Nội con đường Nhị Trưng có hai cái cầu Bon với cầu Quay là đi hoài cũng không hết. Nói chi tới Phú Tâm, Bãi Xàu, Kế Sách...

Hưng tức cười trong bụng. Ông già này tính dụ dỗ mình đây. Ở lâu thấy nó dễ thương. Trời đất! Phải ở đây thiệt lâu thì mới thấy... Vậy thì mình phải trụ trì ở cái trường Hoàng Diệu này bao nhiêu năm nữa mới được đổi về quê nhà?

Thiệt ra thì Sóc Trăng đâu có buồn như Hưng tưởng. Cái thị xã Khánh Hưng ồn ào, náo nhiệt suốt ngày đêm. Người buôn kẻ bán tấp nập, xe cộ, ghe thuyền rộn rịp lưu thông, tạo nên một sinh hoạt trù phú ở miền ruộng đất cò bay thẳng cánh. Trên lề đường quanh chợ, người ta bày bán từng giỏ cần xé to, nào nhãn, táo, ổi. Những trái nhãn hái từ vườn ở Vĩnh Châu, hột đen nhánh, cơm dày, mùi thơm nức mũi. Những trái táo lớn cỡ bằng ngón tay màu xanh xanh vàng vàng, ăn cái vị chua chua, ngòn ngọt. Những buổi trời mây âm u, đâm nhớ nhà, Hưng buồn buồn, ngồi ăn táo chấm với muối ớt một hơi gần hết cả kí lô, vậy mà cũng chưa muốn thôi...

Rồi đến những ngày tựu trường, nhìn những gương mặt sáng sủa, yêu đời của đám học trò mà vui lây. Những giọng nói líu lo, những tiếng cười đùa không dứt. Tuổi trẻ hồn nhiên, ngây thơ, trong sáng quá. Hưng hòa mình trong niềm vui đó, quên mất tháng năm. Thành phố Sài Gòn với những công viên đầy lá me bay, lui dần vào quên lãng. Cho đến mùa mưa thứ ba Sóc Trăng thì một tình cờ chợt đến. Cái tình cờ không đợi nhưng nó vẫn xảy ra.

Buổi sáng sớm đó đã gần bảy giờ, Hưng dùng xong điểm tâm, ăn mặc chỉnh tề, sửa soạn đến lớp. Chàng ra đứng trước cửa nhà, ngó qua bên trường, để đợi tiếng kẻng. Nhà trọ ở ngay trước cổng chánh của trường, bên này đường. Trời đã dứt cơn mưa từ lâu, nhưng đường sá còn ướt sũng. Bất ngờ có tiếng con gái, ồn ào bên tai:

- Thưa thầy cho tụi em xin vào trong rửa chưn. Đường trơn, đứa nào cũng bị lọt xuống sình!

Hưng quay lại thì thấy không phải là học trò lớp mình. Cô nào cô nấy đều lạ, những chiếc nón lá nghiêng vành, che khuất vài ba khuôn mặt, chàng nhìn không rõ. Những tà áo dài trắng điểm lấm tấm vệt bùn xam xám. Chắc là tụi A1 của thầy Định.

Hưng để cặp sách trên ngạch cửa, dẫn cả đám vào sàn nước bên hông nhà. Sân rộng, hồ nước thật lớn. Các cô vội vã đưa chưn vào vòi nước để rửa những vết dơ lấm lem bùn đất. Cho tới cô cuối cùng, Hưng vô tình nhìn kỹ hơn. Cô ta có bàn chưn nhỏ gọn xinh xắn, các ngón tròn trịa, đều đặn. Đặc biệt là gót chưn đỏ hồng. Màu đỏ như son mịn. Trong đời Hưng đã thấy nhiều người đẹp nhưng chưa bao giờ để ý tới bàn chưn một người con gái. Lần đầu tiên chàng ngất ngây trước một bàn chưn đẹp. Chừng như cảm giác có gì kỳ lạ, cô học trò quay lại nhìn thì bắt gặp ánh mắt đăm đăm của ông thầy giáo trẻ. Cô gái cuống quít, bỏ vội lai quần xuống, xỏ đôi chưn hồng vô đôi guốc sơn, kéo chiếc nón lá che nghiêng cặp mắt tròn vo, đen bóng như sơn mài. Có tiếng thúc giục:

- Lẹ lên nhen, tới giờ rồi kìa!

Cả đám quay lại, cúi đầu chào Hưng, rồi kéo nhau, tuôn ra cửa, tiếng líu lo cười nói như chim. Đường sá còn đầy sình. Những bàn chưn vừa được rửa sạch, rón rén bước những bước cẩn thận trên những cục đá nhô cao. Hưng đi theo phía sau cô học trò có cái gót chưn đỏ hồng với làn da mịn mà nghe lòng xao xuyến như lần đầu tiên được cầm bàn tay run rẩy của người con gái lạ. Ôi! Cái niềm vui mong manh, đơn giản nhưng trong sáng làm sao!

Từ đó, vào những buổi sáng, Hưng mong cho trời mưa để đường lầy lội. Dầu Hưng mong hay không, trời vẫn cứ mưa. Có những buổi trời mưa thật lớn, rồi cũng có những buổi trời mưa lất phất. Con đường Mạc Đĩnh Chi ngang cổng trường, bùn sình ngập tới mắt cá. Hồ nước của nhà trọ đầy tràn. Vậy mà không có người ghé xin nước để rửa chưn!

Mãi cho đến mấy tháng sau, thầy Định được đổi về Sài Gòn. Hưng được giao thêm Đệ Nhị A1. Ngày đầu tiên bước vào lớp, chàng bắt gặp ngay được cặp mắt to, đen như hột nhãn của người rửa chưn ngày nào, ngó chàng đăm đăm. Lật sổ ra điểm danh thì cô bé tên Trần Thị Hạnh. Hỏi thêm, thì biết nhà ở đường Nhị Trưng. Ông Hiệu Trưởng quả là một nhà tiên tri đại tài. Ba năm trước nói một câu bâng quơ - nội cái con đường Nhị Trưng, đi hoài cũng không hết. Bây giờ lời đó ứng nghiệm rõ ràng.

Có những đêm thức soạn bài tới khuya, Hưng không thấy mệt mỏi chút nào. Những bài giảng phong phú và lưu loát, nói chung cho cả lớp nhưng mà như cho riêng ai nghe. Có cái gì riêng tư không biết nữa, nó ràng buộc tâm tình chàng với cái hồn nhiên ngây thơ của cô học trò mới lớn. Làm sao Hưng quên được hình ảnh dễ thương của nàng mỗi lần đến thăm gia đình. Ba Hạnh tánh hăng say hoạt động, tuổi già nhưng còn rất trẻ trung. Ông giúp đỡ nhà trường rất nhiều và đã đảm nhiệm chức vụ Hội Trưởng Hội Phụ Huynh Học Sinh liên tiếp trong nhiều niên khóa.

Có lần đến nhà, Hạnh rót nước để mời chàng, giọng êm ái trong veo như gió thoảng. Bộ ghế ở phòng khách thì thấp, nàng phải quỳ xuống để đặt khay trà lên trên bàn, mái tóc ngắn ôm sát lấy khuôn mặt tròn xinh xinh. Cả người đầy nét thùy mị, dịu dàng, y như những cô gái Nhựt Bổn trong tranh.

- Ngày Chúa Nhựt mà thầy không đi chơi đâu sao?

- Thì tôi lại thăm ông bà Hội Trưởng nè, được em cho uống nước trà ngon, cần gì phải đi đâu xa xôi chi cho mất công.

Ba Hạnh nói tiếp:

- Ông giáo sư còn trẻ mà lại học giỏi, chịu khó. Con Hạnh về thường cứ nhắc hoài những bài giảng trong lớp…

Hưng nghe khoan khoái trong bụng nhưng không biết nên trả lời ra sao:

- Dạ, tôi cũng dạy y như hồi học được ở Sư Phạm. Chắc là nhờ lớp Hạnh, học trò giỏi nhiều hơn lớp khác.

Má Hạnh xen vô:

- Ông giáo sư nói vậy chớ, chắc con Hạnh học không giỏi đâu. Tôi thấy nó về nhà đọc tiểu thuyết không hà!

Hạnh mỉm cười nhìn Hưng:

- Tại thầy biểu đó, chớ con đâu có ham tiểu thuyết. Hồi trước con thích đọc thơ... Thầy Hưng dạy văn chương mà viết văn làm thơ thì chắc hay lắm !

Hưng nghe xong, cười ngất, quơ tay:

- Nghĩ như vậy là sai rồi, cô ơi! Thầy giáo dạy văn chương mà nói chuyện về thơ văn thì cũng như các ông thợ mộc, thợ hồ... bàn về mỹ thuật...

Hạnh tròn mắt nhìn thầy, ngạc nhiên.

- Tôi nói thiệt mà, không phải giỡn đâu. Ở Sư Phạm hoặc Văn Khoa, tụi tôi chỉ được học cách phân tách, phê bình để giảng dạy một bài thơ hoặc một bài văn cho học trò lớp nhỏ, tàm tạm cho người chưa biết, hiểu được chút ít thôi. Nếu có cái gọi là kỹ thuật viết văn hay làm thơ mà dạy và học được, thì ai cũng thành văn sĩ hay thi sĩ hết rồi. Mà Hạnh thấy đó, người viết văn làm thơ thì nhiều mà thành danh đâu có được bao nhiêu. Đâu phải hễ in được một hay hai cuốn thơ là được người đời kêu bằng thi sĩ. Cũng vậy, đối với các giới khác, đâu phải bác sĩ là đều phát minh ra được thuốc trị bịnh, kỹ sư là chế ra được xe hơi, máy bay. Cái tài năng nghệ thuật đó, không phải do sự học... mà do thiên phú. Phải trời cho mới được!

Hạnh le lưỡi, làm ra vẻ sợ hãi.

Hưng tiếp:

- Hạnh có nghe tôi kể lần nào, câu chuyện người thợ làm bánh xe của Trang Tử trong Nam Hoa Kinh chưa?

- Dạ chưa, thầy kể cho em nghe đi !

- Lâu quá rồi, tôi quên mất tên ông vua nhưng đại khái câu chuyện như vầy. Đời xưa, có ông vua nhân lúc thanh nhàn, ngồi đọc sách, dáng điệu nghiêm trang, kính cẩn. Ở dưới thềm có người thợ làm bánh xe đương đục đẽo cồm cộp. Người thợ vừa làm việc vừa ngó ông vua. Thấy ông này đọc sách say mê, bèn bỏ bào, bỏ đục, bước lên thềm, vòng tay hỏi:

- Muôn tâu bệ hạ, xin cho thần được hỏi, bệ hạ đọc những gì trong đó?

Nhà vua trả lời:

- Ta đọc những lời vàng ngọc của thánh hiền.

Ông thợ nhếch mép:

- Muôn tâu, xin bệ hạ thứ lỗi cho hạ thần. Hạ thần nghĩ là bệ hạ đọc những cặn bã của thánh hiền mà thôi.

Nhà vua trợn mắt, nhìn sững ông già.

- Muôn tâu bệ hạ, thần dám liều gan nói như vậy vì có chút ít kinh nghiệm về việc này. Thần không dám nói đến việc kinh sách, thơ văn cao xa. Hạ thần chỉ dám nói về việc đóng bánh xe gia truyền của dòng họ nhà hạ thần thôi. Như muốn gắn cái niềng sắt vô bánh xe bằng cây, thì phải cầm cây búa mà gõ từ từ. Nếu gõ nhẹ tay thì làm sao cái niềng nó ôm sát được vô cái bánh. Nếu gõ mạnh tay thì bánh xe bằng cây bị nứt bể. Phải làm sao đập từng nhát búa đều đặn, nhịp nhàng khi mạnh khi yếu, khi mau khi chậm, để cái vòng sắt ôm chặt lấy cái khung bánh. Khi đã đâu vào đó rồi thì bánh xe dùng cả chục năm cũng không hư...

Đó chỉ là cái nghề nhỏ mọn, mà từ đời ông nội hạ thần muốn truyền lại cho cha hạ thần, rồi cha hạ thần muốn truyền lại cho hạ thần, cũng không thể viết ra sách được, cũng không thể nói bằng lời được. Lúc nhỏ thần muốn học, phải ngồi mà coi cái ý, theo dõi cái tình, rồi lấy cái tâm mà lãnh hội. Phải mất một thời gian lâu dài mới được như ngày nay. Nghề đóng bánh xe còn vậy, nói chi đến kinh sách, thơ văn. Làm sao mà nói được bằng lời, ghi lại bằng chữ những ý đẹp, tình cao. Cho nên hạ thần dám nói, cái mà bệ hạ đọc trong kinh sách, những cái đó chỉ là cặn bã mà thôi.

Hưng uống một hớp nước, rồi nói tiếp:

- Câu chuyện được đặt ra để chứng minh rằng, lời không nói hết được ý, ý không nói hết được tình. Mà chuyện viết văn, làm thơ là chuyện của ý với tình, làm sao cái ngôn ngữ, văn tự, của một ông thầy giáo, dầu là thầy dạy văn chương đạt tới được!

Hạnh nghe xong cười cười, nhìn chàng thật lâu, rồi nói chậm rãi:

- Thầy nói vậy thì em nghe vậy! Để rồi em bắt chước Xuân Diệu, Huy Cận làm thơ cho thầy coi.

Hưng nhìn lại Hạnh, thương thương cái tánh bướng bỉnh:

- Cô học trò thi sĩ của tôi ơi! Nghệ thuật là sự sáng tạo, chớ không phải bắt chước. Nếu bắt chước thì không còn là nghệ thuật nữa. Thí dụ như một ngày nào đó, có một cô bé đi học, gặp bữa trời mưa ướt át, chưn dính đầy sình bùn, đứng nghiêng mình bên hồ nước, kéo cái lai quần lên để rửa chưn. Gót chưn đỏ như son mịn, dáng vẻ thật là duyên dáng, dễ thương, ai nhìn thấy cũng yêu cũng mến. Có cô nàng nào đó, ô dề kịch cợm, thấy vậy bắt chước cũng uốn éo làm duyên, làm dáng, dậm chưn cho dính đầy bùn đất rồi dội hết cả hồ nước. Tôi nghĩ anh chàng nào mà thấy, chắc phải bỏ chạy cho thiệt xa...

Cô bé chớp mắt:

- Thầy nói thiệt hả! Em không tin có người nào mới nhìn một cái gót chưn người lạ, mà thương liền!

Ba Hạnh ngồi im lặng nãy giờ, không hiểu nội dung câu chuyện bóng gió xa xôi của Hưng, xen vô góp lời:

- Con còn nhỏ, chưa biết hết đâu. Đời thiếu gì những điều kỳ lạ mà mình chưa biết. Như nàng My Nương, chỉ nghe tiếng sáo của Trương Chi, mà bịnh tương tư liệt giường liệt chiếu. Cái ông hoàng tử trong chuyện Tấm Cám, chỉ mới nhìn thấy có một chiếc giày mà đã chết mê chết mệt. Nói gì nhìn cả một gót chưn. Thầy Hưng nói phải đó!

Má Hạnh nhìn con gái trìu mến:

- Hồi nãy giờ cha con, thầy trò đối đáp, tôi không hiểu gì hết trơn!

Cả bốn cùng cười vang. Hạnh ôm lấy vai mẹ, nũng nịu:

- Con định làm thi sĩ mà thầy Hưng chưa gì hết, đã chê!

Khi từ giã ra về, Hưng đi sát bên Hạnh, vẻ nghiêm trang:

- Nói chơi cho vui chớ tôi vẫn mong được những bài thơ của Hạnh.

Hạnh nhìn qua chàng:

- Thầy không sợ những bài thơ của em làm dở tệ sao!

Hưng nhìn thật sâu trong mắt nàng:

- Thơ của em bài nào cũng hay hết.

Rồi nhìn ông bà Hội Trưởng còn ở phía sau, lấy hết can đảm, Hưng nói trong hơi thở:

- Riêng em, đã là một bài thơ...

Nói xong, Hưng thấy tự nhiên tay chưn luống cuống, mặt đỏ bừng bừng, tim đập thình thịch. Chàng đi một mạch ra cửa, không dám ngó ngoái lại. Lúc đó, Hạnh đứng tựa vào cánh cửa cây, đưa tay chận lấy ngực, mặt mày xám xanh.

Buổi đó cũng là lần cuối cùng Hưng đến nhà nàng. Vài tuần sau, vì một lý do hành chánh đặc biệt, Hưng bị đổi về Bình Dương, một tỉnh nhỏ của miền đông nhiều đồi dốc. Tuy trường mới đẹp hơn, lớn hơn trường xưa, nhưng làm sao nó có thể so sánh được với Hoàng Diệu bùn sình trơn trợt. Làm sao có được những ngày mưa ướt át, để đón đưa người mình yêu đến cổng trường có giàn bông giấy.

Một hôm đang ở phòng họp giáo sư, Hưng nhận được một bức thư gởi từ Ba Xuyên xa xôi, thơ của Hạnh. Mừng quá, chàng mở phong thư màu xanh lợt mà run tay. Những dòng chữ tròn trịa, đầy đặn được viết trên tờ giấy xanh mỏng những lời thăm hỏi chân tình của người học trò cũ. Lật qua trang sau, Hưng thấy nguyên một bài thơ trường thiên tám chữ. Hưng đọc từng câu, cảm từng lời. Cho tới hai câu cuối, Hưng nghe choáng váng, tim như muốn ngừng đập. Hai câu đó như vầy:

Thầy vẫn dạy bài Việt Văn năm cũ,
Như ngày xưa, riêng đôi mắt em nghe.

Trời ơi! Quả thật vậy sao, quả thật vậy sao? Hưng đứng lặng hàng giờ để nghe niềm cảm xúc lâng lâng, thấm từng tế bào tim phổi.

Ít ra, trong đời dạy học, có được một người nghe chàng giảng dạy bằng cả một tấm lòng tin yêu, cũng là quá đủ !

oOo

Chiếc xe buýt từ từ đậu sát bên lề đường rồi ngừng hẳn. Hưng vịn tay vào thanh sắt lạnh ngắt, chưn dò dẫm từng bước để xuống. Từ nhà ra đến chợ, phải mất hơn bốn mươi lăm phút để đi xe. Trời bây giờ đang vào mùa đông nên lạnh giá. Tuyết rơi khắp nơi. Cả thành phố như bị bao phủ bằng một lớp bột thạch cao dày, trắng xóa. Hàng cây thẳng tắp ven đường bị đông lạnh co ro, đưa lên trời những cành khô, khẳng kheo, trơ trụi. Từng cơn gió lạnh thổi tạt ngang, đưa những hạt tuyết xôm xốp như bông gòn bay rào rào, trên đầu trên mặt. Hưng nghe lạnh buốt như có con dao bén cứa vào da thịt. Bộ áo khoác và đôi giày, xin được ở nhà thờ hơi mỏng và quá cũ không đủ ấm. Tuần lương tới phải rán tiện tặn để mua bộ khác dày hơn. Ở xứ này có lẽ nhịn ăn thì được nhưng nhịn mặc thì không xong rồi.

Đây là mùa đông đầu tiên Hưng phải chịu đựng ở cái thành phố đầy tuyết trắng. Gần hơn một năm trời chờ đợi mòn mỏi ở ngoài đảo, chàng được phái đoàn Cao Ủy Liên Hiệp Quốc cho đi định cư đến đây. Một nơi lạ hoắc, chưa bao giờ chàng nghĩ tới. Cái thân trôi nổi, ừ thì thôi, đâu cũng là nhà. Chàng chấp nhận, không so bì, đắn đo. Đi đâu cũng được, miễn là khỏi phải sống một cuộc đời cực nhục, khổ sở, dưới bàn tay sắt máu, của bọn người vô tâm.

Đường đến tiệm rất gần. Tới nơi, Hưng cởi chiếc bao tay bằng len đỏ, đã có một lỗ lủng nhỏ ở đầu ngón, đẩy cửa kiếng để bước vào trong thương xá Việt Nam. Mỗi tuần chàng đến đây để mua một số thực phẩm cần dùng. Hưng đưa tay phủi bụi tuyết bám trên tóc trên mặt, giũ sơ qua những hạt còn bám trên áo khoác. Tóc tai rối bù, ướt đẫm. Nhìn xuống đôi giày cao cổ, nó thê lương làm sao! Tuyết nhão quện với bùn đất biến thành bùn sình, bám vào đế giày nhòe nhoẹt. Đôi giày quá cũ, nước thấm ướt hết cả vớ. Các ngón chưn nghe lạnh ngắt.

Hưng đi thẳng vào trong, mắt nhìn lên các kệ thực phẩm để chọn lựa các thứ cần dùng. Rải rác đây đó, người mua chừng đã khá đông. Tiếng cười, tiếng nói ồn ào, tạo thành một thứ sinh khí Việt

Nam. Ở xứ lạ quê người, được nghe và nói tiếng mẹ đẻ là một điều sung sướng. Cần gì câu chuyện hay hay dở, người lạ hay quen...

- Chèng ơi, ở đây mà cũng có trầu cau nữa... Có luôn xác giấy nè.

Có giọng nói của người trẻ hơn:

- Hôm trước có bán măng cụt với chôm chôm. Để ở chỗ này! Mắc quá, thấy thèm, mà không đủ tiền mua.

- Mày lại hỏi bà chủ tiệm, coi bài tứ sắc để ở đâu, tao nghe nói tiệm này có bán, liệu mua năm bảy bộ để dành. Tết này rủ mấy bà Gò Công qua đậu chến cho vui.

Hưng đi lần ra phía ngoài. Có mùi son phấn nực mũi. Một bà vừa trạc năm mươi, đứng với một thanh niên mặt mày sáng sủa, cả hai ăn mặc sang trọng. Bà ta đứng trả tiền ở quầy hàng nói với bà chủ tiệm, giọng oang oang, từ xa, ai cũng nghe thấy:

- Ở đây khỏe quá hở bà chị! Có tiền là có đủ thứ. Chỉ cần nhấc cái điện thoại lên là có đồ ăn đem ngay tới miệng...

Giọng bà chủ tiệm, ôn tồn:

- Dạ, dạ, chỉ có điều trời lạnh quá. Tôi chịu hổng thấu. Phải chi kha khá một chút, dọn qua Mỹ ở ấm áp hơn...

- Ối! Hơi đâu mà bà chị lo. Trời nóng thì có máy lạnh, mùa đông thì có lò sưởi. Ra đường mình có áo lông.

Rồi giọng bà kéo dài ra:

- Mấy thứ đó... đâu có bao nhiêu tiền! Tôi suy nghĩ kỹ rồi, cũng nhờ có mấy ông Việt cộng nên mới được qua đây, sống sung sướng như vầy.

Có vài người khách đứng gần, ngước mắt lên nhìn. Người thanh niên có vẻ học thức, nắm lấy tay bà:

- Sao mẹ nói vậy, mình bỏ nước ra đi là tại mấy thằng Việt cộng. Làm sao sung sướng bằng ở bên Sài Gòn, quê hương làng nước...

Rồi như để che bớt cái sơ hở của mẹ, anh ta nói tiếp:

- Xứ Canada này, việc ít người nhiều. Kiếm được đồng lương cũng đổ mồ hôi...

Bà chủ tiệm ngó người thanh niên cười cười. Bà khách kia quay qua con, mắng yêu:

- Ối dào, kiếm việc vất vả là mấy người thợ thuyền làm ở hãng xưởng, chứ học cao tới kỹ sư như con thì thiếu gì mấy cái công ty lớn mời, tha hồ mà chọn.

Hưng nghe hai mẹ con đối đáp, khoái chí, bèn làm bộ lựa những món hàng gần đó, để nghe thêm cho dễ. Nào ngờ, hai người đã trả tiền xong, đi mất. Chàng đâm buồn buồn, tính trong bụng định ra về. Ngước mắt lên kệ cao, Hưng với tay lấy một thùng mì gói. Với thùng mì này Hưng có thể để dành, ăn được cả tháng, khỏi mất công mua lặt vặt, vừa tiện việc khỏi phải nấu nướng lôi thôi, vừa rẻ, vừa đỡ tốn tiền. Phía sau lưng có tiếng nói ấm áp của một thanh niên cất lên:

- Hay là em mua cho ba trà Ô Long uống thử coi. Anh thấy bác Tư thích loại nhãn xanh lợt này lắm nè. Trà Thiết Quan Âm kiếm không ra.

- Thôi, anh chịu khó đưa em qua phố Tàu, ở bển thế nào cũng có. Tánh ba thích uống trà ngon, ăn sao thì cũng được. Hồi còn ở Sóc Trăng có tiệm Quảng Trân, bán trà nổi danh. Kế bên nhà...

Hưng đương nắm lấy góc thùng mì, nghe giọng nói êm ái của người thiếu nữ, thấy quen quen. Cái giọng nói nhẹ như gió thoảng nhưng âm thanh rõ ràng đó đã nhiều lần nghe qua, làm sao lầm lẫn được. Chàng khựng lại cho đến khi nghe được hai tiếng Sóc Trăng, thì buông hẳn thùng mì trở lại trên kệ, quay lưng lại mà nhìn. Người con gái đứng trước mặt Hưng, quả thật là Hạnh. Không thể là ai khác hơn. Hạnh ngày xưa, bằng xương bằng thịt rõ ràng.

Hạnh mở to mắt:

- Thầy... thầy qua được đây bao lâu? Sao em không hay biết gì hết ?

Hưng còn đang choáng váng vì cuộc hội ngộ bất ngờ, chưa kịp trả lời thì Hạnh giới thiệu người thanh niên đứng kế bên, giọng hơi ngập ngừng, luống cuống:

- Còn đây là anh Lâm... anh Lâm.

Hưng bắt tay người thanh niên, miệng mỉm cười thay câu chào hỏi. Lâm có vầng trán rộng, đôi mắt thật sáng, cái mũi đẹp, khá cao và thẳng tắp. Lâm thăm hỏi chàng qua hàm răng trắng bóng, đều đặn:

- Thầy đi chợ có thường không ? Tôi với Hạnh tháng nào cũng đến đây một vài lần, vậy mà không được gặp! Ngày xưa Hạnh có được học với thầy?

Hưng nhớ tới hình dáng tiều tụy của mình. Khi nãy bắt tay, cái bàn tay của Lâm mềm mại, ấm áp làm sao. Hưng cảm thấy làn da tay mình sần sùi, thô kệch, bữa nay sao nó dày hơn bình thường.

- Ờ, ờ, tôi mới qua tới, chưa được bao lâu.

Hưng nhìn sang Hạnh. Nàng vẫn dịu dàng, xinh xắn. Trang điểm thêm một chút phấn hồng trên má, một chút son đỏ lợt trên môi, chiếc khăn len quấn hờ lên cổ, trông nàng đẹp đẽ hơn bội phần, quý phái hơn bội phần.

Bất giác Hưng đưa tay sờ lên cằm. Sáng nay trời lạnh quá, lo sửa soạn đi gấp nên quên mất việc cạo râu, râu cằm đâm tua tủa, rờ nham nháp. Tay Hưng lần lên, đụng phải cái gò má. Cái gò má thiếu thịt, xương lưỡng quyền nhô cao, kết quả của những ngày tháng lao động vinh quang. Năm năm bị đày đọa ác nghiệt ở quê nhà. Một năm trời thiếu thốn chờ đợi héo mòn ở đảo xa, tổng cộng tất cả là sáu năm. Sáu năm lầm than, khốn khó. Thời gian quá dài đủ để choán đầy hết những mùa xuân cuộc đời. Như nụ bông chỉ cần vài giờ có nắng ấm để phô sắc hương, thời gian đó đã bị một đám mây xám, âm u giăng kín. Hưng tự hỏi không biết bây giờ mình còn chút xíu phong độ nào của một ông giáo sư trẻ ngày xưa?

- Cuộc biến động lớn lao quá. Tôi không biết gì nhiều ở Sóc Trăng.

- Dạ, ba má với em đi từ năm bảy mươi lăm. Đọc báo, nghe tin tức, thấy đất nước tang thương, đổ nát. Ba má em cứ nhắc thầy hoài, hỏi thăm mà không ai biết.

Hưng nghe xót xa. Ông bà Hội Trưởng thường nhắc đến chàng. Hạnh ơi, có bao giờ em nhắc tới tôi, một lần không? Hưng thấy tay chưn mình đâm thừa thãi. Chàng nhìn Hạnh rồi nhìn Lâm. Cả hai đứng bên nhau, tươi mát, yêu đời. Còn chàng, từ ngày đất nước đổi thay, như con cá dật dờ ngoài sông lớn. Cá nước ngọt bị đem bỏ ra biển, gặp nước mặn đã ngất ngư, còn bị sóng dập gió dồi, chịu sao cho thấu. Cái sức sống mới vừa vươn lên sắp đâm chồi nẩy lộc, bất ngờ một cơn phong ba, bão táp đổ ập đến, khiến Hưng như người đau mới mạnh. Tuy đã vượt thoát đến phần đất tự do, chắc phải cần một thời gian khá dài để phục hồi sinh lực cũ.

Sáng nay vô tình gặp Hạnh. Hình ảnh cô bé học trò dễ thương đã trên sáu bảy năm nằm lắng im trong lớp kỷ niệm thật sâu, thật dày, được khơi bùng dậy. Hưng nhìn thật sâu trong mắt nàng để tưởng rằng mình vẫn còn được trẻ trung như xưa. Cái thời mà mỗi buổi sáng đứng trước kiếng hàng giờ để chải cái đầu, lựa từng cái áo, cái quần, đôi giày, đôi vớ... Những giờ đến lớp với niềm tin trong mắt, với nụ cười trên môi. Những buổi trưa hẹn hò, bước chưn xôn xao trên hè phố. Cái thời mà dòng máu yêu đời luân lưu trong huyết quản, bàn tay tưởng có thể ôm gọn được tương lai.

Thấy Hưng nhìn mình đăm đăm, Hạnh bối rối cúi đầu, mắt nhìn xuống mũi giày, một tay ôm chặt lấy Lâm. Hồi lâu, nàng mới hỏi qua nụ cười gượng gạo:

- Hồi nãy tới giờ gặp thầy mừng quá, quên mất hỏi thăm, chắc thầy qua đây một lượt với cô? Chắc cô cũng người Bình Dương, vì ở trên đó người đẹp nhiều lắm...

Hưng khựng lại một hồi lâu rồi nhìn bao quát cả tiệm, thủng thỉnh trả lời:

- Ờ, ờ, tụi tôi quen nhau từ hồi còn nhỏ xíu, quên mất hỏi coi người tỉnh nào. Chắc Rạch Giá, Cần Thơ, Tây Ninh hay Biên Hòa gì đó. Đợi ngày làm đám cưới thì Việt cộng vô. Hai đứa bị đày đọa khổ sở. Tôi rủ vượt biên, bả không chịu, khăng khăng ở lại.

Hạnh chớp chớp mi mắt, vẻ xót xa, an ủi:

- Thôi, lần lần thầy ổn định đời sống rồi làm giấy bảo lãnh cho cô qua...

Hưng nhăn mặt lắc đầu:

- Cô không chịu đi đâu. Tôi đã viết thơ nhiều lần thúc hối nhưng không cách gì lay chuyển được. Loay hoay một mình buồn quá. Đôi lúc thấy đời sống nhàm chán vô nghĩa. Không lý suốt đời chỉ còn biết có đi làm, đi chơi, đi ăn, đi ngủ...

Rồi Hưng ngậm ngùi:

- Ở đây một năm sáu tháng giá buốt... Nhiều khi nhìn tuyết rơi ngập trời mà thèm một chút nắng ấm quê hương, nơi đó đã một thời, tôi tìm thấy được mùa xuân.

Võ Kỳ Điền

(Trích Kẻ Đưa Đường., nxb Viet Publications 1986)

VÕ PHÚ

QUYỂN SÁCH BỎ QUÊN

Hắn mê Nhất Linh, tác giả của nhiều tập truyện trong nhóm Tự Lực Văn Đoàn, như cá mê nước. Hắn mê và tôn thờ Nhất Linh như một vị anh hùng, thần tượng đời hắn. Mỗi lần đến tiệm sách, hắn đều tìm những quyển sách của Nhất Linh hay những sách nào có liên quan đến ông, để mua.

Từ Mỹ hắn bay về Việt Nam, vào những tiệm sách cũ như Hồ Huấn Nghiệp trên đường Đồng Khởi và Hai Bà Trưng, Hiệu Sách Cũ ở đường Võ Thị Sáu, Nhà Sách 28 Đồng Khởi, 250B Trần Hưng Đạo, những tiệm sách trên đường Nguyễn Chí Thanh... để tìm cho bằng được những quyển sách xưa của Nhất Linh, những quyển sách mà ông viết trong cuộc đời văn nghiệp của ông.

Hắn có hầu hết những quyển sách của Nhất Linh, nhưng hắn chê. Hắn bảo sách mới, in đẹp, bìa màu, nhưng những quyển ấy đều tái bản tại Hải Ngoại. Những quyển sách hắn muốn là những quyển xuất bản lần đầu, trong thời gian Nhất Linh còn sống.

Cả tháng trời hắn đi từ Sài Gòn ra Hà Nội, lùng sục khắp nơi để tìm mua những bản gốc của Người Quay Tơ, Xóm Cầu Mới, Lan Rừng, Nghèo, Đoạn Tuyệt... Hắn chỉ còn thiếu bộ trường thiên tiểu thuyết "Giòng Sông Thanh Thủy" nữa, nên hắn cố tìm cho bằng được trước khi trở về Mỹ.

Một buổi nọ, trong một tiệm sách cũ, hắn được sự giới thiệu của người chủ quán, một người tên Linh Nhất. Theo như sự giới thiệu thì ông Linh Nhất nào đó có máu đam mê sưu tầm sách cũ và cũng thích Nhất Linh, nên tự gọi mình là Linh Nhất. Hắn lần theo địa chỉ của người chủ quán đưa và đến nhà người ấy để tìm sách. Cả ngày trời hắn tìm kiếm, rốt cuộc cũng đạt được mục đích.

Nhà của Linh Nhất ở trên đồi cao. Trước khi đến, hắn phải vượt qua hai con suối và đi qua rất nhiều con đường nhỏ khác. Nếu không nhờ hai đứa mục đồng dẫn đường thì có lẽ hắn không thể nào tìm ra được.

Sau khi dẫn hắn tới trước cửa nhà, hai đứa mục đồng lấy tiền dẫn đường rồi quay về. Hắn đang suy nghĩ, tìm cách nào để người chủ nhà cho hắn vào và cho hắn xem sách.

Trước nhà của Linh Nhất trồng rất nhiều hoa lan, có loại như con chuồn chuồn, loại như mặt người, loại như con bướm, loại như phượng hoàng, đủ loại đủ màu sắc, và có cả những loại mà hắn chưa bao giờ thấy, rất kỳ quái. Hắn có đọc qua tiểu sử của Nhất Linh, hắn biết ông ấy rất thích hoa lan và đã trồng, ghép, được rất nhiều loại hoa lan quý và hiếm. Đang loay hoay trước một chậu hoa lan lạ, hắn định đưa mũi vào ngửi, hắn chợt nghe tiếng:

- Không được ngửi!

Hắn quay lại, thấy người thiếu nữ trẻ, độ chừng hai sáu, hai bảy tuổi. Cô ta đội nón, che khăn mặt và đeo găng tay làm vườn. Hắn định lên tiếng. Cô gái nói:

- Hoa đó không được ngửi. Hên là tôi tới kịp, bằng không chậu hoa không còn nữa.

- Tôi không phải là ăn trộm, thưa cô.

Hắn giải thích.

- Vâng, xin ông đừng hiểu lầm ý tôi. Tôi không nói ông lấy chậu hoa này, nhưng nếu ông mà ngửi vào thì ngày mai nó sẽ vàng và bảy ngày sau thì nó sẽ chết.

- Ồ...

- Mà ông đến mua Lan à?

- Không, thưa cô. Tôi đến để tìm ông Linh Nhất.

- Ông ấy qua đời hơn ba năm nay rồi. Mà ông tìm ông ấy có chi không?

- Tiếc quá! Xin lỗi cô là gì của ông ấy?

- Ông ấy là gia gia của tôi.

- Gia gia?

- Là Nội tôi ấy mà. Mà ông tìm Gia Gia tôi có chuyện gì không?

- Chẳng giấu gì cô, tôi đến đây là vì có người giới thiệu nội của cô có nhiều sách cũ, và có thể có sách tôi muốn tìm.

- Vâng, nội tôi có rất nhiều sách cũ, nhưng không biết ông muốn tìm quyển nào? Của ai?

- Cuốn "Giòng Sông Thanh Thủy" của Nhất Linh.

- À...Tôi nghĩ chắc có, nhưng không chắc lắm. Phải đợi Gia tôi về rồi ông hỏi.

- Xin lỗi cô... Khi nãy cô nói...

- Nãy tôi nói chi mô?

- Cô nói Gia Gia cô mất ba năm rồi... Còn Gia?

- Ồ! Gia Gia là nội của tôi. Còn Gia là cha, là bố của tôi đó.

- Vâng! Xin lỗi cô. Tôi hiểu sai.... Vậy chừng nào ông ấy về?

- Tôi cũng không biết chắc, có thể chiều nay, cũng có thể vài ngày, nửa tháng.

- Ồ! Chẳng giấu gì cô, tôi ở tận bên Mỹ về đây. Tôi không thể chờ được lâu như vậy. Hay là cô vào tìm hộ xem Gia Gia cô có những quyển sách tôi muốn không?

- Ừa, cũng được. Để tôi hỏi Ma tôi thử sao.

Cô gái bỏ đi vào trong. Lát sau, cô trở ra với một người phụ nữ khác. Bà ta độ chừng bốn chín, năm mươi tuổi. Chắc có lẽ là mẹ cô gái vì hai người giống nhau như khuôn đúc. Vả lại, cô ấy gọi bà là

Ma. Có lẽ, Gia Gia là ông Nội, Gia là Cha, và Ma nghĩa là Mẹ? Hắn nghĩ vậy!

Người phụ nữ tới bên hắn và tự giới thiệu:

- Tôi là con dâu ông Linh Nhất, ông muốn tìm sách à?

- Dạ vâng, thưa chị.

- Nhưng chồng tôi không có ở nhà. Mọi sự trong nhà đều do ông ấy lo liệu, nhưng ông đây không có thời gian đợi chồng tôi về.

Người đàn bà do dự vài giây rồi tiếp:

- Thôi thì, tôi để cho ông vào tìm, nhưng muốn gì thì cũng đợi chồng tôi về, ông ấy sẽ quyết định.

- Vâng, thưa chị, cám ơn chị và cô nhiều lắm.

Ba người vào nhà. Người đàn bà nói với con gái:

- Lan à, con kêu thằng Hoàng, dắt chú ấy lên gác để cho chú ấy xem sách. Nhớ cầm theo đèn pin để thấy đường mở cửa sổ cho sáng nhé. Đem đèn hột vịt lên đó lỡ ngã, cháy là khổ.

Rồi bà quay qua hắn, bà nói:

- Từ ngày ba chồng tôi mất, chúng tôi không lên gác thường. Chỉ có thằng con trai, lâu lâu nghịch ngợm, trốn lên đó đọc sách.

Lan trở lại với người con trai to, cao, trẻ khoảng chừng mười tám, mười chín tuổi. Chắc có lẽ tên cậu ta là Hoàng. Hắn đang suy nghĩ. Lan nói:

- Hoàng, dẫn chú này lên gác, xem có quyển sách gì đó không?

- Dạ.

Cầu thang lên gác làm bằng gỗ, mỗi bước đi, hắn có thể nghe tiếng răng rắc. Hắn run trong lòng, nhưng tự nói với mình là chắc không sao, không sợ!

Trên gác, bụi bám đầy. Căn phòng tối om, chỉ vài chấm sáng lờ mờ chui vào từ khe hở của cửa sổ. Hoàng bấm đèn pin, đi đến các cửa sổ và mở tung chúng ra. Ánh sáng được dịp chạy vào, căn phòng bật lên sáng hẳn. Hắn nhìn quanh căn phòng. Phía ngoài, cạnh cửa ra vào, là những vật dụng lỉnh kỉnh, thúng, nia, khung gỗ, thùng giấy carton để bừa bộn không thứ tự. Nhưng, bên trong của một góc phòng, là những kệ sách được bày rất gọn, theo thứ tự, ngăn nắp. Dưới sàn, có vô số sách báo, tranh ảnh được chất lên thành đống.

Hắn đi vội lại bên kệ sách và xem những quyển sách cũ. Có rất nhiều quyển rất xưa viết bằng chữ Hán, có quyển viết bằng chữ Nôm. Có cả từ điển Hán Việt, từ điển Pháp Nôm, và nhiều quyển sách khác từ thời Pháp thuộc. Hắn thích sách, nhưng không chuộng những loại sách này. Hắn chỉ ghé mắt sơ qua, để rồi cũng tìm thấy được những quyển sách mà hắn muốn tìm. Những quyển sách rất cũ của Tự Lực Văn Đoàn, để một kệ riêng. Hắn chăm chú nhìn tựa đề từng quyển. Sau khi lấy xong bộ sách Giòng Sông Thanh Thủy để qua một bên, hắn tiếp tục đọc các tựa còn lại. Quyển nào hắn cũng thấy quen và cũng đã đọc qua. Đến ngăn cuối của kệ sách là một quyển tập viết tay, trên đó viết: "Lan Đêm - Truyện Nhất Linh". Hắn tò mò, cầm quyển tập trên tay. Lớp bụi bám đầy trên quyển tập, hắn phủi và thổi bớt lớp bụi trên ấy. Đám bụi bay đầy, hắn ho sặc sụa. Hắn nhẹ nhàng, lật trang tập đầu tiên. Trang đầu là hình vẽ của một đóa hoa Lan hình con bướm. Dưới hình vẽ có ghi chính tên của nhà văn hiện đại Nhất Linh - Nguyễn Tường Tam và hàng chữ: "Viết cho những ngày sống tại vườn Lan - Đà Lạt năm 1957."

Hắn cầm quyển tập và ngồi bệt xuống sàn nhà, say sưa đọc.

"Lan Đêm" câu chuyện nói về một anh chiến sĩ yêu nước. Tuy anh là một người chiến sĩ, nhưng tâm hồn anh rất nghệ sĩ. Anh yêu thiên nhiên, cây cỏ, nhất là yêu hoa lan say đắm. Mỗi lần đi hành quân, đến nơi nào có hoa lan, anh đều ghi xuống những chi tiết về cây lan ấy. Ví như những đặc điểm, màu sắc, thân cây, địa điểm và thời gian phát hiện. Anh viết những chi tiết ấy xuống với hy vọng rằng mai sau, khi đất nước thanh bình, anh sẽ đến tìm chúng và rước chúng về trong vườn nhà anh.

Có một lần chàng chiến sĩ lãng mạn ấy cùng đoàn quân đi qua một khu rừng. Lúc đó, mặt trời đã lặn, mọi người đều mệt mỏi và họ quyết định dựng lều ngủ qua đêm tại đây. Giữa khuya, anh thức giấc, ngửi được một mùi thơm rất dịu dàng và quyến rũ. Anh lần theo mùi thơm ấy và phát hiện ra mùi thơm đó thoát ra trên một nhành hoa lan.

Đêm đó, trăng mồng một, lờ mờ. Anh không thể thấy hình dáng của cánh hoa. Anh chỉ ngửi được mùi thơm dịu thoát ra trên một thân cây cổ thụ. Càng ngửi, anh càng say mê và thiếp đi lúc nào không hay.

Sáng thức dậy, anh mới biết đoàn quân đã rời khỏi từ lúc nào. Anh hối hả nối bước theo đoàn quân. Nhưng, đi được chừng vài phút, anh nghe nhiều tiếng nổ vang dội phía trước. Và, anh phát hiện ra rằng mọi người trong đoàn hành quân đều hy sinh. Anh quay trở lại tìm loài hoa lan nọ. Nhưng tìm hoài, anh vẫn không tìm ra gốc lan ấy. Anh mệt và ngất đi, cho đến khi các chiến sĩ khác đến cứu anh.

Khi đất nước thanh bình, anh trở về mua một mảnh đất bên con suối mơ và bắt đầu thực hiện ước mơ trồng hoa lan của mình. Anh đi từ Nam đến Bắc để tìm lại các giống lan mà mình đã gặp khi xưa. Duy chỉ có một loài anh không bao giờ tìm được đó là hoa lan đã cứu anh trong đêm hành quân ấy. Và anh, chưa bao giờ thấy được cánh hoa lan ấy nở như thế nào. Anh đã nuôi dưỡng và ghép không biết bao nhiêu giống lan. Nhưng không thể gây được giống lan nào có mùi thơm như vậy. Đến gần cuối đời, một người con gái Ekrê, người dân tộc thiểu số sống trong rừng lân cận, đến tặng anh một giò lan có mùi thơm năm xưa. Anh ngửi xong, anh ngủ. Anh ngủ và không bao giờ tỉnh dậy, ngủ giấc ngàn thu!

Hắn đọc xong tập truyện và thiếp đi lúc nào không hay. Khi tỉnh dậy thấy mình nằm trên giường, xung quanh là bốn bức tường trắng. Hắn đưa mắt nhìn quanh và dừng lại ở một góc phòng. Trên bàn đặt một giò lan. Giò lan mà hắn thấy trong trang đầu của quyển tập "Lan Đêm".

Võ Phú

VŨ ANH TUẤN
Một Đời Với Sách

LẦN ĐẦU GẶP SÁCH

Trên 70 năm đã trôi qua mà tôi vẫn không thể nào quên được một buổi sáng thật đặc biệt trong đời tôi. Buổi sáng hôm đó, khi vừa ăn sáng xong và sửa soạn đến trường, thì cha tôi gọi tôi lại và trao cho tôi một cuốn sách: cuốn Lên Tám của Tản Đà Nguyễn Khắc Hiếu. Đó là một cuốn sách viết bằng thơ ngũ ngôn, và được minh họa bởi danh họa Mạnh Quỳnh. Sách có vài chục bài thơ ngũ ngôn viết cho một em nhỏ lên tám, để chỉ dẫn cho em cách thức sống ngoan, sống đẹp, và cách sống hiền hòa, lễ độ với anh em, cha mẹ, ông bà, cũng như với bạn bè, xóm giềng, v.v... Đọc những bài thơ dễ hiểu, dễ nhớ, và được xem những hình minh họa cực đẹp, tôi bị cuốn sách thu hút thật mãnh liệt, và bắt đầu biết yêu sách...

NHỮNG NGÀY ĐẦU CHƠI SÁCH

Tôi bắt đầu biết xin tiền cha tôi để mua sách, và cụ cho tôi một cách dễ dàng và dồi dào để tôi bắt đầu biết ghé thăm các tiệm sách một cách thích thú. Tôi thích cuốn Lên Tám và thấy quảng cáo là trước cuốn Lên Tám, còn có cuốn Lên Sáu, nên tôi tìm mua ngay và cũng thích cuốn Lên Sáu không kém gì cuốn Lên Tám. Và tôi bắt đầu chú ý tới các báo cho thanh thiếu niên có nhiều tranh ảnh đẹp tuyệt vời như Cậu Ấm Cô Chiêu, Học Sinh, Sách Hoa Mai, Sách Hồng, và nhất là báo Truyền Bá với những truyện vô cùng hấp dẫn, mà chỉ dạy cho những thiếu niên như tôi sống đẹp, sống hùng, không thèm láu tôm láu cá gian manh, chỉ phù suy, không thèm phù thịnh, biết thương người nghèo khổ yếu thế cô đơn, biết ghét bọn lưu manh, bọn cường hào ác bá... Ôi thật tuyệt vời, không hiểu sao sách hồi đó tuyệt vời thế!

Chỉ một thời gian ngắn, mới gần một năm, tôi đã có khá nhiều sách báo và đã biết cất chúng rất kỹ lưỡng trong một cái rương loại Cướp biển mà bà cô ruột tôi cho tôi. Tôi đã biết sắp thứ nào vào thứ ấy, số nhỏ, số đầu nằm dưới, số mới nằm trên, cực kỳ có thứ tự. Về sách thì tôi rất thích sách của các tác giả như Lê Văn Trương, Ngọc Giao, Tô Hoài, Vũ Bằng, Lan Khai, Nguyễn Công Hoan, Nhất Linh, Khái Hưng, Thế Lữ, Trần Tiêu, Phạm Cao Củng, Tản Đà, Nguyễn Tuân, Thâm Tâm, v.v...

Khoảng hai năm sau, khi tôi lên mười, cái rương đã đầy ắp và cha tôi đã mua cho tôi một cái tủ để riêng trong căn phòng nho nhỏ xinh xinh của tôi, trong khi ba tôi và chú tôi thì có hai tủ sách to đùng để ngay nơi phòng khách cũng to đùng của họ. Hai tủ này một tủ đựng toàn sách bằng tiếng Pháp, loại sách dùng làm phần thưởng, bìa cứng, cạnh mạ vàng cực đẹp. Còn tủ thứ nhì thì toàn sách báo tiếng Việt, nhưng cha và chú tôi chưa cho tôi đọc và bảo phải chờ vài năm nữa mới được đọc. Vì tôi được học trường Tây (Henri Rivière, cạnh Bưu Điện Hải Phòng) từ lớp enfantin (tương đương với lớp mẫu giáo) rồi sau lại được học Trường Thầy Dòng nên 14 tuổi tôi đã biết chút ít tiếng Tây, và đã biết tìm đến các loại báo ảnh tuyệt vời của Pháp như Tarzan, Zorro, Vaillant, Intrépide, v.v...

Năm 16, tôi đã có thể đọc được các loại sách cho thanh thiếu niên của Pháp như Biliothèque Verte, Livre Rose, Aventure, v.v... Và rồi cha tôi đã cho phép tôi được đọc các sách trong hai tủ của cha và chú tôi. Kể từ lúc đó tôi thật sự bơi lội, nhào lộn, vùng vẫy trong bể sách của nhân loại.

ĐẾN VỚI SÁCH CỔ

Tôi bắt đầu để ý tới cổ thư kỳ thư và bắt đầu tìm hiểu về các sách đó rồi bắt đầu tìm mua chúng, bắt đầu lục lọi các tiệm sách cũ. Tôi còn tra cứu các sách Pháp như cuốn Quid (cuốn đầu tiên ra năm 1957) để biết về giá trị đích thực của cổ thư Pháp, ví dụ như loại sách do các danh họa minh họa (Livres modernes de peintres), mỗi cuốn được bán đấu giá cả chục ngàn Euros, rồi những cuốn sách Pháp của các thế kỷ 19, 18, 17, 16, càng cổ càng quý, rồi tới loại sách của thế kỷ 15 của những năm 1400 khi Ngành In mới được phát minh bởi Gutenberg, với cuốn Kinh Thánh 42 dòng in năm 1455. Tóm lại tất cả những sách của những năm thuộc thế kỷ thứ 15, vào thời kỳ nghề in mới được phát minh, đều là cực quý, cực hiếm, cực mắc. Sau khi tìm hiểu tôi được biết là có tất cả khoảng 40.000 lần xuất bản, mỗi lần trung bình 500 bản, tổng cộng khoảng 20 triệu cuốn mà 45% là sách đạo (tôn giáo), 10% sách khoa học, 10% sách luật, 30% sách văn học, và 77% các cuốn sách này bằng tiếng La Tinh, chỉ có độ 4, 5% bằng tiếng Pháp. Sau 6 thế kỷ, tìm được vài cuốn trong số 20 triệu cuốn đó cũng đã là một điều cực khó, phải có cơ duyên mới gặp được chúng. Cả đời chơi sách của tôi chỉ sưu tập được có khoảng 500 cuốn của thế kỷ thứ 19 và tiền bán thế kỷ thứ 20, cộng với vài cuốn của thế kỷ 17 và 16, mà trong những lúc hơi bị túng thiếu, tôi đã đành phải chia tay với chúng. Ngay lúc này 500 cuốn sách của tôi đã không CÒN DÍNH DẤP GÌ TỚI CÔNG ƯỚC BERNE VỀ BẢN QUYỀN, AI CÓ TRONG TAY CHỈ VIỆC KHAI THÁC CHẲNG PHẢI XIN PHÉP XIN PHIẾC GÌ NỮA...

Về sách tiếng Việt thì tôi đã có được một sưu tập kiếm hiệp gần 80 chục bộ, nhưng sau bị ông bạn thân là ông Khai Trí Nguyễn Hùng Trương xin mua lại, và vào những năm 80, do phân vân giữa đi và ở, tôi đã nhường cho ông ấy, sau khi đã đọc coi như chẳng để lọt cuốn nào, và còn nhớ như in mấy bộ lớn nhất và hay nhất như Bồng Lai Hiệp Khách, Giao Trì Hiệp Nữ, Âm Thanh Kiếm, Côn Lôn Tiểu Khách, Hoàng Giang Nữ Hiệp, Không Thanh Sư Tổ, Xích Huyết Kiếm, Long Hình Quái Khách, v.v… Hiện nay thì tôi còn một vài cuốn in bằng giấy bổi, có chữ ký và thủ bút của các tác giả và khoảng 200 cuốn sách trước và sau Giải Phóng mà tôi được các tác giả đề tặng, và một sưu tập Kiểu đựng đầy một cái tủ cỡ 1,40 x 1,60 m… Nếu muốn kể các chuyến đi gần, đi xa của tôi để… tầm quý thư thì phải mất cả trăm trang giấy mới hết, và nếu muốn kể về những trường hợp buồn vui qua đó các quý thư, các Nàng Sách như tôi thường gọi các sách đó, đã đến với tôi như thế nào thì cũng phải mất cả trăm trang giấy khác. (Tôi cũng đang trên đường hoàn tất Hồi Ký 60 năm Chơi Sách, và tôi tự nhủ sẽ hoàn tất cho bằng được trước ngày… đi hành hiệp!) Tóm lại sau 60 năm tôi vẫn yêu sách y như ngày đầu khi gặp cuốn Lên Tám cha tôi cho, và vì nhờ yêu sách, tôi đã đi vào một lãnh vực khác liên quan tới sách, giúp tôi có chút công để sau này kể với Mẹ Âu Cơ của tôi mà tôi yêu không kém Mẹ tôi.

ĐẾN VỚI VIỆC DỊCH SÁCH VĂN HỌC

Từ năm 1975 tới 1992, tôi không đi dạy học như các bạn tôi mà sinh sống bằng nghề dịch tài liệu ra ngoại ngữ (chủ yếu là tiếng Anh, chỉ năm chừng mười họa mới dịch tiếng Pháp). Nhờ dịch khá tốt nên tôi sống thoải mái không phải ngửa tay xin tiền "mấy đứa Mỹ bất đắc dĩ" con của ba bà xã của tôi đều đã di tản qua Mỹ, và bà Đệ Nhất và Đệ Tam đã về… bển, chỉ còn bà Đệ Nhị là còn tại thế. Năm 1992, tôi được hai vị bạn rất thân và tốt là Quý Ông Lê Ngộ Châu, Chủ nhiệm tờ Bách Khoa nổi tiếng và Nhà văn Dịch giả Trần Phong Giao khuyên tôi nên bỏ việc dịch các tài liệu, hợp đồng, v.v… (vì các thứ này chỉ một thời gian sau là đi sọt rác) và quay sang dịch sách Văn Học để để lại những đứa con tinh thần cho đời và để sau này có công kể với Mẹ Âu Cơ. Tôi nghe lời khuyên của hai vị và bắt đầu bằng việc dịch một cuốn sách thuộc dạng nghiên cứu của hai cụ Huard và Durand là cuốn "Hiểu Biết Việt Nam" (Connaissance du Vietnam) bằng Pháp văn sang Anh văn. Tôi làm xong cuốn sách trong vòng ba tháng vì, đơn giản là dịch từ Pháp sang Anh vô cùng dễ, nhất là với văn phong trong sáng của hai vị thành viên Trường Viễn Đông Bác Cổ, mà tôi đã nêu tên ở trên. Cuốn sách đã được in và tái bản hai lần, nhưng đến nay cũng đã tuyệt bản, và khi mới xuất bản và được phổ biến lần thứ nhất vào năm 1992, giá sách chỉ là 75.000 đồng, nhưng nay muốn kiếm được một cuốn người mua phải chi từ 5 tới 6 trăm ngàn, và ở nước ngoài giá cuốn này đã lên tới trên 100 Mỹ kim. Sau khi dịch xong cuốn sách nói trên, tôi được nhiều người biết đến và kết quả là từ năm 1992 tới nay tôi đã dịch được tổng cộng 20 cuốn trong đó có một bộ 5 cuốn sắp được in, và 16 tác phẩm đã được in và phổ biến trong đó có tập thơ Bốn Mùa của nhà thơ Trần Nhuận Minh dày tới trên 800 trang... Một điều đáng nói là tất cả các tác phẩm dịch thuật của tôi đều "Thuần Việt", không hề có hơi hướm anh tây chị mẽo nào, và cũng không hề có ai hiệu đính hiệu điếc gì cả. Còn về mặt viết lách thì tôi chỉ có một tác phẩm duy nhất, một truyện tình mang tựa đề là "Hảo Mộng" do nhà xuất bản Văn Nghệ ấn hành năm 2009. Vì không phải là người tham lam, nên nay khi đã mới "hết hai mươi tuổi có lần thứ tư", tôi cảm thấy mình đã đóng góp quá đủ và đã có chút công để kể với Mẹ Âu Cơ, nên đã quyết định giã từ việc dịch sách, để dành những năm tháng còn lại cho thú vui đọc những cuốn sách tôi yêu thích mà chưa có thì giờ đọc.

LO TÌM NGƯỜI KẾ NGHIỆP

Tôi có một số con và cháu là "Mỹ bất đắc dĩ" nên họ đều ở Mỹ, và không có một ai trong số họ chú tâm tới chơi sách, yêu sách, và khi tôi ngỏ ý muốn để lại sách cho họ thì tất cả đều từ chối, và cho biết là cần sách gì họ chỉ cần lấy từ trên mạng xuống... Thế là tôi cũng đang lâm vào hoàn cảnh của rất nhiều người chơi sách, yêu sách mà không có người nối nghiệp. Tôi đã chứng kiến tận mắt ngày tàn của biết bao tủ sách của những người yêu sách, chơi sách. Tôi đã thỉnh thoảng lại mua được ở các tiệm sách cũ những cuốn sách có chữ ký của ông cụ Vương Hồng Sển, và nhiều cuốn sách có dấu triện son của người chơi.

Khác với họ, tôi không giữ sách cho tới lúc ra đi rồi phó thác vận mệnh của sách cho may rủi. May thì được gặp người biết trân quý sách, không may thì gặp anh trọc phú chỉ biết nhốt vào tủ để trưng, đâu có khác chi thân phận cung nữ bị nhốt ở lãnh cung. Và có một điều chắc như bắp là các tủ sách không người nối nghiệp đều bị phân chia tứ tán, khiến cho những cuốn sách đã từng ở bên nhau cả vài thập kỷ nay đành chịu cảnh chia ly cách biệt!

Những sách tôi đã mua đều là những cuốn tôi cảm thấy ưa thích, không phải bạ sách chi cũng mua. Tôi đã từng mua cả tủ sách của người này người nọ, nhưng những trường hợp đó tôi cũng chỉ lựa ra tất cả những cuốn tôi yêu thích và bán tống bán tháo những cuốn không được chọn lựa.

Hiện nay tôi đang lo tìm người thích hợp (không nhất thiết phải là người thật giàu có) nghĩa là người biết trân quý, yêu sách, sử dụng sách như tôi để nhường lại một sưu tập Kiều để đầy một cái tủ 1m40 x 1m60 chiều cao, gồm khoảng 100 cuốn Kiều trong đó có 30 cuốn thời chế độ cũ và thời tiền chiến, gần 300 cuốn và bộ sách thuộc đủ lãnh vực có chứa đựng tài liệu về Kiều và Cụ Nguyễn Du, và khoảng 1000 thứ báo kim cổ (phần lớn là kim) có chứa đựng các bài viết , hình ảnh về Kiều. Tôi cũng đang lo tìm người hoặc tổ chức nào biết khai thác 500 cuốn sách cổ hồi thế kỷ 19 và tiền bán thế kỷ 20 (tất cả đã thành của chung, không còn dính dấp gì tới Công Ước Berne về bản quyền, ai có trong tay cứ việc toàn quyền khai thác.) Tôi đã có được những sách đó bằng đồng tiền mồ hôi nước mắt, đã vui sống với những sách đó trong 6 thập kỷ, bây giờ trước lúc đi hành hiệp (mặc dù cũng còn khá lâu theo ý muốn của các Mẫu Hậu của tôi), tôi cảm thấy cần phải nghĩ tới việc lo cho những cuốn sách thân yêu của tôi một tương lai ấm áp an toàn, ít ra cũng phải bằng những ngày chúng đã cùng tôi chung sống trong quá khứ...

Vũ Anh Tuấn

Trích Hồi Ký 60 năm chơi sách, chương VI

VŨ HẠ

HAI VỢ

Tôi chào đời chẳng bao lâu thì có ông chiêm tinh gia nổi tiếng lắm lắm phán với mẹ tôi rằng: số tôi sau này sẽ hai vợ và yêu cả hai đồng đều, như một!

Gia đình tôi theo đạo Thiên Chúa nên không tán thưởng chuyện đa thê. Thế nên mẹ tôi luôn trăn trở; bà giáo huấn tôi kỹ lưỡng, kiểu nhồi sọ, về tính... thủy chung. Đúng ra, bà không cần phải quan tâm đến thế vì, khác với các anh chị em, tôi nhỏ thó, xấu xí, vô duyên, rụt rè, bất cẩn, ngu si, đần độn... ; đại loại là tất cả những gì tồi tệ thì tôi được các anh chị em nhường hết cho cả. Vả, đó là lời... thầy bói! Vả, có lần tôi nghe bố tôi phàn nàn: « Mình có đạo [Công Giáo] lại có học thì tin sao được vào những điều mê tín thế kia ?! » Mẹ tôi vẫn chống chế: « Phòng bệnh hơn chữa bệnh, anh ạ! » Và tôi vẫn được chuyên cần dạy bảo...

Thuở bé, cạnh nhà tôi là gia đình bà Chín. Bà Chín rất thân với mẹ tôi, hôm nào nấu món gì ngon cũng sẻ qua một ít, đi chơi đâu cũng mang về chút quà gọi là. Những khi rỗi rảnh hai bà ngồi chuyện trò bên hiên cứ rôm rả, rồi ngặt nghẽo cười, rất tâm đắc. Bà Chín cũng lắm con như mẹ tôi, và trong cái đám lố nhố có con Phương, bé hơn tôi một tuổi, vẫn thường chơi với tôi. Con Phương chơi đánh kiếm với tôi, chơi bắn bi với tôi, leo trèo nghịch ngợm cũng với tôi ; bù lại, tôi chơi nhảy dây, bán đồ hàng, bác sĩ (tôi luôn là bệnh nhân), búp bê (vai bố) với con Phương (vai mẹ) suốt những buổi chiều trên vỉa hè cái xóm nhỏ.

Con Phương để tóc dài ngang lưng, da trắng hồng, đôi bàn tay nhỏ xíu, miệng cười chúm chím hoài, lại hay lườm hay liếc nữa; nó có thể vừa đếm tiền (giả) vừa thấy tôi ăn gian với đôi mắt "trông nơi khác" của nó.

Điểm tôi luôn ghi nhớ mỗi khi nghĩ về con Phương là đôi mắt to tròn, đen lay láy như hai viên bi, lúc nào cũng sũng nước. Làm sao mà con Phương có thể dễ khóc đến thế, đến nỗi làm gì, thế nào, tôi cũng sợ nó khóc. Con Phương mà khóc thì tôi phải làm trâu cho nó cưỡi. Mẹ và bà Chín hay cười rằng con trâu biếng ăn, ốm tỏng ốm teo. Thế rồi, không biết từ khi nao, hai bà lại gọi nhau là "bà sui".

Hai bà gọi nhau là "bà sui" khiến lũ trẻ con trong xóm cứ trêu chúng tôi là... vợ chồng. Vợ chồng thì đã sao! Nhưng con Phương lại khóc, thế là tôi lao vào uýnh nhau với cái bọn "hung tặc" – có cả hai ông anh của tôi trong đám – với kết cuộc là tôi luôn bị đè bẹp dí. Thân tôi đã không dày, lại càng dẹp hơn... Những buổi chiều vàng lại tiếp nối nhau qua đi...

Năm kia, bố tôi được thuyên chuyển đến Rạch Giá làm việc với trách vụ cao hơn. Người mua lại căn nhà cũ của chúng tôi không ai khác hơn là dì Thoa, em út của mẹ. Hôm ra đi, Mẹ và bà Chín không ngớt rời tay rồi lại ôm chầm nhau sụt sùi, lã chã. Con Phương và tôi cũng bịn rịn, nước mắt đoanh tròng. Nó giúi vào tay tôi mớ giấy nó vẽ tiền lên ấy mà chúng tôi vẫn thường chơi. Tôi trả cho nó con búp bê giấu hôm trước và cho nó hai viên bi đen quý của tôi.

Đến Rạch Giá tôi vào lớp nhì, rồi lớp nhất ; rồi hết tiểu học thì vào đệ thất, đệ lục trung học... Tuổi thơ biến dạng dần theo những buổi chiều nắng rơi... Có lần tôi được bố mẹ cho về chơi nhà dì Thoa. Gia đình bà Chín vẫn ở cạnh bên. Con Phương mảnh khảnh trong chiếc áo dài trắng nữ sinh, vẫn cười chúm chím nhưng với đôi môi hồng hơn, làn da mịn như trắng hơn, và những ngón tay thuôn. Nhưng tất cả chỉ là "hình như" thôi, vì bọn bạn xóm cũ vẫn nhạo chúng tôi là "vợ chồng". Phương lúc này đã ra dáng thiếu nữ, chắc cũng bắt đầu biết "để ý", biết e thẹn, nên tránh tôi; đôi mắt ngày xưa "thấy hết" bây giờ không thấy tôi. Tôi thì cũng lớn rồi, không thèm uýnh nhau như trước nữa. Vả, giấc mơ của tôi khi ấy là trở thành cầu thủ trong vai trung phong xuất sắc của đội tuyển túc cầu nước nhà.

Rồi chiến tranh chấm dứt... Rồi những đoàn người vượt biển... Gia đình tôi rồi cũng lếch thếch sang được Pháp. Bố mẹ tôi làm lụng chật vật để nuôi anh em chúng tôi ngày càng lớn. Mẹ tôi vẫn chưa quên lời tiên đoán của lão thầy bói. Nhưng bây giờ bà cười, bảo : « Bé Phương con chị Chín là "vợ cả" của thằng Huy đấy chứ ! » Rồi bà thở dài : « Không biết bây giờ gia đình chị Chín ra sao rồi?...» Ừ nhỉ, Phương bây giờ ra sao nhỉ ? Tôi chỉ còn nhớ đôi mắt mở to tròn xoe và sũng nước.

Tôi chưa kịp lập gia đình, vừa mới ra trường thì mẹ tôi qua đời trong cơn bạo bệnh. Không biết nơi nào đó mẹ có còn lo ngại chuyện đa thê? Tuy nhiên, tôi cũng đã thực hiện được một trong những điều mong ước của mẹ là kiếm cơm bằng công việc văn phòng. Mẹ tôi lo ngại rằng tôi bé loắt choắt lại ốm yếu thì làm việc chân tay gì nổi!

Thời gian cứ thế mà trôi...

Tôi bây giờ đã có vợ, có con. "Thánh nhân đãi kẻ ngu ngơ", chắc là đúng. Tôi thế ấy mà vợ tôi lại xinh đẹp vô ngần. Cô ấy lại đoan trang, thùy mị, lại giỏi giang mọi bề nên hoàn toàn "chinh phục" được cả cái đại gia đình của tôi. Khó tính như dì Thoa tôi mà còn phải tấm tắc: « Số thằng Huy đỏ thật ! » Quả là cái số tôi làm gì cũng được suôn sẻ. Bố tôi phản đối: « Số với chữ gì, nó có cái hay của nó ! » Bố thương con nên nói thế chứ ngay chính tôi cũng không thấy tôi "hay" ở cái điểm nào... Hỏi, thì cô nhà thủ thỉ: « Em yêu anh, thế thôi! »

Một hôm, vui miệng, tôi thuật lời tiên đoán kiểu "bói ra ma, quét nhà ra rác" của lão thầy bói; cốt dọa yêu cho vui. Thế là một trận cười rồi ngắt véo tưng bừng xảy ra... Từ đó, tôi có cảm giác cô ấy "đề phòng cẩn mật" hơn, có nghĩa là "để ý" đến tôi nhiều hơn nữa, chăm sóc, chiều chuộng nhiều hơn nữa – Số đỏ mà lại! Rành rành ra đấy là thế nào lão thầy bói cũng đã phỏng đoán về cái hậu vận của tôi nhiều điều lắm, mà chỉ một điều khiến mẹ tôi trăn trở là chuyện hai vợ. Ngắm cô ấy thiêm thiếp giấc điệp, tôi nghĩ thầm: làm sao có thể yêu ai khác nhiều đến thế! Mau quá, mới đó mà đã đúng mười năm kể từ ngày cưới của chúng tôi. Cô ấy vẫn duyên dáng, mặn mà, nếu không muốn nói là hơn.

Vẫn còn trong tôi hình ảnh ngày hai đứa "lên xe hoa về... nhà nhau".

Số là, ngược với tôi, khi mà cả cái đại gia đình của tôi lần lượt rủ nhau sang bên này thì gia đình cô ấy còn nguyên bên nhà. Cô ấy được học bổng sang du học, quen tôi, lấy nhau rồi ở lại luôn với tôi. Thế nên sau khi linh đình rước dâu từ ký túc xá về nhà trai [Paris] thì ít lâu sau lại rình rang đón rể từ khách sạn đến nhà gái [Mỹ Tho]. Có nghĩa là đám cưới đến hai lần: một lần với gia đình tôi bên này và, sau đó, một lần với gia đình cô ấy bên nhà. Thế, xì xụp trước bài vị tổ tiên ông bà hai lần, trao nhẫn cưới cho nhau cũng hai lần, gì thì cũng hai lần – tôi lại được lợi (!) – cho đồng đều hai họ.

Tổ chức đám cưới những hai lần thì ai đó bảo tôi hai vợ cũng không ngoa, có điều là chỉ với một người.

Đó là lời... thầy bói. Thầy bói phán mà nếu ta chịu khó lục lọi tìm tòi thì cứ y như rằng: phải có điều xảy ra như tiên đoán, không cách này thì cách khác ấy thôi. Tin cho lắm vào!

Thỉnh thoảng tôi cũng nghĩ về con Phương với đôi mắt to, đen lay láy và sũng nước... Con Phương thuở ấy vừa lên năm lên sáu...

Vũ Hạ

26 tháng 10 năm 2013

VŨ KHẮC TẾ

BỐN TRUYỆN CỰC NGẮN

1. ĐẰNG SAU SỰ LỰA CHỌN

Hùng ngồi lặng trên ghế, đôi mắt anh hướng về phía cửa sổ với ánh nhìn xa xăm. Bên ngoài, ánh đèn đường hắt vào, chiếu sáng nửa khuôn mặt anh, làm nổi bật nét trầm ngâm.

Chi lặng lẽ bước qua phòng khách, trong tay là chiếc túi xách. Vẫn bộ váy lấp lánh của buổi dạ tiệc vừa rồi, Chi dừng lại trước cửa và quay đầu nhìn anh.

"Muộn rồi, anh còn ngồi đây làm gì?" – Giọng chị lạnh lùng, không chút cảm xúc.

Hùng ngước lên, chậm rãi:

"Anh chờ em về."

Chi bật cười, nhưng trong nụ cười ấy không giấu nổi sự châm biếm:

"Lại mấy lời trách móc sao? Anh mệt chưa? Hay muốn nói tiếp về trách nhiệm và gia đình?"

Hùng lặng thinh. Đôi tay anh đan vào nhau, như để che giấu cảm xúc đang dâng trào. Thấy anh không trả lời, Chi thở dài rồi bước về phía phòng ngủ, để lại Hùng với sự im lặng nặng nề.

Chi đứng trước gương, tháo từng món trang sức trên người. Hình ảnh của chị trong gương là một người phụ nữ thành đạt, xinh đẹp, đầy sức hút. Nhưng đằng sau lớp vỏ hoàn hảo ấy, trái tim chị đã nguội lạnh từ lâu.

Còn Hùng – anh vẫn là người đàn ông của những ngày cũ, giản dị, điềm đạm, nhưng không đủ để theo kịp thế giới mà chị đang theo đuổi. Chị cần những cuộc vui, cần những con người làm cho chị cảm thấy mình đặc biệt. Còn anh – anh chỉ biết loay hoay trong căn bếp, chăm sóc con cái và giữ lấy cái tổ ấm nhỏ này.

Chi bất giác nhớ lại ánh mắt của con gái khi chị bước ra khỏi nhà tối nay. Con bé đã sốt suốt cả ngày, nhưng chị nghĩ, có Hùng ở nhà là đủ. "Anh giỏi chuyện chăm con mà. Anh ở nhà làm tốt hơn mình. Thế là được rồi" – chị tự nhủ.

Sáng hôm sau, Chi tỉnh dậy, cảm giác bầu không khí trong nhà thật khác lạ. Không nghe thấy tiếng bước chân quen thuộc của Hùng, không có mùi đồ ăn sáng như thường lệ. Chị ra phòng khách, phát hiện trên bàn có một phong bì.

Lá thư chỉ vỏn vẹn vài dòng:

Gửi Chi,

Anh nghĩ rằng, có lẽ anh đã sai. Sai khi cố gắng giữ em ở lại trong một ngôi nhà mà em không còn muốn thuộc về. Sai khi nghĩ rằng chỉ cần tình yêu của anh và con là đủ để bù đắp những gì em đang tìm kiếm.

Hôm nay, anh sẽ rời đi. Không phải vì anh hết yêu em, mà vì anh hiểu rằng, đôi khi yêu cũng là buông tay để cả hai tìm thấy sự bình yên.

Anh chúc em hạnh phúc."

Chi đứng lặng, đôi mắt chị dán vào tờ giấy như không tin vào những gì vừa đọc.

"Hùng! Anh đi đâu chứ?" – Chị hét lên, nhưng chỉ nhận lại sự im lặng của căn nhà trống trải.

Chị tìm khắp nhà, nhưng anh đã thật sự đi rồi. Con gái thức dậy, nhìn quanh không thấy ba, òa khóc. Tiếng khóc của con như cứa vào lòng chị, làm chị hiểu ra rằng, bao năm qua, Hùng không chỉ là chồng, là cha, mà còn là người giữ hơi ấm cho tổ ấm này.

Ngày hôm sau, Chi cố gắng gọi điện cho Hùng, nhưng không liên lạc được. Chị tìm về căn nhà cũ của anh – nơi mà họ từng sống trước khi chuyển về đây, nhưng cũng không thấy bóng dáng anh đâu.

Chi ngồi xuống chiếc ghế cũ kỹ ngoài sân, nước mắt cứ thế lăn dài. Lần đầu tiên sau bao năm, chị thấy mình yếu đuối và trống rỗng đến vậy.

Có lẽ, trong cuộc hôn nhân này, người sai không chỉ là anh, mà còn là chị – người đã quên mất giá trị của những điều giản đơn. Nhưng khi nhận ra, mọi thứ đã muộn màng.

Tháng ngày trôi qua, Chi vẫn sống trong căn nhà ấy, vẫn làm công việc mà chị từng yêu thích, nhưng chẳng điều gì còn làm chị cảm thấy vui vẻ như trước. Căn nhà giờ đây thiếu bóng dáng Hùng, thiếu đi những điều nhỏ nhặt mà chị từng xem thường, trở nên lạnh lẽo hơn bao giờ hết.

Đằng sau mỗi sự lựa chọn, luôn là một cái giá phải trả. Và Chi hiểu rằng, có những người, một khi đã buông tay, sẽ không bao giờ quay trở lại.

2. CÒN NỢ MỘT LỜI XIN LỖI

Trong những ngày gió đông se lạnh, Đà Lạt thành phố mộng mơ đã trở nên u ám và buồn. Một cô gái nhỏ ngồi co ro trên chiếc ghế băng công viên, nước mắt lưng tròng. Gương mặt em nhợt nhạt, môi mím chặt, hai bàn tay nắm chặt chiếc khăn len mẹ đã đan cho em. Em nhớ về ký ức êm đềm của gia đình, về những ngày tháng hạnh phúc bên cha mẹ. Nhưng giờ thì tất cả đã tan vỡ.

Gia đình em từng là mẫu hình lý tưởng trong mắt bao người. Ba mẹ em yêu thương lẫn nhau, cùng nhau vượt qua mọi khó khăn. Ngôi nhà nhỏ của họ luôn tràn ngập tiếng cười và niềm vui. Nhưng rồi, biến cố đã ập đến như một cơn bão.

Từ ngày ba em được lên chức trưởng phòng, quan hệ rộng rãi hơn cũng là lúc ba thường về trễ và giải thích với mẹ do phải tiếp khách. Có người méc lại với mẹ thấy ba thường chở một cô gái trẻ nhưng mẹ nghĩ rằng đó chỉ là người cùng cơ quan với ba, vì mẹ luôn tin tưởng nơi ba. Một buổi chiều, em từ trường về nhà, thấy mẹ ngồi khóc bên bàn ăn. Mẹ nói với em, giọng run run: "Ba con... có người khác".

Tim em như vỡ vụn. Em không thể tin được rằng người đàn ông mà em đã yêu thương hết mực lại có thể làm tổn thương mẹ con em đến vậy. Từ đó, mối quan hệ giữa họ trở nên căng thẳng. Ba em rời nhà đi nơi khác. Mẹ em lặng lẽ chịu đựng nỗi đau, còn em thì quyết định lạnh lùng với ba.

Thời gian trôi qua, nỗi đau trong lòng em thậm chí càng lớn hơn. Những lần ba đến nhà chỉ để nhìn mẹ và em từ xa khiến em cảm thấy tức giận, oán hận. Em không muốn nhìn thấy ông, và những lời xin lỗi mà ông thốt ra chỉ khiến em thêm chán ghét.

Có lần, ba em ôm lấy mẹ và khóc lóc xin tha thứ, nhưng em đã đứng im, không thèm buồn quay lại. Một kỷ niệm đẹp giờ chỉ còn là ký ức đau đớn. Điều gì đó như một ngọn lửa thiêu đốt trong lòng em, nhưng em không thể từ bỏ lòng tự trọng của mình để tha thứ.

Cuộc sống tiếp tục trôi, mẹ em ngày càng mệt mỏi, còn ba trở thành một người xa lạ. Đến một ngày, em nhận tin ba nhập viện. Căn bệnh tim của ông đã trở nặng. Em không biết vì sao, nhưng trong lòng cảm thấy một nỗi lo âu, kèm theo cả sự ray rứt.

Em quyết định đến bệnh viện, nơi ba đang nằm. Khi bước vào phòng bệnh, em thấy ông nằm đó, hốc hác, yếu ớt. Ông giơ tay, mong muốn được ôm em lần cuối. Ánh mắt ông đầy nỗi ân hận khi nhìn em. "Xin lỗi con, ba đã sai...", tiếng nói của ông yếu ớt như gió thổi.

Lòng em như chao đảo. Vẫn là nỗi oán trách mấy năm qua, nhưng giờ đây, thấy ông yếu đuối như vậy, em cũng không thể lặng lẽ đứng nhìn. Mái tóc bạc và những nếp nhăn xô lệch trên gương mặt ông như làm dịu đi tất cả, khiến em cảm nhận được tình yêu thương mà ông đã từng dành cho cả gia đình.

Em bước gần lại, nước mắt trào ra: "Ba, con cũng xin lỗi...". Nhưng chưa kịp thốt ra câu nói, ông đã nhắm mắt lại, những giọt nước mắt lăn dài trên gò má.

Sau khi ông ra đi, em cảm thấy như mất đi một phần của chính mình. Giờ đây, không còn ai để em trút bỏ nỗi lòng. Dẫu biết rằng lòng oán hận sẽ không thay đổi được điều gì, nhưng chính em cũng không thể xóa nhòa nỗi uất ức trong lòng.

Bài học mà ba để lại cho em là lời xin lỗi không bao giờ là muộn, nhưng nó cũng không thể hồi sinh con người. Hãy dành thời gian cho những người yêu thương quanh mình, để không phải sống trong ân hận, tiếc nuối về những điều không thể thay đổi.

Từ đó về sau, em học cách mở lòng mình, yêu thương và tha thứ, không chỉ cho người khác mà còn cho chính bản thân mình. Trong những giấc mơ, em vẫn thấy ba, và em vẫn nói với ông: "Con đã tha thứ. Ba yên nghỉ nhé".

3. PHÍA XA ĐƯỜNG CHÂN TRỜI

Trong một ngôi làng nhỏ, khuất lấp giữa lũy tre xanh, những cánh đồng lúa, cuộc sống dù có phần khó khăn nhưng tình người vẫn luôn ấm áp. Tại nơi đây, có một câu chuyện được đan xen giữa tình đất, tình người và những giấc mơ vượt xa đường chân trời – câu chuyện về cô bé Hải Yến.

Hải Yến sinh ra trong một gia đình nông dân nghèo, lớn lên giữa khung cảnh bình dị của làng quê. Ngày qua ngày, trái tim nhỏ bé của Yến tràn đầy tình yêu thương với cha mẹ và mảnh đất nuôi dưỡng cô. Mỗi sáng, cô cùng mẹ làm công việc đồng áng. Nhưng trong ánh mắt trong veo của mình, Yến vẫn ẩn chứa một khát vọng mãnh liệt. Cô luôn ao ước được vươn ra ngoài những giới hạn chật hẹp của quê hương, vượt qua những đường chân trời mà chỉ có thể nhìn thấy từ xa.

Mỗi buổi chiều, sau khi xong việc, Yến thường leo lên một ngọn đồi nhỏ sau làng. Từ vị trí đó, cô có thể ngắm nhìn cánh đồng trải dài bất tận, nơi mặt trời lặn sau núi, tạo nên một bức tranh tuyệt diệu của thiên nhiên. Cô ngồi lại, thả hồn vào cảnh vật và lặng lẽ ước mơ: "Một ngày nào đó, mình sẽ đặt chân đến những nơi đó." Cảm giác về một chân trời mới, về những vùng đất chưa được khám phá, luôn cuốn hút tâm trí cô.

Rồi một ngày, mùa xuân đến với những cơn gió nhẹ nhàng mang hương vị của cuộc sống, và lần đầu tiên, cô được theo mẹ rời khỏi làng để đến một thành phố lớn. "Tôi còn nhớ rõ ngày tôi lần đầu đến thành phố. Đó là một cảm giác hoàn toàn mới mẻ và thú vị. Tôi sinh ra và lớn lên ở một nơi có nhịp sống chậm rãi và bình yên. Tôi chưa bao giờ thấy những tòa nhà chọc trời, những con người đông đúc, hay những cửa hàng đầy đủ hàng hóa... Nhưng khi đặt chân đến thành phố, mọi thứ thật khác biệt.

Khi tôi bước ra khỏi ga tàu, tôi bị choáng ngợp bởi dòng người và âm thanh xung quanh. Tiếng ồn, ánh đèn, xe cộ... tất cả tạo nên một cảm giác đầy ắp. Tôi cảm thấy nhỏ bé và yếu ớt trước sự phức tạp và đa dạng này. Tôi không biết phải làm gì trước tiên.

Dạo quanh các con phố, tôi nhận thấy mọi người đi lại vội vã, chạy bộ, lái xe, tất cả đều như đang trong cuộc đua với thời gian. Tôi cảm thấy mình chẳng thể theo kịp nhịp sống ở đây. Khi tôi vào một cửa hàng thực phẩm, tôi bị choáng trước sự phong phú của món ăn và giá cả. Ở quê, chúng tôi chỉ có những thực phẩm cơ bản với giá cả hợp lý, còn ở thành phố, toàn là những món lạ, giá tiền cao. Tôi không biết phải chọn món nào.

Tuy nhiên, tôi bắt đầu nhận ra rằng, thành phố này không phải là một nơi phức tạp và khó hiểu như tôi từng nghĩ. Thực tế, đây lại là một không gian đầy niềm vui, nơi mọi người có thể gặp gỡ, chia sẻ và tận hưởng cuộc sống. Tôi cảm thấy như tôi đang khám phá ra điều gì đó mới mẻ và thú vị. Cảm giác ấy, tôi sẽ không bao giờ quên."

Trong khoảnh khắc hạnh phúc đó, Yến chợt nhận ra rằng không cần phải vươn tới chân trời xa lạ để tìm thấy giá trị cuộc sống. Ở bất kỳ đâu, điều quan trọng nhất vẫn là tâm hồn đầy ước mơ và nỗ lực không ngừng. Giấc mơ không phải lúc nào cũng là một cuộc hành trình xa xôi; đôi khi chính những điều bình dị quanh ta mới là nguồn cội của hạnh phúc.

Kể từ ngày đó, cô bé vẫn tiếp tục leo lên ngọn đồi nhỏ quen thuộc, nhưng tâm tư của cô đã thay đổi. Cô không còn chỉ mơ ước về những chân trời xa xôi, mà còn bắt đầu sáng tạo nghệ thuật, vẽ nên những bức tranh về làng quê, về những người nông dân dẫu cực khổ nhưng luôn kiên cường. Những tác phẩm của Yến nhắc nhở cô về giá trị quê hương, về tình yêu thương cần phải gìn giữ.

Những bức tranh của Yến không chỉ phản ánh cuộc sống thường nhật mà còn truyền tải những thông điệp sâu sắc về ước mơ và nỗ lực. Cô tin rằng từ những điều giản dị nhất, cuộc sống sẽ trở nên đẹp đẽ và ý nghĩa hơn. Hải Yến đã không chỉ là một cô bé với những giấc mơ vời vợi, mà còn là người mang trong mình nhiệt huyết và tình yêu thương, sẵn sàng vươn tới những điều tốt đẹp hơn từ chính quê hương, từ những chân trời mà cô đã và sẽ đi qua.

Cuộc sống của Yến cùng với những giấc mơ và nỗ lực trở thành một phần không thể thiếu trong bức tranh đa sắc màu của ngôi làng nhỏ bên cánh đồng lúa quê hương. Đây không chỉ là câu chuyện của một cô bé mà còn là câu chuyện của hàng triệu trái tim đang ngày đêm hướng về những chân trời ước mơ.

4. NHƯ MỘT KHÚC NHẠC BUỒN

Chiều thứ Bảy mưa rả rích, tôi tìm đến quán cà phê cũ kỹ nằm sâu trong một con hẻm. Nơi này mang một vẻ u buồn dịu dàng, như chính cái thị trấn miền núi này trong những ngày cuối đông. Hơi lạnh từ những cơn gió len lỏi qua khe cửa kính, hòa quyện cùng mùi thơm ngọt ngào của cà phê, tạo nên một không gian quen thuộc và dễ chịu. Tiếng nhạc nhẹ nhàng phát ra từ chiếc loa trên cao, phủ lên mọi thứ một lớp màn cảm xúc mơ hồ.

Tôi chọn một chiếc bàn sát cửa sổ, từ đó có thể nhìn ra ngoài trời mưa. Những người khách trong quán chắc cũng giống như tôi, mỗi người một vẻ, một câu chuyện. Nhưng ở đây, giữa tiếng nhạc và hương cà phê, mọi thứ như hòa quyện lại, xóa nhòa những khác biệt.

"Ê! Lại đến đây nghe nhạc nữa hả? Lâu lắm rồi không gặp, khỏe không?"

Một giọng nói quen thuộc vang lên. Tôi quay lại, bắt gặp ánh mắt tươi cười của Tuấn, người bạn thân từ thời trung học cùng rời quê hương Quảng Nam đến đây công tác. Chúng tôi từng có rất nhiều kỷ niệm ở quán cà phê này, nơi trở thành điểm hẹn cuối tuần không chính thức. Tuấn thường gọi tôi là "nhà thơ," một danh hiệu tôi luôn cảm thấy mình chưa đủ xứng đáng.

"Ừ, vẫn vậy thôi. Còn anh thì sao?" Tôi mỉm cười, nhấp một ngụm cà phê nóng. "Dạo này có gì mới không?"

Tuấn kéo ghế ngồi xuống đối diện, đôi mắt anh ánh lên vẻ đượm buồn. "Vẫn đi làm, vẫn viết vài thứ linh tinh nhưng không viết được nhiều. Cuộc sống thì vẫn vậy, chẳng có gì đổi thay."

"Chắc là do nhớ quê, nhớ người yêu cũ hả ?" Tôi bông đùa, cố gắng xua tan không khí trầm lặng.

Tuấn khẽ cười, lắc đầu. "Không, chỉ là... đôi lúc thấy đời như một mớ hỗn độn, không có lối thoát."

Tôi im lặng, cảm giác như câu nói ấy không chỉ là lời đùa cợt. "Vậy có tác phẩm nào mới không?" Tôi hỏi, cố kéo dài cuộc trò chuyện.

"Cũng chỉ là viết cho vui. Chẳng ai nhớ đến mấy tác phẩm của mình."

Tuấn nhấp một ngụm cà phê, rồi nhìn tôi. "Còn em vẫn còn làm thơ chứ ?"

Tôi cười, nhưng cảm giác chua chát vẫn len lỏi trong lòng.

"Thơ con cóc. Chỉ là cách giết thời gian và giải tỏa tâm trạng thôi."

Không gian lại chìm trong tĩnh lặng

"Thế nào, có em nào mới chưa?" Tôi hỏi, ánh mắt chớp chớp đầy hứng thú.

Tuấn bật cười khẽ, rồi trầm ngâm. "Có một cô gần đây. Nhưng... tình yêu giống như một bản nhạc, nghe rất hay nhưng lại kết thúc quá nhanh."

Chúng tôi im lặng. Tiếng nhạc trong quán ngân vang lấp đầy khoảng trống. Giai điệu nhẹ nhàng len lỏi vào tâm hồn, khơi dậy những ký ức cũ — những chuyện tình đã đi qua, những giấc mơ dang dở.

"Biết không?" Tuấn lên tiếng, giọng pha chút hài hước. "Nhiều lúc tôi thấy mình giống như con nhện giăng tơ, chờ đợi giấc mơ, chờ đợi điều hạnh phúc nào đó sẽ đến."

Tôi cười. "Ừ, những con nhện tội nghiệp. Có khi nào chúng ta, bạn bè như thế này, cũng chỉ là những sợi tơ mỏng manh, chờ đợi một khoảnh khắc bùng nổ?"

Tuấn không trả lời ngay. Anh rót thêm cà phê từ bình nhỏ trên bàn, ánh mắt đăm chiêu. "Nhưng rồi, em có theo đuổi đam mê của mình đến cùng không?"

Tôi ngẫm nghĩ, cảm giác như câu hỏi ấy cũng đang dành cho chính Tuấn. "Có lẽ... mình sẽ không bao giờ từ bỏ. Nhưng đôi khi cũng không biết liệu đam mê ấy có mang lại điều gì không nữa."

Tuấn gật đầu, giọng anh nhẹ nhàng như một giọt nước rơi xuống. "Tôi cũng vậy. Có thể giấc mơ sẽ không bao giờ đến, nhưng ít nhất... nó là thứ duy nhất khiến tôi tiếp tục bước đi."

Những lời nói ấy vang lên như một lời tự sự, như một đoạn điệp khúc trong bản nhạc buồn mà cả hai chúng tôi đều đang lắng nghe. Tuấn có lẽ không nhận ra, nhưng trong đôi mắt anh, tôi thấy cả một bầu trời ký ức, những nỗ lực âm thầm, những hy vọng chưa tắt. Giấc mơ của anh không chỉ là một ý niệm mơ hồ. Đó là thứ giúp anh vượt qua những khó khăn, những thất bại, giúp anh tiếp tục đi, không vì điều gì khác ngoài niềm tin và lòng kiên nhẫn.

Ánh sáng trong quán dần trở nên lờ mờ khi hoàng hôn buông xuống. Tiếng nhạc vẫn tiếp tục, gợi nhắc về những điều xưa cũ. Nơi đây, giữa hương cà phê và giai điệu thân thuộc, chúng tôi dường như quên đi mọi lo toan ngoài kia.

Quán cà phê nhỏ bé này có lẽ không thể thay đổi cuộc đời, nhưng ít nhất, nó giúp những trái tim mệt mỏi tìm được một góc an yên. Tôi nhìn Tuấn, và trong đôi mắt anh, tôi thấy cả một bầu trời ký ức lẫn mơ mộng.

Vũ Khắc Tế

VŨ KHẮC TĨNH

CHỈ CÓ VẬY THÔI

Bà cụ chết đi để lại một lỗ hổng lớn trong gia đình của cặp vợ chồng có học thức mà không có hạnh phúc. Họ có học và có bằng cấp đại học, nhưng đằng sau những hào quang ấy không còn thứ đồng điệu nào tồn tại. Trước đây gã là cựu sinh viên Đại học Văn khoa Sài Gòn, cũng là một nhà thơ siêu hình, chị là cựu học sinh trường nữ trung học Gia Long Sài Gòn...

Khi họ đã trở thành cặp vợ chồng trẻ, thời gian đầu sống rất hạnh phúc. Chỉ vài năm sau thì sinh ra mâu thuẫn. Gã đam mê văn chương, càng ngày càng lao vào đọc sách và làm thơ không chịu đi làm việc. Chị thì không muốn gã làm thơ hay viết văn, mà hãy đi tìm một việc làm ổn định hợp với khả năng để kiếm tiền. Xung đột nhau từ những mầm mống ấy, mới đầu thì nói với nhau tiếng nhỏ vừa đủ nghe, sau đó là tiếng lớn cho hàng xóm nghe và chị nói ra những lời lẽ khó nghe.

Có bà cụ, bà sẽ đứng ra hòa giải, làm cầu nối để anh chị sống với nhau êm thấm hơn. Dù sao tiếng nói của bà cụ cũng còn trọng lượng, cũng còn những lời lẽ hùng hồn mang chút âm hưởng đạo lý làm người, vì bà cụ biết tâm lý của những cặp vợ chồng trẻ thường hay nóng nảy chưa có kinh nghiệm sống, không biết nhường nhịn nhau. Một câu nhịn của gã hay của chị là chín câu lành.

Lúc sinh thời, khi chị về làm dâu, chị rất cảm kích cách sống rất tình cảm và khôn khéo trong sinh hoạt gia đình, luôn luôn giữ không khí vui vẻ hài hoà trong mọi tình huống của bà cụ.

Một cô con gái không cứu vãn được những rạn nứt, không hàn gắn được những khe nứt vết thương lòng của gã và của chị.

Thế mà, bây giờ chị còn yêu cầu gã bán ngôi nhà, vườn tược và ruộng đồng, lấy số tiền đó vô lại Sài Gòn sinh sống. Chị lo nơi ăn ở, xin việc làm cho Vi ở Mỹ xong chị sẽ về lại Việt Nam ở với gã. Nhưng gã nhất định không bán nhà, gã phải ở lại quê để lo việc hương hỏa cho bà cụ và sống nốt quãng đời còn lại. Gã nói, cuộc đời đã cho gã nhiều thứ rồi lần lượt lấy lại hết, chẳng còn gì. Nên nhà cửa, ruộng vườn của ông bà, cha mẹ để lại gã phải giữ một cách trân trọng.

Là con người, trước sau gì cũng phải chết, đó là quy luật tự nhiên. Vậy mà gã cố cưỡng lại, gã còn khoẻ, chưa đến lúc mệt mỏi, đầu óc vẫn còn tỉnh táo. Tại sao cuộc sống phải sớm kết thúc nếu gã không muốn thế? Gã cứ suy nghĩ mãi xem làm thế nào xoay xở được, chẳng lẽ gã bộc lộ hết những bí mật của mình ra thì sẽ kết thúc sao!? Gã cảm thấy ngán ngẩm cho sự đời.

Gã muốn nhớ đến người cha hồi đó, nhưng trong đầu chỉ hiện lên hình ảnh cha những năm cuối cùng khi ông say rượu, mặc chiếc áo rộng thùng thình thường hát nghêu ngao từ ngoài ngõ vào đến trong nhà.

Khi đó, cha gã sống một cuộc sống bất cần đời. Ruộng đồng, vườn tược phó mặc cho mẹ gã lo liệu.

Gã nhớ đến một ông cha chán ngán, luôn trách móc giày vò mẹ gã và gia đình không dọn lên sống ở thành phố là nơi ông quen với người thân và bạn bè để gần gũi trong công việc làm ăn. Hoặc mẹ gã đem những cuốn sách thánh hiền xưa hiếm hoi của quý hiếm ông cất giữ lại, đem đổi lấy những đồng tiền giá hời trong thời gian còn chiến tranh.

Xưa kia, những gì về cha gã, gã không tài nào nhớ hết. Cha gã là một người ít nói, kiệm lời, đi đâu cũng mặc áo quần rất chỉnh tề, lịch sự, đã từng mua tặng mẹ gã chiếc xe đạp để đi chợ.

Cha gã hay uống rượu, nên làm quen được rất nhiều người có thế lực trong xã hội. Qua thời gian qua lại ăn uống nhậu nhẹt, cha gã cũng xin được một việc làm ở Cung Văn hóa Thiếu nhi, và cho phép cha gã đưa bọn trẻ vào sinh hoạt, xem phim hoạt hình như phim "Chú bé rừng xanh, Bạch Tuyết và bảy chú lùn..."

Thật lạ lùng, hình ảnh về một người mẹ lam lũ, còn khuôn mặt cha thời trai trẻ thì gã không tài nào nhớ lại được. Hình ảnh người cha hay say rượu, hay đi sớm về trưa luôn luôn át mất hình ảnh người cha lúc trẻ. Không còn lại một bức ảnh nào của người cha, mẹ gã đã xé đi vất đi hết vào hôm cha bỏ ra đi đâu không biết tung tích. Bài thơ đã cạn lời, không viết tiếp được nữa rồi, gã đã cụt hứng từ ngày ấy.

Gã bao giờ cũng đứng về phía mẹ gã. Gã coi bà cụ là người phụ nữ đẹp nhất thế gian này, can đảm và có lập trường vững vàng, không hề nao núng bất cứ một việc gì xảy ra, sống thật thà, chất phác, giản dị... Vậy mà không hiểu sao cha gã lại có thể bỏ bà ra đi!?

Giờ gã căng óc ra, nhắm mắt lại để lắng nghe mẹ gã đã nói một câu gì đó vào ngày chia tay ấy và cha gã cũng có nói một điều gì đó. Ông có "thanh minh thanh nga" gì không? Gã không nghe thấy nữa.

Sự thật là gì? Mẹ gã là người đã mang đi tất cả vào nơi bụi mù gió cát và tấm bia mộ ghi tên người. Mẹ ở vậy nuôi con và hy sinh tất cả cũng vì con.

Những câu chuyện vụn vặt chắp nối những câu chuyện vụn vặt lại ùa về, không nhợt nhạt đi, cũng không mờ đi cùng năm tháng. Nó vẫn in dấu và đọng lại qua thời gian. Hắn biết gã đang khao khát được cùng chúng phiêu lãng trong không gian đầy trăn trở, dù không được êm đềm như đám mây trắng trôi lang thang trên bầu trời từ năm này qua năm khác..

Gã ngồi lật lại từng trang sách cũ. Những lập luận trừu tượng ru ngủ gã. Gã chăm chú đọc từng con chữ, biết đâu gã bất chợt đọc được điều gì đó hay và đẹp.

Nhưng hắn không tin những điều ấy sẽ mang đến cho gã những tư tưởng bổ ích nào. Tất cả những điều thông thái rởm này, dù có lý thú đi mấy và bất ngờ đi mấy vẫn không phải là lời răn dạy tối thượng, vẫn không phải là nét đẹp nghệ thuật được hình thành thông qua thiên nhiên, vẫn không phải là việc của gã, của hắn. Triết lý suông có lợi ích gì! Với gã thì sao hắn không được biết, nhưng với hắn không bao giờ thấy việc triết lý suông có ý nghĩa thực tiễn nào hết. Tất cả những nhà bình luận, những nhà biên soạn và nghiên cứu, những nhà diễn thuyết, họ đã làm được những gì cụ thể chưa? Con người dẫn đến đói nghèo, vẫn đi tìm sự công bằng, vẫn chết chóc, vẫn lang bạt trong cuộc mưu sinh cơm áo. Hằng mấy mươi năm rồi chất đống thành hệ thống triết lý. Gã không phủ nhận, cũng không lùi vào quá khứ.

Và hắn có thể nói là bạn thân của gã, là em kết nghĩa của gã, hắn cũng im lặng không hề thốt ra một lời nào. Nhưng chị thốt ra thì được, chị cũng mang màu sắc của Chúa, gióng lên hồi chuông trầm bổng đánh thức được lương tri con người. Rồi ở một chừng mực nào đó, chị sẽ nắm bắt được cuộc đời thực của chính chị và khi đó gã là người bị thất sủng.

Bóng chiều dày đặc giữa những ngọn đèn thưa thớt, ở đó hiện lên màu nắng vàng yếu ớt trên những hàng cây lao xao gió, chậu hoa cúc trước cửa nở vàng rực... Với một ngày nữa sắp qua và bữa cơm tối đã được dọn sẵn.

Chị nói vừa rồi chị ngâm được một thẩu rượu nho. Chị rót cho gã, chị rót cho hắn, cho Vi, cho chị mỗi người một ly lớn uống cho ấm bụng. Mùa đông ở đây rất khắc nghiệt, chị còn nhớ ngày chị về làm dâu, không quen với không khí lạnh của mùa đông, chị ngồi trong nhà nhìn ra ngoài thấy lá trên cây run rẩy, nếu có đi đâu đó ra ngoài phải khoác vào người chiếc áo ấm dày cộm.

Hắn nói với chị, chị có cảm giác như vậy chứ ở lâu sẽ quen mà còn thấy thích thú nữa, khi đó lại thích ở lâu dài.

- Em cũng ở miền quê nên em biết, không khí lạnh tràn về như thế nào rồi.

Trong phòng ăn lúc này trở nên yên lặng. Gã bước đến bên cửa sổ, đứng nhìn ra cánh đồng bảng lảng một màu khói u ám xám xịt. Gã nói, gã không uống rượu nho nữa. Hắn cũng từ chối lời mời của chị, hắn chấp nhận thua chị về tửu lượng.

Rượu vào làm cho chị không giữ được bình tĩnh:

- Đàn ông, con trai gì mà yếu đuối quá, sợ rượu, có say thì đi ngủ, có sao đâu.

Chị bật cười man dại, không phải cười những điều hắn nói, mà cười cho cuộc đời diễn ra đang sàng lọc qua thời gian mà chị là người chiến thắng trong cuộc chơi, chị đang nghĩ về mình như thế. Chị giơ tay lên vuốt mái tóc mượt mà đen tuyền, ánh sáng ngoài cửa sổ chiếu vào gian nhà làm chiếc áo ngủ của chị trở nên trong suốt. Bên trong hiện rõ đường nét của bộ ngực tròn cao và đôi chân dài đầy đặn, trắng nõn nà khêu gợi.

Không biết gã có thấy được một chút khoảnh khắc làm cho gã động lòng, làm cho gã thèm khát? Với hắn, thì lạc mất ý nghĩ và chưa biết phải làm gì. Hắn đứng dậy bước ra sân ngắm chậu thược dược màu đỏ rực rỡ. Hắn cười thầm trong bụng mà không biết mình cười gì.

Chị nhíu mày, đứng lặng một chỗ ngẫm nghĩ, dường như lắng nghe. Và chị đã tìm ra được một điều gì đó trong cách ăn mặc có phần khêu gợi khiêu khích, mặt chị để lộ ra một chút kiêu hãnh. Chị bắt đầu chứng minh một cách rắn rỏi và tin tưởng rằng gã có cứng rắn và xa lánh nhục dục đi mấy rồi một ngày nào đó cũng bị xiêu lòng. Chị thấy rõ biết hết mọi vấn đề, nói chuyện tình cảm với nhau không tác động được gì hết. Khái niệm lương thiện, khuôn mặt hiền từ, ngây ngô là một khái niệm mơ hồ không rõ rệt, nhưng ai cũng hiểu gã là một con người sống thầm lặng và đầy khí khái.

Thời gian hóa ra thật mau chóng như thoi đưa, mà sự xa cách với chị lại chiếm phần lớn lao trong đó. Tại sao bây giờ tất cả những gì sau thời phụ nữ, sau khi rời quê hương đều biến mất, và chỉ còn lại những tháng năm phụ nữ trên đất Mỹ, và chị đã nhìn những năm tháng ấy từ một bến bờ khác. Bến bờ của sự tự do không bị ràng buộc một cái gì hết. Chị nói chị làm ra tiền để hưởng thụ, để nuôi con đó là bổn phận của người phụ nữ.

Giữa chúng ta là một con sông, dòng nước đã cuốn trôi đi mãi mãi. Tức là cuốn đi tất cả những gì đã có, đã một thời gắn bó, những gì xảy ra trong chừng ấy năm vừa qua, không để lại một dấu vết nào. Chỉ còn lại bến bờ ấy, một bến bờ lãng đãng mù sương rồi cũng tan, để lại một khoảng không rộng chìm trong hư vô. Một đời chị, một đời phụ nữ đã sống trong thầm lặng, cũng có lúc phá phách, nơi đó chị đã kinh qua biết bao nhiêu là vất vả hòng kiếm một chỗ làm nhờ sự kiên nhẫn đã mang đến cho chị niềm tự hào, chị nói chị phải làm kiếm được nhiều tiền. Cái mong ước sau này về sống với gã đến giờ vẫn còn trong lòng chị, xin lỗi gã và mong gã tha thứ, nhưng mọi sự chờ đợi vẫn đi vào ngõ cụt.

Chị cảm thấy buồn vì nhiều lần gã nói với chị làm ra nhiều tiền để làm gì? Chết cũng không mang theo được, câu nói đó làm cho chị cụt hứng trong một thời gian.

Gã nói giờ đây vẫn đủ cái ăn cái mặc, ở miền quê không giàu tiền bạc nhưng không bao giờ sợ đói.

Chị ngồi rùng mình nhớ lại thời còn là một thiếu nữ yêu gã sinh viên Đại học Văn khoa cũng là một nhà thơ, chỉ là lớp hào nhoáng bề ngoài không làm nên một cú hích mạnh vào đời cơm áo. Dù chị vẫn biết cuộc đời này ngắn ngủi.

Thơ ca của gã không làm lay động được tâm hồn chị, tiền bạc của chị nhiều nhưng không làm cho gã lóa mắt. Hai thái cực xảy ra khác nhau trong sự hân hoan điên loạn của một kiếp người, mà nhiều lần gã cho là phù du.

Hắn không nói ra cho chị biết, nhưng hắn chỉ mong sao chị có một quyết định đứng đắn, bằng cách nhường nhịn gã để gã có một cái nhìn thông thoáng hơn trong cuộc đời bể dâu này.

Chị ngửa mặt lên trời làm dấu thánh trước ngực và đọc "A men... A men..." nhiều lần như thế.

Mọi sự đã kết thúc.

Chị gom hết áo quần bỏ vào va li để chuẩn bị cho chuyến trở lại Mỹ. Như một cuộc chạy trốn khỏi miền quê, chạy trốn gã, nơi gã bám víu sống với niềm đam mê văn chương, mà thời gian vừa qua gã đã tích lũy vốn liếng trong kho tàng nhân gian, gã đã gieo hạt trên mảnh đất khô cằn, chờ cho cây đời nẩy mầm xanh tươi tốt.

Gã cố nén một tiếng nấc nơi cổ họng:

- Chúng ta chia tay nhau ư?! Sao nghe buồn thế!?

Gã không giữ được bình tĩnh. Gã nhìn chị. Thiếu chút nữa gã gục đầu vào bộ ngực nóng bỏng của chị mà khóc, nhưng gã thấy ngượng. Gã cố gắng cười để giấu nỗi xúc động mà không được. Hình như có một cục xương chọc ngang cổ họng gã.

Hắn nhìn gã, rồi nhìn chị, mỗi người một vẻ mặt đăm chiêu. Hắn quan sát và ngẫm nghĩ về cuộc đời này của gã, của chị. Như một trò chơi bí ẩn, một trò chơi tốn rất nhiều giấy mực xuyên suốt đến giờ chót. Hắn không can dự vào cuộc chơi của gã và của chị, dù biết rõ đầu đuôi.

Chị hội ngộ và ra đi như một sự tuần hoàn, đến rồi đi. Chị là chiếc lá bay theo chiều gió, mắt gã hoài công lưu giữ hình ảnh khuôn mặt thân hình hay dáng điệu của chị, mà gã đã yêu thương trong vòng xoáy cuộc đời mười mấy năm thoáng qua, thậm chí gã cũng không còn nhớ mặt chị đẹp hay xấu.

Ánh sáng đượm buồn rọi trên khuôn mặt gã.

Hắn lắc đầu, hơi có vẻ giễu cợt.

- Gã mà cũng biết buồn ư?! Một con người sống mạnh mẽ rất khí khái, đến lúc cũng gục ngã vì xúc động, vì một chút ngọt ngào bất chợt.

Hắn nói thầm vào tai chị, hắn rất ít khi thấy gã buồn bao giờ, vậy mà hôm nay.....

Chị nói:

- Vậy mà ngồi lại với nhau thế nào cũng xảy ra cãi vã nhỏ to, lời qua tiếng lại, gây ra mâu thuẫn. Tính chị và anh không hợp nhau. Chị mới là người chịu đựng thua thiệt trong ngôn từ lập dị mà anh cho là giá trị nghệ thuật. Đó là giá trị nghệ thuật sao? Anh sống trong mơ hồ, trong hoang tưởng đến nỗi đầu óc điên loạn mà anh đã tự tạo ra và nhào nặn ra một môn đệ gọi là thơ siêu hình...

Đã nhiều lần chị viết đơn xin ly hôn. Con gái chị khóc, chị lại một lần nữa xé tờ đơn đó bỏ vào sọt rác. Thôi thì phải sống vậy vì con. Gã ở Việt Nam, chị ở Mỹ, hoàn toàn thiếu tình cảm chung đụng ân ái với nhau. Chỉ có vậy thôi.

Hắn nghe chị nói vậy chứ thật ra chị vẫn còn yêu thương gã rất nhiều. Điển hình như vừa rồi chị gặp lại bạn học cùng trường hồi xưa, chị vẫn khoe anh là một nhà thơ, và đem những tập thơ của anh tặng cho bạn bè. Đàn bà là vậy đó, phía sau những hào quang mà chị trân trọng anh trong thầm lặng. Gã thấy và nghe được chắc cũng hãnh diện lắm chứ.

Mọi sự đã kết thúc. Chỉ có vậy thôi...

Vũ Khắc Tĩnh

VŨ THẤT

CÓ MỘT VÌ SAO

Có một hành tinh mang bốn tên rất đẹp:
Sao Mai, Sao Hôm, Sao Kim và Vệ Nữ.

Chúng tôi lên đường trên chiếc BMW mới cáu cạnh của Sơn. Sáng sớm mùa hè còn dịu mát nhưng Sơn vẫn mở máy lạnh. Anh lúc nào cũng dành cho tôi những gì tốt đẹp nhất. Tuần rồi, thấy anh có xe mới, tôi ngỏ ý muốn đi cho biết miền Tây. Anh nồng nhiệt tán thành. Anh nói miền Tây mênh mông, tôi chủ yếu muốn đi đâu. Tôi đáp làng Hòa Hảo...

Qua khỏi Phú Lâm, Sơn bắt đầu nói về đặc sản, lịch sử và tiểu sử danh nhân từng địa phương. Thoạt đầu tôi rất thán phục nhưng càng nghe tôi càng ấm ức. Ngày sinh của danh nhân hàng trăm năm trước anh vẫn nhớ, nhưng ngày sinh của tôi hôm nay thì không.

Không một đóa hoa, một lời chúc mừng! Thậm chí phớt lờ luôn nét mặt hờn giận của tôi từ sáng đến chiều...

Dự tính của tôi là sáng đi chiều về, nhưng anh cứ nhởn nhơ, hết ghé ăn uống rồi ghé các vườn cây ăn trái. Qua khỏi bắc Vàm Cống, thấy trời sập tối, tôi cằn nhằn Sơn cứ cà kê, đi trễ thế này thì còn viếng thăm gì được. Anh chỉ cười rồi bất ngờ quẹo xe vào một sân rộng của một ngôi nhà ba tầng bề thế, mặt tiền tân kỳ vươn cao lên nền trời nhá nhem. Một hệ thống ánh sáng phóng chiếu vào những chậu hoa đủ loại đang nở rộ chen lẫn các chậu kiểng cắt tỉa uốn nắn công phu. Một hòn dã sơn nằm ở góc phải, từ đó những cụm cây lè tè chạy dọc theo hàng rào sơn trắng. Tất cả hiển thị ngôi nhà hoàn tất chẳng bao lâu.

Khi chúng tôi bước lên các bậc thềm, cánh cửa chính tự động mở rộng cùng lúc với tiếng reo vang, "Happy birthday, happy birthday to Linh Chi!" Tôi choáng mắt với vô số ánh đèn ngũ sắc trên các dây chăng. Thì ra Sơn muốn dành cho tôi một sinh nhật ngạc nhiên. Tôi khom người cám ơn mà đầu óc hiển hiện một sinh nhật ngạc nhiên khác cũng dành cho tôi ba năm trước...

oOo

Huyền lớn lên ở Mỹ, tôi một du học sinh nhiều bỡ ngỡ. Huyền giúp và hướng dẫn tôi từ ngày đầu. Chúng tôi trở nên thân thiết sau hai năm đại học. Vài tuần trước kỳ nghỉ hè, Huyền hỏi tôi có muốn về nhà Huyền nghỉ hè cho có bạn. Tôi đồng ý ngay vì không muốn qua thêm một kỳ hè buồn chán trong ký túc xá hoang vắng. Huyền cho biết ba Huyền đã ưng thuận nhưng tôi cần đích thân gặp ông cho phải phép.

Mãi đến tối cuối tuần, Huyền mới đưa tôi về gặp ba Huyền. Vừa mở cửa chính, ánh sáng và hơi lạnh ùa tới như xuất phát từ các tấm vách màu trắng, các bức màn màu xanh. Một không gian khoảng khoát làm nổi bật vài pho tượng bằng người thật đặt đó đây...

Tôi theo Huyền ngang qua một thư viện và vào căn phòng bày biện tựa nhà hàng. Một số người hiện diện nồng nhiệt vẫy chào. Huyền giới thiệu ba của Huyền ngồi đầu bàn. Tôi ngỡ ngàng trước khuôn mặt và nụ cười của ông. Cứ như được gặp tài tử Song Seung

Hun của bộ phim Trái Tim Mùa Thu tôi ái mộ mỗi đêm hè năm rồi. Tuy nhiên, mái tóc hoa râm cắt ngắn, những đường nét hằn sâu trên trán, ở đuôi mắt tố cáo số tuổi gấp đôi của ông. Huyền giới thiệu ba nhân viên địa ốc trẻ tuổi, hai trai một gái.

Ba Huyền ra dấu tôi ngồi ghế bên tay trái. Huyền ngồi bên mặt, kề hôn phu Thạch mà tôi cũng đã thân như Huyền. Một người bồi rót rượu và người kia chuẩn bị thức ăn mang đến từ nhà hàng. Ông nâng ly:

– "Nào! Chúng ta uống mừng thành viên mới của gia đình và đồng thời chúc mừng sinh nhật cháu Linh Chi."

Sự việc diễn ra bất ngờ đến độ tôi thấy ly rượu trong tay rung rung. Tôi ấp úng:

– "Cảm ơn bác. Cám ơn các anh chị. Không hạnh phúc nào hơn là được tiệc mừng ngày sinh mà chính bản thân cũng không nhớ!"

oOo

Đêm nay tôi cũng được Sơn tặng cho một tiệc sinh nhật, dù tôi nhớ mà vẫn bất ngờ. Bất ngờ nhưng lòng dửng dưng. Có thể vì Sơn đã để cơn giận của tôi âm ỉ suốt ngày.

Như ba của Huyền, ba của Sơn khai mạc bằng lời chào mừng và chúc mừng sinh nhật. Các món ăn thì hoàn toàn ruộng đồng. Cá lóc nướng trui, rắn xào xả ớt, lẩu lươn chua, rùa rang muối. Ba mươi người đủ mọi lứa tuổi ăn uống tận tình. Rượu Martell khui liên tục. Tôi thì bốn món miệt vườn chỉ mạnh miệng món cá! Bữa tiệc ồn ào như vỡ chợ và kéo dài. Không như buổi tiệc ở Mỹ, vui nhộn mà thanh lịch. Tôi rất chán ngán nhưng cố tươi tỉnh. Bỗng ba Sơn lên tiếng:

– "Bác nghe Sơn nói cháu có bằng đại học kinh tế Huê Kỳ, được Sơn tiến cử một vị trí ngon lành nhưng cháu lại thích mua bán nhà đất! Nghề đó lao động cực nhọc, mà chưa chắc kiếm được nhiều tiền. Cháu hãy nghe Sơn. Làm với nó một thời gian là đủ vốn mở doanh nghiệp. Mặc sức hốt bạc."

– "Cháu cũng đang hốt bạc với địa ốc!" Tôi mỉm cười, giữ giọng lễ độ.

Ba má tôi cũng có cùng luận điệu với ba má Sơn, đều mê cái bằng thạc sĩ, cái chức phó cục trưởng của anh. Chỉ sau dăm ba ngày tôi về nước, ba má tôi đích thân giới thiệu Sơn với tôi. Một bên thì muốn Sơn trở thành rể hiền. Một bên mong tôi thành dâu thảo!

Ba Sơn vẫn giữ giọng thuyết phục:

– "Bác không hiểu sao cháu cũng học kinh tế như Sơn mà lại mê mua bán nhà. Thiệt uổng công uổng tiền đi ăn học nước ngoài!"

– "Địa ốc cũng là môn kinh tế học! Mà cháu thì không thích ngồi một chỗ. Cháu thích giao tiếp."

Sơn chen vào:

– "Ba à, Linh Chi đang rất thành công trong việc mua bán nhà..."

– "Nhưng cái nghề học lóm đó bấp bênh lắm," ông gạt ngang, "làm sao sánh với cái chỗ ngồi dành cho bằng đại học Mỹ. Vinh dự lắm đó con."

– "Cháu học trường lớp đàng hoàng, chớ không học lóm. Phải có bằng địa ốc mới được chính quyền cho phép hành nghề." Tôi cải chánh.

– "Bác cứ tưởng thằng Sơn chạy bằng cho cháu..."

Tôi nghe mà chán ngán nhưng không phản ứng. Đã trở thành "quy luật" của đảng thì phê phán chỉ thiệt thân! Tôi đã từng nêu vấn nạn này với Sơn và hỏi anh liệu có giải pháp nào chấm dứt chuyện xấu xa này. Anh hỏi ngược lại tôi. Từ đó chúng tôi hợp tác để hy vọng thổi bùng một đám cháy thiêu rụi chế độ...

Bữa tiệc sinh nhật kéo dài, tôi thêm mỏi mệt, chỉ mong được tắm gội nghỉ ngơi nhưng mục ca hát bắt đầu. Dàn tân cổ xem ra xôm tụ. Tôi cố giữ bộ mặt tươi tỉnh, cố ngăn cơn ngáp. Vào đúng lúc tôi gần ngủ gục, Sơn thông báo hát tặng tôi bản Biết Đến Thuở Nào. Tôi hiểu là anh muốn gửi một thông điệp: "Phút đầu gặp em, tinh tú quay cuồng..." Hát xong anh giới thiệu đến lượt tôi. Tôi xua tay mà Sơn cứ nì nằn. Hát bản gì đây? Chọn bản gì để Sơn đừng hiểu lầm là tôi đáp nhận tình anh. Mắt tôi chợt dừng lại dáng điệu ba của Sơn đang nâng tách trà lên môi. Tôi nhớ hình ảnh ba của Huyền nâng tách trà đêm nào nghe tôi hát...

oOo

Đêm đó nhằm giữa mùa thu. Tôi sang phòng Huyền để học chung nhưng không thấy Huyền. Tưởng là Huyền hóng mát ngoài bao lơn, tôi mở cửa bước ra. Tôi giật mình thấy ba Huyền nhỏm người quay đầu nhìn tôi:

– "À, cháu Linh Chi..."

– "Cháu xin lỗi. Cháu tìm Huyền." Tôi lúng túng.

– "Huyền và Thạch đi dự sinh nhật bạn! Đến ngồi đây với bác".

Chẳng đặng đừng, tôi ngồi vào chiếc ghế cạnh ông. Trên chiếc bàn nhỏ có một ấm trà và ba chiếc tách còn úp trên dĩa. Tôi nói để xua tan nỗi ngượng ngùng:

– "Cháu xin mạn phép được đối ẩm cùng bác!"

– "Còn gì vui hơn." Ông lật tách trà, rót một nửa và trao cho tôi. Tôi tiếp nhận.

– "Xin mời bác."

Tôi nâng lên môi và nhấm nháp. Mùi thơm lừng và vị đắng đến ngọt ngào. Tôi kêu lên:

– Trà ngon quá bác ơi!

– Trà Lâm Đồng thứ thiệt đó cháu. Một đứa cháu... như cháu về nước ăn Tết mang qua tặng bác.

Tôi muốn hỏi "như cháu" là như thế nào nhưng ngại ngùng đành chuyển hướng:

– "Quê bác ở Lâm Đồng?"

Ông cười:

– "Bộ bác giống đồng bào Thượng lắm hở? Không, bác ở làng Hòa Hảo, Long Xuyên. Còn cháu?"

– "Quê cha Lái Thiêu, nhưng lớn lên ở Sài Gòn, quê mẹ." Sợ ông hỏi thêm, tôi tiếp. "Nhà bác đẹp quá. Cháu thấy rõ là bác đã rất thành công trên đất Mỹ."

– "Chẳng qua nhờ Trời Phật, ông bà, cha mẹ, vợ con phù hộ."

Tiếng "vợ con" lại gợi thắc mắc. Có lần cùng Huyền vào thư phòng thắp nhang ở bàn thờ Phật có di ảnh hai bên. Huyền cho biết đó là di ảnh ông bà nội và di ảnh mẹ và em trai Huyền. Tôi hỏi Huyền vì sao mẹ và em mất sớm, Huyền bảo không muốn nhắc chuyện cũ. Sợ ba Huyền cũng từ chối, tôi đành tiếp lời khen:

– "Cháu thích màu bác chọn cho nội thất: sáng sủa, hài hòa, mát mắt. Bác có vẻ đặc biệt thích hai màu. Màu xanh và màu trắng."

– "Màu kỷ niệm! Màu biển, màu trời, màu mây ngày, màu sao đêm!"

"Màu kỷ niệm!" Lại một chuyện cũ không được hỏi han. Màu sao đêm, nghe lạ. Tôi ngước nhìn bầu trời, vô vàn vì sao quả là đang lung linh sắc trắng. Tôi đã nhiều lần ngắm sao mà có bao giờ để ý đến sắc màu. Tôi chỉ tìm sao Hôm để nghêu ngao bài ca ưa thích. Sao Hôm đây rồi. Nó đang tỏa rực trên ngọn cây. Tôi quay nhìn ba Huyền. Ông đang nhấm nháp hương trà. Tôi e dè hỏi:

– "Bác có biết ca khúc Ngôi Sao Hà Nội?"

– "Cháu Linh Chi định tuyên truyền chế độ mới với bác chăng?" Ông cười nhạo.

– "Ồ không. Cháu chỉ muốn giới thiệu bản nhạc cháu ưa thích. Bản này hoàn toàn tình cảm, về chuyện tình giữa sao Hôm sao Mai.

– "Chuyện tình sao Hôm, sao Mai? Cháu hẳn biết hai ngôi sao chỉ là một. Thì làm sao mà thành chuyện tình!"

– "Vậy mà vẫn có một chuyện tình, và rất thiết tha!" Tôi cao giọng.

– "Chẳng hay cháu có biết chuyện tình sao Kim và Vệ Nữ?" Giọng ông trêu chọc.

Tôi lắc đầu, tỏ vẻ phật lòng:

– "Cháu vẫn nhớ sao Kim là một hành tinh của thái dương hệ, còn Vệ Nữ là tên của vị thần sắc đẹp trong thần thoại. Không thấy sách nào nói về chuyện tình giữa hai ngôi sao này!"

– "Không có chuyện tình là bởi vì hai ngôi sao này chỉ là một, và cũng chính là sao Hôm, sao Mai!"

Tôi kêu "Á" một cách thích thú. Tuy vậy vẫn không chịu thua:

"Bác nghĩ sao nếu một ngày nào đó tác giả Ngôi Sao Hà Nội sáng tác thêm bài Ngôi Sao Sài Gòn, kể chuyện tình sao Kim và Vệ Nữ?"

Ba Huyền gục gặc đầu lặng thinh rít thuốc. Tôi hài lòng vì đã dồn được ông vào chân tường nhưng ông nhởn nhơ cười nói:

"Nào, Ngôi sao Sài Gòn hãy hát Ngôi Sao Hà Nội xem chuyện tình ra sao!"

Lối nói khó ưa của ông chỉ làm tôi thêm hứng thú cất tiếng hát:

https://www.youtube.com/watch?v=tEhUY3-65c0

"Những vì sao lấp lánh giữa bầu trời Hà Nội
Những vì sao không nói nhưng biết chờ biết đợi
Là sao Anh, là sao Em
Là sao Anh, là sao Em
Anh không làm sao Hôm
Em chẳng làm sao Mai
Phải tìm nhau mãi mãi.

Em không làm sao Mai
Anh chẳng làm sao Hôm
Chỉ làm ngôi sao không tên
Để gần nhau suốt đời
Để được gần nhau suốt đời.
Được gần nhau suốt đời.

Tôi dứt lời ca, hồi hộp chờ ông nhận xét. Ông tỏ vẻ hài lòng:

– "Hay lắm, hay lắm! Rất tình cảm và rất thiết tha! Giọng ca càng tuyệt vời hơn nữa! Cám ơn ngôi sao Sài Gòn nhiều!"

– "Cháu còn thuộc một số bài ca khác cũng tình cảm lắm, nếu bác muốn nghe ..."

– "Thời gian năm năm trong tù, có lần loa phóng thanh vang lên bài Nói Chuyện Với Người Trong Tranh. Bác vốn đã quá ngán nhạc cách mạng nhưng lần này nghe cái tựa khá tình tứ, bác thử dỏng tai. Mới chỉ được vài câu, bác nổi sùng. Đêm thật khuya, người nghệ sĩ ngồi ngắm bức tranh tố nữ đang nở nụ cười; tưởng chàng ta sẽ buông lời tán tỉnh lãng mạn nào ngờ lại là lời hết sức vô duyên: chàng than thở với người đẹp về một đồ án cách mạng vẽ mãi không xong! Ba Huyền cười lớn rồi đổi giọng thân tình. "Bác thực sự thích Ngôi sao Hà Nội. Bác sẽ yêu cầu cháu hát vào các dịp khác, kể cả bản Ngôi sao Sài Gòn, nếu đã phát hành!"

– "Dạ. Cháu sẵn sàng bất cứ lúc nào, thưa bác sao Hôm!" Tôi cười giòn.

oOo

Không còn lúc nào hơn lúc này. Tôi bước lên nhận micro Sơn trao và giới thiệu bản nhạc được trình bày: Ngôi Sao Hà Nội. Tôi thầm giới thiệu riêng với ba của Huyền: do ngôi sao Sài Gòn trình bày.

Nhạc dạo đã âm vang. Tôi như thấy ba Huyền đang nhả khói Capstan và nâng tách trà. Nơi ông ngồi, sao Mai đang mọc. Nơi tôi đứng, sao Hôm đang lên:

"Em không làm sao Mai
Anh chẳng làm sao Hôm
Chỉ làm ngôi sao không tên
Để gần nhau suốt đời"

Tôi đắm chìm trong lời nhạc. Giọng ca trở nên nồng nàn hơn, tha thiết hơn. Và có phần nghẹn ngào trước khi dứt câu "được gần nhau suốt đời". Nước mắt tôi ứa ra. Mùi khói thuốc khen khét, nghèn nghẹt. Tôi nghĩ đến mùi Capstan từng rung động mỗi sợi thần kinh của tôi. Tiếng vỗ tay nồng nhiệt. Tiếng hô bis liên hồi. Tôi nhìn Sơn. Anh đang ngây ngất ngắm tôi, khuyến khích tôi hát tiếp. Tôi không còn hơi sức. Tôi xin lỗi rồi cắm chiếc micro vào giá, trở lại chỗ ngồi. Sơn nắm tay tôi tỏ ý cám ơn. Tôi để yên, thấy dễ chịu dần. Tôi tự hỏi nếu như năm năm trước tôi nghe lời ba má tôi rời nhà ba của Huyền thì hẳn giờ này tôi đâu có phải hiện diện ở đây để nhớ nhung...

oOo

Vào tuần đầu năm học thứ ba, tôi được thư ba má tôi. Ông bà khuyên tôi nên về lại ký túc xá với lý do là đừng quá tin người chế độ cũ. Họ giúp du học sinh hẳn là có mục đích.

Đọc thư, tôi đau buồn mất mấy ngày. Ba má tôi có thể còn mang nhiều thiên kiến, tuy vậy tôi vẫn muốn đặt thẳng vấn đề với ba của Huyền cho rõ trắng đen. Hai nữa tôi đang được ông giúp đỡ hành nghề địa ốc ngoài giờ học, một giờ 12 đô la cộng với hoa hồng.

Vào ngày cuối tuần mát mẻ đầu thu, ông hỏi tôi có rảnh cùng ông đưa khách hàng đi xem nhà, khu townhouse mới xây cách nửa giờ đường. Khi xe đã vào xa lộ, tôi mở lời:

– "Cháu được thư ba má cháu mấy hôm nay và cháu mất ăn mất ngủ."

– "Gì mà dữ vậy?" Bộ mặt ba của Huyền lộ nét ưu tư của Song Seung Hun khi người yêu bị bệnh nặng.

– "Ba má cháu khuyên cháu trở về ký túc xá."

– "Lý do?" Ông nhìn tôi, đổi nét ngạc nhiên.

– "Ba má cháu bảo bác là người chế độ cũ ..."

Ông hướng về xa lộ, lặng lẽ lái xe. Rồi đột ngột hỏi:

– "Chừng nào cháu về lại ký túc xá?"

Không thể trả lời, tôi hỏi ngược:

– "Ở chế độ cũ, bác làm gì?"

– "Người chế độ cũ..." Ông mỉm cười, giọng chế giễu. "Bởi bác có nói 'làm gì' thì cũng là người chế độ cũ!"

Ba Huyền móc gói thuốc từ túi áo đưa cho tôi, nhờ tôi rút ra một điếu. Ông gắn lên môi và châm từ mồi điện của chiếc xe. Sau vài hơi thuốc, ông nói:

– "Cháu đọc hiệu thuốc."

– "Capstan."

– "Gần âm Captain phải không?"

– "Bác là Đại úy?"

– "Không! Hạm trưởng."

– "À, bác là Hải quân?"

– "Hải Quân chế độ cũ!"

– "Cháu vô tội, xin bác tha cho những lời chua cay! Điều cháu đang cần là bác giúp cháu hiểu hơn về ý nghĩa lời khuyên của ba má cháu."

Ông rít hơi thuốc. Tiếng nói của ông tuôn theo làn khói:

– "Cháu qua Mỹ năm nào?"

– "Dạ, năm 2000."

– "Năm 2000 vào đại học, tức cháu cùng tuổi con bác. Mười tám năm sinh trưởng ở Sài Gòn với người dân chế độ cũ, hai năm cháu học ở Mỹ với con của những người tỵ nạn cộng sản, và ba tháng sống chung với bác và Huyền, cháu thấy người chế độ cũ thế nào?"

– "Cháu thấy... Cháu thấy..."

– "Cháu hãy tự suy xét. Bác không muốn ảnh hưởng đến quyết định của cháu."

– "Cháu đã suy xét nhưng không thể quyết định!"

– "Vậy thì để bác đưa ra vài gợi ý cho cháu suy nghĩ. Cháu có biết Tổng thống Bill Clinton vừa ký Dự luật xây dựng 'Đài Tưởng niệm Nạn nhân Cộng Sản' ngay tại thủ đô nước Mỹ?" Tôi lắc đầu. "Cháu có biết mục đích của việc xây dựng tượng đài?" Tôi lại lắc đầu. "Là để thế hệ tương lai xa lánh chế độ cộng sản tàn bạo!" Ông rít hơi thuốc, thư thả nhả khói, hỏi tiếp. "Cháu có biết dựa vào đâu người ta tố cáo cộng sản tàn bạo?" Tôi lại lắc đầu. "Dựa vào con số nạn nhân: Một trăm triệu! Một trăm triệu, trong đó có 5 triệu người Việt."

– "Thật vậy sao bác?" Tôi ngơ ngẩn hỏi.

– "Nếu không thật thì đã không có dự luật xây đài tưởng niệm!"

– "Một trăm triệu! Ôi! Tàn bạo quá đỗi!"

– "Cháu có biết vì sao người chế độ cũ đua nhau bỏ xứ vượt biên?"

Tôi lặng thinh. Giọng ông trầm buồn:

– "Cháu là người miền Nam. Cháu đã sống với họ gần hai mươi năm mà không thấy từ sau 75, miền Bắc đô hộ miền Nam. Đô hộ bằng sát hại và nhốt tù người chế độ cũ. Đô hộ bằng tịch thu mọi thứ tài sản dân miền Nam, ngược đãi và đưa đi kinh tế mới. Dưới chế độ mới bạo tàn, con đường hy vọng được sống là bỏ xứ, vượt biên!"

Tôi đăm đăm nhìn ông. Những nhận xét của ông quá hiển nhiên mà sao lâu nay tôi không để ý, không nghĩ tới?

Ba Huyền đang lái dần vào làn xe bên phải, rồi quẹo vô lối nhỏ rời xa lộ. Khi thấy ông đã thư thả trên đường phố, tôi vươn tay bóp mạnh vào cánh tay của ông:

– "Cháu không về ký túc xá!"

oOo

Mãi đến hơn 9 giờ chúng tôi mới rời được khỏi nhà ba Sơn. Khi chạy ngang qua ngã ba lộ tẻ Tri Tôn, tôi hỏi Sơn:

– "Còn bao nhiêu cây số nữa thì tới làng Hòa Hảo?"

– "Bây giờ người ta không gọi làng Hòa Hảo nữa. Có lẽ bởi nó quá nổi tiếng nên người ta đặt tên mới là xã Tân Hòa." Anh liếc sang tôi. "Linh Chi thăm ai ở Hòa Hảo? Thăm... người yêu?"

– "Nếu đúng vậy, thì anh có đưa Linh Chi đi không?"

Sơn liếc xéo tôi. Tôi cười:

– "Thì đi Hòa Hảo còn thăm ai ngoài viếng Tổ Đình, An Hòa Tự và..."

Sợ Sơn cật vấn, tôi đổi đề tài.

– "Từ đây đến làng Hòa Hảo còn bao xa, anh Sơn?"

– "Có hai lối đi, một gần, một xa." Anh ra vẻ suy tính. "Gần thì chừng 20 cây số, đến Năng Gù qua phà thì tới. Xa thì tiếp tục 20 cây số nữa tới Châu Đốc, nhân đó viếng Miếu Bà Chúa Xứ, thăm Lăng Thoại Ngọc Hầu rồi qua phà Châu Giang đi thêm 30 cây số. Nếu đủ giờ ta thăm Xứ lụa Tân Châu."

– "Linh Chi chọn đường xa. Mấy thuở mới được ngồi... bên anh!"

Sơn cười lớn, híp cả mi mắt:

– "Vậy thì anh chạy lòng vòng cho đường thêm dài!

Tôi nhìn con đường làng và chiêm nghiệm lòng mình. Sơn dễ thương quá đó chứ, sao mình cứ... lơ tơ mơ!"

Khi chuyến phà băng ngang sông Châu Đốc, chúng tôi ra khỏi xe, đến đứng ở đầu phà. Dòng sông khá rộng mang những dề lục bình xanh tươi điểm vài nụ hoa tim tím dễ thương. Về phía ngược dòng, bên trái là những căn phố lầu mái đỏ tường trắng của thành phố Châu Đốc. Bên phải một trụ tháp xanh đỏ vươn cao trên hàng cây rậm lá dọc ven bờ. Phía xuôi dòng, thưa thớt vài căn nhà sàn ẩn hiện dưới các lùm cây um tùm. Sơn nói:

– "Dòng Hậu giang này chảy ngang qua nhà ba má anh và mang tên một bài hát anh rất mê. Linh Chi biết bản gì không?"

– "Biết! Nhưng không mê!" Tôi ghẹo. "Không mê Dòng An Giang mà mê dòng Potomac của thủ đô Huê Kỳ!"

– "Một kỷ niệm đẹp?"

Tôi gật đầu:

– "Một dạ tiệc trên chiếc du thuyền, vừa mừng tốt nghiệp, vừa buồn chia tay."

– "Buồn chia tay? Hừm, kỷ niệm đẹp!"

Tôi phớt lờ bộ mặt dò xét của Sơn để sống lại kỷ niệm đẹp...

oOo

Chiếc du thuyền ba tầng sơn trắng mang tên Spirit of Washington D.C. Chúng tôi đứng trên sân thượng, nhấm nháp rượu khai vị giữa khung trời muôn màu rực rỡ. Dòng sông thênh thang long lanh, chia một bên bờ là các khối cao ốc lộng lẫy với tháp tưởng niệm Washington vút lên như hỏa tiễn. Bờ kia là vùng đất lặng lẽ với các lùm cây xanh thẫm. Chiếc cầu Key Bridge bắc ngang dòng Potomac nối khu Rosslyn của Virginia với vùng Georgetown của thủ đô. Những chiếc máy bay mang đèn xanh đỏ cất cao. Những chiếc nghiêng nghiêng đáp xuống. Chiều mai chiếc nào đưa tôi rời tiểu bang Maryland thân yêu...

Huyền đã dành trọn buổi để chọn mua cho tôi bộ dạ hội. Tôi chỉ muốn bộ "rẻ mà đẹp" nhưng Huyền nhất định chọn đắt và sang. Và Huyền có lý. Hàng năm mươi du khách ăn diện như đi dự tiệc ở Tòa Bạch Ốc. Huyền và Thạch lăng xăng chụp ảnh. Tôi cũng say sưa thu nhận vào ký ức và vào máy hình những khoảnh khắc tuyệt vời. Nhiều lần chúng tôi nhờ người chụp để có đủ 'tứ nhân bang'.

Rồi tôi bước đến lan can, đứng cạnh ba Huyền. Ông chỉ Tòa Bạch Ốc lộng lẫy, sáng choang hỏi tôi đã thăm viếng chưa, đã viếng các viện bảo tàng nào rồi. Tôi nói mới ba viện bảo tàng vì quá lu bu. Ông nói chỉ riêng trên con đường Constitution ngang qua Tòa Bạch Ốc, còn nhiều viện bảo tàng tôi chưa đến. Ông bảo ông sẵn sàng tặng vé máy bay và hướng dẫn đi thăm chừng nào tôi muốn quay lại Hoa

Kỳ. Ông cũng sẵn sàng tặng hai vé nếu tôi đã có chồng. Tôi nhìn ánh đèn long lanh chạy dọc dòng sông. Có lẽ chỉ có tôi là người duy nhất cảm nhận con thuyền lay động trên những gợn sóng lung linh...

Tôi ngẩng nhìn ba Huyền trong dáng vẻ cô đơn, buồn rầu như ngọn đèn chớp tắt trên đỉnh tháp cao. Có lẽ ông và tôi là hai người cô đơn nhất trên du thuyền. Tôi nắm bàn tay ông đang đặt trên lan can, nói như hụt hơi:

– "Thật lòng cháu không muốn rời xa nước Mỹ!"

– "Mục đích bác chọn buổi tiệc trên chiếc du thuyền này là để tạo cơ hội cho cháu lưu niệm hình ảnh thủ đô nước Mỹ về đêm. Mà nào ngờ..." Ông bỏ lửng, nhìn dòng sông.

– "Nào ngờ sao bác?" Tôi nôn nao hỏi.

– "Thôi, cho qua!" Ba Huyền cười gượng gạo.

– "Hai năm chung sống chưa đủ để được nghe bác chia sẻ tâm tư?"

Ba Huyền đứng thẳng người, quay về thành phố thủ đô. Những khối phố sáng choang tiếp những khối phố tăm tối. Mái vòm khổng lồ của tòa nhà Quốc Hội vươn cao. Ông châm điếu thuốc mới, búng mẩu cũ bay xa... Hương thơm quen thuộc ngọt ngào vây khắp thân tôi. Tôi hít đầy phổi và nghe rùng mình. Tôi đã ghiền mùi Capstan rồi sao? Giọng Ba Huyền trầm buồn:

– "Đã hàng chục năm qua rồi hễ thấy sông thấy biển là cảnh tượng xưa hiện về." Ông hớp ngụm rượu, trầm ngâm. Một lúc lâu, ông tiếp. "Lúc đó ghe bị sóng đánh vỡ, bà ấy ôm đứa con trai một tuổi, bác ôm Huyền ba tuổi. Bác bơi tìm. Hàng trăm cái đầu ngụp lặn. Bác vừa trông thấy hai mẹ con thì một cơn sóng lớn ập đến. Rồi mất tăm ..."

Ông nín bặt, mắt nhắm nghiền. Tôi lặng người mường tượng cảnh rừng người lóp ngóp chờ chết trong phim Titanic. Tôi mường tượng nỗi đớn đau ông chịu đựng hàng tháng năm dài. Ông sẽ còn chịu đựng, thương nhớ đến bao giờ? Cả hai có kể là nạn nhân của cộng sản? Là con người cộng sản, tôi có trách nhiệm gì không? Tôi vỗ vỗ bàn tay ba Huyền bày tỏ cảm thông. Ông nhìn tôi, nháy mắt thay lời cám ơn. Tôi muốn ôm ông và thì thầm lời an ủi nhưng Huyền và Thạch đang đứng gần.

Chúng tôi được mời xuống lòng tàu và ngồi vào bàn ăn 4 người. Phòng ăn sang trọng tôi chưa từng đặt chân đến. Người bồi cho biết chúng tôi có thể chọn một trong bốn loại rượu chát. Ba Huyền chọn chai Napa Black Chicken và tôi thích cách ông thử rượu. Thức ăn thịnh soạn cho từng người mà đến món thứ hai bụng tôi đã đầy. Chúng tôi vui đùa bằng tiếng Việt thoải mái giữa rừng ngôn từ Anh ngữ. Huyền và Thạch đang cười chuyện gì đó; tôi nghiêng sang ông, hỏi nhỏ:

– "Bác nói bác ở làng Hòa Hảo, ở đó có gì đặc biệt hở bác?"

– "Có Tổ Đình, có Chùa An Hòa. Có ngôi nhà xưa của ông nội bác..."

– "Về nước, thế nào cháu cũng đến làng Hòa Hảo. Cái tên nghe đã thấy thích rồi!"

– "Bác nghĩ là cháu không nên đến!"

– "Tại sao?"

– "Hãy hỏi ba má cháu!"

Tôi thấy bực bội nhưng không hỏi thêm. Kiểu trả lời của ông, có hỏi thêm chỉ thêm bực bội. Tôi sẽ tự tìm hiểu...

Sau bữa ăn, khi Thạch và Huyền rủ nhau ra sàn nhảy, tôi vội lên tiếng:

– "Nghe nói hải quân có những bước nhảy bay bướm lắm..."

– "Khiêu vũ thì cần hai người." Ông cười. "Đời vắng bác gái rồi, bác nhảy với ai!"

Tôi tức là mình không biết nhảy nên đành không thể nói 'bác nhảy với cháu'. Tôi thay bằng câu hỏi:

– "Bác gái thích điệu gì, hả bác?"

– "Rumba."

Tôi tự hứa, về Sài Gòn nhất định phải học điệu nhảy Rumba...

oOo

Khi tôi về đến nhà thì trời đã quá nửa đêm mà Sơn thì cần lái thêm nửa tiếng mới tới nhà anh. Cảm thấy bất nhẫn, tôi mời anh ở lại. Không nói không rằng anh mở cửa xe trước cả tôi. Tôi thấy vui trước cái quyết định của mình, ít nhất cũng thay cho lời cám ơn công sức anh bỏ ra suốt hai ngày vì tôi.

Tôi đưa Sơn lên buồng ngủ rồi qua buồng dành cho ba má tôi, chọn cho anh bộ đồ và khăn tắm. Anh nói:

– "Mệt gần đứt hơi, rất cần một nụ hôn lấy lại sức."

Tôi lắc đầu mà nghe má nóng bừng. Nghĩ mình thật bất công. Một người tha thiết muốn hôn mình thì mình từ chối, còn với người mình muốn hôn thì không mong đợi mình hôn!

Lên giường, tôi nằm đếm đến con số hàng ngàn mà vẫn không ngủ được. Người mỏi mệt mà sao bồn chồn nôn nao. Có thể vì lần đầu tôi cho Sơn ngủ qua đêm. Nghĩ mình cũng thật liều mạng. Lỡ đang ngủ, ông cộng sản này lẻn vào. Dù sao, khóa chốt cho an tâm…

Tôi nhìn đồng hồ trên bàn. Đã gần hai giờ sáng. Ánh huỳnh quang từ chiếc đồng hồ phản ánh màn hình máy vi tính. Tôi chợt nhớ là hai ngày nay chưa đọc điện thư. Tôi ngồi bật dậy, chập choạng bước.

Tôi mở máy. Ba thư đầu là thư rác. Thư kế là bài thơ của nhỏ bạn. Thư tiếp là của "lam.nguyen" với chủ đề "Happy Birthday!!!". Lam Nguyen nào mà nhớ ngày sinh nhật của tôi? Ô, chính ông, Nguyễn Thanh Lâm. Huyền và tôi vẫn thường liên lạc với nhau. Nhưng ba Huyền thì chỉ thỉnh thoảng nhờ Huyền chuyển lời chúc tôi vui khỏe. Đây là lần đầu ông đích thân lên máy.

Tôi hồi hộp đọc nội dung: "Cháu Linh Chi. Bác vừa về đến Sài Gòn. Sẽ gặp chúc mừng sinh nhật cháu vào 6 giờ chiều. Có cả quà của vợ chồng Huyền. Bác nôn nóng muốn nhìn tận mắt ngôi nhà xinh xắn của cháu. Bác tiếc là không có thì giờ để tạm trú dăm ba ngày. Sáng mai bác bắt đầu chuyến đi từ nam ra bắc để gặp những người… như cháu. Năm qua, kết quả vận động không mấy khả quan, cần duyệt xét và đôn đốc. Trạm cuối là Hà Nội và từ đó bác về thẳng Mỹ. Happy Birthday to Ngôi Sao Sài Gòn!"

Tôi mỉm cười mà tim như ngừng đập. Ông đã giữ lời hứa. Lúc chia tay ở phi trường ba năm trước, tôi ôm hôn má ông, hỏi nhỏ: "Bao giờ bác về thăm cháu?" "Chừng nào hết cộng sản!" "Bác thừa biết việc cháu làm thuộc loại Mission Impossible, cần nhiều thời gian." "Vậy ba năm nữa bác cháu mình gặp nhau!" "Bác nhớ đó. Ba năm mà bác không về, cháu sẽ thăm làng Hòa Hảo." "Bác đã bảo cháu không nên đến đó!" "Cháu phải đến, chỉ để coi như được gặp lại bác."

Giờ đây, 'coi như được gặp' sắp thành được gặp! Tôi mừng nhưng không vui. Tôi đã phạm lời tự hứa. Khi xây ngôi nhà, tôi đã thầm hứa rằng, ngoại trừ người thân ruột thịt, chỉ ba Huyền và vợ chồng Huyền là những người đầu tiên được cư trú qua đêm. Vậy mà đêm nay tôi đã mời Sơn ở lại! Càng phiền toái hơn, tôi sẽ giới thiệu Sơn trong tư cách nào đây!

Tôi chợt thấy mình quýnh quáng vô lý. Hiện tại là hai giờ rưỡi sáng mà buổi hẹn là 6 giờ chiều, đến lúc đó Sơn đã rời nhà. Chưa kịp vui thì lại ngỡ ngàng khi mắt dán vào hàng chữ số. Email được gửi từ sáng hôm qua, vào lúc tôi đang qua cầu Mỹ Thuận. Và giờ đây, hiển nhiên là ông đã mòn mỏi chờ tôi trả lời.

Ông có đang tự hỏi vì sao tôi im lặng? Ông có nghĩ là tôi cố tình trốn tránh ông? Ông có cho là tôi trở mặt không muốn cho ông tạm trú? Giờ này có mời ông về nhà thì cũng đã quá muộn. Trời ơi! Ông đang ngủ nơi nào?

Hay ông nghĩ rằng ngày nay tôi đã thành người cộng sản, không muốn dây dưa với người chế độ cũ? Nỡ nào ông nghĩ tôi cam tâm tiếp tay nâng cao số năm triệu nạn nhân? Nước mắt tôi rưng rưng. Số phận nào đã đặt tôi vào nông nổi này? Lẽ ra ngày sinh nhật tôi hôm nay đã được vui trọn vẹn như ngày ông dành cho ba năm trước.

Tôi email cho ông: "Phải chi cháu nghe lời bác không về làng Hòa Hảo. Vào giờ bác hẹn, cháu còn đang ở Tổ Đình, đang tìm hiểu vì sao bác khuyên cháu đừng về đây. Thưa bác, cháu đã hiểu và chính vì hiểu nên cháu sẽ còn về nữa. Cháu muốn thấy làng Hòa Hảo luôn còn đó. Chúc bác thượng lộ bình an, duyệt xét thành công và sớm... bước đi bước nữa."

Tôi thở hắt một hơi dài rồi đứng lên bước ra bao lơn. Đã ba năm rồi, mỗi khi trằn trọc, tôi thường ra đứng ở đây ngắm khung trời thương nhớ. Tôi nhớ có một vì sao mang bốn tên rất đẹp... Tôi nhớ mỗi lần hát Ngôi sao Hà Nội theo yêu cầu, ông đều cám ơn... ngôi sao Sài Gòn!

Vào giờ này, hành tinh mang bốn tên rất đẹp hẳn mang tên sao Mai. Muôn ngàn vì sao cho thấy sao Mai chưa mọc. Tôi nhớ lần ông bảo sao Hôm, sao Mai chỉ là một, không thể có chuyện tình; rồi ngay sau đó thú nhận rất thích chuyện tình Ngôi sao Hà Nội.

Tôi thì thầm: "Bác Lâm, cho cháu mạn phép đố bác: giả sử cháu là tác giả chuyện tình Ngôi Sao Sài Gòn tự ví mình là sao Vệ Nữ thì ai là người cháu chọn làm... sao Kim?"

Vũ Thất

www.ingramcontent.com/pod-product-compliance
Lightning Source LLC
LaVergne TN
LVHW040055051026
849525LV00002B/697
* 9 7 9 8 3 3 0 4 1 8 1 7 6 *